हिंदी चित्रपटगीत : परंपरा आणि आविष्कार

अशोक दा. रानडे यांची पुस्तके

मराठी

संगीताचे सौंदर्यशास्त्र (१९७१)
लोकसंगीतशास्त्र (१९७५)
स्ट्रॅविन्स्कीचे सांगीतिक सौंदर्यशास्त्र (१९७५)
भाषणरंग : व्यासपीठ आणि रंगपीठ (१९९५)
भाषण व नाट्यविषयक विचार (२००१)
हिंदुस्थानी संगीत (२००६)
संगीतविचार (२००९)
मला भावलेले संगीतकार (२००९)

English

On Music and Musicians of Hindoostan (1984)
Stage Music of Maharashtra (1986)
Maharashtra : Art Music (1989)
Keywords and Concepts in Hindustani Art Music (1990)
Music and Drama (1991)
Indology and Ethnomusicology : Contours of Early Indo-British Relationship (1992)
Hindustani Music (1997)
Essays in Indian Ethnomusicology (1998)
Reflections on Musicology and History with special reference to Hindustani Music (2000)
Music-contexts : A Concise Dictionary of Hindustani Music (2006)
Hindi Film Song : Music without Boundaries (2006)
Prespectives on Music : Ideas and Theories (2008)

हिंदी चित्रपटगीत : परंपरा आणि आविष्कार

अशोक दा. रानडे

पॉप्युलर प्रकाशन, मुंबई

हिंदी चित्रपटगीत :
परंपरा आणि आविष्कार
(म-११११)
पॉप्युलर प्रकाशन
ISBN 978-81-7185-875-0

HINDI CHITRAPATGEET :
PARAMPARA ANI AVISHKAR
(Marathi : Music)
Ashok Da. Ranade

पहिली आवृत्ती : २०१०/१९३२

मुखपृष्ठ : निर्मिती ग्राफिक्स

प्रकाशक
रामदास भटकळ
पॉप्युलर प्रकाशन प्रा. लि.
३०१, महालक्ष्मी चेंबर्स
२२, भुलाभाई देसाई रोड
मुंबई ४०० ०२६

अक्षरजुळणी
ऑलरीच एन्टरप्रायझेस
माहीम, मुंबई ४०० ०१६

जे महाराष्ट्रात व भारतात राहूनही बाहेर बघू शकले
त्या सी. रामचंद्र यांना...

प्रस्तावना

चित्रपटसंगीताविषयी व विशेषतः हिंदी चित्रपटगीतांविषयी मला सुजाण आस्था वाटू लागली ती १९६०च्या सुमारास. त्या वेळेपर्यंत अनेक गीतांनी माझ्या मनात घर करून माझे सांगीत व सांस्कृतिक जीवन समृद्ध केले होते. हिंदी चित्रपटगीताने एकूण भारतीय संगीताच्या वारशात किती मोलाची भर घातली आहे हे लक्षात घेता त्याचा गांभीर्याने अभ्यास करण्याच्या संगीतशास्त्रीय जबाबदारीची जाणीव सुमारे १९७०च्या सुमारास मला होऊ लागली होती. मग काही घटना अशा घडल्या, की या बाबतीत प्रत्यक्ष कृती करणे अपरिहार्य झाले.

माझ्या संगीतविषयक व्याख्यानांतून वा लिखाणांतून चित्रपटसंगीताच्या सांस्कृतिक महत्त्वाविषयी मी उल्लेख करू लागलो आणि बऱ्याच लोकांना यामुळे आश्चर्याचा धक्का बसू लागला! मग एकदा महाराष्ट्र शासनाने एका संगीतविषयक परिसंवादास मला आमंत्रण दिले. परिसंवाद धुळ्यास होता. इतर वक्त्यांत पं. वामनराव देशपांडे हे प्रख्यात सांगीत सौंदर्यविचारक आणि वसंत देसाई व सी. रामचंद्र हे ख्यातनाम चित्रपट संगीतकार होते. सी. रामचंद्रांचे आणि माझे मेतकूट जमले. मोठ्या समूहांत ते सौजन्यपूर्ण व मितभाषी असत. पण ती अधिकृत बैठक वगैरे संपत आली, की ते मला इशारा करत की आपली बैठक चालू ठेवूया! इतरांना 'बाय बाय' वगैरे करून झाले की आपली 'रिफिल्स' घेऊन ते गुणगुणायला, गायला व संगीताविषयी बोलायला लागत. आपण अनेक पार्श्वगायकांना व गायिकांना सहज, आनंदाने कसे गावे हे कसे सांगितले त्याचे ते सोदाहरण व सक्रिय वर्णन करत. विशिष्ट गीतांत खास आवाहकतेने गायला आपण लता वा आशा यांनाही कसे दाखविले तेही ते मोकळेपणे व सोदाहरण दाखवत. ही श्रवणसत्रे माझ्यासाठी आवाहक, उद्बोधक व मनोरंजकही होती. बहुतेक वेळा सत्राच्या शेवटी ते एक दीर्घ निःश्वास सोडत व तक्रारखोर स्वरात म्हणत, ''तुम्ही पंडित लोक आमच्याकडे लक्षच देत नाही!'' असे बऱ्याच वेळा झाल्यावर मी एकदा त्यांना म्हटले, ''तुमचं संगीत काय काय करते वगैरे दुसऱ्यानं सांगण्याची

तुम्ही का वाट बघावी? इतके पाश्चात्त्य संगीतदिग्दर्शक आपल्या संगीताविषयी व एकूण संगीताविषयी लिहितात – तसं तुम्ही का करू नये!'' मग ते जरा विचारात पडत व विषय तेवढ्यावरच थांबे.

नंतर मुंबईत कुठेही पार्टीत गाठ पडली, की आमच्या गप्पा पुन्हा रंगत. ते मला हसून 'रामदासस्वामी' म्हणत व मी त्यांना 'रंगनाथस्वामी' म्हणून परतफेड करी.

पुढे अनेक वर्षांनंतर त्यांनी आत्मचरित्रात्मक लिखाण केले, पण त्यात संगीताविषयी काहीच नव्हते. आपल्या संगीतकारांना बौद्धिक आत्मचरित्रे लिहिण्यात कधी आस्था वाटेल तो सुदिन, असे आजही म्हणावेसे वाटते! यामुळे कलाविषयक लिखाणात एक मोठी उणीव राहिली आहे हे मात्र निश्चित. असो!

दुर्मिळ चित्रपटसंगीत अभ्यासार्थ सहजपणे उपलब्ध करून देण्याबद्दल सर्वश्री सुरेश चांदवणकर, नारायण मुलाणी, प्रीतम मेघानी आणि भालचंद्र मेहेर यांचा मी मनःपूर्वक ऋणी आहे. प्रस्तुत अभ्यासाने मला माझ्यावरचे एक ऋण अंशतः फेडता आले असे वाटते.

दि. २ डिसेंबर २०१० **– अशोक दा. रानडे**
मुंबई

अनुक्रमणिका

१

का व कसे?

असे म्हणतात की हिटलर, स्टॅलिन, मुसोलिनी इत्यादी हुकूमशहांना चित्रपट बघणे फार पसंत असे, पण त्यांच्या या षोकामध्ये चित्रपटगीतांचा समावेश होता की नाही याची नीटशी नोंद नाही हे खरे!

मूकपट व बोलपट यांच्या काळाच्या अगदी मध्ये म्हणजे चित्रपटाचा पडदा अजून झगमगू लागला नव्हता तेव्हा – १९२२ मध्ये – नव्या युगाचे शैक्षणिक धोरण कसे असेल ते सांगताना लेनिनने भविष्यवाणी केली होती – 'चित्रपट ही सर्वांत महत्त्वाची कला ठरेल.'

आज पास्कल आंरी या नावाचा फ्रेंच प्रयोगकलाकार हॉलीवुड व बॉलीवुडची गाणी समान आवडीने सादर करतो आणि सगळीकडचे वेगवेगळे श्रोते त्याला भरघोस पसंतीची पावती देतात.

पुण्याचे अप्पा कुळकर्णी ही एक साधी दाढीधारी व्यक्ती. ते जवळजवळ तीसएक वर्षे एका आगळ्या कौशल्याची जोपासना करत आले आहेत, इतकेच नव्हे तर या आपल्या कौशल्यावर त्यांनी नाव व थोडेफार धनही कमावले आहे. हे कौशल्य आहे शीळ घालून तीमधून संपूर्ण चित्रपटगीत सादर करण्याचे! आता त्यांनी आपला एक आल्बमपण काढला आहे 'सुहाना सफर' या नावाचा.

वेधक बाब अशी की हा छंद अगदी अपवादात्मक असे दिसत नाही! ठाण्याचे ॲडव्होकेट नंदकुमार राजुरकर यांनीही हा छंद जोपासला आहे. त्यांचे म्हणणे असे पण आहे, की जुन्या गाण्यांचे प्रेमपूर्वक स्मरण व श्रवण करण्यापलीकडे सिगरेटचे व्यसन सुटणे, मनावरचा ताण हलका होणे वा श्वसनाचा व्यायाम घडणे हेही फायदे या आविष्कारातून होतात. तेव्हा शिट्टीवादन ही अगदीच मामुली बाब नाही हे ध्यानात यावे!

मुद्दा असा की हिंदी चित्रपटगीतांचा प्रभावच असा आहे, की ते कसेही असले तरीही माणसाला रमविते!

आणखीही काही तथ्ये नोंदण्यासारखी आहेत.

मार्च २००४, ए. आर. रेहमान याचे हिंदी चित्रपटसृष्टीत नाव बरेच

गाजलेले. म्हणूनच वर्ल्ड हेल्थ ऑर्गनायझेशनने आपल्या क्षयविरोधी मोहिमेसाठी रेहमानला आपले दूत नेमले! काही काळापूर्वी त्याने बर्मिंगहॅम सिटी सिंफनी ऑर्केस्ट्राचे निर्देशकत्व केले आणि कार्यक्रम होता हिंदी चित्रपटगीतांचा! ७६ वादकांच्या मान्यवर पाश्चात्त्य वाद्यवृंदाने हिंदी चित्रपटसंगीत सादर करण्याची ही जगातली पहिली घटना असावी! समीक्षकांनी रेहमानच्या निर्देशनावर सडकून टीका केली आणि ब्रिटनच्या उत्कृष्ट वाद्यवृंदाकडून असले काम करून घेतल्याविषयी नाराजीही व्यक्त केली! त्यांच्या मते या सर्व खटाटोपातील उत्तम आयटेम होता मोफत समोसे! हिंदी चित्रपटसंगीत किती दूरवर पोचले आहे त्याची हीपण एक आगळी खूण म्हणता येईल. 'टाईम' या प्रख्यात नियतकालिकाने ए. आर. रेहमान याला 'मद्रासचा मोत्झार्ट' म्हणून गौरविले आहे. त्याच्या 'बॉम्बे' या चित्रपटातील वाद्यवृंदवादनाचा काही भाग निकोलस केजच्या 'वॉर लॉर्ड्स' या चित्रपटात साऊंड ट्रॅक म्हणून वापरला गेला आहे, तर स्पाईक लीच्या 'इनसाईड मॅन'मध्ये रेहमानच्या 'छैया छैया' या गीताला जागा मिळाली आहे. माईक गिब्सनच्या 'अपोकॅलिप्सो'मध्ये राहत फतेह अलीचे आलाप वापरले आहेत, तर कला रामनाथन्चे वॉयलीन 'ब्लड डायमंड'च्या पार्श्वसंगीतात भरघोसपणे वाजले आहे. बॉलीवुड व भारतीय कलाकार हॉलीवुडमध्ये आपापली जागा निर्माण करून आहेत हे उघड आहे. 'बॉलीवुडपद्धतीची गीते जरी अमेरिकन म्युझिकल्सपुरती मर्यादित असली तरी भारतीय संगीताचा नाद हॉलीवुडला पार्श्वसंगीतात वापरण्यासाठी आकर्षक वाटतो' असे मत पं. रविशंकर यांनी व्यक्त केले आहे हे लक्षणीय नव्हे काय?

नजीकचा भूतकाळ

या पार्श्वभूमीवर थोडेसे नजीकच्या भूतकाळाकडे वळले पाहिजे.

स्वातंत्र्यप्राप्तीनंतर थोड्याच काळानंतर मध्यवर्ती संगीत नाटक अकादमीने दिल्लीत एक फिल्म सेमिनार आयोजित केला. सरकारला चित्रपटाचे महत्त्व किती वाटते हे तर त्यावरून कळलेच; पण शिवाय हिंदी चित्रपटसंगीत काय करू शकते वा काय करते याविषयी सरकार काहीसे चिंतातुर असल्याचाही परिसंवादावरून बोध झाला!

परिसंवादात भाग घेणाऱ्यांची नावे भारदस्त होती – बी. एन. सरकार, अनिल बिस्वास, पंकज मलिक, दिलीपकुमार, नरेंद्र शर्मा, पी. रंजन, एस. एस. वासन, डेविड अब्राहम, दुर्गा खोटे व के. ए. अब्बास! चित्रपट व्यवसायातील सर्व महत्त्वाच्या घटकांचे योग्य व्यक्तींद्वारा प्रतिनिधित्व होईल अशी बरीच

काळजी घेऊन परिसंवादाचे आयोजन केले असावे हे स्वच्छ दिसते. या मान्यवरांच्या चर्चेतील निवडक भागाचा सारांश (आपल्या विषयापुरता) बघण्यासारखा आहे व म्हणून तसा प्रयत्न केला आहे.

एकंदरीत 'हिंदी चित्रपटसंगीत ही एक शक्ती आहे' हाच सूर आळवला गेला असे आढळते. आजही परिस्थिती तशीच आहे म्हणावयास हरकत नाही.

अनिल बिस्वास हे हिंदी चित्रपटसंगीताच्या दिग्दर्शकांच्या पहिल्या फळीतले मान्यवर कलाकार. त्यांनी असे भाकित वर्तवले, की बदलत्या सांस्कृतिक परिस्थितीमुळे लोकसंगीत हा व्यासंगी संशोधनाचा – क्लासिकल – विषय ठरेल. या दोन संगीतपरंपरा परस्परपूरक असून लोकसंगीताने क्लासिकलला जन्म दिला व पोसले असेही ते आग्रहाने म्हणाले. चित्रपटीय जीवन हे गतिपूर्ण वा गडबड-गोंधळाचे असते. देवळे व शहरे क्लासिकल संगीताला तर शेते व खेडी लोकसंगीताला झुकते माप देत असतात असे सांगून त्यांनी धोक्याचा इशारा दिला, की नव्या भारतासाठी नवे संगीत ही घोषणा जरूर असावी, पण यासाठी भारत व भारतीय संगीत यांचा विसर पडू देऊ नये.

त्यांनी एक तक्रार केली, की क्लासिकल संगीताचे सादरकर्ते व अभ्यासक यांनी एकंदर भारतीय संगीताच्या एकात्मतेची परिप्रेक्षा दुर्लक्षित केली आहे. क्लासिकल संगीताचे संगोपन करण्याच्या नावाखाली सर्व पॉप्युलर संगीताला निकृष्ट मानण्याचा त्यांचा प्रघात क्लासिकल संगीतासही मारक ठरतो असेही मत त्यांनी व्यक्त केले.

वाद्यवृंदयोजना या महत्त्वाच्या विषयाकडे वळून ते म्हणाले, की वाद्यवृंदयोजना म्हणजे वाद्य-साथ नव्हे. प्राचीन भारतात वाद्यवृंदयोजना केली जात होती. पुढे मध्ययुगात एकलसंगीत सादरीकरणाचा जोर वाढल्याने सामूहिक संगीताविष्कार मागे पडला, असे त्यांचे विधान होते. ते पुढे म्हणाले, की समूहजीवनाचे पुनरुज्जीवन प्रतिबिंबित करण्यासाठी चित्रपटासारखे लोकशाही माध्यम अगदी योग्य आहे. म्हणून समूहगायनाचा प्रसार या माध्यमाने करावा हे अगदी नैसर्गिक आहे. जिथे पुस्तके कमी असतील तिथे चित्रपट जास्त असावेत!

त्यांनी असाही एक विचारकरण्याजोगा मुद्दा मांडला, की चित्रपटसंगीत म्हणजे केवळ गाणी नाहीत. पार्श्वसंगीतामुळे मूक प्रतिमेस वाणी लाभते आणि त्यामुळे प्रसंगांना भावनिक आकृतिबंध मिळतो. पार्श्वसंगीतातील स्वर म्हणजे तसे पाहता प्रसंग-दृश्याच्या सप्तकातील श्रुतीच म्हटल्या पाहिजेत.

ते असेही म्हणाले, की चित्रपटसंगीताविषयी फार थोडे संशोधन केले जाते. भारतात पार्श्वसंगीत अजून बाल्यावस्थेत आहे आणि पार्श्वसंगीताच्या संदर्भात भारतीय वाद्यांच्या स्वनमूल्यांचे अजून नीट परीक्षण झालेले नाही.

स्वरलेखनाच्या वादग्रस्त मुद्याविषयी बिस्वास म्हणाले, की संगीत लिहिण्याची व वाचण्याची एक समान पद्धत तयार झाली पाहिजे. रोमन लिपी व इंग्रजी भाषा ज्याप्रमाणे विकसित स्वरूप व व्यापक प्रचार असूनही भारतीय भाषा व लिपी यांची जागा घेऊ शकत नाहीत त्याचप्रमाणे परकीय स्वरलेखन पद्धती भारतीय संगीताच्या निर्मितीत, अभ्यासात व संशोधनात उपयुक्त ठरू शकणार नाहीत.

पंकज मलिक हे श्रेष्ठ संगीतरचनाकार व गायक. त्यांनी भारतीय संगीतपरंपरेच्या विविधतेचा, संपन्नतेचा उल्लेख करून असमतोल संगीतसुधारणेच्या नावाखाली परंपरेतील मूल्ये हरपणार नाहीत याची खबरदारी घ्यायला हवी असे सांगितले. पुढे त्यांनी अशी सूचना केली, की (विशेषतः) मध्ययुगपूर्वकाळच्या संगीताचे संशोधन करून एक सांगीत पुनरुज्जीवन केले पाहिजे. समूहगायनाच्या उपयुक्ततेवद्दल त्यांनी बिस्वास यांच्याशी एकमत व्यक्त केले. उच्चतम भावनिक क्षणी गीताची योजना व्हावी, तसेच चित्रपटास जीवन देणाऱ्या रक्तवाहिन्यांसारखे पार्श्वसंगीत असावे असेही ते म्हणाले. शेवटी त्यांनी असे मत मांडले, की चित्रपट व नभोवाणी यांसारख्या माध्यमांचा वापर केवळ मनोरंजनाचा पुरवठा करण्याकरिता न करता लोकांचे चारित्र्य घडविण्यासाठी केला जावा.

लक्षात घेण्यासारखी एक बाब नोंदली पाहिजे. चर्चेत भाग घेताना अभिनेते दिलीपकुमार असे म्हणाले, की उघड उघड जो कालखंड आंतरराष्ट्रीयीकरणाचा आहे त्यात आपण पाश्चात्त्य संगीतास विरोधी असणे उचित नाही. ज्याला भारतीय संगीत म्हणतो तेही झपाट्याने बदलत आहे इकडे त्यांनी सर्वांचे ध्यान आकर्षित केले.

पी. रंजन यांनी पाश्चात्त्य संगीतवाद्यांच्या वापरास जोरदार विरोध दर्शविला. भारतीय स्वरांची, सप्तकांची शुद्धता जपण्यासाठी हार्मोनियम या वाद्यावर बंदी घालावी असे सुचवून ते म्हणाले, की केवळ भारतीय वाद्यांद्वारेसुद्धा वाद्यवृंदयोजना संभवते हे उदयशंकर यांनी सिद्ध करून दाखविले आहे. बिस्वास यांनीही पुन्हा सांगितले, की पाश्चात्त्य संगीताचे पाश्चात्त्य संगीत म्हणून आपण स्वागत करतो, पण भारतीय संगीताचे स्वरूप भारतीयच राहिले पाहिजे.

चर्चा स्पष्ट व्हावी म्हणून वासन यांनी चित्रपटसंगीताची व्याख्या काय असा प्रश्न उभा केला व चर्चेतून काही वेधक मते समोर आली.

गीतकार नरेंद्र शर्मा म्हणाले, की चित्रपटनिर्मितीसाठी तयार केलेले व चित्रपटांत समाविष्ट केलेले ते चित्रपटसंगीत होय. त्यामुळे विविध रुची पोसल्या जात असल्याने त्यास संकीर्ण म्हणावे असेंही त्यांनी सुचविले.

अखिल भारतात ज्यामुळे संगीताची जाणीव निर्माण झाली आहे ते चित्रपटसंगीत असे बिस्वास म्हणाले. त्यांनी पुढे अशीही पुस्ती जोडली, की लोकसंगीत व क्लासिकल संगीत ह्या एरवी वेगवेगळ्या धारांचा ज्यात चवदार खिचडीसारखा संगम झाला आहे ते संगीत म्हणजे चित्रपटसंगीत होय.

के. ए. अब्बास यांनी तक्रार केली, की गीतांशिवाय लोक चित्रपट बघत नाहीत, पण तरीही कोणी प्रश्न विचारतात की चित्रपटांत गाणी कशाला लागतात! त्यांनी आणखीही काही वेधक मते मांडली. ते म्हणाले की खरे पाहता बोलक्या चित्रपटांपेक्षा आधीच्या मूक अवतारात चित्रपटकलेने विकासाची अधिक वरची पातळी गाठली होती. मूक चित्रपटांत गाणी नसूनही ते चांगले चालले त्याअर्थी गाणी हा चित्रपटाचा अंगभूत घटक नाही असेच सिद्ध होते! चित्रपटगीत म्हणून ओळखल्या जाणाऱ्या व्यापारी बाबीला वाव दिल्यामुळे चित्रपटकलेची वाढ खुंटली आहे. काहीशा उपरोधाने ते म्हणाले, की आपल्या गाण्यांचे समर्थन करता येईल ते एवढ्यासाठी की धूम्रपान करणाऱ्यांना त्यामुळे आराम मिळू शकतो! किंवा कंटाळवाण्या वा भावनिक तणावांच्या प्रसंगांच्या मालिकेनंतर थकून गेलेल्या सर्वांना जरासे हुश्श करता येते!

नरेंद्र शर्मा यांनी आपले मत विस्ताराने मांडले. यशस्वी संगीत-दिग्दर्शकाबरोबर काम करण्यासाठी कवीला काव्यापासून फार दूर जावे लागते. गीत जितके कमीतकमी व्यक्तिमत्वपूर्ण व जितके ढोबळ व त्याच त्याच बाबी आळवणारे तितके संगीतदिग्दर्शकास व चित्रगीतकारास बरे असते! कमी कसदार आशय व चकचकाट जास्त असला की चांगले! चित्रपटगीते म्हणजे उपयुक्त कलेची निर्मिती असते. गीताचे वाङ्मयीन मूल्य जितके कमी तितकी त्याची चित्रपटगीत म्हणून किंमत जास्त असते हा चमत्कार वाटत नाही काय? ज्याप्रमाणे खरेपणापेक्षा परिणामकारकतेवर चित्रपटाचा भर असतो तोच प्रकार चित्रपटगीताचा. संकरयुक्त आशयाच्या व व्हिक्टोरिअन रंगभूमीचे वरवरचे अनुकरण करणाऱ्या हिंदुस्थानी रंगभूमीने हिंदुस्थानी चित्रपटासाठी दुबळा वारसा मागे ठेवला आहे. या परिस्थितीत चांगली चित्रपटगीते फार कमी लिहिली गेली आहेत. हिंदुस्थानी मार्केटपेक्षा जास्त एकसंध असलेल्या प्रदेशांत तुलनेने पाहता

गीते भरभराटली याचा अर्थ स्पष्ट आहे. सांस्कृतिक चित्रपट अजून निर्माण व्हायचे आहेत व जाणीवपूर्वक सांस्कृतिक गीतेही अजून लिहिली गेलेली नाहीत. तसे पाहता अनेक दशके शास्त्रोक्त संगीतात शब्द व सूर यांत असलेले अंतर आता अखेर भरून निघत आहे. काही सर्वोत्तम चित्रगीतांमुळे संगीत, आवाज व वाद्यवृंद यांच्या सहाय्याने भाष्य करणारे चांगले गीत अधिक चांगले समजते हे आता सिद्ध झाले आहे. चांगले गीत हे एकाच वेळी प्रत्येक व्यक्तीसाठी अतिशय व्यक्तिगत असूनही विशिष्ट प्रसंगास उठाव देण्याइतके अ-व्यक्तिगत असू शकते. एक क्षणभर ते हेलावणारे असते पण चित्रपटाची गती रोधण्याइतके ते मागे रेंगाळणारे नसते. (चित्रपटाचा विकास झाल्यावर) एक दिवस असा येईल की चित्रगीतकारास कवी म्हणून आपली अभिव्यक्ती करता येईल. भविष्यकाळी गाण्याशिवायचे चित्रपट आपल्याकडे अधिक निघतील.

चर्चेचा उपसंहार करताना प्रबोधकुमार सान्याल म्हणाले, की आपल्याला काय हवे आहे ते जनतेस नेहमीच कळते असे नाही. जनतेची अभिरुची सुधारण्याची जबाबदारी निर्माते, दिग्दर्शक व संगीतदिग्दर्शक यांच्यावर असल्याकारणाने आपल्या कल्पनेपेक्षा त्यांना अधिक जबाबदारी पेलावी लागत असते.

दुसऱ्या एका सत्रात अब्बास यांनी अशी शिफारस केली, की दुसऱ्या पंचवार्षिक योजनेत मुलांसाठी शैक्षणिक चित्रपट व शेतकरी मंडळींसाठी करमणुकीचे चित्रपट दाखविण्यासाठी सामग्री, प्रक्षेपणयंत्रणा इत्यादी पुरविण्यासाठी तरतूद केली जावी. त्याचप्रमाणे सीमेंट व पोलाद यांवरचे निर्बंध उठविण्यात आले असल्याकारणाने नवीन चित्रपटगृहे बांधण्यास परवानगी द्यावी. (संदर्भ - Sangeet Natak Akademi, Film Seminar Report, 1955, Ed. Dr. R. M. Roy, 1956)

आजही महत्त्वाचे वाटतील असे बरेच प्रश्न या सेमिनारमध्ये चर्चिले गेले होते असे या वृत्तांतावरून उघड होते.

मतामतांचा गल्बला!

या एकंदर परिस्थितीत बॉलीवुडशी संबंधित अनेक बाबींविषयी आणि विशेषतः हिंदी चित्रपटसंगीताविषयी परस्परविरोधी भूमिका मांडल्या गेल्या, व उलटसुलट विधानांची रेलचेल झालेली दिसली तर त्याचे नवल वाटू नये!

उदाहरणार्थ, चित्रपट व हिंदी चित्रपटसंगीत यांविषयी केली जाणारी पुढील विधाने पाहा –

- अनेक उपउत्पादने उपलब्ध करून देणारा चित्रपट हा एक शहरी व्यवसाय असून हिंदी चित्रपटसंगीत त्यांपैकीच एक उपउत्पादन आहे. भारत या एका आधुनिक, नागरी टेक्स्टचा हिंदी चित्रपटसंगीत हा एक घटक आहे. सर्व औद्योगिक उपउत्पादनांप्रमाणेच हाही समजण्यासारखा, परवडण्यासारखा व सहज उपलब्ध असतो आणि त्याविषयी यापेक्षा अधिक म्हणण्यासारखे काही नाही!
- चित्रपट पाहणे म्हणजे प्रत्यक्ष प्रयोगाच्या पुनर्निर्मितीची सुरक्षित अंतर राखून घेतलेली अनुभूती होय.
- चित्रपट म्हणजे वास्तविक एक जीवनादर्श पाहणे असावे; पण भारतीय चित्रपट मात्र एक स्वप्नांचा कारखाना असून गाणी ही ब्रँड उत्पादनाचा नमुना आहेत!
- एकूण चित्रपटीय उत्पादनांपैकी चित्रपटसंगीत हे अंतर निर्माण करणारे व अंतरावर ठेवण्यासारखे उत्पादन होय.
- चित्रपटगीत हे एक सांगीत-सांस्कृतिक एकक असून गीत म्हणून त्याची स्वतःची एक करीअर असू शकते – नव्हे असतेच.

ही व यांसारखी इतर विधाने अर्थातच सत्य सांगू पाहतात व काही अंशी सांगतातही. अशी विधाने अनेक विविध अभ्यासशाखांच्या संदर्भातून निर्माण होत असतात व त्यांच्यामुळे अर्थातच निरनिराळे व अनेक प्रश्न उभे राहतात.

एक गोष्ट आरंभीच नोंदली पाहिजे. हिंदी चित्रपटगीत जरी भारतीय संगीतस्फूर्तीचा एक विशिष्ट आविष्कार असला तरी त्याचा प्रभाव भारत देशाच्या हिंदीभाषिक पट्ट्यापुरता वा हिंदी भाषेपुरता मर्यादित नाही. किंबहुना तो आता भारत देशाच्या भौगोलिक मर्यादांपलीकडे बराच दूरवर पोहोचला आहे! शिवाय युद्धोत्तर काळात हिंदी चित्रपटांनी तयार केलेला यशस्वी भौगोलिक फॉर्म्युला इतर प्रांतिक भाषिकांनाही भुरळ घालणारा ठरला. परिणामतः भारतीय चित्रपटांत एक कृत्रिम एकसारखेपणा आला. यामुळे अर्थातच एक कलात्म नुकसानही झाले आहे. अशा परिस्थितींत हिंदी चित्रपटगीतांविषयी बोलणे म्हणजे काहीवेळा आपोआपच अखिल भारतीय चित्रपट संगीताविषयी बोलल्यासारखे होते याचे भान ठेवावे!

चित्रगीतांची विपुलता!

हिंदी चित्रगीतांविषयी विचार का आवश्यक आहे या विषयाच्या संदर्भात उदाहरणादाखल म्हणण्यासारखी पण तरीही आपल्याला भानावर आणणारी थोडीशी आकडेवारी बघण्यासारखी आहे.

कालखंड	निर्मित बोलक्या चित्रपटांची संख्या
१९३१-७८	१३,४८२
१९७९-८५	५,४२६
१९८६-९५	९,५००
एकूण	२२,४०८

म्हणजे असे, की दर्शित कालखंडात दरवर्षी सरासरी ४३० पूर्ण चित्रपट निर्माण केले गेले. हिंदी व इतर भाषांतील चित्रपटांचे प्रमाण एकास अडीच टक्के असे पडले. म्हणजे एकूण भारतीय चित्रपटगीतांची संख्या काढली तर ती प्रचंड होईल हे उघड आहे!

प्रस्तुत कालखंडात दर चित्रपटात सरासरीने आठ गाणी धरली, तर एकूण २,२५,००० गाणी होतात व त्यांतली २५,००० गाणी हिंदी होती म्हटल्यास हरकत नसावी. (आकडेवारी – सुरेश चांदवणकर, 'संगीत कलाविहार', ऑक्टोबर, १९९७)

आकडेवारीत अधिक तपशिलाने कमीजास्त केले, कालखंड अधिक व्यापक केला तरीही हिंदी चित्रपटगीतांच्या एकंदर विपुलतेविषयी एकमत व्हायला हरकत नाही. मुद्दा असा की ते इकडे, तिकडे, चोहीकडे आहे एवढे एकच कारणसुद्धा त्याच्याकडे लक्ष देण्यास पुरेसे याहे! शिवाय याच कारणामुळे ते भारतीय संस्कृतीचे एक अविभाज्य अंग ठरते व परिणामतः त्याचा विचार करणेही गरजेचे ठरते.

गीताविना हिंदी चित्रपट हाताच्या बोटांवर मोजण्याइतके का निघावेत याचाही उलगडा इथे होतो. या काळात फक्त दोन चित्रपट गीतविहीन होते! (याविषयीचा वेधक तपशील योग्य ठिकाणी नोंदला आहे.)

भारतीय चित्रपटांचे गीतप्रेम एका आगळ्या रीतीनेही नोंदले गेले आहे. चाळीसच्या दशकात यशस्वी चित्रपट निर्माण करण्याचा एक राजमार्ग होता फॉरेन – मुख्यतः इंग्लिश – चित्रपटांतून कल्पना उचलणे. उदाहरणार्थ, ए. आर. कारदारसारख्या मान्यवराचे चार मुख्य चित्रपट 'दास्तान', 'जादू', 'दीवाना' आणि 'यास्मीन' हे अनुक्रमे 'एन्चांटमेंट', 'लव्ज ऑफ कारमेन', 'जिप्सी फ्यूरी' आणि 'द सन ऑफ् शेख' यांवरून घेतलेले होते. मूलतः यांपैकी एकाही चित्रपटात गीते नव्हती पण कारदारकृत हिंदी रूपांतरांत गीतांचे प्रमाण नेहमीप्रमाणे होते, इतकेच नव्हे तर त्यांपैकी काही गीते भरपूर लोकप्रियही झाली!

गीते हे भारतीय चित्रपटांचे व्यसन असल्याकारणाने चित्रपटांत गीते केव्हाही, कशीही येतात. उदाहरणार्थ, बागेत वा जंगलात नाचणाऱ्या

जोडप्याबरोबर भरघोस साथ करणारा वाद्यवृंद ऐकू येऊ शकतो, वा गीताची निरनिराळी कडवी हजारो मैल अंतरावरील वेगवेगळ्या देशांत गाइली जातात असेही दिसू शकते! चाबकाचे फटके खात खात नायक गातो, वा नायक-नयिका यांचे द्वंद्वगीत टेलीफोनवरून पुढे सरकते! उदाहरणे असंख्य देता येतील, पण, त्यांचा एकच विशेष असा, की संबंधित गीतांची असंभवनीयता वा अवास्तवता भारतीयांना अजिबात खटकत नाही!

भारतीयांचे गीतप्रेम इतके की चित्रपटात न आलेले, वा पडद्यावर न आलेल्या चित्रपटांसाठी तयार झालेले, किंवा प्रसिद्ध गायिकेचे पडलेले गीत इत्यादी सर्व गीतांचा अपूर्वाईने संग्रह होतो! अशा संग्राहकांचा आब नबाबी असतो! लताने आरंभी गायिलेली गीते, अनिल बिस्वास यांच्या काही रचना, आपल्या अल्पावधी करीअरमध्ये मीना कपूरने गायिलेली गीते, 'खास परिणाम' अंतर्भूत करणारी गीते, 'नाझ' चित्रपटातील 'आँखों के दिल' हे गीत वगैरे खास नमुने होत.

अभ्यासशाखा म्हणून चित्रपटाला मान्यता मिळूनही...

निरनिराळ्या मान्यवर संस्थांत अभ्यासशाखा म्हणून चित्रपटाला मान्यता मिळूनही चित्रपटगीतांचा अभ्यास मात्र रोडावलेला आहे ही वस्तुस्थितीही त्याच्या सखोल विचाराचे कारण ठरू शकते. तसे पाहता सर्वसाधारणतः चित्रपट-अभ्यासांची संख्या व गुणवत्ता या दोहोंतही निदान १९६० पासून लक्षणीय वाढ झाली आहे. चित्रपटांच्या औपपत्तिक अंगांचाही अर्थात यांत समावेश आहे. इतर अनेक विचारशाखांना वाट पुसत पुसत चित्रपटाकडे गांभीर्याने का पाहायचे आणि चित्रपट-उपपत्तींचा आशय कसा विचारघन आहे याचे विवेचन जोमदारपणे करण्यात आले आहे. कोणीतरी म्हटल्याप्रमाणे आजचा चित्रपटविचार चार बळकट स्तंभांवर ठाम उभा आहे – लॅकनचे मनोविश्लेषणशास्त्र, अल्थुसरचे मार्क्सवादी तत्त्वज्ञान, संरचनावादी चिन्हमीमांसा व उत्तरसंरचनावादी साहित्यशास्त्र! यांत आजकाल अधिकाधिक हिरिरीने चर्चेत असलेल्या कथनमीमांसेची भर घालता येईल. सारांश चित्रपटकला व चित्रपट यांचे सखोल विश्लेषण करण्याचे प्रयत्न निर्विवादपणे जोरावर आहेत.

अनेकदा या सर्व धडपडीचे लक्ष्य काय? असे विचारता चित्रपट, चित्रपटकला व चित्रपटशास्त्र यांची एक सर्वंकष भव्य उपपत्ती उभारण्यासाठी केलेली ही पायाभरणी वा त्या दिशेने केलेली पूर्वतयारीची वाटचाल होय, असे सांगण्यात येते. जी गुंतागुतीची सांस्कृतिक-सामाजिक कामगिरी चित्रपट पार पाडत असतात तिचे यथायोग्य मूल्यांकन करायचे तर अशी उपपत्ती अत्यंत

आवश्यक असेही प्रतिपादन करण्यात येते. आता या महत्त्वाकांक्षी धडपडीचे एक फलित असे, की एकंदर औपपत्तिक विचारांची घुसळण बऱ्यापैकी वाढली आहे! वर्तमान जीवनात चित्रपटाचे स्थान किती महत्त्वाचे आहे याचाही या विचारक्षोभाने पत्ता लागावा अशी अपेक्षा आहे.

आणि तरीही प्रस्तुत बौद्धिक, वैचारिक व अनेक विद्याशाखाप्रेरित घडामोडीचे परिणाम चित्रपटसंगीताचा अधिक सखोल विचार हवा असे वाटण्यापर्यंत झिरपल्याचा प्रत्यय येत नाही! उदाहरणार्थ, चित्रपटाविषयी कोणताही विचार करू लागताच प्रथमतः चित्रपटांची कलापर, व्यावसायिक, अनुबोधपट इत्यादी वर्गवारी करण्याचा वर्तमान प्रघात ध्यानात घ्यावा. ही वर्गवारी गृहीत धरून, या वर्गवारीस अनुसरून चित्रपटांत येणाऱ्या संगीताचे कार्य तपासणे शक्य आहे काय याचाही विचार करायला नको काय?

चित्रपटनिर्मिती व चित्रपटांचे मूल्यमापन याही बाबतींतला दृष्टिकोण सुधारावा म्हणून चर्चा चालू असतात आणि हे योग्यच आहे. मुद्दा असा की या नव्या वाऱ्याचा स्पर्श चित्रपट व संगीत यांच्या परस्परसंबंधाच्या तपासणीस तितक्याच कसदारपणे झाला आहे काय? उदाहरणार्थ, काही मूलभूत प्रश्न पाहा – चित्रपट वास्तवाचे चित्रण करतात की प्रतिनिधित्व करतात? या प्रश्नास तुल्य प्रश्न चित्रपटसंगीताविषयी विचारला जातो का? तो तसा का विचारला जाऊ नये? काही गीते वगळता चित्रपटातील संगीत हे केवळ संगीत नसते असे म्हणता येणार नाही काय?

महत्त्वाकांक्षी चित्रपट अभ्यास व संबंधित औपपत्तिक मथनांतून चित्रपटसंगीत मात्र जवळजवळ कोरडे राहिले आहे असे म्हटल्यास फारशी अतिशयोक्ती होणार नाही. चित्रपटाच्या इतर अंगांच्या विवेचनातून हाती लागणाऱ्या अंतर्दृष्टी चित्रपट व संगीत यांच्यातील संबंधाचा वेध घेऊ शकलेल्या नाहीत असाच निष्कर्ष काढावा लागतो.

या तपासणीत अधिक अर्थपूर्ण प्रश्न विचारले पाहिजेत. भारतीय संदर्भात त्यांपैकीं काही असे असू शकतील –

(१) चित्रपटांत संगीत का हवे?

(२) हिंदी चित्रपटसंगीताचे स्वरूप काय?

(३) लोकांना या संगीताचे आकर्षण वाटण्याची कारणे काय?

(४) भारतीय संस्कृतीत या संगीताचे स्थान कोणते?

भारतीय जनसंगीतात चित्रपटसंगीताचे स्थान लक्षात घेता आणि भारतीय चित्रपटांतील संगीताचे प्रमाण ध्यानात घेता या व यांसारख्या प्रश्नांकडे बारकाईने

न बघणे कसे क्षम्य मानता येईल? काही अधिक तथ्ये पाहिल्यावर या प्रश्नांकडे परतणे योग्य ठरेल. पण त्याहीपूर्वी पूर्वतयारीचे म्हणण्यासारखे काही प्रश्न विचारात घेतले पाहिजेत.

काही साधे प्रश्न

बहुतेक वेळा महत्त्वाचे प्रश्न फसव्या साधेपणे विचारता येतात असा अनुभव आहे! उदाहरणार्थ, हिंदी चित्रपटसंगीताविषयीचे प्रश्न असे : त्याचे स्वरूप काय? त्याचा अभ्यास का करायचा? कशा तऱ्हेने केलेला अभ्यास फलदायी ठरेल?

पहिला प्रश्न तसा सरळ वाटतो. जे संगीत हिंदी चित्रपटासाठी रचले जाते, व ज्याचे अभिसरण हिंदी चित्रपटांद्वारा होते ते हिंदी चित्रपटसंगीत होय. भारतीय गणराज्याची अधिकृत व राष्ट्रीय भाषा हिंदी होय. या भाषेस बऱ्यापैकी दीर्घ इतिहास असून तिचे अर्थक्षेत्र अनेक उपभाषांनी समृद्ध केले आहे. पण एवढ्याने हिंदी चित्रपट संगीताचा लोकांवरचा पगडा, तसेच त्यामुळे निर्माण होणारी विरोधी भावना यांचा उलगडा होऊ शकतो का? उत्तर गुंतागुतीचे आहे, कारण हिंदीभाषिक पट्टा म्हणून ओळखल्या जाणाऱ्या प्रदेशापेक्षा हिंदी-प्रभावित म्हणण्यासारखे क्षेत्र खूपच विस्तीर्ण आहे.

भाषाशास्त्रज्ञांनी हिंदी-प्रभावित म्हणून ज्या प्रदेशांची गणना केली आहे त्यांची यादी पाहिली तरी हिंदीचा पसारा किती आहे ते जाणवेल. हिंदीचा विस्तार असा –

(१) मगधी समूह : मैथिली, मगधी, भोजपुरी.
(२) अवधी समूह : अवधी, बघेली, छत्तीसगढी.
(३) ब्रज समूह : बुंदेली, ब्रज, कनौजी.
(४) राजस्थानी समूह : राजस्थानी, माळवी.
(५) कौरवी समूह : हरियानवी, खडी बोली (मीरत, मुजफ्फरपूर क्षेत्र).
(६) पंजाबी समूह : पंजाबी, डोगरी, कांगडी.
(७) पहाडी समूह : कुलुई, चंबियाली, नेपाली, गढवाली, कुमायुनी.

सर्वसाधारण समजापेक्षा कितीतरी विस्तृत क्षेत्र हिंदी चित्रपटगीताने का व्यापावे याचे एक महत्त्वाचे कारण वर नोंदलेल्या भाषिक पार्श्वभूमीमुळे सहज ध्यानात येईल.

हिंदी चित्रपटसंगीताकडे गांभीर्याने बघणे अभ्यासकांना जमले नाही वा त्यांनी त्याविषयी फारसा उत्साह दाखविला नाही याचे आणखी एक कारण या टप्प्यावर विचारार्थ पुढे ठेवणे योग्य होईल. हिंदी चित्रपटसंगीताच्या स्वरूपातील काही अंगभूत गुणधर्मांमुळे त्यास बाजूला ठेवले जात असेल काय? हाही प्रश्न मुरत ठेवणे व आणखी काही मुद्यांच्या विवेचनानंतर त्याकडे वळणे इष्ट आहे!

सांगीत कल्पनांचे अभिसरण, सांगीत साक्षरतेची वाढ व हिंदी चित्रपटसंगीत

विविधता, लोकप्रियता इत्यादी कारणांखेरीज हिंदी चित्रपटसंगीताचा विचार कसोशीने करण्याचे जास्त महत्त्वाचे कारण म्हणजे सांगीत कल्पनांच्या अभिसरणातील त्याची भूमिका.

या संदर्भात दोन दृष्टिकोण आहेत. हिंदी चित्रपटसंगीतामुळे पसंत वा मान्य ध्वनी, आवाज, सादरीकरणाच्या लयी व संगीताची योजना करण्याचे सामाजिक-सांस्कृतिक प्रसंग यांविषयी काही सार्वत्रिक प्रथा रूढ होऊ लागल्या आहेत. ही बाब अर्थातच काही दोषार्ह नाही, पण यास दुसरी एक बाजूपण आहे. अत्यंत बहुविध व पुष्कळ बाबतींत विचक्षण नसलेल्या त्याच्या श्रोते-प्रेक्षकांमुळे हिंदी चित्रपटसंगीताचे रूप ठरत असल्याकारणाने काही समान सांगीत बाबींचे व त्यांच्या प्रभावांचे सर्वत्र वितरण होणे हा खरे म्हणजे निकृष्टाचा प्रसार होय! त्यांना ते आवडते म्हणून ते तसे आहे या तत्त्वानुसार तयार होणारे हिंदी चित्रपटसंगीत एक लघुतम साधारण विभाजक आहे व म्हणून समाजाच्या सांगीत आरोग्यास ते उपकारक मानणे धोक्याचे आहे! हाही मुद्दा पुढे तपशिलात विचारात घेतला पाहिजे.

हिंदी चित्रपटगीतांचे बहुविध संदर्भ

हिंदी चित्रपटसंगीत ज्या संदर्भांत चित्रपटांत अवतरते त्याकडे फारसे लक्ष देऊन त्याविषयी विचार झाला आहे असे वाटत नाही. खरे म्हणजे भारतीय संगीत, भारतीय जनसंगीत व चित्रपटसंगीत या तिघांनी पुरविलेल्या परिप्रेक्षांमधून हिंदी चित्रपटसंगीताचा अर्थ लावणे आवश्यक आहे. तसे पाहता संबंधित संदर्भसाखळी पूर्णरूपाने व भारतीय नकाशावर मांडायची तर अर्थातच तीत अधिक दुवे असतील. म्हणजे भारतीय संगीत → भारतीय जनसंगीत → भारतीय चित्रपटसंगीत → हिंदी चित्रपटसंगीत → हिंदी चित्रपटगीत अशी ती साखळी असेल. या साखळीची रचना जरा ध्यानात घेण्यासारखी आहे. साखळीतला पुढचा दुवा गाठला की सांगीत-सांस्कृतिक संदर्भ अधिक संकोचतो, संबंधित संगीत अधिक घट्ट बांधणीचे असते व आशयही अधिक नेमका होऊ लागतो. परिणामतः एका विशिष्ट पातळीवरच्या ध्येयधोरणात्मक, औपपत्तिक वा सांकल्पनिक व्यूहाचे उपयोजन दुसरीवर करता येत नाही – निदान त्यात पातळीनुसार बदल केल्याशिवाय. काही संकल्पना तर एक वा दोन पातळ्यांपुरत्याच संयुक्तिक ठरतात असेही लक्षात आल्याशिवाय राहत नाही.

उदाहरणार्थ, राजकीय वा सामाजिक भाष्य म्हणून संगीत कसे कार्य करते? संगीतात अश्लीलता असते का? लिंग, जात-जमात-धर्म आणि संगीत यांचे संबंध काय? यांसारख्या बाबतींत सर्वसाधारण विधान करून मोकळे होता येणार नाही. याचा अर्थ असा की जर चर्चा मूलगामी स्वरूपाची व्हायला हवी असेल तर चलत्प्रतिमा व गतिमान ध्वनी यांना सर्व पातळ्यांवरील विचारात केंद्रभागी स्थान मिळाले पाहिजे. या मूलभूत मांडणीपासून सर्व पातळ्यांवर निरनिराळे प्रश्न समोर ठाकतील व तसे होणे इष्ट आहे.

महत्त्वाकांक्षी महत् उपपत्ती!

चित्रपटगीत-संगीताची तपासणी अधिक सहेतुक करणे जरुरीचे ठरण्याची आणखीही काही पायाभूत व सांकल्पनिक कारणे आहेत. असे आढळते की विविध कारणांमुळे चित्रपटीय संज्ञापन भाषिक संज्ञापनाप्रमाणेच राहणे अंगभूत व अपरिहार्य आहे अशा विश्वासाने बराच विचार चालविला आहे. खासकरून सांगीत संदर्भात तर हा समज उघड उघड चिंत्य आहे असे म्हटले पाहिजे! त्याचप्रमाणे चित्रपटीय आवाहकता, चित्रपटाची कार्ये, सांस्कृतिक प्रवृत्ती इत्यादीविषयी पुढे आणलेल्या महत्त्वाकांक्षी उपपत्तींनी या माध्यमाची सर्व श्रव्य अंगे कशी काम करतात तेही स्पष्ट होईल हा समजही तितकाच चिंत्य आहे! प्रस्तुत उपपत्ती कितीही महत्त्वाच्या असल्या तरीही आधी उल्लेख केलेल्या सांगीत परिप्रेक्षांची जागा त्यांना घेता येणार नाही.

एक बाब ध्यानात घेणे आवश्यक आहे ती अशी, की अनेकदा हिंदी चित्रपटगीत आपली चित्रपटबाह्य मार्गक्रमणा इतक्या जोमदारपणे करताना आढळते, की चित्रपटाचे आवाहन म्हणजे चरित्ररेखांबरोबरचे प्रेक्षकांचे तादाम्य वगैरे तत्त्वे सांगणाऱ्या उपपत्ती खूप ताणून धरल्या तरच गीताच्या आकर्षणाचे काही स्पष्टीकरण देऊ शकतील! शिवाय काही विचारक म्हणतात त्याप्रमाणे 'चित्रपट पाहणारा' हा फक्त एकप्रकारचा 'पाहणारा' झाला. विविध प्रकारच्या पाहणाऱ्यांचे दृश्य माध्यमांविषयीचे आकलन काय काय असू शकते व एकंदर बोधनप्रक्रियांचे गुंतागुंतीचे कार्य कशा प्रकारचे असते याचे अधिक तपशीलवार ज्ञान असल्याशिवाय फ्रॉईड वा लॅकन वगैरेंच्या प्रेक्षकक्रियेच्या उपपत्तींकडे धाव घेणे उचित नाही! माध्यमप्रक्रियांतला एक घटक असणारा प्रेक्षक कसे पाहतो वा त्याला संगीत इत्यादी माध्यमांतर्गत घटक कसे कसे पोचतात याविषयी सरसकट निष्कर्ष काढणे पटण्यासारखे नाही. खरे म्हणजे श्रोत्याची भूमिका नक्की काय याहीविषयी – प्रेक्षकभूमिकेविषयी केले गेले तसे – त्यास समांतर जाणारे

औपपत्तिक विवेचन करणे आवश्यक आहे. इतका पाया तयार झाल्यानंतर चित्रपटगीताच्या खास आकर्षणाविषयीची तपासणी केली पाहिजे. अशी मांडणी करणे सोपे नाही आणि तसे होईपर्यंत सरसकट विधान करणेही अवघड आहे हे निश्चित! पहिल्या जगातल्या उपपत्ती वगैरेंची घाईने आयात करून तिसऱ्या जगातील आविष्कारांचे मूल्यमापन करणे क्षम्य नाही व जरुरीचेही नाही.

अजूनही चित्रपटसंगीताचे कार्य वेळ/जागा भरून काढण्याचे म्हणजे काहीसे दुय्यम स्वरूपाचे आहे असे मानण्याचा मोह अनेकांना होतो! दृश्य अवधान नेहमी खंडित असते व म्हणून संगीत हवे असे प्रतिपादन केले जाते. पण श्रव्य अवधानाची कालमर्यादा किती हा प्रश्नही विचारता येणार नाही काय? अवधानमर्यादा म्हणून ज्या २२ सेकंद कालमर्यादेचा नेहमी आदरपूर्वक उल्लेख केला जातो तेवढ्या मर्यादेत किती श्रव्य अनुभूती व संगीत घेता येते यास नेमके उत्तर काय आहे? आपल्याला असेही नेहमी सांगण्यात येते, की कटिंगच्या तंत्राच्या वापरामुळे इतस्ततः भटकणारे दृश्य अवधान परत जागेवर आणावे लागत असते व हे काम संगीताचे आहे. पण तसे पाहता बहुतेक दृश्यांसह त्याचे स्वतःचे श्रव्य साथी असतात व परिणामतः अवधान पकडण्याचे काम हा साथीदार श्रव्य घटक करत असतो. हा श्रव्य घटक दृश्यांच्या दरम्यानचा दुवा असतो. प्रस्तुत दुय्यम कार्यासाठी संगीताला दावणीला जुंपणे कितपत आवश्यक आहे? शिवाय अवधान व अवधानपूर्णता वयोगटानुसार बदलती असते. वयोमानानुसार बदलणारी श्रवणक्षमता व श्रवणबोधना या बाबीही या संदर्भात ध्यानात घ्यायला हव्या. चित्रपटात संगीत काय साधते याचे प्रस्तुत स्पष्टीकरण समाधानकारक वाटत नाही हेच खरे.

माझे मत असे आहे, की सांगीत आविष्कारांबाबत भारतात काही गोष्टी झटकन ध्यानात येत असतात व त्यांच्या आधारावरून एखादा आविष्कार सांगीत आहे की नाही याचा निर्णय घेतला जात असतो. हे निकष असे –

(१) गती व लय काही वेळा तालापर्यंत पोचणारी असणे.

(२) तारतेतील बदल व स्वरधून – काही वेळा राग म्हणून ओळखण्यासारखी असणे.

(३) शारीर हालचाली व हातवारे यांना कमीअधिक उपकारक म्हणून कधी कधी शैलीदार हालचाली ते नृत्य असा प्रवास साधणारे आकृतिबंध असणे.

(४) दैनंदिन जीवनसरणीपासून दूर जाणारे वा त्याच्याशी जवळीक साधणारे असणे.

(५) अपरिचित वा नवा स्वनरंग घेणारे असणे.

(६) अर्थ व वाणीचा लगाव वा भाव. (संज्ञापनांत अर्थाचा संबंध भाषिक संहितेशी, तर वाणीचा ध्वनिवैशिष्ट्याने युक्त आवाजाच्या वापराशी असतो.)

(७) गुणगुणता येईल अशी रचना असणे.

चित्रपटसंगीताचे स्वरूप, त्याची कार्यपद्धती व त्याचे मूल्यमापन नीटपणे करायचे तर या सप्तकाची जाण ठेवली पाहिजे. या प्रकारे होणारे विवेचन व विश्लेषण सांगीत होईल पण संगीतशास्त्रीय नव्हे, हेही लक्षात घ्यायला पाहिजे. हिंदी चित्रपटसंगीतविषयक आजच्या लिखाणात हा विवेक फारसा नसतो असे म्हटले तरी चालेल. व्यापक वा गुंतागुंतीच्या उपपत्ती उभारण्यापूर्वी सुट्या व संबंधित सांगीत नमुन्यांचे विश्लेषण व मूल्यमापन व्हायला हवे.

भाषाशास्त्रीय व साहित्तिक उपपत्तींची बंधने

थोडक्यात असेही नोंदले पाहिजे, की चित्रपटीय संज्ञापन स्पष्ट करण्यासाठी भाषाशास्त्राची व त्याची सौंदर्यात्मता ठरविण्यासाठी साहित्तिक उपपत्तींची कास धरल्यामुळे हिंदी चित्रपटसंगीताचे आकलन व मूल्यमापन करण्यात जास्त अडथळे निर्माण झाले आहेत. या बाबीकडे पुन्हा डोळसपणे लक्ष द्यायला हवे.

मध्यम पातळीवरचे संशोधन

मध्यम पातळीवरचे संशोधन ही आजची गरज आहे. ज्याची कमतरता भासते त्याचे वर्णन मध्यम पातळीवरचे संशोधन असे करता येईल. विशिष्ट गीतांचे भलेबुरेपण सांगण्याच्या वर वा पलीकडे संशोधन पोचले पाहिजे हे खरे, पण गीतांचे पुरावे बाजूला ठेवून एकदम महत्त्वाकांक्षी उपपत्तींकडे धाव घेणेही चालणार नाही!

हिंदी चित्रपट व त्यातले संगीत वेगवेगळ्या पातळ्यांवर उलगडून (डी-कोड करून) समजून घेणे आवश्यक आहे. अमेरिकेतील वेस्टर्न म्युझिक वा म्युझिकल्सचा विचार करताना हे प्रकार खास अमेरिकन संस्कृतीचे आविष्कार मानून पसंतीचे शिक्कामोर्तब केले जाते! तोच न्याय हिंदी चित्रपटसंगीताबाबत वा गीतांबाबत लावला पाहिजे.

निदान माझा हेतू अशा प्रकारचा प्रयत्न करण्याचा आहे!

❑ ❑ ❑

२

दृश्यासाठी श्रव्य

अमीबापासून मानवापर्यंत कोणताही जीव असो, त्याच्याकडे असंख्य व निरनिराळे संदेश येत राहतात. समूहरूपाने व ढोबळपणे त्यांना चेतना म्हणता येईल. जीवांकडून सर्वच चेतना घेतल्या जात नाहीत, तेव्हा घेतल्या जाणाऱ्या चेतनांना संवेदना म्हणावे. मानवी ग्रहणक्षेत्रात आपापल्या वैशिष्ट्यांनुसार संवेदनांचा प्रवेश व्हावा म्हणून द्वारांसारखा ज्यांचा वापर होतो ती ग्रहणेंद्रिये होत. त्यांच्यामार्फत आपल्यापर्यंत पोचणाऱ्या संवेदनांची गणना व वर्गीकरण रूढ समजापेक्षा निराळे संभवते.

उदाहरणार्थ, पुढील मांडणी पाहा :

अंतरावरून कार्य करणारी :	१. पाहणे, २. श्रवण करणे.
त्वचा वा पटलाद्वारा कार्य करणारी :	१. वेदना, २. उष्णता, ३. शीतत्त्व, ४. चव वा रस, ५. गंध, ६. स्पर्श.
आंतरेंद्रिये :	१. स्थान, २. गती, ३. समतोल, ४. आंतरेंद्रियांचे संवेदक

सर्वसाधारण विश्वास असा, की कलात्म म्हणून वर्णित कार्यात दरवेळेस सर्व संवेदना गुंतलेल्या नसतात – निदान समान प्रमाणात. ते काहीही असो, शिष्ट वा नागर कला अगदी निरपवादपणे दृश्य व श्रव्य संवेदनांवर अवलंबून असतात – निदान तसा त्यांचा कल असतो. या अंगभूत पसंतीचा एक ठळक पुरावा भारतीय नाट्यविचारांतील नाट्यवर्गीकरणात आढळतो. हा तपशील महत्त्वाचा आहे, कारण भारतीय नाट्यपरंपरा ही भारतीय चित्रपटांचा बऱ्याच बाबतींत स्रोत व वारसाही ठरते.

प्राचीन परंपरेनुसार नाट्याच्या मूळ वर्गीकरणात दृश्य व श्रव्य असे दोन वर्ग असतात. पाहणे व श्रवण करणे या दोन संवेदनांचे इतर संवेदनांवरचे वर्चस्वच अशा प्रकारे मान्य केले आहे असे दिसते. प्रथमतः नाट्यास काव्य मानणे व

मग दृक् व श्रवण यांनाच या काव्याचे आद्य वा एकमेव जनक मानणे म्हणजे उपलब्ध मानवी ऐंद्रिय पटाचे उघडउघड व काहीसे निर्घृण संकुचन करणे नव्हे काय? तरीही दृश्य व श्रव्य यांना जोडीने समोर आणण्यात केवळ 'अधिकस्य अधिकं फलम्' असा ढोबळ न्याय दिसतो असे समजणे अवघड आहे. नाट्याच्या विचारात याच दोन संवेदनांना अशा रीतीने एकत्र आणण्यामागे काहीतरी अधिक खोलवरचे कारण असले पाहिजे.

या दोन संवेदनांना विविध प्रकारे एकत्र आणता येते हा आपला सर्वांचाच अनुभव असतो. नाट्य व चित्रपट या दोन प्रमुख आविष्कारांत प्रस्तुत दोन संवेदनांची परिणामकारक सांगड घातलेली भारतात अनुभवास येते. या प्रक्रियेत अनेक सामाजिक-सांस्कृतिक व सौंदर्यशास्त्रीय समस्या समोर ठाकल्या आहेत. प्रस्तुत प्रयत्न यांपैकी काहींची चर्चा करण्याचा आहे. भारतात मनःपूर्वक स्वीकारलेल्या दृश्य-श्रव्यांच्या एकत्रीकरणाचे रंगभूमी व चित्रपट हे दोन प्रमुख आविष्कार होत याचे भान ठेवून सारा ऊहापोह करायचा आहे.

भरताच्या विचारांत संगीत व नाट्य

भारतीय चित्रपटाच्या विकासावस्थेतील निदान काही अवस्थांत चित्रपटसंगीताच्या रचनेवर बऱ्याच प्रमाणात भारतीय संगीत रंगभूमीचा प्रभाव पडला आहे. संगीत रंगभूमीने सर्वच चित्रपटसंगीत रचना वा त्या संगीताचे ग्रहण वा ते करण्याच्या पद्धती याबाबत प्रभाव पाडला असे अर्थातच सुचवायचे नाही. भरताने विवेचित केलेल्या व नंतर रंगभूमीने अनुसरलेल्या नमुन्यापासून चित्रपटसंगीत अनेक महत्त्वाच्या बाबतींत वेगळी वाट रेखते. पण भारतीय चित्रपटसंगीताच्या या विविध मार्गांतरांचे स्वरूप नोंदण्यास व त्याचे महत्त्व कळण्यास भरताची संगीत-नाट्य नात्यांविषयीची भूमिका थोडक्यात का होईना समजून घेणे उपकारक आहे.

या संदर्भात भरताचे आपल्याला होणारे आकलन अर्थातच अभिनवगुप्ताच्या भाष्यांद्वारे घडते. अभिनवगुप्त हा भरताचा अर्थ समजाविणारा प्रमुख तत्त्वज्ञ व सौंदर्यविचारक होय.

अभिनवगुप्ताचे या बाबतीतले प्रधान विधान असे - ''नाट्यांत विशिष्ट प्रकारची गीते प्रयुक्त होतात. ही गीते जीवनाच्या सर्वसाधारण प्रसंगांत वापरल्या जाणाऱ्या संगीताच्या प्रतिकृती नसतात. रंगभूमीचे संगीत नाट्याचा अविभाज्य घटक म्हणून अवतरते, तर नेहमीच्या जीवनात उल्लेखित कार्यांबरोबर येणारे संगीत म्हणजे त्या कार्यावर मांगल्याचे आरोपण करणारी बाब असते - यापेक्षा काही नाही.'' (अभिनवगुप्त, ना. १-१०७)

वास्तवात हे पायाभूत विधान भरताने केलेल्या नाट्यधर्मी (रंगभूमीस अनुसरणारे) व लोकधर्मी (जीवनास अनुसरणारे) या मूलभूत भेदांची तर्कशुद्ध परिणती होय. पहिल्यात अंतर्भूत बाबी नाट्याच्या सादरीकरणात वा प्रयोगात येणाऱ्या समस्यांची सोडवणूक करण्यात उपयुक्त असतात. अर्थात लोकधर्मी व नाट्यधर्मी यांचे परस्परांशी असलेले नाते सकारात्मक असते. हे अपरिहार्य होय, कारण दोहोंचा उद्भव एकंदर जीवनाचे आकलन व्हावे म्हणूनच होत असतो. एका अतिशय प्रभावी प्रतिमेद्वारा अभिनवगुप्त हे नाते समजावून सांगतो. त्याच्या मते लोकधर्मी ही भूमी वा भित्ती असून तीवर कोरून काढलेले वा रेखलेले चित्र म्हणजे नाट्यधर्मी होय. या पायाभूत भूमिकेवर आता उभा राहणारा सयुक्तिक प्रश्न असा – नाट्यशास्त्रास अनुसरून नाट्यप्रयोगांत संगीत, नृत्य व काव्य केव्हा येते?

तीन ढोबळ मार्गदर्शक तत्त्वे अशी :

(१) सर्वसाधारण वा सामान्याच्या पलीकडे पोचणारी पात्रे, उद्गार वा भावना अवतरतात तेव्हा अभिनयमार्ग शैलीदार नृत्यासमान हालचालींतून जातो. (ना. १३–७३)

(२) जेव्हा भाषण गाण्यासारख्या हेलांतून व्यक्त होते, भाषा जेव्हा काव्यात्म लालित्याकडे झुकते आणि जेव्हा माणूस आपल्या स्वतःसारखा म्हणून समोर येत नाही. (ना. १३–७४)

(३) जेव्हा संगीतांगाच्या द्वारे व भारलेल्या अवस्थेतील अभिनयाने माणसाच्या नैसर्गिक दुःखावस्थेचे वा आनंदी अवस्थेचे आविष्करण होते तेव्हा. नाट्याचा प्रयोग नेहमी नाट्यधर्मी मार्गाने केला पाहिजे, कारण इष्ट तो परिणाम वा असर संगीत व भारलेला अभिनय यांच्याशिवाय सिद्ध होत नाही. (ना. १३–८१–८४)

याबाबतीतला एक महत्त्वाचा तपशील असा, की जरी 'कुतपा'द्वारे (कुतप म्हणजे एक प्रकारचा वाद्यवृंद) वाद्यसंगीताचा निर्देश केला असला तरी नाट्यसंगीताचे आविष्करण मुख्यतः 'ध्रुवा' या प्रकारच्या गीतांतून होत असे. ध्रुवांचे पाच प्रकार व त्यांची विशिष्ट कार्ये यांचे दिग्दर्शन पुढील तक्त्यातून ध्यानी येईल.

क्रमांक	ध्रुवा	कार्य
१.	प्रावेशिकी	पात्रप्रवेश
२.	नैष्क्रामिकी	पात्राचे गमन
३.	प्रासादिकी	तीव्रता वाढविणे
४.	आक्षेपिकी	एकाएकी होणारी स्थित्यंतरे
५.	अंतरा	मधली अवस्था

भरताने हेही सांगितले आहे, की ध्रुवा आत्मसंस्थ (स्वतः गायिलेली) वा परसंस्थ (दुसऱ्याने गायिलेली) असू शकते. जरी आजच्या पार्श्वगायन प्रघाताला या विधानाशी जोडण्याचा मोह टाळला तरी भरताने वास्तवास धरून विवेचन केल्याचा प्रत्यय येतो हे निश्चित.

भरताने आणखी एक वेधक नाट्यदृष्टी दाखविली आहे. त्यावेळच्या गांधर्व संगीतास (म्हणजे शास्त्रोक्त) सोडून ध्रुवा असू शकते असे तो स्पष्ट सांगतो.

भरताच्या नाट्यप्रयोगाच्या वापरातील संचांत नृत्य समाविष्ट होते. नारीधर्मीय आविष्कारांत कैशिकी वृत्ती अंगभूत असते व म्हणून नृत्याचाही समावेश, अशी त्याची भूमिका आहे. भरताने स्पष्टपणे नोंदले आहे, की जेव्हा स्त्रीपुरुष पात्रे रंगदार व सुखद वेषात येतात त्यात स्त्रिया अधिक प्रभावी असतात, सारे वातावरण गीत-नृत्याने भरलेले असते आणि सर्व भाव व क्रिया प्रेम वा कामभावनेची जागृती करतात (ना. २३-५३).

संगीताच्या जवळजवळ सर्व नाट्यात्म शक्यता भरताने अजमावल्या होत्या असे म्हणण्याचा मोह होतो. उदाहरणार्थ, जेव्हा नायिका नाचते व नायक पाहतो तेव्हा हा आविष्कार म्हणजे प्रयोगांत अंतर्भूत प्रयोगासारखा होतो असे सांगून भरत त्यास 'नाट्यायित' असे नावही देतो.

अपेक्षेनुसार नाट्यधर्मी, वाद्यसंगीत व ध्रुवा यांचे परस्परसंबंध कसे असावेत हे सांगण्यासही परंपरा विसरलेली नाही. अभिनवगुप्त एका बोलक्या प्रतिमेद्वारा याचे स्पष्टीकरण देतो. तो म्हणतो, ''गीत, वाद्यसंगीत आणि ध्रुवा हे तीन निरनिराळे आविष्कार असून तिहींसाठी वेगवेगळी कौशल्ये लागतात; पण एक आलातचक्र सिद्ध व्हावे अशा तऱ्हेने ही तीन एकत्र आणली पाहिजेत.'' आलातचक्र सिद्ध करण्याव्यतिरिक्त ध्रुवांचा खास परिणाम नोंदण्यासाठी अभिनवगुप्ताने आपल्या आधीच्या कश्यप या शास्त्रकर्त्याची साक्ष काढली आहे - ''ध्रुवा गीतांचा परिणाम असा, की ती प्रेक्षकांना आपल्या अहंभावी विचारांपासून (निजवेष) मुक्ती देतात. स्वार्थी विचारांचा गाळ ज्यात नसेल अशी एक मनःस्थिती निर्माण करतात व त्यावर मग प्रस्तुत केलेल्या रसाची व नाट्यात्म भावाची छाप उमटविणे सुलभ होते.''

गीत व नृत्य हे अविभाज्य घटक असलेल्या पारंपरिक परिस्थितीची तपासणी करत असता दामोदरगुप्ताचा 'कुट्टिनीमतम्' (८०० इसवी) हा ग्रंथ लक्षात घेणे आवश्यक आहे. यात सहली, गीते व नृत्य यांना अविभाज्य मानले आहे.

प्राचीन भारताच्या या परिप्रेक्षेच्या पार्श्वभूमीवर आज दृश्य व श्रव्य तत्त्वांना वा त्यांच्या आविष्कारांना एकत्र आणण्याचे जे असंख्य प्रकार अस्तित्वात

आले आहेत त्यांना पायाभूत असलेल्या सांकल्पनिक नकाशाकडे आता वळायला हरकत नाही.

दृश्य-श्रव्य एकत्रीकरण सूत्रे

पहिले सूत्र असे की दृश्य-श्रव्याच्या एकत्रीकरणातून जो विशिष्ट आविष्कार साधावयाचा तो म्हणजे मुख्यतः 'दृश्य की श्रव्य याविषयी निर्णय' घेणे होय. निर्णय प्रथमतः कलाकार घेतो आणि त्यानुसार आपली कृती मांडतो. आविष्काराची कल्पना व मांडणी दृश्यानुसारी की श्रव्यानुसारी हे नंतर ग्राहकाने ताडून घ्यायचे असते, त्यातच रसिकत्वाची पाऊलखूण दिसते म्हणायला हरकत नाही.

दुसरे सूत्र 'अंतिम हातमिळवणी' म्हणून वर्णायला हरकत नाही. आविष्कार मुख्यतः दृश्यानुसारी असला तरीही गौण श्रव्याशी त्याची शेवटी सांगड घातल्याशिवाय अनुभव पूर्ण होत नाही. तसेच ते काही वेळा उलटही असते. दृश्य वा श्रव्य आविष्कार एकांगी राहिल्यास ते अनुभूतीच्या पातळीवर राहतात! अनुभवाच्या पातळीवर स्वतःच्या ताकदीवर पोचणे दृश्यास वा श्रव्यास जमणे संभवत नाही. दृश्याची कहाणी श्रव्यात आणि श्रव्याची दृश्यात सफल संपूर्ण होत असते.

तिसरे सूत्र 'प्रधान-गौणांचे चल समीकरण' हे होय. गौण अंगाने प्रधान अंगाच्या कलाने चाल जायचे असते, इतकेच नव्हे, तर काही विशिष्ट ठिकाणी किंवा विशिष्ट क्षणी आपली स्वतःची अभिव्यक्ती प्रधान अंगाच्या 'भाषेत'च साधायची, निदान शोधायची असते. दोन्ही अंगांनी आपापल्या आविष्कारांची कसोशीने छाननी करून सूक्ष्मातिसूक्ष्म पातळीवरही तुल्यशक्तिपदे कोणती याचा निर्णय घ्यायचा असतो. नंतर तुल्यशक्तिपदांची चल समीकरणे वापरीत प्रधान-गौणांचा व्यवहार सिद्ध व्हावा लागतो.

चौथे सूत्र 'अधिकारबदलाचे' होय. संबंधित आविष्कार मुख्यतः दृश्य वा श्रव्य कसाही असला तरी मधून मधून, तात्पुरते व मर्यादित कालावधीचे अधिकारबदल मान्य केले जात असतात. दृश्यात श्रव्याला (आणि उलट) चालकाचे स्थान – औट घटकेच्या राजासारखे – येऊ करायचे असते!

कोणत्याही संस्कृतीच्या मोठ्या झोक्यांचे भान ठेवले, तर आणखी एक सूत्र हाती लागले. अनेक ऐतिहासिक-सांस्कृतिक कारणांमुळे दृश्याची वा श्रव्याची एकाधिकारशाही होऊ शकते. ज्या अंगाचा एकाधिकार चालतो त्याच अंगाचे अनुभव महत्त्वाचे मानण्याकडे प्रवृत्ती राहते. कोलरिजचे बोधक शब्द वापरायचे तर आजही 'टिरनी ऑफ दि आय' चालू आहे असे माझे मत आहे.

आतापर्यंत विवेचन केले दृश्य-श्रव्य एकत्रीकरणाचे नियमन करणाऱ्या पाच सूत्रांचे. त्यांचे सर्वसाधारण स्वरूप पाहता जीवनव्यवहार सूत्रे असे वर्णनही त्यांना लागू पडू शकेल असा भास होतो. पण त्यांचे प्रत्यक्ष कार्य निराळेच असते. दृश्य-श्रव्यांच्या जीवनव्यवहारातील सार्वत्रिक व सरसकट राबवणुकीमुळे निर्माण होणाऱ्या ठरीव व दाठर चेतन-प्रतिसाद साखळीला तोडण्याकरिता प्रस्तुत सूत्रांना खरे पाहता कार्यान्वित केले जाते. जीवनरक्षण, भरण व पोषण वगैरेंसाठी चेतन-प्रतिसाद कार्य करतात. हे कार्य नैसर्गिक म्हणता येते. यांच्या तुलनेत कलाव्यवहार कृत्रिमच, कारण तो मानवनिर्मित असतो. मानवनिर्मित कलाव्यवहार चेतनापेक्षा बोधनावर भिस्त ठेवतो. दृश्य-श्रव्य संयोगविषयक सूत्रे बोधनात गुणवत्ता यावी म्हणून मानवाने केलेल्या धडपडीत साहाय्य करतात. बोधन हे व्यक्ती व समाजसापेक्ष असा प्रत्यय बहुतेक येतो. म्हणजेच असे की प्रत्येक संस्कृतीची स्वतःची कलासंस्कृती तयार होत जाते. कलेचे अखिल भारतीय रूप, सौंदर्यशास्त्रीय तत्त्वांची जागतिक पात्रापात्रता इत्यादींच्या शोधाची घाई सुटल्यामुळे कलासंस्कृती अनेक व विविध असल्याचे नीटसे ध्यानात येत नाही. १९व्या शतकात मानववंशशास्त्रज्ञांनी संस्कृतीची विविधता निश्चितपणे जाणली. परंतु शास्त्राची बांधणी तौलनिक धाटणीने आणि संस्कृतींची मांडणी श्रेष्ठ-कनिष्ठता दर्शविणारी असा रोख राहिल्याने संस्कृतींचे खरे आवाज दडपले गेले. कालांतराने परिस्थिती बदलली. सर्वच संस्कृती समान असाही अशक्त सूर काही काळ उमटत राहिला. आताचे थोडेफार स्थिरावलेले मत असे, की प्रत्येक संस्कृतीचे स्वतःचे सर्वांगीण संघटन असते आणि म्हणून एखादा घटक सुटा बाजूला काढून मूल्यमापन संभवत नाही. प्रस्तुत भूमिका म्हणजे दुसरे-तिसरे काही नसून एक प्रकारचा 'पुढे ढकललेला' वा 'पळपुटा' सापेक्षतावाद आहे असा आक्षेप घेता येईलही, पण तो निराळा प्रश्न आहे! अनेक संकेत-व्यवस्थांच्या घट्ट विणीतून कलाव्यवहार सिद्ध होतो आणि जीवनव्यवहारापेक्षा निराळ्या पातळीवर त्याचा वावर राहतो हा निष्कर्ष. स्वतंत्र कक्षेतला हा संचार शक्य व्हावा या दृष्टीने होणाऱ्या अनेकांगी प्रयत्नांमधला महत्त्वाचा भाग दृश्य-श्रव्य संबद्ध कलासूत्रे होत. ती कशी तयार होतात?

कलासूत्रांची घडण : तीन त्रिके

काल, आकाश आणि कार्यकारणभाव या तीन परिमाणांवर संस्कार करण्याची, तिन्हींवर प्रक्रिया करून जीवनव्यवहारापासून त्यांना मुक्त करण्याची मानवी मनाची खटपट हे पहिले कलासूत्र म्हणण्यास हरकत नाही. काल, लय

व ताल किंवा आकाश, अवकाश व रंगावकाश (तिसऱ्याचे तीन उपभेद : प्रयोगव्याप्त, सहानुभूत व प्रभावित) किंवा कार्यकारणभाव, तर्कक्रम व कथावस्तू या मालिका पाहा – गरजेस अनुरूप अनुभवकोटी तयार करण्याकरिता मानवी प्रतिभेने जीवनव्यवहारापासून दूर सरकून एक निराळे विश्व उभे केल्याचा परिचय झाल्याखेरीज राहत नाही. प्रस्तुत प्रक्रियेतील एका पायाभूत विरोधाभासाकडेही लक्ष द्यायला हवे. जीवनव्यवहारापासून दूर सरकण्याकरिता अस्तित्वपरिमाणांना लक्ष्य मानणारा कलाव्यवहार याच कारणाने जीवनव्यवहाराचे सम्यक् दर्शनही घडवू शकतो!

दुसरे कलासूत्र आहे दृश्य-श्रव्य एका बाजूस आणि इतर संवेदना दुसऱ्या बाजूस अशा दोहोंमधल्या स्पर्धेचे. दृश्य-श्रव्यांचे वर्चस्व होऊ देणाऱ्या संस्कृतीत शिष्टाचार, रीतिरिवाज वगैरेंच्या साहाय्याने दृश्य-श्रव्येतर संवेदनांचे दमन करण्याचा घाट घातला जातो. याउलट उठणारी लाट संपूर्ण व्यक्तिमत्व, संपूर्ण मानव, सर्वांगीण आवाहन इत्यादींची होय. वास्तविक पाहता दोन्ही प्रयत्न सारखेच 'अनैसर्गिक' आहेत! परिणामतः दोहोंना विधिपूर्वकतेचा, धार्मिकतेचे पाठबळ देण्याचाही यत्न होतो. सर्व संवेदनांतून कलानिर्मिती होत नाही असा सिद्धान्त अनेकदा हिरिरीने मांडला गेला आहे. या सिद्धान्ताची पात्रापात्रता जोखायची तर आधी संवेदनांचा मुक्त खेळ शक्य हवा! किती संस्कृतींच्या मान्य जीवनसरणीत आज अशी परिस्थिती आहे? दूर अंतरावरून काम करणाऱ्या संवेदनांच्या आधारे कलारूपे सिद्ध होतात असा आग्रह धरण्यातही आपण एक कलासूत्र व्यक्त करत असतो आणि त्याचा प्रतिवाद होणे क्रमप्राप्त म्हटले पाहिजे. दृश्य-श्रव्यांना दिल्या गेलेल्या आव्हानांवर आधारल्या गेलेल्या रंगोपपत्ती नवीन नाहीत. असेच आव्हान एकंदर जीवनसरणीतच अंतर्भूत करणाऱ्या संस्कृतीही आढळतात. संज्ञापनाच्या विवेचनात एक प्रश्न विचारला गेला आहे आणि त्याला कलाविचारक नीटपणे सामोरा गेलेला नाही. प्रश्न असा : दृश्य-श्रव्य वगळता इतर इंद्रियमार्गांतून येणाऱ्या चेतना खरोखरच कमी व कमी महत्त्वाची माहिती देतात का? की मानवप्राणी ज्या बोधनास सरावला आहे तेच कमी पडते?

तिसरे कलासूत्र असे की अवकाश-कला आणि काल-कला या ढोबळ वर्गांपैकी काल-कला बऱ्याचशा कलाव्यवहारांचे अनेक पातळ्यांवर नियंत्रण करू पाहत आहेत. कालविषयक मूलभूत भूमिका, अशा भूमिकांपासून स्फुरणारा विशिष्ट सौंदर्यविचार, प्रस्तुत सौंदर्यविचारास होकार वा नकार देत उभारल्या गेलेल्या कृती वगैरे अनेक पातळ्यांवर काल-कलांची सद्दी आल्याचे पुरावे

विखुरले आहेत. कालाच्या बोधनाचे असे खास इंद्रिय नाही. काल पूर्णतः मनोभूत, पण मनोनीत नाही याची नीटशी दखल घेतली गेलेली नाही! कालिक अक्षावरच्या उलाढाली कलेइतक्याच मानवनिर्मित असल्याकारणाने दोहोंत एक आंतरिक नाते आहे. कालमापनाची बदलती तंत्रज्ञाने आणि यंत्रे ही ठसठशीत बाब घेतली तरीही आपण काळापासून वेळाकडे कसे झुकत गेलो ते सहज जाणवते! नगाऱ्यावर पडणारी टिपरी, देवळात वाजणाऱ्या घंटा वा माळावर उडणारी तोफ इथपासून आता डिजिटल मनगटी घड्याळापर्यंतची आपली वाटचाल काय दर्शविते? (मनोऱ्यावरचे घड्याळ ही एक मधली अवस्था मानता येईल कदाचित!) थोडक्यात सांगायचे तर कालिक शोध व संकोच यांवर तिसरे कलासूत्र प्रकाश टाकते. मध्ययुगापासून आजपर्यंतचा क्रम तपासल्यास – बदलत्या कलाविचारांत आणि कलाविष्कारांतही – बदलत्या कालजाणिवेची भूमिका किती महत्त्वाची आहे याचा बोध होईल.

विकसित भाषेमुळे निर्माण झालेले भाषिक-निर्भाषिकांतील ताण जाणीवपूर्वक वापरणे हे चौथे महत्त्वाचे कलासूत्र होय. भाषेमुळे आशयाला अर्थाची जोड मिळते हा परिस्थितीचा 'अस्ति' पक्ष, तर अनेक कारणांनी भाषा आणि भाषाव्यवहार अवाजवी वर्चस्व गाजवू लागतात हा धोका होय. भाषेने संज्ञापन होते म्हणून सर्व संज्ञापन भाषिक संज्ञापनासारखेच असते वा त्याप्रमाणेच होते असा गैरसमज बराच काळ प्रस्तुत झाल्याकारणाने निर्भाषिकांची गळचेपी, मुस्कटदाबी वगैरे झाली आहे. भाषिक-निर्भाषिक ताण फलदायी ठरायचा तर दोहोंना समान सम्मान द्यायला हवा. दोहोंना एकमेकांच्या बदली सहज वापरता येत नाही, कारण दोहोंचे प्रयोजन निरनिराळे असते. एका वेळेस, एकमेकांबरोबर आविष्कृत होत असूनही भाषिक-निर्भाषिक आविष्कारांच्या दिशा निराळ्या नव्हे तर विरोधी असू शकतात हे बोधक कलासत्य आहे. कलेच्या अंतिम गुणवत्तेशी, मूल्याशी याचा प्रत्यक्ष संबंध आहे. प्रयोगकलांच्या बाबतीत भाषिक-निर्भाषिकांचे नाते प्रयोगाचा गाभाच निश्चित करते असे म्हटले पाहिजे.

प्रस्तुत कलासूत्राचा दुसऱ्या सूत्राशी, म्हणजे दृश्य-श्रव्येतरांचे दमन जोपासून कलानिर्मिती करण्यावर भर देणाऱ्या सूत्राशी जवळचा संबंध आहे. श्रव्यापेक्षा दृश्य आणि इतर सर्वांपेक्षा दृश्य-श्रव्य संवेदनांना शब्दांकित करण्याकडे भाषेचा कल का असतो? एकूण शब्द-संपत्ती तपासल्यास इतर संवेदनांची विविधता आणि खास स्वरूपे टिपणारी शब्दरूपे कमी का आढळतात? संवेदनांचे बारकावे टिपण्याची क्षमता भाषा या संस्थेत मुळातच नाही असे समजणे उचित आहे काय? प्रयोगकलांवर लिहिणाऱ्या व बोलणाऱ्यांविरुद्ध खुद्द कलाकारांची विशेष

तक्रार का असते याचा उलगडा इथे होतो. एक दुष्टचक्रासारखी प्रक्रिया भाषिक आविष्कारांबाबत सुरू होते असे वाटते. संवेदनांच्या मानाने त्यांना व्यक्त करणारी भाषिक आविष्करणे तोकडी पडतात अशी जाणीव होऊ लागते आणि मग अज्ञान, आळस, आकलनातील नकळेपणा वगैरेंमुळे, आपल्याला अवगत भाषेतच अनुभव 'कोंबण्याचा' यत्न चालू राहतो. मी वेगळा आविष्कार करतो आहे असे प्रयोगकलाकार कंठरव करून नव्हे, तर प्रत्यक्ष प्रयोगांतून आणि विशेषतः निर्भाषिक अंगांतून सांगत असतो. खुद्द आविष्कारही जणू त्याला मूक दुजोरा देतो. पण भाषिक वाटेचे पायिक मात्र ठरीव शब्दावलींची जाळी विणीत असतात! यात शब्दांचा 'टर्न ओव्हर' कमी असतो असे मला सुचवायचे नाही, तर तळ्याचा घाट व्यवस्थित बांधण्याच्या हव्यासात झऱ्यांची तोंडे बुजविणाऱ्या महाभागांची चूक दाखवून द्यायची आहे.

प्रवाहांतून वाहत येणाऱ्या माळेसारखे अलगद हाती येणारे पुढले कलासूत्र होय अनेकेंद्रियचेतनेचे. सर्व प्रकारच्या साचेबद्धपणाला दमदार विरोध नोंदविणारी ही प्रक्रिया घडतच असते. पण संवेदनेचे अनुभवात रूपांतर करणारी कलाकाराची आणि ग्राहकाची आस्था हजर असेल तर अनेकेंद्रियचेतनेची क्रीडा मुक्तपणे होते. कलानुभवाचा कोणताही टप्पा असो, अनेकेंद्रियचेतनेमुळे तो गजबजलेल्या पठारासारखा होतो. कमी-अधिक ठाशीवपणे पण आपापल्या दिमाखाने अनेकेंद्रिय चेतना विशिष्ट, प्रत्यक्ष चेतनेच्या आरंभिक प्रेरणेने मिरवू लागतात. अनुभवाचे आवाहकत्व वाढते. त्याची अनेकपदरी वीण ग्राहकाला खेचून धरते – एका सुखद ताणाने! हे केवळ अनेक ऐंद्रिय चेतनांचे एकत्र येणे नसते. ऐंद्रिय चेतना जोडीने शिकार करतात (त्यांचे नेहमी मेहुण असते). उदाहरणार्थ, पुढील मांडणी या संदर्भात बोलकी वाटेल. अनेकेंद्रियचेतनेच्या व्यापारातील पद्धतशीरपणा तीमुळे ध्यानात येईल. भाषिक व्यवहारांतील काही विशिष्ट वळणांवरही यामुळे एक निराळा प्रकाश पडेल.

प्रत्यक्ष चेतना	प्रतिमा
श्रव्य	दृश्य
स्पर्श	दृश्य
रस	दृश्य
दृश्य	स्पर्श
श्रव्य	स्पर्श
गंध	आंतरगती

सुरुवातीस निर्देशित संभाव्य संवेदनांची विस्तारित यादी आणि

अनेकेंद्रियचेतनेत गुंतणाऱ्या संवेदनांच्या जोड्या तपासल्यास विषय आणखी वेधक तऱ्हेने पुढे जाऊ शकतो. परंतु तशी गरज आता भासू नये.

मात्र एक संलग्न मुद्दा नीट लक्षात घ्यायला हवा. प्रतिमासृष्टी म्हणून कल्पनाशक्तीच्या ज्या विशेषाचा वारंवार व गौरवाने उल्लेख होतो त्याचा अनेकेंद्रियचेतनेशी फार जवळचा संबंध आहे. प्रतिमासृष्टीच्या विविधतेचा अंदाज अनेकेंद्रियचेतनेवरून येतो. पण कलानिर्मितीत वा कलाग्रहणात प्रतिमासृष्टीच्या विविधतेची जाण दिसत नाही. आमच्या शिक्षणाच्या व अभ्यासाच्या पद्धती (यातच 'आस्वाद' आला) याला बऱ्याच अंशी जबाबदार आहेत. निर्मितीचे वा सृजनाचे शिक्षण देता येत नसले तरी निर्मिती/सृजनाची शिकण्या-शिकवण्यासारखी तंत्रे नसतात असे नाही. या संदर्भातले उपयुक्त ठरलेले एक तंत्र प्रतिमाजागरण होय. अनेकेंद्रियचेतनेचे आपल्याला जितके चांगले आकलन होईल तितके प्रतिमाजागरण फलदायी ठरते असा अनुभव आहे. प्रयोगकलांशी संबंधित विविधपूर्वकतेचे नाते प्रतिमाजागरणाशी असते हे सहज आठवावे.

दृश्य-श्रव्य आणि इतर संवेदनांनी तयार होणाऱ्या कलाविश्वाची भाषिक-निर्भाषिक अंगेही आतापर्यंत थोडीफार विचारात घेतली गेली होती; पण तरीही त्यांवर विवेचनाच्या सोयीसाठी लक्ष केंद्रित केले नव्हते. भाषिक-निर्भाषिकांवर भर देऊन एक कलासूत्र ध्यानात घेतले पाहिजे. ते सूत्र असे :

''हालचाल, हातवारे, हावभाव आणि हेल यांच्या योजनेतून भाषिक-निर्भाषिकांचा एकसमयव्यवहार गुणवत्ता पावतो.''

प्रस्तुत सूत्र समजून घेण्याकरिता उपयुक्त ठरणाऱ्या कामचलाऊ व्याख्या पुढीलप्रमाणे देता येतील :

(१) हात वगळता इतर शरीरावयवांचे आपापल्या स्थानापासूनचे लक्षणीय अपसरण म्हणजे हातवारे.

(२) मुख्य अवयव वगळता इतरांचे सूक्ष्म स्थानबदल म्हणजे हावभाव.

(३) भाषांतर्गत स्वरध्वनींचे ठसण्याइतके दीर्घ उत्पादन व नियंत्रित उपयोजन म्हणजे हेल.

सुट्या व्यंजनध्वनींचे मानवी उत्पादन असंभवनीय असल्याकारणाने व्यंजनध्वनींना परिणामकारकतेसाठी निराळे वळण देण्यासही हेल म्हणायला हरकत नाही.

हावभाव वा हेल वगैरेंना मी भारतातील संस्कृत परंपरेतील प्रतिपादनापेक्षा निराळे आशय देत आहे हे सहज लक्षात येईल.

'हालचाल-हातवारे-हावभाव आणि हेल यांची योजना' हे कलासूत्र बरेच दीर्घ भाष्य करण्यासारखे आहे. भाषिकाचे मूलभूत, प्रारंभिक आणि आशयघन (म्हणजे सार्थ नव्हे) आविष्कार आणि मानवी शरीरोत्पादित निर्भाषिक यांना एकत्र आणणाऱ्या सूत्राचे प्रत्यक्ष आविष्कार असंख्य, खासकरून संस्कृतिसापेक्ष आणि तुलनेने अमूर्त असावेत यात नवल काय? या सर्वांची निश्चित संकेतपद्धती बनवली, त्यांच्या भाषेचे 'व्याकरण' तयार केले, तर आविष्कार प्रस्तुत कलासूत्राच्या परिघाच्या बाहेर जातात. कारण अव्याख्येय वा वर्गीकरण न करता येणाऱ्या भावभावनांना अनुभवांच्या कक्षेत आणणे हेच त्यांचे कार्य असते. शिवाय निर्भाषिकाच्या दृश्य-श्रव्येतराच्या एका भागावर प्रयोगकर्ता ज्याची निर्मिती करत असतो त्यावरच इथे लक्ष केंद्रित केले आहे. म्हणजे प्रकाशयोजना, नेपथ्य वगैरे 'बाह्य' अंगांचा विचार निराळा करावा लागणार. नेपथ्य वगैरेंचा प्रयोगकर्त्याच्या हालचालीवर वगैरे काहीच परिणाम होत नाही असे कसे म्हणता येईल? पण तरीही प्रयोगकर्त्याला प्रस्तुत अंगे बाह्यच म्हणायला हवीत.

दृश्य व श्रव्य संवेदना एकत्र का व कशा येतात ते पाहून विशेषकरून कलाव्यवहारात त्यांचे कार्य कसे चालते हे स्पष्ट करणारी महत्त्वाची सूत्रे आतापर्यंत नोंदविली. नाटकात दृश्यासाठी श्रव्याचा वापर कसोशीने तपासणे आता शक्य व्हावे. याबाबतचे मुद्दे पुढीलप्रमाणे :

(१) नाटकातले दृश्य स्थिर, चल व मिश्र संभवते, तर श्रव्य शब्द, संगीत, भाषा वा मिश्र असू शकते. दोहोंच्या बाबतीत उगम मानवी वा अमानवी असू शकतात.

(२) दृश्यासाठी श्रव्य या योजनेतच निर्मितिप्रक्रियेची सुरुवात व नियंत्रण दृश्याकडून असे सुचविले आहे. श्रव्याने दृश्याचे हेतू पूर्ण करण्याकरिता राबायचे असा याचा अर्थ आहे.

(३) श्रव्यात अनुस्यूत शब्द म्हणजे श्रवणाची प्रतीती व आकाशाचा धर्म असणारी शक्ती. या शब्दास निश्चित अर्थ नसतो. आज ध्वनिपरिणाम म्हणून ज्याचा सैलसर उल्लेख होतो त्याची इथे आठवण करावी. संगीत म्हणजे सुरावटी, लयबंध व त्यांची मिश्रणे – भाषेविना व भाषेसह. भाषा म्हणजे मानवी कंठातून उत्पादित व उच्चारित वर्णांची सार्थ रचना होय.

(४) मौज अशी की नाटकात येणाऱ्या श्रव्यापैकी भाषिक अंग वा रूप बहुतेक वेळा आधी नोंदले जाते, त्यामधल्या दृश्याच्या सूचना पकडून दृश्य आविष्काराला सिद्ध केले जाते. भाषिकातच दृश्याची बीजे असतात, कारण

भाषिकच मुळी प्रतिकात्म म्हणजे दुसऱ्या कुणासाठी तरी आलेले असते. म्हणजे निदान आरंभी प्रत्यक्ष आविष्कार भाषिक श्रव्याचा असतो.

(५) भाषिक श्रव्यातून स्फूर्ती घेऊन आविष्काररूप पावणारे दृश्य जसजसे आकाराला येते तसतसे भाषिक श्रव्याची मूळ वळणे बदलण्याकडे त्याची प्रवृत्ती राहते. कुंडीला रोपटे डोईजड व्हावे तसा काहीसा प्रकार होतो! दृश्यान्तर्गत निर्भाषिकांचा जोर वाढू लागतो.

(६) भाषिक श्रव्याला शह देणाऱ्या निर्भाषिक दृश्याला काटशह मिळू लागतो तो निर्भाषिक श्रव्याकडून – म्हणजे शब्द व संगीत यांच्याकडून. म्हणजे मूळ नोंदल्या गेलेल्या भाषिक श्रव्यापासून आपण चारएक पावले दूर सरकतो असे म्हणण्यास हरकत नाही!

(७) नाटकाचे रूपच बदलत आल्यामुळे झालेले सर्वदूर बदल भाषिक श्रव्याची नोंद न होण्यातही परिणत होतात. तेव्हा सर्वच समीकरणे निराळी मांडली जातात हे उघड आहे (उदाहरणार्थ, पथनाट्य इत्यादी). मात्र जिथे भाषिक श्रव्य फारसे सुबद्ध नसते तिथे निर्भाषिक श्रव्य म्हणजे संगीत अधिक बद्ध राहिल्याचे आढळते. दोन्ही अंगे एकाच वेळी लवलवती असून भागत नाही हा त्याचा निष्कर्ष! गुणवत्ता आणि परिणामकारकता हे प्रयोगकलांचे श्वास-निःश्वास होत. कोणत्या अंगाने कितपत स्वातंत्र्य घ्यावे हे दोन्ही निकष मिळून निश्चित करतात.

(८) गुणवत्ता आणि परिणामकारकता यांचे स्थान अढळ राहावे याकरिता भाषिक श्रव्याच्या शक्ती गद्य, पद्य, पाठ व गीत या मार्गांचा वापर करतात. माहिती, विचार, कल्पना, भावना संज्ञापण्यासाठी निवेदन, भाषण, कथन, नटन व गायन शैली वापरल्या जातात. तसे पाहता यांना शैली न म्हणता कोटी म्हटले पाहिजे. कारण अनुभूतीच्या भाषिक संघटनाचे आणि आविष्काराचे हे पाच मूलभूत साचे आहेत. वापरल्या जाणाऱ्या नाट्यप्रकाराचे रूप कसेही असले तरी भाषिक आविष्कार कोटींचा वरचष्मा राहतो.

(९) निर्भाषिक श्रव्याचा पक्ष संगीताचा असतो. संगीतशक्ती कंठ, वाद्य, एकल व समूह मार्गांनी वाहतात. सुरावट, लयबंध, भाषेबरोबर हातमिळवणी वा हालचालीसह यांचे निर्देश संगीताशय म्हणून केले पाहिजेत. मार्ग व आशय संज्ञापण्यासाठी झटणाऱ्या सहा संगीतकोटी : आदिम, लोक, भक्ती, जन, कला आणि संगम या होत. अनुभव, मार्ग, आशय आणि कोटी अंतिम नाटकाच्या आविष्काराचे नियमन करतात.

(१०) दृश्यासाठी अवतरणाऱ्या श्रव्याचे घटक काळजीपूर्वक टिपणे ही

विचारातली पहिली पायरी झाली. महत्त्वाचा प्रश्न आहे नाटकातले त्यांचे परस्पर संबंध कोणत्या प्रकारचे. याची उत्तरे पूर्वी सूचित झाली आहेत. दर वेळचा आविष्कार निराळा, प्रत्येक नाटकाची बाब स्वतंत्रपणे तपासावी लागते म्हटले, तरीही सर्वसामान्य विधान शक्य आहे ते असे :

दोहोंचे संबंध सम, विषम व असम संभवतात. एकदिश, विरुद्धदिश वा चल रोख ठेवून दोहोंचे आविष्कार विशिष्ट काळातील प्रभावी धर्मानुसार अंतिम रूपास येत असले तरी समांतर बांधणीच्या छत्राखाली ते सौख्यभरे नांदत असतात. याचा प्रधान हेतू आविष्काराची गुणवत्ता आणि परिणामकारकता वाढविणे होय!

❑ ❑ ❑

३

जनसंगीत : एक पायाभूत संगीतकोटी

हिंदी चित्रपटसंगीत विविध संदर्भांत अवतरले आहे याचा मागे निर्देश केलाच आहे. यांपैकी काही संदर्भ तसे पाहता अलीकडेच जास्त ठळकपणे ध्यानी येऊ लागले आहेत. उदाहरणार्थ, एका मर्यादेत का होईना पण हिंदी चित्रपटसंगीत भारतातील सांगीत आधुनिकतेच्या आविष्कारांत बिनीवर वावरणारे संगीत म्हटले पाहिजे. परिणामतः त्याकडे निराळ्या दृष्टीने पाहणे जरुरीचे वाटावे. तसेच आता त्याचा विचार चित्रपट-विचाराच्या वाढत्या वर्तुळातील एक घटक अभ्यास म्हणून करायला हवा. यामुळे बरेच वेधक प्रश्न समोर येतील. उदाहरणार्थ, चित्रपट-अभ्यासात आज महत्त्वाची समजली जाणारी लेखकत्त्वाची संकल्पना घ्या. भारतीय चित्रपटसंगीताच्या संदर्भात तिचे सयुक्तिकत्त्व तितकेसे वास्तविक वाटणार नाही, कारण संगीतदिग्दर्शक व गायक कलाकार हेच या गीतांबाबत सर्वकाही असतात. किंवा चित्रपटांचा विचार मिथके व विधिपूर्वकतेच्या चौकटीत करण्याचा संरचनावादी प्रयत्न घ्या. हिंदी चित्रपटसंगीताचे आकर्षण व त्याची भूमिका यावर संरचनावादी विचारसरणीतून फारसा प्रकाश पडेल असे वाटत नाही.

आणखी एक महत्त्वाचे तथ्य असे, की हिंदी चित्रपटसंगीताचे आकलन होण्याकरिता भारतीय संगीताच्या एकंदर परंपरेने मिळणारी संदर्भभूमी स्वीकारणे अपरिहार्य आहे. म्हणूनच प्रथम जनसंगीत ही हिंदी चित्रपटसंगीताची जनक-कोटी समजून घेणे गरजेचे आहे. जनसंगीत अर्थातच भारतीय संगीताच्या एकूण सहा कोटींपैकी एक आहे याचे भान ठेवले पाहिजे. इतर पाच कोटी – आदिम, लोक, धर्म, कला व संगम अशा आहेत. शिवाय जनसंगीत म्हणजे जनसंस्कृती म्हणून ओळखल्या जाणाऱ्या संस्कृतिस्तराचा एक पोटआविष्कार आहे हेही समजून घेतले पाहिजे. के. ए. अब्बास यांच्यासारख्या वास्तववादी चित्रपटसंहितेच्या पाठीराख्याने एकदा भारतीय चित्रपटांचे वर्णन अत्यंत नेमकेपणे केले होते. ते म्हणाले, ''भारतीय जनतेच्या अतिशय जवळ पोचणारा पॉप्युलर लिटरेचरचा एक प्रकार म्हणजे हिंदी चित्रपट.'' हे विधान लक्षणीय म्हटले

पाहिजे. चित्रपट व पॉप्युलर संस्कृती यांच्यात अंगभूत व जवळचे नाते प्रस्थापित होणे ही घटना इतर संस्कृतींच्या बाबतीतही झाली असल्याचे अभ्यासकांनी दाखवून दिले आहे. उदाहरणार्थ, इंडोनेशिया, अर्जेंटिना व इजिप्त यांच्या बाबतीत असे झाले आहे. भारतीय जनसंगीतात हिंदी चित्रपटसंगीताचे वर्चस्व आहे हे लक्षात घेता जनसंगीत या जनककोटीच्या स्वरूपाची ओळख पटणे उपकारक ठरेल हे उघड आहे.

जनसंस्कृती – एक कामचलाऊ व्याख्या

माझ्या संग्रहातील एका कात्रणात (अमेरिकन कल्चरल सेंटर, न्यु दिल्ली, इंडिया, द्वारे प्राप्त) अवतरण आहे (द क्रॉनिकल ऑफ हायर एज्युकेशन, जुलै, २१, १९८०). संबंधित शीर्षक आहे – 'The Popularity of Popular Culture.' या लेखात दिलेल्या माहितीनुसार अमेरिकेतील विविध संस्थांत सुमारे २०,००० अभ्यासक्रम 'पॉप्युलर कल्चर'ला वाहिलेले असून जवळजवळ दहा लाख विद्यार्थी यांत शिक्षण घेत आहेत. ओहायो विद्यापीठातील मार्क गॉर्डन व बाउलिंग ग्रीन विद्यापीठातील प्रो. नाखबार यांनी केलेल्या अभ्यासातून प्रस्तुत विषयाचे आवाहन किती जबरदस्त आहे ते लक्षात आणून देणारी आकडेवारी व माहिती जमा झाली आहे. या संशोधकांनी असे नोंदले आहे, की जनता व जनतेचे कलात्मक आविष्कार, तिच्या विरंगुळ्याचे मार्ग आणि इतर सांस्कृतिक अंगे यांचे परस्परसंबंध या विषयाने, म्हणजे पॉप्युलर कल्चरने, पहिल्यानेच लक्षात घेतले आहेत याकडे विद्वानांनी आजवर जवळजवळ दुर्लक्ष केले आहे. राल्फ वॉल्डो इमर्सनच्या 'द अमेरिकन स्कॉलर' या प्रसिद्ध निबंधातील एका वाक्यांशाचा वापर करून या संशोधकांनी आपल्या अहवालास मोठे अर्थपूर्ण नाव दिले आहे – 'करंट्स ऑफ वॉर्म लाईफ!' इतर अभ्यासकांनी दाखवून दिल्याप्रमाणे इतिहास जर एखाद्या संस्कृतीचा भूतकाळाकडे बघण्याचा दृष्टिकोण निश्चित करत असेल, तर तिची जनसंस्कृती हेच काम तिच्या वर्तमानासंबंधी करत असते. इतर काहींनी जनसंस्कृतीचे वर्णन करताना म्हटले आहे, की ही संस्कृती म्हणजे शिष्ट सौंदर्यात्मकतेवर लोकशाही सौंदर्यात्मकतेने केलेनी मात होय. अँन्डी वॉरहॉलच्या चतुरोक्तीनुसार, "Pop art is a way of liking things."

पुढची चर्चा सुलभ जावी म्हणून जनसंस्कृतीची एक व्याख्या मी विवेचनाच्या या टप्प्यावर नोंदवतो – ती कामचलाऊ ठरण्याचा धोका पत्करूनही!

''कलात्मक प्रेरणांना केवळ अंशतः प्रतिसाद देऊ शकणाऱ्या समाजात प्रकर्षाने आढळून येणाऱ्या सांस्कृतिक शक्तीचे पृष्ठभागीय वर्तन म्हणजे जनसंस्कृती होय. तिचे प्रतिसाद अंशतः कलात्म ठरण्याची मुख्यतः तीन कारणे होत – (१) जनसंज्ञापनमाध्यमांचा परिणाम, (२) आश्रयदात्या संस्थांमधील बदल, (३) व्यावसायिक व धार्मिक दबावांचे खंडित कार्य.''

एक संगीतकोटी म्हणून जनसंगीताचे विशेष हेरण्यासाठी या व्याख्येची मदत होईल. जनसंगीत कोटीचे नीट आकलन झाले, की हिंदी चित्रपटसंगीताचे स्वरूप व कार्य यांचाही उलगडा अधिक सुलभ व बोधक होईल.

संगीतकोटी

कोणताही समाज वा संस्कृतिसमूह एकसंध नसतो. आणि जरी थोडीफार सरमिसळ अनिवार्य असली तरीही होणारे सामाजिक स्तरीभवन हे एक वास्तव आहे. विशेष असा की प्रत्येक सामाजिक-सांस्कृतिक स्तराशी एका विशिष्ट प्रकारच्या संगीताचीही सांगड असते. संगीतकोटींच्या उगमाच्या व अस्तित्त्वाच्या कारणांपैकी सामाजिक स्तर व संगीत यांचे आंतरिक नाते हे एक प्रमुख कारण होय.

परंतु या प्रक्रियेचा एक गुणधर्म मुद्दाम ध्यानात घेण्यासारखा आहे. ओळखण्यासारखे सामाजिक–सांस्कृतिक संबंध असलेले हे स्तरीभूत संगीत एका व्यापक प्रयोगसंकृतीचा घटक असते. परिणामतः संबंधित स्तरीकरण प्रतिबिंबित करण्याचे कार्य संगीताच्या अंगाने जेव्हा स्तरीकरण संगीतात रूपांतरित होते तेव्हाच संभवते. या कारणाने संबंधित प्रक्रिया चालू असतानाच प्रस्तुत संगीत सांस्कृतिक स्तराचे प्रतीक बनू बघते. याचा अर्थ असा की सामाजिक-सांस्कृतिक तथ्यांचा समूह म्हणून ज्यांची प्रतीती येत असते ते सर्व विशेष सामाजिक-सांस्कृतिक वास्तवाला समांतर राहणारे व सांगीत-सौंदर्याची अनुभूती देऊ पाहणारे बंध म्हणून समोर येऊ लागतात. म्हणूनच संगीतकोटी अनुभूतीचे पायाभूत वा मूलभूत साचे बनतात. स्वतंत्रपणे संबंधित व्यक्तींसाठी आणि त्या व्यक्ती संबंधित समाजाचे सभासद असतात म्हणूनही ही बाब अपरिहार्य ठरते.

या पार्श्वभूमीवर पाहता संगीतकोटी म्हणजे केवळ विशिष्ट समाजस्तराबरोबर साहचर्य असलेले संगीत, वा विशिष्ट समाजस्तरांत जन्म घेतलेल्या वा त्याच्याशी संबंधित व्यक्तीने निर्माण केलेले संगीत असे म्हणणे अयोग्य ठरेल. दुसऱ्या शब्दांत सांगायचे, तर संगीत कोटी निर्मात्यानुसार निश्चित होत नसतात व त्यांचे

आकलनही त्या अंगाने संभवत नाही. एकंदरीने असे जाणवते की संगीत कोटी म्हणजे मानवसमूहाचे सामाजिक, उपसांस्कृतिक, खालच्या वर्गाच्या वा त्या वर्गात जन्मलेल्या व्यक्तीच्या मानसिकतेचे आविष्कार इत्यादी स्पष्टीकरणे पुरी पडत नाहीत. कोटींचे सांगीत रूप व त्यांचे सांस्कृतिक स्वरूप या दोहोंकडे त्याच क्रमाने व समान आस्थेने लक्ष दिल्याशिवाय मानवी संचित म्हणून त्यांची विचारार्हता व अर्थपूर्णता यांचा थांग लागणार नाही.

समाजातील उपसंस्कृतींचे खास विवेचन करणारे अभ्यासक चर्चित संगीतकोटींचे अस्तित्व मान्य करतात. पण त्यांचे म्हणणे असे, की त्याच समाजातील शिष्ट वा उच्चभ्रू लोकांनी उपगटांच्या आविष्कारांची 'उपगटांचे' म्हणून संभावना करण्यातून संगीतकोटी निर्माण होतात. शिवाय या अभ्यासकांना असेही सुचवायचे असते, की संगीतकोटींचे भेद करणे हाही शिष्टवर्गाच्या युद्धनीतीचा एक भाग असतो. स्वतःची शक्ती वाढविणे, सांस्कृतिक राजकारण फायदेशीर होईल याची खात्री करून घेणे आणि जाणता-अजाणता सामाजिक आधिपत्याचे वा अधिकारांचे सुकाणू आपल्याला पाहिजे त्या दिशेने वळविणे इत्यादी हेतू कोटींच्या शिष्टवर्गकृत निर्मितीत व विवेचनात असतात. माझ्या मते भारतीय जातिप्रक्रियेच्या वा व्यवहाराच्या अनेक आघाड्यांवरील व गुंतागुतीच्या कार्यांमुळे संगीतकोटी खरे पाहता आपल्या उपसांस्कृतिक भूमिकेच्या पलीकडे पोचतात. परिणामतः संगीतकोटी कसोशीने सांगीत मूल्यमापन व तपासणी करण्यासाठी लायक ठरतात. अर्थात या सर्व संगीत परंपरांचे संस्कृति-संगीतशास्त्रीय संदर्भ व आशय अबाधित असतात; म्हणजे त्यांची पूर्ण कथा कळायची तर मात्र सांगीत व सांस्कृतिक अंगांचे एककालिक अभ्यास जरुरीचे ठरतात.

भारतीय संगीतकोटी एकाच वेळी आपल्या सामाजिक-सांस्कृतिक आस्था कोणत्या ते प्रगट करतात, व्यक्तिगत सर्जकाचे वा सादरकर्त्याचे मन उघडे करतात आणि त्याच वेळी सांगीत गुणवत्तेने भारित सांगीत बांधण्या उभारून एकंदर समूहाचे जीवनही समृद्ध करतात.

चर्चेच्या या टप्प्यावर भारतीय संगीतकोटींच्या सर्वसाधारण स्वरूपाविषयी थोडेफार विवरण उपयुक्त ठरेल. यामुळे संगीतकोटींचे विवेचन व त्यांतील प्रमुख आविष्कार म्हणून हिंदी चित्रपटगीत असा विचारक्रम तर्कशुद्ध व उपकारक होईल.

भारतीय संगीतकोटी – थोडे स्पष्टीकरण

(१) संबंधित आविष्कारकर्ता कोण त्यावर कोणत्याही आविष्काराची कोटी अवलंबून नसते.

(२) संगीतानुभवाचे संकल्पन, वहन आणि ग्रहण करण्याचे पायाभूत साचे म्हणजे संगीतकोटी होत.

(३) समाजांतर्गत अस्तित्वाची न्याय्यता, सांगीत आविष्कार म्हणून सयुक्तिकता आणि सांस्कृतिक आशयाची अभिव्यक्ती या बाबतींत सर्व कोटी समान महत्त्वाच्या होत.

(४) कोटी तशाच्या तशा व्यक्त होत नाहीत. कोटींमधील प्रकारांमुळे व प्रकारांमधीत निवडलेल्या रचनांमुळे सादरीकरण संभवत असते. या साखळीमुळे कोटी ग्रहणकर्त्यासाठी मूर्त होतात. या साखळीत व्यापक ते अधिक संकुचित संदर्भांकडे वाटचाल होत असते. असाच फरक मूल्यमापनासाठी वापरले जाणारे निकष वा त्यांचे संच यांच्याही बाबतीत होतो. शेवटी व्यापक अर्थाने सांस्कृतिक संज्ञापनातील प्रयोग, प्रयोगकर्ता व ग्रहणकर्ता या त्रयीच्या हळू हळू होत जाणाऱ्या उद्भवाकडेही प्रस्तुत साखळी आपले लक्ष वेधते.

(५) सर्वसाधारणतः असे म्हणता येईल, की संस्कृतीत जितक्या अधिक कोटी तितकी ती संस्कृती सांगीतदृष्ट्या अधिक संपन्न होते. संगीतप्रकार, गुंतलेल्या प्रयोगकर्त्यांची संख्या आणि प्रयोगात व्यतीत केली जाणारी सामाजिक-सांस्कृतिक ऊर्जा या सर्व बाबतींत या संपन्नतेचे प्रतिबिंब पडते.

(६) कमी-अधिक प्रमाणांत पूर्वी उल्लेखलेल्या कोटीषटकाचे कार्य एकाच काळी चालू असते. म्हणजे असे की सर्वांचे ठळकपणे जाणवण्याजोगे अस्तित्त्व संबंधित संस्कृतीस श्रेष्ठ वा कनिष्ठ ठरवत नाही.

(७) कोटी सुटेपणे काम करत नाहीत व प्रत्येक कोटी पाणीबंद कप्प्यांत असल्यासारखेही त्यांचे कार्य होत नाही. एकमेकांत देवाणघेवाण, परस्परप्रभाव आणि एकमेकांच्या क्षेत्रांत शिरकाव या प्रक्रिया सर्वसामान्यपणे घडत असतात. एकाच जिवंत व प्रवाही संस्कृतीचे सर्व संगीतकोटी घटक असल्याकारणाने हे अपरिहार्य आहे.

(८) सर्व कोटी बदलतात, पण बदलांच्या संदर्भांतली स्वागतशीलता व बदलांचा वेग यात कोटीनुसार फरक पडतो.

(९) विविध कोटींच्या दरम्यान व एकाच कोटीतील विविध आविष्कारांतर्गत होणारे सांगीत कल्पनांचे अभिसरण केव्हा, कसे व किती होईल याची अटकळ बांधणे पार अवघड असते. इतर विविध कारणांबरोबर संज्ञापन माध्यमांचे कार्य, राजकीय सत्तेचे वितरण, सामाजिक संघटनांचे प्रमाण व त्यांची गुणवत्ता वगैरे बाबींचा प्रस्तुत अभिसरणावर परिणाम होतो.

(१०) भारतीय संगीतकोटींवर व्यापक मौखिक परंपरेचे वर्चस्व असते. मात्र

भारतीय मौखिक परंपरा म्हणजे साक्षरअवस्थापूर्व समाजाची मौखिक परंपरा नव्हे याचा मुद्दाम निर्देश केला पाहिजे.

(११) अपेक्षेनुसार भारतातील विविध प्रदेशांतील सांगीत वर्तनाचे गतिशास्त्र वेगवेगळे असते. सांगीत कोटींचे अस्तित्व, त्याचा आपल्याला होणारा बोध आणि त्याचे कार्य या सर्वांत गतिमानतेमधील भेदांचे प्रतिबिंब पडल्यावाचून राहत नाही.

(१२) सर्व कोटींत दोन प्रकारची लक्षणे आढळतील – सांगीत व सांस्कृतिक. या दोहोंत जरी थेट कार्यकारणभावी सबंध दिसला नाही तरी सांगीत व सांस्कृतिक अंगे एकमेकांस प्रतिबिंबित करतात व एकमेकांवर टीकाटिप्पणीही करतात!

या सर्वसाधारण पार्श्वभूमीवर भारतीय संगीतकोटींचे एकंदर कार्य व जनसंगीतकोटीचे विशेष कार्य लक्षात घ्यायचे आहे.

जनसंगीतकोटी – विशेष लक्षणे, वर्ग वा प्रकार

जनसंगीत कसे व्यक्त होते, कोणत्या प्रकारांमधून आपले आविष्कार साधते याची ढोबळपणे का होईना यादी करणे उपकारक ठरेल. या संदर्भात पुढील आविष्कारप्रकार सहज आठवतील :

(१) चित्रपटसंगीत व चित्रपटांतील पार्श्वसंगीत.

(२) नभोवाणी वा दूरचित्रवाणीवरील जाहिरातींतील संगीत (उदा. जिंगल्स).

(३) नभोवाणी, दूरचित्रवाणी इत्यादींवरील सिग्नेचर ट्यून्स (ओळख पटवणारे संगीत).

(४) ध्वनिमुद्रणासाठी रचलेली गीते.

(५) राजकीय घोषणा व गाणी (विशेषतः निवडणुकींच्या वेळची) वगैरे.

(६) मोटारींचे सांगीत हॉर्न्स, दारावरील सांगीत घंटा, दूरभाष संगीत इत्यादी.

(७) स्टेडिअम सॉंग्स, घोषणा इत्यादी.

(८) वर्जन सॉंग्स, री-मिक्स संगीत, इंडी-पॉप, फ्यूजन संगीतातले काही नमुने, इंडीअन रॅप, डी. जे. प्रॉडक्ट्स.

(९) गीते.

ही यादी अर्थातच पूर्ण नाही. जनसंगीतकोटीतील सांगीत विविधता आणि प्रस्तुत कोटीचे सांगीत व संगीतबाह्य कार्य यांची कल्पना येण्यास मदत व्हावी

इतकाच मर्यादित हेतू प्रस्तुत यादी देण्यात होता. आता जनसंगीतकोटीच्या लक्षणविचाराकडे वळायला हरकत नाही.

संगीतनिर्मितीतील समावेशकता

जनसंगीत कोटीत संगीतनिर्मिती करताना मूळ संगीतस्रोत, भाषा, हेतू वा प्रयोजन, एकत्र आणलेल्या संगीत शक्तींचे मूळ स्वरूप इत्यादी बाबींचा विचार बहुधा कर्तव्य – केलाच पाहिजे असा – मानला जात नाही असे म्हटले तरी चालेल! सर्वसाधारणतः असेही म्हटले तरी चालेल, की कलात्म वा सौंदर्यात्म अंगाच्या विचारास अग्रक्रम नसतो. श्रोते वा प्रेक्षक यांच्यावर तत्काल परिणाम घडविणे हा एक उद्देश समोर ठेवून सर्व तयारी चालू असते. शुद्धता, यथातथ्यता, नैसर्गिकता, औचित्य इत्यादी निकषांना निग्रहाने फाटा दिला जातो.

अनेकदा असेही आढळते, की जनसंगीतातील रचनात नवे शब्द वा संहिता यांना जुन्या सांगीत साच्यांत वा चालींत ओढून ताणून कोंबले जाते. परिचिताचाच प्रत्यय द्यावा – पण नव्या संदर्भात – असा या कोटीचा कल असतो. म्हणून जनसंगीत पुष्कळदा संबंधित संस्कृतिसमूहाच्या धर्मसंगीताकडे वा लोकसंगीताकडे वळलेले दिसते.

व्यापक संगीतपट : ध्वनिपरिणाम ते गीत

जनसंगीताचे आविष्कार जो संगीतपट धुंडाळतात तो फार व्यापक असतो. उदाहरणार्थ, जनसंगीतात केवळ ध्वनिपरिणामांची कौशल्यपूर्ण रचनासुद्धा दिमाखाने वावरू शकते. लकी अली याने इंडि-पॉपचे रूप आपल्या 'सुनो' आणि 'सिफर' या दोन आल्बम्सद्वारा बदलले असे अनेकांचे मत आहे. तो आपल्या एका मुलाखतीत म्हणतो, "What made 'Sunoh' different was that it did not contain any of the sounds that were being heard in those days. We broke the rules. That's what made the difference." (टाइम्स ऑफ इंडिया, ऑक्टोबर २, १९९९).

भारतीय प्रादेशिक भाषांतील आधुनिक गीत जनसंगीतकोटीतील संगीताचे आणखी एक लक्षण समोर आणते. आधुनिक गीताच्या चित्रपटबाह्य अवतारांत भाषेचा भावुक उपयोग, शब्दाचे काहीसे नाटकी उच्चारण, सामान्य माणसाच्या काळजीचा विषय, त्याविषयीची जवळीक इत्यादी बाबी प्रकर्षाने जाणवतात. काहीसा विरोधाभास असा की विषयांची व्यापकता धार्मिक तसेच निधर्मी वा पवित्र ते पाखंडी मानल्या जाणाऱ्या सर्व जीवनांगांबाबत दिसते. अश्लीलता व

शिव्यागाळींना जागा मिळते तशीच मुद्दाम आणलेल्या भक्तीच्या वा पावित्र्याच्या उमाळ्यालाही मुभा असते. अंतिम लक्ष्य असते परिणामकारकता – सखोल वा सूक्ष्म आशयाची अभिव्यक्ती इत्यादी नव्हे! काही वेळा असे म्हटले जाते, की जनसंगीताच्या वा निदान त्याच्या काही प्रकारांच्या पसंतीच्या तीन गोष्टी असतात–

(१) सर्वसामान्य विषय.

(२) तथाकथित विनोदी वा हलकाफुलका दृष्टिकोण.

(३) कलासंगीतापासून दुवे उचलून ते पातळ करण्याची प्रवृत्ती.

म्हणजे तसे पाहता जनसंगीताची प्रयोजने परस्परविलक्षण विरोधाभासात्मक पण असू शकतात.

संयोगित्त्वाचा वापर

परिणामांचा जो पट जनसंगीतास पादाक्रांत करायचा असतो त्याचा विस्तार पाहता या कोटीत होणारा संयोगित्त्वाचा अवतार अनिवार्य म्हटला पाहिजे. अगदी साध्या शब्दांत सांगायचे तर संयोगित्त्व म्हणजे मूलतः वा मुख्यतः आविष्कार जरी संगीत म्हणून सिद्ध करायचा असला तरी भरतोक्त चार अभिनयमार्गांची एकत्र व आग्रही योजना करणे होय. कायिक-आंगिक, वाचिक, आहार्य व सात्त्विक (!) यांना आविष्कारांत आणायचेच असा जनसंगीतकोटीचा मनसुबा असतो. स्वरधून चालू असता बोलणे, सर्वसाधारण गाण्यात शारीर हालचालीस वा हावभावास जागा देणे, रुमाल वा पदर इथपासून ते झाडाची डहाळी ते मायक्रोफोनपर्यंत विविध वस्तू समोर आणत जादा अर्थव्यक्ती करण्याचे प्रयत्न चालू ठेवणे इत्यादी बाबी आविष्कारांत आढळतात. याशिवाय अपरिचित वा मुद्दाम बनवलेले शब्द, रडणे वा ओरडणे, हुंदके, डरकाळी देणे वा प्राणिसदृश आवाज काढणे इत्यादी सर्वांना या संगीतकोटीत निःसंकोच प्रवेश असतो. ध्वनिपरिमाणांचे हवे तसे वापर मनमोकळेपणे करता यावेत म्हणून आधुनिक दृश्य-श्रव्य तंत्रज्ञानाची (अनेकदा थक्क करणारी) कुशल योजनाही या संदर्भात नोंदली पाहिजे.

रेमो फर्नांडिस या प्रख्यात जनसंगीतकाराच्या प्रातिनिधिक म्हणण्यासारख्या एखाद्या कार्यक्रमाचे स्वरूप या संदर्भात लक्षात घेण्यासारखे आहे. त्याच्या सादरीकरणात समूहगान, मागे चालू असलेले एखाद्या समूहाचे नृत्य (उदा. झुबिन सुरती यांच्या पथकाचे – बासरीवर विविध ध्वनिपरिणामांचे उत्पादन, वा गिटार या वाद्यावर सतारीचे अनुकरण, तबल्याबरोबरची जुगलबंदी,

गरबा वा रास नृत्य (कधी कधी स्थानिक कलाकारांचेही) आणि रेमोच्या स्वतःच्या औपरोधिक टिपण्या इत्यादी बाबी आढळतात!

अनेकदा हिंदी चित्रपटसंगीताने आपली भिस्त भारतीय धर्मसंगीत व लोकसंगीत यांच्यावर ठेवली आहे. त्यामुळे बोलणे, नृत्य, पठण, अनेकांनी एकाच वेळी गाणे इत्यादी संयोगी आविष्कारांचे त्यात नेहमीच स्वागत राहिले आहे. काही वेळा असेही वाटते, की अनेक भारतीय प्रदेशांत तुलनेने पुरुषांना नृत्ये कमी असतानाही चित्रपटांत तसे दिसत नाही! या रीतीने लिंगभेद जरा पुसट करणेही जनसंगीतात सहजपणे घडू शकते, कारण संयोगित्त्वाने मार्ग मोकळा केलेला असतो!

स्वन वा ध्वनी या वैशिष्ट्याची विविधता

ध्वनी या माध्यमातील अत्यंत महत्त्वाच्या परिमाणाची म्हणजे स्वन वा ध्वनिवैशिष्ट्याची विपुल, जाणीवपूर्वक वापरलेली व आश्चर्यकारकतेने नटवलेली विविधता हे जनसंगीताचे गर्वस्थान होय. ध्वनिवैशिष्ट्य हे परिमाण इतके पद्धतशीररीत्या धुंडाळले जाण्याची दोन मुख्य कारणे आहेत. एक असे की ध्वनिमुद्रण वा त्यांची विविध संस्करणे करण्याचे तंत्रज्ञान आता इतके पुढारले आहे, की प्रत्यक्ष सादरीकरणात अनिवार्यतेने कलाकारांना सतावणारे 'चान्स एलेमेंट' बऱ्याच प्रमाणात टाळणे जमू शकले आहे. सादरीकरणातील प्रत्येक छोटामोठा तुकडा सुटेपणे तयार व सादर करून, मग सर्व तुकडे कौशल्याने जोडून, त्यावर इष्टतर संस्करणे करून सर्वोत्तम वा शंभर टक्के परिणामकारक वाटेल असे आविष्कार समोर ठेवणे आता वास्तवात संभवते. त्याचप्रमाणे कार्यक्रम वा सादरीकरणाची स्थळेही हव्या त्या प्रकारे सादरीकरणासाठी लागणाऱ्या विविध सोयींनी युक्त असतील अशी खात्री करून घेणे आता अशक्य नसते. कमावलेला आवाज, नेहमी उच्च स्वरांचा वापर, दूर अंतरावरूनही सहज दिसेल अशी हालचाल वा हातवारे यांचा ढोबळ उपयोग इत्यादी बाबी आता टाळता येतात. सार्वजनिक ध्वनिप्रक्षेपणयोजना, प्रकाशयोजना वगैरे तांत्रिक व तंत्रज्ञानीय अंगे आता कलाकारांच्या जबाबदारीचा वाटा मोठ्या प्रमाणात व समर्थपणे उचलतात म्हटले तरी चालेल अशी परिस्थिती आहे. यंत्रसामग्री व तंत्रज्ञान यामुळे तारता व गरिमा या ध्वनिपरिमाणांपेक्षा ध्वनिवैशिष्ट्य हे परिमाण आता महत्त्वाचे ठरले असून त्याची जनसंगीतातील भूमिका नेहमीच वेधक असते.

सांगीत प्रथांचा फायदा उठविणे

यामध्ये काहीसा विरोधाभासात्मक प्रकार असा की जनसंगीताचा मोहरा (काहींच्या मते मुखवटा!) बंडखोरीचा वा प्रस्थापिताच्या विरुद्ध शड्डू ठोकण्याचा असला तरी रूढ सांगीत प्रथांचा फायदा उठविण्यास ते नेहमीच उत्सुक असते. यास काही कारणे आहेत.

(१) अनेकदा रूढ प्रथा निसर्गास धरून असतात. म्हणजे असे की मानवी शारीर कार्यास वा कार्यपद्धतीस त्या अनुरूप असतात. मानवी शरीररचना व त्याची कार्यपद्धती पुष्कळशी सार्वत्रिक म्हणण्यास हरकत नाही. परिणामतः मानवी प्रतिसादही सार्वत्रिक असू शकतात व त्यामुळे कशाचा सहज – जवळजवळ अंतर्गत नियमिततेने – स्वीकार होईल हेही खात्रीने उमजते. अशा परिस्थितीत या रूढ प्रवाहाच्या विरुद्ध जाण्यात हशील काय?

(२) अनेकदा सांगीत प्रथा पाळल्या की कुशलतेने पण काहीशी कृत्रिम संगीतरचना करणे सुलभ जाते.

(३) एक सर्वसाधारण भावनिक परिणाम खात्रीने साधण्याचा संभव प्रथांना चिकटून राहिल्याने वाढतो. उदाहरणार्थ 'माझी आई गेली' याबद्दल दुःखी होणे इथपासून ते 'कोणीतरी काहीतरी मोलाचे गमावले' म्हणून वाईट वाटणे – हा प्रवास सुलभतेने होऊ शकतो!

(४) सर्व मानवांच्या जीवनात हमखास घडणाऱ्या पण अभविष्यनीय काळी होणाऱ्या घटनांचा आवाहक वापर करणे रूढ प्रथांमुळे सोपे जाते.

(५) सांगीत प्रथा सांस्कृतिक बांधण्या म्हणूनही समाजाचे व्यवहार निश्चित करत असतात. म्हणूनच यापासून दूर सरकले की व्यक्तीला सहज डोळ्यांत भरेल असे काहीतरी नवे करणे शक्य असते – अर्थात करणाऱ्याच्या कुवतीनुसार.

(६) सांगीत प्रथांमुळे विशिष्ट प्रमाणात पण व्यापक पायावरची एक सांगीत साक्षरता गृहीत धरता येते व ही बाब एक शक्तीच ठरते. संगीत ग्रहण करणाऱ्याबरोबर संबंध जुळविणे या साक्षरतेमुळे सोपे जाते.

(७) अनेक वेळा रूढ संगीतपरंपरेतील एखादा विशेष सुटा करून, त्याचे अतिशयोक्त रूप खास जुळणीत सादर करून परिणाम साधता येतो. (उदा. शंकर महादेवन याने 'ब्रेथलेस' या आपल्या कृतीत कलासंगीताबाबत अशी युक्ती वापरली आहे.)

इतर कला वगैरेंबरोबर हेतुपूर्वक हातमिळवणी करण्याची तयारी

जास्तीत जास्त चेतके आपल्या ग्रहणकर्त्यांना पुरविण्यात जनसंगीतास प्रचंड आस्था असल्याकारणाने इतर कला वा आविष्कारमार्गांशी हातमिळवणी

करून नवी मांडणी करण्यात जनसंगीताचा पाय नेहमीच पुढे असतो. नृत्य, रंगभूमी, वाचन, साहित्य, मूकाभिनय, हस्तकौशल्याचे खेळ, भपकेदार पोशाख, पदार्थ वा वस्तूंचे दिमाखदार प्रदर्शन, उभारणी यांसारखे प्रकार, हॅपनिंग्जसारखे सहभागावर आधारित आविष्कार यांसारख्यांचे जनसंगीतासह होणारे अवतार सहज संभवतात. माध्यम वा द्रव्य यांची शुद्धता, सौंदर्यमूल्याशी इमान वगैरे संकल्पनांचे जनसंगीतास खास कौतुक वाटत नाही! एका मर्यादित अर्थाने विशिष्ट समाजाच्या चौकटीत पाहता जनसंगीत कोटी सर्वांत जास्त धाडसी म्हणता येईल. संकल्पनेत वा सादरीकरणात जे संमत त्यापासून दूर सरकण्यास ही कोटी बहुधा आतुर असते.

या हातमिळवणी तंत्राचे म्हटले तर टोकाचे उदाहरण २००९ च्या अमेरिकन अध्यक्षाच्या निवडणुकीच्या प्रचार मोहिमेतील आहे. विलियम (William) या ख्यातनाम सांगीत-विडीओ गायकाने बरॅक ओबामा यांच्या उमेदवारीभाषणाने प्रभावित होऊन 'येस वुई कॅन' हा सांगीत-विडीओ तयार केला. यात विल गातो व ओबामा बोलतो. रचनेच्या शेवटी 'होप' व 'वोट' हे शब्द एकमेकांत मिसळतात. हे सादरीकरण दोन दिवसांत तयार करण्यात आले व (अर्थात) ते मोफत डाऊनलोड करण्याची सोयही उपलब्ध करून देण्यात आली.

इतर संगीतसंस्कृतींचे अनुकरण वा त्यांच्यापासून उसनवारी करण्याची तयारी

जनसंगीताच्या या विशेषामुळे आज प्रचारात असलेल्या अनेक संगीताविष्कारांचे रूप तसेच का याचा उलगडा होतो. उदाहरणार्थ, वर्जन साँग, री-मिक्स, इंडि-पॉप, फ्युजन संगीत, इंडिअन रॅप, रेगी, डी. जे. प्रॉडक्ट्स वगैरेंची इथे नोंद व्हावी. अपॅचे इंडिअन, बाबा सेहेगल (*मैं भी मॅडोना, ठंडा ठंडा पानी* इत्यादी कृती ऐका), अलिशा चिनॉय, स्टाईलभाई इत्यादी संगीतकार जे करत आहेत तो सर्व प्रकार मिश्र संगीतात जमा होईल. पण या प्रयत्नांचे स्वरूप काय असे विचारल्यास रूढ भारतीय संगीतापेक्षा निराळे पण तरीही भारतीय संगीताचा संदर्भ कळावा या हेतूने रचलेले संगीत असे याचे उत्तर येते. म्हणजे सांप्रत जे आहे त्याच्या मर्यादा विस्तारल्या जाण्याचा संभव मान्य केलाच पाहिजे.

एक बाब ध्यानात घेणे आवश्यक आहे. या कोटीतील अनेक संगीताविष्कारांसाठी पुष्कळ वेळा तत्कालीन स्फूर्ती वा मूळ नमुन्याची उचल वा उसनवारी जरी पाश्चिमात्य संगीतपरंपरेतून केली असली तरी आशय वा

प्रयोजन या बाबतींत दोहोंत पूर्ण विरोध संभवतो. उदाहरणार्थ, पाश्चिमात्य रॅप संगीतास एक गंभीर निषेधपर आशय असतो, पण भारतीय अवताराबाबत तसे म्हणता येत नाही. भारतीय अवतारावर खेळकरपणा व मौज-गंमत करण्याच्या हेतूचा पगडा जास्त जाणवतो. अनेकदा भारतीय सादरकर्ते स्पष्टपणे सांगतात, की संगीतनिर्मितीत वा सादरीकरणात त्यांचा मानस ऐकणाऱ्यास ताणतणावांचा विसर पडावा असाच वा इतकाच असतो. ताणतणावांचे क्लेशदायक पुनःस्मरण करून देण्यात त्यांना रस नसतो. बहुतेक वेळा त्यांनी सादर केलेल्या रचनांच्या शब्दसंहितेतूनही त्याच्या हेतूंचे निःसंदिग्ध प्रत्यंतर येते. उदाहरणार्थ, स्टाईलभाईच्या एका रचनेचे शब्द आहेत You say yo, I say namaste, Yu say what, I say kya karte, are Bambaime sab chalta hai; किंवा दुसऱ्या एका रचनेत वापरलेले शब्द आहेत, O Peter, thodi whisky, thodi gin, usme lime, please hurry, got no time.

भारतीय जनसंगीताने जास्तकरून पाश्चिमात्य संगीतपरंपरेतून स्फूर्ती घेऊन आपला संसार थाटला आहे. उदाहरणार्थ, पन्नासच्या दशकात रॉक न् रोल, साठपासून बीटल्स्, सत्तरपासून रॉक संगीत, ऐंशीपासून रॅप आणि नव्वदपासून डिस्को संगीत भारतीय जनसंगीताचे आधार राहिले असे म्हटल्यास हरकत नाही.

आणि भाषा!

जनसंगीतकोटीतील गीतांत जाणीवपूर्वक वापरल्या जाणाऱ्या भाषेकडे मुद्दाम लक्ष देण्यासारखे आहे.

भाषिक मोडणीच्या (वा मोडतोडीच्या!) एका मुख्य प्रकाराचे वर्णन 'हिंग्लिश'चा वापर असे केले जाते. या जोडणीत हिंदी व इंग्लिश या भाषा घटक म्हणून नांदतात हे नावावरून उघड होते. परंतु मुख्य घटना अशी, की या सर्व आविष्कारप्रक्रियेत संपन्न भारतीय पद्यशास्त्र, त्यातील वैविध्यपूर्ण छंद व वृत्तरचना या विशेषांना बेदरकारपणे 'बाय बाय' केलेले असते! भारतीय वृत्तांना आपल्या अंगभूत मौखिकतेमुळे खास चाली असतात व आपआपल्या पद्यशास्त्रीय साच्यामुळे सर्व वृत्ते विशिष्ट तालाकडे वा अर्धतालाकडे सहजपणे झुकलेलीही असतात. नवीन प्रघातामुळे भारतीय तालांची सारभूत वर्तुळात्मकता बाजूला सारली जाते. परिणामतः या संगीतसरणीत लयखंड एकापाठोपाठ एक असे येत राहतात. काहींच्या मते या प्रकारचा भाषिक बदल जीवनसरणीच्या वाढत्या नागरीकरणाचा परिणाम

होय. दुसरे काही यास 'बंबैय्या हिंदी' म्हणून त्याच्या अपभ्रंशित रूपाबद्दल खेद व्यक्त करतात. (बिचारे मुंबईकर!)

(या संदर्भातले निकृष्टतम उदाहरण म्हणजे कमलजित सिंग या वकिलाने रेल्वे पोलिसांकडे केलेली तक्रार. लोकल गाडीत नेहमी प्रवास करणाऱ्यांचे दोन गट समोरासमोर उभे राहून बंबैया हिंदीत एकमेकांकडे आई-बहिणीवरून अर्वाच्य शिव्या ओरडून फेकतात – वेळ मौजेत जावा म्हणून! आता यात लयबंध व त्यांचे सामर्थ्य शोधायचे काय?)

आगळेपणाची खूण ठरणारे वाद्य!

अनेक संस्कृतिसंगीतशास्त्रीय कारणांनी जनसंगीतकोटीत बऱ्याच वेळा एका वाद्यास वा विशिष्ट वाद्यवर्गास अकल्पनीय प्रतिष्ठा मिळते, इतकेच नव्हे तर संबंधित वाद्य वा वाद्यवर्ग अतुलनीय व दूरगामी प्रभाव पाडतो असे दिसून येते. जॉर्ज ऑरवेलला अनुसरून बोलायचे तर असे म्हणता येईल, की संगीतात सर्व वाद्ये समान असतात, पण काही वाद्ये इतरांपेक्षा अधिक समान असतात! निदान या कोटीत असे घडते. भारतीय संगीताची परिस्थिती अशी की हार्मोनियम हे वाद्य व चावीफलक वाद्ये हा वर्ग ही एक सांगीत शक्ती ठरली असून तिने जनसंगीतात संकल्पन, अभ्यास व वहन या सर्व बाबतींत आणि सर्व प्रदेशांत आपला ठसा खोलवर उमटवला आहे. इलेक्ट्रॉनिक वाद्यांचा वाढता प्रभावही याच गुणाचा द्योतक आहे.

असे म्हणतात की हिंदी चित्रपटसंगीतातील आरंभवीर व आदर्श मानला गेलेला गायक-अभिनेता कुंदनलाल सैगल याला हार्मोनियम समोर असल्याशिवाय गाणे अवघड जाई व अनेकदा चित्रीकरणाच्या वेळी एक डमी हार्मोनियम वापरण्याचाही प्रसंग ओढवे! जनसंगीतकोटीतील बहुतेक संगीतरचनाकारांची छायाप्रकाश चित्रे हार्मोनियम हे वाद्य पुढ्यात घेऊन कलाकार बसलेले आहेत अशीच घेतली जातात. कारण हार्मोनियम ही जणूकाही त्याची स्फूर्तिदेवता असते! संगीतरचनाकारांची व्यावसायिक प्रतिमा या वाद्यामुळे तयार होते म्हटल्यास चालेल इतका या वाद्याचा भरधोस उपयोग होताना दिसतो.

जनसंगीत कोटीतील दुसऱ्या प्रमुख प्रकारांतील – बँड संगीतातील – संबंधित पुरावाही वेधक आहे.

बँड पथकाचे नेतेपण करत असलेली एकमेव स्त्री म्हणून 'नेली बट्टीवाला' हिचा उल्लेख करता येईल. अनेकदा तिचे वर्णन 'बँडची राणी' असे करण्यात येते! तिला १९९४ मध्ये राजीव गांधी नॅशनल युनिटी अॅवॉर्ड देण्यात आले.

हा तिने कमावलेला मान जनसंगीतकोटीचाही सन्मान म्हणायला हरकत नाही. तसे पाहता एका परंपरावादी पारशी कुटुंबांत हिचा जन्म झाला. नेहमीच्या परीक्षा वगैरे देत देत तिने पिआनोचा अभ्यास केला व पाश्चिमात्य संगीताचे कॉन्सर्ट्स ऐकणे इत्यादी कामे रीतीनुसार सुरू झाली. आपल्या कुटुंबाचा भार वाहण्यासाठी काय करावे याविषयी जरा तारतम्याने विचार करून तिने आपल्या एका मित्रास इटालिअन अॅकॉर्डिअन आणण्याची विनंती केली. मित्राने आपली जबाबदारी नेकीने पार पाडली. मग नेलीने मोठ्या परिश्रमपूर्वक या वाद्यावर प्रभुत्त्व मिळविले आणि ती 'गुडी सिरवई' या सुख्यात बँडप्रमुखाकडे गेली – 'आपल्याला पथकांत घ्या' अशी विनंती करण्यासाठी. काही कारणाने ते जमले नाही आणि तिला स्वतःलाच आपले स्वतंत्र बँडपथक उभारणे भाग पडले. पहिल्यापहिल्याने वादकांचे हे तिचे पथक 'नेली अँड हर वरायटी ऑर्केस्ट्रा' म्हणून प्रसिद्ध होते. मग नावात अतिशय सार्थ बदल करून या पथकास 'नेली अँड हर डान्स बँड' म्हणून ओळखण्यात येऊ लागले. १९५३ पासून ते १९९० मध्ये पथक विसर्जित करीपर्यंत समारंभ व जेवणावळींत रात्रभर चेतना पुरविण्यासाठी या बँडला तब्बल ३७ वर्षे सारखी मागणी होती! एक अर्थपूर्ण तपशील असा की सुरुवातीच्या काही वर्षांनंतर नेलीने आपल्या सांगीत मेन्यूमधून हिंदी चित्रपटगीते गाळली व अॅकॉर्डिअनऐवजी तिने इलेक्ट्रिक ऑर्गन वापरायलाही आरंभ केला.

वाद्यांच्या नवीनपणाचा जनसंगीतास व पर्यायाने हिंदी चित्रपटसंगीतास त्यांच्याबद्दल वाटणाऱ्या आकर्षणाचा आणखी एक भरघोस पुरावा कावस लॉर्ड व त्यांनी भारतात भरभराटीस आणलेले इतर संस्कृतींतील पटह. त्यांनी अनिल बिस्वास, श्यामसुंदर, नौशाद, सी. रामचंद्र, एस. डी. बर्मन, शंकर-जयकिशन, रोशन, ओ. पी. नय्यर, मदन मोहन, जयदेव, कल्याणजी-आनंदजी, आर. डी. बर्मन व लक्ष्मीकांत-प्यारेलाल यांच्या वाद्यवृंदांत बोंगो, कोंगो, कोबाश, कॅस्टॅनेट्स, रेशो रेशो व घुंगरू वाजवून अनेक रचना आकर्षक केल्या. (हाल कैसा है जनाब का, ये लो में हारी पिया, इत्यादी गीते लक्षणीय.) त्यांची कारकीर्द मूकपटांच्या जमान्यापासून ते जवळजवळ अर्धशतकाइतकी प्रदीर्घ होती हे लक्षात घेता या उच्चांकाची संभाव्यता वाढते.

लोकप्रिय आणि जनता म्हणजे सर्वसामान्य व तळागाळाचे यांच्यासाठी!

जनसंगीत व हिंदी चित्रपटसंगीत या दोहोंबाबत दोन शब्द वारंवार उपयोगात येतात व त्यांचे अर्थ काहीसे तांत्रिक असतात. लोकप्रिय म्हणजे पॉप्युलर या

अर्थी व जनता म्हणजे पब्लिक या अर्थी. या दोहोंचे आशय जरा ध्यानात घेण्याइतक्या वेगळेपणाने आपल्या चर्चेत भूमिका बजावत असतात. मुख्यतः त्यांची तीन अंगे वा त्यांच्या अर्थक्षेत्रांचे तीन विशेष लक्षात घेणे आवश्यक आहे. एक तर कोणत्या लोकांना प्रिय असे विचारल्यास – एका अनिश्चित, इतस्ततः पसरलेल्या आणि संमिश्र पातळ्यांच्या श्रोते-प्रेक्षकसमूहांना असे उत्तर येते, हे ध्यानात घ्यावे लागते. दुसरे म्हणजे या समूहात अगदी एरवी तळागाळातले म्हणण्यासारखे गटही समाविष्ट असतात आणि तेही समान हक्काने. आणि तिसरे असे की जनसंगीतात सर्वसामान्य प्रश्नांना तसेच सर्वसामान्यांच्या प्रश्नांनासुद्धा जागा असते. अँडी वॉरहॉलने एकदा असे म्हटले होते, की अमेरिका लोकशाही राष्ट्र असल्याकारणाने श्रीमंतांना जे जे उपलब्ध असते ते ते अगदी गरिबांनीही चाखावे म्हणून या राष्ट्राने एक आविष्कार निर्माण केला आणि त्याचे नाव 'पॉप्युलर आर्ट' होय.

संदेशास अग्रक्रम

प्रस्तुत कोटीत संगीतरचना, ध्वनिमुद्रण वा त्याचे वहन करताना काहीतरी संदेश देणे अत्यावश्यक मानले जाते. काही वेळा संगीतात भर म्हणून संदेश असतो, पण अनेकदा संदेशच मुख्य असतो व त्यास साजेसे वा परवडेल असे संगीत राहील अशी धडपड असते. संदेश हा नायक व संगीत हे निमित्त! म्हणून जिंगल्सवगैरेंमध्ये संगीतवगैरे खंडित करून ज्याची विक्री करायची ती वस्तू वा संबंधित जाहिरातदार यांची नावे इत्यादींचा विसर पडू नये अशी जाणीवपूर्वक खटपट केली जाते. म्हणजे संगीतास ज्या चौकटीत वावरावे लागते ती चौकट संदेशाने तयार केलेली असते आणि शिवाय एका वेगळ्या आवाजात नावे वा वस्तू इत्यादींच्या घोषणा ऐकवल्या जातात. बहुधा आरंभ, मध्य व शेवट अशा मोक्याच्या टप्प्यांवर संदेश अवतरतात. ऐकणाऱ्या-पाहणाऱ्यांच्या मनावर ते (च) ठसावेत हा त्यामागे असलेला उद्देश उघड आहे.

माहिती की ज्ञान?

जनसंगीताच्या अनेक प्रकारांत माहिती (ज्ञान नव्हे) देण्यावर कटाक्ष असतो. पण काळजीपूर्वक ऐकल्यावर-पाहिल्यावर असे लक्षात येते, की संगीतबाह्य उत्पादनांची माहिती देण्याकरिता जरी संगीत वापरले जात असले तरी असे करत असताना मूलतः सांगीत ज्ञानावर आधारलेले अनेक सांगीत निर्णय घेत घेतच माहितीचे वहन साधले जात असते. उदाहरणार्थ, सुरावट,

लयबंध, शब्दसंहितेशी त्यांचे नाते, वाद्ययोजना, स्वनरंगांची निवड व योजना इत्यादी विविध बाबतींत विचारपूर्वक निर्णय घेऊनच संबंधित संगीताची सिद्धी होते. म्हणजे संगीतरचना केली जात असता अनेक संगीतज्ञानाधारित निर्णय घेतले जातात ङ्क मग या प्रक्रियेस शब्दरूप मिळो वा न मिळो.

मात्र असे सर्व खटाटोप करूनही रचलेले वा वापरलेले संगीत कला म्हणून सौंदर्यात्म निकषांवर उतरेलच असे नाही याचीही नोंद घेतली पाहिजे. जनसंगीतकोटींत होते कलात्मक कारागिरी भरपूर आढळण्याचा संभव असतो. जनसंगीताची प्रतवारी लावताना या मुद्याचा विचार करणे आवश्यक राहील.

बदलण्याची परमावधी

आतापर्यंतच्या विवेचनातून हाती लागणारा एक उपसिद्धांत असा, की जनसंगीत सहज बदलते, इतकेच नव्हे तर ते बदलण्यास उत्सुक असते. हे मुद्दाम सांगण्याचे कारण असे, की पोशाख, भाषा, खाण्यापिण्याच्या संवयी, शिष्टाचार वगैरेंच्या तुलनेने तसे पाहता संगीत व धर्म ही अंगे बदलण्यास सहसा राजी नसतात. ही अंगेही अर्थातच अपरिवर्तनीय नसतात, पण या अंगांमधील परंपरावाद जरा चिवट असतो. घाईने बदल स्वीकारून समाजाच्या मूलभूत बांधणीस धोका पोचू नये म्हणून एक ठोस संरक्षक भूमिका करणे हाच धर्म व संगीत यांचा अंगभूत गुण असतो. या पार्श्वभूमीवर जनसंगीत कोटीचा बदलाविषयीचा कल लक्षात घ्यावा लागतो. अर्थात सर्व सांगीत घटक काही सारख्या प्रमाणात व वेगाने बदलत नाहीत; उदाहरणार्थ, नेहमीच्या संगीतघटकांपैकी म्हणजे सुरावट, लयबंध, भाषा, वाद्ययोजना वगैरे. यांपैकी बदलण्यास अधिकातअधिक खळखळ करतात ते लयबंध! बदलास विविध घटकांचे प्रोत्साहन कमी-अधिक का मिळते व ते प्रोत्साहन कसे कसे मिळते हा संस्कृतिसंगीतशास्त्राचा एक खास विचारविषय आहे.

चालू विषयासंबधीची आस्था!

चालू विषय म्हणजे काय? तर स्थानिक व सर्वसाधारण घटकांना हमखास आस्था वाटेल असे विषय. जनसंगीत यांनाच प्रतिसाद देण्यास उत्सुक असते. म्हणूनच विषय, भाषा, आवाज व वाद्ये यांची निवड, सांगीत कल्पनांना वापरण्याची रीत इत्यादी अनेक बाबतींत जनसंगीताचे निकष दोन असतात - सर्वसामान्यांना आवाहन व स्थानिक सयुक्तिकता. या दोन्ही बाबी सामाजिक-

सांस्कृतिकदृष्ट्या महत्त्वाच्या असतात हे सांगायला नको. संगीतात या दोहोंचे प्रतिबिंब पडणे म्हणजे जनतेचा आवाज उमटविणे या विधानाचा हा उलगडा होय. फक्त याच कोटीतील गीतांबाबत 'अगदी नवे' वा 'हिट साँग' अशी वर्णने स्वाभाविक ठरतात ती यामुळे. काळाबरोबर पावले उचलणे जनसंगीतकोटीबाबत जास्तीत जास्त – किंबहुना अक्षरशः – खरे असते म्हटल्यास हरकत नाही. दुसऱ्या शब्दांत सांगायचे तर असे म्हणता येईल, की फक्त चालू वर्तमान काळावर जनसंगीताचा विश्वास असतो. त्याला भूतकाळात डोकावण्यात अंगभूत स्वारस्य नसते व भविष्याची त्याला पर्वा नसते!

एकाएकी वा अचानक अवतार!

प्रासंगिकतेचे पथ्य आवडीने पाळणाऱ्या जनसंगीतकोटीबाबत अचानकपणाचा भास होण्याइतके जनसंगीत ताबडतोब उत्पन्न होऊ शकते. कितीही तात्कालिक महत्त्वाच्या वाटल्या तरी प्रत्येक सामाजिक-सांस्कृतिक गरजेस शक्यतो लगेच प्रतिसाद देण्याचे व्रत पाळणे याच कोटीस अतिशय अगत्याचे वाटत असते. म्हणूनच इंग्रजीत अनेकदा "Popular music is that which pops out!" असे म्हटले जाते.

अंगभूत प्रासंगिकता व बदलण्यास एका पायावर तयार राहण्याची वृत्ती यामुळे अनेकदा जनसंगीतरचना इतक्या अचानक वा झपाट्याने बाहेर येतात, की कलात्मकता, त्यासाठी सखोल विचार व काळजीपूर्वक रचना, श्रमपूर्वक केलेल्या तालमी इत्यादींची भाषाच त्यांच्याबाबत विसरावी लागते. लगोलग परिणाम घडवावा, जी कल्पना वा टूम लोकांना झपाटत असेल तिचा हुशारीने वापर करून फायदा उठवावा हाच उद्देश असल्याकारणाने आकस्मिकता, अचानकपणा वगैरे बाबी जणू एका प्रकारे कार्यक्षमतेचाच पुरावा ठरतात!

पण एका दृष्टीने या झटपट कारागिरीचे वर्णन सांकृतिक अपरिहार्यतेचा वा अनिवार्यतेचा स्वीकार असेही करता येईल. समाजमन जणू विशिष्ट प्रकारच्या भावनेस वाचा फुटावी अशी तीव्र इच्छा बाळगून असते व म्हणून जनसंगीत एका खास संवेदनशीलतेने त्या ओढीस त्वरित सांगीत प्रतिसाद देते असेही म्हणता येईल. हा एका रीतीने उद्रेक होय व अनेकदा समाजहित व स्वास्थ्य यांसाठी उद्रेक स्वागतार्ह असतो याची जाणीव राखायला हवी. अनेकदा अशा संगीतास भारतात 'धमाका' संगीत म्हणतात व हा प्रघात सार्थ म्हटला पाहिजे.

श्रोते-प्रेक्षक व मिळणारा आश्रय यांचे संमिश्र स्वरूप

जनसंगीत इतक्या सर्वसाधारण श्रोते-प्रेक्षकांना समोर ठेवून तयार केले जाते, की ते नक्की कोणासाठीही नसते असे म्हणता येईल! या समजात थोडेफार तथ्य आहे हे मान्य केलेच पाहिजे. भाषिक, प्रांतिक, आर्थिक, धार्मिक वा जाती-जमाती वगैरेंच्या आधारे केलेल्या माणसाच्या वर्गवारीस जनता या संज्ञेने बराच छेद जातो. जनता हा ग्राहकांचा एक काल्पनिक समूह असू शकतो. काही विचारवंतांच्या मते कलात्मकता, बुद्धिसंपन्नता व सांस्कृतिक अभिरुची यांच्या संदर्भात जनता हा समूह लघुतम साधारण विभाजक असू शकतो! याचा अर्थ असा की श्रोते-प्रेक्षकांची कमी-अधिक उच्चतेची आवडनिवड, आश्रयदात्यांची विविधता व गुणवत्तात्मक भेद मान्य करूनही – त्यांनाही कांही सयुक्तिकता आहे असे जणू काही ठासून सांगण्यासाठी – जनसंगीत आपली उत्पादने समोर आणीत राहते. संबंधित समाजावर या घटनेचे संख्यात्मक तसेच गुणवत्तात्मक परिणाम अर्थातच होत राहतात. 'जनता' या संज्ञेने निर्देशित मोठ्या लोकसंख्येस काही काळ का होईना समाधान पुरविणाऱ्या घटकास दुर्लक्षून कसे चालेल? हिंदी चित्रपटसंगीतास अनुलक्षून हे सर्व विवेचन जसेच्या तसे लागू करता येईल!

याच संदर्भात एक उपविषय नोंदण्यासारखा आहे. जनसंगीतकोटीतील आविष्कारकर्त्यांत अगदी अननुभवी तरुण वा नवशिक्या सादरकर्त्यांचे प्रमाणही पुष्कळ असते. हा विशेष कोणत्याही एकाच संस्कृतीपुरता मर्यादित नाही यावरून ही बाब अधिक विचारार्ह म्हणावी लागेल. १९८५मधला मायकेल जॅक्सन, 'ममा ह्यूस्टन'मधली विटनी, वा हॅन्सन हा ब्रिटिश सादरकर्ता हे सर्व अल्पवयीन होत. भारतातील शालिनी (१५), आदित्य (११), सुनिधी (९), झीनिआ (११, अल्बम – अभी मैं छोटी हूँ), अनुराधा श्रीराम (२०, पहिला अल्बम – १९९७), चरण व देवन (वय अनुक्रमे १८ व २०, पहिला आल्बम – १९९८) हे सर्व तरुण सादरकर्ते याच वर्गात मोडतात. बाजाराचे सर्वेक्षण वगैरे करणाऱ्या संस्थांनीही असे अनेकदा नोंदले आहे, की श्रोत्यांना तरुण वा बाल आवाज आवडतात आणि श्रोतेही बऱ्याच वेळा त्याच वयोगटातील असतात. याचबरोबर तरुण आवाजातील नैसर्गिक उत्साहपूर्णता हेही एक आवाहक कारण असू शकेल याची जाणीव असावी.

१९८५ मध्ये मुंबई व बंगलुरू येथील युवकांचे (वयोगट १६ ते २५) 'मार्ग'ने एक सर्वेक्षण केले. त्यात असे आढळले, की जीन्स व स्निकर्स घालणे, अमेरिकन ग्रॅफिटीवाले व ब्रँड नावे मिरविणारे बुशशर्ट्स घालणे, बर्गर, सँडविच

व पिझ्झा खाणे व एम्. टी. वी. पाहणे हा या तरुणांच्या वर्तनाचा एकंदर आकृतिबंध होता. यांच्या आविष्कारामध्ये जनसंगीताचाही मोठा वाटा होता. पण तरीही निष्कर्ष असा होता, की हे सर्व अमेरिकन दिसतात पण भारतीयांसारखा विचार करतात!

मध्यम वर्ग

मध्यम वर्गाचा उदय व जनसंगीताचा उद्भव व प्रादुर्भाव यांचा अंतरंगसंबंध असल्याचे मत आज हिरिरीने मांडले जाते. हा मध्यमवर्ग एकसंध नसून त्यात वरचा व खालचा मध्यम वर्ग असे दोन भेद असल्याचेही सांगण्यात येते. विशिष्ट आविष्कार वगैरेंना सांस्कृतिक मान्यता मिळण्याशी या भेदांचा संबंध जोडण्यात येतो. उदाहरणार्थ, लोक व धर्म संगीताकडे कल असलेले आविष्कार खालचा मध्यमवर्ग पसंत करतो तर वरचा मध्यमवर्गीय स्तर कलात्म व सौंदर्यात्म बाबींना प्राधान्य देतो असेही विवेचन करण्यात आले आहे.

फुरसतीचा वा फावला वेळ

फावल्या वा फुरसतीच्या वेळेची एक अनिवार्य निर्मिती म्हणजे जनसंगीत होय. धार्मिक, सामाजिक वा व्यावसायिक जबाबदाऱ्यांनी ज्या वेळावर हक्क सांगितलेला नसतो तो वेळ फुरसतीचा होय. या वेळेत ज्या संगीताला जागा मिळालेली असते ते जनसंगीत होय. शिवाय विरंगुळ्याचा परिणामही या संगीतापासून अपेक्षित असतो. बाकी काहीही उपयुक्त होईल असे, करत नसताना ज्या संगीताशी जवळीक साधायची ते जनसंगीत होय.

उपलब्ध, परवडण्यासारखे व समजण्यासारखे

जनसंगीताविषयीचे तीन महत्त्वाचे निकष सांगता येतात– ते सहज उपलब्ध व्हावे, बहुतेकांना परवडण्यासारखे असावे व सर्वांना समजण्यासारखे हवे. ते तसे सहज उपलब्ध असते कारण मोठ्या प्रमाणात त्याची निर्मिती केली जाते व ठिकठिकाणी विकायला ठेवण्याची धडपडही केलेली असते. ते परवडण्यासारखे असावे याचा अर्थ ते स्वस्त हवे. मोठ्या प्रमाणावर ते निर्माण करण्याचा हेतू उघड असतो. सवलतीचे दर, खरेदी–विक्रीच्या सोयी, इतर विशेष प्रलोभने यांचा आढळ जनसंगीतासंदर्भात होणे म्हणूनच अपरिहार्य म्हटले पाहिजे. शिवाय हे संगीत समजण्यासारखे म्हणजे आकलनसुलभ हवे – भाषा, रचना, विषय, आशय इत्यादी सर्व बाबतीत सुलभता अपेक्षित असते व तशी ती जाणवतेही.

जनसंगीताच्या वा जनसंस्कृतीच्या इतर आविष्कारांबाबतही पुढे ठेवल्या गेलेल्या एका विचाराचा इथे – तो फारसा पटण्यासारखा नसला तरीही – उल्लेख केला पाहिजे. म्हणजे असे की दुर्मिळपणा व निर्मितीतील परिश्रम यांमुळेच कोणतीही कृती कलाकृती होत असते. कलाकृती केवळ एकासारखी दुसरी नसते म्हणून ती अनन्यसाधारण असते वगैरे वर्णने केली जात असतात. कृतींचे पुनरुत्पादन होऊ शकले व त्यांचे दुर्मिळपण कमी झाले की त्यांना 'उत्पादने' म्हटले जाते व जर ते मिळण्यास त्याहूनही अधिक सुलभ झाले की त्यांस 'जंक' म्हटले जात असते! तेव्हा कोणत्याही आविष्कारास यापैकी कोणते मूल्य आहे ते ठरविले की त्याची गुणवत्ताही ठरते. यापेक्षा त्यात फार काथ्याकूट करण्याचे कारण नसते!

जनसंगीताबाबतही उत्पादनांचे प्रमाणीकरण आणि ब्रँड प्रतिष्ठा यांचे महत्त्व नोंदावयास हवे, कारण हे दोन्ही जनसंगीतकोटीचे अंगभूत विशेष आहेत.

शेल्फवरचा मर्यादित कालावधी

आतापर्यंतच्या सर्व लक्षणांचा परिपाक असा, की विक्रीस्थानांच्या शेल्फवर जनसंगीताचे विशिष्ट आविष्कार आज आहेत तर उद्या नाहीत अशा अवस्थेत वावरतात. त्यांना दीर्घायुष्य लाभावे अशी अपेक्षाही नसते – अगदी त्याच्या निर्माणकर्त्यांनाही! नवता वा चटकन प्रसिद्धी वगैरे मिळणे हीच त्यांची ध्येये असल्याकारणाने या सर्व बाबी स्वाभाविक म्हटल्या पाहिजेत.

बाजारपेठ व तिच्याशी संबंधित यंत्रणा कार्यान्वित

बाजारपेठ व तिच्याशी संबंधित सर्व यंत्रणा जनसंगीताइतक्या कोणत्याही संगीतकोटीबाबत कार्यान्वित केल्या जात नाहीत. काय खपेल याचे सर्वेक्षण करणे, काय, कोणाला, किती आवडते याचे आकडेवारीसकट अंदाज तयार करून त्यानुसार संगीत निर्मिती बेतणे हे या कोटीत नियमाने घडते. यात पॅकेजिंग, किंमत ठरविणे, वितरणाची व्यवस्था, जाहिरात इत्यादी गोष्टी आल्या. साबणाप्रमाणे संगीतही एक विक्रीयोग्य पदार्थ वा वस्तू असून अधिकाधिक व त्वरित खप हेच अंतिम लक्ष्य आहे ही धारणा मूलभूत आहे. कोणते संगीत खपले याचे खरे सुखदुःख नसते. मात्र ते न खपल्यास, त्याचे साठे पडून राहिल्यास काळजी वाटावी, असा संदेश ही कोटी निःसंदिग्धपणे देत असते!

प्रसार–माध्यमांची सर्वव्यापी भूमिका

प्रसारमाध्यमांमुळे मुख्यतः राजकीय व आर्थिक विचार वा मते यांचा प्रचार सुलभ कसा होईल व लोकांची मने आपल्या बाजूला कशी वळवून घ्यावीत यावर माध्यमांचे अभ्यास आरंभीआरंभी लक्ष केंद्रित करीत असत. कालांतराने असे ध्यानात आले, की माध्यमांची सांस्कृतिक कामगिरीसुद्धा भरीव असू शकते. विशेषतः जनसंस्कृतीच्या अभ्यासकांना या सत्याची तीव्रतेने जाणीव झाली. आज समाजशास्त्रज्ञ, संगीतव्यावसायिक, शिक्षणशास्त्रज्ञ वगैरे अनेकांना असे जाणवले आहे, की एक प्रकारे सांगीत साक्षरता प्रसाराचे कार्य जनसंगीतामुळे बरेच द्रुतगतीने होऊ शकते. या अर्थाने माध्यमांची कामगिरी फार मोलाची असते

या बाबतींत कार्यकारी होणाऱ्या माध्यमांचे वर्णन 'जनसंज्ञापन माध्यमे' असे केले जाते. मुद्रण, नभोवाणी व दूरदर्शन यांचे प्रक्षेपण, सर्व प्रकारची ध्वनिमुद्रणे व चित्रमुद्रणे इत्यादींचा यांत समावेश होतो. या व तत्सम इतर माध्यमांची भूमिका सर्वव्यापी म्हणण्याचे कारण असे, की संगीताच्या प्रत्येक अवस्थांतराच्या टप्प्यावर स्वरूपनिश्चिती करण्यात या माध्यमांचा हातभार लागत असतो. संगीताचे संकल्पन, वहन व ग्रहण या सर्व अवस्थांत माध्यमांची भूमिका महत्त्वाची असते. संगीताविष्काराचा कालावधी, योजलेली वा योजलेल्या भाषा, वाद्ययोजना, योग्य त्या यंत्रसामग्रीची जुळवाजुळव व वापर, ध्वनिमुद्रण वा संबंधित आविष्काराच्या मागणीनुसार बहुमाध्यमी उत्पादन, आविष्कारास दिलेले नाव वा शीर्षक, उत्पादने बाजारात आणण्याचा प्रसंग इत्यादी सर्व बाबतीत निर्णय घेण्यात माध्यमांचे पाऊल पुढे असते.

आणखी एक तपशील असा, की बहुतेक संबंधित माध्यमे, तंत्रज्ञाने व सामग्री पाश्चिमात्य असल्याकारणाने भारत व पाश्चिमात्य जग यांच्या दरम्यान जनसंगीतनिर्मितीमुळे आणखी एका पातळीवर देवाण-घेवाण होते.

प्रत्येक माध्यमाचे आगमन, त्याचा प्रसार व त्याची गतिमान वळणे यांचा वेगवेगळा पट मांडून त्यांच्या संदर्भांत जनसंगीताची वाटचाल तपासणे आवश्यक आहे व तो एक स्वतंत्र उद्योग होईल इतका त्याचा व्याप मोठा आहे. पण व्यापक मौखिक परंपरा असलेल्या भारतीय संगीताचे ध्वनिमुद्रणाशी अंगभूत नाते असल्याकारणाने ध्वनिमुद्रण व्यवसायाबद्दलची पुढील तथ्ये विचारात घ्यावीत –

१८७७ – नळकांड्यावरील पातळ पत्र्यावर ध्वनीने खाच उमटविण्याच्या यंत्राचा एडिसनकडून शोध.

१८८७ – अलेक्झांडर बेल ग्रामोफोनचा शोध लावतो. यात मेणाच्या नळकांड्यावर ध्वनीने खाच कोरण्याची सोय.

१८८८ – एडीसन व बेल यांच्या यंत्रांतील नळकांड्याऐवजी एमिल बर्लिनेर एका तबकडीची योजना करतो.

१८९८ – इंग्लंडमध्ये ग्रामोफोन कंपनीची स्थापना होते आणि जर्मनीत हॅनोवर येथे कारखाना घातला जातो.

१८९९ – 'हिज मास्टर्स व्हॉईस'चे प्रसिद्ध प्रतीक वापरण्यास आरंभ.

१९०० – सात इंची व्यासाच्या ध्वनिमुद्रिकांऐवजी दहा इंची व्यासाच्या ध्वनिमुद्रिकांचा वापर सुरू.

१९०४ – तबकडीच्या दोन्ही बाजूंस ध्वनिमुद्रण करण्याची सोय झाली.

१९०८ – बारा इंची व्यासाच्या ध्वनिमुद्रिका वापरात आल्या.

१९२० – एच.एम.वी.ची एकाधिकारशाही संपुष्टात आणण्याचा बेका कंपनीचा यत्न.

१९२५ – इलेक्ट्रिकल ध्वनिमुद्रणाची सुरुवात.

१९३० – ध्वनिमुद्रिका बनविण्यासाठी वापरण्यात येणाऱ्या शेलॅकऐवजी थर्मोप्लस्टिक रेझिनचा वापर सुरू.

१९३४ – एच.एम.वी. कंपनीची एकाधिकारशाही भंग करण्याचा ब्रॉडकास्ट कंपनीचा यत्न.

१९३६ – 'यंग इंडिया' या लेबलखाली ध्वनिमुद्रिका काढण्यासाठी प्रसिद्ध चित्रपटनिर्माता व्ही. शांताराम 'नॅशनल कंपनी' स्थापन करतात. राष्ट्रवादाचा वाढता प्रभाव जाणवतो तसेच एच.एम.वी. कंपनीची खुपणारी एकाधिकारशाही भंग करण्याचा हा आणखी एक यत्न.

१९४८ – ध्वनिमुद्रिकांमधल्या कोरण्या अधिक बारीक झाल्या व आर.पी.एम.ऐवजी व आर.पी.एस.च्या ध्वनिमुद्रिका प्रचारात आल्या.

१९५० – स्टिरीओफोनिक ध्वनिमुद्रण व मॅग्नेटिक ध्वनिफीत प्रचारात.

१९६६ – अजूनही भारतात आर.पी.एस. ध्वनिमुद्रिकांचे प्राबल्य.

१९६९ – पॉलीडॉर कंपनीची स्थापना. एच.एम.वी. कंपनीची एकाधिकारशाही भंग करण्याचा हा आणखी एक जोरदार यत्न.

१९८७ – एडिसनच्या शोधास शंभर वर्षे झाली.

१९८८ – ग्रामोफोन कंपनीस नव्वद वर्षे होतात.

भारतीय संदर्भात नभोवाणी या माध्यमाची भूमिकाही तितकीच महत्त्वाची आहे. म्हणून त्याविषयी काही वेधक तपशील नोंदवू.

पांडुरंग आत्माराम चित्रे हे शिक्षणाने इंजिनीअर, हौस म्हणून होमिओपाथीचे उपचार करणारे, भारतीय संस्कृतीचे एक उत्साही अभ्यासक. शिवाय एक द्रष्टा म्हणण्यासारखे त्यांचे व्यक्तिमत्त्व. चित्रे यांनी 'मुकुंद भवन' या आपल्या गावदेवीच्या (मुंबई) निवासस्थानाच्या गच्चीवरून १९२६ मध्ये स्वतःच तयार केलेला कार्यक्रम प्रक्षेपित केला. यासाठी लागणारी साधनसामग्री ते अनेक वर्षे जमवीत होते. आवश्यक ते परदेशचे अभ्यासदौरे त्यांनी स्वतःच्या खर्चानेच केले. आपल्या प्रकल्पास 'आकाशवाणी' हे नाव देऊन नियमितपणे नभोवाणी सेवा सुरू करण्याचा विचार करून त्याप्रमाणे इंडिअन ब्रॉडकास्टिंग कंपनीची रीतसर नोंद केली. आवश्यक ते भांडवल सहभागांच्या विक्रीतून उभे करण्याचा चंग बांधला. या वेळेस मुंबईत फक्त काही धनिकांकडे क्रिस्टल सेट्स होते. चित्र्यांना पुढचे उज्वल चित्र दिसत होते. पण अपेक्षेप्रमाणे ब्रिटिश सरकारने या बेतास नाट लावला. सरकारने नावासकट कंपनी विकत घेतली आणि परवाना पद्धतीने ही सेवा चालविण्याचा निर्णय घेतला. इकडे चित्र्यांनी तर दूरचित्रवाणी भारतात आणण्याची स्वप्नेही पाहिली होती आणि जॉन बर्क या दूरचित्रवाणीच्या संशोधकाशी १९२८ मध्ये त्यांनी संपर्क साधला होता. नव्या माध्यमांचे स्वागत करण्यात भारतवासीय मागे राहत नाहीत असे म्हणता येईल. असो.

शिष्टविरोधी मोहरा व निषेधाची मनीषा

जनाविष्कार म्हणजे जे कलाविष्कार गंभीर नसतात ते, असे बऱ्याचदा म्हटले जाते. खरे म्हणजे असे म्हटले पाहिजे, की गांभीर्याने गंभीरतेस विरोध करणे हे त्यांचे एक ध्येय असू शकते. अनेकदा असे सुचविण्यात येते, की एखाद्या कोटीचे स्वरूप नीट समजायचे तर ती कशास विरोध करते ते पाहावे. विरोध वा निषेध अर्थातच सांगीत तसेच सांस्कृतिक बाबतींत असू शकतो. उदाहरणार्थ, कलासंगीतातील अमूर्तता, उच्चभ्रू आदर्शवाद व विलंबित लय यांविरुद्ध जनसंगीत बंड पुकारते असे आढळते. अर्थात विरोध वा निषेध एकास एक असा दाखविता आला नाही तरी या विधानात थोडेफार तथ्य आहे हे निश्चित.

प्रस्थापितास विरोध ही एक सर्वसाधारण लोकांची प्रवृत्ती असल्याकारणाने तपशिलापासून तत्त्वापर्यंत सर्वत्र विरोध नोंदविणे संभवते. मात्र पुष्कळ वेळा संगीतापेक्षा विरोध जास्तकरून शब्दसंहितेतूनच अधिक जाणवतो. म्हणजे एका

मर्यादेत संगीतापेक्षा शब्द डोईजड पण आविष्कारक्षम असू शकतात. पण हे नेहमीच असे घडते असे नाही. जिवंत परंपरेतील विविध संगीतकोटी एकमेकांशी संबंध राखून असतात व यात विरोधाभासही संभवतो. म्हणजे असे की एखादी कोटी दुसऱ्या ज्या कोटींविरुद्ध बंड पुकारते त्याच कोटींपासून ती सांगीत उचलही करत असते. कलासंगीत व जनसंगीत यांच्या परस्परसंबंधांविषयी या संदर्भात असे दिसू शकेल. या घडामोडीतून निघणारा उपसिद्धांत असा, की अनेकदा जनसंगीताच्या मूल्यमापनासाठी सौंदर्यसंबद्ध वा सौंदर्यशास्त्रीय नव्हे, तर सांस्कृतिक निकष अधिक सयुक्तिक असतात. जनसंगीतकृतींसाठी कलेच्या उपपत्तींकडे धाव घेतली तर चालू शकेल, पण सौंदर्योपपत्ती तिथे उपयोगाची नाही असे होऊ शकेल. या परिस्थितीत मूल्यमापन म्हणजे तारेवरची कसरत ठरेल.

काही वेळा निषेध नोंदविण्याच्या या कार्याची सांगड समाजातील तरुण वर्गाबरोबर घातली जाते आणि मनोवैज्ञानिकदृष्ट्या यात एक प्रकारची अनिवार्यता वाटते. विषय, हाताळणी, विविधता वगैरेंमुळे आपण लोकांचे खरे आवाज ऐकवतो असा दावा जनसंगीतकोटी करू शकते. हे संगीत जणू घोषणा करीत असते, की मी म्हणजे चाल लावलेले सत्य! हा दावा तंतोतंत खरा मानणे अवघड असले तरी असा दावा केला जातो ही घटनाच मुळी अर्थपूर्ण म्हटली पाहिजे. रेमो फर्नांडिस हा या जनसंगीतकोटीतील मान्यवर भारतीय संगीतकार आहे. तो स्वतः गीते रचतो, त्यांना चाली लावतो व गातोही स्वतःच. त्याच्या कार्यक्रमांतील विविधता वाखाणण्यासारखी असते. उदाहरणार्थ, प्रातिनिधिक म्हणण्याजोग्या एका सादरीकरणात त्याने पुढील रचना सादर केल्या – *या या मा या* (गोव्यातील समूहगीत), *शी कॅन सी* (मदर थेरेसाला उद्देशून), तीन औपरोधिक गीते – *ओड टू ग्रॅहॅम बेल, राव अ‍ॅन्ड मि. मिनिस्टर,* मग *बेबी हॅव पिटी* ही विलंबित लयीतील रॉक रचना, *'ओ विदाउट द फीअर ऑफ एड्स'* ही संदेशपर रचना आणि शेवटी *ये है जलवा* ही त्याची गाजलेली कृती.

व्यावसायिक व हौशी यांची देवाणघेवाण

येथे एक गोष्ट मान्य केली पाहिजे. जनसंगीताची संकल्पनासंबद्ध चर्चा, त्याविषयी पद्धतशीर विवेचन आणि त्याचे गांभीर्याने मूल्यमापन या अगदी अलीकडे समोर येऊ लागलेल्या गोष्टी होत. जनतासंज्ञापन माध्यमांची भूमिका, आधुनिक मानवाचे वाढते निधर्मीपण, जनतेच्या अंतर्द्वंद्वाला वाचा फोडणाऱ्या 'कार्निवलायझशन' (जत्रा भरवणे) यासारख्या समाजवर्तनविषयक प्रक्रिया,

‘दडपल्या जाणाऱ्या वर्गांचे आविष्कार म्हणजे जनसंगीत’ यासारख्या व्याख्या वा तत्समान मुद्दे जनसंगीताच्या संदर्भात आता आता मांडले जाऊ लागले आहेत. व्यावसायिक व हौशी यांची देवाणघेवाण, त्यांचे सरमिसळ आविष्कार, वाटले म्हणून मांडले या प्रकारची सादरकर्त्यांची घोषणा या व तत्सम बाबी जनसंगीतात का सहज घडतात यास अंगभूत कारणे आहेत.

जनसंस्कृतीकडे लक्ष वेधून जनसंगीताचे विवेचन व जनसंगीताची चर्चा करून चित्रपटसंगीताचे विवेचन करण्यामागचा हेतू यावरून स्पष्ट व्हावा.

❑ ❑ ❑

४

चित्र + पट + संगीत

मानवी जीवनाच्या विविध क्षेत्रांना संगीत स्पर्श करते. सर्व विश्व व्यापून दशांगुळे उरणाऱ्या नादापासून निर्माण होणारे संगीत नेमके कसे असावे ते कधीच कळणार नाही, असे वाटण्याइतकी विविध संगीतरूपे दिसतात. म्हणूनच संगीत कळायचे तर अनेक शास्त्रे आणि कला समजून घेण्याचा यज्ञ करावा लागतो. चित्रपट ही अशीच एक मातब्बर कला आहे.

भारतीय संदर्भात तर प्रस्तुत अभ्यासाची गरज तातडीची आहे. कारण आज बहुतेक कलांचे पाईक या ना त्या प्रकारे चित्रपट-प्रभावित आहेत. जनमानसाला इतर कोणत्याही कलेपेक्षा चित्रपटाने पछाडलेले आहे. भारतात माध्यममहत्ता कोण भोगतो आहे? या प्रश्नास निरपवाद उत्तर 'चित्रपट' असेच यावे!... भारतीय चित्रपटांत संगीत बऱ्याच प्रकारचे, मोठ्या प्रमाणात आणि वेगवेगळ्या गुणवत्तेचे असते हा सर्वांचाच प्रत्यय आहे. मुद्दा असा की भारतीय संगीताच्या कोणत्याही अभ्यासकास चित्रपट संगीताकडे दुर्लक्ष करता येत नाही.

चित्रपट संगीताचा अभ्यासकी वेध घ्यायचा तर अर्थातच आवडी-निवडीच्या पलीकडे जावे लागते. अभिरुचिविषयक, मूल्यविषयक विधाने महत्त्वाची ठरतात. मूलभूत संकल्पनांना केंद्रवर्ती स्थान मिळते. याचबरोबर तात्त्विक, अमूर्त चर्चेला आजच्या आणि प्रत्यक्ष अनुभवापर्यंत न पोचविल्यास आकलनास येणारा अघटपणा टाळावा लागतो. इतक्यानेही निभत नाही. संस्कृतीचा संदर्भ हा अमूर्त तत्त्व आणि प्रत्यक्ष आविष्कार वा उदाहरणास आपापली विशिष्ट शक्ती प्रदान करणारा चुंबकभार असतो. विवेचनाची तिन्ही सत्रे या पार्श्वभूमीवर तोलली जावीत.

चित्रपटसंगीताविषयी मूलभूत विचार मांडायचे तर काही अंगांचे भान ठेवायला हवे. तसे पाहता प्रत्येक अंगाचे तपशीलवार विवेचनच करावयास हवे, पण इथे ते प्रस्तुत ठरेलच असे नाही. मात्र या अंगांची जाणीव असणे जरुरीचे आहे.

(१) मानवी शरीरास ज्या इंद्रियांद्वारा श्रवण-दृक् संवेदना जाणवतात ती

इंद्रिये रचना, क्षमता, संवेदन, परिणाम वगैरे बाबतीत भिन्न असतात. सर्वसाधारणतः आपण कानांनी ऐकतो व डोळ्यांनी पाहतो असे म्हणण्यास हरकत नसावी.

(२) मज्जाशास्त्रीय बाजूने तपासणी केल्यास असे आढळते, की श्रवण-दृक् केंद्रे मेंदूत जवळजवळ असतात. प्रस्तुत तथ्य मुद्दाम ध्यानात घ्यायचे कारण असे, की अनेकेंद्रियचेतनेचे आविष्कार बऱ्याच प्रमाणात संवेदनांच्या जोड्यांतून सिद्ध होत असतात.

(३) दृक्-श्रवण संवेदनांना प्रत्येक संस्कृतीत समान स्थान नसते. शिवाय एकाच संस्कृतीत वेगवेगळ्या कालखंडांतून प्रस्तुत महत्त्वगुणोत्तर बदलते राहण्याची शक्यता असते.

(४) एका गोष्टीचे भान ठेवायला हवे. चित्रपट म्हणजे विशिष्ट प्रकारे संस्कारित श्रव्य-दृक् संपर्कक्रियेचे उदाहरण होय. एकंदर जीवनसरणीत जे संपर्कमार्ग विपुल प्रमाणात वापरले जातात त्यात श्राव्य-दृक् मार्गांचा समावेश होतो. मुद्दा असा की श्राव्य–दृक् म्हणता येण्यासारखे मार्ग ज्या नियमांनुसार काम करतात त्यांचा चित्रपटांवरही पगडा असतो. शिवाय कला नसलेल्या शेकडो श्राव्य-दृक् अनुभवांत आपण प्रत्यही सहभागी होत असतो वा आपल्याला तसे करावे लागत असते. याचाही आपल्या ग्रहणक्षमतेवर प्रभाव पडत असतो. चित्रपट व संगीताचा संबंध तपासताना कोणत्या ना कोणत्या टप्प्यावर या मुद्याकडे वळावे लागेल.

(५) वरील चारही मूलभूत मुद्यांइतकेच आणखी एका पायाभूत तारतम्यास महत्त्व आहे. प्रस्तुत चर्चेचा भर चित्रपट व संगीत या कलांच्या परस्परसंबंधांवर आहे. म्हणजे विचार सौंदर्यमीमांसेच्या अंगाने चालवायचा आहे. कलाविष्कार व जीवन-व्यवहार यांची अतूट सांगड असली तरी एकाऐवजी दुसऱ्याचा विचार करून चालत नाही. शिवाय चित्रपटकलेचे दोन मुख्य टप्पे मूकपट व बोलपट होत हेही ध्यानात ठेवले पाहिजे.

(६) चित्रपटसंगीत जनप्रिय संगीत कोटीत मोडते. प्रस्तुत संगीत कोटीची खास वैशिष्ट्ये ध्यानात घेतल्याशिवाय चित्रपटसंगीताच्या सामर्थ्याचा वेध घेता येणार नाही. जनप्रिय संगीत कोटीचे स्वरूपच असे आहे, की त्यामुळे निव्वळ सांगीतिक निकषांचा वापर अनैसर्गिक व अवास्तव ठरतो.

आतापर्यंत इशारा म्हणून नोंदविलेल्या पार्श्वभूमीवर चित्रपटसंगीताकडे वळायचे म्हणताच एक बाब लक्षात येते. 'चित्रपटसंगीत' या शब्दाची फोड खरे पाहता चित्र + पट + संगीत अशी केली पाहिजे. जे बेरजेचे राजकारण प्रस्तुत

उकल समोर आणते त्यात पुढे भाषा आणि भाषिकता यांची भर पडते. याच्या काही मूलार्थांकडे मला येथे लक्ष वेधायचे आहे.

पहिली संज्ञा आहे 'पट'. तिचे अर्थ पाहा :

पट = a tablet, a plate or a piece of cloth for writing or painting upon.

पट = anything well made or polished.

शिवाय

पट् (पटति) = to go or to move.

पटयति = to string or to weave.

दुसरी संज्ञा आहे 'चित्र'. तिचे अर्थ पाहा :

चित्रम् = (१) a picture, painting, delineation.
(रंगांनी, रेषांनी काढलेली आकृती).
(२) wonder (आश्चर्य), novelty (नवल).

तिसरी संज्ञा आहे 'प्रतिमा'. तिचे अर्थ पाहा :

प्रतिमा = An image, a likeness, a statue, a figure, an idol. धातूपाषाण इत्यादींवर कोरलेली देवादिकांची मूर्ती, सादृश्य, साम्य, प्रतिबिंब, पडछाया.

प्रतिमान = Resemblance, similitude, often in composition in the sense of like, similar or equal to.

प्रतिमा : लेखकाच्या कल्पित सृष्टीत जी पात्रे वावरतात ती, प्रत्यक्षातील जे जे इंद्रियगम्य ते ते.

Image = An optically formed duplicate, counterpart or other representative reproduction of an object, especially an optical reproduction or an object by a mirror or lens.

Imagery = (1) Mental pictures or images.

(2) The use of vivid description or figures as speech in speaking or writing to produce mental images.

(2A) Metaphoric representation, as in music, art or drama.

(3) The art of making such images.

चौथी संज्ञा आहे 'संगीत'. तिचे अर्थ पाहा :

संगीत = (१) गीत, नृत्य व नाट्य या तिहींचा आविष्कार.
(२) एकत्र गायन.

गीत = That which is sung or chanted.

गै = जाणे, पुढे सरकणे असा धात्वर्थ ध्यानात ठेवावा.

Music = (१) Muses (कला, काव्य, साहित्य यांच्या अधिदेवता.)
(२) Mousike < tekhne.

प्रस्तुत खटाटोप संज्ञाछल नव्हे तर संज्ञाभेद आहे. प्रयोगकलांच्या विशिष्ट स्वरूपांमुळे प्रयोगसंज्ञांबाबत दोन गोष्टी संभवतात. एक तर संज्ञार्थ कितीही बदलत गेले तरी मूलार्थ प्रक्षेपित करत राहण्याची त्यांची शक्ती नाहीशी होत नाही. दुसरे असे की प्रयोगसंज्ञा मूलतः तयार होतात तेव्हाच त्या संज्ञासमूह सिद्ध करीत करीत आपापले खास अर्थ समोर ठेवत जातात. परिणामतः कोणत्याही विशिष्ट प्रयोगसंज्ञेचा अर्थ ध्यानात यायचा असेल तर तिच्या नात्यागोत्यांतल्या इतर संज्ञांचाही भाव आकलनक्षेत्रात आणावा लागतो. प्रयोगसंज्ञा सहकंपनयुक्त वाद्यांसारख्या, सतार-सारंगीसारख्या असतात. सहकंपनशील वाद्यांचा एकंदर नाद सिद्ध होतो तो मुख्य, वाजत्या आणि सहकंपित तारांच्या संयुक्त कार्याचा परिणाम म्हणून. याच कारणामुळे प्रस्तुत वाद्यांचा ध्वनी अधिक परिणाम करणारा वाटतो! संज्ञार्थांचेही तसेच आहे.

प्रस्तुत संज्ञा आपल्याला काय सुचवितात? त्यांची संकलित आकलन प्रतिमा केवळ दृश्यगत नसते असे सुचवितात. 'प्रतिमा'तुल्य संज्ञा 'इमेज' याचे अर्थ तपासल्यास 'इमेज'पेक्षा 'प्रतिमा' निराळी कशी याचा बोध होतो. चित्रपट म्हणजे दृक्प्रतिमांद्वारा कलानुभव सिद्ध करणारे माध्यम नव्हे. त्याचा आवाका आणि झेप बरीच जास्त असते. भारतीय संस्कृतीत प्रतिमा निर्माण करण्याचा मक्ता दृक्संवेदनेकडे नसतो, इतकेच नव्हे तर प्रतिमासर्जनासाठी 'श्राव्या'वर भर देण्याचा प्रघात दिसतो. मौखिक परंपरा म्हणून जिचे आपण वर्णन करत असतो ती यामुळे भरभराटीस येते. चित्र, चित्रमालिका, हालचाल, भाषिक टिपणी, संगीतद्वारा भाषिक अर्थामागचा आशय सूचन करण्याचा यत्न वगैरेंसाठी दोन्ही संवेदनांची सांगड घालण्याचा मार्ग भारतीय संस्कृती सहजपणे अवलंबिते असेही संज्ञा कुटुंबे सुचवितात. संगीत म्हणजे मुळातच आमच्यासाठी गायन-वादन-नृत्य आहे. तिहींना वेगळे करण्याची अथवा मानण्याची प्रथा नव्याने पडली आहे. संगीतात कंठसंगीत महत्त्वाचे. कारण पुढे जात राहण्याचे, चालत

राहण्याचे व्रत घेणारे ते नादतत्त्व असे आम्हांला अभिप्रेत आहे. गीत म्हणजे पुढे जात राहणारा नाद होय.

चित्रपटाचा मूलभूत विचार करायचा तर प्रतिमा वा प्रतिबिंब समोर ठेवून भागणार नाही, तर चित्र केंद्रीभूत हवे. चित्र म्हणजे निव्वळ रंग-रेषांची आलेखने नव्हेत, तर आश्चर्य, नवल निर्माण करण्याची समर्थता दाखविणारे खास दृक्-परिणाम. जीन कॉक्टेअन चित्रपटास उद्देशून म्हणे, "Astonishes me! आईनस्टीन म्हणे, "It gives me shock through attraction." चित्रांना सुटेपणा असतो. पटामुळे त्यांना एकत्र आणलेल्याच नव्हे, तर गुंफलेल्या मालिकेचे गुण प्राप्त होतात. म्हणजे चित्रक्रम आणि चित्रगीत या दोघांना महत्त्वाची भूमिका प्राप्त होते. चित्रपटाच्या व्यवहारांतली भासमयताही ध्यानात ठेवण्यासारखी गोष्ट होय.

भारतीय चित्रपटाचे एकूण स्वरूप कळण्यासाठी, त्याविषयी योग्य ते प्रश्न विचारण्याकरिता प्रस्तुत संज्ञार्थांची सोबत उपकारक ठरेल असा विश्वास वाटतो.

चित्रांचा खेळ आणि संगीताची सांगड घालू पाहणे वर्तमान शतकाची स्वतंत्र आणि अचानक उपलब्धी आहे असे मानण्याचे कारण नाही. माध्यमांच्या वापरातून लाभणारा अनुभव वेधक, समग्र आणि गुणसमृद्ध व्हावा म्हणून निरनिराळी माध्यमे वा त्यांची आविष्कारणे एकत्र आणण्याचे मार्ग धुंडाळण्याकडे बहुतेक संस्कृती काळाच्या ओघात वळल्याखेरीज राहत नाहीत. परिणामतः निरनिराळे कलाप्रकार किंवा आविष्कारपरंपरा सिद्ध होतात. यास भारताचा अपवाद नाही.

व्यापक पायावर विचार उभा करू पाहता असे आढळते, की आज ज्याला चित्रपटसंगीत म्हणतो ते सिद्ध होण्यासाठी ढोबळ मानाने पाच अवस्था आपापल्या भूमिका पुढीलप्रमाणे बजावतात.

(१) विशिष्ट प्रसंगाचे चित्रण परिणामकारक व्हावे याकरिता स्थिर चित्रे अशा रीतीने चित्रित केली जातात, की पाहणाऱ्यास त्यांच्या मालिकेतून हालचालींचा प्रत्यय यावा. चित्रमालिकेतून कथन व्हावे असा आग्रह नसतो. त्याचप्रमाणे चित्रमालिकेच्या सादरीकरणात दृक्-श्रव्याची सांगडही वैकल्पिक असते.

(२) स्थिर रेखाटणे व त्यांची मालिका हाताने किंवा यांत्रिक कार्याने हलवली जातात आणि सादरीकरणास कथन/गीत साथ देतात.

(३) कथन/गीत यांची साथ कायम राहिली तरी रेखाटलेल्या व स्थिर चित्रांचे एकामागोमाग आणि विशिष्ट क्रमाने प्रक्षेपण केले जाते.

(४) घटना फितीवर मुद्रित केली जाऊन प्रक्षेपणाच्या वेळी ध्वनिद्रव्याचा नियंत्रित वापर करण्यात येतो. ध्वनिद्रव्याचा पुरवठा उपस्थित व्यक्तींद्वारा होत असतो.

(५) अंतिम वा खरे म्हणजे आजची अवस्था अशी आहे, की चित्राची प्रसंगांतर्गत हालचाल आणि संबंधित ध्वनिद्रव्य आधी व वेगवेगळे चित्रित/मुद्रित होऊन प्रक्षेपणात समकालिकता साधली जाते.

काही उदाहरणांतून पाचही अवस्था आणि त्यामागच्या संकल्पना स्पष्ट होऊ शकतील.

पहिल्या अवस्थेचे उत्तम उदाहरण शुभराय महाराज (१७५०-१८२०) यांनी रेखाटलेल्या चित्रचौकटींच्या मालिकांचे होय. पूवीच्या मद्रास राज्यातील मालुर येथे जन्मलेल्या शुभरायांनी १७८५ मध्ये सोलापूरमध्ये निवृत्तावस्थेत वास्तव्य सुरू केले. त्याआधी टिपू सुलतानाच्या दरबारी उच्च स्थानी त्यांच्या नेमणुका झालेल्या होत्या. संगीत, नृत्य आणि साहित्य यांचा गाढा व्यासंग असलेल्या शुभरायांनी निवृत्त आणि आध्यात्मिक जीवनपर्वात ६ x १४ (वा १८) इंचांच्या कागदी पट्ट्यांवर अनुक्रमी चित्रचौकटी तयार करविल्या. आपल्या विशिष्ट रेखाटणशैलीमुळे एकामागोमाग एक येणाऱ्या चौकटींमधून क्रमबद्ध हालचाल प्रत्ययास येते. काही चौकटींत तर त्यांनी सत्याभासाच्या बाबतीत पुढचे पाऊल टाकले. अशा चौकटींत प्रथमतः रेखाटलेल्या निसर्गदृश्यांत मानवी आकृतींची चित्रे इत्यादी नंतर चिकटविली आहेत. यामुळे रेखाटणास काही प्रमाणात उठाव प्राप्त होतो. कधीही न आटणाऱ्या भारतीय स्फूर्तिस्रोतापासून – रामायण, महाभारत व गीतगोविंद यांतून – विषयांची निवड करून चित्रमालिका सिद्ध झाली आहे. शुभराय महाराज यांनी वापरलेले लाल, निळे, पिवळे इत्यादी रंग बहुधा वनस्पतिज असावेत.

दुसऱ्या अवस्थेच्या संदर्भात भारताच्या विविध प्रांतात प्रचलित असलेल्या अनेक परंपरांची सहज आठवण होईल. यमपट, बाबुजी का पट, यदुपट, चित्रकथी वगैरेंमधला गाभा समान असतो. उदाहरणार्थ, महाराष्ट्रातले चित्रकथी घ्या. सोमेश्वराच्या मानसोल्लासातही (इ. स. ११३१) उल्लेख असलेले हे व्यावसायिक कथाकथक चित्रांच्या साहाय्याने कथनाचा खेळ करतात. त्यांची जात स्वतंत्र असून प्रत्येक कथीने आपल्या घरी चित्रांचा एकेक संच ठेवणे कर्तव्य असते. पौराणिक कथांची लोकशैलीतली रंगीत चित्रे अनेकदा एकत्र बांधून ठेवलेली असतात. कथेच्या आशयाच्या आवश्यकतेनुसार सादरीकरणात संचातल्या चित्राकडे श्रोते-प्रेक्षकांचे लक्ष वेधण्यासाठी मोरपिसाचा वापर केला

जातो. ढोलकी व एकतारी वाजविणारे दोन साथीदारी कथनात भाग घेतात. कथन, पद्यसदृश पठण, गायन आणि संवाद यांचा सादरीकरणात वापर होतो. एकंदर कथनात शैलीसंकेतांचा आढळ होतो आणि तत्कालस्फूर्ततेचाही.

आंध्रप्रदेशात रूढ असलेल्या एका चित्रित पटांच्या सादरीकरणाच्या परंपरेच्या सहाय्याने एक विशेष मुद्दा स्पष्ट करता येईल. चित्रित पट उभे किंवा आडवे असू शकतात. उभे पट जास्त प्रचारात आहेत. उभ्या पटांत उतरत्या, आडव्या चौकटींत, संबंधित कथेशी जुळती रेखाटणे एकामागोमाग व क्रमाने रंगविलेली असतात. प्रत्येक चित्रचौकट वेलबुट्टीची किनार लावून निराळी केलेली असते. चित्रित पट भिंतीवर वा दोन बांबूंवर टांगला जातो. चित्रित पटाची गुंडाळी वरून उलगडली जाते. कथकाला हवे ते चित्र प्रेक्षक-श्रोत्यांसमोर राहील अशी खबरदारी घेतली जाते. चित्रित पटाच्या आधारे कथन करणाऱ्याचे संपूर्ण कुटुंब प्रयोगात गुंतलेले असते. गद्य-पद्य-पठण-गायन अशा मार्गातून कथन सिद्ध होते. मुख्य कथकास इतर चार-पाचजण वाद्यांची व मधूनमधून गाण्याची साथ करतात. स्त्रिया भाग घेत असल्याच तर त्या गातात. पट रंगविणारे व त्याआधारे प्रयोग करणारे निरनिराळे व वेगवेगळ्या जमातीचे असतात. आज उपलब्ध असलेला चित्रित पट सुमारे १६२५ चा आहे! या प्रकारचा हा सर्वांत जुना पट म्हटला पाहिजे. चित्रित कथांत मार्कंडेयाची कथा आहे, पण थाट आहे विशिष्ट जमात व विशिष्ट वीरपुरुष यांची भलावण करण्याचा. काही काही वेळा चित्रित पटाचे प्रेक्षक होण्याचा हक्क फक्त विशिष्ट जमातीस असे.

चित्रप्रक्षेपण व वर्धन करण्याच्या मॅजिक लँटर्नच्या लोकप्रिय यंत्रणेच्या कल्पक वापरातून चलत्-प्रतिमा आणि संगीत यांच्या संयोगाची तिसरी अवस्था सिद्ध होते. मुंबईनजीकच्या कल्याण येथील माधवराव पटवर्धनांचे या संबंधातल्या प्रयत्नांचे इथे स्मरण व्हावे. पटवर्धनांनी १८९०च्या सुमारास स्लाईड्स बनवायला सुरुवात केली. चित्रित सरकपट्ट्यांची अनेक आणि एकसमय प्रक्षेपणे करून त्यांतून कथा-कथन साधण्याचे तंत्र त्यांनी १८९४च्या सुमारास विकसित केले. प्रक्षेपणात तीन यंत्रांचा वापर केला जाई. मुख्य घटना प्रक्षेपित करण्याकरिता दोन यंत्रे आणि निसर्गदृश्ये इत्यादींची पार्श्वभूमी प्रक्षेपित करण्यासाठी एक यंत्र अशी विभागणी राही. या चलत्-प्रतिमायंत्रणेसह पटवर्धन कुटुंबाने महाराष्ट्र, गुजरातभर दौरे केले. सर्व खेळ 'हाऊस-फुल्ल' जात!

पटवर्धन हेच प्रक्षेपक व तेच निर्माते होते. अनेक पौराणिक कथा त्यांच्या संचात होत्या व जवळजवळ एक हजार सरकपट्ट्या त्यांनी तयार केल्या

होत्या. प्रक्षेपित कार्यक्रमांत आधी लिहून काढलेले धावते वर्णन, संवाद आणि प्रत्यक्ष गायलेली गाणी यांचा सहभाग असे. मॅजिक लँटर्न यास 'शांबरिक खरोलिका' असे भारदस्त संस्कृत नाव देऊन प्रस्तुत प्रयोग त्यांनी १९१० पर्यंत चालवले.

मूक चित्रपटांच्या जमान्यात प्रक्षेपणाबरोबर 'जिवंत' संगीत पुरविले जाई व ही प्रस्तुत विवेचनातली चौथी अवस्था होय. बोलक्या चित्रपटाची अवस्था ही पाचवी अवस्था होय. मुंबईतल्या मूक चित्रपटांच्या खेळात (१८९६) सेमूर यांनी वृंदसंचालन करून संगीत पुरविले होते. किंवा ब्रिटिश डोमिनिअन फिल्म्स कंपनीच्या मूकपटांसाठी कलकत्त्यात १९२० च्या सुमारास देवकी बोस यांच्या निर्देशनाखाली जिवंत ध्वनिपरिणाम पुरविले जात. ही दोन्ही उदाहरणे चौथ्या अवस्थेची होत. 'आलमआरा' (१९३१) पासून चलत् प्रतिमा आणि संगीत यांच्या संयोगाची पाचवी अवस्था सुरू झाली.

आतापर्यंतच्या प्रतिमा-संगीत संबंधाविषयीच्या विवेचनातून काही सर्वसामान्य विधाने हाती लागतात :

(१) चलत्-प्रतिमांच्या नंतरनंतरच्या अवस्थांकडे आले की प्रतिमांची हालचाल कमीकमी आभासात्मक होत जाते. जितकी आभासात्मक अवस्था आधीची त्या प्रमाणात प्रतिमांची हालचाल अ-दृश्य मार्गांनी प्रत्ययास आणून देण्याची धडपड अधिक.

(२) ज्या प्रमाणात प्रतिमांची हालचाल आभासात्मक असे त्या प्रमाणात 'जिवंत' श्राव्य घटक जास्त असे व त्याचे कार्य अर्थपूर्णही राही. यात प्रतिमांच्या हालचालींच्या अभावाची भरपाई करण्याचा प्रयत्न होता. अनुभवाच्या पातळीवर ऐंद्रिय अदलाबदल केली जात होती.

(३) याशिवाय सर्व संपर्कक्रियांमध्ये आढळणारा महत्त्वाचा गुण म्हणजे सातत्याचा. तो अवतरावा म्हणून संगीताचा वापर केला जाई. प्रतिमांच्या हालचालींमध्ये सातत्य आणणारे इतर मार्ग शक्य झाले, की संबंधित संगीताच्या कार्यात गुणात्मक फरक होतो. प्रतिमांचा आशय द्विगुणित व्हावा वा त्यातले भेद व्यक्त व्हावे याकरिता संगीत अवतरू लागते.

(४) बोलपटपूर्व काळात चलत्-प्रतिमा आणि संगीत यांच्या संयोगाचे काही बंध तयार झाले होते. भारतीय चित्रपटसंस्कृतीवर याचा परिणाम दूरवर झाला. पायाभूत सूत्रे म्हणून प्रस्तुत बंधांचा स्वीकार होऊन त्यावर भाष्ये होत होत नंतरची वाटचाल झाली. संबंधित सामाजिक-सांस्कृतिक वास्तवाला प्रतिसाद देण्यासाठी अस्तित्वात आलेली सूत्रे परिस्थिती बदलल्यावर तशीच

राहत नाहीत. निदान ती तशी राहू नयेत! सोप्या शब्दांत सांगायचे तर असे म्हणता येईल, की प्रतिमा, चालन आणि ध्वनी यांपैकी कोणत्याही एकात गुणात्मक बदल झाला तर इतर दोहोंत तुल्य बदल व्हायला पाहिजे. तसे न झाल्यास संस्कारक संस्था म्हणून चित्रपटाला आपली कामगिरी पार पाडणे जमत नाही. असो!

सर्वसामान्य सिद्धांताचे प्रस्तुत संदर्भात नेमके विधान करायचे तर असे म्हणता येईल, की प्रतिमांची हालचाल जोपर्यंत आभासात्मक होती तोपर्यंत संगीत म्हणजे अखंड वा अविराम ध्वनिप्रक्षेपण असे समीकरण राहिले. प्रतिमांची हालचाल जसजशी अधिकाधिक खरी होऊ लागली तसतसे संगीत अधिकाधिक 'संगीत' होऊ लागले; कारण सातत्य हा संगीताचा प्रधान गुण आहे. हालचाल आणि बोल या दोहोंचे साहचर्य प्रतिमेस ठोसपणे लाभले, की संगीत पूर्णतः 'संगीत' होते व झाले : प्रतिमा, हालचाल वगैरेंनी सिद्ध केलेल्या बंधास समांतर व स्वायत्त बंध उभारणे हे संगीताचे ध्येय ठरले.

चित्रपटीय वास्तवाचे दोन घटक जर प्रतिमा आणि हालचाल हे मानले तर त्यांना सांगीतिक जबाब देणारे घटक ध्वनी आणि मूकता, मौन इत्यादी होत. म्हणून चित्रपटसंगीताचा विचार करताना विशिष्ट संस्कृतीत ध्वनी आणि मूकता यांचे स्वरूप व स्थान काय ते तपासले पाहिजे. याचाच अर्थ हा, की संगीतशास्त्रीय प्रवाहात बुडी मारल्याखेरीज गत्यंतर नाही!

विवेचनास प्रस्तुत भारतीय आणि संगीतशास्त्रीय मुद्दे पाहण्यासारखे आहेत :

(१) निःशब्दता ही महत्त्वाची संगीतशास्त्रीय वस्तू आहे. तिला बजावायची सौंदर्यशास्त्रीय आणि व्याकरणिक भूमिका अर्थपूर्ण व करणात्मक आहे. भारतीय कलासंगीतात पूर्णतः आणि इतर संगीतकोटींत अंशतः लागू होणाऱ्या ताल या संकल्पनेच्या दहा लक्षणांपैकी (दशप्राण) 'क्रिया' नावाच्या लक्षणाचा अवतार सिद्ध करण्याकरिता निःशब्दता साक्षात् केली जाते. याचा अर्थ असा की केवळ निर्ध्वनिअवस्था म्हणजे निःशब्दता नव्हे. क्रिया साक्षात करताना चार प्रकारच्या निःशब्दता सांगितल्या आहेत हे ध्यानात घेण्यासारखे आहे.

(२) तरीही वेधक बाब अशी, की ध्वनिविषयक चार कडवी लिहिणाऱ्या अमरकोशात निःशब्दतेला स्थान नाही! नकारात्मक पूर्वप्रत्यय आणि ध्वनिवाचक शब्द अशी जोडणी केल्याशिवाय ध्वनीच्या तोडीस तोड भूमिका बजावणाऱ्या वस्तूस भाषेत थारा नाही. असो! भारतीय संगीतशास्त्राने ध्वनितत्त्वाकडे बारकाईने पाहिले आहे. मात्र संदर्भ निरनिराळे आहेत. उदाहरणार्थ, पुढील संज्ञा व त्यांची अर्थव्याप्ती पाहा :

ध्वनी	=	कोणताही ध्वनिसंबद्ध व्यवहार.
ध्वनिगुणभेद	=	ध्वनीच्या निरनिराळ्या गुणात्मक भेदांना संकलितपणे उल्लेखणारी संज्ञा.
ध्वनिभेद	=	ध्वनीच्या कोटी.
नाद	=	सांगीतिक ध्वनी.
नादद्वैविध्यम्	=	सांगीतिक ध्वनीचे दोन मूलभूत प्रकार.
नादप्राधान्यम्	=	सांगीतिक ध्वनीची पायाभूत महत्ता.
नादभेद	=	सांगीतिक ध्वनींच्या कोटी.

ध्वनी ही अधिक व्यापक अर्थवर्तुळाची संज्ञा घेऊन सूचकतेवर आधारलेली आनंदवर्धनाची वाङ्मयीन उपपत्ती सिद्ध व्हावी ही घटना अर्थपूर्ण आहे. नाद ही संज्ञा सांगीतिक व्यापारांपुरती मर्यादित ठेवून अ-सांगीतिक जीवनक्षेत्रांतील मूल्यात्मक अनुभवांशी ध्वनी ही संज्ञा निगडित ठेवण्यातील तर्कशुद्धता समजून घेतली पाहिजे.

(३) भारतीय संगीतविचारातील रूढ वा लुप्त संज्ञांचे विश्लेषण करा किंवा प्रत्यक्ष संगीतकारांची भाषा पाहा, एक गोष्ट सहजपणे नजरेस येते : मानवी आवाज इतर ध्वनिभेदांपेक्षा आणि गायनसंगीत हे वादनसंगीतापेक्षा भारतीय संस्कृतीत महत्त्वाचे मानले गेले आहेत. सम्यक् + गीत = संगीत अशी व्याख्या करून वादन व नृत्य यांचा समावेश त्याच संज्ञेखाली केला गेला आहे.

(४) गायन आणि गीत यांचे एकंदर महत्त्व ध्यानात घेता ध्वनिचेतनेचे अखंड प्रक्षेपण या एका गुणास अपार महत्त्व मिळावे याचे नवल वाटू नये. प्रस्तुत संदर्भात आवर्जून ध्यानात घेण्याची गोष्ट अशी, की भारतीय मौखिक परंपरांपैकी एक परंपरा संगीत होय. एकाच संस्कृतीतील निरनिराळ्या मौखिक परंपरांनी एकमेकांवर परिणाम करावा हे नैसर्गिकच. असे भारतात घडले आहे. विशिष्ट कालखंडातील चित्रपटसंगीताची भारतात तपासणी करण्याचा घाट घालताच समकालीन मौखिक परंपरांचे चढउतार ध्यावे लागतात. मौखिक परंपरांविषयी मुबलक प्रमाणात लिखित पुरावा मिळणे अर्थातच अवघड असते. परिणामतः विचाराची चौकट व्यापक ठेवणे सहजशक्य नसते.

दोन कला एकत्र आल्यावर समतोल किंवा एकीच्या तंत्राने दुसरीचा वापर अशी नाती दोहोत संभवतात. चित्रपटात संगीत येते तेव्हा चित्रपट संगीताचे नियंत्रण करतो. संगीतात चित्रपट असे ऐकिवात नाही. संगीत या विषयावरच जेव्हा चित्रपट असतो, म्हणजे जेव्हा संगीतपट तयार केला जातो, तेव्हा अधिक प्रभावीपणे एकूण प्रयत्नाचे नियंत्रण करणारी शक्ती संगीत असते असे नोंदविता

येईल. दुसऱ्या शब्दांत असे म्हणता येईल, की चित्रपटाने नियंत्रित संगीत ते चित्रपट संगीत असा समास-विग्रह अभिप्रेत असावा. चित्रपटांत संगीताचे कार्य काय, असा प्रश्न उभा करताच जी अनेक उत्तरे संभवतात त्यामागे प्रस्तुत व्याख्या उभी असते.

उदाहरणार्थ, चित्रपटाचे कार्य जेव्हा 'यथातथ्य दर्शन' इतकेच होते, तेव्हा प्रक्षेपण यंत्राने निर्माण केलेल्या कोलाहलाचे संदमन करण्याचे कार्य संगीताकडे सोपविले जाई.

चित्रपट जेव्हा मूकपट असूनही घटना वर्णन वा कथन करू पाहत होता तेव्हा हालचालींचा कालिक भाग प्रेक्षकांपर्यंत पोचविण्यासाठी संगीताचा वापर होई.

कथनाबरोबरच भावस्थिती निर्मितीसाठी आणि दृश्यांतून गाणी निर्माण होणाऱ्या परिणामांना गडद करण्याकरिताही संगीत संभवते. होऊ घातलेल्या प्रसंगांची सूचना देणारे संगीतही याच संदर्भात ध्यानात घ्यायला हवे.

जेव्हा घटनेच्या स्वरूपातच संगीताला मागणी असते तेव्हा संगीत अपरिहार्यपणे येते.

मानवी जीवनाच्या अंगभूत आणि सांस्कृतिक स्वरूपामुळे काही अनुभव पूर्ण करायचे तर या ना त्या रूपाने संगीताचा अवतार आवश्यक ठरतो. उदाहरणार्थ, जन्म, मृत्यू, विवाह, विविध प्रकारच्या दीक्षा, अशा प्रसंगी संगीत का आवश्यक वाटते, ते कोणत्या प्रकारचे असते, का, वगैरे प्रश्नांची उत्तरे शोधण्याचे हे स्थळ नाही. विशिष्ट अनुभव सार्वत्रिक आणि समग्र असावे याकडे माणसाची ओढ असते आणि हीच ओढ चित्रपटालाही व्यक्त करावी लागते, इतकेच इथे नोंदवायचे आहे.

राहिलेला आणि कदाचित सर्वांत महत्त्वाचा संगीताचा उपयोग बराचसा अमूर्त म्हटला पाहिजे. ज्या भाव-भावनांना शब्दरूप देता येत नाही, अनुभवाच्या ज्या सूक्ष्म छटांना दृश्यरूप लाभत नाही/लाभू शकत नाही त्यांचे सूचन संगीताद्वारे साधण्याचा प्रयत्न जुना आहे. या पातळीवरचा आणि प्रतीचा अनुभव निश्चितार्थी नसतो. संदिग्धता त्याचे प्रधान लक्षण व सामर्थ्य असते. नादाला (केवळ संगीतालाच नव्हे) प्रतीकात्मता लाभते ती या पातळीवरच. असे कार्य सूचकता, काही प्रमाणात संस्कृतिनिरपेक्षता आणि एकूण अनुभवास लाभणारी विलक्षण खोली संभवते ती संगीताच्या प्रतीकात्मतेस धुंडाळल्यामुळे.

प्रस्तुत विवेचनावरून सहजपणे ध्यानात येईल, की चित्रपटाचे नियंत्रित, संगीत कसे, किती, कुठे असेल वगैरे बाबतींतला निर्णय चित्रपटकार घेऊ

शकतो. कारण चित्रपट कसा असावा याचा निर्णय त्याला घ्यायचा असतो. पहिले सौंदर्यशास्त्रीय पाऊल चित्रपटकाराने उचलायचे असते. त्यानुसार इतर घटकांचे तर्कशास्त्र सिद्ध होते. स्तब्धता, ध्वनी, स्वरधून आणि लय यांबाबत चित्रपटकाराची भूमिका काय यावर त्याचे संगीत नियंत्रण अवलंबून राहते. प्रस्तुत तत्त्वे कालगत होत. भाषा हाही ध्वनीचा आविष्कार, पण भाषेचे स्वतःचे तर्कशास्त्र असते. चित्रपटसंगीताचा विचार विशेष गुंतागुंतीचा ठरण्याचे एक कारण सांगीतिक व भाषिक अशा दोन्ही आविष्कारांची चित्रपटसंगीतातील घट्ट वीण होय. कालिकता आणि ध्वनिगतता या दोहोंवर विहार करणाऱ्या दोन मातबर कला अवकाश व गती राबविणाऱ्या चित्रपटकलेशी त्यांचा मिलाप झाल्याकारणाने अनेक आव्हाने आणि संधी निर्माण होतात. अर्थात सौंदर्यशास्त्रीय गुंतागुंत निर्माण होणेही अपरिहार्यच.

चित्रपटकारांनी प्रस्तुत आव्हाने स्वीकारली आणि ती कशी याचे संक्षेपाने निरीक्षण करणे आवश्यक आहे.

अमक्या अमक्या परिस्थितीमध्ये संगीताचे काय करायचे किंवा संगीताने काय करायचे या मूलभूत प्रश्नास तितक्याच मूलभूत पातळीवर सामोरे जाणाऱ्यांनी फार मोठ्या प्रमाणावर वास्तववादाच्या तर्कसूत्राचा आधार घेतला. प्रस्तुत प्रसंगात, प्रस्तुत पात्राच्या/पात्रांच्या उपस्थितीत संगीत वास्तव राहावे म्हणून करण्यात येणाऱ्या खटाटोपांची आपल्या सर्वांना जाण आहे. एक सूक्ष्म तपशील असा, की पात्रे, प्रसंग, घटना वगैरे वास्तव वाटावेत अशी खबरदारी घेतली गेली तरी संगीतालाही समाजनिकष लावायची तसदी घेतली गेल्याची उदाहरणे फार कमी दिसतात.

अर्थात चित्रपटकलेस वास्तवाचे बंधन अशा प्रकारे घालणे तत्त्वतः मान्य नसलेल्यांची संख्याही काही कमी नाही. वास्तवापासून संबंधित घटकांना अधिकाधिक दूर नेऊन, त्यांचे विशिष्ट प्रकारे रूपांतर साधून एक खास भासमयता निर्माण करणे हेच चित्रपटकलेचे स्वरूप होय असा विचारप्रवाह जोरदार वाहत आला आहे. अशा लोकांनी केलेला अभिप्रेत संगीताचा वापर निराळाच असतो. मुख्यतः तो चित्रपटांतून देऊ केलेल्या अनुभवावर भाष्य करणारा असतो – ग्रीक नाटकांतील कोरसप्रमाणे.

तिसरे एक सूत्र तसे पाहिले तर कलावादी लोकांचेच, पण बांधणीवर, घडणीवर भिस्त ठेवून संगीत धुंडाळण्याचे आहे. चित्रपट बांधला जातो त्या सर्व घटकांना प्रतिसाद देणारे सांगीतिक घटक आणि त्यांची संघटने शोधावीत असा आग्रह येथे धरला जातो. चौकट, तीत बांधला जाणारा शॉट, शॉटमधील विविध

मोंताज–बीजे आणि त्यांचा विस्तार, संकलनातून सिद्ध होणारी गती व लय आणि समीप-दृश्य (क्लोज-अप) यांसारख्या प्रतिभा-विघटन-वर्धनाच्या तंत्रातून सिद्ध होणारा शब्दप्रवाह वगैरेंना संगीतातून वाचा फोडणे असे याचे स्वरूप आहे.

भारतीय चित्रपट संगीत

चित्रपट संगीताचा भारतीय अवतार तपासताना आधीच्या संकलनात्मक विवेचनाचा पार्श्वपडदा सतत दिसत राहील. याचा अर्थ असा नव्हे, की सैद्धांतिक चर्चेला कानामात्रेसह गिरवत गिरवत भारतीय चित्रपटसंगीताने आपला आलेख सिद्ध केला आहे. कोणता संस्कृतिप्रवाह मार्गांतरांशिवाय सिद्ध होतो? पण सैद्धांतिक ऊहापोहातून समोर येणाऱ्या चौकटीमुळे मार्गांतरे समजून येतील याचे भान ठेवले पाहिजे. त्यामुळे भारतीय चित्रपटसंगीतातील सुखविणारी/दुखविणारी अनेक वैशिष्ट्ये तशी का ते उलगडेल. नवे करण्याचा वा क्रांती वगैरे घडविण्याचा मनसुबा असेल त्याचीपण सैद्धांतिक चौकटीमुळे सोय होत असते. ज्या भाषेचे व्याकरण तयार असते, तत्त्वगठन झालेले असते तिच्या बाबतीत सर्जनाचा एक राजमार्ग – मार्गांतराचा – मोकळा मिळत असतो. असो!

सैद्धांतिक, सांकल्पनिक वा तात्त्विक विवेचनाचे महत्त्व चित्रपटसंगीताबाबत अधिक मानण्याचे आणखी एक कारण आहे. चित्रपटकलेच्या विकासात तत्त्वचर्चेचा प्रत्यक्ष परिणाम जास्तीत जास्त जाणवतो असे म्हटले पाहिजे. चित्रपट ही कला इतरांच्या मानाने सर्वांत तरुण हे त्याचे एक कारण. शिवाय प्रस्तुत कलेच्या विशिष्ट स्वरूपामुळे इतर कलांचे व शैक्षणिक शाखांचे अध्ययन केलेली मंडळी चित्रपटांकडे वळली हेही ध्यानात घेण्यासारखे आहे. बहुतेक वेळा तत्कालीन वाङ्मयीन वाद, पूर्वकालीन रंगभूमीचे रूप व संबंधित वैचारिक भूमिका चित्रपट कलेवर पगडा बसवून असतात.

भारतीय चित्रपटसंगीताचा विचार करताना तीन प्रवाहांची नोंद घेतली पाहिजे. व्यावसायिक हिंदी चित्रपट, प्रांतिक/भाषिक चित्रपट आणि नव्या लाटेचे वा कलात्मतावादी हे ते प्रवाह होत. तिन्ही चित्रपटकोटींत सरमिसळपणा असला तरी प्रेरणांचे वेगळेपण नक्की जाणवते. तिन्ही कोटींतील संगीत घटकांतही मूल प्रेरणेनुसार बदल होतात हे सहज ध्यानात येण्यासारखे आहे.

भारतीय चित्रपटसंगीताची चर्चा करताना नेहमी होणारी आणि ढोबळ चूक अशी, की भारतीय चित्रपटसंगीत म्हणजे एक एकसंध वस्तू आहे अशी कल्पना करून घेऊन त्यातही पुन्हा हिंदी चित्रपटसंगीताभोवती पिसे लागल्यासारखा विचार घोटाळताना दिसतो! हे तितकेसे योग्य नव्हे.

एक तर (धारपांची वार्षिके दर्शवितात त्यानुसार) एकूण भारतीय चित्रपटांपैकी हिंदीभाषिक चित्रपट केवळ तीस टक्के असतात. आणि त्याहून महत्त्वाची बाब अशी, की गुणवत्तेच्या दृष्टीने पाहता प्रांतिक भाषीय चित्रपटांनी आघाडी मारली आहे. आंतर्देशीय आणि आंतरराष्ट्रीय अशा दोन्ही पातळ्यांवर हे सिद्ध झाले आहे. भारतीय चित्रपटसंगीताचा विचार करताना इकडे दुर्लक्ष करून कसे चालेल?

प्रस्तुत संदर्भात आणखीही चारपाच पोषक मुद्दे ध्यानात घ्यायला हवेत :

(१) सुमारे १९४० पर्यंत चित्रपट निर्माण करणाऱ्या संस्थांनी चाली तयार करणाऱ्यांना आपल्या पटावर ठेवलेले होते. याचा एक परिणाम असा झाला, की चाली देणाऱ्यांना प्रांतिक तसेच भाषिक पाळेमुळे असत. शिवाय चित्रपटविकासाच्या आरंभीच्या काळी 'मालक म्हणजे पित्यासारखा' या सूत्रानुसार संस्थेची उभारणी होई व याचाही परिणाम प्रांतिक/भाषिक संबंध दृढ असणारे संगीतकार स्थिरपद होण्यात दिसून येईल.

(२) आरंभीची दोन्ही चित्रपट केंद्रे (पुणे आणि कोलकाता) ही १९४० पर्यंत प्रांतिक संस्कृतींचीही केंद्रे होती. महाराष्ट्र आणि बंगाल या दोन्ही प्रांतांत कलासंगीतपरंपरा जोरावर होत्या आणि दोन्ही प्रांतांत नवीन संगीतमार्ग धुंडाळण्याची (अनुक्रमे नाट्यसंगीत आणि रवींद्रसंगीत) क्षमता होती. परिणामतः दोन्ही केंद्रांमधून प्रसृत होणाऱ्या चित्रपटसंगीतावर प्रांतिक संगीतपरंपरेची दाट छाया होती. या विशेषाचा अन्वयार्थ लावल्याशिवाय भारतीय चित्रपट-संगीताविषयी बोलणे कसे शक्य आहे.

(३) तसे पाहता व्यावसायिक हिंदी चित्रपट जोरावर आल्यानंतरसुद्धा वसंत देसाई, नौशाद, सचिन देव बर्मन, सलिल चौधरी यांनी जे संगीत (हिंदी चित्रपटांना) दिले त्यात प्रांतिक संगीतविशेषांची छाप गर्द राहिल्यामुळे त्याची गुणवत्ता खास राहिली. काहीकाही वेळा तर संगीतादिग्दर्शकांनी प्रांतिक, भाषिक चित्रपटांत वापरलेल्या चाली जशाच्या तशा हिंदी चित्रपटांत वापरूनही यश संपादित केले. हिंदी चित्रपटसंगीतातली गुणात्मक सांगीतिक भर प्रांतिक पुण्याईवर अवलंबून असल्याचा विसर पडता कामा नये.

(४) भारतीय चित्रपटसंस्कृतीमध्ये आणखीही एका प्रकारे प्रांतिक आवाज महत्त्वाचा ठरतो. कलात्म चित्रपट म्हणून ओळखल्या जाणाऱ्या बहुतेक चित्रपटांना विशिष्ट प्रांत आणि भाषा यांचा पाया असतो. देश-काल-परिस्थिती इत्यादी सर्व बाबतींत विशिष्ट प्रादेशिक संस्कृतीशी निगडित असल्याने प्रस्तुत

चित्रपटांची गुणवत्ता सिद्ध होत असते. संगीताबाबतही प्रांतिक गुणविशेषांमुळे 'तोच तो'पणा टळतो आणि हेही नसे थोडके!

तरीही प्रस्तुत विवेचन व्यावसायिक हिंदी चित्रपटांपुरते मर्यादित आहे. याच परंपरेचा प्रसार व प्रभाव पुष्कळ आहे. जनप्रिय संगीताची जास्तीत जास्त लक्षणे व्यावसायिक चित्रपटांच्या संगीतात आढळतात याचेही भान ठेवले पाहिजे. फक्त भारतीय चित्रपटसंगीताचा ज्याला साकल्याने विचार मांडायचा आहे त्याला तिन्ही कोटींचे चित्रपटसंगीत तपासले पाहिजे.

(५) चित्रपट प्रकाशित होण्याआधीच गीतांच्या ध्वनिमुद्रिका निघून त्या वाजत्या-गाजत्या होण्याची घटना १९५० पासून सर्रास घडू लागली.

चलत्-प्रतिमा आणि संगीत यांच्या भारतीय संयोगामागच्या प्रेरणा बदलत आल्या आहेत याची आपण पुरेशा गंभीरपणे दखल घेतली आहे असे दिसत नाही. बहुतेक वेळा प्रस्तुत संयोगात संगीताचा वापर नेहमी सांगीतिक आणि संगीतशास्त्रीय उद्दिष्टांपोटी झाला असे गृहीत धरले गेले आहे. परंतु वास्तव तसे नाही. यात गुंतागुंत अशी दिसते की भारतीय चित्रपट संस्कृतीत सुमार साठएक वर्षांत झपाट्याने बदल होत गेले आणि तिच्या विकासावस्थांचे आयुष्य सुटेपणे पाहता अनेकदा कमी कालावधीचेही राहिले. उलटपक्षी भारतीय संगीताची परंपरा भारी व दीर्घकालीन राहिल्याकारणाने त्यात होणाऱ्या बदलांचा वेग निराळा राहिला. शेवटी निष्कर्ष असा की भारतीय चित्रपटसंगीताच्या बदलत्या ललाटरेषा वाचताना चित्रपटकला आणि सांगीतिक कला यांच्या आपापल्या भेदगतीचे भान ठेवूनच विचार केला पाहिजे. एकदा का ही तार्किक संगती लक्षात आली, की सरसकट विधाने करणे अवघड जाते. 'भारतीय चित्रपटांत नेहमीच भरपूर संगीत होते/असते', वा 'भारतीय चित्रपटसंगीत म्हणजे चित्रपटांत असलेली गाणी' यांसारखी विधाने परिस्थिती नीट मांडत नाहीत.

भारतीय संगीतातील बदलांचे सूक्ष्म निरीक्षण करून त्यावर आधारित असे भारतीय चित्रपट संगीताचे विकासकालखंड निश्चित करणे जरुरीचे आहे. सांस्कृतिक गतिशास्त्रीय दृष्ट्या पाहता असे आढळते, की संगीत सर्वांत शेवटी आणि कमी बदलते. भारतीय चित्रपटसंगीताच्या वाटचालीत हे सत्य प्रतिबिंबित होते. आपल्या विश्लेषणात प्रस्तुत सिद्धांताचा उपयोग न करता चित्रपटसंगीताचे विश्लेषण करू पाहणे म्हणजे संस्कृतिसंगीतशास्त्राने उपलब्ध करून दिलेल्या नजरेस विनाकारण गमावणे होय. आपल्या विवेचनाच्या संदर्भात पुढील विधाने ध्यानात ठेवण्यासारखी आहेत :

(१) भारतीय चित्रपटसंस्कृतीच्या इतिहासात महत्त्वाची ठरणारी सर्व केंद्रे

(उदाहरणार्थ, पुणे, मुंबई व कोलकाता) कलासंगीतपरंपरांचीही पीठे होत. परिणामतः संगीताला अखिल भारतीय संदर्भ हवा असे वाटू लागताच चित्रपटांना कलासंगीताचे स्मरण होणे सुलभ ठरले (१९५० च्या आसपास मुंबईचे महानगरी रूप प्रभावी होऊ लागेपर्यंत ही परिस्थिती जास्त स्पष्ट होती).

(२) चित्रपटसंस्कृतीने कला ते व्यवसाय अशी मजल दरमजल करताना सांगीतिक संदर्भात पाहता चार महत्त्वाचे टप्पे गाठले. चित्रपट निर्माता, संगीतदिग्दर्शक, चित्रतारे/तारका आणि पार्श्वगायक/गायिका यांची स्वतंत्र पदे निर्माण होणे हे ते चार टप्पे होत. बदलत्या प्रेरणा आणि परिस्थिती यांना मिळणाऱ्या (चित्रपट-संस्कृतीच्या) प्रतिसादातून ही चार पदे निर्माण झाली.

(३) आज ज्याला चित्रपटगीत म्हटले जाते तिथपर्यंत पोचण्याआधी काही सांगीतिक प्रक्रिया व्हाव्या लागल्या. चित्रपटगीत हे काही नेहमीच गीत नव्हते. लयबद्ध गद्य, पठण, पद आणि छोटेखानी 'क्लासिकल' बंदिश इतक्या अवस्था प्रस्तुत संदर्भात गणल्या पाहिजेत.

भारतीय चित्रपटसंगीताविषयी अनेक स्वकीय व परकीयांनी आपली नापसंती व्यक्त केली आहे. सरकारी आणि निमसरकारी पातळीवरील संस्थांनीही आपापली नाराजी वेळोवेळी ध्यानात आणून दिली आहे. भारतीय चित्रपट-संगीतावर घेतल्या जाणाऱ्या असंख्य आक्षेपांतून एक आरोपपत्रिका सिद्ध होते म्हटल्यास अतिशयोक्ती होणार नाही. संक्षेपाने आरोप पुढीलप्रमाणे नोंदविता येतील :

(१) भारतीय चित्रपटात गीते/गाणी फार असतात.
(२) कोणतेही पात्र केव्हाही गाते.
(३) बहुसंख्य पात्रांचे गाते आवाज तेच असतात.
(४) वाद्यसंगीत आणि विशेषतः पार्श्वसंगीत अवास्तव आणि दिशाहीन असते.
(५) संगीताच्या वापराबरोबर नृत्यही प्रमाणाबाहेर योजले जाते.
(६) अभारतीय विशेषतः पाश्चात्त्य संगीत परंपरेचा अकुशल वापर मुबलक असतो.
(७) आजकालच्या चित्रपटांत गेयता कमी असते, धांगडधिंगा फार असतो.
(८) भारतीय चित्रपटसंगीतात तेच तेपण फार जाणवते.
(९) चित्रपट संगीतात संगीतचौर्य सर्रास चालते.

(१०) इतर सर्व संगीत प्रवाहांचा/प्रकारांचा त्यात विरूप वापर होतो व या कारणाने सांगीतिक अभिरुची बिघडते.

(११) चित्रपटांच्या कलात्म प्रवासात चित्रपटसंगीताने अडथळे निर्माण होत असतात.

भारतीय चित्रपटसंगीताचे प्रकार किंवा त्याची विविध लक्षणे विशिष्ट रूपाची का याचा विचार करू लागल्यास त्यामागच्या सर्वसाधारण प्रेरणाच (इतर संगीत कोटींमागील प्रेरणांच्या तुलनेने पाहता) वेगळ्या असल्याचे ध्यानात येते.

या मूलभूत प्रेरणा पुढीलप्रमाणे :

(१) आधुनिकता.

(२) पलायनवादी निषेधाची अभिव्यक्ती.

(३) रूढ मनोरंजन प्रकारांना सामावून सिद्ध होण्याचा खटाटोप.

(४) आकर्षकता व मधुरता या दोन निकषांना सर्वोच्च सौंदर्यशास्त्रीय स्थान देण्याचा कसोशीचा प्रयत्न.

(५) संगीतातील प्रांतिक आवाजांच्या माध्यमप्रणीत अभिसरणांतून अखिल भारतीय अस्मिता तयार करण्याचा यत्न.

(६) सांगीतिक मुलुखगिरीतून वर्णनपर आशयाचे संगीत निर्माण करण्याचा महत्त्वाकांक्षी चंग बांधणे.

(७) दृश्यानुभवाच्या सादरीकरणात स्वतःला स्वतंत्र, समांतर आणि दृश्यप्रेरित व दृश्यनियंत्रित स्थान मिळावे या दिशेने आविष्कार घडविणे.

(८) आपल्या स्वरूपांतून अनपेक्षितरीत्या प्राचीन परंपरांचे जागरण करणे. उदाहरणार्थ, भारताची 'ध्रुवा' परंपरा : येताना, जाताना, प्रेम प्रणयन, विरह, शोक, सामूहिक उत्सवी उल्हास, नायकाऐवजी दुसऱ्याने गाणे, मृत्युगायन, गायनास एकत्र म्हणणे, अष्टनायिका भाव वापरणे.

(९) शाब्द, भाषिक आविष्कारांना बरोबर घेऊन संगीत आविष्काराचा इमला उभारणे.

भारतीय चित्रपटसंगीताच्या विचारांत पुढील मुद्दे महत्त्वाचे ठरतील :

(१) बदलते साहित्य - चित्रपट संगीताच्या प्रेरणा आहेत. या संदर्भात नोंद घेण्यासारखे कालखंड पुढीलप्रमाणे :

१९३९-५० : ध्वनीची नवी नवलाई, नवीन वाद्ये ही प्रांतिक संस्कृतीची पुण्याई.

१९५०-६० व १९६० पुढे :

(२) नाट्याच्या रूढ परंपरांशी परस्परविरोधी नाते राखून त्याची वाटचाल. प्रसंग/परिस्थितीप्रमाणे (situation) चाल व मग दृष्टीकरण (picturization) हा क्रम नाट्याचा.

(३) साहित्यिक तत्त्वज्ञानाच्या वादांचा प्रभाव १९५० पर्यंत बराच.

(४) शास्त्रीय संगीतास न साधलेल्या गोष्टी साधणे आणि त्याचबरोबर शास्त्रोक्त संगीत(च) आपण वापरतो/वापरू शकतो असे आग्रहाने मांडणे या परस्परविरोधांतून भारतीय चित्रपटसंगीताची उभारणी.

(५) भारतीय चित्रपटसंगीत जनप्रिय संगीताची सर्व लक्षणे कमीअधिक प्रमाणात दाखविते. पण सर्वांत महत्त्वाची बाब म्हणजे त्यात आधुनिकता आणि निषेधव्यक्तता हे खास अभिप्राय असतात.

(६) चित्रपट प्रतिरूपात्म असतात हे ध्यानात घेता आणि भारतीय संगीत परंपरेची वर्णनपरतेविषयीची भूमिका ध्यानात घेता भारतीय चित्रपटसंगीत Programme Music च्या कल्पनेकडे लक्ष देणे अपरिहार्य होते.

विचारकांनी आजपर्यंत केलेल्या मांडणीतून पुढील वैशिष्ट्ये हाती लागतात :

(१) गीतप्रचुरता

(२) प्रांतिक रंग

(३) लोकसंगीताची डूब

(४) रागसंगीताचे आकर्षण

(५) नाट्यपरंपरांचा प्रभाव

(६) पार्श्वसंगीत ते ध्वनि-वर्णपट

(७) 'हिंदी'चे मोठे जाळे आणि प्रांतिक परंपरांची हिंदी महत्त्वाकांक्षा

(८) कलाचित्रांची धडपड

(९) एकल कंठसंगीत व सामूहिक वाद्यसंगीताची ओढ.

आतापर्यंतचे तात्त्विक इशारे लक्षात ठेवून भारतीय चित्रपटसंगीताकडे वळल्यावर अर्थातच आक्षेपकांचा आवाज बंद होतो! तरीही मूर्खधाडस करायचा चंग बांधला, की चित्रपटसंगीत म्हणजे चित्रपटांतील गाणी नव्हेत असे ध्यानात येते. हिंदी/भारतीय चित्रपटसंगीताची वरवर तपासणी केली तरी अनेक प्रकारांनी संगीत अवतरते असे जाणवते. उदाहरणार्थ, पुढील यादी पाहा :

(१) बोधचिन्ह संगीत

(२) शीर्षक संगीत

(३) श्रेयनामावली

(४) पार्श्वसंगीत
(५) ध्वनिवर्णपट
(६) एकल गीत
(७) द्वंद्वगीत
(८) समूह गीत
(९) प्रणयगीत
(१०) विरहगीत
(११) उपदेश गीत
(१२) भजन/भक्तिगीत
(१३) फिल्मी क्लासिकल
(१४) लोकगीत
(१५) नृत्यसंगीत
(१६) बालगीत
(१७) निशाघर गीत
(१८) साधू/बैरागी गीत
(१९) नाटक, आकाशवाणी, वगैरेमधले
(२०) अंगाईगीत
(२१) विडंबन/विनोद गीत
(२२) संचलन गीत
(२३) दारुड्याचे गीत

भारतीय चित्रपटसंगीताचे स्वरूप निश्चित करण्यात महत्त्वाचा वाटा असलेल्या 'उद्दिष्ट'-श्रोते-प्रेक्षकांचाही विचार करणे आवश्यक आहे. भारतीय चित्रपटाच्या विविध विकासावस्थांतला श्रोता-प्रेक्षक वेगवेगळा होता आणि त्याचे घटक निश्चित करण्याच्या शक्तीही निरनिराळ्या होत्या. पण तरीही सर्वसाधारणतः तीन आकर्षणशक्ती विचारात घ्यायला पाहिजेत. प्रांतिक, अखिल भारतीय आणि महानगरी आकर्षणशक्ती असे त्यांचे वर्णन करता येईल.

प्रांतिक आकर्षणामुळे केवळ भाषाच नव्हे तर विशिष्ट प्रदेशाचे लोकसंगीत वापरण्याकडचा संगीतकारांचा कल वाढला. आरंभीच्या चित्रपटसंगीताचा भर कलासंगीतावर होता, भारतातील दोन कलासंगीत परंपरांपासून आपले निराळेपण सिद्ध करून 'उद्दिष्ट'-श्रोत्यांपर्यंत पोचण्याकरिता लोकसंगीताचा आश्रय घेणे भागच होते. शिवाय व्यावसायिक हिंदी चित्रपटांनीही प्रांतविशिष्ट संगीताचा या

ना त्या रूपाने आश्रय घेतला होता. त्यामुळेही लोकसंगीताच्या गाभ्यापर्यंत पोचणे प्रांतिक चित्रपटांना जरुरीचे ठरले.

भारतीय चित्रपटाला अखिल भारतीय आकर्षण प्रारंभापासून जाणवत होते. आंतरप्रांतीय सीमारेषांना ओलांडून उद्दिष्ट-श्रोत्यांपर्यंत पोचण्याकरिता आरंभीच भारतीय चित्रपटाने हिंदी भाषा, पौराणिक इत्यादी कथा आणि कलासंगीत यांचा आश्रय घेतला होता.

महानगरी आकर्षण जास्तकरून कलात्म चित्रपटांशी संबंधित आहे. कलात्म चित्रपट आणि त्यांचा प्रांतिकतेकडचा ओढा यांचा संबंध पूर्वी स्पष्ट केला आहे. या चित्रपटांचा श्रोता महानगरी असल्याकारणाने यांत उपशीर्षके वगैरे इतर जोडण्याही बांधल्या जातात. अनेकदा अशा चित्रपटांत फारसे कडवेपणे हिंदी न भासणारे संगीत वापरले जाते. कधीकधी अशा चित्रपटांतील संगीतात लोकसंगीताची डूब दिलेले संगीत वापरून इतर अखिल भारतीय लक्षणांचा पाठपुरावा चालूच राहतो. शहरात राहणाऱ्या मध्यमवर्गीयांच्या लोकसंस्कृति-विषयक हळवेपणाचे प्रतिबिंब अशा चित्रपटात पडलेले असते.

निष्कर्ष

या सर्व विवेचनाचा सारांश असा, की भारतीय चित्रपटसंगीताचा वापर करण्यासाठी पाच परस्परसंबंध लक्षात घ्यावे लागतात : (१) चलत्-प्रतिमा आणि संगीत, (२) संगीत आणि साहित्यपरंपरांत ध्वनी आणि निःशब्दता यांची भूमिका, (३) चित्रपट व संगीत यांच्यामधील बदलांमागील प्रेरणा, (४) भारतीय चित्रपटांच्या एकंदर व्यक्तिमत्त्वात प्रांतिक चित्रपटांनी टाकलेली भर आणि (५) प्रादेशिक-अखिल भारतीय आणि महानगरी आकर्षणांमुळे निर्माण होणारे चित्रपट हे ते संबंध होत. संस्कृतिसंगीतशास्त्राच्या विशिष्ट स्वरूपामुळे चित्रपटसंगीताची तपासणी त्याआधारे करणे सुलभ जाते. एका बाजूस सांगीतिक लक्षणे तर दुसऱ्या बाजूस सांस्कृतिक विशेष अशा दोन तटांमधून हा विचारप्रवाह पुढे वाहतो.

❑ ❑ ❑

५

हिंदी चित्रपटसंगीत – घडण–१
(१९४६ पर्यंत)

भारतीय चित्रपटाच्या सर्व विकासावस्थांत चित्रपट व संगीत यांचे एकमेकांशी नाते राहिले आहे. म्हणून विशिष्ट संगीतरचनाकार, गायक वा गीते यांचे विवरण करण्याआधी वा त्यांच्या आपआपल्या कालाशी संबंधित सांस्कृतिक बाबींचे व संगीताचे तपशील तपासण्याआधी भारतीय चित्रपटाच्या वाटचालीचे सर्वसाधारण टप्पे व निगडित संगीताची खास लक्षणे विचारात घेतली पाहिजेत.

काही इतिहासकारांचे मत असे आहे, की चित्रपटास – व म्हणूनच भारतीय चित्रपटासही – खरे पाहता दोन इतिहास आहेत. मूक वा निःशब्द चित्रपटापर्यंतच्या वाटचालीचा एक इतिहास व मग त्यापुढचा टॉकीजकडे नेणारा वा पोचविणारा दुसरा. परंतु मी हाती घेतलेली चर्चा संगीतकेंद्रित असल्याकारणाने हा बारकावा तज्ज्ञांच्या विचारासाठी राखून ठेवायला हरकत नसावी. मात्र या प्रकारच्या इतिहास विभाजनातून निघणारा एक मुद्दा नोंदला पाहिजे. एक दृश्य माध्यम म्हणून चित्रपटाच्या अंगभूत वा नैसर्गिक विकासाला, ध्वनीच्या आगमनामुळे अडथळा निर्माण झाला असे मत बरेच गांभीर्याने मांडले गेले आहे. चार्ली चॅप्लिन, दादासाहेब फाळके, बाबूराव पेंटर यांच्यासारख्या अध्वर्यूंनी या मताचा पाठपुरावा केला आहे. या सर्वांच्या मते चित्रपटांत ध्वनी नको म्हणण्याचे कारण एकच दिसते – चित्रपट या माध्यमाची अंगभूत जी 'कॅमेरा भाषा' तीच मुळी ध्वनीमुळे जखडली जाते.

असे म्हणतात की बोलपटापेक्षा लोकांपर्यंत सहज पोचण्याची मूकपटाची क्षमता किती अधिक सार्वत्रिक आहे हा मुद्दा ठोसपणे सिद्ध करण्यासाठी खुद्द चार्ली चॅप्लिनने आपल्या खास शैलीमध्ये एक मूकपट बनविला होता. या मूकपटात तो जहाजाने प्रवास करत करत एका परक्या देशात पोचतो. त्याने जमिनीवर पाय ठेवला न ठेवला तोच अनेक घटनांमुळे त्याला तिथल्या न्यायसभेच्या पिंजऱ्यात आरोपी म्हणून उभे राहावे लागते. तो आपल्या भाषेत आपली बाजू समजावून सांगण्याचा प्रयत्न करतो, पण त्याची भाषा तिथे कोणालाच कळत नाही – दुभाष्यांची फौज मदतीला असूनही. अखेर नृत्य व

मूकाभिनय यांच्या सहाय्याने आपले म्हणणे तो मांडतो व त्याची सुटका होते (देश, २५ ऑगस्ट १९३४).

याच कारणाने असेल कदाचित, पण भारतीय वा हिंदी चित्रपटही तसे पाहता दोन टोकाच्या भूमिका घेताना दिसतो. संगीत व गीतांची रेलचेल करावी वा असावी इथपासून ते संगीत वा गीत अजिबात नको असे निकराने सांगूनही चित्रपटनिर्मिती झाली आहे. एका तात्त्विक भूमिकेवरून व सौंदर्यशास्त्रीय आग्रहापोटी असे यत्न झालेले असल्यामुळे तिकडे लक्ष वेधणे आवश्यक ठरते. परंतु हिंदी चित्रपटात गीत कसे, काय स्वरूपाचे व का अवतरते हाच माझा विषय आहे. माझ्या मते अंगभूत भारतीय सांगीत स्पंदाचा वा ऊर्मीचाच हिंदी चित्रपटगीत हाही एक विशेष आविष्कार आहे, म्हणून त्याकडे विचार पुन्हा वळविणे क्रमप्राप्त आहे.

चित्रपटाचा नि:शब्द वा मूक टप्पा

भारतीय चित्रपटाच्या विविध विकासावस्थांत भाग घेणारे तसेच त्या त्या वेळच्या घटनांची डोळस नोंद करणारे जे. बी. एच. वाडिया यांनी प्रस्तुत विकासावस्थेत संगीताचे स्वरूप व कार्य याविषयी मार्मिक नोंद केली आहे.

There was also musical accompaniment, sometimes a solo instrument like the piano and often a semblance of an orchestra with harmonium, tabla, and sarangi or violin. One Mr. De Costa used to play the piano in the Empire Theatre, Bombay, showing foreign films; Mr. Patlu and Mr. Pirosha Mistry, both Parsees played the piano and harmonium respectively in other cinema houses. Stock melodies were availed of to go in harmony with the action on the screen. I remember how Mr. Pirosha Mistry, who was a stage artiste and a music composer earlier, would sometime become enthusiastic and sing a refrain himself in several centers showing silent films, there were commentators standing near the screen who explained the action and the English subtitles in the regional language. Often the settings of Indian films had painted backdrops as on the legitimate stage to give the effect of depth, e.g. a street scene, the interior of a palace etc. The artistes were wont to express their emotions by resorting to theatrical leger-de-main (P. 20, The Indian Silent Film, in 70 Years of Indian Cinema, Ed, T. M. Ramchandran, Cinema India International, Bombay, 1985)

पेटीतील मजकूर – *❊ केदार शर्मा यांनी लिहिले आहे : The cinema owners used to engage local musicians, who used to sit close to the screen and played some hybrid tunes, to match the projected image on the screen, for all the three shows. Sometimes they added gusto to the ordinary scenario with well-synchronized sound effects. In Punjab, the start of the tune Hey Jammalo was a hint to the audience that the picture was nearing its end. This tune was played more vigorously if the film was more enjoyable. The audience too thumped their feet in rhythm to indicate they had enjoyed the movie, otherwise as soon as the Hey Jammalo tune was started people got up to leave not bothering to wait for the last The End title. (The One and Only Kedar Sharma, Blue Jay Books, New Delhi, P. 50)*

❊ यानंतरच्या काळात 'बेन हर' या नावाचा अमेरिकेत तयार झालेला इंग्रजी चित्रपट भारतात दाखविला गेला. हा चित्रपट पडद्यावर दाखविला जाई तेव्हा त्याबरोबर कंपनीने खास तयार केलेले ध्वनिपरिणाम इष्ट त्यावेळी वाजविले जात. चित्रपटाची रिळे घेऊन फिरणारा माणूस हे ध्वनिपरिणामही बरोबर घेऊन जाई. ध्वनिपरिणाम साधे असत. शिट्या, पटहांवरचे आघात, वाऱ्याचे घोंगावणे इत्यादी. हे परिणाम अर्थातच कृत्रिमरीत्या बनविलेले असत, पण श्रोते प्रेक्षकांना हे सारे थरारक वाटे अशी तत्कालीनांची साक्ष आहे!

पुढचा टप्पा आला तो अर्थात चित्रप्रक्षेपणाबरोबर वाद्यवादन वगैरे करणाऱ्यांचा.

❊ उदाहरणार्थ, जोधपूरमध्ये कंटालिया हाऊसमध्ये चित्रपट दाखविले जात, तेव्हा पं. मोतीलाल हे मटकावादन तज्ज्ञ आपल्या साथीदारांसह पिटात बसत आणि प्रक्षेपित दृश्यास साजेसे संगीत पुरवत. हलत्या प्रतिमेबरोबर समकालिक संगीत पुरविण्याचा अनुभव

पं. मोतीलाल यांना फायदेशीर ठरला. कारण पुढे सुमारे एका दशकानंतर – टॉकी युग अवतरल्यावर – ते नौशाद यांचे साहाय्यक म्हणून काम करू लागले.

❋ याच काळात पंकज मलिक व रायचंद बोराल यांनी 'चोरकाटा' (इंटरनॅशनल फिल्मक्राफ्ट) या चित्रपटाच्या प्रक्षेपणाच्या वेळी मूवी पिआनिस्ट म्हणून काम केले. पण ते रवींद्र संगीताचा वापर करीत.

❋ आज मूकचित्रपटांच्या संगीतास एक वेगळे परिमाण आहे म्हणणारेही लोक आहेत. उदाहरणार्थ, बर्लिनमध्ये एक ७५ वादकांचा वृंद मूक चित्रपटांच्या संगीताबाबत प्रसिद्धी पावला आहे. १९८० पासून या प्रकारच्या संगीतात लोकांची आस्था वाढली आहे असे म्हणतात. फ्रँक स्ट्रोबल हा या वृंदाचा निर्देशक असून त्यात त्याचा साहाय्यक पीएर ओझेर पिआनो वाजवितो. जुन्या मूक चित्रपटांना संगीत पुरविताना 'आम्ही तीन असतो' असे त्यांचे म्हणणे – अर्थात, ते दोघे कलाकार व प्रक्षेपित चित्रपट! काही वेळा ते जुने संगीतालेख वापरतात, पण बऱ्याच वेळा संगीत नव्याने रचतात. मूक चित्रपटांची गतिमानता निराळ्याच प्रकारची असल्याकारणाने कल्पकतेने जणू एक नवी सांगीत शब्दसरणी तयार करावी लागते व म्हणून आम्हांला हे काम करणे आवडते असे ते आनंदाने सांगतात. हिमांशू राय यांनी १९२९ मध्ये ओस्टेनबरोबर, सहकार्याने निर्माण केलेल्या 'थ्रो ऑफ डाइस' या भारतीय चित्रपटास या द्वयीने नुकतेच असे संगीत दिले. मूक चित्रपटाच्या जमान्यात प्रत्यक्ष वा ध्वनिमुद्रित संगीत वापरले जाई वा चित्रपटाच्या रिळांबरोबर ते पुरविले जाई. भारतीय चित्रपटांच्या या विकासावस्थेत दादासाहेब फाळके (नाशिक) व बाबूराव पेंटर (कोल्हापूर) यांनी वेधक कामगिरी केली. पण इतरही अनेक अ-मराठी आरंभवीर मुंबईत जोमाने कार्यरत होते. उदाहरणार्थ, द्वारकादास संपत (१८८४-१९५८, कोहिनूर फिल्म्स), अर्देसर इराणी (१८८६-१९६९, स्टार फिल्म्स आणि नंतर इंपीरिअल फिल्म्स), भोगीलाल दवे (शारदा फिल्म कंपनी, १९२५) इत्यादींच्या कामाची दखल घेतली पाहिजे. हिंदी चित्रपटसंगीताची प्रमुख कर्मभूमी मुंबई. तिच्या बहुरंगी, बहुढंगी स्वरूपामुळे पुढे बॉलीवुड इथेच आकाराला आले. बॉलीवुडचे स्वरूप निश्चित झाले ते अशा सर्व लोकांच्या सहभागाचे संकलित फल म्हणून हे विसरून कसे चालेल!

१९२० नंतर मुंबईत मूक चित्रपटांचे उत्पादन वाढते राहिले. नव्या चित्रपट कंपन्या, नव्या बिरुदांसह चित्रपट कंपन्यांचे भपकेदार आगमन इत्यादी गोष्टींमुळे या नव्या व्यवसायाचे रूप भविष्यात आकाराला कसे आले त्याच्या पूर्वखुणा दिसतात.

(१) चित्रपट निर्मितीची चढाओढ वाढती राहिली. टॉकीपूर्व युगात स्थापन झालेल्या कंपन्यांची कालांतर्गत घनता या संबंधात बोलकी आहे. उदाहरणार्थ, इंडियन सिनेमा आर्ट्स, कलकत्ता, ब्रिटिश डोमिनिअन कंपनी व ईस्टर्न फिल्म सिंडिकेट, कोलकाता, एशियन फिल्म कंपनी व ग्राफिक आर्ट्स.

(२) चित्रपट तारे व तारका यांच्या प्रतिमा तयार होऊन आपला प्रभाव दाखवू लागल्या.

(३) हॉलीवुडची उत्पादने बघता येऊ लागली म्हणून व शिवाय इथल्या परिस्थितीमुळेही लोकांची आवडनिवड बदलू लागली.

(४) खुद्द चित्रपटाच्या मूक अवस्थेतही चित्रपटास एक प्रगल्भ रूप येऊ लागले होते. याबाबत एक वेधक उदाहरण देता येईल. स्वतः १७२ सिनेमागृहे बांधणाऱ्या, १९३२ पर्यंत भारत, बर्मा व श्रीलंका येथील वितरणाचे एकाधिकार हाती राखणाऱ्या जे. पी. मादन यांनी अगदी पूर्वी १९२२ साली बंकिमचंद्र चटर्जी यांच्या 'विषवृक्ष' या कृतीवर चित्रपट काढला होता! शरच्चंद्रांच्या 'अंधारे आलो' व रवींद्रनाथांच्या 'मनभंजन' यांसारख्या अभिजात कृतींवर बी. के. घोष यांच्या ताजमहाल फिल्म्सने १९३० मध्ये चित्रपट काढले होते. या कृतींसाठी त्यांना शिशिरकुमार भादुडी व नरेश मित्र यांसारखे खंदे अभिनेतेही लाभले होते. अशा गोष्टी केवळ पैशाच्या मागे लागणाऱ्या व्यावसायिकांच्या हातून कशा घडल्या असत्या?

याच संदर्भात आणखी एक तपशील नोंदण्यासारखा आहे. मूक चित्रपटांच्या वाटचालीतील पहिल्या दशकांत ८५ पैकी ७८ चित्रपट धार्मिक वा पौराणिक विषयांवरचे होते. पण पहिल्या सहा वर्षांत म्हणजे १९१७-२२ या काळात ३३ पैकी ८ चित्रपट सामाजिक विषयांवरचे होते. पुढल्या वर्षांत ही टक्केवारी ६० इतकी झाली. कदाचित हा खास बंगाली विशेषही म्हणता येईल! असो.

मूक चित्रपटांचे निर्माते अनेक प्रकारे आपली जबाबदारी उचलत होते. एक तर ते झपाट्याने काम करत. दर आठवड्यास, वा दर महिन्यास एक चित्रपट असा वेग राखीत त्यांचे काम चाले. एका निर्मात्याने तर केवळ दोन दिवसांत एक चित्रपट पुरा केला म्हणतात! शिवाय त्यांनी हाताळलेले विषयही खूप

विविध असत. पौराणिक, ऐतिहासिक, पलायनवादी प्रेमकथा ते थरारकथा असा त्यांचा रुंद विषयपट होता!

पण इतरही काही बाबी अशा होत्या, की त्याद्वारा या मंडळींचा कसोशीचा माध्यमविचार दिसे. उदाहरणार्थ, द्वारकादास संपत (यांनी कुत्र्याऐवजी एक वाघ पाळीव प्राणी म्हणून पाळला होता) यांनी दहा वर्षांत ९८ चित्रपट काढले. आपल्या पौराणिक चित्रपटांतले पोषाख बनविण्यासाठी त्यानी बराच पैसा खर्च करण्यास मागेपुढे पाहिले नाही. ते चित्रपटांत खरे दागदागिने वापरीत. ड्रॉप कर्टनचा वापर त्यानी टाळला, ते कृत्रिम नेपथ्य उभारीत पण परिणामकारक करीत. तशी प्रकाशयोजनाही करीत, कारण त्यांच्या निर्मितीमागचे तत्त्वज्ञान यथातथ्यपण आणि वास्तववाद यांवर आधारलेले होते. 'विक्रम उर्वशी' (१९२०) या आपल्या चित्रपटाच्या प्रक्षेपणाच्या मध्यंतरात लीना वॅलेंटिना या तत्कालीन मादक सौंदर्यशालिनीच्या नृत्याचा कार्यक्रम द्वारकादास संपत ठेवीत असत. इतकेच नव्हे तर 'सती अनसूया' या आपल्या चित्रपटात (नायिका सकीनाबाई) कथेच्या मागणीनुसार नग्न नायिका दाखविण्यासही त्यांनी अनमान केले नाही!

भारतीय चित्रपटाच्या या विकासावस्थेतील चित्रपट अधिक मोकळे होते काय? नंतरच्या युगात ज्यामुळे सेन्सॉरची भुवई नक्की वाकडी झाली असती अशी कितीतरी दृश्ये या काळच्या चित्रपटांत होती. उदाहरणार्थ, काही चित्रपटांत चुंबनांची रेलचेल असे. 'हीर रांझा' व 'अनारकली' हे चित्रपट यासाठी प्रसिद्ध होते. कोणीतरी म्हटले त्याप्रमाणे नंतरच्या युगात जे कार्य गीतांकडे सोपविले गेले तेच कार्य ही चुंबनदृश्ये पार पाडीत होती काय? भावनांची तीव्रता व पात्रांची त्यामधील गुंतवणूक मनावर ठसावी यासाठी जर चुंबनदृश्ये येत असतील तर या विधानात काही अर्थ आहे असे मान्य करायला नको काय? चित्रपटांच्या जाहिरातीत या खास अंगांची मुबलक जाहिरात असे. मूक चित्रपटांमुळे अनेक तारे व तारका उदयाला आल्या. उदाहरणार्थ, सुलोचना (रूबी मायर्स), गोहर, झेबुन्निसा, रामप्यारी, झुबैदा, रेमी स्मिथ (सीतादेवी), राजा सँडो, मास्टर विठ्ठल आणि बिलिमोरिया ही त्यांपैकी काहींची नावे होत. यांच्या नावांवर गर्दी जमे. पैसा-पेटी भरण्याइतकी त्यांची आवाहकता खात्रीची झाली होती.

आणखी एक नोंदण्यासारखा विशेष असा, की भारतीय मूकपट तत्कालीन फॉरेन मूकपटांपेक्षा जास्त गर्दी खेचत. एकंदरीने पाहता मूकपटांचे कार्य निश्चितपणे बहुप्रेरित होते. पैसा कमावण्यापलीकडे जाऊन राष्ट्रवादाचा प्रचार वा राजकीय टीकाटिप्पणी करणे, सामाजिक व शैक्षणिक सुधारणांचा प्रस्ताव मांडणे, निखळ करमणूक साधणे आणि त्याचबरोबर प्रयोगशीलता ठेवणे या सर्वांचा त्यांना एकदम

सोस होता. अनेकांनी सुचविल्यानुसार 'राजा हरिश्चंद्र' घेऊन येणारे दादासाहेब फाळके आणि हळूहळू चढा होत जाणारा इंडियन नॅशनल कॉंग्रेसचा स्वातंत्र्यवादी स्वर या दोन्ही बाबी समान भारतीय आकांक्षाचे पूर्वसूचन करीत होत्या.

वेधक बाब अशी की टॉकीजचा जमाना आल्यावरही मूक चित्रपट एकाएकी अस्तंगत झाले नाहीत. बोलका चित्रपट आल्यावरही अनेक चांगले अभिनेते मूक चित्रपटांत भूमिका करत राहिले असेही आढळते. उदाहरणार्थ, १९३१ मध्ये २४ टॉकीज आल्या, तसेच २०७ मूक चित्रपटही प्रदर्शित झाले. परंतु १९३४ मध्ये मात्र फक्त ७ मूकपट आले. टॉकी हे माध्यम या सुमारास पूर्ण मान्यता पावले म्हणायला हरकत नाही.

चित्रपटाच्या टॉकी या विकासावस्थेनंतर स्टुडिओ अवस्था आली व त्यानंतर इंडस्ट्री अवतरली असा हा चित्रपटीय इतिहासक्रम आहे. विशेषतः संगीताशी सबंधित घटना नोंदण्याचाच इथे यत्न केला आहे. पण दिग्दर्शकीय वा विषयवारीच्या संदर्भात उचललेली नवी पावले वगैरेंचाही मागोवा थोडाफार घेतला आहे, कारण चित्रपटांत संगीताला किती व कसा वाव मिळावा यात दोहोंचा विचार कारणीभूत होतो. काही काही उदाहरणे गुरु-शिष्य पद्धतीने एक सातत्य समोर आणतात असेही दिसते. उद्याचा ख्यातनाम दिग्दर्शक आपल्या उमेदवारीच्या काळात आजच्या एखाद्या मान्यवराचा साहाय्यक म्हणून काम करतेवेळी काही शैलीसंबद्ध, काही तांत्रिक तर काही ध्येयधोरणात्मक विशेषही आत्मसात केल्याशिवाय राहत नाही. याचाच पाठपुरावा पुढे होईल असे जरी नसले तरी आपल्या मूलद्रव्याकडे एक कार्यकारी सांस्कृतिक घटक म्हणून पाहणे तरी यामुळे अंगात भिनते म्हणण्यास हरकत नाही. मार्गांतर करायचे म्हटले तरीही एक कोणतातरी मार्ग निश्चितपणे माहीत असावा लागतो व ते या गुरु-शिष्य साखळीत साधते! उदाहरणार्थ, चित्रपट केंद्रांनुसार पुण्याहून बाबूराव पेंटर - व्ही.शांताराम या गुरू-शिष्यांची साखळी, कोलकात्याहून बारूआ - देवकी बोस - नितिन बोस - बिमल रॉय - फणी मझुमदार ही साखळी व यांतून बिमल रॉय व हृषीकेष मुखर्जी, बासु भट्टाचार्य, गुलझार अशी साखळी चालू राहिली.

मुंबई केंद्रात दिग्दर्शकीय दृष्टीचा आणखी एक पट दिसून आला. देवकी बोस यांचा सहाय्यक म्हणून कोलकात्यात सुरुवात केलेल्या केदार शर्मांनी मुंबईत आपला वेगळा पायरव ऐकविला व त्यांचा साहाय्यक होता राज कपूर!

सत्यजित राय हे नितिन बोसचे पुतणे असून 'मशाल' या चित्रपटासाठी त्यांनी मुंबईस आपल्या चुलत्याकडे साहाय्यक भूमिका बजावली होती (१९५०).

न्यू थिएटर्स परंपरेतील ग्यान मुखर्जी यांनी मुंबईत बॉम्बे टॉकीजसाठी 'गीता' (१९४०) हा चित्रपट दिग्दर्शित केला व एक बहुप्रसव फॉर्म्युला पहिल्याने वापरल्याचे श्रेय मिळविले : गुन्हा फायदेशीर ठरत नाही! पण या फॉर्म्युलाला खरे यश मिळाले ते याच संस्थेने 'किस्मत' (१९४३) काढला तेव्हा. यात मुख्य पात्र होते एक खिसेकापू. या चित्रपटात तर दिग्दर्शकाने संहिताही लिहिली. झूला (१९४१) मध्ये याच दिग्दर्शकाने आणखी एक यशसूत्र वापरले : मुलगा मुलीला भेटतो. १९५० मध्ये 'संग्राम' चित्रपटात ग्यानबाबूंनी हातात पिस्तूल खेळविणारा नायक समोर आणला आणि आता हा एक नायक-साचा बनला आहे. काही अंशी याच चित्रपटांकडे अ-नायकाच्या वा प्रति-नायकाच्या चित्रणाची आद्य उदाहरणे वा गुंड-मवाल्यांच्या पाताल-विश्वाच्या चित्रणाचे पूर्वकालीन नमुने म्हणूनही वळता येईल.

गुरुदत्त हा ग्यान मुखर्जींचा साहाय्यक होता आणि गुरुदत्तने आपला 'प्यासा' हा चित्रपट त्यांना अर्पण केला आहे. मुलगा मुलीला भेटतो हे यशसूत्र त्यानेही काही प्रमाणात वापरले असले तरी गुरुदत्त अमिया चक्रवर्तीनाही साहाय्यक होता हे कसे विसरावे! 'दाग', 'सीमा', 'पतिता' हे त्यांचे चित्रपट आठवावेत. गुरुदत्तच्या चित्रपटांत पुरुष-स्त्री नात्यावर हृदयस्पर्शी व विचारप्रवर्तक भाष्ये आढळतात हे या संदर्भात ध्यानात घ्यावे.

येथे मुद्दा असा आहे, की अशा विविध परिप्रेक्षांतून पुढील पाऊलखुणांचे अर्थ लावले पाहिजेत.

हिंदी चित्रपटगीतांच्या विवरणाकडे वळण्याआधी या गीतांसंबंधी एक ढोबळ आकडेवारी नोंदण्यास हरकत नाही. यामुळे नंतरच्या अधिक नेमक्या विश्लेषणास व्यापक पार्श्वभूमी मिळेल.

कालखंड	चित्रपट	गीतसंख्या	सरासरी
१९३१-४०	९३१	८२४७	९
१९४१-५०	१२३६	११६२४	९
१९५१-६०	१२०३	९६२४	८
१९६१-७०	१००७	६९९०	७
१९७१-८०	१३२७	८२९५	६
१९८१-९५	२३००	१०५००	५

म्हणजे एकूण ८००४ चित्रपटात ५४७०० गीते अशी आकडेवारी झाली.
(आधार - संगीत कलाविहार, ऑक्टोबर १९९७, सुरेश चांदवणकर)

चित्रपट निर्मितीचा ढोबळ इतिहास

१८९०

पॅरिसच्या ई. जे. मारी याने सेल्युलॉईड रिळाचा शोध लावला.

१८९५-९७

काही इतिहासकारांनी असे नोंदले आहे, की वर्ष १८९५पासून स्टीफन्स नावाच्या एका व्यक्तीने कोलकात्यातील विविध प्रेक्षागृहांत 'बॉयोस्कोप' या नावाने ख्यात असलेल्या चित्रपटप्रक्षेपणास आरंभ केला. काहींच्या मते असेच काम फ्लेमिंग नावाची व्यक्तीही करत होती. या चित्रपटांत घोडदौड इत्यादी रस्त्यावरची दृश्ये असत. प्रक्षेपित व चलत्-प्रतिमा हेच या चित्रपटांचे रूप होते.

१८९६

ल्युमिएरने ६ जुलै रोजी मुंबईत वॉटसन हॉटेलमध्ये आणि नंतर नॉवेल्टी थिएटरमध्ये आपले चित्रपट प्रदर्शित केले. पहिल्या खेळास तिकीट दर सर्रास १ रुपया होते, तर दुसऱ्या खेळाच्या वेळी ८ आणे, १ रुपया व २ रुपये असे दर लावले होते! खरे म्हणजे ल्युमिएर बंधू जगाच्या दौऱ्यावर निघाले होते व ऑस्ट्रेलियाच्या वाटेवर मुंबईत उतरले होते. त्यांनी दोन दोन मिनिटांच्या छोट्या चित्रपटांचे प्रक्षेपण केले होते. या काळात प्रेक्षक रंगभूमीच्या प्रभावाखाली इतके होते, की अधिक किंमतीची तिकिटे घेणारेसुद्धा आपल्याला पुढच्या रांगांत बसायला जागा मिळावी म्हणून धडपडत होते! योगायोग असा की याच प्रकारचे चित्रपट याच सुमारास सेंट पीटर्सबर्ग येथेही प्रदर्शित होत होते.

कालांतराने विक्टोग्राफ, फोटोस्कोप, स्कोपोग्राफ, ऑप्टिकल डायोरामा अशा वेगवेगळ्या नावांनी विविध पाश्चिमात्य कंपन्या अशाच प्रकारचे चित्रपट भारतात देशभर प्रक्षेपित करीत राहिल्या. यामुळे चित्रपटाच्या विकासाची ही अवस्था भारतात नीट रुजली.

मुंबईत ऑगस्टच्या सुमारास चित्रपट प्रक्षेपणाच्या वेळी चित्रानुसार संगीत पुरविण्यासाठी वादक ठेवण्याची प्रथा सुरू झाली. सेमूर डोव् नावाचे गृहस्थ यात निर्देशनाचे काम करीत अशी नोंद तत्कालीनांनी केली आहे.

१८९७

हिरालाल सेन यांनी चित्रपटनिर्मितीस आरंभ केला.

१८९८

हिरालाल सेन यांनी आपल्या कंपनीचे नाव 'रॉयल बायोस्कोप' असे ठेवले होते. त्यांच्या पहिल्या प्रदर्शित चित्राचे नाव होते 'डान्सिंग सीन फ्रॉम द ऑपेरा'.

१८९९

हरिश्चंद्र सखाराम भाटवडेकर उर्फ सावेदादा हे एक यशस्वी प्रकाशचित्रकार मुंबईच्या केनेडी ब्रिजजवळ एका चांगल्या चालणाऱ्या दुकानाचे मालक होते. शिवाय ते लघुचित्रपटांची आयात व त्यांचे प्रदर्शनही करत. कालांतराने त्यांनी एक योग्य असा कॅमेरा विकत घेऊन एक कुस्तीचा सामना चित्रित केला, तसेच रस्त्यावर खेळ करणाऱ्या एका माकडवाल्याचा खेळही त्यांनी मलबार हिलवर चित्रित केला. या लघुपटांचे त्यांनी प्रदर्शन केले. भावास बरोबर घेऊन एक पूर्ण लांबीचा चित्रपट काढण्याचाही त्यांनी बेत केला होता, पण भावाच्या आकस्मिक मृत्युमुळे हा बेत सोडावा लागला.

पहिला चित्रपट काढल्याचा दावा करणाऱ्यांत आणखी एक नाव आहे ते 'फ्रेंड्स अँड कंपनी' या नावाने ओळखल्या जाणाऱ्या एका कंपनीचे. पाटणकर, दिवेकर व करंदीकर या तीन मध्यमवर्गीयांनी 'सावित्री' नावाचा एक लघुपट तयार केला होता, पण त्याचे प्रक्षेपण होऊ शकले नव्हते.

मॅग्नेटिक ध्वनिमुद्रण याच वर्षी प्रथमतः यशस्वीपणे करून पाहण्यात आले.

१९०१

हिरालाल सेन यांची कंपनी जे चित्रपट काढी त्यांचा भर असे ट्रिक सीन्स जोडण्यावर. सलग कथा सांगण्याचा यात यत्न नसे. पण त्यांनी दुसरे एक वेगळे पाऊल उचलले. कोलकात्याच्या क्लासिक थिएटरमध्ये त्यांनी काही नाट्यदृश्ये चित्रित केली व त्याच प्रेक्षागृहात त्यांचे ५ फेब्रुवारी रोजी प्रक्षेपणही केले.

अब्दुल अली युसुफ अली यांनी परदेशी चित्रपट प्रदर्शनासाठी आयात करायला सुरुवात केली. जमशेटजी मादन, द्वारकादास नारायणदास संपत (सुरत) यांनीही हाच कित्ता गिरविला. दादासाहेब फाळक्यांचा प्रयत्न आर्थिकदृष्ट्या किफायतशीर आहे असे सिद्ध होईपर्यंत बऱ्याच जणांनी चित्रपट व्यवसायात फक्त आर्थिक गुंतवणूक करण्यावरच भर दिला होता असे दिसते.

१९०३

'रिटर्न ऑफ रँग्लर परांजपे' या बोधपटाची निर्मिती झाली.

१९०४

हिरालाल सेन यांनी 'अलीबाबा ॲन्ड फॉर्टी थीव्ज्' हा पूर्ण लांबीचा चित्रपट काढला. हा बहुधा पहिला भारतीय चित्रपट असावा. दुर्दैवाने त्यांचे सर्व चित्रपट एका आगीत जळून गेले!

१९०९

या सुमारास अमरिकेत एडीसन कंपनीने मूकपटांतील विविध दृश्यांसाठी साजेशा संगीताचे संगीतालेख छापायला सुरुवात केली. यांचे शीर्षक असे 'सजेशन्स फॉर म्युझिक' (संगीतासाठी सूचना).

१९१२

आर. जी. तथा दादासाहेब तोरणे एक विक्रेता व एका ड्रामा क्लबचे सभासदही होते. चित्रे हे त्या क्लबचे दुसरे एक सभासद व एका छापखान्याचे व्यवस्थापक होते. ते कथा सांगणारे व त्यातही पुन्हा अभिजात कथेकडे वळणारे होते. परदेशी चित्रपट दोघांनाही स्फूर्तिदायक वाटले. या चित्रपटात कंटाळवाण्या बोधपटांपासून दूर जाणे सहज जमू शकते हाही विशेष मोह पाडणारा! या द्वयाने मग आपल्या ड्रामा क्लबची मदत घेऊन, एक कॅमेरा भाड्याने पैदा करून, जॉन्सन नावाचा ब्रिटिश कॅमेरामन नेमून, जवळजवळ ४०० फूट लांबीच्या फितीवर एका बागेत 'पुंडलीक' या नाटकाचे चित्रण केले. १८ मे १९१२ रोजी याचे कॉरोनेशन सिनेमॅटोग्राफमध्ये प्रदर्शनही झाले. पण हेही अभिनीत नाटकाचे चित्रण–प्रक्षेपण होय. म्हणजे याही यत्नास पूर्ण लांबीचा मूक चित्रपट निर्माण करण्याचे श्रेय देता येत नाही!

ध्वनी व प्रतिमा यांचे एकसमयीकरण याच वर्षात शक्य झाले. एका अज्ञात तंत्रज्ञाने 'ॲन एपिसोड फ्रॉम रामायण' असा चित्रपट निर्माण करून त्याचे प्रदर्शन नोव्हेंबर महिन्यात गेइटी प्रेक्षागृहात केले. हा चित्रपट एक आठवडाभर चालला!

१९१३

पहिला भारतीय चित्रपट म्हणून ज्याची गणना केली जाते तो 'राजा हरिश्चंद्र' – १३ मे, १९१३ रोजी प्रदर्शित झाला! अभिनेत्यांना नवे वळण

शिकविण्याबद्दल व ट्रिक सीन्सबद्दल फाळक्यांची रास्त तारीफ करण्यात आली आहे. चित्रपट २३ दिवस चालला आणि हा त्या काळात एक विक्रम होता! त्यांनी आपले चित्रपट समुद्रापार – परदेशीही – नेले होते!

या चित्रपटाचे स्वागत व ग्रहण कसे झाले याविषयी थोडा तपशील नोंदला पाहिजे. त्यावरून असे दिसते की कदाचित भारतीय प्रेक्षक-श्रोता केवळ दृश्याने कधीच संतुष्ट होत नसे! उदाहरणार्थ, सुरतेस प्रदर्शन करताना फाळक्यांनी जाहिरात केली होती – पहा ५९००० चित्रे पाऊण इंच रुंद व दोन मैल लांब – फक्त दोन आण्यांत! पुण्याला फाळक्यांना आपला प्रदर्शन तंबू एका पिठाच्या गिरणीच्या आवारात ठोकावा लागला होता. गिरणीमालकाबरोबर करार करून त्यांनी जाहिरात केली होती – जो कोणी जवळच्या गिरणीत दळण करेल त्यास चित्रपट फुकट बघता येईल!

फाळक्यांनी एकूण ४७ चित्रपट निर्माण केले व त्यात 'गंगावतरण' हा एकच बोलपट होता.

याच वर्षी बालगंधर्वांनी आपली स्वतःची 'गंधर्व नाटक मंडळी' स्थापन केली. रवींद्रनाथांना याच वर्षी 'नोबेल' पारितोषिक जाहीर झाले!

पौराणिक, ऐतिहासिक विषयांवर अनेक मूक चित्रपट तयार झाले, पण हिंदू-मुस्लिम ऐक्याचा संदेश देणारा 'कबीर कमाल' हा चित्रपटही प्रकाशित झाला हे विशेष बोधक म्हटले पाहिजे!

१९१५

अमेरिकेत ब्लॉक बुकिंगची प्रथा सुरू झाली. या प्रथेनुसार प्रदर्शकांना संबंधित स्टुडिओचे सर्व चित्रपट प्रदर्शनार्थ घ्यावे लागत. चित्रपटांच्या विकासावस्थेतील इंडस्ट्री या टप्प्याच्या संदर्भात ही बाब महत्त्वाची होय आणि भारतातही तसे झाले.

१९१८

लोकमान्य टिळक, ॲनी बेझंट यांसारख्या राजकीय पुढाऱ्यांबरोबर हरिभाऊ आपट्यांसारखा ललित लेखकही ज्या अधिवेशनात हजर होता अशा मुंबईच्या काँग्रेस अधिवेशनावर बाबूराव पेंटरांनी एक बोधपट तयार केला.

१ डिसेंबर, १९१८ रोजी कोल्हापूर येथे बाबूराव पेंटरांनी 'महाराष्ट्र फिल्म कंपनी' स्थापन केली.

१९२०

तबकड्या तयार करण्यासाठी 'सैरंध्री' या चित्रपटाचा साऊंड ट्रॅक जर्मनीस चेले फुंकेन कंपनीकडे नेण्यात आला. तंत्रज्ञानदृष्ट्या हे एक नवे पाऊल होते. हा चित्रपट पूर्णतः भारतीय कॅमेऱ्यावर चित्रित करण्यात आला होता. आणि चित्रपटसंगीताच्या चर्चेत विशेष महत्त्वाची बाब अशी, की तबकड्यांवर संगीत प्रकाशित करण्याची ही पहिली वेळ होती.

द्वारकादास संपत यांच्या 'कृष्ण सुदामा' या चित्रपटानंतर गुजराथी अर्थ पुरवठा करणाऱ्यांनी 'नरसी मेहता', 'भक्त विदुर' यांसारखे चित्रपट बनविण्यास सुरुवात केली. पण यांत अनेकदा छुपा राष्ट्रवाद असे! उदाहरणार्थ, भक्त विदुराचे पात्र महात्मा गांधींचे सूचन करी व म्हणून हा चित्रपट ब्रिटिश सरकारच्या बंदीचा पहिला मानकरी ठरला!

द्वारकादास यांनी पहिली भारतीय चित्रपट प्रयोगशाळाही स्थापली.

प्रेक्षागृहांत चित्रपटांबरोबर वाद्यवृंदाने सादर करण्यासाठी छोट्या वर्णनपर संगीतरचना परदेशी तयार करण्यात येऊ लागल्या. त्यांची शीर्षके बोलकी असत – 'हेल्प हेल्प' (धांवा धांवा), 'द स्लायमी वायपर' (सुळसुळीत सर्प), 'लव्ज रिस्पॉन्स' (प्रेमाचा प्रतिसाद), 'ब्रोकन वाऊ' (मोडलेल्या आणाभाका) वगैरे.

१९२१

या वर्षीच्या जानेवारीच्या मुंबईच्या टाईम्समध्ये एक वृत्तांत छापला होता. शीर्षक होते 'इंडिअन फिल्म मेकिंग.' एम्प्रेस थिएटरमध्ये तेव्हा दाखविल्या जाणाऱ्या मादन थिएटर्सनिर्मित 'नल दमयंती' या चित्रपटाच्या तांत्रिक कौशल्याची या वृत्तांत तारीफ केलेली असून या चित्रपटाने नॉन-हिंदू श्रोते-प्रेक्षकांनासुद्धा खिळवून ठेवले असेही मुद्दाम नमूद करण्यात आले होते!

फिरोझशा मर्झबान पायजमलिखित 'अफलातून' या पारसी-गुजराती नाटकावर आधारित प्रहसन 'तेमुरझ अॅन्ड तेहुजी' या नावाने मादन थिएटर्सने तयार केले. अप्पू ब्रदर्स संचालित पारसी नाटक मंडळीने मुंबईच्या व्हिक्टोरिआ थिएटर्समध्ये याचा जेव्हा प्रयोग केला तेव्हा निर्मात्यांनी नेहमीच्या रंगमंचावर एक चित्रपटदृश्य प्रक्षेपित केले. या दृश्यात दोन्ही पात्रे कॅमेरा फ्रेममध्ये एकत्र दाखविण्यात आली होती. यासाठी मास्कड शॉट्स हे तंत्र वापरण्यात आले होते. मुंबई शहरात करमणुकीसाठी रंगभूमी व चित्रपट एकत्र आणल्याचे हे बहुधा

पहिले उदाहरण असावे. (J. B. H. Wadia, The Indian Silent Film, in 70 Years of Indian Cinema, Ed, T. M. Ramchandran, Cinema India International, Bombay, 1985, P. 25)

१९२३

या वर्षी चित्रपटांवर करमणूक कर लागू करण्यात आला. हे नवीन माध्यम निधी गोळा करण्यास योग्य झाल्याची ही शासकीय पावतीच म्हटली पाहिजे!

हॉलिवुडमध्ये निर्मित सामाजिक चित्रपटांचे अनुकरण करण्यास भारतात सुरुवात. यामुळे संगीत व संगीतसंबंधित घटकांवर निराळ्या जबाबदाऱ्या पडू लागल्या.

१९२४

एक प्रयोग म्हटले तर चित्रपटबाह्य विशेष, पण मूक व बोलक्या चित्रपटांनी पावले उमटविण्याआधीच चित्रपटीय वाटचालीच्या खुणा दाखविणारा होता! हॅरी वर्दो हा प्रसिद्ध गोल्फ खेळाडू. याची ख्याती अशी की खेळले जाणारे व अतिकष्टाने आणि काही जणांनाच व तेही कधी कधीच खेळता येणारे गोल्फमधले सर्व फटके याला अचूक मारता येत! म्हणून याच्या पकडी, त्याचे मोहरे व झोके वगैरेंचे अगदी तपशीलवार चित्रण करण्यात आले. समीपदृश्ये वगैरे वापरून या चित्रपटाचे प्रक्षेपण करण्यात आले. (टाइम्स अर्काईव्ज, जानेवारी ३, १९२४.)

फोनो फिल्म्स्‌ने ध्वनीसहित पहिले वृत्तचित्र प्रकाशित केले व वॉर्नर ब्रदर्स या संस्थेने आपल्या स्टुडिओमध्ये एक साऊंड स्टेज निर्माण केले.

१९२५

'सावकारी पाश' या आपल्या चित्रपटात बाबूराव पेंटर यांनी पार्श्वसंगीत न वापरता पक्ष्यांचे चिवचिवणे, झाडपानांची सळसळ, वाऱ्याचे घोंगावणे, घंटांचे घणघणणे यांसारख्या नैसर्गिक ध्वनींचा ट्रॅक वापरला.

विशिष्ट चित्रपटांसाठी संगीत रचून ते त्या चित्रपटांच्या प्रदर्शनाच्या वेळी जिवंत वाद्यवृंदाद्वारे सादर करण्याचा प्रघात परदेशांत पडू लागला. काही वेळा ख्यातनाम संगीतनिर्देशकही या खटाटोपात सहभागी होत असत.

लंडन येथे पहिली 'फिल्म सोसायटी' स्थापन होऊन जॉर्ज बर्नार्ड शॉसारखे लोक तिचे सदस्य झाले.

१९२६

वॉर्नर ब्रदर्सनी १६ ऑगस्ट, १९२६ रोजी 'डॉन वॉन' प्रदर्शित केला. यात पहिल्याने पात्रे गायली व ते गायन श्रोते-प्रेक्षकांना ऐकू आले! पहिला मूक चित्रपट प्रदर्शित झाल्यानंतर तब्बल ३१ वर्षांनी हा चमत्कार घडला. वॉर्नर ब्रदर्सनी पार्श्वसंगीत ध्वनिमुद्रिकांवर घेऊन त्या मुद्रिका प्रक्षेपणात योग्य वेळी वाजविण्याची व्यवस्था केली. मात्र 'विटाफोन' या नावाने ओळखला जाणारा हा अभिनव प्रयोग जरा अवघड जाऊ लागला. कारण चित्रे व ध्वनी यांचे एकसमयीकरण म्हणजे कसोटीची वेळ ठरे व ध्वनिमुद्रिकांची हाताळणीही फार कसोशीने करावी लागे.

१९२७

दिनांक ६ ऑक्टोबर, १९२७ रोजी वॉर्नर ब्रदर्सनी 'द जॅझ सिंगर' हा पहिला बोलपट प्रक्षेपित केला. काही इतिहासकारांच्या मते यातही फक्त ओठांची हालचाल व गायन यांचे एकसमयीकरणच होते व खरा बोलपट याच कंपनीने सादर केलेला 'द सिंगिंग फुल' हा होय. 'द जॅझ सिंगर' या चित्रपटात संवादांचा वापर जेमतेम २५ टक्केच होता!

मजेचा योगायोग असा, की याच दिवशी भारत सरकारने 'द इंडियन सिनेमॅटोग्राफ कमिटी' स्थापन केल्याची घोषणा केली.

१९२८

व्ही. शांताराम यांनी 'नेताजी पालकर' या चित्रपटाचे दिग्दर्शन केले – या दिशेचे हे त्यांचे पहिले पाऊल होय.

१९२९

शूद्रकाच्या 'मृच्छकटिक' या अभिजात संस्कृत नाटकावर आधारित 'वसंतसेना' वा 'द टॉय कार्ट' हा चित्रपट मोहन भवनानी यांनी निर्मिला. कमलादेवी चट्टोपाध्याय, नलिनी तर्खड व खुद्द भवनानींची पत्नी एनाक्षी राम राव यांसारख्या शिष्ट समाजातील स्त्रियांनी चित्रपटात भूमिका केल्या होत्या. या प्रकारे बोलपटाने बाजूला ढकलण्याच्या किंचित आधीच सामाजिक व सांस्कृतिक पत मिळविण्याच्या दिशेने मूकपटाने महत्त्वाचे पाऊल टाकले होते. संगीत रंगभूमीबाबतही बोलपटाने तसेच केले.

दिनांक १ जून, १९२९ला मराठी व हिंदी चित्रपटसृष्टीत भावी काळात महत्त्वाची व पायाभूत कामगिरी बजावणाऱ्या 'प्रभात कंपनी'ची कोल्हापूर येथे शांताराम, धायबर, फत्तेलाल व दामले यांनी स्थापना केली.

बोलपट – एक नवी विकासावस्था

पाश्चात्त्य जगात मूकपटाचे आगमन झाल्यानंतर सहा महिन्यांच्या अवधीत त्याने भारताचा किनारा गाठला असला तरी भारतात बोलपटाचा अवतार होण्यास त्याच्या पाश्चात्त्य अवतारानंतर पाच वर्षे लागली. या तपशिलाकडे थोडे बारकाईने पाहणे जरुरीचे आहे.

बोलपटाची पावले चाचपडती राहिली यास काही कारणे होती. बोलपट यायच्या आधी भारतीय चित्रपटास श्रीलंका व बर्मा या देशांच्या बाजारपेठाही उपलब्ध होत्या. बोलपट आल्यावर उपलब्ध बाजारपेठांचा संकोच होईल ही भीती होती. दुसरे असे की बोलपटासाठी एकाएकी नवीन सामग्री इत्यादी खरेदी करायला लागणार व खर्च वाढणार अशी चिंताही निर्माण झाली. तिसरे म्हणजे सर्व नवी यंत्रे चालविण्याचे प्रशिक्षण देणे गरजेचे ठरेल, इतकेच नव्हे तर नवीन नोकरवर्ग नेमणेही कदाचित आवश्यक ठरणार असे दडपण जाणवत होते. आणि शेवटी असेही लक्षात आले, की आहे तीच व तशीच प्रेक्षागृहेसुद्धा चालण्यासारखी नव्हती. एकूण मामला परवडेल किंवा नाही याचा विचार अपरिहार्य होता. पण लवकरच असेही लक्षात आले, की ध्वनी आल्यावर परदेशी चित्रांची चलती व स्पर्धा कमी होईल व सर्व देशी बाजारपेठ एतद्देशीयांच्याच हातात राहील! अशा सर्व ऊहापोहानंतर भारतीय बोलपटाचे विजयी आगमन झाले! अमेरिकेला आर्थिक मंदीने ग्रासले असताना, नव्या आर्थिक गुंतवणुकीबाबत तिथे चालढकल होत असता भारतीय बोलपट आगेकूच करू लागला.

१९३१ पासून आरंभ झाल्यावर दुसऱ्या महायुद्धाच्या आरंभापर्यंतच्या कालखंडांत टॉकी व्यवसायाचे चांगले विकेंद्रीकरण होऊन कार्य चालले. या अवस्थेत माध्यमास वळण देणारा सर्वांत महत्त्वाचा घटक होता गायक-अभिनेता वा अभिनेत्री. गायनाचे ध्वनिमुद्रण व अभिनयाचे चित्रण एकाच वेळी करायचे, आणि तेही एक-कॅमेरा पद्धतीने. अशा सर्व अडचणींवर मात करून चित्रपट निघू लागले. मननीय बाब अशी की पौराणिक कथा वगैरे असूनही प्रच्छन्न साम्राज्यवादविरोधी संदेश देण्याची भारतीय बोलपटाची धडपड चालूच नव्हे तर वाढती राहिली! स्वस्त करमणूक पुरविण्याचा आधुनिक माध्यमाचा मोहरा

तसा फसवा होता आणि त्याचे आवाहनही करमणुकीपुरते मर्यादित राहिले नाही! निदान बोलपटाच्या आरंभीच्या वाटचालीत तरी असा प्रकार होता हे निश्चित.

एकंदरीने असे म्हणता येईल, की या विकासावस्थेत तीन मुख्य चित्रपटकेंद्रे तयार झाली. प्रत्येकात स्टुडिओ स्थापले गेले व नामवंत बॅनर्सही फडकविण्यात आले. पुण्यात 'प्रभात', मुंबईत 'इंपीरिअल', 'रणजित', 'सागर', 'वाडिया', 'प्रकाश', 'बॉम्बे टॉकीज', 'मिनर्वा' व 'मोहन', तर कोलकात्यात 'मादन' व 'न्यू थिएटर्स' अशी स्टुडिओंची यादी सहज आठवेल. (कालांतराने लोक चित्रपट केंद्रांना बॉलीवुड (लाहोर), बॉलीवुड (मुंबई), हॉलीवुड (टोलीगंज, कोलकाता) व मॉलीवुड (मद्रास) असे म्हणू लागले!)

वरील तिन्ही केंद्रांत अनेक प्रतिभावंत दिग्दर्शक काम करत होते व त्यांनी संकलितरीत्या चित्रपटांतले विषय, अभिनयशैली व चित्रीकरणाची तंत्रे वगैरेबाबत बरीच प्रयोगशीलता दाखविली. भारतात बोलपटास मान्यता मिळाल्यावर चित्रपटमाध्यमाची भाषा विकसित करण्याची जबाबदारी अर्थातच या दिग्दर्शकांवर होती. भारतातील सर्व चित्रपटकेंद्रांना वारसा मिळाला होता त्या त्या ठिकाणच्या संगीत नाट्य परंपरेचा. परिणामतः काही काळ तरी हे दिग्दर्शक पारंपरिक भाषेवर जास्त प्रमाणात अवलंबून राहिले – चित्रपटीय भाषेवर नव्हे! यामुळे त्यांना लढा द्यावा लागला शब्दबंबाळपणाशी, नाटकी अभिनयाशी, आणि दृश्यास अमर्याद विविधता देण्याच्या चित्रपटाच्या अपूर्व क्षमतेऐवजी कारागिरीपूर्ण पण कृत्रिम नेपथ्याच्या नादी लागणाऱ्यांशी! हे काम सोपे नव्हते पण संकलितरीत्या दिग्दर्शकांनी हे आव्हान पेलले. ट्रॉली, क्रेन व झूम शॉट्स, समीपदृश्ये, मोंताज इत्यादी खास चित्रपटीय मार्गांनी नेटाने वाटचाल करत करत त्यांनी चित्रपटीय भाषेस रूप दिले, तिचे आविष्कार हळूहळू पण निश्चितपणे प्रगल्भ केले. आशय चांगल्या गुणवत्तेचा असावा म्हणून कोलकाता व पुणे या केंद्रांनी अनेकदा अभिजात साहित्यकृतींचा आधार शोधला. सर्वसामान्य जनतेस आकृष्ट करण्यासाठी संगीताचा वगैरे वापर करण्याचे धोरण अनेकांनी अवलंबिले असले तरी या केंद्रांनी सुधारक व प्रबोधनपर प्रवृत्तीही दाखविल्या हे मान्य केले पाहिजे. ज्या मुंबई केंद्राविषयी जास्तीत जास्ती ओरड असते त्याच केंद्रात 'धरती के लाल' (१९४६) यासारखा बंगालच्या दुष्काळावरचा पहिला चित्रपटही तयार झाला हे लक्षणीय नव्हे काय?

चित्रपट स्टुडिओ बहुविध प्रेरणांनी कार्य करत होते. वास्तववाद, रोमँटिक पलायनवाद, हाणामारी आणि भपका आणि पेटीतला खुळखळता पैसा –

सर्वच घटक त्यांच्या भाषेत बसत होते! काही वेळा त्यांनी चुकीच्या अंगावर भर दिला हे जरी खरे असले तरी हळूहळू त्यांनी ठोस चित्रपटीय यशसूत्रे तयार केली. जनसंज्ञापन माध्यमाबरोबर संलग्न कोणत्याही कलेबाबत हे अनिवार्य आहे. वर्षाला ३-४ चित्रपट निघत व सरासरीने त्यांत ८-१० गाणी असत. स्टाफमध्ये जेमतेम वाद्यवृंद. संगीतदिग्दर्शक व काही वादक एवढे मुख्य संगीतकर्ते.

स्टुडिओनंतरच्या इंडस्ट्री अवस्थेत चित्रपटांचे बॅनर्स फडफडत राहिले तरी निर्माते व अर्थपुरवठा करणारे हे घटक नव्याने अवतरले व दिग्दर्शकांची निर्णयशक्ती कमी प्रभावी झाली!

सांगीत संदर्भात विचार करायचा तर एक बारकावा असा मांडता येईल, की प्रत्येक केंद्रात विशिष्ट प्रकारचा ध्वनी पसंत केला जाई – मग तो संवादांच्या भाषेत असो वा संगीतात. उदाहरणार्थ, न्यू थिएटर्सच्या चित्रपटात काहीशा हळुवार व सूक्ष्म चढउतारांनी युक्त संवाद आढळत. परिणामतः संवाद व संगीत दोहोंची पट्टी खालची लागत असे. मुंबईचे परदेशी व नंतरचे एतद्देशीय तंत्रज्ञानप्रवीण अधिक चमकदार ध्वनी पसंत करीत. याउलट पुण्यात निर्माण होणाऱ्या चित्रपटात अधिक नाट्यात्म विरोधसंबंधी ध्वनी पसंत असे. संवाद व संगीत दोहोंत तसेच असे. संवाद व संगीतात तुल्य पट्टी लाभे. शिवाय त्या त्या केंद्रात उपलब्ध यंत्रसामग्रीवरही हे अंग काही प्रमाणात विसंबून राही. अर्थात ध्वनितत्त्वाकडे कसे वळावे यावर कोणतेही अंगभूत श्रेष्ठत्व वा कनिष्ठत्व अवलंबून नसते. पण यातही हेतुपूर्णता असू शकते – मग तो हेतू, सौंदर्यात्म, सांस्कृतिक, व्यावसायिक वा व्यापारी कसाही असो.

विवेचनाच्या या टप्प्यावर एक सर्वसाधारण पण समावेशक तत्त्व समोर ठेवले पाहिजे. बोलपटाच्या आगमनाच्या वर्षीच १९३१ मध्ये 'शकुंतले'च्या पौराणिक कथेची व 'लैला मजनू' या रोमँटिक प्रेमगाथेची दोन रूपांतरे दोन निराळ्या बॅनर्सखाली प्रदर्शित झाली. त्याचप्रमाणे बोलपट आल्यापासून पहिल्या पाच वर्षांत 'संत तुकाराम' कथेची तीन व 'हरिश्चंद्रा'च्या पौराणिक कथेची आठ रूपांतरेही प्रदर्शित झाली! मुद्दा असा की भारतीय उपखंडातील प्रादेशिक, भाषिक सीमारेषा ओलांडण्याची अंगभूत क्षमता संगीत व मिथक यांत आहे हे जणू सिद्ध झाले! यासारख्या विषय व आशयाची सार्वत्रिकता व त्यांची अंगभूत संगीतमयता व्यापक आवाहनास कारणीभूत ठरते हे भारतीय चित्रपटविश्वातले सत्य आजही विचारपात्र आहे असे दिसत नाही काय?

१९२९

'युनिवर्सल' कंपनीने प्रदर्शित केलेला 'मेलडी ऑफ लव' हा भारतात दाखविला गेलेला पहिला बोलपट आहे असे चित्रपट इतिहासकारांमध्ये एक मत आहे.

१९३१

व्ही. शांताराम, विष्णुपंत दामले, फत्तेलाल, धायबर आणि कुळकर्णी यांनी पुणे येथे 'प्रभात' फिल्म कंपनीची स्थापना केली. १ जून १९३१ रोजी मूलतः कोल्हापुरात स्थापन झालेल्या या कंपनीने मूकचित्रपट तयार केलेच होते.

दिनांक १० फेब्रुवारी, १९३१ला बी. एन. सरकार यांनी 'न्यू थिएटर्स'ची कोलकात्यात स्थापना केली.

पण अर्थात या वर्षीची मुख्य घटना होती बोलपटाच्या पहिल्या पावलांची!

पहिला बोलपट म्हणून सन्माननीय नोंद कोणाची करावी याविषयी अर्थात वाद आहेत! काही संभवनीय महत्त्वाच्या मानकऱ्यांची नावे देणे उपयुक्त आहे, कारण त्यावरून या माध्यमाचा प्रसार आणि त्याविषयीचे जागे झालेले सुजाण कुतूहल यांची कल्पना येते.

हिमांशु राय यांनी सीतादेवीसह स्वतः भूमिका करून १९३० मध्ये 'ए थ्रो ऑफ डाइस' हा चित्रपट प्रदर्शित केला होता. यात संवाद नव्हते, पण ध्वनिपरिणाम होते. परिणामतः पहिला प्रयोगात्मक ध्वनियुक्त चित्रपट असे त्याचे रास्त वर्णन करता येईल.

१४ फेब्रुवारी, १९३१ला, 'आलमआरा' प्रकाशित होण्यापूर्वी एक महिना आधी कोलकात्याच्या मादन थिएटर्सने शहरातल्या क्राऊन थिएटर्समध्ये एक रीळ प्रक्षेपित केले. यात तत्कालीन प्रसिद्ध गायिका मुन्नीबाईच्या गायनाचे चित्रण होते. म्हणजे पहिले चित्रपटीय गाणे हे असू शकेल, पण पूर्ण लांबीचा चित्रपट नाही! शिवाय १९१८ मध्ये बांधलेल्या मॅजेस्टिक थिएटरमध्ये जेव्हा 'आलमआरा' प्रदर्शित होत होता त्याच सुमारास मादन थिएटर्सने कोलकात्यात क्राऊन थिएटरमध्ये एका चित्रीकरणाचे प्रक्षेपण केले. यात बंगाली नाटकातील दृश्ये, एका संस्कृत नाटकाचे वाचन आणि 'नोबेल' पारितोषिक विजेत्या सर सी. वी. रामन यांच्या व्याख्यानाचा काही भाग अंतर्भूत केला होता. बंगाली नाट्यदृश्ये 'आलमगीर' व 'मृणालिनी' (अहींद्र चौधरी व अबू हुसेन), 'रंग

बहार' (रेणुबाला), 'कृष्णकांतेर विल' (दुर्गादास बंदोपाध्याय), 'चांदबिबी' (भूमेन रॉय व रेणुबाला), 'सीता' (निर्मलेंदु लाहिरी, धीरज भट्टाचार्य, सत्येन डे) अशी होती.

पहिल्या भारतीय बोलपटाची कथा एवढ्याने पूर्ण होत नाही वा त्याची ही रीतसर सुरुवात आहे असेही म्हणता येत नाही! कारण अजूनही काही संबंधित वेधक कथा शिल्लक आहेत! सुलोचना म्हणजे रूबी मायर्स ही मूकपटकालातील सौंदर्यवती अभिनेत्री. हिने १९२८ मध्ये 'माधुरी' नावाच्या एका चित्रपटात काम केले होते. या चित्रपटात एक नृत्यदृश्य होते व ते अतिशय गाजले. १९३०च्या सप्टेंबर महिन्यात फक्त या दृश्याचे संगीताबरोबर एकसमयीकरण करण्यात आले. हा लघुध्वनिपट प्रक्षेपित केला गेला व त्याचबरोबर खादी प्रदर्शनाचे चित्रीकरणही! पण ही उदाहरणेही काही पूर्ण लांबीच्या ध्वनी वा बोल चित्रपटाच्या प्रक्षेपणाची नव्हेत. मात्र त्या दिशेने टाकलेले आणखी एक पाऊल म्हणून त्याची गणना करता येईल.

या व यांसारख्या अनेक घटना व त्यांच्याशी निगडित कथा असे सुचवितात, की बोलपटाची कल्पना जणू काही हवेत तरंगत होती व अनेक ठिकाणी तिला मूर्त रूप देण्याचा प्रयत्न अनेक लोक करत होते. निरनिराळ्या दिशांनी बोलपटाच्या आगमनाची पूर्वतयारी होत होती. भारतासारख्या देशात बोलपटांचे सांस्कृतिक कार्य व त्यांचा सांस्कृतिक इतिहास समग्रतेने समजून घ्यायचा असेल तर कल्पबीज विचारांचे बहु-उद्देशीय संभव हे संस्कृतितत्त्व म्हणून स्वीकारले पाहिजे.

'आलमआरा'

अर्देसिर एम. इराणी यांनी इंपीरिएल कंपनीच्या ध्वजाखाली चार महिन्यांत चित्रीकरण केलेला 'आलमआरा' हा चित्रपट पहिला भारतीय बोलपट म्हणून ख्यात आहे. मॅजेस्टिक सिनेमात १४ मार्च १९३१ रोजी याचे पहिले प्रक्षेपण करण्यात आले. दहा हजार फूट लांबीच्या या चित्रपटास पडद्यावर आणायला ४०,००० रुपये खर्च आला होता. दोन बायकांचा दादला असलेल्या एका सुलतानाची कथा या चित्रपटात सांगितली असून झुबैदा ही नायिका व मा. विठ्ठल हा तत्कालीन स्टंट सम्राट नायक होता. अनेकांच्या मते चित्रपटातील संगीत व सांगीत तत्त्वांचा वापर नैसर्गिक वाटला (व वाटतो!), कारण सर्व प्रसंगांच्या वेळी संगीत ही भारतीय परंपराच आहे! म्हणजे सांगीत शैली नवीन नव्हती, फक्त माध्यम नवे होते इतकेच. 'आलमआरा'मध्ये गद्य नसलेली

जवळजवळ ५० आविष्करणे होती. या सर्वांचे काहीसे सैलपणे गीते वा गाणी असे वर्णन करण्यात येते. काहींच्या मते या चित्रपटात फक्त सात गीते होती. आज या चित्रपटाचे कोणतेच चित्रीकरण उपलब्ध नसल्याकारणाने जी वर्णने मिळतात त्यावरून कल्पना करून एकंदर परिस्थितीचा अन्वयार्थ लावावा लागतो. चित्रपटात फारशी ॲक्शन नव्हती, पण त्या वर्षी जे २४ बोलपट पडद्यापर्यंत पोचले त्यात 'आलमआरा' पहिला होता. ४ आणे किंमतीची तिकिटे ४ वा ५ रुपयांना अशा भावाने विकली जात होती इतके आकर्षण त्यामुळे निर्माण झाले होते!

याच संदर्भात या बोलपटाच्या निर्मात्याविषयी काही वेधक तपशील नोंदण्यासारखा वाटतो. अर्देसिर इराणी यांचा जन्म पुणे येथे १० डिसेंबर, १८८६ रोजी झाला. (काहींच्या मते तो १५ डिसेंबर रोजी झाला.) इराणी व इंडियन नॅशनल काँग्रेस अनेक अर्थांनी बरोबर वाढले! चित्रपटांकडे वळण्याआधी त्यांनी केरोसीन तपासनीस, शाळाशिक्षक व वाद्यांच्या दुकानांत विक्रेता म्हणून काम केले होते. त्यांचा कौटुंबिक व्यवसाय वाद्ये विकण्याचा होता. १९०५ मध्ये त्यांनी परदेशी चित्रपट आयात करायला सुरुवात केली व अब्दुल अली युसुफ अली यांच्याबरोबर भागीदारीत अलेक्झांड्रा सिनेमा चालवायला घेतला. इतकेच नव्हे तर इराणी यांनी बोलपटांकडे मोहरा वळविण्याआधी जवळजवळ १०८ मूकपटही निर्माण केले होते! त्यांच्या इंपीरिएल कंपनीनेसुद्धा बोलपट बनवून इतिहास घडविण्याआधी १९२६ पर्यंत ६२ मूकपटांची निर्मिती केली होती. एकंदरीने गणना करता त्यांनी २२५-२५० चित्रपट काढले व त्यांपैकी १२५-१५० मूकपट असावेत. पौराणिक, भक्तिपंथीय कथांबरोबर पारशी रंगभूमीवरील विषयही त्यांनी निवडले. परिणामतः अरबी व पर्शियन प्रेमकथाही त्यांनी आपल्या चित्रपटांसाठी वापरल्या. शिवाय हॉलीवुड छापाच्या सुखात्मिका आणि सामाजिक कथाही त्यांच्या व्यापक जाळ्यातून सुटल्या नाहीत. त्यामुळे भारतीय चित्रपट बराच काळ इराणी यांनी रेखाटलेल्या कथावर्तुळातच फिरत राहिला असे दिसल्यास नवल वाटू नये. इराणी यांनी इतके विषय धुंडाळले, की निदान इतर अर्धा डझन तरी देशांच्या चित्रपट-इतिहासांत त्यांचे नाव झळकते! अनेक अभ्यासकांनी म्हटल्याप्रमाणे इराणी यांनी जे काही केले त्यासाठी त्यांच्यासमोर कोणतेही तावून सुलाखून सिद्ध झालेले मॉडेल नव्हते आणि यावरून त्यांची सर्वस्पर्शी शोधकता दिसून येते. शेवटी असे आढळते की हळूहळू अर्देसिर इराणी अशा टप्प्यावर पोचले, की ते स्टुडिओ-मालक-

निर्माता-दिग्दर्शक-प्रदर्शक-वितरक सर्व भूमिका स्वतः बजावू लागले होते. इतकी स्वयंपूर्णता विरळा म्हटली पाहिजे!

पहिल्या बोलपटाविषयी काही कथाही प्रचारात आहेत. त्या कथांनी या पहिल्यावहिल्या प्रयत्नास एक परिप्रेक्षा लाभते. जे चित्रपटीय विश्व आकाराला येत होते त्यात वेगवेगळ्या कोनांतून डोकावता येते. उदाहरणार्थ, मा. विठ्ठल या निवडलेल्या नायकास बदलून त्याच्याऐवजी मेहबूब खान यांना घेण्याचा इराणी यांनी घाट घातला. कारण मा. विठ्ठल यांची उर्दू संवादांची फेक इराणी यांना समाधानकारक वाटेना. (मेहबूब खान यांनी नंतर 'मदर इंडिया' हा सुप्रसिद्ध चित्रपट काढला). पण बॅ. जीन्हा यांनी मा. विठ्ठल यांचा खटला चालविला, इतकेच नव्हे तर तो जिंकलापण! परिणामी मा. विठ्ठल यांचे नायकत्व इतिहासात रुजू झाले. टॉकी आल्यावर अँग्लो-इंडिअन चित्रपटीय अभिनेत्रींचे प्रमाण एकदम कमी झाले, याचे कारण त्यांना भारतीय भाषांतील संवाद इत्यादी पेलत नसत. आता आलेले युग अभिनेते-गायक असलेल्यांचे व त्यातही ते सुशिक्षित असल्यास खास पसंती असे होते. पार्श्वगायनाचा जमाना येईपर्यंत हा प्रघात जोरावर राहिला.

१४ मार्चला मॅजेस्टिकमध्ये झळकलेल्या 'आलमआरा'मध्ये डब्ल्यू. एम्. खान या अभिनेत्याने फकिराची भूमिका केली होती. *दे दे खुदा के नाम पे प्यारे* हे पहिले हिंदी चित्रपटगीत गाणारा तो पहिला हिंदी अभिनेता-गायक होता. साथीला तबला, हार्मोनियम व व्हायोलीन ही तीनच वाद्ये होती. चाल बहुधा अर्देसिर इराणी यांनीच शोधली असावी! दुर्दैवाने याची तबकडी उपलब्ध नाही.

एल. वी. प्रसाद यांनी नोंदल्याप्रमाणे भारतीय चित्रपटाच्या या विकासावस्थेत गायक-अभिनेते चित्रीकरणाच्या स्थळी (लोकेशनवर) व चित्रीकरणाच्या वेळी गीते गात असत. अगदी गीत व नृत्य असा सीन असला तरी असेच चाले. सिताराची बहीण अलकनंदा हिच्या एका गीत-नृत्याच्या चित्रीकरणासाठी *(बलमा कहीं होंगे)* साग्रसंगीत आपण घोडबंदरला कसे राबलो त्याचे त्यांनी वर्णन केले आहे.

पहिला बोलका चित्रपट तयार करण्याच्या शर्यतीत मादन थिएटर्स मागे पडले तरी त्यांची कामगिरी भरीव होती. १९३१ मध्ये बनलेल्या २३ हिंदी बोलपटांपैकी ८ मादन यांनी तयार केले होते.

मुंबई व कोलकाता यांची उमदी स्पर्धा पुढेही बराच काळ चालू राहिली. मादन यांचे 'लैला मजनू' व 'शिरीन फरहाद' हे बोलपट गाजले व कज्जन ही नायिका व मास्टर निस्सार हा नायक ही जोडीपण तारकापदास पोचली.

१९३२

'किसान कन्या' हा सिनेकलर प्रक्रियेने सिद्ध केलेला पहिला भारतीय रंगीत चित्रपट होय. अर्देसिर इराणी यांनी हा बनविला. पद्मादेवी, निस्सार व गुलाम महम्मद यांच्या प्रमुख भूमिका असलेला हा चित्रपट गवर्नर लॉर्ड ब्रेबर्न यांच्या उपस्थितीत प्रदर्शित झाला.

मानेकलाल पटेल यांनी बोलपटनिर्मितीसाठी दोन कंपन्या स्थापन केल्याः एक 'भारत मूवीटोन' व दुसरी 'कृष्णाटोन'. दुसऱ्या कंपनीच्या 'कृष्णावतार' या बोलपटासाठी संगीत केशवराव भोळे यांचे होते. दास नावाच्या एका अभिनेत्याकडे वसुदेवाची गीतयुक्त भूमिका होती व दासला गाता तर येत नव्हते. शेवटी केशवरावांनी कॅमेऱ्यासाठी योग्य रीतीने ओठांची हालचाल कशी करायची ते दासला शिकविले व गायन त्यांनी स्वतः सूक्ष्मध्वनिग्राहकावर केले. भविष्यात क्रांतिकारी ठरलेल्या पार्श्वगायनाचा आरंभ करणारे मानकरी कोण यात या प्रसंगाची नोंद सर्वांत आधीचा यत्न म्हणून करता येईल.

'इंद्रसभा' या बोलपटात सुमारे ७१-७२ गद्य नसलेले पठणाचे नमुने होते. या सर्वांना सैलपणे गीते म्हणून संबोधण्यात आले आहे. अखेर गीते ६९ असेही नोंदले गेले आहे. वझीरखान हा संगीतरचनाकार व नागरदास नायक याने ही सर्व पद्ये हार्मोनियमवर वाजविली होती. याने पुढे 'चतुर बकावली' या बोलपटात ४९ पद्ये रचली होती.

या प्रकारची आकडेवारी अनेकदा प्रसिद्ध करण्यात येते. येथे हिंदी बोलपटांतील तथाकथित गीतबहुलता कारणांसह समजून घेतली पाहिजे.

आधीआधीच्या चित्रपटांतील बहुतेक गीते म्हणजे वास्तवात पाहता पद्ये, छंदोबद्ध पठण वा दोहे इत्यादी प्रकारच्या साच्यांची उदाहरणे होत हे ध्यानात घेणे जरुरीचे आहे. भारतीयांच्या दैनंदिन व्यवहारांत या स्वरूपाच्या चाली असलेल्या भाषिक साच्यांना स्थान आहे; पण ते केवळ संज्ञापनाचे सोपे मार्ग म्हणून, सांगीत आविष्कार म्हणून नव्हे. दैनंदिन व्यवहारातील या रीतीचे गद्यपद्यात्मक आविष्कार व्यापक मौखिक परंपरेचा भाग होते. संलग्न मुद्दा असा, की या कारणाने हाच भाषिक व्यवहारविशेष भारतातील सर्व संगीत नाट्य परंपरांतही मुबलकपणे अवतरला होता. मूक चित्रपटाचा टप्पा ओलांडून बोलपटाची वाटचाल सुरू झाल्यावर याच नाट्यपरंपरेतील रंगकर्मी मोठ्या प्रमाणात बोलक्या चित्रपटांकडे वळले. बोलपटाचे संगीताबाबतचे संचित या रीतीने तयार स्वरूपात बोलपटांच्या हाती आले होते व याचाच वापर करत करत चित्रपटसंगीताने आपले स्वतःचे म्हणण्यासारखे संगीत सिद्ध केले. मुद्दा

असा की जे गद्य नाही ते सर्व गीत मानणे गीतावर अन्यायकारक आहे याची जाणीव ठेवून हिंदी चित्रगीताबद्दल चर्चा करणे तर्कशुद्ध आहे.

एक वेधक बाब अशी की 'राधेश्याम' (कमला मूवीटोन) या एका आधीच्या चित्रपटात श्रेयनामावलीत संगीतकारांची नावे दिली होती ती अशी : नबाब खान - हार्मोनियम, बन्ने खान व एम्. डी. खुर्शीद - सारंगी, बक्श - तबला. सूचित निष्कर्ष असा की हे संगीतकार व्यावसायिक होते व त्यांचे काम महत्त्वाचे मानले जात होते.

२३ जानेवारीला 'प्रभात' कंपनी (पुणे) यांचे 'अयोध्येचा राजा' (हिंदी व मराठी) पडद्यावर आले. ध्वनी व संगीत या दोन्ही बाबतींत त्यांचे पाऊल पुढले होते. संवाद अधिक सहेतुक तर संगीत पठणापलीकडे पोचणारे हे सहज जाणवत होते. दुर्गा खोटे यांचे अभिनेत्री म्हणून पदार्पण महत्त्वाचे मानले गेले, कारण त्या शिक्षित, संपन्न व खानदानी कुटुंबातील होत्या.

कोलकात्यात 'न्यू थिएटर्स' व के. एल. सैगल एकत्र आले व येणारी काही दशके त्यांची कामगिरी प्रभावी ठरली. सैगलच्या आधीच्या चित्रपटांनी नाव कमावले नसूनही इथून पुढे सैगलचे कार्य भरघोस झाले. मनावर ठसा उमटविणारे नवे हिंदी चित्रगीत आकाराला येऊ लागले. 'चंडीदास' (पहिला खेळ २४ सप्टेंबर रोजी) ६४ आठवडे सतत चालला व या यशात गीतांचा वाटा मोठा होता.

स्टुडिओ टप्पा

स्टुडिओमधील चित्रपट निर्मितीच्या नव्या व्यवस्थेत नियमित नोकरीपटावर संगीतकारांची नियुक्ती होत असे. सर्वांना मिळून 'ऑर्केस्ट्रा' म्हणत. पहिली काही वर्षे संगीतकारांची संख्या बरीच कमी असे. पण १९५०च्या आसपास जेव्हा स्टुडिओ पद्धती मागे पडली. तेव्हा ही संख्या १००च्या आसपास गेली होती. सतार, सारंगी, तबला इत्यादी खास भारतीय वाद्ये, हार्मोनियम हे सर्वगामी परकीय वाद्य व व्हॉयलीन, चेलो, पिआनो, ऑर्गन, क्लॅरिनेट आणि सॅक्सोफोन यांचा समावेश प्रस्तुत ऑर्केस्ट्रात होता.

१९३३

पं. विनायकराव पटवर्धन या गायक नटाने गायलेल्या गीतांची ध्वनिमुद्रिका निघाली व बाजारात आली! हे या प्रकारचे पहिले पाऊल होते. चित्रपट होता 'माधुरी'.

'पूरण भगत' या चित्रपटासाठी रायचंद बोराल यांनी परिणामकारक पार्श्वसंगीत रचले. चित्रपटसंगीतातील हा महत्त्वाचा घटक गांभीर्याने रचल्याचे हे एक प्रमुख उदाहरण होय. दिग्दर्शक देवकी बोस यांचा एकूण प्रयत्न असा होता, की संतपटाकडे लोक आकृष्ट व्हावेत, पण त्यातील चमत्कारामुळे नव्हे तर संगीतामुळे! संतपट वा पौराणिक चित्रपट करीत असतानाही सुधारणा, राष्ट्रवाद व साम्राज्यवादविरोध यांना आपल्या सुप्त हेतूमध्ये अग्रक्रम देणाऱ्या दिग्दर्शकात त्यांचा समावेश होतो. 'न्यू थिएटर्स'च्या 'यहुदी की लडकी'मध्ये (दुय्यम भूमिका असूनही) सैगल व पंकज मलिक यांनी आपआपले कौशल्य प्रगट केले. चित्रपटसंगीताची वेल जोमाने वाढू लागली.

एप्रिल ३, १९३३ रोजी जे. बी. एच. वाडिया यांनी वाडिया मूवीटोनची स्थापना केली. त्यांनी स्वतः लिहिल्याप्रमाणे, In my first talkie 'Lal-e-Yaman' there were classical and semi-classical songs sung by my golden-voiced young star Phiroz Dastur, who, in later years became an acknowledged Pundit of the Kirana Gharana - a major school of Hindustani art music.

जर्मन रंगप्रक्रिया वापरून व जर्मनीत फिल्मची प्रत तयार करायला पाठवून व्ही. शांताराम यांनी 'सैरंध्री' हा बहुधा पहिला भारतीय रंगीत बोलपट तयार केला.

आपल्या खास बांधलेल्या स्टुडिओत प्रभात कंपनी पुण्यास गेली.

१९३४

लेनी रायफेन्स्थाल याने आपल्या 'ट्रायंफ ऑफ द विल' या चित्रपटात वाग्नरचे संगीत चित्रपटभर वापरले. हा संगीतरचनाकार हिटलरला अतिशय प्रिय होता.

भारतात १९३१ मध्ये एकूण बोलपटांची संख्या २४ होती, ती या वर्षी १८० झाली! 'चंडीदास' या चित्रपटातील सैगलचे गायन व बोरालचे संगीतदिग्दर्शन यांमुळे हिंदी चित्रपटसंगीताचे बंगाल घराणे दृढपद झाले. चंडीदासमध्ये वातावरणनिर्मितीसाठी संगीत बहुधा प्रथम वापरले गेले. चित्रपटसंगीताचा हा घटक पुढे अधिकाधिक महत्त्वाचा ठरला. न्यू थिएटर्सचे संगीतकार रायचंद बोराल, पंकज मलिक, सैगल, कानन देवी, के. सी. डे व पहाडी सन्याल हे होते. न्यू थिएटर्सने लाहोरला आपली शाखाही उघडली. डिसेंबरच्या 'देश'मध्ये बातमी आली 'तुलसीदास' हा बोलपट चांगला चालला

असल्याची. यावर पुस्ती अशी की भक्तिपर बंगाली चित्रपट बरेच निघतात! पण त्याच वेळी शरश्चंद्रांच्या 'देवदास'वर न्यू थिएटर्स बोलपट तयार करत असल्याची बातमीही छापली गेली.

प्रभातचा 'अमृतमंथन' (संगीत केशवराव भोळे) हा रौप्यमहोत्सव साजरा करणारा पहिला बोलपट ठरला.

मास्टर महंमद यांनी संगीत दिलेल्या 'वीर भारत' या चित्रपटात जयदेव या प्रख्यात संगीतदिग्दर्शकाने गायन केले होते.

'देश' या बंगाली नियतकालिकातील डिसेंबर, १९३४ मधील बातमीनुसार गायिका अभिनेत्री जद्दनबाई हिने आपली स्वतःची फिल्म कंपनी काढली. कंपनीचे नाव 'संगीत कला फिल्म'. तिने एक चित्रपट काढला, त्याचे नाव होते 'सर्च फॉर ट्रूथ.' दुसऱ्या एका इतरत्रच्या बातमीनुसार दुसरा चित्रपट जरा नंतर काढला व त्याचे नाव होते 'तलाश ए हक'. फक्त नाव वेगळे, बाकी सर्व काही समान! हा अर्थातच एक विक्रम म्हणायला हवा. 'तलाश ए हक' या चित्रपटासाठी तिने संगीतही रचले. पुढल्या वर्षी 'मादाम फॅन' या चित्रपटासाठी तिने संगीत दिले. म्हणजे कदाचित पहिली स्त्री चित्रपटसंगीतरचनाकार म्हणून इतिहासात तिची नोंद करावी लागेल. मूकपट जमान्यातील फातमा बेगम या अभिनेत्रीप्रमाणे जद्दनबाईनेही आपल्या कन्येस (नर्गिस) हिला चित्रपटव्यवसायात भरती केले.

हिमांशु राय यांनी 'बॉम्बे टॉकीज' या आपल्या प्रचंड व्यापाच्या महत्त्वाकांक्षी संस्थेची स्थापना केली. त्यांनी जर्मन तंत्रज्ञ नोकरीवर ठेवले. १९ वर्षे कार्यरत राहिलेल्या बॉम्बे टॉकीजने ३९ बोलपट तयार केले व त्यांत ३०० गीते होती. आपल्या गुणवत्तेमुळे बॉम्बे टॉकीजने प्रभात, न्यु थिएटर्स, आणि नंतर पांचोली व रणजित या कंपन्यांबरोबर यशस्वी स्पर्धा केली. कंपनीत स्नेहप्रभा, प्रदीप, अरुण कुमार, सरस्वती देवी, रामचंद्र पाल, पन्नालाल घोष, अनिल बिस्वास, खेमचंद प्रकाश, गुलाम हैदर व एस. डी. बर्मन यांसारख्यांनी संगीताची धुरा संभाळली होती.

अनिल बिस्वास यांनी मेहबूब यांच्या 'सागर मूवीटोन'मध्ये काम करताना १२ संगीतकारांचा ताफा वाद्यवृंद म्हणून ठेवण्याचा विक्रम केला. वाद्यांकडून विविध ध्वनींची भरपूर भर पडावी म्हणून 'पार्ट रायटिंग'चे आगळे तंत्र वापरणारे हे पहिले संगीतदिग्दर्शक असावेत. ते स्वतः ढोलक व इतर पटह वाजविण्यात कुशल असल्याने (अनिलदा बोंगो वाजवीत नसत हे लक्षणीय) वाद्यांचा सहेतुक व संतुलित वापर करणे त्यांना सहज ठरले असावे.

देवकी बोस दिग्दर्शित व रायचंद बोरालचे संगीत असलेल्या 'धूप छाँव' (बंगाली) व 'भाग्यचक्र' (हिंदी) या बोलपटांत पार्श्वगायनाची सुरुवात झाली असे म्हटले गेले आहे. ध्वनिमुद्रण तज्ञ मुकुल बोस यांच्या सूचनेवरून *मैं खुष होना चाहूँ* हे गीत चित्रीकरणाआधी व वेगळेपणे ध्वनिमुद्रित केले होते.

'न्यू थिएटर्स'च्या देवदासमुळे (संगीत तिमिर बरन) नाजुक, भावपूर्ण वा हृदयस्पर्शी गायनाचा प्रमुख प्रतिनिधी म्हणून सैगलचे स्थान पक्के झाले. येती कित्येक दशके सैगलचा प्रभाव कायम राहिला.

'देवदास'सारख्या सामाजिक बोलपटाची लोकप्रियता संगीताच्या संदर्भांत महत्त्वाची आहे. कारण अशा चित्रपटांमुळे संगीतदिग्दर्शकांना भक्तिसंगीत व कलासंगीत यांच्या प्रकारांपासून वा सांगीत सांच्यापासून दूर सरकून काही नवीन करण्याची संधी मिळते. या दोन संगीतकोटींची पाळेमुळे भारतात पार खोलवर गेलेली असल्याकारणाने या कोटींतील संगीत वापरताना सांगीत प्रयोगस्वातंत्र्य कल्पिणे अवघड आहे. या दोन कोटींत राग, ताल इतकेच नव्हे तर वृत्ते व छंद याही बाबतींत नियमबद्धता भरपूर असते हे लक्षात ठेवणे गरजेचे आहे. म्हणून सामाजिक विषयांवरचे बोलपट ही सांगीत प्रयोगशीलतेस पर्वणी ठरल्यास नवल नाही. गीताचा शोध घेणे संगीतकारांना यामुळे सुलभ होते. हा तपशील हिंदी चित्रपटगीतांबाबत महत्त्वाचा आहे.

हिमांशु राय यांनी बॉम्बे टॉकीजसाठी 'जवानी की हवा' हा बोलपट दिग्दर्शित केला. संगीत खुर्शीद होमजी म्हणजे सरस्वती देवी यांचे होते. लखनौच्या मॉरिस कॉलेजची संगीत पदवी प्राप्त केलेल्या या पहिल्या पारसी महिलेने अनेक बाबतींत पहिलेपण नोंदवले म्हणण्यास हरकत नाही. भारतीय चित्रपटजगतातील या पहिल्या महिला संगीतदिग्दर्शिकेने आपण पार्श्वगायनाचा आरंभ केल्याचा दावाही केला आहे. 'जवानी की हवा' या बोलपटात चित्रण चालू असताना चंद्रप्रभा या आपल्या अभिनेत्री बहिणीसाठी सरस्वतीदेवी यांनी गायन केले असे त्यांनी नोंदले आहे.

'धर्मात्मा' या बोलपटासाठी व्ही. शांताराम यांनी मराठी रंगभूमीवरील प्रख्यात गायकनट बालगंधर्व यांना आणले. यामुळे हिंदी चित्रपटसंगीतातील मराठी वळण जास्त ठाशीवपणे समोर आले असे म्हणता येईल. एकूण या प्रकारच्या प्रयत्नामुळे तत्कालीन हिंदी चित्रपटांच्या मराठी–हिंदी व बंगाली–हिंदी अशा दोन घराण्यांच्या भेदरेषा स्पष्ट होऊ लागल्या. याच दिग्दर्शकाने 'चंद्रसेना' या चित्रपटात एका मोठ्या पटहावर अझुरी या प्रख्यात नर्तकीसह दोन नर्तकींचे नृत्य योजले. संगीतासाठी तबलातरंगाची साथ होती.

'निगाहे नफरत' यासारख्या बोलपटामुळे मास्टर विनायक यांनी सुधारणावादी सामाजिक बोलपटाची आरंभ कालातली ध्वजा सहेतुक फडकावली.

याच वेळेस नवनव्या वाटा धुंडाळणाऱ्या वाडियांनी एक अनोखी स्त्री-प्रतिमा आपल्या बोलपटांतून समोर आणली - स्टंट क्वीन फिअरलेस नादिया!

१९३६-४० या कालखंडांत वाडिया मंडळींनी संगीतदृष्ट्या एक महत्त्वाचा उपक्रम चालविला. आपल्या मुख्य बोलपटाच्या प्रक्षेपणाआधी विशिष्ट संगीतकारांवर तयार केलेला छोटा चित्रपट दाखविण्यास त्यांनी आरंभ केला. पुढे प्रेक्षागृहाच्या मालकांनी आवश्यक ते सहकार्य देण्याचे नाकारल्याने हा उपक्रम बंद पडला!

'सावकारी पाश' हा चित्रपटीय वास्तववादाचे उदाहरण ठरलेला मूकपट (१९२५) बाबूराव पेंटर यांनी त्याच नावाने चित्रपटमाध्यमाच्या नव्या रूपातही - वास्तववादाची ध्वजा फडकवीत - निर्माण केला. चित्रपटात ध्वनीचे पदार्पण होण्यासच बाबूरावांचा विरोध होता या पार्श्वभूमीवर त्यांच्या या प्रयत्नाकडे पाहिले की प्रस्तुत घटनेचा नवा अर्थ लागतो.

सोहराब मोदी यांनी 'मिनर्वा मूवीटोन'ची स्थापना केली. त्यांनी एकूण ३८ बोलपट निर्माण केले. त्यांनी २७ बोलपटांचे दिग्दर्शन केले व २९ बोलपटांत स्वतः भूमिका केल्या असा वेधक तपशील उपलब्ध आहे. नेत्रोद्दीपक ऐतिहासिक बोलपट व जोरदार पद्धतीने केलेली संवादांची फेक याबद्दल त्यांची ख्याती पसरली होती. या बाबतीत जणू काही त्यांनी एक आदर्श नमुना तयार केला व तो चित्रपटसृष्टीत बराच काळ प्रभावी राहिला. असे म्हणतात की त्यांच्या वाचिक अभिनयाची धुंद करणारी अनुभूती घेण्यासाठी अंध व्यक्तीसुद्धा त्यांचे बोलपट पाहण्यास उत्सुक असत! ही बाब खूप बोलकी आहे. कारण चित्रपटांच्या विकासावस्थेतील काही कालखंडांत व काही प्रदेशविशिष्ट परंपरांत बोलपट हे श्रव्यावर अवलंबून असणारे दृश्यकाव्य होते असे म्हणण्यासारखी परिस्थिती आहे.

'बॉम्बे टॉकीज'च्या 'जन्मभूमी' या बोलपटातील सहगानाची धून बी. बी. सी.ने आपल्या भारतीय नभोवाणी सेवेचा 'सिग्नेचर ट्यून' म्हणून वापरायला सुरुवात केली.

कोलकाता येथील टॉलीवुड स्टुडिओमध्ये, 'सीतापहरण', दिग्दर्शक विठ्ठलदास पचोरिया, हा बोलपट बनला. या बोलपटातील सर्व चाली दयाशंकर यांच्या 'रामायण' या नाटकातील होत्या. नाट्यसंगीताच्या विविध परंपरांच्या

सावलीखाली बोलपट कसा व कितपत वावरत होता त्याचे ही घटना एक द्योतक होय. या प्रथेस सर्वांत मोठा धक्का मिळाला तो मुंबईत बॉलीवुड स्थिरावल्यावर.

(या कालखंडात चित्रपटात संगीत व व्यवसायात संगीतकार कसे वरचढ होऊ लागले होते याविषयी एक घटना नोंदण्यासारखी आहे. 'मनमोहन' या बोलपटाद्वारे मेहबूबखान यांनी सागर मूवीटोनचे नाव गाजविले. प्रमुख भूमिका होत्या गायक-अभिनेता सुरेंद्र व अभिनेत्री बिब्बो यांच्या. प्रस्तुत बोलपटातले *तुम्हीं ने मुझको प्रेम सिखाया* हे गाणे खूप लोकप्रिय झाले. श्रेयनामावलीत संगीत देणारा म्हणून अशोक घोष यांचे नाव झळकले. पुढे अनिल बिस्वास यांनी दावा केला की गीताची चाल खरे पाहता त्यांची होती. यावर अभिनेता सुरेंद्र यांनी पत्र प्रसिद्ध केले की तसे काहीही नसून चालीचे कर्तृत्व घोष यांचेच आहे. यावर अनिल बिस्वास यांनी प्रतिवाद केला, की सुरेंद्र यांनी असे पत्र लिहिण्याचे कारण एवढेच की सुरेंद्रला गाणे जमत नाही म्हणून त्याच्याकडून गाणी काढून मी 'मन्ना डे' यांना 'महात्मा कबीर' या चित्रपटासाठी गायला बोलावले व याचे उट्टे काढण्यासाठी सुरेंद्र यांनी सारा खटाटोप मांडला! अशी युद्धे होणे वा होऊ शकणे याचा अर्थ इतकाच की नजरेत भरू लागल्यामुळे संगीत हे श्रेयस्पर्धेचा विषय बनले होते!)

'अछूत कन्या'ने (संगीत सरस्वती देवी) एक प्रकारे इतिहास घडविला. बोलपटात संदेश, परिणामकारक अभिनय, कुणालाही गुणगुणता येतील अशी गाणी ही याची मुख्य कारणे. (गाणी अशी होती कारण अशोककुमार व देविकाराणी यांच्यासारख्या लघुतम सांगीत कौशल्यवंतांनी ती गायची होती!)

बदला घेण्यासाठी पीडित स्त्री चाचेगिरी करू लागते या विषयावर पुण्यात 'अमर ज्योती' तसेच 'संत तुकाराम' यासारखा आदर्श नमुना ठरणारा संतपट सादर झाले. 'संत तुकाराम'च्या संगीताची वाहवा झाली यथातथ्य व परिणामकारक संगीत म्हणून. संत तुकारामचे संगीत इतके लोकप्रिय झाले की हा चित्रपट मराठीत असूनही गीतांची संहिता गुजरातीतही छापण्यात आली. 'अमर ज्योती'मधील सागरी दृश्ये बॅक प्रोजेक्शनचे अभिनव तंत्र वापरून स्टुडिओतच चित्रित करण्यात आले होते.

भारतीय समाजास चित्रपटसृष्टी व तीमधील स्त्रियांची कामगिरी या दोन्ही बाबी कशा महत्त्वाच्या वाटू लागल्या होत्या याचे एक वेधक उदाहरण नोंदण्यासारखे आहे. हैद्राबाद येथील 'सय्यद शाह अबदुल्ला कादरी मेडल कमिटी'ने या वर्षी भारतीय चलचित्रांत अभिनयाद्वारे श्रेष्ठ कर्तृत्व दाखविल्याबद्दल

देविकाराणी, दुर्गाबाई खोटे व यमुना यांना पदके देऊन गौरविले. या समितीचे अध्यक्ष नबाब सर अमिन जंग बहादूर होते.

१९३७

'आलमआरा' फेम अर्देसिर इराणी यांनी 'किसान कन्या' हा पहिला भारतीय रंगीत चित्रपट निर्माण केला.

'दुनिया न माने' (प्रभात, पुणे) या बोलपटात व्ही. शांताराम यांनी समाजसुधारणेचा आशय बंडखोरीचा झेंडा फडफडावत सांगितलाच, पण त्याबरोबर चित्रपटात ठळकपणे कोणताही नायक ठेवला नाही. गाणी होती पण पार्श्वसंगीत नव्हते व वास्तववादी ध्वनिउगमाच्या तत्त्वावरच संगीताचा भर होता. शिवाय 'लाँगफेलो' या प्रख्यात कवीची इंग्लिश कविता गीताचा वेष घेऊन अवतरली होती.

मुनशी प्रेमचंद यांच्या कादंबरीवर आधारलेल्या 'मझदूर' या चित्रपटात (दिग्दर्शक भवनानी) खुद्द लेखकाने एक भूमिका केली होती. याच दिग्दर्शकाने 'झिंबो द एप मॅन'चे दिग्दर्शन केले होते. बहुधा हा पहिला हिंदी जंगलपट असावा. हिंदी बोलपटांच्या आशय-विषयांची विविधता किती झपाट्याने वाढत होती हे या उदाहरणावरून सहज ध्यानात येते.

सर्वसाधारणतः चित्रपटात १५-२० गाणी असावीत या नियमास एकदम छेद देणारे उदाहरण वाडिया मूवीटोनच्या 'नौजवान'चे आहे. या चित्रपटात एकही गाणे नव्हते. मास्टर गुलाम महम्मद या संगीतदिग्दर्शकास पार्श्वसंगीत रचता रचता पुरेवाट झाली! गाणी नाहीत म्हणून प्रेक्षकांनी इतका आरडाओरडा सुरू केला, की निर्मात्यांनी मुख्य चित्रपटाआधी दाखविण्यासाठी एक खास ट्रेलर तयार केला – गाणी का नाहीत याचे स्पष्टीकरण देणारा! वाडिया यांनी नंतर नोंदले त्याप्रमाणे, "The same impetus (of trying out new things) led me to produce 'Naujawan' at the time when it was a convention to have 10 to 20 songs in a film. (Abbas's songless 'Munna' came afterwards at least a decade later.) When the Wadia venture was premiered in Jubilee cinema in Delhi, pondemonium broke out loose. 'Wadia ne loot liya' – thundered the audience, throwing stones, breaking chairs, pulling down curtains etc. and the film had to be temporarily withdrawn!"

'वेनिस' येथील पाचव्या फिल्म फेस्टिवलमध्ये जपानी व भारतीय चित्रपटांस प्रथमतः प्रवेश मिळाला.

हिरेन बोस यांच्या 'महागीत' या चित्रपटात अनिल बिस्वास यांनी पार्श्वगायनाचा आरंभ केला असा एक पक्ष आहे! खुद्द हिरेन बोस नायक होते व त्यांना गाण्याचे अंग नव्हते... *जीवन है एक कहानी* हे त्यांच्यासाठी असलेले गाणे मग अनिल बिस्वास यांच्या उसन्या आवाजात तयार झाले. हे चित्रण मुंबईत झाले होते तेव्हा पार्श्वगायनाची ही मुंबईतील नांदी असे म्हटले जाऊ शकते.

भारतीय चित्रपटांतील फ्लॅश बॅकचा पहिला वापर 'मुक्ती' या चित्रपटात पी. सी. बारुआ यांनी केला.

१९३८

सैगल यांचे 'देवदास' वा 'स्ट्रीट सिंगर'मधले गायन म्हणजे एका वेगळ्या प्रकारच्या आवाजाच्या लगावाचा प्रघात म्हटला पाहिजे. नाजुक, सावकाश व रागांची बढत करणाऱ्या गवयांपेक्षा मुद्दाम कमी गाणे! मात्र सुरावटीचे स्वरूप वा तिचा आशय रागसंगीताच्या शैलीबद्धतेशी फार फटकून नव्हता.

भटक्या वा फिरस्त्या समाजरंजन करणाऱ्या संगीतकारांचे बहुधा पहिले चित्रण 'स्ट्रीट सिंगर'मध्ये झाले म्हणण्यास हरकत नाही. खात्रीचा नसलेला पण बहुसंध असलेला आश्रयदाता वर्ग आणि त्यांच्यासाठी आपल्या कौशल्याचा नेटाने पाठपुरावा करत लोकरंजन करणाऱ्या भारतीय जमाती हा एक सांस्कृतिक महत्त्वाचा वेधक विषय आहे!

आता बांगला देशामध्ये असलेल्या फरीदपूर येथे पहिली 'मोशन पिक्चर्स काँग्रेस' भरविण्यात आली व 'न्यू थिएटर्स'चे बी. एन. सरकार यांनी अध्यक्षपद भूषविले होते.

'हम तुम और वो' या बोलपटात (१९३९) मेहबूबखान यांनी दोन नायक व एक नायिका हे नवे यशसूत्र वापरले. 'एक ही रास्ता' (१९३९), 'अनमोल घडी' (१९४६) मध्ये याच सूत्राची पुनरावृत्ती होती. स्वातंत्र्योत्तर कालातील 'अंदाज' (१९५९) सुद्धा याच विषयावरचा बोलपट होय.

१९३९

दुसरे महायुद्ध सुरू झाले व जर्मन तंत्रज्ञ स्थानबद्ध झाले. त्यांची जागा भारतीय तंत्रज्ञांनी यशस्वीपणे घेतली.

'आदमी' (प्रभात, व्ही. शांताराम) यात एक शिपाई नायक व त्याची प्रेमिका एक वेश्या आहे. 'देवदास'मधले चित्रण, निराशावादी वातावरण व संबंधित संगीत – या सर्वांना हेतुपुरःसर जबाब देणारा हा चित्रपट अशी त्याची ख्याती होती! *किसलिये कल की बात* हे उत्साही आवाजात शांता हुबळीकरने गायलेले गीत अनेक दृष्ट्या प्रतीकात्मक ठरले.

अशोक कुमार व लीला चिटणीस यांनी गाइलेल्या 'कंगन' चित्रपटातल्या गाण्यांनाही (*राधा राधा प्यारी राधा*) पब्लिकची पसंती मिळत होती. याचा निष्कर्ष उघड होता. अंतर्मुख कबुलीजबाब देणारी, वा संदेश पोचविणारी किंवा साध्या भावनेचे सरळ कथन करणारी गीते भारतीय जनता सारख्याच आवडीने घेत होती.

'इलस्टट्रेटेड वीकली'च्या स्टॅन्ले जेफमन या ब्रिटिश संपादकांनी मुंबईत 'अमॅच्युअर फिल्म सोसायटी' स्थापन केली.

१९४०

वॉर्नर ब्रदर्सनी आपल्या चित्रपटांत स्टिरीओफोनिक ध्वनी वापरण्यास सुरुवात केली.

भारतीय चित्रपटांत अमेरिकन स्फूर्तीचा आढळ होऊ लागला! एक समजेल अशी कथावस्तू (प्लॉट), चांगला अभिनय, चांगले नेपथ्य, संदेश व गीते एकत्र आणणे हे यशसूत्र. आणि अर्थात् चित्रपटात विषयाचे नावीन्य हवे. प्रस्तुत वर्षातील चित्रपटांची नावे पाहा – 'अछूत', 'औरत', 'नर्तकी', 'झिंदगी' इत्यादी. (यांतले सैगलने गाइलेले अंगाईगीत *सो जा राजकुमारी* प्रसिद्ध आहे.)

रामचंद्र पाल यांच्या 'बंधन' या चित्रपटातील राग केदारमधील शीर्षकसंगीताची एच. एम. वी.ने ध्वनिमुद्रिका काढली.

देवकी बोस यांचा 'नर्तकी' हा चित्रपट एका स्त्री नर्तिकेच्या जीवनावरील पहिला बोलपट होता.

ग्यान मुखर्जी यांनी 'गीता' या बोलपटाचे दिग्दर्शन केले. यात एक सर्जनशील यशसूत्र हाताळले होते – गुन्हा कधी फलदायक ठरत नाही.

'संत ज्ञानेश्वर' हा प्रभातचा संतपट. ट्रिक सीन्स व संगीत यांमुळे तो आकर्षक ठरला.

लखनौहून आलेला नौशाद हा एक युवा संगीतदिग्दर्शक होता. त्या काळी महिना रु. ३०० या प्रचंड रकमेएवढा पगार घेऊन त्याने व्यवसायात पदार्पण

केले. 'प्रेमनगर' हा त्यांचा पहिला बोलपट. काही वर्षांतच दर चित्रपटास एक लाख रुपये अशी रक्कम ते सांगू लागले!

'सिकंदर', 'पडोसी', 'कोर्ट डान्सर', 'नया संसार', 'डॉक्टर' यांसारख्या नावांवरून बोलपटांच्या विषयांची विविधता ध्यानी यावी. जयंत देसाई यांनी दिग्दर्शित केलेल्या 'परदेसी' या चित्रपटातील नायकास स्मृतिभ्रंश होतो अशी कथा होती. हिंदी चित्रसृष्टीत या प्रकारची ही पहिली कथा असावी!

पण सांगीत दृष्ट्या महत्त्वाची घटना अशी की भारतीय चित्रपटसंगीताची लयीबाबतची विविधता खाऊन टाकणारा लयबंध येऊ घातला होता! गुलाम हैदर याचे संगीत असलेल्या 'खजांची' या चित्रपटात पहिल्याने 'खेमटा' हा सर्वभक्षक अर्धताल वापरला गेला. शमशादने या तालात नऊ गाणी गाइली होती. हिंदी चित्रपटसंगीतात पंजाब घराणे आले ते या बोलपटामुळे. खेमट्याचे आगमन वरदान मानायचे की शाप? पंचोली या निर्मात्यास हैदरचे संगीत इतके आवडले की आपले पुढचे चित्रपट 'खानदान' व 'जमीनदार' त्यांनी गुलाम हैदरलाच दिले.

(पंचोली इतके खूष झाले की त्यांनी हैदरला विचारले, 'खास बक्षीस म्हणून तुला काय हवे?' हैदरनी अगदी श्वास रोधून सांगितले, 'रॅले सायकल!' रु. ४० किंमतीची रॅले सायकल मिळताच गुलाम हैदर यांचा आनंद गगनात मावेना!

कारदार यांच्या 'शारदा' या बोलपटामध्ये मेहताब या अभिनेत्रीसाठी सुरैय्याने पार्श्वगायन केले. संगीत होते नौशाद यांचे. सुरैय्याची उंची इतकी कमी होती की *पंछी जा पीछे रहा है बचपन मेरा* हे गीत एका स्टुलावर उभे राहून तिला गावे लागले).

१९४२

'सन वॅली सेरेनेड' या चित्रपटातील गीतांच्या एक लाख ध्वनिमुद्रिका खपल्यामुळे ग्लेन मिलर यास गोल्डन ऑस्कर देण्यात आले.

महायुद्धाचे परिणाम भारतीय चित्रपटसृष्टीस जाणवण्याची मुख्य कारणे पुढीलप्रमाणे नोंदता येतील :

(१) कोरी फिल्म विकत घेण्यासाठी ब्रिटिश सरकारने परवाना व कोटा पद्धती कायद्याने रूढ केली. पहिल्याने दर महिना पाच रिळे एवढा स्टॉक खरेदी करण्याची परवानगी होती! नंतर वर्षास सहा चित्रपट काढण्याइतका स्टॉक घेता

येऊ लागला. आता एवढ्यात धंदा कसा करावा! (२) चित्रपट ठरावीक फूट लांबीचाच असावा असा निर्बंध घालण्यात आला. (३) निर्मात्याच्या पूर्वीच्या कामगिरीच्या पुण्यावर परवाना द्यायचा की नाही हे ठरविले जाणार होते. (४) प्रत्येक तिसरा चित्रपट सरकारमान्य विषयावर असेल असे निर्मात्यास लिहून द्यावे लागे. (५) नवीन सिनेमागृहांची बांधकामे करण्यास बंदी घातली गेली. (६) सिने तारका व तारे स्वतंत्रपणे काम करणे पसंत करू लागले. (७) काळा पैसा अस्तित्वात आला व काळ्या पैशाची एक समांतर अर्थव्यवस्था तयार झाली. निर्माते, तारका-तारे, वितरक, प्रदर्शक हे सारेच त्याचे घटक बनले! (८) प्रादेशिक भाषांतली चित्रपट निर्मिती थंडावली, कारण हिंदी भाषेत नसल्यास चित्रपट बाजारात उभा करता येईना. भारत स्वतंत्र होईपर्यंत हे असेच राहिले.

व्ही. शांताराम यांनी प्रभातला रामराम ठोकला व मुंबईला येऊन त्यांनी राजकमल स्टुडिओची स्थापना केली. सैगलचेही मुंबईस आगमन झाले. 'भक्त सूरदास' हा त्यांचा मुंबईतील पहिला चित्रपट व 'रोटी', 'भरत मिलाप', 'बसंत' (विषय शो बिझनेसचे विश्व) व 'जवाब' (विषय स्मृतिभ्रंश) हे त्यांचे इतर चित्रपट. त्यांची अनेक गाणी लोकप्रिय झाली. गुलाम हैदर व पंजाब घराणे यांनी 'खानदान'मध्ये आपली यशस्वी दौड चालू ठेवली. याच वेळी उत्तर प्रदेशच्या लोकसंगीतावर भर देणारे नौशाद यांचे संगीत मूळ धरत होते. या संगीताचे हिंदुस्थानी कलासंगीताशी नाळनाते होते व आहे.

मुंबईत 'फिल्म सोसायटी' स्थापली गेली, पण १९५५ पर्यंतच ही चालली. चित्रपटांचा सर्वांगीण व गांभीर्याने विचार करण्याच्या उद्देशाने निर्माण झालेल्या अशा मंडळींनी चित्रपटसंगीताच्या अभ्यासासाठी काय केले हा प्रश्न विचारला पाहिजे!

१९४३

फॅसिस्टविरोधी मोहिमेचा भाग म्हणून सरकारने चित्रपटगृहांत अनुबोधपट दाखविणे अनिवार्य केले.

'किस्मत' (बॉम्बे टॉकीज) मध्ये अशोककुमारचे गायन बरेच सुसह्य झाले *(धीरे धीरे आ रे बादल धीरे)!* कोलकात्यातील एका प्रेक्षागृहात हा चित्रपट सलग २०० आठवडे चालला. इतकीच लोकप्रियता अनिल बिस्वास यांच्या *दूर हटो ए दुनियावालो* या राष्ट्रभक्तिपर गीतासही मिळाली. पं. शंकरराव व्यास यांनी संगीत दिलेल्या 'रामराज्य'मधील क्लासिकल चालीही लोकांनी उचलून धरल्या.

मुद्दा स्पष्ट आहे – गीते अनेक पातळ्यांवर आवाहन करू शकतात! काही दशकानंतर 'शोले' व 'जय संतोषी माँ' हे चित्रपट एकाच वर्षी लोकप्रिय झाले तेव्हाही हाच संदेश दिला गेला. धार्मिक व धर्मातीत चित्रपट एकाच वेळी भरपूर पैसा कमावू शकतात, कारण दोहोंची गिऱ्हाइके निरनिराळी असतात! 'तानसेन' हा चित्रपटही (सैगल व खुर्शीद यांचे गायन व संगीत खेमचंद प्रकाश) याच वेळचा हे लक्षात घेण्यासारखे आहे. या चित्रपटात दोन गीतांना (अब राजा बने आणि मेरे बालापन के साथी) एकच चाल असा प्रयोगही होता. इकडे शांताराम यांनी 'शकुंतला' प्रदर्शित केले. त्यांच्या म्हणण्याप्रमाणे 'शकुंतला' हा चित्रपट अगदी यथातथ्य वगैरे होता, पण चालला नाही व 'तानसेन' तसा नव्हता तरीही जोरदार चालला!

त्यावेळी जणू भविष्य सुचविणारी एक घटना घडली. सैगल यांनी 'मेरी बहन'मध्ये काम केले, पण त्यातली गाणी पंकज मलिक यांच्या आवाजात आधीच ध्वनिमुद्रित झाली होती. सैगल-संगीताचा पडता काळ आला होता याचे हे निदर्शक होते.

१९४४

दुसऱ्या महायुद्धामुळे एक भीती व एक बेदरकारीपण हवेत भरले होते! समाजाच्या काही थरांत अमाप पैसा खेळू लागला होता. शिवाय ब्रिटिश सरकारला जरा काही कुठे राष्ट्रवादाचा वास आला की ते बिथरत होते. परिणामतः मनोरंजनात्मक, पलायनवादी चित्रपट हाच चित्रपट निर्मितीचा नियम होऊ लागला. (तरीही – शांतारामसारखे काही निर्माते दिग्दर्शक 'पर्बत पे अपना डेरा' यांसारखे आगळे वेगळे बोलपट काढीत होते. लैंगिक भूक मारून वा दडपून टाकण्याचा विषय या चित्रपटात हाताळला होता!)

'रतन' (संगीत नौशाद) मध्ये सुमारे १२ गाणी होती. ती सर्व गाजली! असे म्हणतात की या चित्रपटामुळे देशभरातील जवळजवळ २०० मुलींनी आपले घरदार सोडून चित्रपटव्यवसायात शिरून अभिनेत्री स्वर्णलताप्रमाणे प्रसिद्ध व लोकप्रिय होण्याचा मनसुबा केला होता!

'शोख दिलरुबा' या चित्रपटाने एक वेगळा विक्रम नोंदला. या चित्रपटात १५० चुंबनदृश्ये असून यांपैकी एकाचा अवधी १३ मिनिटे एवढा होता म्हणे!

'चांद' हा चित्रपट काढून प्रभातने ध्येयवादास बगल देऊन मनोरंजनास झुकते माप देण्याचा यत्न केला. हुस्नलाल व भगतराम यांनी संगीत दिले व सितारा व बेगमपारा यांनी भूमिका केल्या. *आयी आयी मुसीबत* किंवा *दो*

दिलोंको ये दुनिया मिलने ही नहीं देती इत्यादी गीते लोकांच्या पसंतीस उतरली व लग्नाच्या वरातीतले बँड्स ही गीते सर्रास वाजवू लागले!

१९४५

या वर्षात युद्धकालीन परिस्थितीमुळे फक्त १०० चित्रपट निघू शकले व यांपैकी ७४ हिंदी होते. मनोरंजन, साम्राज्यास घातक नसलेले ऐतिहासिक, प्राचीन प्रेमाख्याने व हृदयस्पर्शी प्रणयकथा यांचा सुळसुळाट झाला! जणू काही याचा निषेध करत बिमल रॉय यांनी 'हमराही' प्रदर्शित केला. वास्तववादी, संवेदनाशील व बुद्धीस खाद्य पुरविणाऱ्या या चित्रपटात रवींद्रनाथांचे *जन गण मन* होते हेही विचारणीय म्हणायला हवे!

'पहली नजर' (संगीत अनिल बिस्वास, गायक मुकेश) मध्ये *दिल जलता है तो जलने दो* हे गीत सैगलप्रमाणे गा अशा आदेशानुसार गायले गेले!

'झीनत' या चित्रपटात नूरजहाँने *आहे ना भरे शिकवा ना किये* ही कव्वाली गायली. या आकर्षक संगीतप्रकाराची नामवंत कलाकाराकडून झालेली ही चित्रपटीय नांदी असू शकेल. पुढे हा संगीतप्रकार चित्रपटात चांगलाच फोफावला. चित्रपटात संगीत हाफीज खान यांचे होते.

१९४६

यावर्षी बनलेल्या चित्रपटांतील एकूण प्रसंगांची जुळणी अशी होती की आपण येत्या दशकांत नूरजहाँ व खुर्शीद यांचा एकत्र अवतार आहोत असे जणू काही घोषित करत सुरैय्याने 'अनमोल घडी'मध्ये सुरेंद्र व नूरजहाँबरोबर गायन केले. 'उमर खय्याम' या चित्रपटात तिने सैगलबरोबर काम केले! पण पार्श्वगायनाचा जमाना आला. चित्रपटांच्या पार्श्वगायनाच्या क्षेत्रात लता आली आणि सर्व काही पूर्णतया बदलले!

'धरती के लाल' व 'नीचा नगर' या चित्रापटांसाठी पं. रविशंकर यांनी संगीत दिले. क्लसिकल संगीतकारांनी चित्रपटात संगीत देणे हे नावीन्य नव्हते, पण पंडितजींचे अष्टपैलुत्व, अनुभव व प्रयोगशीलता ध्यानात घेता ही घटना महत्त्वाची होती. चित्रपटसंगीतास नवे रूप देणे आवश्यक होते. त्यात त्यांना कितपत यश मिळाले?

प्रभातने 'हम एक हैं' हा चित्रपट प्रदर्शित केला – देशात फाळणी व हिंसाचार येऊ घातले असताना!

❑ ❑ ❑

६

हिंदी चित्रपटसंगीत – घडण-२
(१९४७–१९८०)

व्यवसाय – विकासाचा एक टप्पा

हिंदी चित्रपटांचा 'व्यवसाय' हा टप्पा म्हणजे चढी करआकारणी, तारे-तारका-व्यवस्थेची भक्कम स्थापना, काळ्या पैशाची वारेमाप गुंतवणूक इत्यादी गोष्टी आल्या. या साऱ्यांनी चित्रपटास व त्याबरोबर चित्रपटसंगीतासही वेगळे वळण दिले. फिल्मसाठी परवाना व कोटा पद्धती, मर्यादित कच्चा माल, यांचा उल्लेख पूर्वी झालाच आहे. दक्षिण भारतातील एक नामवंत चित्रपटनिर्माते वासन यांनी परवाना मिळवण्यासाठी अधिकाऱ्यांची अपमानकारक वागणूक कशी सहन करावी लागे याचाही निर्देश केला आहे!

या कालखंडात गायक-अभिनेत्यांना पार्श्वगायकांनी बाजूला सारले आणि गीत ही एक स्वतंत्रपणे निर्माण करण्याची वस्तू बनली. १९४६ मध्ये सैगलचे निधन, नूरजहाँचे पाकिस्तानला देशांतर, १९४७ मध्ये एक तंत्र म्हणून पार्श्वगायनाचे व लताचे पार्श्वगायिका म्हणून आगमन या सर्व घटना कालनिदर्शक म्हटल्या पाहिजेत! आणखीही एक विशेष मान्य केला पाहिजे. 'बॉम्बे' या केंद्रात तयार होणाऱ्या हिंदी चित्रपटांमुळे चित्रपटसंगीतावरचा शास्त्रोक्त संगीताचा – मग ते धर्मसंगीताच्या वळणाचे असो वा नाट्यसंगीताच्या अंगाचे असो – पगडा कमी झाला व ते एकाअर्थी मुक्त झाले. सिच्युएशनच्या मागणीनुसार लिहून सिद्ध होणाऱ्या गीतास नंतर चाल देणे हा प्रघातच मुळी आधीच्या रूढीला धक्का देणारा होता. या नव्या पद्धतीमुळे पद्य व छंद-वृत्तांच्या साच्यांबरोबर खेळणे सुलभ झाले. शिवाय अनेक पाश्चिमात्य वाद्यांचा समावेश असलेल्या वाद्यवृंदांचा सर्रास वापर करण्यास संगीतदिग्दर्शकांनी आरंभ केला. स्वरावलींची (कॉर्ड्स) योजना, स्वरसंवाद पद्धतीचा सैलसर वा ढोबळ उपयोग यांच्या अनुषंगाने संगीत तयार करताना वेगळ्या तंत्रांनी एकूण प्रक्रियेत प्रवेश केला व त्यांनी लवकरच आघाडी मारली. सुरावटींचे स्वरूप बदलू लागले. भरीस भर म्हणजे नंतर ध्वनिमुद्रण तंत्र व यंत्रसामग्री यांतही द्रुतगती व गुणवत्तात्म

बदल होऊ लागले. त्यांचाही परिणाम संगीतावर होऊ लागला. या सर्वांचा संकलित परिणाम असा की संगीतदिग्दर्शक व गायक-गायिका यांनाही आता तारकामूल्य प्राप्त होऊ लागले! पार्श्वसंगीत रचण्यास संगीतदिग्दर्शकाचा मदतनीस म्हणून ॲरेंजर नेमण्याचा प्रघात पडू लागला हेही बोधक आहे! जणू श्रमविभाजन तत्त्वाचा सहेतुक वापर करण्याइतके संगीत रचणे व गीत निर्माण करणे गुंतागुंतीचे होऊ लागले. व्यवसाय व धंदा यांतील भेदरेषा अधिकाधिक अस्पष्ट होऊ लागली!

ॲरेंजर म्हणून ख्याती कमावलेल्या सबॅस्टिअन डिसूझा यांना या कालखंडातील एका सांगीत प्रवृत्तीचे प्रमुख प्रतिनिधी समजता येईल. त्यांच्या जीवनाचे काही तपशील म्हणूनच वेधक वाटतील. गोव्यात १९०६ मध्ये जन्मलेल्या सबॅस्टिअनननी पाश्चात्त्य पद्धतीने पिआनो व वॉयलीन वादनाचे शिक्षण घेतले. नंतर त्यांनी एक बँड तयार केला. मग दौरे करत करत त्यांनी दिल्ली (ॲस्टोरिआ हॉटेल), अलाहाबाद, मसूरी, कराची, लाहोर (स्टीफन्स हॉटेल) वगैरे ठिकाणी आपल्या वाद्यवृंदासह बँड-संगीत सादर केले. हा संगीतप्रकार तेव्हा जरासा नवीन होता हे ध्यानात घेतले पाहिजे. फाळणीनंतर त्यांनी मुंबईस तळ ठोकला. अनिल बिस्वास, वसंत देसाई, सलील चौधरी, सचिन देव बर्मन, रोशन, दत्ताराम, सज्जाद हुसेन, नौशाद, हुस्नलाल-भगतराम, शंकर-जयकिशन व ओ. पी. नय्यर यांसारख्या संगीतदिग्दर्शकांसाठी वायलीन वाजवायला त्यांनी सुरुवात केली. या यादीवरून आणि नंतर दिलेल्या काही गीतांच्या उदाहरणांवरूनही चित्रपटसंगीतातील सुवर्णयुगातील गीतांची प्रातिनिधिक यादी बनविता येईल इतका त्यांचा सहभाग गुणवत्तापूर्ण होता!

'आसमान' या चित्रपटात ओ. पी. नय्यर यांच्यासाठी डिसूझा यांनी १९५२ मध्ये पहिल्याने ॲरेंजर म्हणून काम केले. त्याच वर्षी 'दाग' या चित्रपटात शंकर-जयकिशन यांच्यासाठीही त्यांनी सहभाग दिला. १९७५ मध्ये त्यांनी निवृत्ती स्वीकारून गोव्यात वास्तव्य सुरू केले. सुरावटीच्या मागे एक भरीव वॉयलीन-स्वन पुरविणे, ढाल्या चेलोसाठी काउंटरमेलडी रचणे, भारतीय समूहगायनात पाश्चिमात्य कॉयर गायनाची तंत्रे नीटसपणे वापरणे, चर्च ऑर्गनचा गंभीर स्वन माफक पण परिणामकारकरीत्या योजणे, आणि भारतीय संगीतरचनाकारांच्या मूलतः स्वरधून पद्धतीने बांधलेल्या चालींत इष्ट स्वरावली व स्वरसंवाद बसविणे अशी सबॅस्टिअन यांची सांगीत भर असे. उदाहरणादाखल काही गीतांचा पुढील तक्ता पाहा –

गाणी	चित्रपट	संगीतकार
जीना यहाँ	'मेरा नाम जोकर'	शंकर-जयकिशन
ये मेरा प्रेमपत्र	'संगम'	शंकर-जयकिशन
तुझे जीवन की	'असली नकली'	शंकर-जयकिशन
तेरा जाना	'अनाडी'	शंकर-जयकिशन
ये रात भीगी	'चोरी चोरी'	शंकर-जयकिशन
आजा सनम	'चोरी चोरी'	शंकर-जयकिशन
आपके हसीन रूप के	'बहारें फिर भी आयेगी'	ओ. पी. नय्यर
बंदा परवर	'फिर वोही दिल लाया हूँ'	ओ. पी. नय्यर
मेरा नाम चिन चिन चूं	'हावडा ब्रिज'	ओ. पी. नय्यर
सुन सुन सुन सुन जालिमा	'मिस्टर अँड मिसेस'	ओ. पी. नय्यर

(आणखी एक प्रेमाने व कौतुकाने घेतले जाणारे नाव म्हणजे इनॉक डॅनिअल यांचे. अ‍ॅरेंजर डॅनिअल यांना सी. रामचंद्र मैत्रीभावाने चक्क बुवा म्हणत. चाळीसएक वॉयलीनवादक, पाच-सहा लय-ताल वादक, पाच-सहा गायक इत्यादींना स्वरलेखन देऊन ध्वनिमुद्रण करण्यात यांचा हात धरणे मुश्किल अशी सर्वांची साक्ष आहे.)

आता पुन्हा कालानुक्रमी नोंदींकडे वळण्यास हरकत नाही.

१९४७

या वर्षात हिंदी चित्रपटांचे विक्रमी उत्पादन १८२ एवढे झाले.

* राज कपूरने आपला कलाप्रवास सुरू केला – 'जेल यात्रा'मध्ये अभिनय व गायन करून (*पिया मीलन नवेली जाय रे,* संगीत निनू मुझुमदार), 'दिल की रानी' (*ओ दुनिया के रहनेवाले,* संगीत एस. डी. बर्मन). आपल्या नावावरची ही त्याची एकूण गानसंपदा – कारण इथून पुढे मुकेशी हा त्याचा चित्रपटातील गाता आवाज बनला. त्याचप्रमाणे बराच काळ काहीशा शौर्याने स्वतः गायन केलेल्या अशोककुमारसाठी सी. रामचंद्र यांनी रफीचा आवाज वापरला (*'हमको तुम्हारा ही आसरा',* 'साजन', 'फिल्मिस्तान')! अशी अनेक उदाहरणे देता येतील पण निष्कर्ष एकच – इथून पुढे भारतभरच्या हिंदी चित्रपटांत बोलणाऱ्या व गाणाऱ्या आवाजांचे विभाजन झाले आणि या घडामोडीस सर्वमान्यता मिळाली. याचे परिणामही अनेक व निरनिराळे झाले!

लताने 'मजबूर'मध्ये एक ठुमरी गाइली. यात संगीत गुलाम हैदर यांचे होते. *दिल मेरा तोडा* हे तिचे पहिले गीत नव्हे, पण यामुळे ती चित्रपटगायनात स्थिरपद झाली असल्याचा प्रत्यय आला.

व्ही. शांताराम यांचा 'शकुंतला' हा चित्रपट अमेरिकेत दाखविण्यात आला. अमेरिकेत दाखविला गेलेला हा पहिला भारतीय चित्रपट होता.

बेनी गुडमन शैलीतील जॅझ-क्लॅरिनेट सांगीत वाक्याशांची भारतीय सुरावटींशी सांगड घालून सी. रामचंद्र यांनी 'शहनाई' चित्रपटात *आना मेरी जान संडे की संडे* हे गीत दिले आणि ऐकणाऱ्यांचे कान भरून गेले! असे म्हणतात की अनिल बिस्वास यांनी सी. रामचंद्र यांची कानउघडणी करण्यासाठी त्यांना दूरभाष केला व काहीशा रागाने त्यांनी त्यांना विचारले, 'हे तू काय करतो आहेस व कशासाठी?' सी. रामचंद्र यांचे थंड व अल्पाक्षरी उत्तर होते, 'मी जे करतो आहे त्याचे कारण असे की माझी गाणी लोकांनी माझी म्हणून ओळखावीत. त्यांना ती अनिल बिस्वासांची वाटू नयेत!' 'बरं बाबा' म्हणून निःश्वास सोडून रिसीवर खाली ठेवण्यापलीकडे अनिल बिस्वास यांना काहीच करणे शक्य नव्हते!

सत्यजित राय या द्रष्ट्या माणसाने कोलकात्यात 'फिल्म सोसायटी' स्थापन केली. तिचे सदस्य म्हणे फक्त २५ एवढेच होते!

१९४८

मद्रास या एकाच चित्रपटनिर्मिती केंद्रातून 'चंद्रलेखा' व 'कल्पना' हे दोन्ही चित्रपट निघाले. नृत्यसंगीत रचनेचे दोन भिन्न मार्ग या दोहोंतून समोर आले. नृत्यसंगीत हा हिंदी चित्रपटसंगीताचा अविभाज्य घटक बनणार असल्याकारणाने हा तपशील महत्त्वाचा ठरतो. 'चंद्रलेखा'मधील युवा सुंदरींचे पटहांवरील नृत्य लोकांना फार आवडले. या चित्रपटाने विक्रमी पैसा गोळा केला! निर्माते वासन यांचे म्हणणे असे, की आपल्या शेतकऱ्यांसाठी असे दिमाखदार चित्रपट निर्माण करण्यात काहीच गैर नाही (pageants for our peasants), आणि तसे करण्यात ते नेहमीच यशस्वी झाले. वासन यांनीच सांगितल्याप्रमाणे त्यांनी एकदा आपल्या चित्रपटासाठी एक सबंध घोडदळ उभे केले व दिग्दर्शक नव्हता म्हणून स्वतःच सूचना देऊन पूर्ण चित्रीकरणही जोमाने पार पाडले! वर्षानुवर्षे फिकट व कंटाळवाण्या अनुबोधपटांचा मारा झालेल्या लोकांना जरा विरंगुळा मिळावा म्हणून आपण 'चंद्रलेखा' निर्माण केले असे ते म्हणत! या चित्रपटाच्या एकसमयी विमोचनासाठी त्यांनी १०० शहरांत प्रिंट्स एकदम पाठविले होते!

भारतासारख्या खंडप्राय देशात कशा वेगवेगळ्या दिशांचे सूचन करणाऱ्या घटना घडत असतात पाहा. सत्यजित रायसारख्या व्यक्तीने कोलकात्यात पुढाकार घेऊन फिल्म सोसायटी याच सुमारास स्थापली. ही चळवळ सुरू करण्याचा देशभर प्रयत्न झाला.

१९४९

राज़ कपूरच्या 'बरसात' या चित्रपटासाठी शंकर (सूर्यवंशी) व जयकिशन (पांचाल) या जोडीने संगीत दिले व नवा पायंडा पडला. चित्रपटाला अमाप पैसा मिळाला आणि चित्रपटसंगीताचे एक आगळे पान उघडले. रामानंद सागर यांच्या 'आरझू' या चित्रपटाचे संगीत देण्यासाठी या संगीतरचनाकार द्वयीने म्हणे लगेच सव्वा पाच लाख मानधन मागितले! राज कपूरने रोमँटिक चित्रपटांचा आपला बाज रेखायला 'बरसात'पासून सुरुवात केली.

चित्रपट प्रकाशित होण्याआधी गीतांचे ध्वनिमुद्रण व प्रसारण होऊ लागले.

रूप के. शौरीने *लारी लप्पा लार लप्पा लाहिर खदा* हे गाणे रचले. गाण्यात द्रुत, लय, शारीर हालचालीला अग्रस्थान व काव्यास बाजूला सारणे अशा एकूण धोरणास आधार मिळाला.

काहींचे मत असे आहे, की श्यामसुंदर यांनी मटक्याचा ठेका प्रचारात आणला. हुस्नलाल-भगतराम या जोडीने 'प्यार की जीत'मध्ये तो आदल्या वर्षी प्रचारात आणला असेही एक मत आहे. नौशाद या सुमारास पिआनो व इतर पाश्चिमात्य वाद्ये ती जणू भारतीय असल्यासारखी वापरीत होते व त्यांच्याबरोबर मटक्याचा ठेकाही! ('अंदाझ'मधली गाणी ऐका!). याहीपेक्षा आगळे वेगळे लवकरच घडायचे होते. सी. रामचंद्र यांनी 'सरगम' या चित्रपटात 'रॉक अॅन्ड रोल' घुमवायला आरंभ केला तेव्हा *('मैं हूँ एक खलासी')*! फारशी चांगली कथा वगैरे नसलेल्या या चित्रपटात त्यांनी सर्व प्रकारचे संगीत वापरले होते. सरस्वती राणेंसारख्या क्लासिकल गायिकेबरोबर यात लता गात होती, पात्रांना स्वरांची नावे होती – एकंदरीने संगीतच या चित्रपटाचा जीव की प्राण समजा असा स्वच्छ संदेश होता. शास्त्रोक्त चालीत सी. रामचंद्र यांनी उस्ताद अब्दुल करीम खान जसे गात त्या ढबीने सरगम गायन (म्हणजे सा रे ग म इत्यादी स्वरनामांचे त्या त्या स्वरावर गाणे) वापरले होते. मौज अशी की खुद्द उस्तादांनी 'सरगम' करताना कर्नाटक गायनशैलीचे अनुकरण केले होते! इथे मुद्दा असा आहे की अरबी, रंबा संबा, वगैरे अभारतीय संगीतशैलींबरोबर भारतीय संगीतातील तत्त्वेही – अनुकरणाचे अनुकरण करून – घेणे म्हणजे आपला

सांगीत वारसा कोणता याविषयी कान बरेच उघडे ठेवणे हे तंत्र सी. रामचंद्र यांनी सहेतुकपणे वापरले. 'सरगम'मधील सर्वच्या सर्व गाणी लोकप्रिय झाली!

एक प्रतीकात्मक घटना अशी, की मुंबईच्या चित्रपटजगतात फार धंदेवाईकपणा शिरू लागला. म्हणून सचिनदेव बर्मन यांनी 'मशाल' या चित्रपटाचे काम अर्धवट सोडून मुंबईस रामराम ठोकला, पण एकच वर्षांनंतर ते मुंबईत परत आले!

सोहराब मोदी यांनी बॉम्बे टॉकीजसाठी 'महल' हा चित्रपट दिग्दर्शित केला. पुनर्जन्माच्या विषयावरचा हा पहिला चित्रपट असावा. खास बात म्हणजे खेमचंद प्रकाश यांनी दिलेल्या संगीतात *आयेगा आनेवाला* हे गीत होते. पछाडलेली जागा, घर वा स्थळ यांना घेरणाऱ्या अतिमानुष वातावरणाचा सांगीत ठसा कसा उमटवावा याचा या गीताने जणू एक आदी-नमुना तयार केला.

१९५०

'जोगन' हा गंभीर चित्रपट प्रदर्शित झाला. यात बुलो सी. रानी यांनी राजस्थानचे लोकसंगीत नेमकेपणे वापरले होते.

१९५१

'अलबेला' या चित्रपटात सी. रामचंद्र यांनी कॅबेरे शैलीत बोंगो, ओबो, क्लॅरिनेट, ट्रंपेट, सॅक्सोफोन यांचा वापर केला *(शोला जो भडके)*. कोणतेही आकर्षक, हलकेफुलके व पाश्चात्त्य संगीत माफक प्रमाणात मिसळून आपले संगीत साधेपणे व कळेल असे विनासंकोच मांडणे हे सी. रामचंद्र यांचे यशसूत्र होते!

सचिन देव बर्मन कोलकात्याहून परत मुंबईत आले. 'बाझी'मधली गीता दत्तसाठी दिलेली त्यांची गाणी मनात ठसली *(तदबीर से बिगडी हुई तकदीर)*. गाणी चित्रित करण्याची आपली शैली घेऊन गुरुदत्तही चित्रपटसृष्टीत अवतीर्ण झाले.

इकडे 'आवारा'मध्ये शहरी तरुण, त्यांची स्वप्ने, त्यांचे अपयश आणि त्यांच्या प्रेमगाथा यांना खास संगीत रूप देण्याचा शंकर-जयकिशन यांनी जाणीवपूर्वक चंग बांधला!

१९५२

स्वातंत्र्यप्राप्तीनंतर पाच वर्षे लोटली तोच सरकारने रूढ सिनेमाटोग्राफ ॲक्टमध्ये सुधारणा करून आपल्याकडे परीक्षणाचे वगैरे जास्त अधिकार घेतले

हे ध्यानात घेण्यासारखे आहे. आता रेटिंग प्रमाणपत्रे देण्यात येऊ लागली – 'ए' म्हणजे प्रौढांसाठी व 'यू' म्हणजे सर्वांसाठी! शिवाय डॉ. बी. वी. केसकर यांच्या माहिती प्रसारण खात्यातील कारकिर्दीत आकाशवाणीच्या सर्व केंद्रांवरून चित्रपटसंगीत प्रसारित करण्यावर बंदी घालण्यात आली! तिकडे रेडिओ सिलोनने 'बिनाका गीत माला' हा हिंदी चित्रपटसंगीतावर आधारलेला कार्यक्रम प्रसारित करायला सुरुवात केली व लोकांनी त्याचे भरघोस स्वागत केले. याचमुळे बहुधा आकाशवाणीला आपल्या बंदीचा फेरविचार करण्याची लवकरच पाळी आली.

'टाइम्स ऑफ इंडिया'ने सर्वोत्तम चित्रपटांना वार्षिक पुरस्कार द्यायला आरंभ केला. पुढे यांना 'फिल्मफेअर अॅवॉर्ड' म्हणण्यात येऊ लागले आणि हा अवार्ड वितरण सोहळा लवकरच बराच लोकप्रिय झाला. सरकारनेही चित्रपटक्षेत्रातील विविध कामगिरी करणाऱ्यांना राष्ट्रीय पुरस्कार द्यायला आरंभ केला.

'बैजू बावरा'च्या संगीताबद्दल नौशाद यांना 'फिल्मफेअर अवार्ड' (त्यांचा एकमेव!) मिळाले. त्यांनी या चित्रपटात पचण्याजोगे, साफसफाई केलेले आणि पातळ केलेले शास्त्रोक्त संगीत दिले होते. दरबारी कानडा *(ओ दुनियाके रखवाले)*, भैरव *(मोहे भूल गये सांवरिया)*, मालकंस *(मन तरपत हरि दरसन को आज)*, तोडी *(इन्सान बनो)*, भैरवी *(तू गंगा की मौज मैं)* अशी रागांची योजना होती. याच प्रकारे रागयोजना करण्याचे धोरण नौशाद यांनी पुढेही चालवले. उदाहरणार्थ, वृंदावनी सारंग *(जोगन बन जाऊंगी)*, पिलु (*मोरे सैंया,* 'उडन खटोला'), यमन (*जानेवाले से मुलाकात,* 'अमर'), हमीर *(मधुबन में राधिका,* 'कोहिनूर'), गारा (*मोहे पनघट पे,* 'मोगले आझम'), कलावती (*कोइ सागर को बेहेलाता,* 'दिल दिया दर्द लिया') इत्यादी गीते या संदर्भात ऐकावीत.

चांगली निर्मिती व गुणवत्तापूर्ण अभिनय यांच्या जोडीस 'दाग'मध्ये तलतचे खास लालित्यपूर्ण, सहज व भावनापूर्ण गायन होते.

भारतात पहिला आंतरराष्ट्रीय चित्रपटमहोत्सव भरविण्यात आला. नव्या फ्रेंच चित्रपटांची लाट, इटालिअन वास्तववादी चित्रपट ('बायसिकल थीफ', 'शूशाईन बॉईज्'), कुरोसावाची चित्रपटीय बंडखोरी यांचा गांभीर्याने परिचय करून घेण्याची संधी भारतीय चित्रपटकार व चित्रपटकलेचे अभ्यासक यांना मिळाली. 'दो बिघा जमीन' वा 'श्री ४२०' यांसारखे चित्रपट लवकरच भारतीय चित्रपटषौकीनांसमोर यावेत हा काही योगायोग नव्हता!

अमेरिकेत सिनेरमाची सुरुवात झाली. चित्रपट शौकीनांना द्विमितीय, सपाट प्रतिमेचा कंटाळा येऊ लागल्याचे हे चिन्ह म्हणता येईल.

१९५३

एकाच वर्षी 'दो बिघा जमीन' व 'अनारकली' हे चित्रपट प्रदर्शित झाले! पहिल्यात गीतांचा कमीत कमी वापर होता. सलील चौधरी हे संगीतदिग्दर्शक तसेच चित्रपटकथाकारही होते. याउलट 'अनारकली' हा चित्रपट गीतांवर जगला! या चित्रपटामुळे सी. रामचंद्र हे नाव गर्दी खेचणारे ठरले – त्यांनीही प्रत्येक चित्रपटास एक लाख रुपये दर सांगायला सुरुवात केली!

मुकेश व तलत यांना गायक-नायक म्हणून समोर आणण्याचा यत्न झाला.

ऑक्टोबरला प्रभात स्टुडिओ लिक्विडेटरच्या ताब्यात गेला!

१९५४

के. ए. अब्बास यांच्या 'मुन्ना' या चित्रपटात एकही गीत नव्हते! याउलट 'नागिन' या चित्रपटात संगीत हाच प्राण होता! हेमंतकुमार यांनी रचलेली बीनची (पुंगी) धुन कल्याणजी यांनी क्ले वॉयलीनवर वाजविली व इतिहास घडवला. हेमंतकुमार यापूर्वी दर चित्रपटास रु. १०००० वर संतुष्ट असत. आता त्यांनी रु. ४०००० मागायला सुरुवात केली!

'टॅक्सी ड्रायव्हर' व 'आरपार'मध्ये ओ. पी. नय्यर यांनी संगीताचे एक वेगळे वळण गिरविले, तर गुलाम महम्मद यांनी तलत व सुरैया यांच्या संयत गायनातून 'मिर्झा गालिब'मध्ये मधुरगंभीर, योग्य व भूतकाळ उभा करणारे संगीतविश्व साकार केले.

राज कपूर 'बूट पॉलिश' या चित्रपटावर काम करत होता. त्यात संगीत न घेण्याचा त्याचा इरादा होता ('द सिका' प्रभाव!), पण त्याचा आधीचा 'आह' हा चित्रपट आपटला होता. राजच्या सल्लागारांनी सांगितले की संगीत वगळू नको. ऐनवेळी शंकर-जयकिशन यांना आमंत्रण गेले आणि त्यांनी धमाल केली! *नन्हे मुन्हे बच्चे तेरे, ठेहेर जरा ओ जानेवाले, वो रात गयी फिर दिन आया, लपक झपक तू आरे बदरवा* इत्यादी गीतांनी देशभर धुमाकूळ माजविला. वेधक बाब अशी की 'आरपार'मध्ये ओ. पी. नय्यर यांनीही यश मिळविले व लताला आपल्या गाण्यांसाठी न घेण्याचा निश्चय केला!

अनेकदा विविध माध्यमांचा उत्कर्षकाल एकदम येतो असे वाटते! सुधीर फडके यांनी चाली दिलेले व ग. दि. माडगूळकर यांनी रचलेले 'गीतरामायण' आकाशवाणीच्या पुणे केंद्रावरून एप्रिलपासून प्रसारित होऊ लागले आणि लोकांचे सकाळचे रूटीन बदलले! जनसंगीत माध्यमप्रेरित व वर्धित असते याचा जणू पडताळाच गीतरामायणासारख्या उपक्रमांमुळे येत असतो.

चित्रपटमाध्यमाचे सामर्थ्य सर्वमान्य झाल्याचा एक आगळा पुरावा म्हणजे आय. एस. जोहर यांनी केलेल्या हिचकॉकच्या चित्रपटाच्या रूपांतरास 'ए' प्रमाणपत्र मिळाले. ते देण्याआधी सरकारी परीक्षणमंडळाने तो चित्रपट २१ वेळा पाहिला होता.

१९५५

प्रभात कंपनीचा लिलाव झाला व केळकर पर्फ्यूमर्स, मुंबई यांनी ती खरेदी केली. त्यांनी काही काळानंतर ही कंपनी पुन्हा विकली. याच वर्षी 'बॉम्बे टॉकीज' व 'न्यू थिएटर्स' या संस्थाही बंद पडल्या!

बिमल रॉय यांचा पुनर्निर्मित 'देवदास' काहींना आवडला, पण सर्वसाधारणतः सांगीत दृष्ट्या तो अनेकांना फिकट वाटला. कारण अजून सैगलची छाया अगदीच इतिहासजमा झाली नव्हती!

याउलट 'श्री ४२०' व 'जिस देश में गंगा बहती है' यांचे संगीत व आर्थिक यश डोळ्यांत भरण्याजोगे होते!

व्ही. शांताराम यांचा 'झनक झनक पायल बाजे' पूर्णतया नृत्यप्रधान चित्रपट होता. तो जोरात चालावा याचे अनेकांना आश्चर्य वाटले. त्याची कथा तशी सत्यकल्पित म्हणण्यासारखी होती! त्यास योग्य पण ठरावीक वा शैलीबद्ध संगीत हवे होते. वसंत देसाई यांचे संगीत लोकांना मनापासून मानवले.

वेधक बाब अशी की क्रांतिकारक वगैरे नसताही 'सीमा'मधील संगीत चित्रपटास योग्य व भावनिक आवाहनासाठी लक्षात राहणारे ठरले.

बी. एन. सरकार यांनी 'अमर सैगल' हा चित्रपट काढला – पण सर्व बाबतींत त्याने अपेक्षाभंग केला असाच कौल मिळाला!

या वर्षीचा 'पथेर पांचाली' हा चित्रपट हिंदी नसूनही त्याचा उल्लेख आवश्यक वाटतो, कारण या चित्रपटाने भारतातील नव्या सिनेमाची मुहूर्तमेढ रोवली. इटालिअन निओ रिॲलिझम, फ्रेंच न्यू वेव्ह, नवा जपानी सिनेमा, ब्रिटिश आधुनिक सिनेमा वा यंग जर्मन सिनेमा इत्यादींची आता जरा आस्थेने चर्चा होऊ लागली. कोणीतरी म्हटल्याप्रमाणे 'पॉप्युलर सिनेमा' सुरू झालाच होता, आता 'पॅरलल सिनेमा'ही सुरू झाला!

केंद्रीय संगीत नाटक अकादमीने भारतीय चित्रपट संगीतावर एक परिसंवाद आयोजित केला व इंडस्ट्रीमधील विविध अंगांचे प्रतिनिधित्व करणाऱ्या अनेक मान्यवरांनी त्यात बऱ्याच गांभीर्याने भाग घेतला.

१९५६

राज कपूरने 'जागते रहो' या चित्रपटाची निर्मिती केली. असे म्हणतात की याची स्फूर्ती 'दो बिघा जमीन'पासून घेतली होती. संगीत सलील चौधरी यांचे होते. यात फक्त चार गाणी होती! परदेशात या प्रयत्नाचे कौतुक झाले, पण स्वदेशात याचे नाव दुमदुमले वगैरे नाही.

एन. टी. रामा राव व मोहन सेहेगल यांनी अनुक्रमे 'नया आदमी' व 'न्यू दिल्ली' या चित्रपटांत संदेश दिले – पण संगीतासह. पहिल्याने गरिबांच्या शोषणाविरुद्ध घोषणा केल्या व दुसऱ्याने 'उत्तर-दक्षिण एकता हीच भारतीय एकात्मता' अशा संदेशाची ध्वजा फडकावली!

'चोरी चोरी' चित्रपट त्यातील संगीतामुळे ध्यानात राहिला. लोक त्यातली गाणी आवडीने गुणगुणू लागले.

१९५७

आकाशवाणीने 'विविधभारती' सेवा सुरू केली. नियुक्त कमिटीने मान्य केलेली चित्रपटगीते ही सेवा नियमितपणे ऐकवू लागली.

नौशादचे संगीत असलेल्या 'मदर इंडिया'मधील गाणी खेड्यातील लोकसंगीतावर आधारलेली होती व ती देशभर खूप आवाहक ठरली. भारतीय जनता व चित्रपटनिर्माते एक बाब सिद्ध करत आले आहेत – भारतीय अभिरुची बहुसंध आहे, त्यामुळे एकाच वेळी परस्परविरुद्ध वाटणारे आविष्कार लोकप्रिय होतात!

व्ही. शांताराम यांनी तुरुंग-सुधारणा हा संदेश देणारा 'दो आँखें बारा हाथ' हा चित्रपट काढला व त्याचे साधे, आवाहक संगीत लोकांना पसंत पडले.

गुरुदत्तचा विषण्णतेने रुंजी घालणारा 'प्यासा' आपल्या अंतर्मुख संगीतासह अवतरला, तर 'कॉफी हाऊस' या चित्रपटात शम्मी कपूरने हिसकेबाज शारीर हालचालींना उठाव देणाऱ्या संगीताने वातावरण दुमदुमून टाकले. 'तुमसा नहीं देखा' हे ब्रँड गीत ठरले!

जानेवारी महिन्यात उद्योगपती केळकर यांनी प्रभात कंपनी पुन्हा लिलावात साडे चार लाखांना विकत घेतली. त्यांनी प्रभातचे सर्व चित्रपट मुदलियार यांना पाऊण लाखाला विकले!

१९५८

सांगीतदृष्ट्या हे वर्ष 'मधुमती' व 'चलती का नाम गाडी' या दोन चित्रपटांनी गाजविले. पहिल्यात होते भारून टाकणारे, पडसाद उमटवीत राहणारे

संगीत, तर दुसऱ्यात विनोदाचे स्मित सुरावटीत आणू पाहणारे हर्षभरले संगीत. दोहोंना ही जागा मिळाली!

डोस्टोयेवस्कीच्या 'क्राईम ॲन्ड पनिशमेंट'सारख्या अभिजात कृतीवर आधारलेले 'फिर सुबह होगी' हे चित्र रमेश सहगल यांनी निर्माण केले. त्यातील मुकेश यांनी गायलेल्या शीर्षक गीताने शोकात्मिकेची खोली गाठण्याचा बराच यशस्वी प्रयत्न केला!

फ्रान्समध्ये 'ल ब्ल्यू' हा न्यू वेव सिनेमा अवतरला.

१९५९

गुरुदत्तने 'कागज़ के फूल' या कलात्म चित्रपटाचे अपयश सोसले. पैशाच्या पेट्या भरणे जमले फक्त दोन चित्रपटांना – 'नवरंग' व 'गूंज उठी शहनाई' यांना. शिवाय 'अनाडी' सारख्या प्रकारचे चित्रपट चालले व 'सुजाता'मधील संयत, आत पाहणाऱ्या गुणवत्तात्म नजरेलाही प्रेक्षकांचा प्रतिसाद मिळाला.

'दिल देके देखो' या चित्रपटामध्ये उषा खन्नाने गतिमान नावीन्याचे काही सांगीत क्षण पुरविले.

जीवनाचा अर्थ लावण्याची कामगिरी संगीताकडे सोपविलेला सत्यजित राय यांचा 'जलसाघर' हा चित्रपट आला. त्याला मॉस्को फेस्टिवलमध्ये रौप्यपदक देऊन गौरविण्यात आले.

१९६०

के आसिफ यांच्या 'मोगले आझम'ने चित्रपटांच्या सर्व आघाड्यांवर यश मिळविले व 'कानून'ने एकाही गीताशिवाय प्रेक्षकांचे लक्ष खेचले. 'अनुराधा'सारख्या हळुवार चित्रपटासाठी पं. रविशंकर यांनी संवेदनशील संगीत दिले. अनेकांना ते आवडलेही, पण त्याचा गवगवा झाला नाही! याउलट 'बरसात की रात' व 'चौदहवी का चाँद' या चित्रपटांचे संगीत सामान्यांनीही वाखाणले! 'बरसात की रात'ने कव्वाली या प्रकाराला नव्याने जोर दिला. 'कोहिनूर'मधील पलायनवादी कथेचे आकर्षण त्यातील संगीतामुळे वाढले!

१९६१

'इंगित' या बंगाली चित्रपटात बोललेला एकही शब्द नव्हता! 'काबुलीवाला' अल्पसंख्य रसिकांचा आवडता चित्रपट ठरला. व्यापक भारतीय वास्तवतेची आठवण करून देण्यासाठी शम्मी कपूर यांचा 'जंगली' हा चित्रपट

प्रचंड गाजला. एरवी सुरावटींचे संगीत देणे पसंत असणाऱ्या शंकर-जयकिशन या जोडीने ध्वनिगरिम्यावर भिस्त ठेवल्यास ऐकणारे लोक संगीत कसे कसे घेतात याचे प्रेक्षागृहात जाऊन निरीक्षण केले! साठच्या दशकात त्यांनी या निरीक्षणांचा फायदा उठविणारे संगीत वापरले!

१९६२

गूढ कथा, भारणारे संगीत हे 'महल' या चित्रपटात वापरलेले यशसूत्र 'बीस साल बाद' या चित्रपटाने पुन्हा प्रभावीपणे वापरले. संगीत हेमंतकुमार यांचे होते. याच संगीतकाराने गुरुदत्त यांच्या आगळ्या 'साहिब, बिबी और गुलाम' या चित्रपटाला स्मरणीय व सूक्ष्मपरिणामी संगीत दिले. याच वर्षी कुंभमेळा भरला होता. तेव्हा साधूंच्या मिरवणुकीत वाद्यांचा बँड होता व चित्रपटांतली गाजलेली गाणी वाजवीत तो जात राहिला!

चित्रपटाच्या वेचक अंगांचे प्रशिक्षण देण्यासाठी पुणे येथे 'फिल्म इन्स्टिट्यूट' स्थापित झाली.

१९६३

हे सांगीत दुष्काळाचे वर्ष म्हणायला हवे! पण एक वेधक पाठपुरावा असा- १९६० मध्ये प्यारेलाल संतोषी यांनी 'बरसात की रात' काढला व त्यातील कव्वालीमुळे तो गाजला. म्हणून त्यांनी एक चित्रपट फक्त याच प्रकाराला वाहिलेला प्रदर्शित केला व त्याचे नाव ठेवले 'कव्वाली की रात'!

१९६४

'संगम' व 'चित्रलेखा' हे चित्रपट गाजले, पण 'दोस्ती'मधील लक्ष्मीकांत-प्यारेलाल यांचे संगीत खास सांगीत भर घालणारे ठरले. राज कपूरने 'संगम'मध्ये आपल्या वर्तुळामधील दुसऱ्या एका काहीशा बेलगाम शारीर प्रदर्शनास महत्त्व देणाऱ्या दिग्दर्शकास वाव दिला!

चित्रपटांचे जतन करण्यासाठी 'नॅशनल फिल्म अर्काईव्ज ऑफ इंडिया'ची पुण्यास स्थापना झाली.

१९६५

एस. डी. बर्मन यांनी 'गाईड'मधील संगीतामुळे वर्ष गाजविले.

चित्रपटांना स्वस्त व्याज, सवलती इत्यादी देऊन भांडवल पुरविण्यासाठी 'फिल्म फायनान्स कॉर्पोरेशन'ची मुंबईस स्थापना.

१९६६

'तीसरी कसम' या चित्रपटामधले संगीत चांगले होते, पण जरा कमी ताकदीचे! पण तरीही खेड्याचे वातावरण आणि लोक + जन संगीताचे आवाहन बहुतांशी होतेच होते हा निष्कर्ष पुन्हा पटला.

१९६७-६८

संगीत तयार करण्याच्या आतापर्यंतच्या पसंतीच्या पद्धतींची परिणामकारकता कमी होऊ लागली की काय असा संशय बळावू लागला! वेधक बाब अशी की हिंदी चित्रपटांची संख्या रोडावली, पण दाक्षिणात्य चित्रपट वाढले!

१९६९

किशोरकुमार यांनी 'आराधना' या चित्रपटात संगीताची एक नवी लाट आणली. यात अनेक जुन्या बाबी बाजूला फेकल्या गेल्या!

मृणाल सेन दिग्दर्शित 'भुवन शोम' या चित्रपटात, संगीत विजय राघव राव यांचे होते. यामुळे नव्या हिंदी चित्रपटांचे आगमन व त्यास साजेसे विशेषकरून संगीत जाणवले. आर्ट फिल्म, वास्तववादी चित्रपट, नवा सिनेमा, इत्यादी नावांना हळूहळू 'समांतर सिनेमा' या संज्ञेने मागे टाकले. चित्रपटास वाहिलेल्या 'माधुरी' या मासिकाचे संपादक अरविंदकुमार यांनी ही संज्ञा प्रचारात आणली असे म्हणतात. या सुमारास भारतातील फिल्म सोसायट्यांची संख्या २०० पर्यंत पोचली होती. यांपैकी कितींना चित्रपटसंगीताची चर्चा करावीशी वाटली हा संशोधनाचा विषय ठरावा. कारण भारतीय चित्रपटसंविद् कोणत्या स्वरूपाची आहे याच्याशी चित्रपटसंगीतविचार निःसंशय निगडित आहे.

१९७०

प्रभात कंपनीच्या पूर्वीच्या चालकांपैकी दामले यांनी अखेर दोन लाख रुपयांची रक्कम जमवून चेन्नईच्या मुदलियार यांच्याकडून 'प्रभात'च्या चित्रपटांच्या निगेटिव्जची परत खरेदी केली!

'हीर रांझा' या चित्रपटास मदन मोहनने दिलेले संगीत चांगले होते. एस. डी. बर्मनसारख्यांसही त्याने भारून टाकले. पण आर्थिक लाभाचे सुख त्यास मिळाले नाही ते नाहीच!

१९७१

'मेरा नाम जोकर', 'झांशी की रानी' हे चित्रपट जवळ जवळ आपटले. 'आनंद' यशस्वी झाला, पण सांगीत यश लाभले ते वसंत देसाई यांनी संगीत दिलेल्या 'गुड्डी'ला. वाणी जयरामचा ताजा आवाज व शास्त्रोक्त संगीतपरंपरेत गाजलेल्या बंदिशींचे पुनर्वितरित रूप लोकांना बरेच भावले. बोल रे पपीहरा हे गीत लोकांनी उचलून धरले!

अनेक संगीतबाह्य व चित्रपटबाह्य कारणांनीही गाजलेला 'पाकीझा' हा चित्रपट होता. मीनाकुमारीचा आयुष्यातील अखेरचा अभिनय व गुलाम महम्मद या संगीतकारास मिळालेली मरणोत्तर दाद अशी पाकीझाच्या यशाची नोंद झाली!

१९७२

'हरे कृष्ण हरे राम' या चित्रपटामधील *दम मारो दम* या गाण्याने आर. डी. बर्मनचे संगीत लोकांच्या कानात जणू ठोसले गेले. संगीत ऐकण्याचा प्रश्नच नव्हता – ते कानांत शिरतच होते! त्यात नवीन ठाशीव लयबंध होते हे निश्चित. संस्कृतिसंगीतशास्त्रातले महत्त्वाचे तत्त्व असे आहे, की लयबंध हे ऐकणाऱ्यास ऐकायला जणू काही जबरदस्तीने भाग पाडतात!

बहिरे–मुके आईबाप आपल्या मुलास आपल्याशी व जगाशी जुळवून घेण्यास शिकविण्याची धडपड करतात, असा आगळा विषय 'कोशिश'मध्ये आवाहकतेने हाताळला गेला. संज्ञापनाची वेगळी पातळी सुचविण्यासाठी गीत हे माध्यम वापरण्याचा यातला नाजुक व कलात्म यत्न मनोज्ञ होता!

या काळात कलाचित्रे म्हणण्यासारख्या चित्रपटांचे प्रमाण वाढले. तरीही जरुरीपेक्षा बराच जास्त शृंगार दाखविणारा 'जरूरत'ही प्रदर्शित झाला आणि त्याला गर्दी लोटली!

भारतीय मुसलमानांची खास सांस्कृतिक अस्मिता सर्जनशीलतेने दाखविता येते व यात संगीताचा विशेष वापर संभवतो हे 'पाकीझा'ने सिद्ध केले होते. 'रझिया सुलताना' व 'मोगले आझम' या चित्रपटांनी हाच मुद्दा पुन्हा समोर आणला.

कृष्ण–धवल हिंदी चित्रपटांनी रंगीत चित्रपटांकडे आगेकूच केले. भारतातील ९० टक्के चित्रपट टेक्नीकलरमध्ये बनले.

१९७३

ऋषी कपूर व डिंपल या युवा कलाकारांनी 'बॉबी' चित्रपटामध्ये नवल घडवले! त्यातले *चाबी खो जाय* हे गीत दुमदुमू लागले. अगदी 'आवारा'पासून राजकपूरने जी रोमँटिक शैली जोपासली होती तीच आपले निखळ रूप घेऊन 'बॉबी'मध्ये अवतरली. यात खरोखरच खरे तरुण प्रेमिक असल्याने असेल कदाचित – पण मध्यंतरी राज कपूरने वापरलेले बटबटीत शारीरपण या चित्रपटात कमी खुपले!

भविष्यात प्रभावी घाट म्हणून वावरणाऱ्या एका यशसूत्राची नांदी झाली – सलीम जावेद यांनी 'जंजीर' लिहिले आणि हिंसा व हिंस्रता यांनी संगीताची जागा बळकावली. याच चित्रपटात अमिताभ बच्चनची तप्त तरुण प्रतिमा आकाराला येऊ लागली. येत्या दशकात अनेक चित्रपटांतील बलात्काराची दृश्ये संख्येने अधिक व अधिक तपशीलवारही येऊ लागली हे कशाचे लक्षण मानायचे? गुलझार यांनी गीतविहीन 'अचानक'ची निर्मिती करावी हाही केवळ योगायोग नव्हता!

१९७४

बासू भट्टाचार्य यांचा 'रजनीगंधा' हा चित्रपट खास संगीत नसतानाही प्रेक्षकांना पसंत पडला. श्याम बेनेगल यांचा 'अंकुर'ही काही संगीतावर भिस्त ठेवणारा नव्हता. 'नया दिन नयी रात'मध्ये नऊ भूमिका करून संजीवकुमारने एक प्रकारचा विक्रम केला.

१९७५

'जंजीर'चे दिलेले वचन 'शोले'ने पूर्ण केले! गुलझार यांचा प्रगल्भ 'आँधी', बेनेगल यांचा 'निशांत' याच्याबरोबर 'जय संतोषी माँ' लागला व जोरात चालला! भरपूर ॲक्शन, आक्रमक हिंस्रता, घट्ट विणीची संहिता, सफाईदार चित्रण व अनेक तारे एकाच वेळी चमचमणारे असे 'शोले'चे सूत्र रुजले. चांगल्या अमेरिकन वेस्टर्न चित्रपटांचा आनंद अनेक वर्षे अनेक लहानथोर भारतीयांनी घेतला होता – त्यांच्याशी 'शोले' तुल्य ठरला!

चित्रपट म्हणून 'आँधी' यथातथ्य होता, शिवाय त्यातील वाङ्मयीन स्पंद जाणवणारे होते.

चमत्कारासह, धार्मिकतेच्या आवरणासह सरसकट अभयदान मिळाले तर भारतीय जनता ते दोन ओंजळींनी पिऊ बघते हे 'जय संतोषी माँ'ने सिद्ध केले.

एकाच वेळी दोन विरोधी देवतांची आराधनाही मनःपूर्वक करण्यात कुशल भारतीयांचा कोण हात धरू शकेल!

म्हटले तर डोळ्यात अंजन घालणारी घटना अशी घडली, की याच वर्षी आणीबाणी पुकारली गेली. सेन्सॉर मंडळ जादा संवेदनशील झाले! परवलीचे शब्द होते योग्य राजकीय मते – कला वगैरे बाबी दुय्यम! नहाता यांचाच 'किस्सा कुर्सी का' या चित्रपटावर बंदी घातली गेली. किशोर कुमारच्या गायनाच्या कार्यक्रमांवर अधिकृत बहिष्कार राहिला. 'आँधी', 'फकिरा' इत्यादीं चित्रपटांना आलेल्या अडचणी वातावरण कसे गुदमरविणारे होते याचा प्रत्यय देत होत्या. स्वातंत्र्यसूर्य ढगाळला होता.

म्हटले तर बदलत्या काळाची पावले! मदन मोहन, एस. डी. बर्मन, वसंत देसाई व सी. एच. आत्मा गेले! एका मोठ्या परंपरेत या सर्वांनी आपआपली पायवाट तयार केली होती!

१९७६

मुकेशचे निधन झाले, तर यश चोप्रा यांच्या 'कभी कभी' या चित्रपटातील खय्याम यांच्या संगीताने मनात घर केले. ॲक्शन नसताही यांतली अमिताभची भूमिका स्मरणीय होती!

मृणाल सेन यांचा 'मृगया', बेनेगल यांचा 'मंथन' आणि बासू चॅटर्जी यांचा 'चित चोर' हे सारे मनःपूर्वक गांभीर्याने निर्माण केलेले, संगीतास जादा भाव न देणारे चित्रपट होते.!

१९७७

'स्वामी'ने करमणूक झाली, पण उस्ताद बडे गुलाम अली यांच्या हातखंडा ठुमरीचे या चित्रपटातील पातळ रूप ऐकून खेद वाटला. आता कसदार संगीत लोकांना पचत नाही असा चित्रपटकारांचा ग्रह झाला होता काय!

आणीबाणी समाप्त झाली. 'अमर अकबर अँथनी'मधील हलके फुलके संगीत जणू श्रोत्यांसाठी एक सुटकेचा निःश्वास होता! 'घरौंदा'मध्ये रूना लैलाचा ताजा आवाज ऐकून बरे वाटले, पण या आवाजाला इथल्या बाजारी सृष्टीत धर मिळू शकला नाही!

'शतरंज के खिलाडी' हा चित्रपट म्हणजे सत्यजित राय यांनी हिंदी चित्रपटसृष्टीत टाकलेले सहेतुक पाऊल होते. त्यातील संगीत सूक्ष्मपरिणामी व आजूबाजूच्या वास्तवावर टिप्पणी करणारेपण होते! किती लोकांना हे जाणवले

व त्यावर का चर्चा झाली नाही? असाच प्रकार 'भूमिका' व 'कोंडुरा' या चित्रपटांच्याही बाबतीत झाला.

ॲक्शन चित्रपट, सूड व बदला यांची भाषा, स्मगलर खलनायक इत्यादी यशसूत्रे चित्रपटांत वावरू लागली. त्यामुळे अर्थपूर्ण संगीताला जागा मिळणे मुष्किल झाले!

१९७८

बटबटीतपणे शरीर दाखविणे व अधाशीपणे ते न्याहाळणे सुलभ व्हावे असे जणू चित्रपटांचे शैलीसूत्र ठरले. 'सत्यम् शिवम् सुंदरम्' हे त्याचे एक उदाहरण! सुदैवाने मैं तुलसी तेरे आंगनकी यासारखा सभ्य व्यवसाय करणारा चित्रपटही निघाला!

समांतर चित्रपट वाढत होता. अरविंद देसाई की 'अजब दास्ताँ' (सईद मिर्झा), 'गमन' (मुझफ्फर अली), 'डाऊन' (अवतार कौल) हे चित्रपट वेधक होते. 'गमन'मध्ये तर संगीतही चांगले होते. पण या चित्रपटांना पाठिंबा देणारे रसिक अल्पसंख्य होते व संगीताची भूमिकाही दुय्यम होती.

१९७९

चित्रपटीय हिंसेची कमान चढती होती. गुलझार यांच्या 'मीरा' या चित्रपटात पं. रविशंकर व वाणी जयराम यांचा सांगीत यत्नही प्रामाणिक होता – पण त्याचे स्वरूप तरंगाचे होते, लाटेचे नाही!

'जुनून' चित्रपट अ–सांगीत कारणासाठी गाजला. 'सिनेमा सिनेमा' (शहाब अहमद), 'गृहप्रवेश' (बासू भट्टाचार्य), 'बातों बातों में' (बासू चॅटर्जी), 'मीना कुमारी की अमर कहानी' या चित्रपटांत संगीताला महत्त्व नव्हते हे बोधक आहे.

१९८०

यावर्षीच्या चित्रपटांत हिंसा, बलात्कार, ॲक्शन हीच चलती नाणी राहिली. पण 'आक्रोश'सारख्या चित्रपटात मात्र याच अंगांकडे वेगळेपणे पाहण्याचा जोरदार प्रयत्न होता. एक वेगळी लाट येऊ पाहत होती ती 'आल्बर्ट पिंटो को गुस्सा क्यों आता है' (सईद मिर्झा), 'चक्र' (रवींद्र धर्मराज), 'स्पर्श' (सई परांजपे) यांसारख्या चित्रपटांची.

'आप जैसा कोई'मध्ये नझिया हसनने डिस्को आकर्षकतेने गायले. यावर्षी

रफीचे निधन झाले व एक भरीव युग संपले! लक्ष्मीकांत-प्यारेलाल यांचे संचलन चालू राहिले, पण नव्या सर्जनशीलतेच्या फारशा खुणांशिवाय.

१९८१

यावर्षी सुमारे १८०च्या आसपास चित्रपट निघाले, पण ध्यानात राहण्याजोगा क्वचितच! 'उमराव जान' (संगीत खय्याम) मध्ये गुणवत्तापूर्ण सांगीत हा दिलासा होता. तर 'कलयुग'ने संगीताकडे पाठ फिरवून यश मिळवले हाही दिलासाच होता!

'एक दूजे के लिए' मध्ये जणू बॉबीचे पुनरागमन होते. लक्ष्मीकांत-प्यारेलाल यांनी संगीतही दिलखेचक दिले. या चित्रपटात निरागस प्रेम व स्वच्छ संगीत होते. तर सई परांजपे यांचा 'चष्मेबद्दूर' संगीताशिवाय आपले नाणे खणखणीत वाजविणारा होता.

१९८२

सलमा आगाने नव्या युगातली नूरजहाँ बनण्याचा बऱ्यापैकी यत्न केला. संगीतकार सी. रामचंद्र यांचे निधन झाले. 'गांधी' ही परदेशी निर्मिती लोकांनी नीट पाहिली. बाकी ॲक्शन चित्रपटांची सद्दी चालूच राहिली!

या सुमारास विडीओचे आगमन झाले, हे त्या वेळेस लक्षात आले नाही. पण याचा परिणाम भविष्यात बराच होणार होता. दिग्दर्शक, अभिनेते, प्रेक्षक या सर्व घटकांवर. ॲक्शन, प्रणय, हाणामारी व हिंसा काही हातांच्या अंतरावरून पाहताना दृश्य प्रतिमा सुटेपणे ठसू लागली. एकंदर चित्रपटात संदेश काय तिकडे दुर्लक्ष होऊ लागले!

'चौरंगी लेन'सारखे चांगले चित्रपट आले, पण त्यांत संगीत नव्हते.

१९८३

यावर्षी संगीतास स्थान न देणारे पण चांगले चित्रपट आले, उदाहरणार्थ 'अर्धसत्य' (निहलानी), 'मंडी व गोदान' (श्याम बेनेगल), 'कथा' (सई परांजपे).

हिरा फिल्म्स नावाच्या कंपनीने भारतीय चित्रपटाच्या हीरकमहोत्सवी वर्षी 'जमाई बाबू' नावाचा मूकपट काढला. ही कृती बोलपटांच्या निषेधार्थ होती काय हे समजले नाही.

१९८४

यावर्षीही संगीतास स्थान न देणारे पण चांगले चित्रपट येत राहिले. उदाहरणार्थ, 'खंडहर', 'मोहन जोशी हाजिर हो' (सईद मिर्झा), 'सारांश' (महेश भट्ट), 'जाने भी दो यारों' (कुंदन शाह).

सर्वांत जास्त गीते ध्वनिमुद्रित केली म्हणून लता मंगेशकर यांचे नाव 'गिनेस बुक ऑफ रेकॉर्ड्स'मध्ये छापून आले.

१९८५

प्रभात कंपनीचे चित्रपट विडिओवर उपलब्ध झाले.

'पार' (गौतम घोष), 'दामुल' (प्रकाश झा), 'उत्सव' (शशी कपूर) 'अनकही' (अमोल पालेकर), 'त्रिकाल' (श्याम बेनेगल) हे चित्रपट आले व अल्पसंख्य रसिकांचे विचारविषय झाले!

१९८६

नोंदण्यासारखे पण न गाजलेले चित्रपट प्रदर्शित झाले, उदाहरणार्थ, 'रावसाहेब' (विजया मेहता), 'मँसी साहेब' (प्रदीप कृष्ण), 'एक चादर मैली सी' (डड्डा). दादा कोंडके यांच्या द्व्यर्थी संवादांनी भरलेल्या चित्रपटांनी पैसा केला आणि मसाला चित्रपट असे वर्णन लागू पडणारे चित्रपटही चालले!

१९८७

'पुष्पक' हा कमाल हसनचा शब्दहीन चित्रपट आला व या चित्रपटात नेहमीचे काय काय नाही याचे भान लोकांना फारसे खुपले नाही! 'मिर्च मसाला'मध्ये स्त्रियांना तोंड द्याव्या लागणाऱ्या दडपशाहीविरुद्ध आवाज उठवला होता, पण संगीत दूर ठेवले होते.

१९८९

'मैने प्यार किया' या चित्रपटांमध्ये तरुणांची प्रेमकथा व राम-लक्ष्मण यांचे वेधक संगीत होते. मीरा नायर यांनी 'सलाम बॉम्बे'मध्ये वास्तववादी सूर लावला. बाकी इंडस्ट्री नेहमीप्रमाणे चालू राहिली इतकेच!

१९९०–९१

'बाग बहादूर', 'आज अचानक', 'सालेम लंगडे पे मत रो', 'कमला की मौत' असे चाकोरी टाळणारे चित्रपट आले, पण त्याचबरोबर ॲक्शनवाले, 'अग्निपंथ'सारखे नेहमीचे चित्रपटही आले.

'आगंतुक' हा सत्यजित राय यांनी दिग्दर्शित केलेला शेवटचा चित्रपट ठरला!

१९९२

'जो जीता वोही सिकंदर'सारखे तरुणाईची हिरवाई दाखविणारे चित्रपट आले आणि 'खुदा गवाह'सारखे पैसा ओढणारेही आले. बाकी चित्रपटव्यवसाय आपल्या धंदेवाईक चालीने सरकत राहिला!

२३ एप्रिल रोजी युगप्रवर्तक सत्यजित राय यांचे निधन झाले. शेक्सपीअरचा मृत्युदिन हाच होता असे म्हणतात.

१९९८

२४ मार्चला नौशाद यांनी 'नौशाद ॲकेदमी ऑफ हिंदुस्थानी म्युझिक' स्थापली, कारण त्यांच्या मते भारतीय चित्रपटसंगीत आपल्या परंपरेपासून – हिंदुस्थानी संगीतापासून – फार दूर चालले होते.

२००२

लता मंगेशकर यांनी ३३व्या आंतरराष्ट्रीय चित्रपट महोत्सवाचे उद्‌घाटन केले. भारतीय चित्रपटांतील संगीताचे स्थान व लताबाईंचे भारतीय चित्रपटसंगीतातील स्थान – या दोहोंचे जणू एकदम मूल्यमापन झाले!

❑ ❑ ❑

७

संगीतरचनाकार – तेव्हाचे
(१९३१–१९४७)

प्रास्ताविक

ज्या संगीतरचनाकारांच्या व्यक्तिगत कार्याने हिंदी चित्रपटसंगीतास आपले खास रूप लाभले त्यांच्या कामगिरीचे मूल्यमापन करणे आता सार्थ ठरेल.

मूल्यमापन कशाच्या आधाराने करायचे ते आधी स्पष्ट केलेले बरे, म्हणजे प्रस्तुत मूल्यमापन हा संबंधित संगीतरचनाकारांच्या योग्यतेविषयीचा अंतिम निर्णय नाही हे ध्यानात येईल. असा अंतिम निष्कर्ष काढण्याकरिता साहाय्यक साहित्य म्हणून या विवेचनाकडे पाहणे हेच इष्ट आहे. चित्रपटासारख्या संयोगी आविष्कारात अनेक व विविध अंगांचे खोल परीक्षण केल्याशिवाय निर्णायक मूल्यमापन कसे जमावे?

उदाहरणार्थ, माझ्या प्रयत्नात गीताचे चित्रीकरण कसे झाले वगैरे अंगांचा मी विचार केलेला नाही. चित्रपटाच्या प्रक्षेपणात नीटसे न दिसलेले चित्रगीतही आपल्याला भारून टाकू शकते, कारण सांगीत गुणांत ते वरचढ असते (उदाहरणार्थ, 'अनारकली' या चित्रपटातील *मोहब्बत ऐसी धडकन है* हे गीत). पूर्वीच्या अनेक चित्रपटांत गाण्यांचे चित्रीकरण एक कॅमेरा अँगल तत्त्वानुसार होई व त्यामुळे ही गीते चित्रपटीय संदर्भात कमी परिणामकारक ठरत. तरीही ती गीते जर आज सांगीत समाधान देऊ शकत असतील, तर त्यांचा गांभीर्याने विचार करणे सयुक्तिक ठरेल. सांगीत सार्थकतेकडे मोहरा वळविण्याच्या तत्त्वानुसार विचार पुढेही चालवून गीताच्या गतिमानतेत नंतरच्या काळात जेव्हा बदलते कॅमेरा-कोण वा त्यांची झटपट हालचाल यांमुळे भर पडली असेल, पण या अंगासही आपण महत्त्व देणार नाही. जर या सर्वांस सांगीत रूप मिळत असेल व त्यामुळे गीतगुणवत्ता निराळ्या जातीची होत असेल तर अर्थात अलाहिदा. तसेच गाणारा चेहरा आकर्षक नव्हता म्हणून गीत लोकप्रिय झाले नाही अशी अफाट घटना घडली असेल तरीही गीत सांगीतदृष्ट्या चांगले प्रतीत झाल्यास त्याचा विचार करणे कर्तव्य ठरेल!

आणखी एक छोटी बाब. प्रत्यक्षतः संगीत निर्मिती करणाऱ्या पात्रांचे अभिनय व चित्रीकरण हा हिंदी चित्रपटांतील एक खास प्रश्न राहिला आहे! उदाहरणार्थ, प्रत्यक्षात काय घडते त्याच्याशी तुलना करता अभिनेता वा अभिनेत्री अनेकदा (की बहुधा!) वाद्य हास्यास्पद वा विचित्र प्रकारे धरतात असे दिसते! पात्रे वाद्य वाजवू लागतात तेव्हा तर आणखीही विनोद घडू लागतो! अर्थात काही माननीय अपवाद दिसतात! उदाहरणार्थ, दिलीपकुमार यांनी 'कोहिनूर' मध्ये सतारीवरची पकड चांगली केली आहे. त्यांना यासाठी अक्षरशः 'प्ले बॅक' दिला आहे उस्ताद अब्दुल हलीम जाफर खान यांनी! आपला मुद्दा असा की जर संगीत चांगले वा आकर्षक असेल तर यासारख्या बाबींकडे दुर्लक्ष केले पाहिजे, कारण प्रस्तुत वा त्यासारखे इतर दोष अभिनय वा दिग्दर्शनातले म्हटले पाहिजेत. यामुळे एरवी मान्यता पावलेल्या वास्तववादाच्या तत्त्वास बट्टा लागत असला तरी तो आपला विषय नाही. राज कपूरच्या 'श्री ४२०' चित्रपटामधील *रमैय्या वता वैय्या* या गीताचे चित्रीकरण गीताच्या लयीस पोषक आहे की नाही इत्यादी चर्चा न करता आपले लक्ष सांगीत रचना वगैरेवर केंद्रित राहणार हा इत्यर्थ.

संगीत म्हणून संगीताचे मूल्यांकन करताना नेपथ्याचे दृश्य सामर्थ्य, रंगभूषेचे पोषक आविष्कार वगैरे बाबींकडे याच संगीतकेंद्री भूमिकेतून दुर्लक्ष करणे आवश्यक ठरेल.

शास्त्रोक्त संगीत म्हणून ज्या गीतांची भलावण केली जाते ते नमुने शास्त्रोक्त संगीताच्या कोटीत विकसित झालेल्या निकषांवर जोखले जाणारच. परिणामतः आपल्याला अनेक वेळा करावे लागणारे विधान असे असेल – अमके अमके गीत शास्त्रोक्त रचना म्हणून कमी दर्जाचे असून शास्त्रोक्त संगीताचा चित्रपटीय आभास निर्माण करण्यात मात्र संबंधित रचना यशस्वी झाली आहे! कारण एखादे चित्रगीत यशस्वी झाले की त्यावर फार अटी लादल्या जातात! शास्त्रोक्त रागाच्या चौकटीस स्पर्श करून, तालाच्या वर्तुळास यांत्रिकपणे गिरवून, ठरावीक वाद्यांचा खुणा म्हणून वापर करून, गायकांचे गाताना होणारे विद्रूप हातवारे अधिक विद्रूपपणे दाखवून, तानांची भेंडोळी वगैरे फेकताना चालणाऱ्या पात्रांच्या चाळ्यांकडे कॅमेरा वळवून, किंवा तीनदा सांगीत वाक्यांश इत्यादी घेऊन क्लासिकल होता येते अशा भ्रमांना वाव देऊन संगीत पुरविणे म्हणजे शास्त्रोक्त संगीत मांडणे नव्हे याचा विसर पडून कसे चालेल! व्याज-शास्त्रोक्तास शास्त्रोक्त मानून विधाने केली जाऊ नयेत म्हणून खास खबरदारी घ्यायला हवी, कारण आपल्या करीअरच्या या ना त्या टप्प्यावर बहुतेक संगीतरचनाकार आपण

भारतीय शास्त्रोक्त संगीतास चित्रपटसंगीतात आणून कसे शतकृत्य केले आहे व शास्त्रोक्त संगीताच्या प्रचारास आपण कसा हातभार वगैरे लावला आहे याविषयी बढाई मारताना दिसतात. वास्तविक आपल्या चित्रपटीय संगीतातील कार्याचे महत्त्व आपल्या संगीताच्या शास्त्रोक्तपणावर अवलंबून नाही हे त्यांना जाणवत नाही हे आश्चर्य म्हटले पाहिजे!

याप्रकारे विश्लेषणाचा आवाका संकुचित करण्यामागे हिंदी चित्रपटीय दृष्टीचे नियमन करणाऱ्या दोन सांस्कृतिक निर्णयांची भूमिका प्रमुख आहे. एक असे की वास्तववाद, नैसर्गिकतावाद, कलाकृतीची सेंद्रिय एकात्मता वगैरे औपपत्तिक वा सैद्धांतिक विचारांमुळे शक्य झालेल्या तर्कशुद्धतेस हिंदी चित्रगीते बहुधा बगल देत देतच अवतरतात. खरी बाब अशी की आरंभीच्या वा मूळच्या चित्रपटीय स्पंदास प्रतिसाद देताना वा देण्यासाठी हिंदी चित्रपटसंगीत व गीते एक साहाय्यक व समांतर वा पर्यायी बांधणी उभी करत असतात. दुसरे असे की संगीताची रचना, त्याचे ध्वनिमुद्रण, प्रचार वगैरे बाबी ज्या परिस्थितीत घडतात त्यामुळे आणि काही खास भारतीय सौंदर्यविचारसंबद्ध निर्णयांमुळे आपण गाणारा चेहरा व आवाज यांचे पूर्ण विभाजन मान्य केल्यामुळे (म्हणजे पार्श्वगायन स्वीकारल्यामुळे) हिंदी चित्रपटगीत एक स्वतंत्र जीवन जगते. (एक म्युझिकल मोनॅड म्हणून ते स्वच्छंद वावरते!) त्याच्या संभवास चित्रपट मूळ निमित्त होतो हे खरे, पण पुढे गीताचे आपले स्वतःचे असे नशीबच त्याला तारते वा मारते!

१९३१–१९४७ या कालखंडात कार्यरत संगीतरचनाकार (दहाही दिशांतून आलेले)

भारतात चित्रपटसंगीताच्या रचनाकारांना संगीतदिग्दर्शक म्हणण्याचा प्रघात पडला आहे. या संगीतदिग्दर्शकांची एकूण संख्या मला वाटते काही हजारात मोजावी लागेल! हिंदी चित्रपटसंगीत देणाऱ्यांचा वर्ग आपल्या विविधतेने कोणालाही आश्चर्यचकित करणारा आहे. त्यांचे कार्यही अनेक अंगांनी तपासण्यासारखे आहे. हिंदी बोलपटांच्या आरंभकाळात (१९३१–४७) हा वर्ग वेधक वाटत असे, कारण प्रदेश, भाषा, धर्म, जात-जमात, शिक्षण, सांगीत संस्कार इत्यादी बाबतींत अगदी वेगवेगळ्या भासणाऱ्या व्यक्तींनी या क्षेत्रात भर घातली आहे. त्यामुळे हिंदी चित्रपटसंगीत खऱ्या अर्थाने राष्ट्रीय झाले आहे असे म्हणणे तर्कशुद्ध ठरेल. हिंदी चित्रगीत सारग्राही आहे किंवा नाही याविषयी वाद संभवतो, पण ते सर्वग्राही आहे हे मात्र वादातीत आहे. असो!

प्रस्तुत कालखंडातील काही संगीतरचनाकारांची यादी पाहिल्यावर या विविधतेची सहज कल्पना येईल.

(१) अनिल बिस्वास	(२) अमरनाथ
(३) अण्णासाहेब माईणकर	(४) आत्रा
(५) इमाम बक्ष	(६) ए. आर. कुरेशी
(७) एस. एन. त्रिपाठी	(८) एस. के. पाल
(९) के. दत्ता	(१०) केशवराव भोळे
(११) खान मस्ताना	(१२) खेमचंद प्रकाश
(१३) गुलाम हैदर	(१४) गोविंदराव टेंबे
(१५) ग्यान दत्त	(१६) चिश्ती
(१७) जी. एम. दुराणी	(१८) झंडे खाँ
(१९) तिमिर बरन	(२०) दिनकरराव अमेंबल
(२१) नौशाद	(२२) पंकज मलिक
(२३) पन्नालाल घोष	(२४) प्राणसुखलाल नायक
(२५) बातिश	(२६) बुलो सी. रानी
(२७) ब्रिजलाल वर्मा	(२८) भगवानदास नायक
(२९) माधवलाल मास्टर	(३०) मास्टर महंमद
(३१) मीर साहेब	(३२) रफीक गझनवी
(३३) रायचंद बोराल	(३४) वामनराव सडोलीकर
(३५) शंकरराव व्यास	(३६) श्यामबाबू पाठक
(३७) सी. रामचंद्र	(३८) सुधीर फडके

(ही यादी उदाहरणादाखल आहे - संपूर्ण नव्हे.)

सर्वसाधारण वा समान लक्षणे

या यादीत अंतर्भूत व इतर तत्सम रचनाकारांच्या कृतींचे वेगवेगळे व तपशीलवार मूल्यमापन करणे शक्य व जरुरीचेही आहे. पण तरीही या कालखंडातील रचनाकारांच्या कृतींतील काही विशेष लक्षणे सर्वसाधारण म्हणण्याइतक्या प्रमाणात बहुतेकांच्या संगीतात दिसतात. म्हणून या लक्षणांची प्रथम नोंद करणे उपकारक ठरेल. काही सांगीत वा संगीतशास्त्रीय निकष, काही सांगीत-सांस्कृतिक समीकरणे, तसेच काही तांत्रिक विशेषांच्या सांगीत परिणामकारकतेविषयी असलेला विश्वास वगैरेंनी या रचनाकारांच्या

कल्पनाशक्तीवर पगडा बसविलेला दिसतो. त्यांचे संगीत यामुळे एका विशिष्ट प्रकारचे वा ढंगाचे झाले होते असे आज लक्षात येते.

(१) रागकल्पनेची पकड

या कालखंडातले एकूण संगीत व विशिष्ट संगीतरचना वगैरेंवर १९व्या शतकात रूढ असलेल्या राग संगीताचा पगडा होता असे आढळते. अनेकदा रचनाकार विशिष्ट रागाच्या व्याकरणिक वा संगीतशास्त्रीय तपशीलाशी प्रामाणिक राहण्याचा अट्टाहास करत आहेत असेही जाणवते. एक शक्यता अशी की बरेच संगीतरचनाकार हिंदुस्थानी कलासंगीतात मुरलेले होते. दुसरे कारण असे की हिंदी चित्रपटसंगीताने भारतातील विविध नाट्यसंगीत परंपरांचा वारसा उचलला होता व या संगीतात रागसंगीत भरपूर प्रमाणात होते. एकंदरीने राग, ताल, वाद्ये, आवाजांचे लगाव, वापरायचे संगीतप्रकार इत्यादी अनेक बाबतींत नाट्यसंगीताचा वारसा संगीतरचनाकारांनी मुक्तपणे वापरला असे ध्यानात येते.

(२) आरंभी वाद्यवृंदाकडून दीर्घ वादन

अनेक संगीतरचनाकार गीताच्या आरंभी वाद्यवृंदाचे दीर्घ वादन योजीत असे आढळते. हा जणू काय एक शैलीविशेष झाला होता असेही म्हणता येईल.

(३) संगीत + संवाद

संगीत व संवाद यांचे मिश्रण आपल्या रचनांत करणेही अनेकांना पसंत होते. याव्यतिरिक्त तालाशिवाय पदाचे वा काव्याच्या चरणाचे पठण-गायन हाही प्रकार अनेकांनी अनेकदा वापरलेला दिसतो. अर्थात यामुळे गायक-अभिनेत्याची जबाबदारी वाढे. गीत चालू असता संवादाची वगैरे गद्य ओळ प्रक्षेपित करायची असा हा प्रकार थोडाफार कौशल्यपूर्ण होता हे निश्चित.

(४) लयीची दुप्पट वा दुगण

गीताच्या कडव्यात वा एखाद्या चरणातच मूळ लयीच्या दुप्पटीत गीतांश योजणे संगीतरचनाकारांना बरेच पसंत होते.

(५) सुरावटीतून लयबंध

अनेकदा सुरावटीच्या वाद्यांच्या आविष्कारातूनच लयबंध साकार करणे हे तंत्र वापरले जात असे.

(६) प्रसिद्ध काव्यखंडांची योजना

काव्य म्हणून आधीच भरपूर प्रसिद्ध असलेले गजल, अभंग इत्यादी गायन प्रकार रचनांत हेतुपूर्वक वापरले जात.

(७) भविष्यातील लोकप्रिय चालींची पूर्वरूपे

अनेक चाली ऐकताना असे लक्षात येते, की काही काळ लोटल्यावर बरीच लोकप्रियता मिळालेल्या गीतांची पूर्वरूपे म्हणता येतील अशी गीते आरंभकाळात आढळतात. संगीतकाराच्या कामाची प्रत्यक्ष चर्चा करताना अशा चालींच्या उदाहरणांचा उल्लेख केला आहे.

(८) कमीतकमी संगीतगुणी गायक!

संगीतरचनाकार अनेकदा अगदी जेमतेम गाणाऱ्यांसाठीही गाणी देत होते असे दिसते. चित्रपटांत कच्चे गायकही गात असत!

(९) नाटकी शैली

थेट नाट्यसंगीताची वा त्या शैलीनुसार इतर संगीताची योजना करणे हा एक मान्य प्रघात होता. नाट्यात्म संगीतशैलीचा काही ठळक तपशील देता येईल.

ॲक्शन साँग नावाच्या प्रकाराची चलती खूप होती. रंगभूमीवरील या प्रकाराचे पुढे चित्रपटीय द्वंद्वगीत झाले म्हणायला हरकत नाही.

नाट्यसंगीतात अन्त्य यमकाचा भरपूर वापर असे. नटाला परिणामकारक फेंक करायला असल्या रचनेत वाव मिळे व शिवाय यात श्रोते-प्रेक्षकही सहजपणे सहभागी होत. गीतकार व संगीतरचनाकार यांच्यावर या विशेषाचा प्रभाव चित्रपटसंगीतातही राहिला.

आणखी एक ठळक विशेष होता चढत जाणारी तान इत्यादीद्वारे एक प्रकारची ललकारी (फ्लरिश) देत गीत वा त्याचा आविष्कार संपविण्याचा. नायकाची एंट्री वा त्याचे आवेशाने निघून जाणे इत्यादी वेळी अशी योजना असे.

थोडीफार कारागिरी आवश्यक ठरेल अशी संगीतयोजनाही रूढ रंगभूमीवरून चित्रपटसंगीतकारांनी घेतली होती. उदाहरणार्थ, एखाद्या गीताच्या चालीतील प्रत्येक ओळ एक एक स्वराने चढत जाई. अशा रीतीने संगीत क्रमाक्रमाने उत्कर्षबिंदूकडे जाई. भारतीय संगीत नाट्याची परंपरा दीर्घ व

प्रादेशिक वैशिष्ट्यांनी युक्त राहिली आहे. पारशी, उर्दू, हिंदी, गुजराती, बंगाली व मराठी वगैरे गायन परंपरांचा हिंदी चित्रपटसंगीताच्या संदर्भात मुद्दाम निर्देश केला पाहिज़े. हिंदी बोलपटांची केंद्रे व तिथे काम करणारे संगीतरचनाकार इत्यादींच्या कामगिरीत या तथ्याचे प्रतिबिंब अपरिहार्यपणे उमटलेले दिसते.

(१०) लोकसंगीत व धर्मसंगीताचा प्रभाव

प्रादेशिक म्हणता येण्यासारख्या लोकसंगीत व धर्मसंगीतपरंपरांचा तसाचा तसा वा थोडाफार बदल करून वापर सर्वत्र आढळे.

पहिले गीत!

हिंदी चित्रपटसंगीताच्या चर्चेस आरंभ करताना ध्वनिमुद्रिका म्हणून तयार व प्रसृत झालेल्या पहिल्या चित्रपटगीतास विचारात घेण्याचा मान देणे तर्कशुद्ध ठरेल!

आद्य संगीताचार्य व संगीतप्रसारक पं. विष्णू दिगंबर पलुस्कर यांचे एक प्रमुख शिष्य पं. विनायकराव पटवर्धन हे होत. त्यांनी 'माधुरी' नावाच्या बोलपटात काम केले होते (१९३२). या चित्रपटातील दोन गाणी तरी आज ऐकणे शक्य आहे. ती आहेत – *जैसे जैसे बांसुरी* (राग तिलंग) व *अहंकार करके* (राग मालकंस). विवेचनाच्या या टप्प्यावर गीतांचे बारकाईचे विश्लेषण अभिप्रेत नाही, शिवाय चित्रपटसंगीतात पं. पटवर्धनांचे फारसे भरीव कामही नाही. पण हिंदी चित्रपटसंगीताचे स्वरूप विशिष्ट प्रकारचे का व त्याची ताकद नक्की कशात हे कळण्याकरिता या आद्य नमुन्याविषयी थोडीशी नोंद घेणे आवश्यक आहे.

(१) सर्वसाधारणतः बोलपटांच्या आरंभकाली चांगला अभिनेता–गायक वा अभिनेत्री–गायिका विरळा मिळे, म्हणून संगीत रंगभूमीवरील व्यक्तींकडे चित्रपटकारांनी धाव घेणे जवळ जवळ क्रमप्राप्त झाले होते. संगीत नाटकांच्या वेगवेगळ्या प्रादेशिक परंपरांत संबंधित अभिनेता–अभिनेत्री मुरलेली असत. त्यामुळे एक शैलीबद्ध, प्रक्षेपित आणि उत्तेजित गायन अशा व्यक्तींच्या अंगी भिनलेले असे. यामुळे त्यांचे गायन परिणामकारक होई, पण ते सूक्ष्मपणे भावनादर्शी नसे! पं. पटवर्धन यांचे गायन तसे आहे. संगीतरचनाकाराने त्यांना दिलेली चाल एखाद्या छोट्या ख्यालासारखी आहे. दुसरे असे की 'आता ही बंदिश गा' असे त्यांना सांगण्यात आले असावे – निदान गायकाने तसे केले

आहे! तान, लयीचे खेळ, आलाप सर्व काही मैफलींत ख्यालाची बढत करणाऱ्या गायकाचे कर्तृत्व दाखविते.

(२) एकंदर सादरीकरणात रागगायनाची पकड जाणवते. प्रख्यात भारतीय रससिद्धांतानुसार विशिष्ट राग व विशिष्ट भाव यांचे समीकरण मानण्याच्या रूढ प्रघाताचे अस्तित्व जाणवते. उदाहरणार्थ, कृष्णाच्या मधुर मुरलीवादनाचे वर्णन करणाऱ्या प्रस्तुत रचनेचे व तिलंग रागाचे अंगभूत नाते रचनाकाराच्या मनात आहे. मान्य संकेतास धरून माफक शृंगार, कृष्णाचा काहीसा खट्याळपणा व तिलंग राग असे नाते कार्यकारी झाले आहे. हाच तर्क पुढे चालवून गर्व वा अभिमान व त्याची निष्फळता इत्यादी गंभीर व तात्त्विक आशयांच्या रचनेसाठी राग मालकंस योजला आहे. मुख्य मुद्दा असा की चित्रपटीय वा नाट्यात्म कारणांसाठी सुद्धा राग व्याकरणास धक्का लावायचा नाही असा कटाक्ष दिसतो. म्हणजे राग बरोबर असणे व गायन रूढ प्रघातानुसार होणे हेच निकष लावून चित्रपटीय गीताची यथार्थता ठरवली जात होती! चित्रपटाची वा कथेची वगैरे मागणी फार लवचीक व दुय्यम मानली जात होती. प्रसंग, चरित्ररेखा, अभिनयाचे यथातथ्यपण इत्यादींना विचारात अग्रक्रम नव्हता.

(३) सर्व प्रादेशिक संगीत रंगभूमींवर मान्य रूढींना धरून संगीत पुरविले जात असे. उदाहरणार्थ, नायक वा खलनायक यांचे प्रवेश वा गमन, मृत्यू वा मूर्छा वा तत्सम सनसनाटी प्रसंग, येऊ घातलेले अत्यंत आनंदाचे वा दुःखाचे प्रसंग, एखाद्या पात्राने भारून जाऊन केलेले स्वगत भाषण इत्यादी प्रसंग संगीतयोग्य समजले जात व त्या त्या वेळी संगीत काय प्रकारचे हवे याचेही साचे पक्के झालेले होते. सुरावटी, शब्दयोजना, लयबंध, वाद्ययोजना वगैरेंचा वापर विशिष्ट वळणाने होई. यांचा आढळ प्रारंभकालातील बोलपटांत ठळक जाणवतो. परिणामतः त्यातले संगीत नाटकी वाटते हे नक्की.

(४) रंगभूमीवरील संगीतावर प्रयोग गतिमान ठेवण्याचे बंधन असे. परिणामतः विलंबित लयीची योजना क्वचितच होई. इतर संकेतांबरोबर हाही संकेत चित्रपटांत शिरला. प्रसंग जरी विलंबित वा निराघात संथ लयीस अनुरूप असला तरी आरंभीच्या चित्रपटसंगीतात लय द्रुत असे. तालाशिवाय लय असू शकते व ती भावव्यक्ती करू शकते हे मान्य होण्यास बराच काळ लोटावा लागला!

या सर्वसाधारण निरीक्षणाच्या पार्श्वभूमीवर हिंदी चित्रपटसंगीतातील आरंभ-कालच्या काही प्रमुख संगीतरचनाकारांच्या कार्याची चर्चा करण्यास आता हरकत नाही.

पं. बाळकृष्ण रघुनाथ देवधर

(जन्म : ११-९-१९०२, मृत्यू : १०-३-१९९०)

संगीताचार्य पं. विष्णू दिगंबर पलुस्कर यांचे दुसरे एक आद्य शिष्य होत पं.बा. र. देवधर. तत्कालीन परिस्थितीत या सुशिक्षित व बहुहुन्नरी शिष्याने मूक चित्रपट व बोलपट या दोन्ही चित्रपट अवस्थांमध्ये संगीतरचनाकार म्हणून वेधक कामगिरी केली होती.

१९२९ मध्ये मुंबईत संगीत विद्यालय स्थापल्यानंतर देवधरांनी व्यावसायिक वादकांना घेऊन काफी व सारंग या रागांतील दोन रचनांच्या ध्वनिमुद्रिका तयार केल्या. या ध्वनिमुद्रिका मूकपटांच्या प्रक्षेपणाच्या वेळी स्थानिक प्रेक्षागृहांत वाजविण्यात आल्या व तत्कालीन वर्तमानपत्रांनी या ध्वनिमुद्रिकांच्या वादनाने भावपरिपोष झाला असे अभिप्राय नोंदले. आज मान्य चित्रपट इतिहासात जरा वेगळा सूर उमटविणारी आणखी एक माहितीसुद्धा पाहण्यासारखी आहे. 'लोकमान्य' या मराठी वर्तमानपत्रात आलेल्या एका पत्रानुसार (१४ जानेवारी, १९५४) भारतात प्रदर्शित झालेला पहिला बोलपट 'नकली तानसेन' हा असून तो रिआल्टो थिएटरमध्ये (नंतर लॅमिंग्टन थिएटर म्हणून विख्यात) दाखविला गेला. या चित्रपटाचे निर्माते होते कृष्ण व इंपीरिएल चित्रपट कंपन्यांचे मालक माणेकलाल पटेल. आम्हांला विविध संगीताचे कार्यक्रम चित्रित करून प्रदर्शनासाठी द्या असे त्यांनी देवधरांना सांगितले. तसे पं. देवधर यांनी केले व ते कार्यक्रम १९३१ मध्ये निरनिराळ्या चित्रपटगृहात दाखविण्यात येत होते.

१९३०-३१ नंतर पं. देवधर हे कृष्णा टोन कंपनीत भरती झाले (दरमहा ६ रुपये पगार!) आणि १९४३ पर्यंत त्यांनी जवळ जवळ १० चित्रपटांना संगीत दिले. त्यांची नावे 'हीर रांझा' (१९३१), 'शशी पुन्नु', 'शिकारी' (१९३२), 'पतित पावन वा अहिल्योद्धार', 'जहरे इश्क' (१९३३), 'मास्टरजी' (१९४३) वगैरे सांगितली जातात. शिवाय त्यांनी स्वतः 'नीला' (१९३५) या चित्रपटाची निर्मिती दोन भाषांत केली होती. दुर्दैवाने एकूण सुमारे ९० गीतांपैकी आज एकही मिळत नाही!

'नीला' या चित्रपटाबरोबर तर त्यांनी मुख्य चित्रपट दाखविण्याआधी प्रदर्शित करण्याकरिता दोन सांगीत लघुपटही तयार केले होते. यात संगीत प्रो. बी. आर. देवधर अशी श्रेयाची नोंद असून पुढील कार्यक्रम त्यात अंतर्भूत होते – (१) राग तिलंग - भारतीय वाद्यवृंद, (२) सरोद - उस्ताद अब्दुल अझीझ खान, (३) सितार - उस्ताद मेहबूब खान, (४) तबलातरंग - मास्टर

जनार्दन, (५) मेंडोलिन – मिस लीला सावंत, (६) गीत – मिस रोशन आरा ऑफ पटना, (७) मारवाडी गीत – मास्टर रशीद.

भलत्याभलत्यांना गायला लागते तेव्हा काय दिव्य करावे लागते!

१९३२ मध्ये मुंबईत संगीतकार प्रो. देवधर व अभिनेता जयराज यांच्या बाबतीत घडलेला प्रसंग नमूद करण्यासारखा आहे.

'पतितपावन वा अहिल्योद्धार' नावाचा चित्रपट श्री. नागेन्द्र मुजुमदार हे तयार करत होते. जयराज हे नायकाची म्हणजे इंद्राची, भूमिका करत होते. संगीत देवधरांचे होते. निर्मात्याचा आग्रह असा की नायकाला गाणे हवेच! जयराजच्या संगीतप्रावीण्याचा विचार करता हे मुष्किलच होते! कसेतरी करून देवधरांनी बागेश्री रागात *(प्रेम मगन सखी लागे ना)* रचले. असंख्य तालमींनंतर कॅमेरा रोल झाला. त्यावेळच्या पद्धतीप्रमाणे ध्वनिमुद्रण लाईव होते. मग वाद्यांनी वगैरे पुरविलेला स्वर व गायकाने काढलेला स्वर यांमधील फरक कळू लागला! देवधरांनी चाल बदलली, तबला वादक गायकनटाच्या पायाशी बसला व सारंगीवाला त्याच्या अगदी जवळ पण मागे उभा राहिला. शिवाय कॅमेरावाल्याने भगीरथ प्रयत्न करून इतर सर्वांना फ्रेमबाहेर ठेवून फक्त नायकाची समीपदृश्ये घेण्याची करामत करून दाखवली! कसातरी चित्रण-गायन यत्न तडीला गेला. सर्वांनी सुटकेचा निःश्वास सोडला! पण तरीही अंतिम श्रवणाचा अनुभव असा आला, की ही प्रसंगावली चित्रपटातून गाळण्यात आली!

उस्ताद झंडे खाँ

बोलपटाच्या आरंभकालातील या संगीतरचनाकाराबद्दल दुर्दैवाने जवळ जवळ काहीही चरित्रात्मक माहिती उपलब्ध नाही म्हटले तरी चालेल! पण त्यांच्या सर्व चालींवरून हा संगीतकार हिंदुस्थानी संगीतपरंपरेत व्यावसायिक अंगाने मुरलेला होता हे जाणवते. त्यांची वैशिष्ट्ये पुढीलप्रमाणे :

(१) 'चित्रलेखा', 'पगली', 'जीवन का साथी' या बोलपटांतील गाण्यांच्या शेवटी ठरावीक प्रकारच्या ताना येतात. उदाहरणार्थ, *ऋतु आये ऋतु जाये* ('चित्रलेखा'), *यह गीत पपीहा गाता है* ('पगली'). या स्वरूपाच्या छोट्या, केवळ स्वरपुंज वाटणाऱ्या, चमकदार ताना ठुमरी, टप्पा वगैरे सुगम संगीत प्रकारात रूढ असतात.

(२) कलासंगीतात खास मुष्किल वा अवघड मानल्या जाणाऱ्या स्वरांचे वा स्वरपुंजाचे वारंवार उपयोजन हाही या संगीतकाराचा शैलीविशेष म्हटला पाहिजे. उदाहरणार्थ, *ऋतु आये ऋतु जाये* या गीतात गंधार स्वराचे दोन भेद

या संगीतकाराने काहीशा गुंतागुतीच्या स्वरवाक्यांत वापरलेले आढळतात. संगीतरचनाकार अशी योजना सहजासहजी करत नाहीत. *नीलकमल मुसकाये* या त्याच चित्रपटातील एका गीतात निषाद स्वराचे भेद याच तऱ्हेने योजले आहेत.

(३) एकंदरीने असे म्हणता येईल, की या संगीतकारास बंदिश की ठुमरी म्हणून ख्यात असलेल्या संगीतप्रकाराचे बरेच आकर्षण होते. या प्रकारच्या रचनेत स्थायी व अंतरा असे दोन विभाग असतात. शिवाय पद्यरचना अशी केलेली असते, की दर मात्रेस एक अक्षर असे प्रमाण राहावे. यामुळे गीत फार द्रुतगतीचे नसूनही गतिमान वाटते व त्याच्या लयीचे सहजपणे आकलन होते. शिवाय या संगीतप्रकारात बहुधा त्रिताल वापरला जातो. ठुमरीच्या काही उपप्रकारांत केहेरवा, दादरा यांसारखे अर्धतालही वापरले जातात. भैरवी, काफी, पिलु, पलासी वा भीमपलासी यांसारखे रागही या प्रकारात खास पसंतीचे असतात. उस्ताद झंडे खाँच्या संगीतात या विशेषांचा मुबलक आढळ होतो.

(४) एक वेधक विशेष असा, की गिटार, सितार, बांसुरी, घुंगरू, जलतरंग इत्यादी विविध देशी-परदेशी वाद्ये झंडे खाँच्या वाद्यवृंदात कामगिरी बजावतात. सारंगी या वाद्याची त्यांनी केलेली योजना तर काही वेळा अतिशय आवाहक वाटते ('जीवन का साज'). ठुमरी या संगीतप्रकाराच्या आविष्कारात सारंगी हे वाद्य पायाभूत कार्य करते हे विदित आहे.

(५) ठुमरी इत्यादीखेरीज झंडे खाँवर तत्कालीन नाट्यसंगीताचा प्रभाव मुबलक होता हे जाणवते. गीतांची सुरुवातच मुळी श्रोत्यांना उद्देशून गीत गायल्यासारखी होते. गडबड करणाऱ्या श्रोत्यांचे लक्ष खेचून घेण्यासाठी गीत विशिष्ट रीतीने सुरू केले आहे असा जणू भास होतो! गीताची दुगुण नाट्यात्मतेने अवतरते. परिणामासाठी 'हा' वगैरे संबोधनार्थी शब्द हमखास व सढळतेने पेरलेले दिसतात!

(६) लोकांना संदेश दिल्यासारखे गीत फेकणे हाही रंगभूमीसंगीताचा विशेष झंडे खाँच्या संगीतात भरपूर आहे. स्वररचना व शब्दांची फेक या दोहोत ही बाब जाणवते. *ओ भुलानेवाले मैं तुझको कैसे भुलाऊँ* ('पगली') हे गीत या संदर्भात ऐकण्यासारखे आहे. एखादे वेळी दोन चरण तालाशिवाय फेकणे यामागेही असाच हेतू असतो. *सुनाऊँ क्या क्या तुझे अपनी कहानियाँ* ('जीवन का साज') हे गीत याकरिता ऐकावे.

(७) भैरवी रागिणीवरची या संगीतरचनाकाराची प्रीती सहज कळावी. भैरवी रागिणीत वा तिचा आधार घेऊन कोणत्याही गीतास चाल द्यायला झंडे खाँ तत्पर होते! ही बाबही त्यांचे लखनौच्या ठुमरी परंपरेशी असलेले घनिष्ठ

संबंधाचे द्योतक आहे. उदाहरणार्थ, 'चित्रलेखा' या एकाच बोलपटात *सैंया सांवरा, तुम जावो जावो* आणि *नीलकमल मुसकाये* ही गीते भैरवीत आहेत!

(८) शेवटचा विशेष म्हणजे त्यांच्या सर्व गात्या आवाजांत एक खास पोत जाणवते. ते आवाज खुले आहेत, गुळचटपणे गोड नाहीत, आणि काही वेळा जरासा ताण घेत असले तरी सुरेल आहेत. सरस्वती राणे वगळता त्यांचे इतर कलाकार शास्त्रोक्त संगीताची तालीम घेतलेले वाटत नाहीत. पण त्यांच्या संगीतात संगीतात्मता आहे, शिवाय आवाजाच्या पोतांतून आलेला एक धारदारपणाही!

निष्कर्ष असा की शैलीबाबत ठाम, नव्या कल्पना राबविण्यास उत्सुक आणि कलासंगीताचा वापर करण्याबाबत आग्रही असे उस्ताद झंडे खाँ यांचे सांगीत व्यक्तिमत्त्व समोर येते.

पेटीतला मजकूर :

'चित्रलेखा' बोलपटातील संगीताबाबत एक कथा!

उस्ताद झंडे खाँ हे ठेंगणेसे व दाढीवाले संगीतकार. त्यांनी रंगभूमीसाठी काही नाटकांना चांगले संगीत दिले होते. मी त्यांना जेव्हा सांगितले की मला पूर्ण बोलपटाचे संगीत एकाच रागात पाहिजे व तो राग आहे भैरवी, तेव्हा ते जरा बाचकले. मग म्हणाले, 'ऐकणाऱ्या श्रोत्यास किती रसगुल्ले आवडतील? त्यांत जरा चवपालट हवा.' मी म्हणालो, 'ते सारे रसगुल्ले करणाऱ्यावर अवलंबून आहे. आणि तुम्ही चांगले बावर्ची आहात, तेव्हा तुम्हांला ते उत्तम जमेल.' खाँसाहेब धार्मिक होते. दिवसात पाच वेळा नमाज पडणारे मुसलमान. तेव्हा ते नमाजासाठी आत गेले. बाहेर आल्यावर मला म्हणाले, 'शर्माजी, मी आता अल्लाबरोबर बोलून आलो आणि त्याने मला हे आव्हान स्वीकारायला सांगितले आहे. कारण मी चाली बांधताना अल्ला हार्मोनियमवर असेल असे त्याने मला आश्वासन दिले आहे. तेव्हा मी निदान चाली बांधीन व त्या साऱ्या भैरवीत असतील.' (The One and Only Kidar Sharma, Blue Jay Publications, New Delhi, P. 184)

प्राणसुखलाल नायक

बोलपटाच्या आरंभकालातील हा संगीतरचनाकार संगीत नाटकाकडून बोलपटाच्या दुनियेत शिरला. नाटकाच्या तुलनेत सिनेमा म्हणजे नवीन, परदेशी पण आकर्षक माध्यम. नवतेची मागणी करणारे. म्हणून 'फोरबिडन ब्राईड' या

चित्रपटासाठी (१९३६) स्वरेल सारंगीबरोबर सवितादेवीचे फॉरेन ॲक्सेंटेड गायन नायक वापरतात. 'डेक्कन क्वीन' व 'जीवनलता' (हे दोन्ही चित्रपट १९३६ मधील) या चित्रपटांत ते सुरुवातीस सारंगीवर चांगली – म्हणजे सांगीत गुणवत्तेची – सुरावट वापरतात, पण नंतर येणारे गाणे मात्र अतिसामान्य, ओबडधोबड म्हणण्याइतके साधारण आहे. त्यांच्या युगात अभिनेता वा अभिनेत्रींची जाहिरात कशी केली जात असे ते मुद्दाम नोंदण्यासारखे आहे. उदाहरणार्थ, सुरेंद्र बी. ए. एल. एल. बी., वा सवितादेवी कोकिलकंठी अशी. मुद्दा हा की या प्रकारचा जाहिरातीचा पाठिंबा गरजेचा भासत होता. कारण सादर केलेली सांगीत गुणवत्ता तेवढ्या ताकदीची नव्हती! 'जीवनलता' या बोलपटात नायक यांना मोतीलाल यांना गायक म्हणून(ही) घ्यावे लागत होते. खुद्द संगीतरचनाकाराची सांगीत नजर कितीही संपन्न असो, गायक-अभिनेत्याची गायनाची कुवत कमी असल्याकारणाने साधे सरळ संगीत द्यावे लागत होते याचे प्रत्यंतर वारंवार येते. तत्कालीन रचनाकारांच्या सांगीत शैलीतील अनेक विशेष या चौकटीत समजून घ्यावे लागतात.

गोविंदराव टेंबे

(जन्म : १८८१, मृत्यू : ९ ऑक्टोबर १९५५)

गोविंदराव टेंबे १८८१ मध्ये जन्मले. यांनी कायद्याचे शिक्षण पूर्ण केले होते, त्याचप्रमाणे उस्ताद अल्लादिया खाँ ज्याचे प्रवर्तक त्या जयपूर घराण्यात त्यांनी हिंदुस्थानी शास्त्रोक्त संगीताची तालीमही घेतली होती. 'संगीत मानापमान' या युगप्रवर्तक मराठी संगीत नाटकासाठी रचलेले क्रांतिकारी संगीत (१९११) हे टेंब्यांचे पहिले सांगीत कर्तृत्व होते. ठुमरी, दादरा यांसारख्या खास उत्तर भारतीय सुगम संगीतप्रकारांचे मराठी संगीतासाठी केलेले कौशल्यपूर्ण रूपांतर हा 'मानापमान'च्या संगीताचा एक ठाशीव विशेष होता. टेंब्यांनी नंतर नाटकात स्वतः कामे करायला आरंभ केला. परदेशी दौरे राजेशाही थाटामाटाने करताना पाश्चात्त्य ऑपेरा वगैरेंचा त्यांनी साक्षात परिचय करून घेतला. स्वतःची नाटक कंपनी काढली आणि नाटकेपण लिहिली! १९२६ पासून संगीत व नाट्य यांवर विवेचनात्मक लिखाण करायला त्यांनी आरंभ केला. नाटक वा सिनेमात स्त्रियांनी स्त्रियांच्या भूमिका केल्या पाहिजेत इत्यादी मते त्यांनी त्यावेळेस रोखठोकपणे मांडली व त्यामुळे बराच गहजबही झाला! हार्मोनियम या वाद्यावर त्यांनी प्रभुत्त्व मिळवले होते, इतकेच नव्हे, तर त्यांच्यामुळे या साथीच्या वाद्यास प्रतिष्ठा प्राप्त झाली. एक अष्टपैलू व सुसंस्कृत व्यक्तिमत्त्व म्हणून त्यांनी स्वतःचे स्थान निर्माण

केले हे निःसंशय. त्यांनी जे जे केले त्यात नागर व कलात्मक प्रवृत्तींचा परिपोष झाला!

१९३२ मध्ये गोविंदरावांची चित्रपटीय कारकीर्द सुरू झाली. 'अयोध्येचा राजा' या प्रभात कंपनीच्या पहिल्या मराठी बोलपटासाठी त्यांनी संगीत दिले, गीते लिहिली व त्यात नायकाची भूमिकाही केली. देसकार रागातील प्रभातच्या बॅनरचे संगीतही बहुधा त्यांनी रचले असावे. देसकार राग परंपरेत सकाळचा – ज्या वेळी रात्रीच्या अंधःकाराची हकालपट्टी होते त्या वेळेशी सांगड असलेला! टेंबे यांनी सुमारे २२ चित्रपटांना संगीत दिले – हिंदी व मराठीत प्रत्येकी दहा व उर्दूत एक (एकूण गाणी ११५). मांड, काफी यांच्यासारखे नेहमीचे धुन राग, भूप, बागेश्री, भैरव, सारंग, तिलककामोद यांसारखे मुख्य शास्त्रोक्त रागही त्यांनी योजले. याशिवाय अप्रचलित रागांची योजना करण्याची पण त्यांना हौस होती. ललितपंचम, डागुरी, गौरी वा जयजयवंती यांसारख्या उच्चभ्रू शास्त्रोक्त रागसंचाकडे कोण सहज वळेल काय! ते स्वतः गायकनट होते, शिवाय त्यांनी अनेकवेळा संवाद व गीतेही लिहिली. नाट्यसंगीत शैलीस चिकटून राहण्याकडे त्यांचा कल का होता व वाद्यांच्या उपयोगात ते जरा चाचपडतात असे का वाटावे याचे स्पष्टीकरण या विशेषात शोधता येते. त्यांच्या संगीतात गीतांपेक्षा रचना जास्त मिळतात असे म्हणता येईल! चित्रपटांशी त्यांच्या सांगीत दृष्टीचे काय नाते आहे ते समजण्यासाठी त्यांच्या संगीतातील काही वेधक तपशील नोंदण्यासारखा आहे.

संस्कृत नाट्यपरंपरेतून मराठी संगीत नाट्यात शिरलेल्या भारतवाक्य या प्रकारची रचना 'अयोध्येचा राजा' या बोलपटाच्या हिंदी अवतारातही आहे.

याच बोलपटात दरबाराच्या दृश्यासाठी तिलककामोद हा राग योजला आहे, पण जरा चैतन्य हवे म्हणून द्रुत एकताल वापरला आहे.

त्यांनी वापरलेले पार्श्वसंगीत अनेकदा तत्कालीन लोकप्रिय संगीत नाटकांतील पदांच्या चालींवर आधारलेले आहे. याचा अर्थ असा की अजूनपर्यंत नाट्यसंगीताशी गोविंदरावांचे नाळनाते होते व पार्श्वसंगीत ही कल्पना व त्याचे खास कार्य याविषयी ते जरासे संभ्रमात असावेत. बोलपटांत संवादांची फेकही बऱ्याच उच्च स्वरात आहे, पण कॅमेरा इत्यादींच्या सतत होणाऱ्या ध्वनीमुळे पार्श्वसंगीत व संवादांची तारस्वरी पातळी होती, असेही एक वेधक मत मांडण्यात आले आहे.

गोविंदरावांना 'अग्निकंकण' या बोलपटात (१९३२, यात १४ गाणी आहेत) असे जाणवलेले दिसते, की अखिल भारतीय श्रोते-प्रेक्षकांना उच्च मराठी

नाट्यसंगीतापेक्षा सर्वसाधारण हिंदुस्थानी संगीतपरंपरेतील विविध कोटींतील संगीत अधिक व मनापासून मानवेल. उदाहरणार्थ, या बोलपटातील एका दृश्यात राजपुत्र अमात्याच्या घरी जातो व अमात्याच्या मुलीबरोबर सवाल-जबाब पद्धतीने एक गीत-संवाद होतो. तसेच बाहेर पडताना राजपुत्राचा पहारेकऱ्यांबरोबर झगडा होतो, तेव्हा राजपुत्र पोवाडा पद्धतीची रचना गात गात झगडा पार करतो! तरवार युद्ध चालू असता *झुंझार वीर सरदार रणासी* हे गीत दिमाखाने अवतरते! भारतीय चित्रपटनायक केव्हाही गात सुटतात अशी तक्रार नेहमी होत राहिली आहे. पुढच्या काळात ती बळावली. त्या अतिसंगीताची ही पूर्वसूचना म्हटली पाहिजे!

वॉयलीन, ऑर्गन, क्लॅरिनेट, गिटार इत्यादी अ-भारतीय वाद्ये वापरण्याचे टेंब्यांना कधीही वावडे नव्हते, पण सुमारे १९३७ नंतर शब्दाशिवाय भावस्थिती निर्माण करण्याचे स्वनरंगाचे सामर्थ्य त्यांना खरेखुरे जाणवायला लागले. त्यांच्या सांगीत कल्पनाशक्तीवर असलेल्या रंगभूमीसंगीताच्या पगड्यामुळे हा विलंब झाला असे म्हणता येईल.

तरीही एक वेधक बाब नोंदता येईल. नंतरच्या कालखंडात त्यांनी नभोवाणीसाठी संगीतिका रचल्या. म्हणजे कंठसंगीतातच नाट्याचा श्रेष्ठ परिपोष होतो हा विश्वास बाळगून कंठसंगीत व नाट्य यांना एकत्र आणण्याचे वर्तुळ त्यांनी आपल्यापुरते पूर्ण केलेच म्हणायचे!

एक कथा – टेंब्यांचे एक गाजलेले नाटक 'सिद्धसंसार'. याचे नंतर चित्रपटात रूपांतर करण्याचे ठरले (१९३२). संहितेच्या रूपात नाटक उपलब्ध नव्हते. तेव्हा टेंब्यांच्या एका सांगीत साथीदाराने पूर्ण नाटकाचे पठण करून ऐकविले! भारतीय संगीतातील व्यापक मौखिक परंपरेचे हे बोलके उदाहरण आहे.

केशवराव (वामन) भोळे

(जन्म : १८९६, मृत्यू : १९७७)

विदर्भातील अमरावतीत संगीतप्रेमी सुखवस्तु कुटुंबात केशवरावांचा जन्म झाला. त्यांनी जरी डॉक्टर बनण्यासाठी मुंबईच्या महाविद्यालयात प्रवेश घेतला असला तरी शेवटी आधुनिक भारतातील एक मार्मिक संगीतकार, संगीतज्ज्ञ व संगीतावर लिहिणारे अशी त्यांची ख्याती झाली. त्यांचे वाचन, व्यासंग व श्रवण जबर असून त्यांनी महाराष्ट्रातील तीन महत्त्वाच्या घडामोडींत अर्थपूर्ण भूमिका बजावली. एक तर ते 'भावगीत' हा नवा संगीतप्रकार प्रचारात आणण्यात

अग्रेसर होते, दुसरे म्हणजे नाट्यसंगीतात नवी वाट रुजवणाऱ्या 'आंधळ्यांची शाळा' या नाटकाचे संगीत त्यांनी दिले होते व तिसरे म्हणजे संगीतावर विश्लेषणात्मक लिखाण करण्याचा प्रघात पाडण्यात ते आरंभीचे शिलेदार होते. हे सर्व त्यांनी १९३० नंतर केले. आपल्या स्वतःच्या चित्रपटीय संगीतावरही त्यांनी डोळस समीक्षात्मक लिखाण केले आहे. निदान आरंभीच्या काळात हे सारे अपवादात्मक होते असे म्हटले तरी चालेल!

वयाच्या ३६ व्या वर्षी, १९३३ मध्ये त्यांनी 'प्रभात' कंपनीत प्रवेश करून त्यांच्यापेक्षा अधिक सनातनी वा नाफेरवादी गोविंदराव टेंब्यांची जागा घेतली.

चौदा चित्रपट व काही अनुबोधपटांचे संगीत त्यांनी रचले. आपल्या कोणत्याही समकालीनापेक्षा ते अधिक बुद्धिवादी, चिंतक-विचारक आणि सारग्राही होते. 'आंधळ्यांची शाळा' (नाट्यमन्वंतर, १९३३) या आपल्या युगप्रवर्तक नाटकाच्या संगीतरचनेत त्यांनी पिआनो, गिटार व वॉयलीन ही वाद्ये प्रथम वापरावीत हा काही केवळ योगायोग नव्हे. असाच समावेशक दृष्टिकोण त्यांनी आपल्या चित्रपटसंगीतातही ठेवला. 'संत तुकाराम' (१९३६), 'संत ज्ञानेश्वर' (१९४०), 'कुंकू' (१९३७), 'दहा वाजता' (१९४२), 'रामशास्त्री' (१९४४), 'रजपूत रमणी' (१९३६) या सर्व चित्रपटांतील ध्वनींच्या गुणवत्तेत त्यांनी जाणीवपूर्वक ठेवलेले भेद ध्यानात घेण्यासारखे आहेत. शिवाय रचना, सांगीत दृश्यांचे चित्रीकरण व ध्वनिमुद्रण या सर्वच बाबतींत त्यांचा दृष्टिकोण नवा होता.

संगीताची लय अभिनयातही यावी म्हणून 'अमृतमंथन' या चित्रपटात (१९३४) भोळ्यांच्या अभिनेत्यांनी अभिनय करताना संगीतरचनेचे पठण केले. काही अभिनेते तसे संगीतानुकुल नसले तरी त्यांनी गीतांच्या पट्ट्या अशा निवडल्या होत्या, की बोलण्याच्या आवाजाशी गाणे जुळावे. आज हे सारे ऐकताना कृत्रिम वाटले तरी अर्थातच त्यामागची विचारप्रक्रिया ध्यानात घेणे अगत्याचे आहे.

बऱ्याच अंशी संगीताच्या बळावर तगलेल्या 'रजपूत रमणी' (१९३६) या चित्रपटात *अब प्यारे प्यारे आयेंगे दिन* या गीतासाठी भोळ्यांनी चक्क यमन रागातील ख्यातनाम छोटा ख्याल *(मैं वारि वारि जाऊँ)* वापरला होता, तर 'चंद्रसेना' या चित्रपटात नंद या रागासारख्या उच्चभ्रू रागाची योजना केली होती (कलाकार पं. सुरेशबाबू माने, *मज तूचि होशी माता* - मराठी). 'संत तुकाराम' (१९३६) मध्ये पारंपरिक चाली इत्यादी वापरताना पारंपरिक सादरीकरणात केवळ सूक्ष्म फरक करून त्यांनी आगळा परिणाम साधला. एका बाजूस

यथातथ्यपणा व दुसऱ्या बाजूस नवता यांचा सुरेख समतोल साधण्यात ते यशस्वी झाले. 'रामशास्त्री' या चित्रपटात मुलांच्या खेळतानाच्या हालचाली व हातवारे या दोहोंशी नाते राखून रचलेले त्यांचे सात मिनिटे चालणारे *दोन घडीचा डाव, त्याला जीवन ऐसे नाव* हे बालगीत एक अतिशय क्षमतेने पेललेले आव्हान होते. 'संत सखू' (१९४२) मध्ये पुरुष व स्त्री आवाज आपआपल्या नैसर्गिक पट्ट्यांत आणि तरीही एकत्र गाऊ शकतील असे संगीत त्यांनी रचले होते. 'कुंकू' (१९३७) मध्ये सांगीत शक्यता असलेला वास्तव ध्वनिउगम त्यांनी केवळ लाकडी रूळ व स्वयंपाकाची भांडी वापरून निर्माण केला. त्या काळी हा विचार व प्रयत्न अभिनव होता. वास्तववादास अनुसरूनच पुढे सरकण्याच्या भूमिकेतून त्यांनी वापरलेल्या ध्वनिपरिणामांची यादी बोधक वाटते. यात गाईचे हंबरणे, कुत्र्याचे भुंकणे, मांजराचे म्यांऊ, विजेचा कडकडाट, फटाक्यांचा आवाज, कपबशांची किणकिण, पावसाची झिरझिर, मोटर सायकल सुरू करण्याचे आवाज, रातकिड्यांची किरकिर, बेलचा आवाज आणि घड्याळाच्या लंबकाची टिक् टिक् इत्यादींचा समावेश होता!

भोळे कडक तालीममास्तर होते, तपशिलाबाबत जागरूक होते आणि कसोशीने मेहनत करून घेत असे तत्कालीनांनी वर्णन केलेले आहे. चित्रपटाच्या कारकिर्दीनंतर ते आकाशवाणीत होते. नवनवे संगीत कार्यक्रम योजीत होते. मग निवृत्त होऊन आपल्या खास पद्धतीने ते लिहीत राहिले व संगीत शिकवतही राहिले – ज्यांना ते पेलेल त्या सर्वांना!

मास्टर कृष्णराव (कृष्णराव गणेश फुलंब्रीकर)

(जन्म : १८९७, मृत्यू : १९७४)

आळंदी या खेड्याजवळ २१ जानेवारी १८९७ रोजी जन्म झालेल्या कृष्णाचा पुढे ख्यालगायक, गायकनट, मराठी संगीत नाटकांचा संगीतरचनाकार व हिंदी-मराठी चित्रपटांचा संगीतरचनाकार म्हणून लौकिक व्हायचा होता! वडील व्यवसायाने उपाध्याय, त्यामुळे परिस्थिती बेताचीच होती. पण काही काळ त्यांनी सावकारी केली व अल्पकाळ सुबत्ता भोगली. नंतर सावकारी बुडाली. कृष्णा सहा वर्षांचा असताना वडील गेले!

'नाट्यकलाप्रवर्तक' या गाजलेल्या नाटकमंडळीच्या नाटकांत १९०७-१० या वर्षांत काही छोट्या भूमिका करून कृष्णाने आपल्या स्वतंत्र सांगीतिक वाटचालीस आरंभ केला. एका नाटकात आपल्या स्वतःच्या *हिमनग जो पाषाण* या पदास दुसऱ्याच लोकप्रिय नाटकातील पदाची चाल लावून त्याने सर्वांना

सुखद आश्चर्याचा धक्का दिला होता. हा एक कल्पक कलाकार आहे अशी खूणगाठ सर्वांनी मनाशी बांधली असल्यास नवल नाही. अल्पवयातही कृष्णाचे गायन इतके प्रभावी ठरत होते, की वयाच्या १३व्या वर्षी धुळ्यास स्वतंत्र गायनाचा कार्यक्रम त्याने केला व गाजविला!

प्रख्यात गंधर्व नाटक मंडळीस सामील होणे हे कृष्णाचे पुढचे पाऊल होते. १९१५-१९३३ या कालखंडात मास्टर कृष्णराव यांनी गंधर्व नाटक मंडळीच्या नाटकांत गायक नट म्हणून अनेक भूमिका यशस्वीपणे केल्या. मग त्यांनी प्रभात कंपनीत पदार्पण केले व १९३३-१९४१ या कालखंडात चित्रपटांसाठी संगीतदिग्दर्शन केले. कालांतराने नव्या तंत्राने संगीत नाटके करणाऱ्या नाट्यनिकेतन या कंपनीत मास्टर कृष्णराव यांनी १९४२-१९५३ या कालखंडांत नव्या वळणाचे नाट्यसंगीत रचले.

त्यांचे गायनशिक्षण प्रथमतः किराणा घराण्याचे पं. रामभाऊ कुंदगोळकर उर्फ सवाई गंधर्व यांच्याकडे झाले. पण मुख्य तालीम १९१०-१९२२ या कालखंडात आग्रा व जयपूर घराण्याची गायकी रंगतदारपणे पेश करणाऱ्या पं. भास्करबुवा बखले यांचेकडे झाली. आपल्या स्वरचित बंदिशींत ते 'कृष्णदास' असे नाव लावत असत.

पुणे मुक्कामी २० ऑक्टोबर १९७४ रोजी त्यांचे निधन झाले.

तेराएक चित्रपटांना संगीत देणाऱ्या या अष्टपैलू कलाकाराच्या संबंधित कार्याविषयी काही निरीक्षणे नोंदविता येतील -

(१) एक बाब स्पष्ट होते ती अशी, की मास्टर कृष्णराव (याच नावाने ते प्रसिद्ध होते) यांनी आरंभकाळच्या हिंदी चित्रपटसंगीतातले महाराष्ट्र घराणे नावारूपाला आणण्यात हातभार लावला. प्रभात कंपनी पुण्यात कार्यरत असेपर्यंत हे घराणे चित्रपटसंगीतात जोरावर होते. त्यांनी संगीत दिलेल्या तीन चित्रपटांची हिंदी रूपांतरे गाजली. भाषा बदलली तरी चाली त्याच ठेवता येतील अशी संगीतयोजना त्यांनी केली होती व हे कौशल्य लोकांच्या मनात भरल्याशिवाय राहिले नाही!

(२) हिंदी चित्रपटसंगीतातल्या महाराष्ट्र घराण्याचा एक प्रमुख विशेष असा की त्याचे नाळनाते सुमारे शंभर वर्षांच्या समृद्ध मराठी नाट्यसंगीतपरंपरेशी पक्के होते. मराठी नाट्यसंगीतात हिंदुस्थानी शास्त्रोक्त परंपरेचे वैभव अतिशय संपन्नतेने प्रतिबिंबित झाले असल्याकारणाने प्रचलित ते अप्रचलित राग व ख्याल इत्यादी ते तराना इत्यादी सर्व संगीतप्रकार मराठी नाट्यसंगीतात सुखाने नांदत होते. हिंदी चित्रपटसंगीताच्या महाराष्ट्र घराण्यात याचे संकलित परिणाम दिसतात.

उदाहरणार्थ, चाचेगिरी करणाऱ्या महिलेवर केंद्रित 'अमरज्योती' (१९४६) या चित्रपटात त्यांनी द्वंद्वगीते, गझल व संचलनसंगीत इत्यादींचा मोकळा वापर केला आहे! आपल्या संपन्न, व्यापक, संगीत परंपरेचा सखोल उपयोग करण्याबरोबरच त्यांनी खास प्रादेशिक संचितही चांगले धुंडाळले. लोक व भक्तिसंगीत परंपरेतील संगीताची त्यांची योजना याची साक्ष देते. ते स्वतः या सर्व संगीतकोटींचे प्रभावी व सक्रिय सादरकर्ते असल्याकारणाने हे स्वाभाविकच म्हटले पाहिजे!

(३) मास्टर कृष्णरावांच्या चालींत त्यांची गायनशैली व एकंदरीने कंठसंगीत परंपरा यांचे वळण दिसावे हे अपेक्षितच. म्हणजे असे की वाद्ये व वाद्यसंगीत यांतून होणारा स्वनरंगांचा खेळ यांना त्यांच्या संगीतात वाव कमी मिळतो. जेव्हा केव्हा ते वाद्ये वा त्यांचे दीर्घ वादन गीताच्या सुरुवातीस वा चालींतला मधला तुकडा वगैरे म्हणून आणतात तेव्हा खऱ्या अर्थाने वाद्यवृंद न अवतरता वाद्यांचे एकत्र वादन होत आहे असाच प्रत्यय येतो. वाद्यांच्या शक्यता धुंडाळण्यासाठी पुरेसे वाद्यकुतूहल अंगी बाणायला भारतीय संगीतरचनाकारांना जरा वेळ लागला हेच खरे. विशेषतः रचनाकार स्वतः गायक असल्यास ही बाब जरा अडचणीचीच ठरली!

(४) मास्टर कृष्णरावांच्या चालींचा एक विशेष असा, की त्यामध्ये सुरावटींचे विस्तार करण्यासाठी जागा असतात. हेही कलासंगीताचे एक प्रमुख लक्षण असते. म्हणजे असे की त्यांच्या चित्रपटसंगीतरचना म्हणजे बंदिस्त व सांगीत-चित्रपटीय एकके नसून स्वयंपूर्ण, वाढण्याची क्षमता असलेल्या शास्त्रोक्त बंदिशींसारख्या भासतात.

(५) स्वतः खंदे ख्यालगायक असूनही ॲक्शन साँग्स, द्वंद्वगीते, समूहगीते वा क्रीडागीते इत्यादी रचणे त्यांना जमले याबद्दल मास्टर कृष्णरावांच्या कल्पकतेस दिलखुलास दाद द्यायला हवी. शिवाय चित्रपटाच्या मागणीनुसार योग्य व कल्पक ध्वनिपरिणाम योजणेही त्यांनी साधले याची नोंद घ्यायला हवी. 'धर्मात्मा' (१९३५) या आपल्या पहिल्याच चित्रपटात त्यानी पार्श्वसंगीत रचण्याचा केलेला यत्न, वा श्रेयनामावलीच्या संगीतात वा प्रत्येक पात्राबरोबर स्वतंत्र परिचयात्मक संगीत जोडण्याचा त्यांचा यत्न यांचाही मुद्दाम उल्लेख केला पाहिजे. 'अमरज्योती' या चित्रपटात लाटांचे थोडक्यांत वर्णन करणाऱ्या *लहरे जाती हैं, जाती हैं, टकराती हैं* यासारख्या चरणास मोजक्या वाद्यांच्या साहाय्याने सूचक लयबद्धता देण्याचा त्यांच्या योजनेचेही कौतुक केले पाहिजे.

(६) आपल्या संगीत-नाट्यात्म विचारांना व रचनाशैलीस खऱ्या चित्रपटसंगीताच्या शैलीत रूपांतरित करणे मास्टर कृष्णरावांना निश्चितपणे

जमल्याच्या खुणाही त्यांच्या संगीतात दिसतात. त्या दिवसांत चाल प्रथम रचली जाई व गीतसंहिता मग तयार होई हे ध्यानात घेता प्रस्तुत कामगिरीचा कस सहज ध्यानात येईल. उदाहरणार्थ, ('माणूस' १९३८), ('आदमी', हिंदी आवृत्ती) या चित्रपटात त्यांनी दोन उत्साही, आनंदी रचना केल्या आहेत (*आता कशाला उद्याची बात* व *तरांतराव*). पहिले एक बहुभाषीय खेळकर गीत असून दुसरी रचना अर्थहीन अक्षरांवर आधारलेली आहे. *लखलख चंदेरी* ('शेजारी वा पडोसी', १९४१) ही रचना दहा मिनिटांची, दीर्घ व नृत्यात्म संगीतरचना आहे. यात प्रवाहित्व व लालित्य ठेवण्यात ते यशस्वी झाले आहेत. अशा वेळी सांगीत कल्पकता निराळ्या गुणवत्तेची लागते व तीही त्यांच्याकडे होती.

(७) कलासंगीतातील त्यांच्या शैलीत एक विशेष होता. सुरावटीतील घटक स्वरांची संख्या कमी वा मोजकी ठेवून, त्याच्या आधारे छोट्या छोट्या हरकती चालींत गुंफून चाली गुणगुणता येतील अशी ते खबरदारी घेत. याच युक्तीचा अवलंब त्यांनी चित्रपटसंगीतातही केला व त्यामुळे ऐकणाऱ्यास गीते सहजपणे आपली वाटू शकली. त्यांच्या समकालीनांच्या तुलनेत मास्टर कृष्णरावांकडे ही क्षमता जास्त प्रमाणात होती. अनेकदा त्यांच्या संगीतरचनांबाबत अनेकांनी नोंदलेले सत्य वारंवार उच्चारण्यासारखे आहे. त्याचे सूत्र असे- गीताच्या मुखड्यांवर चाली बांधणे सोपे असते, पण मुळात मुखडे सुचणेच अवघड!

(८) त्यांच्या सर्व संगीतात एक अंतर्गत प्रसन्नता भरलेली असते. वरवर पाहता करुणरसपूर्ण इत्यादी वर्णनास योग्य शब्दांनाही त्यांनी दिलेली सुरावट उत्साही वा आनंदी वाटते!

(९) कलासंगीतबाह्य सांगीत साच्यांच्या द्वारे ते रचना करू शकत होते हे चित्रपटसंगीताच्या संदर्भात महत्त्वाचे आहे. म्हणून स्थायी व अंतरा या विभागांशिवाय गीताची बांधणी करायचे त्यांना जमले. सूक्ष्मपणे पाहता पद या प्राचीन साच्याच्या ते अधिक जवळ होते व हा साचा स्वरूपतः चित्रपटगीतास अधिक जवळचा होता.

'आदमी' (१९३९) या चित्रपटात दिग्दर्शक शांताराम यांना बहुभाषिक गीत हवे होते व त्यांतली बंगाली ओळ (*खोलो ओजि खोलो नयन दुआर*) ही अनिल बिस्वास यांनी पुरविली होती. पण या ओळीस योग्य चाल देणे रचनाकारास कसे जमेल असे बिस्वास यांना वाटत होते! मात्र मास्टर कृष्णराव यांनी *अब किसलिये कल की बात* या गीतास दिलेली चाल बिस्वास यांनी ऐकली व रचनाकौशल्यास त्यांनी लगेच दाद दिली.

रायचंद बोराल
(जन्म : १९०४, मृत्यू : १९२१)

रायचंद बोराल यांचा जन्म कलकत्ता येथे १९०४ मध्ये झाला. वडील लालचंद हे स्वतः धृपद गायक होते. त्यांच्याशिवाय रायचंद यांनी पं. विश्वनाथ राय (धृपद) व मसीतुल्ला (तबला) यांच्याकडे संगीतशिक्षण घेतले. काही काळानंतर रायचंद यांनी चारू रॉय यांच्या चित्रपटास लाईव संगीत देण्यासाठी न्यू थिएटर्समध्ये प्रवेश केला (१९३१). म्हणजे रायचंद यांनी मूकपटांच्या जमान्यात चित्रपटसृष्टीत पाऊल टाकले. पुढे एकंदर १५० चित्रपटांना त्यांनी संगीत दिले.

हिंदी चित्रपटसंगीतात त्यांनी टाकलेली एक भर म्हणजे सैगल यांच्या गायनातून मूर्त झालेली एक प्रकारची सरल गझलगायकी. उदाहरणार्थ, 'चंडीदास'मध्ये *प्रेमनगर में बनाऊँगी घर मैं,* हे उमा शशी व सैगल यांचे द्वंद्वगीत व *बालम आयो,* वा *दुखके* ('देवदास') ही गीते. त्यांनी 'स्ट्रीट सिंगर', 'विद्यापती' या चित्रपटांनाही संगीत दिले व यांत त्यांचे गायक कलाकार होते पहाडी सन्याल, कानन देवी व तलत महमूद. हळूहळू विकसित केलेल्या त्यांच्या वाद्यवृंदांत सुमारे ३० वादक असत. पन्नालाल घोष, खेमचंद प्रकाश, जयदेव, पंकज मलिक यांसारखे नंतर नाव कमावलेले कलाकार त्यांच्या वाद्यवृंदातील वादक होते. आपल्या वाद्यवृंदात वॉयलीन व सतार वगैरे तंतुवाद्यांचा विभाग मोठा ठेवण्याकडे त्यांचा कल असे. ठुमरी, कीर्तन वा आखारी व कविगान यांसारखे खास बंगाली संगीतप्रकार यांचे त्यांनी आपल्या संगीतात विविध रीतींनी मिश्रण केले. अशा प्रकारे हिंदुस्तानी कलासंगीत व बंगाली भक्ती व जन संगीतकोटी यांवर त्यांची भिस्त राहिली.

१९३२ मध्ये 'चंडीदास' या चित्रपटात त्यांनी केलेली पार्श्वसंगीताची योजना एक नवी वाट धुंडाळणारी होती. बंगालीमधील 'भाग्यचक्र' हा चित्रपट व हिंदीमधील त्याचे रूपांतर 'धूपछाँव' (१९३५) यांत बोराल यांनी पहिल्याने पार्श्वगायन करून पाहिले अशी नोंद इतिहासकारांनी केली आहे. सैगल यांच्या यशस्वी चित्रपटसृष्टीप्रवेशाचे श्रेय रायचंद यांना दिले जाते. विधिघटना अशी की १९५५ मध्ये रायचंद यांनी 'अमर सैगल' या चित्रपटास संगीत दिले व तो त्यांचा शेवटचा चित्रपट ठरला!

हिंदी चित्रपटसंगीतात बोराल यांचे स्थान महत्त्वाचे आहे. याचे एक कारण असे आहे; की नंतर ज्यास हिंदी चित्रपटसंगीताचे बंगाल घराणे म्हटले गेले

त्याच्या घडणीत बोराल यांचा मोठा वाटा होता. बोराल कुटुंबातले वळण, न्यू थिएटर्सची ध्येयधोरणात्मक भूमिका, गायनाचे लक्षात घेण्याजोगे कौशल्य असलेल्या गायक-गायिकांचा उदय वगैरे बाबींचाही यात सहभाग राहिला. बोराल यांच्या संगीताचे विश्लेषण करता काही मुद्दे हाती लागतात ते असे –

(१) त्यांना हिंदुस्थानी संगीतपरंपरेतील रागसंचयांची केवळ जाणीव होती इतकेच नव्हे, तर या परंपरेचा जाणीवपूर्वक शोध घेण्याचा त्यांचा इरादा होता. त्यामुळे काही रागांचा त्यांनी वारंवार केलेला वापर व त्यामागे विशिष्ट राग व विशिष्ट भावस्थिती यांची त्यांना मान्य तुल्यता दिसून येई. उदाहरणार्थ,

गाणे	**चित्रपट**	**राग**
ऐ दिल खुषी	‘वापस’	पिलु रागात संदेश देणारे गीत
हम कोचवान	‘वापस’	टांगा चालल्याच्या लयीत व काफी रागात
ऐ दिल खुषी	‘वापस’	पिलु रागात संदेश देणारे गीत
वो भूले हमको	‘सौगंध’	काफी रागातील
एक बांस की	‘विद्यापती’	काफीमधील कथनपर गीत
औसर बीता जाय	‘पूरण भगत’	बिहागमधील साध्या बंदिशीत प्रबोधनपर

(१) अर्थात त्याना संगीताची हलकीफुलकी शैलीही जमत होती. *जो नौकरी दिला दे* (‘क्रोरपती’, १९३६) हे गीत याचे एक ठसठशीत उदाहरण आहे. साधी, कमीत कमी घटकांची सुरावट, वेधक व सहज पकडण्यासारखी लय, चालीचे सहज गायन वा फेक, आणि गीताच्या चरणाचा प्रवाह आणि अर्थाचे आकलन अखंडित ठेवणारे चालीचे एकूण चलन इतक्या गोष्टी निदानपक्षी अशा प्रयत्नात जमाव्या लागतात.

(२) बहुतेक वेळा बोराल वाद्यांवर भारतीय पद्धतीने भर देतात. म्हणजे असे की गीतात गुंतागुंतीची सुरावट वा लयबंध वगैरेंची योजना असते, पण पाश्चात्त्य स्वरसंवादपद्धतीचे अनुसरण न करता. *एक बंगला बने न्यारा* (‘प्रेसिडेंट’, १९३७) हे याचे चांगले उदाहरण आहे. गीताच्या सुरुवातीस एक वाद्यवृंदाची दीर्घ सुरावट, यात भारतीय लोकवाद्ये व वॉयलीन इत्यादींचा सहभाग. ही सुरावट आपल्याला गीताच्या पहिल्या चरणाकडे काहीशा अनपेक्षित रीत्या घेऊन जाते. पण एकदा ओळ ऐकली की मात्र तिचे आधीच्या सुरावटीशी नाते नीटसे जुळते असे वाटते! अर्थ असा की स्वरधुनीची तर्कसंगती व एक

अचानकपणाचा परिणाम दोंहोंना सामावून घेण्यात रचनाकार यशस्वी झाला आहे. ज्याची पुढे बढत होणार नसते अशा पूर्णतः पूर्वरचित गीताबाबत ही गोष्ट महत्त्वाची असते.

(३) भारतीय पद्धतीने सांगीत द्रव्याची रचना करण्यावर बोराल यांचा कटाक्ष असला तरी *तडपत बीते दिन* ('चंडीदास', १९३४) या गीतातही पट्टी बदलण्याची सूचना आहे. भारतीय वाद्यांचा भरीव स्वनरंग गीतात असल्याकारणाने विशिष्ट संबंधित संगीतकोटीतील मान्य प्रघातापासूनचे हे मार्गांतर सहजासहजी लक्षात येईलच असे नाही. पण यावरून प्रयोग करून पाहण्याची रचनाकाराची इच्छा कळून येते. *प्रेम का है इस जग में* ('प्रेसिडेंट', १९३७) या गीतातही अशीच प्रयोग करण्याची ऊर्मी कार्य करते. साध्या व नेहमीच्या चालीपासून हे गीत एकदम जौनपुरी रागात शिरते व तिथून नीटपणे परतही येते! शिवाय हे गीत एकताल या तालात आहे. म्हणजे गीताच्या वृत्तानुसार ताल वापरण्याचा हा प्रयत्न होता असेही म्हणता येईल. कदाचित हीही एक खास भारतीय लकब म्हणता येईल, कारण वृत्त व छंद यांची सहज कल्पना करता न येण्याइतकी विविधता भारतीय गीतांत आहे व यामुळे निरनिराळे ताल सहजरीत्या रचनाकाराच्यासमोर येत असतात.

(४) आरंभीच्या कालखंडापेक्षा नंतरच्या वर्षांत बोराल पाश्चात्त्य शैलीस अधिक अनुकूल झाले असावेत. *काहे को शोर मचाये* ('लगन', १९४१) या गीतामध्ये बोराल यांनी जितका पिआनो वापरला आहे त्याची सांगड त्यांच्या नेहमीच्या शैलीशी घालता येईल असे वाटत नाही. याच चित्रपटातील *मैं सोते भाग जगा लूंगा* या गीताचीही ढब पाश्चिमात्य आहे. तसेच *यह कैसा अन्याय* हे गीत उघड उघड घोषणापर वाटते – भारतीय शैलीत सहज न बसणारे.

(५) *एक राजा का बेटा,* ('प्रेसिडेंट', १९३७) या कथन-गायन अशा दोहोंत वावरणाऱ्या रचनेत चाल व लय अतिशय लवचीक ठेवून बोराल यांनी कौशल्य दाखविले आहे. गीत हे गद्य वाटू नये अशी काळजी घेऊनही बोराल यांनी खेळकर भाव निर्माण करण्यात कुचराई केलेली नाही. हे संतुलन साधणे सोपे नाही!

(६) बोराल आणखीही एक तारेवरची कसरत करतात – भजन, ठुमरी, गझल वा ख्यालाची बंदिश यांसारखे पारंपरिक प्रकार ते पुष्कळ वापरतात व त्याच्या गाभ्यास धक्का न लावता. इष्ट त्या अवधीत बसावेत म्हणून त्यांना ते कात्री लावतात हे खरे, पण त्यांचे हे संपादन खुपत नाही. त्यांनी रचलेली द्वंद्वगीते चित्रपटदृष्ट्या ठीक असली तरी त्यांत सांगीत आशय मिळत नाही हे

या संदर्भात ध्यानात घेण्यासारखे आहे. उदाहरणार्थ, *प्रेम की हो जय* ('चंडीदास', १९३४). पारंपरिक गीतप्रकार संपादित करून वापरतानाही त्यांनी बढत टाळून हृदयस्पर्शी गीते दिली आणि याचे सर्वांत ठसठशीत उदाहरण आहे *बाबुल मोरा* ('स्ट्रीट सिंगर', १९३८).

(७) हवे तेव्हा कारागिरी करणेही बोराल यांना जमत होते आणि याचीही चित्रपटसंगीतात गरज असतेच! *जीवन बीन मधुर* ('स्ट्रीट सिंगर', १९३८) हे त्यांनी जवळजवळ लक्षणगीतासारखे रचले आहे! या रचनेत रागाची सांगीत लक्षणे, वाद्ये वगैरेंचे शास्त्रोक्त तपशील कळावेत व मनावर ठसावेत अशी सुरावट केलेली आहे. गीत नसतानाही या प्रकारची रचना काहींतरी साधून जाते. इथेही बोराल कमी पडत नाहीत.

पंकज मलिक

(जन्म : १०-४-१९०४, मृत्यू : १९-२-१९७८)

कोलकात्यातील मध्यमवर्गीय कुटुंबात जन्मलेल्या पंकज मलिक यांनी पं. दुर्गादास बंदोपाध्याय यांच्याकडे संगीताची तालीम घेतली. वडिलांचे लवकर निधन झाल्यामुळे पंकज मलिक यांना कुंटुंबाच्या पालनपोषणाची जबाबदारी लवकर पेलावी लागली व त्यामुळे त्यांचे महाविद्यालयीन शिक्षण अपुरे राहिले. लक्ष्मी मित्तल यांच्यापासून त्यांनी रवींद्र संगीताचे शिक्षणही घेतले.

रवींद्र संगीतापासून स्फूर्ती घेऊन त्यानी नभोवाणीवरून या संगीताचे गायन करायला सुरुवात केली (१९२७). बोराल यांना न्यू थिएटर्ससाठी प्रथम मूकपट व मग बोलपटांसाठी संगीतसहाय्य करायलाही त्यांनी आरंभ केला. 'यहुदी की लडकी'नंतर स्वतंत्र संगीतरचनाकार म्हणून त्यांचे नाव होऊ लागले. के. सी. डे यांनी या चित्रपटात गायलेले *सुंदर नारी* हे गीत लोकप्रिय झाले. पण याची ध्वनिमुद्रिका मात्र मलिक यांच्या स्वतःच्या आवाजात निघाली होती. 'मुक्ती', 'धरतीमाता', 'कपालकुंडला', 'आँधी', 'नर्तकी', 'डॉक्टर', 'अंजन गंध', 'ऊँचा नीचा', 'यात्रिक' व 'कस्तुरी' हे त्यांचे काही गाजलेले चित्रपट. आपल्या स्वतःच्या भूमिकांच्या गीतांसाठीही ते स्वतःच संगीतरचना करत हाही एक विशेष होता. त्यांनी जवळ जवळ ५००० गीतांना चाली दिल्या असे म्हणतात. शिवाय सैगल, काननदेवी, पहाडी संन्याल, उमा शशी इत्यादी कलाकारांना त्यांनी प्रथम संधी दिली याचाही उल्लेख केला जातो.

त्यांनी चित्रपटांतून रवींद्र संगीत विविधरीत्या लोकप्रिय केले. उदाहरणार्थ, काही गीतांचे त्यांनी भाषांतर केले व त्यांची शैली चित्रपटगीतांना वापरली.

रवींद्र संगीताचा वापर पार्श्वसंगीत म्हणून केला वा बंगाली चित्रपटांत ती गीते मूळ स्वरूपांतच योजली. नृत्याबरोबर सांगड घातली गेल्याने खालच्या दर्जाचे मानले गेलेल्या तबला या वाद्यास मलिक यांच्यामुळे रवींद्र संगीतात प्रवेश व योग्य वाव मिळाला.

रवींद्रांच्या पावलावर पाऊल टाकून मलिकही चार तुक वा विभाग असलेला साचा चित्रपटगीतांसाठी वापरू लागले व इतर संगीतरचनाकारांनीही नंतर त्यांची री ओढली. त्यांनी तान या प्रकारावर जवळजवळ बहिष्कार टाकला व जाणीवपूर्वक संगीतातील मींड या खास अलंकारास बराच वाव दिला. जाणवण्यासारखी चाल गीताला असावी हे सूत्र त्यांनी पाळले व सर्वसाधारणतः द्रुत लयीवर भर दिला.

छोट्या व द्रुतगती सुरावटींचे प्रमाण त्यांच्या चालींत बरेच आहे व त्यामुळे अनेकदा बंगाली टप्पा या संगीतप्रकाराची आठवण होते. उदाहरणार्थ, आज *अपनी मेहनतों का* ('डॉक्टर', १९४१) हे गीत या संदर्भात ऐकावे. संगीताची गतिमानता राखावी व गीताच्या आरंभी गीतासाठी योग्य ते वातावरण निर्माण करणारे वाद्यवृंदाचे दीर्घ संगीत असावे असे त्यांचे धोरण असे. *आयी बहार आज* ('डॉक्टर') या गीतात तर त्यांनी चरणांतच उद्गारांची पेरणी करून अनेक छोट्या लयबंधांच्या अनेक आवर्तनांत चरण पसरला आहे. *चले पवन की चाल* या गीतात पाश्चात्त्य पद्धतीच्या सुरावटी व वाद्यवृंद योजून घोड्याच्या टापांचा ध्वनी व त्याची लय मिळण्यासाठी नारळाच्या करवंट्यांचे आघात वापरले आहेत! याउलट 'कस्तुरी'मध्ये त्यांनी जादा वाद्यवृंद मुद्दाम टाळला असेही जाणवते. एक ठळक उदाहरण आहे 'धरतीमाता' (१९३८) मधील *किसने यह सब खेल रचाया* हे गीत. लांबवरून ऐकू येणाऱ्या सतार व ऑर्गन यांच्या साथीवर सैगल गीत गातात. *आज अपनी मेहनतों का* ('डॉक्टर') या गीतात तसाच प्रत्यय येतो. या गीतात तर वाद्यवृंदाचा एक माफक तुकडा व विलंबित लय यांच्या जोडीला दीपचंदी ताल वापरला आहे व अशी योजना विरळा म्हटली पाहिजे. नितिन बोस यांच्या 'धूप छाँव' (१९३५) या चित्रपटात पार्श्वगायनाच्या क्रांतिकारी प्रघातास आरंभ करण्यात मलिक यांचा वाटा होता. न्यू थिएटर्सच्या बॅनर संगीताची रचनाही त्यांनी केली होती. त्यांनी आकाशवाणीवरून नियमितपणे केलेले महिषासुरमर्दिनी स्तोत्रांचे पठण-गायन इतके लोकप्रिय झाले होते, की १९७५ मध्ये ते थांबविल्यावर सर्वत्र निषेध झाल्याने तो कार्यक्रम पुन्हा सुरू करावा लागला!

(१) त्यांचे एकूण सांगीतिक वळण लक्षात घेता जरासे आश्चर्य

वाटण्यासारखी बाब अशी की पाश्चात्त्य शैली व वाद्ये यांची योजना करण्यास ते नेहमी तत्पर राहिले. आपल्या समकालीनांपेक्षा त्यांनी केलेला वाद्यवृंदांचा वापर विपुल व भरीव होता.

(२) त्यांनी केलेली वाद्ययोजना बरीच समर्पक वाटते. *किसने यह सब खेल रचाया* ('धरतीमाता', १९३८) या गीताची प्रकृती उपदेशात्मक स्वगताची आहे. वेचक व माफक वाद्यांच्या निवडीतून ही समोर आणली आहे

(३) वास्तववादी यथातथ्यपणाच्या आदर्शाचे ते पाईक नव्हते हे उघड आहे! या कारणाने *दुनिया रंग रंगीली* ('धरतीमाता'), वा *सो जा राजकुमारी* ('झिंदगी', १९४०) मध्ये ते अतिशय साधी भारतीय चाल व स्वरावली (कॉर्ड) यांचा एकत्र वापर करू शकले. दुसरे गीत एक अंगाईगीत आहे, पण त्यातही वॉयलीन व पिआनो यांनी प्रमुख भूमिका बजावल्या आहेत. याचबरोबर एखाद्या चित्रपटीय प्रसंगात पारंपरिक साचे परिणामकारक ठरत असले तरी त्यांना चालीपायी न बिघडविण्याचा संयमही ते दाखवू शकले. यहुदी की लडकी (१९३३) या चित्रपटात गझल, कजरी इत्यादी साचे आपल्या मूळ स्वरूपात अवतरतात पण सूक्ष्म फरकासहित. (उदाहरणार्थ, *नुक्ताचीन गमे है दिल वा लग गई जो कलेजवा ऐका.*) पहिल्या गझलात तर गती द्रुत आहे व सैगलचा आवाजही नंतरच्या वर्षांतल्या गीतांपेक्षा खूप ऊर्जायुक्त वाटतो.

(४) काही वेळा त्यांनी सांगीत धाडस दाखविले असेही लक्षात येते. उदाहरणार्थ, *मैं क्या जानूँ* ('झिंदगी', १९४०) या गीतात द्रुत गती, वारंवार येणारे तानांचे आकृतिबंध यांच्या जोडीला बोलण्यात उद्गारचिन्हे यावीत तसे येणारे-जाणारे पिआनोचे स्वरवाक्यांशही आहेत!

(५) *प्रीत में है जीवन* ('दुश्मन', १९४०) मध्ये त्यांनी ऑर्गनचे अंतर्मुख स्वर साजेशा विलंबित लयीत वापरले आहेत. या गीतात सैगल जरी अगदी तार स्वरापर्यंत पोचत असले तरीही गीताच्या आवाहक आशयास धक्का पोचत नाही. इथे अर्थात दाद द्यायला हवी ती संगीतरचनाकार व गायक या दोघांना!

तिमिर बरन

(जन्म : १०-७-१९०४, मृत्यू : २९-३-१९८७)

सहज लक्षात येणारी बाब अशी की तिमिर बरन हे एक अष्टपैलू संगीतकार होते. क्लॅरिनेट, बँजो व सरोद अशी विभिन्न वाद्ये त्यांना स्वतःला चांगली वश होती. याचा एक परिणाम असा की आरंभीच्या हिंदी चित्रपटसंगीताने देशी नाट्यसंगीतपरंपरांपासून दूर सरकण्याची क्रिया आपल्या खास कार्यात गुणवत्तेने

कशी पार पाडली याचे प्रत्यंतर येते. एका नवीन माध्यमासाठी योजले जाणारे वेगळ्या वळणाचे संगीत म्हणून हिंदी चित्रपटसंगीत आपल्या स्वतंत्रपणाचा दावा कसे करू लागले व त्यासाठी स्वतःची अशी खास शैली निर्माण करण्याचा त्याने यत्न कसा केला या अवस्थांतराची साक्ष तिमिर बरन यांच्या रचना देऊ शकतात.

कलासंगीताची चांगली तालीम असल्याकारणाने बरन यांना फायदा झाला. विशेष महत्त्वाची बाब अशी, की ज्या महियर घराण्याच्या उस्ताद अल्लाउद्दीन खान यांची तालीम त्यांना मिळाली ते उस्ताद स्वतः दोन गोष्टींबाबत प्रसिद्ध होते. एक तर अनेक व विविध वाद्यांचे त्यांना जणू उपजत ज्ञान होते. अनेक वाद्ये कुशलतेने वाजविण्याबद्दल ते प्रसिद्ध होते. शिवाय तंतुवाद्यांची वादनपद्धती व त्यांचे संगीताशय याबाबत त्यांनी केलेला विचार अतिशय प्रगत होता. वाद्यांच्या स्वनरंगांचा विकास, वादनतंत्राबाबतचे त्यांचे शोध व वादनशैलीतील नवता या सर्व बाबतींत उस्तादांनी आधुनिक काळात जणू एक नवा वाद्याध्याय लिहिला होता! बरन यांच्या संगीतात वाद्यांच्या उपयोजनावर या सर्व गोष्टींचा उपकारक परिणाम झालेला आढळतो. रागांच्या उपयोजनात व शोधनातही जास्त प्रगल्भता जाणवते.

त्यांच्या संगीताचे काही विशेष नोंदता येतील.

(१) समकालीनांच्या बऱ्याचशा उत्साही वाद्ययोजनांच्या तुलनेत बरन यांच्या वाद्ययोजनेत एक प्रकारचे नियंत्रित कौशल्य दिसते आणि ते सहेतुक व खरे वाटते. त्यात भारतीय व अभारतीय वाद्यांचा आढळ मुक्त आहे. क्लॅरिनेट, बँजो, बासरी, पिआनो, सारंगी इत्यादी सर्व असतात, पण विसंगत वाटत नाहीत. उदाहरणार्थ, *धीरे धीरे आना* ('लक्ष्मी', १९४०) हे गीत पाश्चिमात्य वाटावे अशा ट्रंपेटच्या लकेरीने सुरू होते, वा त्याच चित्रपटातील *पिया मीलन की* या गीतात आवाहक सारंगी आहे, तसेच साइड रिदमची म्हणून ओळखल्या जाणाऱ्या वाद्यांचा पुढाकारही आहे. *आओ हम दोनों* ('सोहाग', १९४०) मध्ये तुटकपणे ध्वनित होणारे सरोद मनावर ठसते, तर 'बादबान'मधील *हर रोज* या गीतात पिआनोपण मनावर ठसतो. *बालम आये बसो मेरे मन में* ('देवदास', १९३५) मध्ये सरोद सुटेपणे व ठळकपणे वावरते आणि निराळाच परिणाम होतो. याच गाण्यात सारंगी हळुवार पावलांनी येते व तितक्याच सूक्ष्मपणे तालाचा शिरकाव होतो. या सर्वांत प्रत्येक तपशील योजल्यामुळे अवतरतो. गीतातील भावनात्मकतेलाही यामुळे एक घाट लाभतो. सर्वांत आद्य वाद्य कोणते या खास संगीतशास्त्रीय प्रश्नाविषयी त्यांची एक भूमिका असावी असे

वाटते. *मैं नई नवेली दुलहन हूँ* ('संपति') या गीतासाठी त्यांनी टाळ्यांचा ध्वनी वापरला आहे व त्यांच्या सर्व गीतांत एक अतिशय ऊर्जापूर्ण रचना म्हणून याचा उल्लेख केला पाहिजे.

(२) रागांच्या स्वरचौकटींचा त्यांनी केलेला वापर आत्मविश्वासपूर्ण स्वातंत्र्यावर आधारलेला आहे. रागस्वरूपाबाबत त्यांनी स्वातंत्र्य घेतले तरी ते अज्ञानी संगीतकाराचे इतस्ततः भटकणे वा दिखाऊ बंडखोरीचे वर्तन वाटत नाही. अर्थात याचा अर्थ असा नाही, की एखाद्या शास्त्रोक्त संगीत पेश करणाऱ्या कलाकाराप्रमाणे ते रागास चिकटून राहतात – पण आपण कशापासून दूर सरकतो व का याची त्यांना जाणीव आहे असे लक्षात येते. *जाती है आती* ('बादबान', मिश्र पिलू), *सुहाग की रात* (काफी व शिवरंजनी), *मेरा सुहाग* (दुर्गा), *आओ हम दोनों* (भैरवी, सोहाग) ही चांगली उदाहरणे आहेत. देस, जोगिया, सारंग, तिलककामोद इत्यादी राग त्यांच्या संगीतात वारंवार अवतरतात. वंदे मातरम्लाही त्यांनी दुर्गा रागात चाल लावली होती.

(३) संहिता व काव्य यांच्याद्वारे संदेश पोचविण्याचे वा प्रबोधन करण्याचे वाहन म्हणजे चित्रपटगीत होय अशी त्यांची धारणा असावी. परिणामतः त्यांच्या रचनांत शब्द व काव्य यांवर सुरावटीने वा लयबंधांनी कुरघोडी केली असे घडत नाही. वाद्याच्या शक्तीशी सुपरिचित असणाऱ्या त्यांच्यासारख्या संगीतकाराबाबत हा संयम विशेष वाखाणणी करण्याजोगा म्हटला पाहिजे. परिणामतः श्रोत्यांना दिग्दर्शकीय व सांगीत संदेश देण्याचे त्यांचे अंतिम उद्दिष्ट असते असे नोंदण्यास हरकत नाही. उदाहरणार्थ, हेमंतकुमार व गीता दत्त यांनी वेगवेगळे गायलेले त्यांचे *कैसे कोई जिये* ('बादबान') हे द्वंद्वगीत संदेश ठसविण्याच्या उद्देशाने प्रेरित झाले आहे असे म्हणता येईल. *सुहाग की रात* ('सोहाग') हे गीत शब्दघन आहे. संहितेस पूर्ण वाव मिळावा व परिणामकारक उच्चारांना अवधी लाभावा म्हणून बरन यांनी आरंभीचा आणि अधेमधे डोकावणारा वाद्यवृंद कमीत कमी ठेवला आहे.

(४) त्यांनी केलेली पाश्चात्त्य शैलीची वाद्ययोजना *पिये जा और पिये जा* ('पुजारिन', १९३६) या गीतात वेधक रीतीने जाणवते. थोडक्यात असे म्हणता येईल, की हे गीत म्हणजे पाश्चात्त्य वाद्यवृंदाचा रंग, वॉल्ट्झचा लयबंध व खमाज रागातील धुन यांचा संगम आहे. त्यात पुन्हा या सर्वांना एकत्र आणले आहे ते बोलण्याच्या वाक्यांशांच्या साहाय्याने. खरे म्हणजे या गीतात बोलण्यातले वाक्यांश व सांगीत वाक्यांश एकमेकांना साद-प्रतिसाद देऊन जणू जात-येत असतात आणि त्याच वेळी ते वाद्यवृंदाबरोबरही नाते संभाळत असतात.

यासारख्या रचनेत वेधक स्वरधुन केवळ एक घटक म्हणून वावरते. काही नाट्यात्म क्षण जागविण्यासाठी बांधणीविषयी बरेचसे बौद्धिक निर्णय घेत घेत अशी चाल आकाराला आणायला लागते. रचनाकार व गायक दोघांनाही हे एक आव्हान असते.

(५) नव्या सांगीत शैलीबद्दल प्रयोग करून पाहणाऱ्या इतर अनेक समकालीनांप्रमाणे बरन यांनीही थेट व प्रबोधनकारी संगीत हवे असेल तेव्हा कलासंगीतातील बंदिश या साच्याचा वापर केला. संदेश गीत हा एक गीतप्रकार म्हणून हळूहळू आकाराला आला. उदाहरणार्थ, *जो बीत सखी सो बीत* ('पुजारीन', १९३६). कलासंगीतातील नियमबद्धतेतून येणारा ठामपणा व इष्ट त्या संदेशाची अनादी-अनंतता वा तौलनिक नित्यता यात जणू समांतरता आढळत असल्याकारणाने असे होत असेल काय?

रफिक गझनवी

मागे वळून पाहताना हा संगीतरचनाकार हिंदी चित्रपटसंगीतातील लाहोर घराण्यातील दुसऱ्या प्रतीचा रचनाकार वाटतो. हे घराणे नंतर गुलाम हैदर यांनी पक्केपणे नावारूपाला आणले. लाहोरच्या गांधर्व महाविद्यालयात गझनवी यांनी संगीत शिक्षण घेतले. एक गुणवान गझल गायक म्हणून त्यांची पूर्वीच्या सिंध प्रांतात चांगली प्रसिद्धी होती. १९३२ मध्ये 'पवित्र गंगा' (ओरिएंटल प्रॉडक्शन्स) या नावाच्या चित्रपटास संगीत देऊन त्यांनी संगीतदिग्दर्शनाची सुरुवात केली, तर १९४७ मधील 'दो दिल' (जमुना प्रॉडक्शन) हा त्यांचा शेवटचा चित्रपट होय. पंजाब शैलीने प्रभावित संगीतरचनाकारांच्या पहिल्या फळीत त्यांचा समावेश होतो. त्यांनी अभिनेता, गायक व संगीतदिग्दर्शक या सर्व भूमिका बजावण्याचा यत्न केला. विशेषीकरणाचा काळ अजून यायचा होता याचीच ही खूण होय.

त्यांच्या संगीताचे काही विशेष असे –

(१) त्या वेळच्या जवळजवळ निरपवाद रूढीनुसार ते गीताच्या आरंभी वाद्यवृंदासाठी दीर्घसा तुकडा रचीत. पण यात अनेकदा एखादे विशिष्ट वाद्य जास्त चांगले वापरले जाई. उदाहरणार्थ, सितार *(ओ चाँद तू बता दे)*, क्लॅरिनेट *(मेरे मन का पंछी)*, बीन वा तत्सम काही *(मन धीरे धीरे रोना)*, *एक याद तुम्हारी याद रही* (पिआनो). त्या त्या वाद्यांच्या सांगीत शक्तीची तसेच नाट्यात्मतेच्या जातप्रतीची चांगली जाणीव या योजनांत दिसून येते.

(२) गायन सोपे जावे म्हणून अनेकदा स्वरवर्ण लांबवण्याची त्यांची लकब

लक्षात येते. उदाहरणार्थ, ओ *(ओ चाँद तू बता दे)*, वा पंछीऽऽ *(उड जा पंछी)*.

(३) सर्वसाधारणतः द्रुत लय त्यांना पसंत होती. अगदी दुःखपूर्ण आशयाच्या गीतासाठीसुद्धा द्रुतलय वापरण्यास ते मागेपुढे पाहत नसत. उदाहरणार्थ, *आना है तो आ जावो.* वेधक बाब अशी, की या गीताचा आरंभ मात्र कोणत्याही ठेक्याशिवाय होतो.

(४) भैरवी ही त्यांची आवडती रागिणी होती, पण तानेशिवाय नाही! *(दुनिया में गरीबों को आराम नही मिलता).*

(५) इतर काही रचनाकारांप्रमाणे त्यांनीही पुढे लोकप्रिय झालेल्या काही चालींचे पूर्वसूचन केले आहे. उदाहरणार्थ, *नैनों की बाँकी रीत अनोखी* या गीताने *तिरछी नजरिया के बान* या पतियाळा घराण्याच्या बडे गुलामअली खांनी ठसविलेल्या ठुमरीची आठवण न करून दिल्यास नवलच म्हणावे लागेल!

खुर्शीद मंचेरशा मिनोचेहेर–होमजी ऊर्फ सरस्वतीदेवी

(जन्म : १९१२, मृत्यू : १० ऑगस्ट १९८०)

एका पारशी कुटुंबात खुर्शीद मंचेरशा मिनोचेहेर-होमजी ऊर्फ सरस्वतीदेवींचा जन्म झाला हे लक्षात घेता त्यांनी केलेली पेशाची निवड असाधारण म्हटली पाहिजे. आरंभकाळातील हिंदी चित्रपटसंगीतात त्यांनी टाकलेली भर विशेष महत्त्वाची ठरते याला आणखी एका कारण असे, की त्यांनी आपले कार्य हाती घेतले तेव्हा चित्रपटसंगीताच्या नव्या क्षेत्रात काम कसे करावे याचा कोणताही आदर्श नमुना त्यांच्यापुढे उपलब्ध नव्हता. त्यांनी प्रख्यात 'बॉम्बे टॉकीज'साठी १९३५ ते १९४१ या कालखंडांत चित्रपटसंगीत रचले.

आधुनिक कालातील आद्य संगीतशास्त्री पं. वि. ना. भातखंडे यांनी 'पारशी गायनोत्तेजक मंडळी'बरोबरचे आपले संबंध सोडल्यानंतर 'शारदा संगीत विद्यालय' या संस्थेबरोबर आपले नवे नाते जोडले. सरस्वतीदेवींची आई या संस्थेच्या सचिवपदी होती, हे लक्षात घेता सरस्वतीदेवी यांनी लखनौच्या मॉरिस म्युझिक कॉलेज या संस्थेत शिकून आपली संगीत पदवी घ्यावी हे साहजिक होते. पं. भातखंडे यांच्या मार्गदर्शनाखाली नव्या पद्धतीने संगीत शिक्षण देण्याकरिता ही संस्था स्थापन करण्यात आली होती. खुर्शीदने इथे धृपद व धमारची तालीम घेतली. खुर्शीद व तिची बहीण पुढे नभोवाणीवरून वाद्यसंगीत सादर करत असत. या वाद्यसंगीतात सतार, मँडोलिन, दिलरुबा व ऑर्गन अशी वाद्ये मुख्यतः समाविष्ट केली जात. कार्यक्रम सादर करणाऱ्या वाद्यवृंदास 'होमजी

सिस्टर्स ऑर्केस्ट्रा' म्हणून ओळखले जाई (१९२५-१९२७). त्या काळच्या श्रोत्यांनी प्रयत्नाच्या नावीन्यास दाद दिली होती. याबाबत एक अर्थपूर्ण घटना अशी, की नेमक्या याच वाद्यांवर सरस्वतीदेवींच्या चित्रपटसंगीतातही भर असे.

लखनौहून संगीतातील पदवी घेऊन आलेल्या खुर्शीदला संगीतदृष्ट्या कोरी पाटी असलेल्या देविकाराणी या अभिनेत्रीसाठी संगीतरचना करावी लागली. 'जवानी की हवा' (१९३५) च्या *(जरा जादा)* साध्या चालींमागील रहस्य हे आहे! सरस्वतीदेवींच्या संगीतातील बालगीतसदृश साधेपणा सर्वांच्याच लक्षात येतो. उपलब्ध गात्या आवाजांच्या मर्यादांची नुकसानभरपाई त्यांना वाद्यांद्वारा करणे ही सांगीत गरज होती असे म्हणता येईल. म्हणून वाद्ये व वादक यांबाबत त्यांनी कटाक्षाने काळजी घेतली. मुद्दाम शोध घेऊन त्यांनी सतारीसाठी पं. माधवलाल व तबल्यासाठी पं. करुणाशंकर यांची निवड केली. शिवाय त्यांनी लखनौहून काही वादक आणवले. (पुढे नाव कमावलेले संगीत दिग्दर्शक एस. एन. त्रिपाठी हेही यांत होते). अनेक व विविध भारतीय वाद्ये वापरण्याचा त्यांचा यत्न राहिला. त्यांनी पुढे आणखीही एक महत्त्वाची बाब नमूद केली आहे, ती अशी की १९३४ मध्ये चंद्रप्रभा या आपल्या बहिणीच्या चित्रीकरणाच्या वेळी तिच्यासाठी गाऊन सरस्वतीदेवींनी खरे पाहता पार्श्वगायनाची नांदी केली होती! बॉम्बे टॉकीज सोडल्यानंतर सरस्वतीदेवींनी सोहराब मोदींसाठी संगीतदिग्दर्शन केले. जसवंतलाल यांच्या 'आम्रपाली'साठीही त्यानी संगीत दिले होते.

एकंदरीने सरस्वतीदेवींचे संगीत ऐकताना व त्याचे मूल्यमापन करताना काही सांस्कृतिक बाबींचे भान राखायला लागते हे लक्षात ठेवले पाहिजे.

उदाहरणार्थ, एक संस्कृतिसंगीतशास्त्रीय मूलविधान असे आहे, की सांगीत बाबतींतली किंबहुना प्रयोगकलांच्या आविष्कारांबाबत केली जाणारी कोणतीही निवड अनेकदा संबंधित सांस्कृतिक गटाच्या अंतर्मनातील ओढीचे सूचन करत असते. प्रयोगाविष्कारसंबद्ध निवड म्हणजे अधिक खोल पातळीवरची सांस्कृतिक पसंती-नापसंती असते. अशी निवड केल्यानंतर संबंधित मानवगटात खळबळ माजू शकते. विशेषतः त्याच मानवगटाने इतर जीवनक्षेत्रांत केलेल्या निवडींचा संदर्भ लक्षात घेतला, की गुंतागुंत व निवडींचे परस्परविरोधी स्वरूप अधिकच जाणवते. या नकाशावर पाहता असे दिसते, की आपल्या सामाजिक-ऐतिहासिक वाटचालींत पारशी समाजाने विशिष्ट टप्प्यांवर भारतीय संगीत व नाट्य यांचा आविष्कारमार्ग म्हणून स्वीकार केला होता. पण त्याच वेळी इतर जीवनक्षेत्रांत मात्र त्यांची निवड पाश्चात्त्य म्हणजे खास करून ब्रिटिश जीवनशैलीची होती. ही

परिस्थिती कालांतराने जवळजवळ आमूलाग्र बदलली. आज पारशी संस्कृती व समाज यांचा भारतीय प्रयोगाविष्काराकडे कल आहे असे दिसत नाही. मुद्दा असा की सरस्वतीदेवींच्या कार्याचे व्यापक मूल्यमापन करायचे म्हटल्यास ऐतिहासिक-सांस्कृतिक कल्पनाशक्तीचीही मदत घ्यायला लागेल याची जाणीव असावी. सरस्वतीदेवींनी २८ चित्रपटांना संगीत दिले. त्यांच्या आगळ्यावेगळ्या कार्याविषयीं काही निरीक्षणे नोंदविता येतील ती अशी –

(१) सुरावटी व लयबंध या दोन्ही बाबतींत त्यांच्या चाली साध्या व सरळ असत. उदाहरणार्थ *मैं बन की चिडिया* ('अछूत कन्या', १९३६), *मैं तो दिल्ली से दुलहन लाया रे* व *चल चल रे नौजवान* ('झूला', १९४१) वगैरे. अनेकांच्या मते त्यावेळी चित्रपटव्यवसाय स्टुडिओ-आधारित असल्याकारणाने सांगीत गुणवत्ता कमी असलेल्या आवाजांसाठीच रचना करणे भाग पडत असे हे या साध्या संगीताचे मूल व अनिवार्य कारण होय. कंपनीच्या पगारपटावर असलेल्या देविकाराणी व अशोककुमार यांच्यासारख्या साधारणतः गद्य आवाजांना पेलेल असे संगीत द्यावे लागल्याने सरस्वतीदेवी यांचे संगीत साधी वळणे गिरवत राहिले.

(२) याच कारणाने वाद्ये भरपूर, वादक खास व वाद्यरंगातून आविष्कारांतले भाव सिद्ध करण्याचा निकराचा यत्न आवश्यक ठरला. सरस्वतीदेवींची सहेतुक, नाट्यात्मतेकडे झुकलेली, कारागिरीपूर्ण वाद्ययोजना अवधान खेचते हे सत्य आहे. श्रेयनामावलीसाठी त्यांनी दिलेले संगीत वेधक असे. शिवाय जणू काही आपली सही-स्वाक्षरी म्हणून त्यांनी जलतरंग हे वाद्य वापरले असेही म्हणता येईल. चित्रपटाची सहजात भगिनी म्हणून ज्या नभोवाणी माध्यमाचा उल्लेख करता येईल त्या नभोवाणीवर वाद्यवृंदाचे यशस्वी कार्यक्रम करण्यात सरस्वतीदेवींचे पाऊल पुढे होते हा काही योगायोग म्हणता येणार नाही. १९४५च्या 'आम्रपाली' या चित्रपटातले *भगत तेरे भाग जगेंगे* या गीतात त्यांनी उघडपणे लय वा ताल घेणे टाळले आहे आणि समूहगायनाचे येणे-जाणे व वाद्यांचे मुक्त वाक्यांश यांवर भर दिला आहे हे लक्षणीय म्हटले पाहिजे. *इस पगडंडी पर तुम ही हो मेरे साथी* या गीतात अनेक वाद्यांच्या ललकाऱ्यांवर जोर आहे, तर *अँखियों का नीर पोंछ के* या गीतात लागोपाठ येणारे चरण अधिकाधिक चढत्या स्वरांवर ठेवून उत्कर्षबिंदूकडे लक्ष वेधण्याची नाट्यपूर्ण युक्ती त्यांनी वापरली आहे.

(३) या सर्व उदाहरणांमधून लक्षात येणारी बाब अशी, की सरस्वतीदेवींची संगीतयोजना केवळ सांगीत वा संगीतशास्त्रीय तत्त्वांवर आधारलेली नसून त्या

जाणूनबुजून दुसऱ्या एका माध्यमाच्या खास नाट्यात्मतेचा मागोवा घेऊन आपल्या उपलब्ध संगीतद्रव्याकडे वळू पाहत होत्या. संयोगी कलांत संगीत सामील होते तेव्हा असे करावेच लागते. पण आरंभीच्या काळात समोर आदर्श व मागे संबंधित परंपरा नसता त्या हे करत होत्या त्याची पावती दिली पाहिजे. या सुमारास म्हणजे १९३१च्या आसपास खंडित पण चमकदार व माहीत नसलेल्या पण सहज निर्माण करता येणाऱ्या ध्वनीचा पुरवठा करणाऱ्या वाद्यांकडे संगीतकारांची ओढ दिसत होती. एकंदरीने नव्या ध्वनिवैशिष्ट्याचा शोध व वापर या दोहोंबद्दल तत्परता असणे भारतात घडणाऱ्या अधिक खोलवरच्या सांस्कृतिक बदलाचे चिन्ह होते असे म्हटले तरी चालेल. चित्रपटांत संयुक्तिक ठरणारी वा ठरू शकणारी दृश्य-श्रव्याची समीकरणे वेगळी होती. परिणामतः संगीतरचनाकारांना आपल्या सांगीत शक्तींचे व द्रव्याचे व्यवस्थितीकरण व वितरण पुन्हा करणे भाग होते. पिआनो, हार्मोनियम वा नंतर बुलबुलतरंग वा ॲकॉर्डिअन इत्यादी चावीफलक वाद्ये, निरनिराळे पटह (ड्रम्स), सॅक्सोफोन, क्लॅरिनेट, ट्रंपेट वगैरे वाद्यांचे वापर या पार्श्वभूमीवर समजून घेतले पाहिजेत.

(४) हिंदुस्थानी संगीताचे सरस्वतीदेवींचे ज्ञान किती सखोल होते? त्यांचे चित्रपटसंदर्भाबाहेरचे संगीत ऐकण्याची संधी मला मिळालेली नाही. चित्रपटीय मागण्यांनी संस्कारित अशी त्यांची शास्त्रोक्त गीते ऐकून त्यांच्या शास्त्रोक्त संचिताचा अंदाज बांधणे अवघड आहे. कारण राग, ताल वगैरेंच्या त्यांच्या चित्रपटीय वापरांत तडजोडीचे प्रमाण बरेच आहे असे आढळते. अनेक राग त्यांनी शुद्ध रूपात वापरले आहेत. उदाहरणार्थ, यमन कल्याण (*अंखियाँ थकी*, 'प्रेमकहानी', १९३७), भीमपलास (*झनक झनक चपल नाच रे*, वा *आज मेरे जीवन के नभ में*, 'आम्रपाली', १९४५), काफी (*यह अनोखी लाली*, 'प्रेमकहानी', १९३७), झिंझोटी (*कोई हमदम ना रहा*, 'जीवन नैया', १९३६), पिलु *(मैं तो दिल्ली से)*, जयजयवंती *(मैं सजन को मन में)*, दुर्गा (*केतकी फुली*, 'अछूतकन्या', १९३६), भूप (*हवाने है क्या बांधा*, 'पृथ्वीवल्लभ', १९४३), वृंदावनी सारंग (*आयो सावन आज*, 'प्रार्थना', १९४२), गौड सारंग ('जवानी की हवा', श्रेयनामावलीचे संगीत, १९३५). चित्रपटीय मर्यादांमुळे कलासंगीताचा पाठपुरावा कसोशीने न करता आलेल्या उदाहरणांचीही नोंद घेतलीच पाहिजे. उदाहरणार्थ, 'आम्रपाली'मधील एक गीत *(आज मेरे जीवन के नभ में)* ही भीमपलास रागातील जवळ जवळ बंदिश म्हणता येईल अशी रचना आहे, पण केहेरवासारखा अर्धताल वापरून व सुरावट फार साधी करून

ही संधी त्यांनी गमावली असे दिसेल. याउलट 'प्रार्थना'मधील दोन रचना (*नेहा लगाये सजनिया*, ठुमरी व *एक धुंधला सा मोहोब्बत का नशा बाकी*, गझल) या कज्जल या नामवंत गायिकेच्या स्वतःच्या खजिन्यातील बंदिशी होत्या व या पातळ केलेल्या नाहीत, आणि यांतही सरस्वतीदेवींची पसंती कळू शकते.

गोविंदराम

एक दुय्यम दर्जाचे संगीतरचनाकार, पण त्या आरंभयुगाच्या प्रातिनिधिक गुणधर्मांचे उदाहरण म्हणून थोडक्यात नोंद घेणे उपकारक वाटते. काही विशेष पाहिल्यावर याची प्रचीती येईल.

(१) रागांची पकड ठेवून रचना केलेली असे. उदाहरणार्थ, *कौन जीवन में मेरे समाये* (भीमपलास पायाभूत), *मन भूली कथायें याद न कर* (तिलककामोद), शहर की हवा हो (मिश्र पिलु).

(२) दीर्घ वाद्यवृंदवादनाने आरंभ करण्याची हौस *मन भूली कथायें याद न कर* (तिलककामोद) व *वो भोला बालम क्या जाने* या दोहोंत सतारीचा झाला हा वादनविशेष वापरला आहे. *जा रहा है कारवाँ* या गीतासही आरंभास दीर्घ वाद्यवृंद योजलेला आहे.

(३) संवाद व संगीत एकत्र मिसळण्याची ओढ. उदाहरणार्थ, *ना घर अपना ना कोई* हे गीत ऐका.

(४) चरण वा कडवे दुप्पटीत घेण्याची लकब सर्वत्र.

(५) सुरावटीच्या वाद्यांतून लय देण्याचा प्रघात. (*यह जग मतलब का डेरा* व *जाऊँ किस तरह* यांत पिआनो लयीसाठी, तर *बेकसों के जिंदगाने* या गीतात तंतुवाद्य लय देण्यासाठी वापरले आहे.) काव्य म्हणून प्रसिद्ध रचना वापरण्याचेही हे उदाहरण आहे.

(६) भविष्यात लोकप्रिय झालेल्या वेगळ्या गीताचे सूचना - *आवाज है तेरा संदेसा* या रचनेने *याद पिया की* या पतियाळा घराण्याच्या प्रसिद्ध ठुमरीचे होते, तर *दीवानी तेरी दो दिन की* यामुळे *घटा घन घोर घोर* या नंतरच्या गीताचे होते.

(७) तसे पाहता मिळतील ते आवाज वापरण्याची तयारी. उदाहरणार्थ, त्यांनी मुकेश, सुरैय्या, मुन्वर सुलताना व सुरेंद्र हे आवाज आपल्या गीतांसाठी घेतलेले आढळतात.

अनिल बिस्वास

(जन्म : ७-७-१९१४, बारिसाल, मृत्यू : मे ३१-५-२००३, दिल्ली)

अनिल बिस्वास एकदा अभिमानाने म्हणाले होते, की त्यांची आई एक स्वयंस्फूर्त संगीतकार असल्याकारणाने वयाच्या ५व्या वर्षी बिस्वास स्वतः गाऊ शकत होते! पण तरीही त्यांच्या जीवनाची प्रारंभाची वर्षे संगीताच्या दुनियेपासून फार दूर होती! मॅट्रिकच्या वर्गात असतानाच त्यांनी क्रांतिकारकांबरोबर काम करायला सुरुवात केली आणि परिणामतः पोलिसांचा ससेमिरा चुकविण्यासाठी त्यांनी घर सोडले! १९३०च्या दशकात त्यांना वारंवार तुरुंगाची हवा खायला लागली होती.

वयाच्या १७व्या वर्षी अनिल बिस्वास कोलकात्यास आले. निताई बाबूंनी चालविलेल्या रंगमहाल थिएटर्ससाठी त्यांनी काही काळ संगीतरचना केली आणि थोडाफार अभिनयही. यानंतर मेगॅफोन कंपनीतली त्यांची नोकरी चालू झाली आणि त्यामुळे जिवंतपणीच आख्यायिका बनलेल्या काझी नझरूल इस्लाम यांच्याशी त्यांचा घनिष्ठ संबंध आला. त्या दोघांची मैत्री इतकी गाढ होती की 'वतन' (१९३२) मधल्या एका गीताची चाल नझरूल यांनी बांधली व बिस्वास ती गायले. दुर्दैवाने या ऐतिहासिक ध्वनिमुद्रणाचा आज ठावठिकाणा राहिलेला नाही!

हीरेन बोस यांच्या सूचनेवरून बिस्वास १९३४ मध्ये मुंबईला आले. स्वतंत्ररीत्या संगीतदिग्दर्शक म्हणून काम सुरू करण्याआधी ईस्टर्न आर्ट सिंडिकेट, सागर मूवीटोन, नॅशनल स्टुडिओ आणि बॉम्बे टॉकीज या संस्थांमध्ये त्यांनी १९४२-४६ या कालखंडात काम केले.

अनिल बिस्वास यांनी पहिल्याने वाद्यवृंदात रु. १५० दरमहा या पगारावर काम केले. १९३५ मधील 'धरम की देवी' या चित्रपटात प्रथम अनिल बिस्वास असे नाव श्रेयनामावलीत झळकले. त्याच चित्रपटात ते एक भिकारी-गीतही गायले *(कुछ भी नहीं भरोसा दुनिया है आनी जानी)*. मौज अशी की त्यांच्या गायनाने लोकांचे लक्ष जास्त आकर्षित झाले! परिणामतः 'एक ही रास्ता' (१९३९) मध्ये ते दोन एकल गीते व दोन द्वंद्वगीते गाते झाले. त्यांपैकी *देख जरा दिल का दर्पण* खूप लोकप्रिय झाले होते. शिवाय 'औरत' चित्रपटावरून मेहबूब यांना पुढे 'मदर इंडिया' हा चित्रपट स्फुरला. 'औरत' या बोलपटात त्यांनी पाच गाणी गायली होती. १९४९ मधील 'आरजू' या चित्रपटात गायलेले *न इधर के रहे* हे त्यांचे गीतही लक्षात राहिलेल्या गीतांपैकी एक. त्यांची गायक म्हणून कारकीर्द इथे संपली म्हणायला हरकत नाही.

'भारत की बेटी' (१९३७) मध्ये त्यांनी संगीतरचनाकार म्हणून पाऊल टाकले असे म्हणता येईल. न्यू थिएटर्समधील नामवंत गायिका रतनबाईने *तेरे पूजन को भगवान* हे गीत गायले होते. वेधक व बोधक बाब अशी, की या चित्रपटातील इतर गाणी उस्ताद झंडे खाँ यांनी रचली होती. म्हणजे चित्रपटसृष्टीत बिस्वास यांचा प्रवेश अगदी पायरीपायरीने होत होता. तरीही असे दिसते की कारकिर्दीच्या अगदी आरंभीच्या काळातही संगीतरचनाकार म्हणून त्यांची इतकी भरभराट होती, की १९३६ व १९३८ यावर्षी त्यांच्या संगीताने सजलेले सात चित्रपट प्रकाशित झाले होते! १९४७ पासून त्यांनी स्वतंत्रपणे काम करायला आरंभ केला. १९४८ मध्ये 'अनोखा प्यार' या चित्रपटासाठी लता त्यांच्यासाठी प्रथम गायली आणि तिची गाणी लोकप्रिय झाली *(याद रखना चांद तारों, व इक दिल का लगना बाकी था).*

ढाक, ढोल, खोळ, तबला यांसारख्या लयवाद्यांच्या वादनात ते आरंभापासून कुशल होते. एका तऱ्हेने यातून भारतीय संगीताच्या कला, लोक व धर्म या संगीतकोटींशी त्यांची जवळीकच दिसून येते. लयवाद्यांसंबंधी आणखी एक महत्त्वाची बाब अशी, की हिंदी चित्रपटसंगीतात सर्वत्र निरपवाद वावरणाऱ्या खेमटा या अर्धतालाऐवजी इतर ताल वापरण्याचा त्यांनी नंतर नंतर खूप कसोशीचा प्रयत्न केला. यासाठी त्यांनी अनेक उगम धुंडाळले. उदाहरणार्थ, एकदा धोब्यांचे गीत त्यांच्याच शैलीत करावे म्हणून त्यांनी मुंबईच्या धोबीघाटावर मुक्काम ठोकला. त्यांनी एकदा साभिप्राय म्हटले होते, मी सर्व प्रकारचे पटह वाजविले आहेत, फक्त बोंगो सोडून!

त्यांनी चित्रपटनिर्मितीचाही घाट घातला होता. संगीतकाराच्या जीवनावर आधारित 'हमदर्द' नावाचा चित्रपट त्यांनी निर्मिला. त्यात ख्याल, ठुमरी, कव्वाली, भजन, गीत आणि रवींद्र संगीत इत्यादी सर्व प्रकार अंतर्भूत केले होते! याच चित्रपटातील *ऋतु आये ऋतु जाये* ही रागमाला गुंतागुंतीची पण यथातथ्य रचना म्हणून नोंदली गेली. मुंबईला येताना त्यांनी आपल्याबरोबर पाश्चिमात्य स्टाफ नोटेशन वाचू शकणारे तिकडचे चार संगीतकार आणले होते. पाश्चिमात्य संगीतातील काही तत्त्वे भारतीय तत्त्वांशी समान असल्याने बिस्वास यांना ती संगीत परंपराही मर्यादित प्रमाणात आकर्षक वाटली होती आणि त्यांचा अगदी आधी म्हणजे १९३५ मध्ये वापर करण्यासही त्यांनी मागेपुढे पाहिले नव्हते. मुंबईत त्यांनी वादकांचा वृंद तयार केला होता आणि त्यावेळी त्यांचे ते वृंद संगीत आगळे वेगळे ठरले होते. वाद्यवृंदरचना व संगीतलेखन या दोन बाबी मुख्यत्वाने अभारतीय व पाश्चिमात्य आहेत, हे या संदर्भात लक्षात घेतले

पाहिजे, कारण एरवी त्यांचा आग्रह भारतीयत्वाचाच असे. त्यांच्या रंगभूमीशी निगडित कामामुळे असेल कदाचित, पण वाद्यांचे स्वनरंग व समूहगायनाचे परिणाम दोहोंचेही त्यांना वावडे नव्हते. एकच सूक्ष्मध्वनिग्राहक असताही गायकांचे समूह कक्षाच्या वेगवेगळ्या कोपऱ्यात उभे करून क्वायर परिणाम साधणे त्यांना जमत होते! 'किस्मत' (गायिका अमीरबाई कर्नाटकी) आणि मेहबूब यांच्या चित्रपटासाठी त्यांनी रचलेल्या संगीतातील कोरल परिणाम ऐकण्यासारखे आहेत.

एक वेधक काम म्हणून ज्याचा मुद्दाम उल्लेख केला पाहिजे ते म्हणजे के. ए. अब्बास यांच्या 'मुन्ना' या गीतविहीनचित्रपटास बिस्वास यांनी पार्श्वसंगीत दिले होते. त्यातील पठणपर गद्य गीते वेधक आहेत. अवतीभोवती जे घडत होते त्यावर टीकाटिप्पणी करण्यात हे संगीत बरेच यशस्वी झाले होते.

फिल्म डिविजनसाठी त्यांनी अनेक बोधपटांनाही संगीत दिले होते. विषय 'अंतर्देशीय मत्स्यपालनाचा विकास' (१९८८) ते 'पेरणीची साधनसामग्री' (१९९१) पर्यंत सर्व. दूरदर्शनच्या 'हम लोग' या गाजलेल्या मालिकेचे संगीतही त्यांचे होते. (१९८४-८५). चित्रपटक्षेत्रातून निवृत्त झाल्यावरही त्यांची सांगीत सर्जनशीलता संपली नव्हती याचीच ही निशाणी होती.

सी. रामचंद्र व रोशन यांसारखे गुणवंत संगीतकार त्यांचे साहाय्यक होते इतका त्यांचा आरंभयुगातला अधिकार होता. सुमारे २९ वर्षांत शंभरएक चित्रपटांना त्यांनी संगीत दिले. १९६३ पर्यंत चित्रपटक्षेत्रांत राहून मग त्यांनी त्याकडे पाठ फिरवून आकाशवाणीत सुगम संगीत विभागाचे प्रमुखपद स्वीकारले आणि १९७८ मध्ये ते निवृत्त झाले.

तसे पाहता त्यांनी फार विविध प्रकारच्या आवाजांना गाते केले – त्यांतले काही संगीतदृष्ट्या काहीसे 'बिचारे' असूनही! सैगल युगात कार्यास सुरुवात करूनही बिस्वास यांनी त्या शैलीत रचना केल्या नाहीत. थोडीशी आश्चर्याची बाब अशी, की त्या मानाने रफी व आशा यांच्यासाठी त्यांनी कमी रचना केल्या. लता व तलत हेच त्यांचे प्रमुख गाते आवाज होत असे म्हणण्यास हरकत नाही. तलत महमूद बंगाली चित्रपटसृष्टीत 'सपनकुमार' या नावाने पाय रोवू बघत असता त्याला मुंबईस बोलवून, 'आरजू'मध्ये त्याला गाणे देऊन *(ऐ दिल मुझे ऐसी जगह ले चल)* बिस्वास यांनी त्याला प्रेक्षकांसमोर आणले. इतकेच नव्हे, तर ''दो राहा' या बोलपटात रफीला दिलेली व ध्वनिमुद्रित झालेली गाणी मनाला पटेनात म्हणून पुन्हा तलतकडून ती गाऊन घेण्यासही त्यांनी मागेपुढे पाहिले नव्हते! अनेकांनी नमूद केल्याप्रमाणे लताला

नूरजहाँसारखा नक्की (नाकातून) आवाज न लावण्याचा त्यांचा सल्ला व तलतला त्याच्या स्वतःच्या आवाजातला किंचित् कंप हा दोष नव्हे असे सांगणे हे सार्थ उपदेश ठरले व हिंदी चित्रपटसंगीतास याचा फायदा झाला. जोहराबाई अंबालेवाली यांना त्यांनी पहिली संधी दिली ('ग्रामोफोन सिंगर') वा मुकेशचा तारासुद्धा *दिल जलता है* ('पहेली नजर', १९४५) मुळे चमकू लागला याचेही श्रेय त्यांचेच. शिवाय बेगम अख्तर, पारूल घोष वा मीना कपूर यांना त्यांनी चित्रपटात गाते केले याचाही रास्त निर्देश केला गेला आहे.

१९५२ नंतर चित्रपट व्यापाऱ्यांच्या हातात गेले असे अनिल यांचे मत होते. १९६३ मध्ये ते दिल्लीला गेले, आकाशवाणी, जे.एन.यू. इत्यादी ठिकाणी काम करत राहिले. संगीतातील आधुनिकीकरणाबद्दल त्यांची खास तशीच कडवी मते होती व ती त्यांनी निर्भीडपणे व्यक्त केली. विरोधाभास असा की अनेकांच्या मते त्यांनी बेगम अख्तर यांना 'रोटी'मध्ये दिलेली गीते पाश्चात्त्य ढंगाची आहेत! बिस्वास यांच्या मते ती गीते दादरा व ठुमरी यांचा मिश्र आविष्कार होत. *जीवन है मधुबन* या त्यांच्या गीतातही अनेकांना के सरा सरा हे प्रसिद्ध पाश्चात्त्य गीत ऐकू आले आहे. *लाला पकोडा गरमागरम* ('शेर का पंजा', १९३६) या गीतात गद्यप्राय शब्द फ्रेंच, पाश्चात्त्य वाद्ये वगैरेंचा विपुल आढळही खास भारतीय नव्हे!

त्यांच्या म्हणण्याप्रमाणे लताचा शोध ते स्वतः, गुलाम हैदर व खेमचंद प्रकाश यांनी लावला. हीरेन बोस यांच्यासाठी 'महागीत' या चित्रपटात *जीवन है एक कहानी* हे बिस्वास यांनी गायलेले गीत हे पहिले पार्श्वगायनाचे उदाहरण असेही म्हटले जाते - पण दुर्दैवाने त्याचा आज काहीच पुरावा नाही, कारण सागर स्टुडिओने या गीताची ध्वनिमुद्रिका काढली नाही.

भारतीय संगीतपरंपरेचा त्यांच्यापुढे असलेला नकाशा बराच व्यापक होता आणि त्यांच्या संगीतात त्याच्या जाणिवेचे प्रतिबिंब पडले आहे.

पेटीतला मजकूर : *अनिल बिस्वास १९३६ मध्ये 'पुजारी'साठी संगीत देत होते. झाडाच्या फांदीवर बसलेल्या नायक-नायिकेसाठी गीत हवे असा दिग्दर्शकाचा आग्रह होता. जमाना प्रत्यक्ष गाण्याचा. गीत असावे मेरे मंदिर में आवो. वाद्येही उंचीवर ठेवली गेली. गाणे कसेबसे ध्वनिमुद्रित झाले. पण शेवटी ढिगाऱ्यावर आरूढ झालेला पिआनो कोसळला. गीतासाठी तो हुतात्मा झाला!*

❑ ❑ ❑

८

संगीतरचनाकार – १९४७ नंतरचे

खेमचंद प्रकाश

(जन्म : १९०७, मृत्यू : १९५०)

खेमचंद प्रकाश यांचा जन्म जयपूर येथे झाला – खेमराज असे दुसरेही नाव घेऊन. वडील गोवर्धन प्रसाद हे दरबारगायक असल्याकारणाने खेमचंद यांना लहानपणी घरीच संगीताचे, तसेच कलासंगीत व लोकसंगीताचेही बाळकडू मिळाले. शिवाय त्यांनी काही काळ कत्थक नृत्याचीही तालीम घेतली होती. वयाच्या अवघ्या १९व्या वर्षी त्यांची बिकानेरचे दरबारगायक म्हणून नियुक्ती झाली. बिकानेर हेही राजस्थानमधील एक महत्त्वाचे संगीतपीठ होते. काही काळानंतर ते नेपाळ दरबारी रुजू झाले. यानंतर कोलकाता आकाशवाणीवर नोकरी केल्यावर तिमिर बरन या प्रख्यात संगीतरचनाकाराकडे त्यांनी न्यू थिएटर्समध्ये काम केले. अशा रीतीने ते हिंदी चित्रपटसंगीताच्या बंगाल घराण्याच्या प्रभावाखाली आले. म्हणजे संगीताचे विविध अनुभव देत देत दैव त्यांना हळूहळू पण अचूकपणे आपल्या कार्यक्षेत्राकडे नेत होते.

खेमचंदांनी संगीत दिलेला पहिला 'गाझी सलाहउद्दीन' (१९३९) हा चित्रपट असला तरी सुमारे १९४०च्या सुमारास रणजित मूवीटोनमध्ये प्रवेश केल्यावर त्यांची मुख्य कारकीर्द सुरू झाली. अकराएक वर्षांच्या अवधीत ३४ चित्रपटांना संगीत ही त्यांची कमाई होय. 'झिद्दी' (१९४८) मध्ये किशोरकुमारला संधी देण्याचे श्रेय त्यांना जाते. त्यांच्या गाजलेल्या चित्रपटांत कारदार यांचे 'होली' व 'पागल' (१९४१), व केदार शर्मा यांचे 'गौरी', 'विषकन्या' इत्यादी चित्रपट समाविष्ट होतात. जयंत देसाई यांच्या 'तानसेन' (१९४३) साठी त्यांनी दिलेले संगीत गाजले (प्रमुख भूमिका सैगल यांची), तसेच 'महल' (१९५०) हे त्यांच्या यशाचे शिखर होय. 'तमाशा' (१९५२) हा त्यांचा अखेरचा चित्रपट होता.

या संक्षिप्त जीवनालेखावरून दोन गोष्टी प्रामुख्याने लक्षात येतात. खेमचंद यांचे बरेचसे काम भारतीय चित्रपटविकासातील स्टुडिओ या अवस्थेत झाले.

दुसरे असे की हिंदी चित्रपटसंगीतातील बंगाल घराणे व त्यातील प्रातिनिधिक आवाज व गायक सैगल या दोहोंचा त्याच्यावर प्रभाव होता (पण दबाव नव्हता!). परिणामतः खेमचंदांची रचनाशैली 'तानसेन'पूर्व कालखंडात बंगाल-सैगलप्रभावित होती. पण ही त्यांची एकमेव शैली नव्हती. त्यांची दुसरी शैली बंगालप्रभावित नसलेल्या स्त्री आवाजातून साकार झाली. या कारणाने लताने त्यांचे संगीत गाईपर्यंत विशेषतः 'महल' (१९५०) ही शैली खुर्शीदच्या आवाजातून प्रगट झाली. माझ्या मते खेमचंद यांनी आपल्या कलेची कथा दोन सांगीत वळणांनी वा विधानांनी पूर्ण केली – 'तानसेन' (१९४३) व 'महल'. या चित्रपटांतील संगीताच्या स्फटिकीभवनाकडे जणू काय ते सारा काळ वाटचाल करत होते. इतर आवाज, दिग्दर्शक, गीतकार इत्यादी सर्वांबरोबरचे त्यांचे काम पूर्वतयारीसारखे होते वा ते दोन उद्दिष्टांनी निश्चित झाले होते.

एक वेधक कयास असा, की इतर पुरुष गायकांसाठी गीते बांधताना सैगल-बंगाल प्रभावातून बाहेर पडण्यासाठी खेमचंद यांना जरा वेळ लागला. उदाहरणार्थ, बिहाग रागाच्या चौकटीपासून स्फूर्ती घेऊन तयार केलेल्या *झगमग झगमग करता निकला* (१९४९) या गीताचा गायक किशोरकुमार सैगल छाप गातो. किंवा *दुख से भरा हुआ दिल* ('जान पहचान', १९५०) या नीटपणे जयजयवंती रागात बांधलेल्या व शंकर सेनगुप्ताने चोख गाईलेल्या गीताला उघड उघड सैगलशैलीतले म्हणता येईल व ते सैगल यांनी आपले म्हणून सहजपणे सादर केले असते. दीर्घ आरोही-अवरोही खेचवाली सुरावट, शब्दाच्या अन्त्य स्वरवर्णाचे किंचित भ्रष्ट ओढणे आणि जड हृदयाने बाहेर आलेले निःश्वासरूप संगीत इत्यादी लक्षणे म्हणूनच खेमचंद यांच्या संगीतात मुबलक आढळतात. सैगल यांची सावली त्यांच्या सुरावटींच्या नकाशांची आखणी सतत करत होती असे वाटत राहते.

त्यांच्या शैलीचे दुसरे वळण त्यांनी कसोशीने, पूर्णतेने व कलात्मकतेने घेतले ते 'महल'साठी रचना केली तेव्हा. खुर्शीदसाठी त्यांनी आधीच्या चित्रपटांत रचना केली तेव्हा या शैलीचे सूचन झाले होते.

१९४०च्या दशकात हळूहळू हिंदी चित्रपटसंगीतात गीत हा रचनाप्रकार आकाराला येत होता. इतकेच नव्हे, तर चित्रपटीय संगीताविष्काराचा तोच प्रमुख प्रकार ठरत होता. पण खेमचंद मात्र ठुमरी-दादरा, गझल वा स्त्रियांची संस्कारसबद्ध गीते या प्रकारांत वावरत होते हा वरील भूमिकेच्या मांडणीचा एक पूरक पुरावा म्हणता येईल.

उदाहरणार्थ, सैगल यांचे *काहे गुमान करे* ('तानसेन', १९४३) हे गीत ठुमरी-संगीताचा चांगला नमुना म्हणता येईल. स्त्रीगीते हा खेमचंद यांनी आपुलकीने वापरलेला दुसरा प्रकार. *हाथ में होगी* (स्नेहप्रभा, 'परदेसी', १९४१) या गीतात एक साधी चाल, लय आहे. जरा चैतन्य यावे म्हणून दुगण करून मग पुन्हा मूळ लय व धृवपदाकडे येण्याचा रूढ मार्गही चोखाळला आहे आणि हे सर्व स्त्रीगीतांचे विशेष होत. किंवा *भिगोयी मोरी सारी रे* (खुर्शीद, 'शादी', १९४१), वा पुष्कळ कानावर पडलेले *घटा घन घोर घोर,* वा त्या मानाने अधिक गुंतागुंतीचे *हो दुखियारा जियरा रोये* (खुर्शीद, 'तानसेन', १९४३) ही गीते घ्या. या सर्वांवर स्त्रीगीतांची दाट छाप आहे. खेमचंद यांच्या संगीतातून देश, सोरठ, सारंग वा मल्हार यांसारखे राग सारखे डोकावत असतात हा काही योगायोग नाही, कारण निदान भारताच्या उत्तर भागांत सर्वत्र हेच राग स्त्रीगीतांत प्रामुख्याने वावरतात.

याशिवाय *पहले जो मुहब्बत से इन्कार किया होता* (खुर्शीद, 'परदेसी', १९४१) यासारख्या गीतांतून बेगम अख्तर यांच्या ठुमरी, दादरा या प्रकारांच्या सादरीकरणाची पूर्वसूचना मिळते म्हणता येईल. 'ससुराल' या चित्रपटातील राजकुमारी यांनी गाइलेल्या *एक मीठी नजर व वो अपना जादू* या गीतांची गुणवत्ताही याच प्रकारची आहे. या सादरीकरणात रचना घट्ट विणीची, भावनापूर्ण आणि सुरावटींवर भर देणारी आहे. बारकाईने ऐकल्यावर असेही लक्षात येते, की बहुतेक वेळा रचनांमध्ये सांगीत गुंतागुंत आहे, पण फक्त चरणांती वा शब्दांच्या शेवटी. यामुळे अर्थातच पद्याची संहितेची स्वच्छ फेक सुलभ होते. वापरलेली लय द्रुत पण लयबंध साधे सरळ असल्याकारणाने चाली मनात ठसतात.

खेमचंद यांच्या वाद्ययोजनेतून त्यांची काही वेधक पसंती ध्यानात येते. उदाहरणार्थ, पिआनो, सॅक्सोफोन व क्लॅरिनेट या अभारतीय वाद्यांचे ध्वनिवैशिष्ट्य त्यांच्या आवडीचे होते. एक तांत्रिक विशेष या संदर्भात ध्यानात घेतला पाहिजे. ही तिन्ही वाद्ये एका वेधक सीमारेषेवर उभी ठाकली आहेत. एक तर अखंड व सलग ध्वनी पुरवायचा किंवा सुटेसुटे, तुटक पण ठोस ताकदीचे ध्वनी पुरवायचे या दोन टोकांच्या दरम्यानची जागा या वाद्यांनी व्यापली आहे. सतार, जलतरंग वा वॉयलीन इत्यादी वाद्ये खेमचंद यांनी वापरली नाहीत असे नाही, पण त्यांची वाद्ययोजना आधी उल्लेखिलेल्या अभारतीय वाद्यांनी निर्माण केलेल्या ध्वनिप्रतिमांशी अंतरंग नाते जोडून आहे. याशिवाय खेमचंद खुर्शीदच्या आवाजाच्या शक्तींनी तयार होणाऱ्या भाषेत विचार करत होते, कारण खुर्शीद

त्यांची प्रमुख गायिका होती. या प्रक्रियेचे परिणाम स्पष्टपणे प्रत्ययास येतात. दर एक मात्रेस प्रतिसाद देणारे छोटे, तीव्र, गुंतागुंतीचे पण द्रुतगती सांगीत वाक्यांश आपल्यापुढे चाल उभी करतात. खेमचंद यांच्या सुरावटीतील पायाभूत शब्दकळा यातून सिद्ध होते. लयबंधाच्या पाठिंब्याविना अखंड सादर केलेल्या सुरावटीवर त्यांची चाल फार क्वचित अवलंबून असते. यामुळे खुर्शीदने सादर केलेल्या गीतात ज्याला गाणे म्हणता येईल ते तालाशिवाय गाइलेल्या सुरावटीपुरते मर्यादित आहे. उदाहरणार्थ, *जला पतंग तो कसूर* ('मुमताझ', १९४४) या गीतात खुर्शीदने घेतलेले सुरावटीतील विस्तार इतके घट्टपणे रचलेले आहेत, की त्यांचे सादरीकरण म्हणजे पठणच म्हणायला हवे. 'शहेनशाह बाबर' (१९४४) मधला प्रकार निराळा नाही. *मुहब्बत में सारा जहाँ जल रहा है* या गीतात या गायिकेस दीर्घ पल्ल्याची वेधकपणे घसरत येणारी तान आहे, पण फक्त चरणाच्या शेवटी! खेमचंद जेव्हा जरा अधिक महत्त्वाकांक्षी सुरावटी खुर्शीदला देतात (*बरसो रे,* 'तानसेन', १९४३) तेव्हाही सुरावट उभी करण्याचे बहुतेक कार्य वाद्ये पार पाडत असतात आणि गाता आवाज खरे पाहता जरा दबावाखाली वावरतो असेच वाटते. अगदी सहज जाणवणारा विरोध आहे *तेरा अनोखा* (खुर्शीद, 'शादी', १९४१). इथे साथीला ढोलक असून मिश्र पिलूमधील एक लग्नगीत सादर होते. सुरावटीचे भाग, ठेक्याचे विभाग व शब्दयोजना हातात हात घालून वावरणारी तत्त्वे आणि त्यामुळे अनुभव सुखद वाटतो आणि गायिकाही सुखात गाते आहे असे जाणवते!

खेमचंदांच्या रचनाकर्तृत्वाचे आणखी काही विशेष लक्षणीय आहेत व ते तीन विशिष्ट गीतांच्या संदर्भात नीट समजतील. ही गीते *हो दुखियारा जियरा रोये* व *बरसो रे* (खुर्शीद, 'तानसेन') व *आयेगा आयेगा आयेगा आनेवाला* (लता 'महल') आहेत.

खेमचंद प्रकाश यांना नाट्यात्म क्षण उभा करण्यासाठी ताल वा ठेका आणि वाद्ये न वापरण्याचे तंत्र मनपसंत आहे. अशा वेळेस गाता आवाज जेव्हा सुरावट रेखू लागतो तेव्हा वाद्ये पाठिंबा देतात, पण ध्यानात येईल इतक्या नरमाईने. असे वाटते की त्यांना व त्यांच्या शक्तीला मुद्दाम मागे ठेवले आहे. गाणारा आवाज तार स्वरावर जाईल किंवा खालच्या पट्टीवर पोचेल, पण त्याचे परिणामकारक कार्य अतिशय नियंत्रित गतीने होत राहील. ताल नेहमीचा केहेरवा वगैरे असेल. *हो दुखियारा जियरा* या गीतात होते तसे दुसराच चरण जरा अनपेक्षितपणे खाली जाईल व एक प्रकारचा सुरावटसंबद्ध ताण निर्माण होईल. *बरसो रे* या प्रसिद्ध गीतातही याच प्रकारचा आकृतिबंध कानावर येतो. मुखडा – म्हणजे *बरसो रे* – हे शब्द कानावर पडेपर्यंत सुरावट खालच्या स्वरावर रुंजी

घालत असते आणि जेव्हा ठशीव व वरच्या स्वराकडे झेप घेणारा मुखडा येतो तेव्हा गीताचा रोखच बदलतो. ऐकणाऱ्यास ते जणू तीव्रतेने काही तरी सांगू पाहते. आपल्याला भारून टाकणाऱ्या 'महल'मधल्या गीतांतही ताल वा ठेक्याशिवाय, वरून खालच्या स्वरांवर उतरत जाणारी सुरावट अवरोही शांततेत विलीन होताना एक ताण निर्माण करते. या सर्व गाण्यांत खेमचंद आपली नेहमीची द्रुत लय घेत नाहीत हेही टिपण्यासारखे. संगीत सादर होण्याचे थांबल्यानंतरही संगीत मनात तरंगत राहणे त्यामुळे सुलभ जाते. अपेक्षा, अनिश्चितता, अपूर्णता आणि मनोवेदना या भावांची त्यांना निर्मिती करायची असते व हा परिणाम निश्चित साधतो!

नौशाद

(जन्म : २५-८-१९१९, मृत्यू : ५-५-२००६)

भारतातील काही शहरांचे नाव उच्चारताच मनात एक सांस्कृतिक, घरगुती हळवेपणा निर्माण होतो. लखनौ हे अशा शहरांपैकी एक आहे. लखनौला जन्मलेल्या नौशाद यांनी उत्तर प्रदेशची सांगीत संपत्ती आणि लखनौचे दरबारी, वाङ्मयीन आणि प्रयोगकलात्म संचित यांची भारताला नव्याने ओळख पटवायचा घाट घातला हे अपरिहार्य म्हटले पाहिजे. हिंदी चित्रपटीय व बोलपटीय संगीताच्या विविध विकासावस्थांवर आपुलकीने प्रकाश टाकायला ते अगदी परवा परवापर्यंत आपल्यात होते! हिंदी चित्रपटसंगीत ही भारतभर स्पंद उमटविणारी एक सांस्कृतिक-सामाजिक घटना आहे आणि तिच्या सर्व विकासावस्थांत नौशाद सहभागी होते, हा विशेष कसा विसरता येईल?

उदाहरणार्थ, 'प्रेमनगर' (१९४०) या आपल्या पहिल्या चित्रपटाचे संगीत त्यांनी रचले तेव्हा संगीताचे ध्वनिमुद्रण प्रत्यक्ष चित्रीकरणाच्या वेळी व इतर ध्वनींचा त्रास टाळण्यासाठी रात्री होई. केवळ गायक-अभिनेते चित्रचौकटींत येतील अशा तऱ्हेने कॅमेरा लावून ते करावे लागे. संगीत साथ करणारे कॅमेऱ्यापासून लपवून ठेवायचे पण गायक-अभिनेत्यांना त्यांची साथ ऐकू येईल अशी खबरदारी घ्यायची असा सर्व खटाटोप तडीस न्यावा लागे. हलगी वगैरे वाजविण्याआधी तापवावी तसे सूक्ष्मध्वनिग्राहक तेव्हा तापवून वगैरे तयार करावे लागत!

अशाच एका कसोटीच्या क्षणी (बहुधा 'मिर्झा साहेबा' हा चित्रपट असावा) नौशाद यांच्या आठवणीप्रमाणे त्यांना आपल्या तबलावादकास एका झाडामागे बांधावे लागले, तबला अभिनेत्रीस व सूक्ष्म ध्वनिग्राहकास ऐकू यावा पण

कॅमेऱ्यास दिसू नये म्हणून! नंतर 'रतन' (१९४४) या चित्रपटाच्या वेळी प्रतिध्वनी परिणाम साधण्यासाठी तीन प्रिंट्स घेऊन किंचित फरकाने प्रक्षेपित करण्याची युक्ती कशी लढवावी लागली याचेही नौशाद रसभरित वर्णन करीत असत. 'अंदाज' (१९४९) या चित्रपटाचे संगीत त्यांनी केले तेव्हा ध्वनिमुद्रण बंदिस्त जागेत व्हायला लागले होते. गायक व साथीदार यांच्यासाठी निरनिराळे सूक्ष्मध्वनिग्राहकही वापरले जात होते. गीतांचे ध्वनिमुद्रण आता केवळ तांत्रिक आव्हान राहिले नव्हते.

'प्रेमनगर' (१९४०-४१) या आपल्या पहिल्या चित्रपटासाठी नौशाद यांना ३०० रुपये एवढी-भरभक्कम! - रक्कम मिळाली होती. खरे म्हणजे परवडणारा संगीतकार म्हणजे कमी पैशांत काम करायला तयार असणारा म्हणून त्यांना ही संधी मिळाली होती! तो चित्रपट कोसळलापण होता. मात्र याच नौशादनी 'बैजू बावरा' (१९५२) च्यावेळी ५०,००० रुपये घेतले! आणि १९५५च्या सुमारास त्यांनी दर चित्रपटामागे एक लाख रुपये मानधन मागायला सुरुवात केली होती! 'आदमी' व 'गँवार' (१९६८) यांना त्यांनी संगीत दिले, पण आता प्रतिभेचा बहर ओसरला होता. एकंदरीत त्यांनी ५८ चित्रपटांना संगीत दिले, त्यांतल्या २६ चित्रपटांनी रौप्यमहोत्सव साजरा केला, आठ चित्रपट सुवर्णमहोत्सवाचे धनी झाले आणि दोन चित्रपट हीरक महोत्सवाचे! 'ताजमहल' (२००५) हा त्यांचा शेवटचा बोलपट होता. ही सारी आकडेवारी आज तोंडात बोटे घालण्यासारखी वाटत नाही, पण जरा विचार केला तर या कामातली बहादुरी लक्षात येईल. आरंभीच्या काळात चित्रपटांची निर्मिती, गीतांचे ध्वनिमुद्रण व प्रदर्शन यांत्रिक झपाट्याने होत नसे. नंतरच्या काळातल्या व्यावसायिक पद्धतीत होऊ लागले तसे या गोष्टी तयार केल्या जात नसत! शिवाय नौशाद जरा चोखंदळपणे काम करत. होकार देणे, संगीत रचणे, तालमी घेणे व ध्वनिमुद्रण करणे सर्व अवस्थांत ते आपल्या(च) वेगाने जात. आपण वेगवान रचनाकार नाही हे मान्य करण्यात त्यांनी कधीच अनमान केले नाही.

नौशाद यांचे कूळ संगीतप्रेमी म्हणता येणार नाही, पण मनावर विविध छाप घेण्याच्या कोवळ्या वयात त्यांनी अगदी अधाशीपणे पुष्कळ चित्रपट पाहिले. नंतर संगीत वाद्ये विकण्याच्या दुकानात त्यांनी नौकरी पत्करली. जणू काही आपल्या जीवनकार्याची पूर्वतयारी म्हणून त्यांनी एक हार्मोनियम पैदा करून मूकपटास जिवंत संगीत पुरविण्याचे कामही स्वीकारले. नंतर त्यांनी पिआनो हे पाश्चात्त्य चावीफलक वाद्य वाजविण्याचे कौशल्य हस्तगत केले, इतकेच नव्हे, तर पिआनोचा परिणामकारक वापर आपल्या रचनांत त्यांनी

पुष्कळ केला. एकाच वाद्यातून एकाच वेळी सुरावट व लयबंध ठाशीवपणे मिळण्याची चैन त्यांनी व अनेकांनी भरपूर भोगली हे सत्य आहे. शिवाय कान खेचणारे नवे ध्वनिवैशिष्ट्यही मिळे! असो. लवकरच नौशाद यांनी एका मुहूर्तावर घरून पलायन केले व एका नाटकमंडळीबरोबर भारतभर भ्रमंती केली. १९३७ मध्ये ते अखेर मुंबईस पोचले. एका रशियन निर्मात्याने त्यांना मुश्ताक हुसेन यांचे सहाय्यक व पिआनो वाजविण्यासाठी नेमले. रणजित मूवीटोनच्या पगारपटावर काही काळानंतर त्यांचे नाव आले आणि जुन्या काळच्या (भैरवी प्रसिद्ध!) झंडे खाँ यांचे सहाय्यक म्हणूनही त्यांनी उमेदवारी केली. रणजित स्टुडिओत त्यांना पक्षपाती वागणुकीचे बळी व्हावे लागले व अखेर नौशादनी मधोक यांच्या मदतीने प्रकाश स्टुडिओत प्रवेश केला. रणजितकडे त्यांनी पुन्हा कधी ढुंकूनही पाहिले नाही! प्रकाश स्टुडिओत केलेल्या तीन बोलपटांपैकी 'दर्शन' (१९४१) मध्ये जी. एम. दुराणी यांना नौशादनी एका द्वंद्वगीतासाठी प्रथम संधी दिली (*नींद हमारी*). त्याचप्रमाणे 'नई दुनिया' (१९४२) मध्ये सुरैय्याचे बोलपटातील पहिले गायन होते (गीत होते *बूट करू मैं पालिश बाबू*). हे गाणे बरेच गाजले होते.

नौशाद यांची प्रतिभा १९६० नंतर ओसरली काय? तसे का झाले?

याची काही कारणे पुढे ठेवता येतात – (१) त्यांची पन्नाशी उलटली व म्हणून सर्जनशक्ती कमी झाली. (२) संगीताबाबत नौशाद म्हणतील ते प्रमाण असे मानणारे मेहबूब, असीफ वा सनी यांच्यासारखे निर्माते पडद्याआड झाले. (३) साहाय्यकापेक्षा खूपच जास्त जबाबदारी पार पाडणारा गुलाम महम्मद व नौशादप्रमाणेच उत्तर प्रदेशची पैदाईश असणारे त्यांचे नेहमीचे गीतकार शकील बदायुनी यांचे निधन झाले. पार वेगळ्या प्रकृतीच्या गीतकारांनी वगैरे बोलपटसृष्टींत प्रवेश केला. नौशाद एका अर्थाने एकटे पडले. (४) नंतरचा शहरी तरुण अधिकाधिक प्रमाणात डिस्को संगीताकडे वळू लागला होता. (५) स्वातंत्र्योत्तर कालातील बहुसंख्य चित्रपटनिर्मात्यांचे आर्थिक फायद्यावर लक्ष असून त्यांचा एकूण कल यशस्वी धंदा करण्याकडेच होता. (६) फाळणीमुळे भारतीय चित्रपट लाहोरला विभागाला मुकला. तिकडच्या उर्दू संहितालेखकांनी सामाजिक निषेधासारख्या उद्दिष्टांकडे मोर्चा वळविलेला चित्रपट पुढे आणला. हा नौशाद यांचा आवडता बाज नव्हता.

नौशाद यांच्या कार्याच्या महत्त्वाचे वर्णन करताना अनेकदा दोन बाबींचा उल्लेख केला जातो – हिंदुस्थानी रागांचा त्यांनी केलेला सुजाण वापर, आणि उस्ताद अमीर खान, पं. द. वि. पलुस्कर व उस्ताद बडे गुलाम अली खाँ

यांच्यासारख्या क्लासिकल संगीतकारांना चित्रपटात गायला लावल्याची त्यांची कामगिरी. जवळजवळ शंभर संगीतकारांचा ताफा उपयोजणे हाही एक त्यांचा विशेष सांगितला जातो. याशिवाय त्यांनी हिंदी चित्रपटसंगीतातील पाश्चिमात्य सांगीत विशेषांच्या वापराच्या प्रघाताविरूद्ध वारंवार आवाज उठवून हिंदुस्थानी रागांची शुद्धता पाळावी व भारतीय वाद्यांची कटाक्षाने योजना करावी असा आग्रह धरला – याचीही तारीफ करण्यात आली आहे. आणि तरीही सुदैवाने त्यांनी पाश्चात्त्य, वळणाचा वापर केल्याचे उदाहरण आहे! *ताराही ताराही* (सुरैय्या व रफी, 'दास्तान', १९५०) या गीतात वॉल्ट्झची लय, पाश्चात्त्य निरर्थक ध्वनी ऐका. चित्रपटसंगीतकारांनी संस्थारूपाने एकत्र येऊन काम करावे अशी त्यांनी धडपड केली, हाही त्यांच्या कार्याचा विशेष असल्याचे नमूद केले गेले आहे. माझ्या मते या बाबी महत्वाच्या असल्या तरी त्यांच्या कार्याचे सांगीत मूल्यमापन करताना त्या दुय्यम होत.

आरंभीच्या, म्हणजे १९४०च्या दशकात आपल्या कामाला सुरुवात केल्यामुळे नौशाद यांनी संगीत रचना अत्यंत विविध आवाजांसाठी केली आहे. आधीचे अभिनेते-गायक तसेच पार्श्वगायन काळातील अनेक आवाज या सर्वांसाठी त्यांनी संगीत रचले आहे. आवाजांची विविधता व सांगीत गुणवत्ता या बाबतीत किती व्यापक पट्टा त्यांनी धुंडाळला हे समजण्यासाठी पुढील सहज केलेली यादीसुद्धा पुरेशी ठरेल- जोहराबाई, अमीरबाई, नूरजहान, सुरेंद्र, सैगल, उमा देवी, जी. एम. दुराणी, शमशाद, मुकेश, सुरैय्या, रफी, तलत, मन्ना डे, हेमंत कुमार, लता, मीना आणि उषा मंगेशकर, आशा भोसले, सुमन कल्याणपूर इत्यादी! त्यांची वारंवार सुधारित केलेली व सुबद्ध बांधणीच्या गीतांची अंतिम रूपे लक्षात घेता गायकांच्या तब्बेतीवर, मूडवर वा त्यांच्या तत्कालस्फूर्त गाण्याच्या क्षमतेवर नौशाद अवलंबून राहत नव्हते हे उघड आहे. शिवाय भरपूर तालमी घेण्यावर त्यांचा विश्वास होता हे सर्वांनीच नोंदले आहे. परिणामतः पार्श्वगायनपूर्व काळातील त्यांची गाणी म्हणजे नीटसपणे रचलेले पठणाचे साचे वाटतात. याउलट पार्श्वगायनोत्तर काळातील गाणी त्यांच्या सांगीत महत्त्वाकांक्षेची उदाहरणे वाटतात. संकलित परिणाम असा की 'बैजू बावरा' (१९५२), 'मदर इंडिया' (१९५७), 'मुगले आझम' (१९६०) व 'कोहिनूर' (१९६०) हे चित्रपट त्यांच्या कामगिरीचे चांगले प्रातिनिधिक नमुने ठरतात.

एक संगीतरचनासंबद्ध बारकावा टिपण्यासारखा वाटतो तो असा, की चित्रपटांत गाणे या क्रियेपेक्षा चित्रपटगीत हे जात्या व गुणवत्तेने निराळे असते, व असावे ही संकल्पना पक्केपणे रुजविण्यात नौशाद आपल्या कसोशीच्या

प्रयत्नाने यशस्वी झाले. चित्रपटगीताच्या बांधणीची एक निश्चित पण काहीशी आधीच अंदाज करता येईल अशी कल्पना वा चौकट त्यांनी चांगली रुजविली. सांगीत प्रास्ताविक, मुखडा, मधले संगीत, सुमारे तीन कडवी आणि कधी कधी ललकारीपूर्ण शेवट अशी रचना केली की बोलपटगीत उभे राहते, असे एक चित्रपटगीतसूत्र जणू तयार झाले. बारकाईने रचलेली, परिश्रमपूर्वक तालीम घेतलेली, उद्यमशीलतेने ध्वनिमुद्रित केलेली व म्हणून सर्वदूर विकली जाणारी ती नौशादगीते असे म्हणता येऊ लागले! चित्रपट हे माध्यम व सायकल्स प्रतिसेकंदच्या (म्हणजे साडेतीन मिनिटे कालावधीच्या) ध्वनिमुद्रिका – अशा दोन जनसंज्ञापन माध्यमांच्या एकत्रित कार्यामुळे चित्रपटगीताची सर्वसाधारण लय व त्याचे चित्रीकरणाचे मार्ग – दोन्ही स्वरूपविशेष जणू पूर्वनिश्चित झाले. उदाहरणार्थ, असे घटक नोंदता येतात – सुरुवातीचे संगीत, यावेळी एखादे छोटेसे नाट्यात्म जेस्चर इत्यादी, त्यानंतर मग गीताचे कडवे व त्याच वेळी इष्ट ती पात्रांची हालचाल व दृश्य तपशिलावरून कॅमेरा फिरणे इत्यादी, कडव्यांच्या मधले संगीत व नायक वा नायिका झाडापासून झाडाकडे, वा खांबापासून खांबाकडे जातात इत्यादी. गीताचे वृत्त इत्यादी गायनामुळे बिघडण्याचा संभव कमी राही, कारण लय व चाल आधीच बांधलेली असे. हळूहळू वाद्यवृंद भरीव होऊ लागला, गायक-गायिका सरावले, ध्वनिमुद्रण प्रगत झाले. नौशाद ज्या फळीच्या आघाडीत होते ती याप्रकारे चित्रपटगीताचा प्रमाणित साचा तयार करती झाली. म्हणजे कोणीही वापरू शकेल असा एक सक्षम नमुना तयार झाला. शिवाय ध्वनिमुद्रित संगीताची एक खास बाजारपेठ तयार झाली. आपल्या रॉयल्टीविषयी नौशाद अनेकदा अभिमानाने वारंवार बोलत ही गोष्ट बोलकी ठरत नाही काय! आणि हा काही योगायोगही नव्हता, कारण भारतीय चित्रपट व त्यांचे संगीत आता इंडस्ट्री अवस्थेत पोचले होते.

चित्रपटगीताची बांधणी व संबंधित साचा हळूहळू कसा पक्का होत गेला हे नीट समजणे आवश्यक आहे, कारण त्यामुळे भारतीय चित्रपटसंगीत व नौशाद या दोहोंच्या वाटचालीवर प्रकाश पडतो. भारतीय चित्रपटसंगीताच्या तीन विकासावस्थांपैकी दोन अवस्थांत नौशाद कार्य करत होते हे लक्षात घेतले पाहिजे.

या संदर्भात उदाहरणादाखल म्हणून पाहण्यासारखी, थोडीशी एकरेषात्मक व काहीशी तांत्रिक विश्लेषणाकडे झुकलेली एक तक्तावजा मांडणी करता येते.

गीत व वर्ष	गायक-गायिका	चित्रपट	गीताचा अवधी	गीताची बाह्यरेखा
मिलके बिछड गई (१९४४)	अमीरबाई	'रतन'	२.३० मि.	मु. (६) सं. च. (११) का. च. (८)
जवाँ है मोहब्बत	नूरजहाँ	'अनमोल घडी'	२.३० मि.	मु. (१०)
(१९४६)				सं. च. (१२)
				का. च. (२) प्रत्येक (८) दोनदा.
जानेवाले से मुलाकात (१९५४)	लता	'अमर'	३ मि. पेक्षा जास्त	मु. (५) सं. च. (८) का. च. (५) शिवाय मु. च. (८३) (८५) दोनदोनदा
मेरे मेहेबूब (१९६३)	रफी	'मेरे मेहेबूब'	६.१५ मि.	मु. (१३) सं. च. (५) का. च. (२६)

मु. – मुखडा, पूर्ण वा अंशतः.

सं. च. – संगीत चरण. वाद्यांवर आधीच्या काव्यचरणाची चाल पुन्हा ध्वनित वा पुढल्या चरणाच्या चालीची पूर्वतयारी करणारा.

का. च. – काव्यचरण त्याच वा किंचित बदललेल्या चालीसह काव्याचा चरण ध्वनित अंशतः वा पूर्णतः.

विविध काळांतील गीताची ही सांगीत बाह्यरेखा असे दर्शविते, की या रचनाकाराच्या चालींत सहेतुक व अर्थपूर्ण पुनरावृत्तीस बरेच महत्त्व आहे. उदाहरणार्थ, मुखडा पुनरावृत्त झाल्याने चाल ठसण्यात मदत होते. मुखड्याच्या संगीताची पूर्णतः वा अंशतः पुनरावृत्ती झाल्याने चाल व शब्द दोहोंचाही ठसा अधिक गडद होतो. लागोपाठ येणारी कडवी (यांना चित्रपटीय संज्ञा 'अंतरा')

फार क्वचित वेळा निराळ्या चालींत असतात. एकंदर परिणाम असा की चाल घट्ट विणीची, कसून बांधलेली होते. सांगीत नवविधाने जास्त असती तर चाल दाट झाली असती. नौशाद यांची गीते ध्यानात राहू शकतात वा सहज समजतात, कारण ती जाणीवपूर्वक चाल बांधत जाण्याच्या पद्धतीनुसार रचलेली असतात. *मैं दिल का दर्द* (सुरैय्या, 'अनमोल घडी', १९४६) यात किंचित निराळी युक्ती वापरली आहे. छंदाचा चरण पुनर्वितरित करून शब्दसरणीचे घनत्व कमी केले तरी लयबंध तोच आहे. यामुळे विविधता येते पण छोटी एकके समान राहतात.

आधी म्हटल्याप्रमाणे नौशाद यांच्या क्लासिकल संगीताच्या योजनेबद्दल बरेच बोलले जाते व ते स्वतःही त्याचा अभिमानाने वारंवार उल्लेख करत असत.

त्यांची गीते व क्लासिकल रचना यांची तुलना करणे वेधक ठरेल.

विचारात घ्यायची गीते तीन – पंडित डी. व्ही. पलुस्कर व उस्ताद अमीर खान ('बैजू बावरा', १९५२), उस्ताद बडे गुलाम अली खान ('मुगले आझम', १९६०). संबंधित गायकांना साधारण उपलब्ध अवधी व विस्ताराचे ढोबळ विभाग इत्यादींविषयी काही सूचना यांसह या रचना देऊन ध्वनिमुद्रण झाले आहे हे जाणवते. म्हणजे असे की नौशाद यांच्या इतर रचनांप्रमाणे या रचना पूर्णतः पूर्वरचित व बंदिस्त नव्हत्या. तिन्ही गायकांच्या गायनशैलींशी परिचित असणाऱ्यांना संबंधित गायकांनी प्रस्तुत रचना सादर करताना आपली गायकी कशी व कुठे मुरडली आहे हे सहज ध्यानात येईल.

याउलट *मधुबन में राधिका नाचे रे* (रफी, 'कोहिनूर', १९६०) हे संपूर्णतः पूर्वरचित क्लासिकल गीत आहे. यावरून क्लासिकल गायन व नृत्य सादर करण्याचा परिणाम निर्मिणे हे उद्दिष्ट असल्याचे कळते. या उद्दिष्टाच्या सिद्धीसाठी सादरीकरण क्लासिकल वाटावे असे दुवे ठिकठिकाणी पेरण्याची नेहमीची युक्ती नौशाद यांनीही वापरली आहे. उदाहरणार्थ, या गीतात पुढील सादरीकरणाचे विशेष गोवण्यात वा गुंफण्यात आले आहेत – (१) हिंदुस्थानी शास्त्रोक्त संगीतात नेहमी सादर होणाऱ्या छोटा ख्याल या प्रकाराबरोबर अनेक वेळा अवतरणारा व सहज समजणारा त्रिताल मांडणीत योजला आहे. (२) हमीर हा सर्वत्र प्रचारात असलेला राग फारसा न बिघडविता वापरला आहे. (३) छोटा ख्याल या प्रकारात असणारे मुखडा, स्थायी व अंतरा हे गीतविभाग रचनेत योजले आहेत. एरवी चित्रपटगीतात मुखडा, अंतरा (म्हणजे कडवे) असे व मधले संगीत असे विभाग आढळतात. (४) प्राथमिक स्वरूपाचे आलाप – म्हणजे रागविस्तार करणाऱ्या सुरावटी – योजल्या आहेत. (५) तशाच प्राथमिक गुणवत्तेच्या ताना, जलदगती विस्तारासाठी योजलेल्या सुरावटी, रचून दिल्या

आहेत (मात्र या फारशा संगीतमय नाहीत!) (६) 'सरगम' म्हणजे रागात अंतर्भूत स्वरांचे स्वरनामांच्या उच्चारांतून गायन पेरले आहे. (७) गाण्यात 'तिहाई' (म्हणजे सुरावट इत्यादींचे पूर्ण वा अंशतः तीनदा सादर करणे) आहे. (८) 'तराना' या गायनप्रकाराचे सूचन आहे. (९) 'त्रिवट' हा गायनप्रकार सूचित करणारा पखवाजाच्या बोलांचा वापर आहे. (१०) सतार वादनातील 'गत' हा रचनाविशेष तसेच 'झाला' हा वादनविशेषही आणला आहे. (११) कलासंगीतात असते तशी सांगीत गतीची वाढ केली आहे. (१२) सतार-तबला यांचे काही सवाल-जबाब ऐकविले आहेत. (१३) नृत्यरचनेसाठी वापरण्यात येणारे बोल म्हणवून घेतले आहेत. (१४) शिवाय पार्श्वसंगीत व गायनातील परिच्छेद जोडणारे संगीत आहेच. रफी मोकळ्या आवाजात गायला आहे, रचनाकाराने हुषारीने पॅकेज सादर केले आहे. वाद्ये चमकदार वाजली आहेत. थोडक्यात नौशाद यांच्या इतर सुबद्ध गीतांप्रमाणेच हे एक आहे व अभिजात संगीताचे आभास निर्माण करण्याच्या जादा पुण्यावरही दावा करता यावा अशी परिस्थिती निर्माण केली गेली आहे!

आणखी एक याच तऱ्हेचे उदाहरण आहे – *मोहे भूल गये सांवरिया* (लता, 'बैजू बावरा'). या वेळी सादरीकरणात काय आहे? भैरव रागाचे सूचन करणारी स्वरचौकट वापरली आहे. (मात्र प्रत्यक्षतः भैरव रागाच्या जवळचा असणारा पण भैरव रागापेक्षा कमी गंभीर व कमी अवघड असणारा कालिंगडा राग आपण ऐकतो असे प्रतीतीस येते). चित्रपटसंगीतात सर्रास वापरला जाणारा अर्धताल खेमटा आहे आणि लताचे उघडपणे भावनात्म भासणारे लगाव योजणारे गायन ही आहे. म्हणजे पुन्हा एकदा क्लासिकलचा आभास उत्पन्न करणारे नेहमीचे, पूर्णरचित, ढोबळपणे भावपोषक आणि लक्षात राहायला सोपे असे गीत नौशाद यांनी दिले आहे! याच चित्रपटात आपल्यापुढे रफीने गायलेले *मन तरपत हरि दरसन को आज* हे गीतही आहे. काहीसा विरोधाभास असा, की या गीतापेक्षा लताने गायलेले गीत उजवे आहे, कारण ते निदान क्लासिकल असल्याचा ठोस हक्क न सांगता शास्त्रोक्ताशी दूरवरचे नाते सुचविते! याउलट *मन तरपत* ही रचना शास्त्रोक्तपणाचा बराचसा पोकळ आव आणते म्हटले पाहिजे. पातळ केलेल्या मालकंस रागाचे जादा वा नाटकीपणे भावुक सादरीकरण म्हणजे *मन तरपत* हे गीत होय! संयमित भावनात्मकता, साध्या वा गुंतागुंतीच्या सांगीत कल्पनांचे तत्काळस्फूर्त विधान व विस्तार, सुरावटींचा लय-तालाबरोबरचा सूक्ष्म खेळ हे कला वा शास्त्रोक्त संगीताचे काही महत्त्वाचे विशेष होत. रफीला दिलेले गीत म्हणजे शास्त्रोक्त प्रकाराच्या साच्यात बसविण्याचा प्रयत्न केलेले साधारण

गुणवत्तेचे गीत आहे आणि या प्रकारच्या विनाकारण नकली शास्त्रोक्तपणाचा दोष रचनाकाराचा आहे हे मान्य केले पाहिजे!

या प्रकारच्या सांगीत अपयशाचे कारण काय? माहिती वा ज्ञानाचा अभाव हे कारण नसून शास्त्रोक्त संगीताचे स्वरूप काय याविषयीच्या दुय्यम कल्पना रचनाकारांनी प्रथम पातळीच्या मानल्या आहेत इथे गडबड आहे. आणि त्याहीपेक्षा महत्त्वाचे कारण असे, की मुळातच शास्त्रोक्त संगीताचे मूल्य त्याविषयीच्या आपल्या भ्रामक समजुतीमुळे रचनाकारांनी अवास्तव मानले हे आहे! शास्त्रोक्त चेतनेचा चित्रपटीय चौकटीत वापर कसा करायचा याचा विचार रचनाकारांनी करायचा आहे. जेव्हा खरोखर शास्त्रीय संगीताचे यथातथ्य उपयोजन करायचे असेल तेव्हा काय करायचे व जेव्हा त्याची आवश्यकता नसेल तेव्हा तीच परंपरा कशी वापरायची यात फरक करता आला पाहिजे व तसा प्रयत्न शक्य होण्याकरिता रचनाकाराचा आवाका निराळा हवा. तशी उपकारक परिस्थिती कमी वेळा आढळते असे खेदाने मान्य करावे लागते! रचनाकार व दिग्दर्शक या दोन घटकांना या बाबतीत आत्मपरीक्षण व सुधारणा करणे गरजेचे आहे.

मुद्दा असा की इतर अनेक रचनाकारांप्रमाणे समोर आलेल्या चित्रपटीय गरजांप्रमाणे परिणामकारक चित्रपटसंगीत तयार करण्यासाठी नौशाद यांनीही कलासंगीत परंपरेचा – तसे पाहता वरवरचा वापर केला. त्यांनी योजलेल्या राग, ताल, संगीतप्रकार, शैली इत्यादींची पात्रता चित्रपटसंगीताच्या निकषांवरच तपासून बघितली पाहिजे. तसे केल्यासच ती पटतात! यांसारख्या गीतांमुळे कलासंगीताचा प्रसार, रक्षण वगैरे झाले इत्यादी विधाने गैरलागू आहेत व या गीतांच्या वा नौशादसारख्या त्यांच्या रचनाकारांच्या संगीताचे मूल्यमापन करण्यासाठी राष्ट्रवादी विचारधारा, संस्कृतिरक्षणाचा दृष्टिकोण इत्यादींचा धावा करणे अजिबात आवश्यक नाही.

नौशाद यांच्या गीतांतील सांगीत आशयाचा विचार करू लागले, तर त्यांच्या बहुसंख्य यशस्वी गीतांत उत्तर प्रदेश व आजूबाजूच्या भागांतील लोक व धर्मसंगीतातील बांधण्यांची पुनर्रचना केलेली आढळते. या विस्तृत प्रदेशातील संगीत निदानपक्षी पाच संगीतकोटींतले आहे. आदिम, लोक, धर्म, कला व जन या त्या संगीतकोटी होत. ठुमरी, दादरा आणि कव्वाली इत्यादी प्रकारांत यशस्वी रचना करता येणे यामुळे तर्कशुद्ध ठरते. या प्रकारांतील त्यांच्या रचना परिणामकारक झाल्या याची कारणेही उघड आहेत. आजच्या भाषेत बोलायचे तर विशिष्ट चित्रपटीय मागणीसाठी आवश्यक ते या प्रकारांमधले संगीत-

सांस्कृतिक संकेत नौशाद उलगडू शकतात. दुसरे म्हणजे या प्रकारांचे स्वरूपच इतर अनेक जीवनक्षेत्रांशी अंतरंगसंबंध राखून असल्याकारणाने या प्रकारांचे आवाहन व्यापक असते व पर्यायाने नौशाद यांच्या संगीताच्या आवाहनाचा पायाही व्यापक होतो. ते संगीत व त्याच्याशी निगडित चौकट अनेकांना सहज भावते!

खरे म्हणजे आपले संगीत जनतेपर्यंत पोचावे म्हणून नौशाद विशिष्ट, नेमका लोकगीतप्रकार इत्यादी वापरण्यापेक्षा लोकगीतशैली वापरण्यावर अधिक भर देत होते असे म्हणता येईल. एक सर्वसाधारण शैली वा तिची काही लक्षणे वापरण्यावर लक्ष केंद्रित करण्यात फायदा असा, की बहुतेक प्रसंगी भारतातील बहुसंख्य भाषा, निरनिराळ्या प्रादेशिक परंपरा व धर्म यांत समान वा समांतर काहीतरी रूढ असतेच! परिणामतः या ना त्या अंगाने नौशाद यांचे संगीत आवाहक ठरे. प्रदेश-भाषा-धर्म वा संस्कृती यांचा अडसर राहत नसे.

उदाहरणार्थ, लोकशैलीत एक खास आवाजाचा लगाव असतो. अनेक सांगीत व सांस्कृतिक कारणांमुळे अशा आवाजात एक प्रकारची धार असते. शिष्ट वा नागरी आवाजांच्या तुलनेत या लोकआवाजात काहीसा खडबडीतपणा जाणवतो. त्याचे पोत असमान असते. फार यांत्रिक पाठिंब्याशिवायसुद्धा हे आवाज लांब अंतरावर सहज पोचतील असेही नेहमी वाटते. अशा आवाजांसाठी रचना फार उंच वा फार ढाल्या पट्टीतल्या नसाव्यात. एकंदरीने रचनांचा कल द्रुत गतीकडे राहावा. भावनापूर्णतेचा प्रत्यय देण्यासाठी चाल अशी असावी, की थोडेसे सुराबाहेर गेले तरी चालेल. गीते पार दीर्घ नसावीत आणि मुख्यतः त्यांच्या चालींत फार विविधता वा बदल नसावेत. या लक्षणांनी युक्त अशी दोन नौशाद-गीते नेमकेपणे उल्लेखता येतील – (१) *मिल के बिछड गई* (अमीरबाई, 'रतन', १९४४), (२) *जवाँ है मोहब्बत* (नूरजहाँ, 'अनमोल घडी', १९४६).

बांधणी, गती व आवाहकता या बाबतीत लोकगीतांचे ठेके इत्यादी शास्त्रोक्त तालांपेक्षा निराळे पडतात. याही विशेषाचा नौशाद यांनी योग्य वापर करून घेतला आहे. काही अंगभूत लक्षणांमुळे लोकगीतांच्या तालांना अर्धताल म्हटले जाते. उदाहरणार्थ, अशा तालांचे आवर्तन कमी कालावधीचे असते. याचा परिणाम असा की लय कशीही असली तरी नवे आवर्तन त्वरित कार्यान्वित होते. दुसरे असे की या तालांचे ठेके ज्या अक्षरांनी तयार झालेले असतात ती अक्षरे मुळात फार गुंतागुंतीची नसतात, कारण ज्या वाद्यांवर लोकताल ध्वनित होतात त्यांवर वाजू शकणारी शब्दावलीच मर्यादित असते. आणि शेवटी असे की भारतीय धर्मसंगीत व लोकसंगीत परंपरांत हे ताल इतके वाजत असतात, की यांचा परिचय

नसणारी व्यक्ती भारतात औषधालाही मिळणार नाही! यावरून निष्कर्ष असा निघतो की लोकताल वापरणे म्हणजे संगीत पोचविण्याची लढाई निम्मी जिंकणे होय. हिंदी चित्रपटसंगीतात केहेरवा, दादरा, खेमटा वा त्यांची विविध रूपे वापरण्याचा प्रघात सार्वकालीन आहे व नौशाद यांचा त्यास अपवाद नाही. याशिवाय द्रुत गती ठेवणे, दुगुण करून पुन्हा मूळ लयीवर येणे, तोड करणे (म्हणजे आवर्तन झाल्यावर सर्व संगीत पूर्णतः थांबवून परत मूळ लयीत सुरू करणे), वा आघातमात्रा सोडून वाजविणे इत्यादी सर्व तालक्रिया नीट पार पाडल्या जातात. यांचा संकलित परिणाम असा की श्रोता सतत दक्ष राहतो. सतत चालू राहणाऱ्या संगीताने सुस्तावत नाही की ऐकण्याच्या क्रियेतून बाहेर सरकत नाही. लोकताल भरपूर, सर्वत्र व अपरिहार्यपणे खंडित अखंडपणाचा वेधक प्रत्यय देतात! नौशाद यांच्या पुढील (व तत्सम इतर) गीतांत लोकतालांचे यशस्वी उपयोजन आढळते – *हमारा दिल ना जाने* (लता, 'उडन खटोला', १९५४), *नगरी नगरी द्वारे द्वारे* (लता, 'मदर इंडिया', १९५७), *दो हंसों का जोडा* (लता, 'गंगा जमुना', १९६१). लोकगीतांत अनेक वेळा सुरावटीची वाद्ये तालही पुरवितात आणि याही विशेषाचा वापर नौशादसह सर्व रचनाकारांनी करून घेतला आहे (पिआनो इत्यादी पाश्चात्त्य वाद्येही हे कार्य साधतात!)

एक गोष्ट लक्षात घेण्यासारखी आहे. नौशाद प्रस्थापित होत होते त्याच्या आधी सैगल यांनी शहरी, संमिश्र व इतस्ततः पसरलेल्या श्रोत्यांना एका चित्रपटीय गीतशैलीची सवय म्हणण्याइतकी ओळख करून दिली होती. जनतेच्या आवडीनिवडीचे बारकाईने निरीक्षण करणाऱ्या नौशादनी मुकेशसारखा नवीन आवाज वापरतानाही सैगलच्या आवाजाशी त्याचे असलेले साम्य हेरून त्याप्रमाणे तयार, सर्वसाधारण पसंतीला रुचेल असे संगीत दिले. उदाहरणार्थ, *कभी दिल दिल से* ('अनोखी अदा', १९४८), *गाये जा गीत मिलन के* ('मेला', १९४८), *तू कहे अगर* ('अंदाज', १९४९).

नौशाद यांची रफीने गाइलेली गीते ऐकूनही त्यांचे वर्णन काही प्रमाणात चाणाक्ष असे करता येईल. हिंदी चित्रपटसंगीताच्या दुनियेतला पहिला भरीव, सुरेल, ताकदवान व नाटकी पुरुष आवाज म्हणून मोहम्मद रफी यांचा उल्लेख केला पाहिजे. या गुणधर्मांचा नौशाद यांनी पहिल्यापासून पूर्ण उपयोग करून घेतला. उदाहरणार्थ, *मेरी कहानी भूलनेवाले* ('दीदार', १९५१) मध्ये सांगीत उत्कर्षबिंदू ऐकणाऱ्यांच्या मनावर ठसविण्यासाठी आणि नाट्यात्म उच्चारण साधावे म्हणून त्यांची शैली तारस्वरांचा मुबलक वापर करते. शिवाय अर्धस्वरांतरांच्या मापाने चढत जाणाऱ्या सांगीत वाक्यांशांनी नाट्यात्म परिणाम

सिद्ध होतो. *आये ना बालम वादा करके* ('शबाब', १९५४) या गीतातही रचनेचे धोरण असेच आहे. या गीतांच्या परिणामांत तारस्वरी शहनाई आणखी भर घालते. याच गायकासाठी नौशाद यांनी *झिंदगी आज मेरे नाम से शरमाती है* ('सन ऑफ इंडिया', १९६२) रचले तेव्हापर्यंत मोठे वाद्यवृंद ही नौशाद यांची खास बात बनली होती. रफीच्या आवाजाच्या मूळ ताकदीत वाद्यांच्या भरीवपणाची व स्वनरंगाची भर घालणेही शक्य झाले होते. १९६३च्या सुमारास तर खुद्द रफीच्या सादरीकरणात एक गुंजन व गुंतलेपण येऊ लागले होते. *मेरे मेहबूब तुझे मेरे मुहब्बत की कसम* ('मेरे मेहबूब') या गीतात परिणाम साधण्याच्या उघड उघड वा मुद्दाम प्रयत्नांची जागा संवेदनशील सुरावटींनी घेतली असे जाणवते.

माझ्या मते नौशाद यांचे 'मुगले आझम'चे संगीत त्यांच्या कलात्मकतेचे चांगले प्रतिनिधित्त्व करते. उदाहरणार्थ, *मोहे पनघट पे* हा दादरा पारंपरिक, खमाजपेक्षा गारा रागामध्ये योजण्यामुळे एक सूक्ष्म बदल झाला आहे. यामुळे रचनेची एकूण सुरावट कमी गुंतागुतीची झाली आहे, इतकेच नव्हे, तर त्यामुळे दादरा ठेक्याचा डोल व डौल अधिक सहजपणे लक्षात येण्याचा संभव वाढला आहे. याच चित्रपटातील *प्यार किया तो डरना क्या* हा दुसरा दादरासुद्धा गीतातील निषेध-बंडाला वाचा फोडू शकतो, कारण ठाशीव ठेका, अनलंकृत सुरावट आणि सुनियंत्रित वाद्ययोजना. *बेकस के करम किजीये* हे गीत अभिमानपूर्ण विनंतीचे आहे आणि त्यासाठी राग केदार निवडण्यात एक दाद देण्यासारखी सयुक्तिकता दिसते. त्याचप्रमाणे प्रेमाची निष्फळता व्यक्त करणाऱ्या *मोहब्बत की झूठी कहानी पे रोये* या गीतासाठी (तशी नेहमीचीच) दरबारी रागाची चौकट वापरली आहे. या संपूर्ण चित्रपटात वापरलेल्या रागचौकटी वा त्यांच्यापासूनची मार्गांतरे, संगीतप्रकार वगैरेची निवड अशी आहे, की चित्रपटाने ज्या संस्कृतीचा स्तर दाखविला आहे त्याचे आवाहकत्व संगीतामुळे वाढावे.

भारतीय जनसंगीत कोटीतील हिंदी चित्रपटगीताचा आविष्कार एक जनताप्रिय उत्पादन म्हणून रुळावा यासाठी एक कार्यक्षम नमुना स्थिर करण्याच्या कार्यात नौशाद यांचा वाटा मोठा आहे. सर्व प्रकारच्या विविधतेने भरलेल्या भारतासारख्या देशात नौशाद यांच्या प्रयत्नांमुळे पुढच्या व पुढीलांच्या कार्यासाठी एक चित्र-गीत-पीठ तयार झाले आणि ही कामगिरी लक्षणीय आहे.

पेटीतला मजकूर *: 'अमर' या चित्रपटात रफीने गाइलेल्या इन्साफ का मंदिर है या गीतास चार विभाग असून गीत चित्रपटभर वावरते. दीर्घतम चित्रपटगीतांत याचा सहज समावेश व्हावा.*

नौशाद यांचे लग्न ठरत होते. चित्रपटसंगीत रचून नौशाद आपला उदरनिर्वाह करतात ही गोष्ट त्यांच्या घरवाल्यांना इतकी कमीपणाची वाटत होती, की नौशाद यांच्या आईने त्यांना हात जोडून सांगितले, 'बाबा रे, मी तुझ्या सासरच्या सगेवाल्यांना कसेतरी पटविले आहे की तू शिंपी आहेस. आता कृपा करून काही घोटाळा करू नकोस!' नौशाद यांना ही जबाबदारी रीतसर पार पाडावी लागली, इतकेच नव्हे, तर वरातीतला बँड नौशाद यांनी स्वतः रचलेली चित्रपटगीते वाजवत असतानाही चिडीचूप राहावे लागले! त्यांनी संगीत रचनेत आरंभ केला तेव्हा परिस्थिती अशी होती.

नौशाद व सी. रामचंद्र हे समकालीन व दोघांचे संबंध स्पर्धायुक्त मैत्रीचे होते. एकदा नौशाद आजारी पडले. सी. रामचंद्र त्यांना दररोज भेटायला जात व विचारपूस करून म्हणत, 'तुम्हांला लवकर बरे वाटावे अशी मी ईश्वराकडे प्रार्थना करतो.' नौशाद एकदा त्यांना विनोदाने म्हणाले, 'खरे म्हणजे तुम्ही प्रार्थना केली पाहिजे माझ्या मुक्तीची, म्हणजे मग तुम्हांला रान मोकळे होईल.' रामचंद्र आपल्या नेहमीच्या मंद हास्यासह म्हणाले, 'मियाँ, तुमच्या लक्षात एक नाही आलं. तुमची स्पर्धा असल्याकारणाने चांगलं संगीत कंपोज करणं मला जमतं. तुम्ही नसलात तर मी ढिला पडेन व माझे संगीत घसरेल. तुमचं जिवंत असणं मला गरजेचं आहे बरं!'

सज्जाद हुसेन
(जन्म : १९१७, मृत्यू : २१-७-१९९५)

मध्यप्रदेशमधील रतलामजवळच्या सीतामहू या छोट्या गावात सज्जाद हुसेनचा जन्म झाला. वडील महम्मद अमीर खान हे प्रसिद्ध सतारवादक होते. लहानपणापासून सज्जादने वाद्यवादनात रुची दाखवली, इतकेच नव्हे, तर अनेक वाद्यांच्या वादनात कौशल्यही संपादन केले, इतके की लोक त्यांना एक माणसाचा वाद्यवृंद म्हणू लागले! वडिलांच्या मृत्यूनंतर, सज्जाद हुसेन सुमारे १९३५ मध्ये मुंबईला आले तेव्हा तरुण, वय सुमारे १८, वाद्यवादनात प्रवीणता आणि मँडोलिन या वाद्यास हिंदुस्थानी संगीतमंचावर प्रतिष्ठा मिळवून देण्याचा ध्यास इतकी सामग्री त्यांच्याजवळ होती! एकूण तंतुवाद्यांकडे ओढा व खास ध्वनिगुण यांमुळे त्यांनी मँडोलिन हे वाद्य जवळ केले असावे काय? सज्जाद हुसेन यांनी 'दोस्त' (१९४४) मध्ये रचनाकार म्हणून काम सुरू केले व तेव्हा

नूरजहाँ ही प्रसिद्ध नायिका-गायिका त्यांना लाभली होती. तिने गायलेली सर्व गाणी गाजली (*बदनाम मुहब्बत कौन करे, कोई प्रेम का संदेसा, आलम पे आलम* इत्यादी). त्यांचे संगीत सर्वांना निराळे वाटले. तरीही शौकत हुसेन (नूरजहाँचे पती) यांच्याबरोबर भांडण करून सज्जाद हुसेन यांनी असे ठरविले, की आपण यापुढे स्वरसम्राज्ञी नूरजहाँशिवाय आपले नाव करायचे! 'हलचल', 'फर्ज और इश्क', 'कसम', 'खेल', 'संगदिल', 'रुस्तुम सोहराब' (हे शेवटचे चित्र १९९३ मधले) या बोलपटांना त्यांनी चांगले संगीत दिले. पण आपल्या भांडखोर स्वभावामुळे सज्जाद हुसेन यांनी अनेक संधी गमावल्याही असणार हे उघड आहे. सुमारे सत्तर वर्षांच्या दीर्घ आयुष्यात १४ बोलपट ही आकडेवारी काही क्रियाशील सर्जनशीलतेचे उदाहरण ठरत नाही. ते अनेक वेळा उद्धट वाटत याचे दुसरे कारण असे, की आपल्याच संगीताची वारेमाप स्तुती करण्यात त्यांना जराही अवघड जात नसे! एकदा एका पत्रकाराने त्यांना विचारले, की त्यांच्या मते सर्वोत्कृष्ट संगीतरचनाकार कोण. क्षणाचाही विलंब न लावता सज्जाद हुसेन यांनी सांगितले, की तसे फक्त दोनच आहेत – एक गुलाम हैदर व दुसरा तुमच्यापुढे बसला आहे तो! तुमच्या मते उत्तम गाणारे कोण असे विचारल्यावर त्यांनी नूरजहाँ व लता यांची नावे घेतली. अर्थात् उदाहरण म्हणून उल्लेखलेली गीते सज्जाद यांनी चाल दिलेलीच होती! लोक आपल्या चाली चोरतात अशी त्यांची एक तक्रार असे व ती थोडीफार न्याय्य होती. मात्र अशा विधानांमुळे त्यांच्या लोकप्रियतेत भर पडणे शक्य नव्हते. सज्जाद हुसेन यांच्या काही चाली व इतरांच्या काही चाली यांमधले साम्य विचार करायला लावते एवढे मात्र नक्की म्हणता येईल! उदाहरणार्थ पुढील तक्ता पाहा –

सज्जादने रचना केलेली गीते	इतर संगीतकारांची गीते
ये हवा ये रात ये चांदनी	*तुझे क्या सुनाऊँ मैं दिलरुबा,* मदन मोहन, 'आखरी दाव'
आज प्रीत ने तोड दे बंधन की दीवार	*जीवन में पिया तेरा साथ रहे,* वसंत देसाई, 'गूँज उठी शहनाई'
कोई प्रेम देके संदेसा ('दोस्त')	*प्रीतम तेरी दुनिया में,* 'अदा', मदन मोहन
खयालों में तुम हो ('सैंया')	ॲकॉर्डियनचा तुकडा म्हणून शंकर-जयकिशन यांनी 'आह'मध्ये वापरला.

सज्जाद हुसेन यांचे वर्णन करताना अनेकांना ते 'मौलिक रचनाकार' होते असे म्हणावेसे वाटले आहे. आता 'मौलिक' हा शब्द वापरणे सोपे असले तरी या संज्ञेचा अर्थ स्पष्ट करणे तितकेसे सोपे नाही. पण सज्जादची गीते चांगली का वाटतात ते शोधणे अवघड नाही. उदाहरणार्थ, *बदनाम मोहब्बत कौन करे* (नूरजहाँ, 'दोस्त', १९४४) हे गीत ऐका. ते सुमारे २ मि. ४० से. इतक्या अल्पावधीचे आहे. इतक्या अल्पावधीत सज्जाद यशस्वीपणे बागेश्री रागाची छाया निर्माण करतात, विस्तार न करताही गायिकेस अनपेक्षित पण आकर्षक शोभाकर सुरावटी देतात, वाद्यांना आपले अस्तित्व जाणवून देता यावे इतकी लय द्रुत ठेवतात आणि हे सर्व करताना स्वरपट्टी मर्यादित तारतेचीच असते. परिणाम असा की ऐकणाऱ्यास वाटते हे सारे मीपण गाऊ शकेन व चाल मनात राहते. सज्जादने चालीचा ताण मात्र कमी होऊ दिलेला नाही, कारण महत्त्वाची ओळ आधारस्वरावर आणून संपविण्याचे तो टाळतो. त्याऐवजी रचनाकार ही ओळ मंद्र म्हणजे खालच्या सप्तकाच्या शुद्ध ध या स्वरावर आणून ठेवतो. यामुळे ऐकणाऱ्याची सांगीत उत्कंठा शिल्लक राहते!

आणखी एक गीत लताने गायलेले, तेही बागेश्रीची छाया घेऊन वावरणारे, *भूल जा ऐ दिल* ('खेल', १९४९) हे तीन मिनिटे कालावधीचे, द्रुत गतीत व दीपचंदी तालात बांधलेले आहे. या तालाचे चलन असे की गाताना लक्ष द्यावेच लागते व दक्षही राहावे लागते. तसेच शब्दांच्या मध्ये व शब्दांच्या अंती रचनाकाराने चमकदार हरकती दिल्या आहेत. याशिवाय काही ठिकाणी शब्द एका निश्चित स्वरावर न संपविता तो त्या दिशेने जात आहे असे फक्त दर्शविले आहे! विवेचित गीतातील 'फसाना' हा शब्द व त्याबरोबर यमक जुळवून येणारे शब्द ऐकावेत. मुद्दा असा की सज्जादच्या संगीतात एक अनपेक्षितपणा आहे आणि दर वेळेस ही अनपेक्षितता सांगीत उगमाची नसून संगीतात बोलण्याची ढब वा लकब मिसळल्यामुळे शक्य झालेली आहे. लोकगीतांत पुष्कळ वेळा असेच घडते हे ध्यानात घेण्यासारखे आहे. एकूण सूचकता हे महत्त्वाचे लक्षण निश्चित पूर्णता नव्हे. लताच्या गीतात दीर्घतर व द्रुततर सांगीत वाक्यांश अल्पावधीत आले आहेत व त्यामुळेही आश्चर्य हा परिणाम वाढतो.

ये हवा ये रात ये चांदनी ही रचना दुर्दैवाने वादविषय झाली असली तरी अतिशय मोहक आहे हे निर्विवाद. आरंभी हे गीत धीम्या लयीतले आहे असा भास होतो. रुंजी घालणाऱ्या मनोभावास साजेशी विलंबित लय. पण खरे पाहता ते गीत संथ लयीत नसून त्याच्या चरणाची लांबी जास्त आहे व या दीर्घ चरणाच्या बरोबरीने जाणारी सुरावटही तशीच दिली आहे. शिवाय गीतभाव

पक्केपणे नोंदविणाऱ्या पहिल्या चरणाचे दोन अर्ध अनुक्रमे सा या मूळ स्वरावर, व म या त्याच्याशी संवाद साधणाऱ्या पण सप्तकाच्या मध्यावर असलेल्या स्थानावरच्या स्वरावर संपतात. त्यामुळे एक पूर्णता तसेच अपूर्णता दोहोंची प्रतीती येते! शिवाय भैरवी रागिणीचा मंद विषाद, आपल्या पहिल्या मात्रेस उठाव न देणारा सात मात्रांचा रूपक ताल, आणि मन गीतात गुंतवून होणारे तलतचे गाणे यांचे परिणाम आहेतच. गीत मनात रेंगाळत राहते.

'रुस्तुम सोहराब' (१९६३) मधील *ऐ दिलरुबा* ऐकताना असे जाणवते, की हा रचनाकार आता अधिक महत्त्वाकांक्षी सांगीत शैलीच्या दिशेने चालला होता. याने अधिक रचना केल्या नाहीत ही बाब दुर्दैवी म्हटली पाहिजे. असे वाटण्याचे हे एक कारण आहे! *ऐ दिलरुबा* ही रचना मोहविते, कारण ती एकाच वेळी भारतीय व अरब भूमीची संगीतसंपदा जागविणारी वाटते. आवाजाचे विशिष्ट कंपयुक्त लगाव, आधारभूत घेतलेली स्वरचौकट, सप्तकाच्या मध्य स्वरावर ओळ संपवून पुन्हा अनपेक्षितरीत्या ओळ चढू लागणे इत्यादी सांगीत चलनाचे विशेष अरबी मकाम वा इराणी दस्तगाह यांच्याशी निगडित आहेत. या दोहोंचे भारतीय रागांशी साम्य आहे, पण ते रागांहून निराळेपण आहेत! या कारणांमुळे हे गीत गुंगवणारे ठरते.

मँडोलिन हे वाद्य सज्जाद हुसेन यांना फार प्रिय होते व ते त्याचे कुशल वादनही करीत. या वाद्याने त्यांच्या रचना-कल्पनाशक्तीवर किती प्रभाव पाडला असेल याचा शोध घेणे बोधक ठरेल. त्यांच्या चाली वेधक असत व सुरावटीच्या तुलनेने पाहता लयबंधांत विविधता कमी असे. उदाहरणार्थ, *भूल जा ऐ दिल* व *आते हो तो जावो* ('खेल'), *तुम्हें दिल दिया* ('सैंया'), *दिल में समा गये साजन* व *कहाँ हो कहाँ हो मेरे* या सर्व रचनांना एकाच लयीच्या साच्यात घालणे त्यांच्यासारख्यांनी का टाळले नाही असे वाटून जाते! वादकांना लयखंडांचे वैविध्य सहज जाणवते, मग त्यांचा परिणाम सज्जाद हुसेन यांच्या रचनांवर का नाही असे विचारावेसे वाटते.

'सोहराब रुस्तुम'नंतर हा रचनाकार इंडस्ट्रीच्या जवळ जवळ बाहेर राहिला होता. एकंदरीने सज्जादनी अधिक रचना करायला हव्या होत्या व ते त्यांना अर्थपूर्णतेने करता आले असते. तसे झाले नाही याची खंत आहे – मग कारणे काहीही असोत.

पेटीतला मजकूर *: मदन मोहन यांनी जेव्हा तुझे क्या सुनाऊँ मैं दिलरुबाची रचना केली तेव्हा 'संगदिल'मध्ये सज्जादने ये हवा ये रात*

लोकांपुढे ठेवलेले होते. परिणामी सज्जाद उपरोधाने म्हणाला, 'आजकल हमारा गाना तो क्या उसकी परछाइयाँ भी चलने लगी हैं!'

मँडोलिन या वाद्यास मंचीय प्रतिष्ठा लाभावी म्हणून सज्जाद यांची मनःपूर्वक धडपड चालत असे. यासाठी ते शास्त्रोक्त मैफलींत हे वाद्य मनःपूर्वक पेश करीत. एकदा अशाच प्रयत्नात ते गढून जाऊन मँडोलिन वाजवीत असता एक श्रोता त्यांच्यापुढे येऊन उभे राहून तक्रारखोर स्वरात म्हणाला, 'ये क्या क्लासिकल स्टफ बजा रहे हैं आप – कुछ लाईट म्युझिक हो जाय!' त्याच्याकडे गंभीरपणे पाहून सज्जादनी समोरच्या दिव्याकडे बोट दाखविले व ते म्हणाले, 'वो वहाँ लाईट है आपके लिए' आणि मग ते उठून नाराजीने चालायला लागले!

गुलाम हैदर

(जन्म : १९०२ वा १९०८, मृत्यू : १९५३)
(पदार्पण : १९४१-४२)

गुलाम हैदर यांचा जन्म सिंधमधील हैदराबाद येथे झाला. वडील बिलास अली खान हे खैरपूरला सरकारी नोकरीत होते. एका डेंटिस्टकडे चाकरी मिळावी म्हणून गुलाम हैदरने दंतवैद्यकाचा खास अभ्यास केला. दंतवैद्याकडे तो कामही करू लागला, पण जास्त मन लावून बाबू गणेशलाल व पं. हरिदासजी यांच्याकडे तो हार्मोनियम शिकत होता. पुढे वडिलांच्या परवानगीने त्याने आल्फ्रेड थिएट्रिकल कंपनीत हार्मोनियम वादक म्हणून व सेठ त्रिंबकलाल यांच्या संस्थेत तशाच पद्धतीची संगीतकाराची जबाबदारी पेलली. काही काळ त्याने जेनाफोन रेकॉर्ड कंपनीसाठीही काम केले. भाई मेहेर बक्श यांच्याकडे थोडेफार तबल्याचे व उस्ताद घमणखाँ यांच्याकडे गायनाचे शिक्षण झाले. सेठ बिशन दास (हैद्राबाद, सिंध) यांच्याकडे प्यारे खाँ (उमेद अली यांचे वडील), मुबारक अली, अली बक्श (यांना 'जरनेल' म्हणजे 'जनरल' असे टोपण नाव होते), मियाँ जान (पतियाळा घराणे) व पं. भास्करबुवा बखले यांसारख्या विविध व धुरंधर संगीतकारांना त्याने मनसोक्त ऐकले. हा सारा तपशील उल्लेखनीय, कारण या धडपडीतून जमा झालेली सर्व सामग्री पुढे उपयुक्त ठरणारी होती. थिएटर कंपनीसाठी त्याने गाणी लिहायलाही सुरुवात केली. थोडेफार नाव होऊ लागले. मग सेठ हबीब यांच्यासाठी चाली देण्याचा उपक्रम केला हे तर रचनाकार म्हणून जीवनक्रम कंठण्याच्या दिशेने टाकलेले निश्चित पाऊलच म्हटले पाहिजे.

हिंदी चित्रपटसंगीताच्या लाहोर घराण्याचा अध्वर्यू म्हणून गुलाम हैदरचे

नाव घेतले जाते. श्यामसुंदर, खुर्शीद अन्वर व एस. डी. बातिश हे या घराण्याचे इतर प्रमुख पाईक होत.

गुलाम हैदर यांचा पहिला बोलपट 'गुलबकावली' (१९३९) हा पंजाबी भाषेतला असून पुढे प्रसिद्ध झालेल्या नूरजहाँने बालकलाकार म्हणून यात काम केले होते. पण पंचोली यांच्या 'खजांची' (१९४१-४२) या बोलपटासाठी दिलेल्या संगीतामुळे गुलाम हैदर एकदम गाजले व पुढे ते पंचोलींचे खास रचनाकार राहिले. शमशाद बेगम यांनी गायलेली त्यांची गाणी हिट ठरली. या गीतांत पंजाबचा लोकसंगीताचा बाज, विशेषतः त्यातील लयबंध आणि त्यासाठी करण्यात आलेला ढोलकचा निरपवाद वापर या बाबी पायाभूत होत्या. अखेर गुलाम हैदर मुंबईस आले (१९४४) आणि फिल्मिस्तानमध्ये दाखल झाले. 'हुमायून' या बोलपटासाठी (मेहबूब प्रॉडक्शन) त्यांनी संगीत दिले. लता मंगेशकर यांना हिंदी पार्श्वगायन क्षेत्रात प्रवेश देण्याचे महत्कार्य त्यांचेच! भारतीय उपखंडाची फाळणी होतेवेळी (१९४६) त्यांनी पाकिस्तानला स्थलांतर केले. तिथे 'फिल्मसाझ'ची स्थापना करून दिग्दर्शक अजमेरी व अभिनेता एस. गुल यांच्यासह त्यानी 'बेकरार' हा बोलपट काढला. 'अकेली', 'भीगी पलके' आणि नूरजहाँबरोबर 'गुलेनार' (१९५३) व 'लैला' या बोलपटांनाही संगीत दिले होते.

मिनर्वा मूवीटोनच्या 'शमा' (१९४६) या चित्रपटास त्यांनी दिलेल्या संगीतात तबल्याचे कौशल्यपूर्ण वादन लक्षात येते. (*गोरी चली पिया की देश,* किंवा *इक तेरा सहारा* ही गीते ऐका)

पेटीतला मजकूर : *दलसुख पंचोली हा प्रसिद्ध चित्रपटनिर्माता. एकदा त्याची दाढ फार दुखत होती. शेक्सपीअरने म्हटलेच आहे तत्त्वज्ञासही दातदुखी सहन होत नाही, मग बिचाऱ्या चित्रपटनिर्मात्याची काय कथा!*

पंचोली एका केमिस्टच्या दुकानात शिरले आणि या दुकानात त्यांना एक हार्मोनियमपण ठेवलेली दिसली. केमिस्ट अर्धे डॉक्टर असतातच. केमिस्टने दिलेले औषध घेऊन ते विसावले.

मग घडले ते अनपेक्षित होते. विक्रेत्याने हार्मोनियम बाहेर काढली व तो चक्क वाजवायला बसला! पंचोलींना जे वेदनाहारक औद्योगिक संगीत असेल असे वाटत होते ते संगीत जनसंगीतात भर घालणारे संगीत ठरले!

पंचोलींना त्या संगीतातली लटक खूप आवडली. आपल्या स्टुडिओसाठी त्यांनी या हार्मोनियम वादकास दरमहा रु. १५० च्या पगारावर रुजू करून घेतले.

याप्रमाणे गुलाम हैदर यांना 'बिग ब्रेक' मिळाला. हिंदी चित्रपटसंगीताचे लाहोर घराणे प्रस्थापित झाले.

गुलाम हैदर यांच्या संगीताबद्दल काही निरीक्षणे नोंदवता येतील.

(१) हिंदी चित्रपटसंगीतातल्या कोलकाता व पुणे यांबरोबर लाहोर घराणे गाजले. यात गुलाम हैदर यांचा वाटा मोठा – संस्थापक म्हणण्याइतका. हिंदी चित्रपटसंगीतात विविध प्रांतीय संगीतपरंपरा व त्या त्या विभागात रूढ असलेले कलासंगीत यांचे संचित असते आणि त्यामुळे त्यात विविधता येते. लाहोर घराण्याचे विशेष या पार्श्वभूमीवर नोंदले पाहिजेत.

ढोलकवर वाजणाऱ्या केहेरवाचे वजन घेऊन तयार झालेला ठेका वा खेमटा प्रचारात आणण्याची त्यांची कामगिरी क्रांतिकारक म्हटली तरी चालेल. मात्रांची संख्या समान असली तरी केहेरवा व खेमटा यांत चलन व वजन यांत गुणवत्तात्मक फरक आहे. या दोन तालांना मुख्य संगीतशास्त्रीय परंपरेत अर्धताल मानले आहे. त्याचप्रमाणे ढोलक या पटहास न-स्वरी व लोकवाद्य गणले जाते. हे दोन्ही विशेष मननीय आहेत. अर्धताल सोपे व ऐकणाऱ्यास सहज आकलन होणारे असतात, इतकेच नव्हे, तर त्यांचा एक खास डौलही असतो आणि परिणामतः हे ताल बहुधा सर्वांना हवेहवेसे वाटतात. ढोलकच्या लयीवर ऐकणारा आपले हात-पाय केव्हा हलवू लागतो ते त्याच्याही लक्षात येत नाही! शिवाय ढोलक हा जोराने तसाच मृदुपणेही वाजू शकतो. याही कारणाने ढोलकची लय सहज कळते व वेगवेगळ्या संदर्भांत त्याची योजनाही करता येते.

(२) एक लक्षात येण्यासारखी बाब अशी, की मुंबईस येण्यापूर्वी गुलाम हैदर विविध ताल अधिक वापरत होते. मुंबईस आल्यावर ते केहेरवा-खेमटा-ढोलक या त्रयीवर जास्त अवलंबून राहू लागले. या दोन्ही तालांची आवर्तने छोटी असतात, ती सहज कळतात. ढोलक वाद्याच्या स्वनात अंगभूत विविधता वा त्याच्या भाषेचे विकसन मर्यादित असल्याकारणाने यावर अवतरणारे ताल आव्हान न ठरता आवाहन करू शकतात! हे ताल समजण्यास आधीचे संगीतशिक्षण आवश्यक नसते. एकंदरीने उल्लेखित ताल व संबंधित वाद्य दोहोंचा सार्वत्रिक वापर हिंदी चित्रपटसंगीतात जास्त का हे ध्यानात येण्यासारखे आहे.

सर्व भाव, सर्व आवाज आणि सर्व कान यांना रुचणारा व पचणारा ताल व तुल्य वाद्य! वय, जात-पात, प्रदेश यांची अडचण नाही.

(३) निदान आरंभी तरी लाहोर घराण्यातील गाणारे आवाज रुंद, काहीसे खडबडीत पण सूचक होते. हे आवाज सांगीत गुणयुक्त होते, पण तालीम घेतलेले वा कमावलेले वाटत नसत. गुलाम हैदर यांनी वापरलेल्या आवाजांची विविधता श्रवणीय आहे. खरे म्हणजे पार्श्वगायनाचे युग आल्यामुळे एक लक्षणीय तोटा झाला तो असा, की आवाजांची विविधता नाहीशी झाली! त्यात आणि सर्वविजयी लताचे आगमन झाल्यानंतर तर बहुतेक गाते स्त्री आवाज आपले ध्वनिवैशिष्ट्य प्रमाणाबाहेर घालवून बसले. आणखी एक बारकावा असा की लताच्या आगमनाचा परिणाम फक्त स्त्री आवाजांवर झाला असे नाही, तर लताबरोबर गाणाऱ्या पुरुष आवाजांवरही जादा जबाबदारी येऊन पडली – लताच्या विनाअटकाव आवाजाशी कसेतरी का होईना नाते जुळवून घ्यायचे व गायचे! निवडले जाणारे आवाज, बांधल्या जाणाऱ्या चाली इत्यादी अनेक बाबतीत ध्वनिवैशिष्ट्य या खास गुणास वाव मिळणे यामुळे दुरापास्त झाले.

(४) साध्या शब्दात सांगायचे तर असे म्हणता येईल, की आजूबाजूला प्रचलित असलेल्या संगीतापेक्षा गुलाम हैदरनी दिलेले संगीत जास्त चमकदार होते. एकतर आधी चर्चा केलेल्या लयवाद्यांच्या धर्मास उपकारक ठरतील अशा मध्य व द्रुत लयी वापरण्यावर या रचनाकाराने भर दिला. दुसरे असे की त्यांनी अशा चाली दिल्या, की त्या सादर करण्यासाठी पठण केवळ पुरेसे नव्हे तर इष्ट होते – गायन नव्हे! गझलसारखा संगीतप्रकार (ज्यात जरासे गायन करावे लागते असा) त्यांनी फार कमी वापरला व तोही नंतरच्या वर्षांत, हे या संदर्भात लक्षात घेण्यासारखे आहे.

(५) अगदी येताजाता ऐकणाऱ्याच्या सुद्धा लक्षात राहतो तो त्यांचा ल, ल, ला, ला, हां हां यांसारख्या अर्थहीन अक्षरांचा वापर. या युक्तीमुळे सुद्धा चाल चमकदार वाटते, कारण शब्दांच्या अर्थाचा मागोवा घेण्याचा बोजा ऐकणाऱ्यास वाहावा लागत नाही. दुसरे असे की हे व इतर तत्सम ध्वनी विविध सांगीत-सांस्कृतिक कारणांमुळे उत्साह, आनंद वगैरेंबरोबर संलग्न झाले आहेत. भारतीय संस्कृती व संगीत दोहोंतही ही सांगड दिसते, कदाचित अशा ध्वनींच्या योजनेमुळे संबंधित संगीत उत्स्फूर्त, नैसर्गिक व जीवनाशी जवळचा संबंध ठेवणारे आहे आणि खास करून ते सर्वांसाठी आहे असा संदेश मिळत असावा. रागाशी वगैरे ओढूनताणून नाते जुळवत गीतावर चाल लादण्यापेक्षा हे निश्चितच परवडते असे म्हटले पाहिजे!

इतरही संदर्भांत ज्याची सत्यता पडताळून पाहता येईल असे एक विधान करायला हरकत नसावी. ज्या ज्या संगीतरचनाकारांना रूढ रचनासूत्रांपासून दूर सरकण्याची इच्छा झाली त्या सर्वांनी एक युक्ती प्रमुखपणे वापरली असे दिसते – गीतांचे पोत असे असावे, की जे शब्दांपेक्षा अक्षरांवर अवलंबून असेल व गीताची गतिमानता अशी राहावी, की जिच्यामुळे नृत्यापेक्षा हालचालीला प्रोत्साहन मिळेल. पहिल्या काही वर्षांत वास्तववाद वा नैसर्गिकता यांचा धूसर घोष करत हे धोरण वापरले गेले. नंतरच्या संगीतकारांनी असेच धोरण ठेवले, पण स्फूर्ती परकीय नृत्यसंगीतापासून घेण्यात काचकूच केली नाही. सी रामचंद्र, ओ. पी. नय्यर, आर. डी. बर्मन वा ए. आर. रहमान यांची नावे इथे सहज आठवतील.

(६) सरस्वतीदेवी वा इतर समकालीन रचनाकारांपेक्षा गुलाम हैदर यांच्या चालींच्या आखणीत अधिक गुंतागुंत आहे. साध्या लयी व परिचित बहुतांशी पठणावर विसंबणारे संगीतप्रकार योजूनही तसे करणे यांत कौशल्य दिसते. यासाठी त्यांनी योजलेली दोन मुख्य तंत्रे म्हणजे चरण तोडून त्यात गाणाऱ्यासाठी हरकती देणे वा गायकास हरकती वगैरे देऊन चरणाचा शेवट लांबविणे. यासाठी अपरिहार्यपणे नेहमीच्या 'आ' या स्वरवर्णापेक्षा वेगळे वर्ण कामी आणावे लागले. अर्थहीन अक्षरांच्या उपयोगाविषयी आधी लिहिलेच आहे.

रचनाकारांना राग, ताल व संगीतप्रकार यांच्या तयार बांधण्या कलासंगीतपरंपरा पुरविते. यापेक्षा सूक्ष्म भर असते ती प्रादेशिक परंपरा व गायकांचे आवाज यांची. शेवटी भाग येतो तो विशिष्ट वाद्यांची वगैरे सद्दी.

गुलाम हैदर हे मिराशी वर्गातले व म्हणून वाद्यांशी त्यांची खास जवळीक मानणे असयुक्तिक नाही. ट्रंपेट, क्लॅरिनेट, हार्मोनियम, पिआनो, जलतरंग, गिटार, ढोलक, तबला व शिट्टी यांचा त्यांनी केलेला मुबलक वापर बराच कार्यक्षमही होता. मात्र त्यांच्या अनेक समकालीनांप्रमाणे त्यांनी वाद्यवृंद वापरला म्हणण्यापेक्षा त्यांच्या वाद्ययोजनेत सामूहिक वाद्यवादन जास्त होते असे म्हणता येईल – पण हा थोडासा काळाचा महिमा होता हेही खरेच!

एका दृष्टीने पाहता गुलाम हैदर यांनी मर्यादित क्लासिकल रागांचा वापर केला यामुळे जरा हायसे वाटते! देस, पिलु, शिवरंजनी, मारुबिहाग, पहाडी, काफी, सारंग, भैरव वा कालिंगडा, भीमपलास, तिलंग, भैरवी, तिलककामोद व रागेश्री वगैरे रागांचा त्यांच्या चालींत सहजगत्या प्रवेश झाला असे जाणवते. राग-शुद्धता वगैरे बाबीत त्यांनी सुदैवाने फारसे लक्ष दिले नव्हते! त्यांनी वापरलेल्या रागांपैकी बरेचसे धुन राग होते व या रागांचे अस्तित्व

रागसंगीताखेरीज इतर संगीतकोटींतही असते. हे राग आहेत हे न कळतासुद्धा त्यांचा योग्य व आकर्षक वापर करणे कोणत्याही भारतीयास संगीतकारास जमावे, मग गुलाम हैदर तर संगीतातच वाढले होते!

सी. रामचंद्र

(जन्म : १९१८, मृत्यू : १९८२) (पदार्पण : १९४२)

या माणसाला तशी बरीच नावे होती (लोकांनी नावे ठेवण्यापेक्षा ती मुळातच असणे बरे नाही का!) – चितळकर, अण्णासाहेब, राम चितळकर, आर. एन. चितळकर, श्यामू आणि सी. रामचंद्र वगैरे. कदाचित त्यांच्या विविध पैलूदार व्यक्तिमत्त्वाचेच हे सूचन असावे. अभिनेता, गायक, वादक, रचनाकार, निर्माता आणि शिक्षक या त्यांनी पार पाडलेल्या विविध भूमिका होत हे खरे. पण त्यांनी या कमीअधिक यशस्वीपणे पार पाडल्या हेही महत्त्वाचे.

त्यांचा जन्म (१९१८) महाराष्ट्रातील अहमदनगर जिल्ह्यातील चितळी गावचा. (काहींच्या मते तो पुणतांबे या गावचा!) १९३४ मध्ये त्यांनी चित्रपटक्षेत्रात अभिनेता होण्यासाठी प्रवेश केला आणि सम्राट सिनेटोनच्या 'नागानंद' या चित्रपटात त्यांनी काम केले. पं. विनायकराव पटवर्धन (पुणे) व पं. शंकरराव सप्रे (नागपूर) यांच्याकडे त्यांनी हिंदुस्थानी कलासंगीताचे शिक्षण काही काळ घेतले. लवकरच त्यांची साहाय्यक संगीत दिग्दर्शक म्हणून मिनर्वा मूवीटोन या संस्थेत नेमणूक झाली आणि 'पुकार' या चित्रपटासाठी (१९३९) त्यांनी हार्मोनियमवादन केले. त्यांनी प्रथम संगीतरचना केली ती मात्र 'जयकोडी' या तमिळ चित्रपटासाठी! 'सुखी जवान' हा त्यांनी संगीत दिलेला पहिला हिंदी चित्रपट (१९४२). हा चित्रपट अभिनेता मा. भगवान यांनी निर्माण केला होता. यात रामचंद्र यांनी *सारे जहाँ से अच्छा* या डॉ. इक्बाल यांच्या प्रसिद्ध गीतासाठी चाल बांधली होती. हा चित्रपट सपशेल पडला, पण याच जोडीचा 'अलबेला' मात्र चांगलाच गाजला!

सी. रामचंद्र यांचे 'सरगम', 'पतंगा', 'सगाई', 'अनारकली' इत्यादी अनेक चित्रपट येत गेले. काही संगीतदृष्ट्या चांगलेच गाजले. आपल्या आयुष्यात त्यांनी सुमारे २५० चित्रपटांना संगीत दिले असावे. यांत हिंदी, तमिळ, तेलुगु व मराठी या भाषांतील चित्रपट होते. त्यांचा बहराचा काळ १९४२ ते १९५५ होता असे म्हणता येईल. १९४९ ते १९५८ पर्यंत त्यांच्याबरोबर लता मंगेशकर गात असत, पण लताबाईंचे आणि त्यांचे बिनसल्यापासून ते व्यवसायातून जवळ जवळ बाहेर फेकले गेले. १९६० पर्यंत

रामचंद्र जणू मूक झाले! १९७१ मधील 'तुलसीविवाह' हा त्यांनी संगीत दिलेला शेवटचा चित्रपट. ५ जानेवारी, १९८२ रोजी त्यांचे निधन झाले.

आनंदी जवानीच्या जल्लोषाने भरलेले रामचंद्र यांचे संगीत पाश्चात्त्य हलक्याफुलक्या संगीताने प्रभावित झालेले भारतीय संगीत असे म्हणायला हवे. पण त्यांना संगीतचोर म्हणता येणार नाही. आपण हलक्याफुलक्या पाश्चात्त्य संगीताचे सुजाण श्रोते आहोत असे ते स्वतःच वारंवार म्हणत. कव्वाली या संगीतप्रकारास नवा प्राण देण्यातही त्यांचा हातभार होता. संगीतरचनेस वर्णनात्मक आशय देण्याचा त्यांचा यत्न लक्षणीय होता. त्यांच्या स्वतःच्या गायनात एक फसवा सहजपणा होता. गुणगुणल्यासारखे ते गातात असे वाटे. तुम्हीपण माझ्याबरोबर गाऊ शकता, नव्हे तसे करा, असे जणू ते सुचवीत असत.

१९४६ मध्ये त्यांनी फिल्मिस्तान स्टुडिओत प्रवेश केला व 'सफर'साठी संगीत रचले. चित्रपट चालला नाही, पण या चित्रपटातील *कहके भी न आये तुम* हे गीत त्यांचे पहिले हिट गीत ठरले. १९४७ मध्ये रामचंद्र 'शहनाई' चित्रपटासाठी संगीत रचना करीत होते. शशधर मुखर्जी आजारी असल्याकारणाने रायबहादुर चुनीलाल कारभाराची धुरा संभाळत होते. काहीच घडत नाही, सर्व काही ढिले वा सैल झाले आहे असे पाहून आपण एक गीत तरी ध्वनिमुद्रित करून दाखवावे असे चुनीलाल यांना वाटले. गीतकार संतोषी यांनी रामचंद्र यांना *आना मेरी जान मेरी जान संडे की संडे* हे गीत दिले. गोव्यातील एका बटलरकडून ऐकलेले गीत (माझ्या एकट्याची मजा झाली रे गोव्याला जायची) समोर ठेवून रामचंद्र यांनी चाल बांधली. प्रत्येकाने भाकीत वर्तविले, की हे गाणे काही शशधरसाहेबांना आवडायचे नाही, तेव्हा ध्वनिमुद्रण करू नये! 'शशधर फार आजारी असल्याकारणाने ते नापसंतीसुद्धा व्यक्त करणार नाहीत' असे मजेने सुचवून रामचंद्र यांनी ध्वनिमुद्रण पार पाडले. शशधर यांना ते गाणे न आवडूनही – झालेच आहे ध्वनिमुद्रण तर काय करायचे असे म्हणत – नाइलाजाने चित्रपटात अंतर्भूत करण्यात आले. आणि या गाण्याने अफाट पसंतीची पावती घेतली! याच गीताचे रूप रामचंद्र यांनी स्वतः एकदा मीना कपूरबरोबर व मग शमशाद बेगमबरोबर गाताना वापरले होते. द्वंद्वगीत या प्रकाराचे हे एक वेगळेच रूप रामचंद्र यांनी समोर आणले असे म्हटले पाहिजे!

गीतरचनेची रामचंद्र यांची एक खास सर्वसाधारण पद्धती अशी, की निवडकपणे हलके फुलके – विशेषतः नृत्याच्या अंगाचे – पाश्चिमात्य सांगीत चलन घ्यायचे व त्यास भारतीयता प्रदान करायची. यामुळे हिंदी चित्रपटसंगीतात

रंबा संबा *(गोरे गोरे)*, रॉक न् रोल (*मिस्टर जॉन* वा *इना मिना डिका*) ही वळणे पक्केपणे रुजविण्याचे काम त्यांनी केले असे म्हणता येईल. परिणामतः ओबो, सॅक्सोफोन, चेलो, ट्रंपेट, ड्रम्स, स्पॅनिश गिटार, हार्मोनिका इत्यादी वाद्येही त्यांनी मुबलक वापरावीत यात नवल नाही.

त्यांच्या प्रस्तुत रचनांनी तेव्हा व आताही लोकमानसावर परिणाम का साधावा याची कारणे समजण्यासारखी आहेत. पहिले असे की चालींची बांधणी इतकी साधी आहे, की ही गीते ऐकून आपण गाऊ शकू असे कोणासहि वाटेल! दुसरे असे की वापरलेले ताल व लयीपण सहज उचलण्यासारख्या आहेत. (कोणीतरी असे म्हटले की त्या शारीर लयींच्या जवळपासच्या आहेत.) त्यांचे अनुकरण करणे व त्या दीर्घकाल वापरणे जमते, कारण शरीराची हालचाल वा त्याचे हावभाव करताना झेपणारी गती यांत योजली आहे. शिवाय या नृत्यसदृश हालचाली वगैरेही अशा आहेत, की त्या पार पाडण्यासाठी खास पद्धतशीर पूर्वशिक्षणाची गरज नाही. ही चित्रगीते पाहिली की हे सर्व सहज जाणवते. ही गीते पडद्यावर पाहिली की याचा प्रत्यय फारच ठळकपणे येतो. संबंधित नृत्यात मुख्य शरीरांगांचा वापर करून अगदी प्राथमिक हालचाली वगैरेंवर आधारलेली रचना आपल्याला दिसते. गीते गुणगुणण्यासारख्या चालींची असतात. अनेकदा कौशल्याची मागणी न करणाऱ्या डौलयुक्त ध्वनींनी चाली परिपूर्ण असतात. आणि सर्वांत महत्त्वाचे म्हणजे या सर्वांतून एक वासनाविरहित मोकळेपणा खेळत असतो.

पण भारतीय संगीताच्या परंपरांत बसू शकतील अशीही गीते त्यांनी यशस्वीपणे स्वरबद्ध केली आहेत हे नमूद केले पाहिजे. या संदर्भात कला, लोक व जन संगीतकोटींतील त्यांच्या रचनांचा मुद्दाम निर्देश केला पाहिजे. या रचनांतील त्यांनी केलेला भारतीय वाद्यांचा वापरही लक्षणीय आहे. उदाहरणार्थ, 'अनारकली' (१९५३) या चित्रपटामधील *यह जिंदगी उसीकी है* या गीतात सतार (वादक उस्ताद अब्दुल हलीम जाफरखाँ) वेधक आहे. याच वाद्याने *मुहब्बत ही ना जो समझे* (तलत, 'परछाईयाँ', १९५२) या गीतात रंग भरला आहे. पहिल्या गीतात तर असाधारण चमकदारपणे वाजणारी सतार रचनाकाराने सहेतुकपणे गीताच्या शोकगंभीर परिणामास विरोधसंबंधी म्हणून योजली आहे की काय असे वाटून जाते! 'नवरंग' (*तू छुपी है कहाँ,* आशा व मन्ना डे, १९५८) मधील शहनाईचा वापरही याच प्रकारचा आहे. मालकंस या औडव (म्हणजे पाच स्वरांच्या ग्रामांतून ज्याची उभारणी केली जाते असा राग) रागात बांधलेल्या या चालीत शहनाईच्या भेदक व तीक्ष्ण स्वरवाक्यांतून एक साद वा

हाक ऐकू येते. लय पुरविण्यासाठी बहुधा ताशा व नगारा ही काठीच्या आघाताने वाजणारी वाद्ये वापरली असावीत, कारण शहनाईबरोबर यांची नेहमी सांगड असते. मुख्य विशेष असा की वाद्ये आघाताने ध्वनित केली नसून घर्षणातून संभवणाऱ्या 'अटर्र्र्' अशा ध्वनीने लय पुरवली आहे. आणि यामुळे गीताच्या नाट्यात्म आशयात वाढ झाली आहे. वाद्यवादनाच्या दोन शैलींचे हुषारीने इथे मिश्रण केले आहे. शहनाई कलासंगीत पद्धतीने वाजते, तर पटह (ताशा, नगारा इत्यादी) लोकसंगीत शैलीत अवतरतात! आणखी एक उदाहरण आहे 'आझाद' या चित्रपटातील *कितना हसी है मौसम* (लता व चितळकर, १९५५) या गीताचे. पिकोलो या उच्चस्वरी वायुवाद्यासारख्या ध्वनीने या गीतात बासरी मुख्य चालीतून आतबाहेर करते व निराळा आनंदी मोकळेपणाचा मूड निर्माण होतो!

द्वंद्वगीत या प्रकारात विविध उपभेद करण्याच्या सी. रामचंद्र यांच्या कामगिरीचे सूचन आधी केले आहे. उदाहरणार्थ, *ओ चाँद जहाँ तू जाये* ('शारदा', १९५८) हे गीत लता व आशा यांनी गायले आहे. 'शहनाई' या चित्रपटात रामचंद्र यांनी दोन वेगळ्या कलाकारांसमवेत तेच गीत गाण्याचा प्रयोग केला आहे त्याचाही इथे उल्लेख करता येईल. एक सांगीत बारकावा मुद्दाम नोंदला पाहिजे. लता व इतर गायक यांच्यासाठी त्यांनी रचलेली द्वंद्वगीते मधुर आहेत, पण ज्या गीताची गायिका आशा आहे ती अधिक उसळी मारणारी आहेत. उदाहरणार्थ, *वो हमसे चुप है* (लता व चितळकर, 'सरगम', १९५०), *गया अंधेरा हुआ उजाला* (लता व तलत, 'सुबह का तारा', १९५४), *भूल जाये सारे गम* (लता व रफी, 'नौशेरखान', १९५७) या गीतांची *मेरे जीवन मेरे* (आशा व रफी, 'तलाक', १९५८), *तू छुपी है कहाँ* (आशा व मन्ना डे, 'नवरंग', १९६८), *गर रही जिंदगी* (आशा व महेंद्र कपूर, 'आँचल', १९६०) या गीतांशी तुलना करून पाहावी. यांत निरनिराळ्या आवाजांत कोणतीही भावना आगळीवेगळी वाटली पाहिजे! इथेच रचनाकाराचे कौशल्य पणाला लागत असते. फक्त चालच नव्हे तर त्या चालीचा आवाजानुसार बदलता रंगही ध्यानी आला पाहिजे.

इतर रचनाकारांप्रमाणे रामचंद्र यांच्या रचनासूत्रांतही भारतीय रागांच्या ठशांचा वापर समाविष्ट होताच. *कैसे जाऊँ जमुना के तीर* (भैरवी, 'देवता'), *ओ निर्दयी प्रीतम* (भीमपलास, 'स्त्री'), *जब दिल को सताये गम* (जौनपुरी, 'सरगम'), *आधा है चंद्रमा* आणि *तू छुपी है कहाँ* (मालकंस, 'नवरंग'), *दिल लगाकर हम यह* (पहाडी, 'जिंदगी और मौत') इत्यादी गीते या संदर्भात लक्षात

येतील. पण माझ्या मते त्यांना हिंदुस्थानी रागसंगीतातील बागेश्री रागाच्या स्वरसमूहाने मोहविले होते! *राधा ना बोले* ('आझाद'), *जाग दर्दे इश्क जाग* ('अनारकली') इत्यादी गीतांत त्यांनी हा राग यथायोग्य वापरलाच, पण तो राग इतर अनेक गीतांतही तरळताना आढळतो. उदाहरणार्थ, *मोहब्बत ऐसी धडकन है* (तलत, 'परछाइयाँ', १९५२), *हम कितना रोये* (लता, 'शिन शिना के बुबला बू', १९५२), *मेरे जीवन में* (आशा व रफी, 'तलाक', १९५८) ही गीते ऐकावी. बागेश्री रागावर प्रक्रिया करून, त्याचा पुनर्रचित अवतार या गीतांत त्यांनी घडवला आहे असे म्हणणे उचित ठरेल. या रागाच्या स्वरसमूहांत एक खास आवाहकता व लवचीकपणा आहे असे रचनाकाराला जाणवले असावे व परिणामी त्यांनी केलेले प्रयोग यशस्वी झाले असे नोंदण्यास हरकत नाही.

पारंपरिक स्वरसमूह वा रुळलेली चाल प्रक्रिया करून पुन्हा खेळविणे हे रामचंद्र यांचे आवडते तंत्र आहे. 'अनारकली' या चित्रपटातील त्यांचे प्रसिद्ध गीत *यह जिंदगी उसीकी है* हे 'शारदा' या सुप्रसिद्ध मराठी संगीत नाटकातील *मूर्तिमंत भीति पुढे मजसमोर राहिली* या गीतावर आधारलेले आहे. त्याचप्रमाणे *कैसे जाऊँ जमुना के तीर* हे गीत *जमुना के तीर* हे गेल्या शतकात लोकप्रिय झालेल्या भैरवी रागिणीतील ठुमरीवर आधारलेले आहे. ही रचना उस्ताद रहिमतखाँ व उस्ताद अबदुल करीम यांनी रसाळपणे गाइली होती.

पारंपरिक रचना वापरण्याशिवाय त्यांनी अमलात आणलेले अधिक कुशल तंत्र म्हणजे स्वराकृती निर्माण करण्याची सूत्रे अनुसरण्याचे होय.

उदाहरणार्थ, *जब दिल को सतावे गम* या 'सरगम' चित्रपटातील जौनपुरी रागात बसविलेल्या गीतात सरगम गाण्याचे शास्त्रोक्त कंठ संगीतील तंत्र वापरले आहे. किराणा घराण्याचे अध्वर्यू उस्ताद अब्दुल करीम यांनी आपल्या मराठी नाट्यसंगीत गायनात व इतर रागगायनातही हे तंत्र प्रभावीपणे वापरले. त्यांनी गाईलेले विशिष्ट आकृतिबंध मूलतः कर्नाटक शास्त्रोक्त संगीतात रूढ आहेत. कलाकाराला रुचेल व ज्या रागांत बसतील त्याप्रमाणे स्वरनामांचे हे बंध गाता व वाजविता येतात. या कारणाने त्यांची योजना ही एक परिणामकारक युक्ती म्हणता येते. दुसरे उदाहरण आहे *धीरे से आजा* या 'अलबेला' या चित्रपटातील प्रसिद्ध अंगाईगीताचे. या गीतावरचा मराठी स्त्रीगीताचा ठसा उघड आहे. रामचंद्र यांच्यावर पाश्चात्त्य संगीताची उसनवारी करणारा रचनाकार म्हणून होणारी टीका लक्षात घेता त्यांनी केलेली पारंपरिक संगीताची योजना अनपेक्षित वाटेल.

रामचंद्र यांनी केलेली तालांची योजनासुद्धा लक्ष देण्यासारखी आहे. भारतीय कलासंगीतातील गुंतागुंतीच्या तालांचे विश्व त्यांनी बारकाईने शोधले असे दिसत

नाही. गीत ऐकताऐकता ज्यांचे आकलन सहज होऊ शकेल अशा लयबंधांवरच त्यांचा भर असतो. पण काही गीतांत गीत लयबंधाच्या संदर्भात पुन्हा ऐकले पाहिजे असे वाटते. उदाहरणार्थ, *मोहब्बत ऐसी धडकन है* (तलत, 'परछाईयाँ', १९५२) या साध्या पण आकर्षक गीतात शास्त्रोक्त संगीतात रूढ असलेल्या त्रिताल या १६ मात्रांच्या व सोप्या मानल्या जाणाऱ्या तालाचा ते वापर करीत आहेत असे वाटते. पण बारकाईने ऐकता असे ध्यानात येते की त्यांचा हा त्रिताल म्हणजे संपादित केलेले त्रितालाचे रूप आहे! इकडे *दिल लगाकर* (आशा, 'जिंदगी और मौत', १९६०) या गीतात सात मात्रांचा त्यांनी लावलेला रूपक जरा उड्या मारत मारत पुढे जातो, तर गीत मात्र अगदी सरळसूत सरकते. याशिवाय तालासाठी वापरलेली अनपेक्षित पाटाक्षरे लक्षात यावीत याचीही त्यांनी काळजी घेतलेली आढळते. परिणामतः गुंतागुंतीचा आकृतिबंध ठसतो. ही पाटाक्षरे आहेत धा तिट धागे तिन् ता तिट कडान् कडान्!

कव्वाली या गायनप्रकाराच्या नेहमीच्या शक्यतांपलीकडे जाऊन त्याचे आकर्षण धुंडाळण्याचाही त्यांनी यशस्वी प्रयत्न केला आहे. उदाहरणार्थ, *हसीनों से मोहब्बत* ('अलबेला') या रचनेला विनोदी अंग भरपूर आहे. गीतरचनेच्या आशयाशिवाय खुद्द रामचंद्रांचे सहज गायनही गीताला हलकेफुलके बनविण्यात बरीच मदत करते. याउलट *मरना है मोहब्बत किसी से काम ना आया* या गीताच्या गंभीर आशयानुरूप त्याची चाल व गायन आहे हेही नोंदण्यासारखे आहे.

त्यांच्या अनेक गीतांना विनोदी गीते म्हणता येईल. तसे पाहता आवश्यक ते शब्द असल्याशिवाय संगीतात विनोद कसा आणायचा ही एक समस्या असते. बहुतेक वेळा गंभीर संगीतापासून फटकून राहणारे ध्वनिपरिणाम योजणे हा मार्ग रचनाकार पसंत करतात. गीताच्या लयीपासूनही त्याला मदत मिळू शकते. उदाहरणार्थ, *ओ बेटा जी* ('अलबेला') या गीतात जलतरंग वाद्यानंतर स्वयंपाकघरातील भांड्यांचे ध्वनी लयीच्या चौकटीत बसवून वापरल्यामुळे गीत वेधक झाले आहे. याउलट याच चित्रपटात *मेरे दिल की घडी* या गीतातील विनोदी आशय मोजक्या वाद्यांचा वापर व ढाल्या आवाजातील गायन यांमुळे ठाशीवपणे समोर येतो.

अर्थात विनोदभावना वा हास्य केवळ कॉमिक म्हणून ओळखल्या जाणाऱ्या रचनांपुरते मर्यादित आविष्कार नसतात व नसावेत. विनोदभावना संगीतात मधूनच अनपेक्षित क्षणी चमकून वा तरळून गेली असेही होऊ शकते. रामचंद्र असे क्षण हेरून निरर्थक ध्वनी वा स्वरवाक्ये वापरून साजरे करतात.

उदाहरणार्थ, *बबडी बुबडी बबडी बम* ('खजाना'), *चिंचपोकळी, मी चांगला तू चांगली* ('शबिस्तान'), किंवा *यार वै वै यार* ('सरगम') ही गीते ऐकावी. खरे म्हणजे निरर्थक अक्षरे वा शब्द वगैरे योजणे वा त्यांची गीतांत पखरण करणे त्यांना आवडत होते असे वाटते! *संडे के संडे* या प्रसिद्ध गीतातील तत दा, प पा इत्यादी ध्वनी त्यांनी मोठ्या चवीने उच्चारले आहेत.

रामचंद्रांच्या प्रबोधनपर, राष्ट्रप्रेमाची गीते इत्यादी इतर गीतप्रकारांचे काय? सर्व गीतप्रकारांना चाली देऊन रचनाकाराने अर्थातच कोटा पूर्ण करायला हवा असे नाही! पण गायक व रचनाकारांना गीतप्रकार विविध आव्हाने देत असतात. म्हणून काही प्रमाणात तरी किती व कोणत्या गीतप्रकारांना एखादा रचनाकार नीटपणे पेलू शकतो हाही एक निकष होऊ शकतो – जरी तो काहींसा यांत्रिक भासला तरी. निदान प्रमुख रचनाकारांबाबत तरी या निकषाचा वापर बोधक ठरू शकतो. आणि सी. रामचंद्र यांची गणना मुख्य रचनाकारांत केली पाहिजे.

एकंदर असे म्हणता येईल, की नेहमीची संचलन गीते आणि मिरवणुकीतून शौर्य, निषेध इत्यादी व्यक्त करणारी गीते त्यांच्या पसंतीच्या कक्षेत नव्हती! *यही पैगाम हमारा* (मन्ना डे, 'पैगाम', १९५९), *देख तेरी संसार की हालत* (प्रदीप, 'नास्तिक') या गीतांना कुशलतेने रचलेली म्हणता येईल इतकेच. पहिल्या गीतात मन्ना डे यांचा ताकदवान आवाज, तर दुसऱ्या गीतात प्रदीप यांचा सामान्य माणसाचा गाता आवाज फायदेशीरपणे राबविला आहे. ही गीते सहज समजतात वा पोचतात, पण तेवढेच घडते! याउलट *ए मेरे वतन के लोगों* या प्रसिद्ध चित्रपटबाह्य गीताकडे वळावे. हे गीत काही प्रमाणात आपल्या चित्रपटबाह्य संदर्भामुळे अमर झाले हे खरे, पण गीताच्या चलनात ज्या प्रकारचा रुंजी घालणारा, करुणार्त भाव आहे तो त्यांच्या चित्रपटगीतांच्या रचनासंचांत यशस्वीपणे नेहमी वावरणारा आहे. थोड्या निराळ्या शब्दांत सांगायचे तर त्यांना जमावाचे वावडे होते पण समूहाचे नव्हते! अगदी राष्ट्रगीत रचायलासुद्धा त्यांना आवडलेच असते असे वाटत नाही!

प्रत्येक रचनाकार काही गीते अशी करतो की जी रूढ अर्थाने धडाक्याने लोकप्रिय झाली नाहीत तरी ती ऐकल्यावर एक सूक्ष्म पण काहीसा अस्वस्थ करणारा परिणाम घडतो. काही वेळा हा परिणाम एकदम न जाणवता त्या गीतांच्या वारंवार केलेल्या श्रवणानंतरच लक्षात येतो. अशा गीतांचे समाधानकारक मूल्यमापन वगैरे न जमले तरीही त्यांची नोंद घेणे आवश्यक असते. उदाहरणादाखल सी. रामचंद्र यांचे अशा प्रकारचे एक गीत घेता येईल *हम कितना रोये* (लता, 'शिन शिना के बुबला बू', १९५२). बागेश्री रागाची

या गीतावर छाया आहे आणि तो रामचंद्रांचा एक विशेष आहे. पण आपण शास्त्रीय राग वापरल्याकडे लक्ष वेधण्याचा चालीत अट्टाहास मुळीच नाही. त्यापासून कसे चतुराईने दूर गेलो असे ऐकणाऱ्याच्या मनावर बिंबवण्याची धडपडही जाणवत नाही. 'रोये' हा शब्द कोमल गंधार स्वरावर ठेवून मग आवाहक गंभीरतेच्या मंद्र शुद्ध धैवतावर अवरोह केला जातो. मग एक स्वरवाक्य येते आणि ते 'सा' या शांत आधारस्वरावर विसावते. या एकूण चलनाने जी संदिग्ध भावस्थिती निर्माण होते तीत दुःखार्तता व काहीसा शांत स्वीकार यांचे मिश्रण आहे. काव्यगत प्रतिमासृष्टी नेहमीची असूनही लताचे खास भावनात्मक गायन आणि चालीचे संयत आलेख यांमुळे गीताचे अद्भुत रसायन सिद्ध होते.

सी. रामचंद्र याच्या कामगिरीचे थोडक्यात मूल्यमापन कसे करता येईल?

ते अष्टपैलू रचनाकार होते हे निःसंशय व अनेक गीतप्रकारांचे त्यांच्या रचनांत चीज झाले. त्यांचा रचनासंभार विपुलही आहे. सुरावटींचा प्रवाह खेळता ठेवणे त्यांना जमे. काहीही करताना त्यांना प्रयास पडत नसत व संगीतरचनेतील हे त्यांचे सहजपण श्रोत्यांपर्यंत पोहोचे. परिणामतः एखाद्या गीतामुळे डोळ्यांत अश्रू आले असे जरी झाले तरी ऐकणाऱ्यास आरामदायी आनंद वाटे. त्यांचे संगीत सर्वांना समजे. संबंधित संगीत फार साधे म्हणून ते समजे असे नव्हे, तर पुरेशा तांत्रिक प्रभुत्त्वामुळे आपले कौशल्य लपवून संगीत पुढे आणण्याची कला त्यांनी आत्मसात केली होती म्हणून! हिंदी चित्रपटसंगीताच्या रूढ संगीतरचना-शैलींविरुद्ध जाण्याचे धैर्य त्यांच्यात होते. आपले भारतीयत्व वा आगळे-वेगळेपण सिद्ध करून दाखविण्याचा अट्टाहास करणे त्यांना आवश्यक वाटले नाही. आपण कलाकार आहोत व ते पुरेसे आहे असे वाटल्याने त्यांनी कधी झेंडे, घोषणा वा तत्सम इतर कशाचा आधार शोधला नाही.

गुलाम महम्मद

(जन्म : १९०३, मृत्यू : १९६८) (पदार्पण : १९४३)

राजस्थानमधील बिकानेरजवळील नलगाव येथे जन्मलेले गुलाम महम्मद म्हणजे असामान्य प्रतिभेने आपल्या शक्तीचा पूर्ण वापर न करताही गुणवत्तापूर्ण कामगिरी कशी पार पाडली याचे उदाहरण म्हटले पाहिजे.

गुलाम महम्मदचे पिता नबी बख्श स्वतः संगीतकार होते आणि त्याच्या भोवतालचे वातावरण संगीतमय होते. अगदी बालवयातच गुलाम तबला इतका चांगला वाजवू लागला की लाहोरच्या न्यू आल्बर्ट थिएट्रिकल कंपनीने चीफ चाईल्ड आर्टिस्ट म्हणून त्याची नेमणूक केली! हे पाहून नबी बख्श जोधपूर

येथील जोधपूर-बिकानेर कंपनीत गुलामला घेऊन गेले. इथे लोक, धर्म व कला या संगीतकोटींतील विविध आविष्कारांचे गुलामच्या कानावर चांगले संस्कार झाले. सर्व प्रकारच्या वाद्यांवर हात टाकण्याखेरीज गुलामने काही काळ नृत्याचे धडेही गिरविले. रंगभूमीशी जवळून परिचय झाल्यामुळे नाट्यप्रयोगात शब्दांची फेक होते तेव्हा शब्द कशा रीतीने अर्थवाही होतात याचा त्याला प्रत्यय आला. त्याने जेव्हा चित्रपटसंगीत रचले तेव्हा या सर्व संस्कारसंचयाचा त्याला उपयोग झाला. दुर्दैवाने त्याने संगीतरचना केलेल्या चित्रपटांची संख्या जेमतेम ४० भरते!

गुलाम महम्मदने जेव्हा पहिल्याने रचनाकार म्हणून पदार्पण केले ('मेरा ख्वाब', १९४३) तेव्हा अनेक कारणांमुळे तो प्रगल्भ मध्यमवयीन झाला होता! त्याआधी बराच काळ त्याच्यापेक्षा वयाने लहान नौशादचा सहाय्यक म्हणून त्याने काम केले होते. गुलाम महम्मद याच्या संगीतरचनेचा कालखंड १९४६-६१ असा नोंदता येईल. त्यांचे पाकीझामधले खास संगीत आधी ऐकले गेले, कारण चित्रपट त्यांच्या मृत्यूनंतर बऱ्याच वर्षांनी प्रदर्शित झाला!

लता, तलत, मुकेश, रफी, शमशाद बेगम, सुरैया, सितारा व अमीरबाई इत्यादींचा त्यांच्या गात्या आवाजांत समावेश होता. तशी ही नावे नेहमीचीच वाटतात, पण एक बाब लक्षात घेण्यासारखी आहे. गुलाम महम्मद यांच्याकरिता ही मंडळी गायली तेव्हा हे आवाज नवीन, उत्साही व तयार होण्याच्या प्रक्रियेत होते. उदाहरणार्थ, मुकेश कमी नक्की (नाकातून) गात होता, रफी परिणामाकरिता मुद्दाम जोराने गातो असे न वाटणारा गायक होता, आणि तलतच्या आवाजात कंप होता, पण आवाज कापरा वाटत नव्हता. यामुळे गुलाम महम्म्द यांचे आधीच्या काळचे संगीत ऐकताना हे सर्व कलाकारही आपआपल्या उमेदीच्या आणि कौशल्य कमावण्याच्या काळात कसे होते ते ऐकायला मिळते.

इथे एक मुद्दा नोंदण्यासारखा आहे. आपल्या वाद्यवादन कौशल्यामुळे असेल, पण गुलाम महम्मद यांचा कल संगीताची लय द्रुत ठेवण्याकडे होता, मग गीताचा आशय जरी वेगळ्या लयीची सूचना देत असला तरीही! पण मौज अशी की हा द्रुत लयीचा वापर फार खटकत नाही, कारण त्यांनी वापरलेल्या सुरावटींची वळणेच अशी आहेत की लयीच्या द्रुतपणास ती जणू काही झाकतात. त्यांच्या चालीत गीताच्या वृत्ताची तोडमोड क्वचितच होते. शब्द व सूर यांचे नाते संभाळण्यासाठी, ते अभंग राखण्यासाठी गायकाला आटापिटा करायला लागत नाही, कारण त्याची काळजी संगीतकाराने नेटकेपणे आधीच घेतलेली असते. त्यांच्या द्रुत गतीची पण यशस्वी गीतांची उदाहरणे देता येतील ती अशी – *एक तीर चलानेवाले ने* (सितारा व मुकेश, 'पगडी', १९४८) वा

मेरे घुंघरवाले बाल (शमशाद व समूह, 'परदेस', १९५०). त्यांच्या गीतापैकी लक्षणीयरीत्या विलंबित म्हणून *चल दिया कारवाँ* (तलत, लैला मजनू, १९५४) या गीताचा निर्देश करता येईल. या गीतांत गायकास स्वरांवर मुक्काम करताना सायास होत आहेत असे वाटते आणि याला कारण अतिशय धीमा लावलेला दादरा ताल.

सांगीत गरजेपोटी शब्दांची ओढाताण वा वृत्ताचा भंग करण्याचे स्वातंत्र्य त्यांनी फार कमी वेळा घेतले आहे. *धडकते दिल की तमन्ना* (सुरैय्या, 'शमा', १९६१) हे गीत कदाचित याला अपवाद ठरेल. त्यांनी केहरवा, खेमटा, दीपचंदी इत्यादी नेहमीचे ताल वापरले आणि हा वापर वेधक ठरू शकला. कारण लोकवाद्ये तसेच पिआनो वा सतार यांसारखी वाद्येही यासाठी त्यांनी चांगली कामी आणली होती. वाद्यांच्या नेमक्या वापरामुळे शब्द व शब्दांच्या नेटक्या परिणामासाठी सूर व सुरावटी असे त्यांचे धोरण वा रचनासूत्र राहिले.

गीताच्या आरंभास व अंती वाद्यसंगीताची लकेर योजण्याची त्यांची लकब लक्ष वेधून घेते. ही लकब अगदी आरंभपूर्व कालखंडातील संगीतकारांसारखी आहे. या लकबीचे मूळ अवतार विविध प्रदेशांतील भारतीय संगीत नाटक परंपरांतही आढळत होते हे लक्षणीय आहे. त्यांनी वापरलेल्या वाद्यांत पिआनो, गिटार, व्हायब्राफोन, वॉयलीन, सारंगी, सितार, बासरी, ट्रंपेट, ॲकॉर्डिअन इत्यादी आहेत, पण त्यांचा लोभ भारतीय वाद्यांवर व विशेषेकरून ढोलकीसारख्या वाद्यांवर होता हे नोंदले पाहिजे.

सुरावटींबाबत त्यांचा कल दरबारी कानडा, भीमपलास, यमन, भूप, धानी, देस, बागेश्री, पिलु, या, तत्सम वा यांच्यापासून सिद्ध होणाऱ्या भावनापूर्ण स्वरचौकटींकडे राहिला. हे काहीसे अपेक्षितही म्हटले पाहिजे. दक्षिण भारतीय संगीतपद्धतीतून हिंदुस्थानी संगीतकारांनी उत्साहाने उचललेल्या शिवरंजनी रागाचाही यांत समावेश होतो. महत्त्वाचा मुद्दा असा की आपण या चौकटी कटाक्षाने व शास्त्रोक्त राग म्हणून वापरतो असे अट्टाहास त्यांच्या चालींत जाणवत नाहीत. या चौकटी जननक्षम सुरावटी आहेत अशीच त्यांची भूमिका समोर येते. त्यांनी केलेल्या सांगीत प्रयोगांचेही असेच आहे. या संदर्भात काही निरीक्षणे संक्षेपाने करता येतील.

(१) लताबाईंच्या आगमनानंतर खऱ्या अर्थाने सांगीत द्वंद्वगीते रचणे संभवनीय झाले. म्हणजे असे की पुरुष आवाजांना आपल्या नैसर्गिक पट्ट्यांत गाणे शक्य होऊ लागले, कारण कुठेही पोचण्याच्या क्षमता लताबाईंच्या आवाजाला लाभलेल्या आहेत. त्याला मर्यादा नाहीत! याचा गुलाम महम्मद

यांनी चांगला वापर केला. उदाहरणार्थ, *आस्मानवाले तेरी दुनिया से* (लता व तलत, 'मंजू', १९५३) या गीतात लताबाईंचे गीतांश आभाळापर्यंत पोचतात आणि तरीही चालीच्या सांगीत तर्कशास्त्राचा भंग झाला असे वाटत नाही.

(२) न शिकलेले, काहीसे तणावग्रस्त पण तरीही सांगीत परिणाम हमखास साधणारे आवाज वापरताना त्यांनी या आवाजांना उघडे पाडलेले नाही हा एक कौशल्याचा पुरावाच म्हटला पाहिजे. द्रुत गती, साध्या पण आकर्षक सुरावटी, खेचक पण सरळ लयबंध आणि ठसठशीत पण चालीला बुडवून न टाकणारी वाद्ये वापरून त्यांनी ही किमया साधली आहे. योजलेल्या चालींत कुठेही स्वर धरून ठेवण्याची जागा नसावी, फारशी मींड नसावी ही पथ्येही त्यांनी पाळली आहेत. गाणाऱ्यांना पद्धतशीर संगीतशिक्षण गरजेचे भासत असते ते यासारख्या बाबींच्या संदर्भातच हे यामागचे कारण असावे. उदाहरणार्थ, *एक तीर चलानेवाले ने* (सितारा व मुकेश, 'पगडी', १९४८) किंवा *तेरे घुंघरवाले बाल* (शमशाद व समूह, 'परदेस', १९५०) ही परिणामकारक पण सांगीतदृष्ट्या महत्त्वाकांक्षी नसलेली गीते ऐकावीत. याउलट बेगम अख्तर या प्रख्यात ठुमरी गायिकेप्रमाणे गीतांतील भावनिक उत्कर्षबिंदू (रजिस्टर ब्रेक म्हणून ओळखल्या जाणाऱ्या आवाजाच्या खास लगावाने) साधणाऱ्या अमीरबाईंच्या कौशल्याचा त्यांनी चांगला वापर करून घेतल्याचेही उदाहरण आहे (*आँसू थी मेरी जिंदगी*, 'बिखरे मोती', १९५१).

(३) लय द्रुत ठेवायची पण शब्दांचे एकक तर अभंग राखायचे या त्यांच्या ध्यासामुळे त्यांनी एक वेधक प्रयोग केलेला आढळतो. गीत आहे *ला दे मोहे बलमा आसमानी* (शमशाद व रफी, 'रेल का डिब्बा', १९५३). गीताची लय द्रुत आहे, पण काही गीतखंडांत पूर्ण चरण दुप्पट लयीत रचला आहे, इतकेच नव्हे तर श्रोत्याला आश्चर्य वाटावे अशा प्रकारे गीताची लय पुन्हा वाढवलीपण आहे! पण तरीही गीताच्या शब्दांची कुठेही ओढाताण झाली वा चाल मागे पडली असे भासत नाही. अंतिम परिणाम असा की गीताला एक असाधारण ऊर्जा लाभते आणि श्रोत्यांचे अवधान शब्दांकडे जाते. गीतकाराच्या नजरेत हा स्वप्नसाध्य योगच म्हणायचा! गीताच्या बांधणीबरोबर त्यांनी रंजक खेळ केल्याचे आणखी एक उदाहरण देण्यासारखे आहे. (कदाचित् यासाठी त्यांना संबंधित दिग्दर्शकाचीही मदत झाली असेल.) *दिले नादाँ तुझे हुआ क्या है* या गालिबच्या चिरंजीव गझलरचनेस त्यांनी एक द्वंद्वगीत म्हणून पेश केले आहे. (सुरैय्या आणि तलत, 'मिर्झा गालिब', १९५३). संवादाचा आशय नसलेल्या गीतास द्वंद्वगीत म्हणून उभे करणे अर्थातच सोपे नाही!

(४) राग स्वरूपास अनपेक्षित भावनिक आशय दिल्याने त्यांच्या रचनाकौशल्याचा एक निराळा पैलू ठोसपणे समोर येतो तो *जिंदगी देनेवाले सुन* (तलत, 'दिले नादाँ', १९५३) या गीतात. गीतास आरंभ होतो तो पाश्चात्त्य तंतुवाद्यावर स्वरावली (कॉर्ड) छेडून आणि गीत सुरू होईपर्यंत याचे चलन भूप रागाचे आहे याचा अंदाज लागत नाही. पाच स्वरी आवाक्याचा व गंभीर तात्त्विक आशयास अनुरूप असा हा राग. तरीही संगीतकाराने गीताचे चलन असे ठेवले आहे, की एकाच वेळी आपण रागात असतो व नसतोपण! या रागाचे शास्त्रोक्त ज्ञान नसलेल्या श्रोत्यासही गीताचे बदलते भावरंग जाणवतातच, कारण भूप राग भारतीय सांगीत संस्कृतींत फार खोलवर रुजला आहे. संगीतसंस्कृतिशास्त्रज्ञांचे तर असेही म्हणणे आहे, की एकंदरीने पंचस्वरी मूलभूत सुरावटी या मानवी सांगीत वारशाच्या आदिम थरात मोडतात.

(५) हिंदी बोलपटगीतांचे वर्गीकरण करताना गूढ, आवाहक वा भारलेली गीते असा एक वर्ग मानावासा वाटतो! अशा गीतांचे काही सांगीत घटक नोंदता येतील. तार स्वरावर शब्दांची पुनरावृत्ती, तालाशिवाय शब्दांचे उच्चारण व फेक, अपेक्षा निर्माण करत विरत जाणारी शब्दावली वगैरे विशेष या संदर्भात लक्षात घेण्यासारखे असतात. *आयेगा आनेवाला* ('महल') ही खेमचंद प्रकाश यांची रचना प्रस्तुत गीतप्रकाराचा आदर्श नमुना म्हणता येईल. (योगायोग असा की खेमचंद प्रकाश व गुलाम महम्मद मित्र होते!) 'नाझनीन' (१९५३, लता) हे गुलाम महम्मद यांचे गीत याच प्रकाराचे परिणामकारक उदाहरण आहे. त्या सुमारास हा गीतप्रकार वातावरणात वावरत होता काय?

(६) आणि शेवटी कान वळवायचे ते 'पाकीझा' (१९७१) च्या रुंजी घालणाऱ्या संगीताकडे. *चलते चलते, थाडे रहियो,* वा *इन्ही लोगों ने,* यांतील कोणतेही गीत घ्या. गीत म्हणून यांतील प्रत्येक कृती पूर्ण आहे आणि तरीही गीतांबरोबर सादर केलेल्या प्रसंगांना वा दृश्यांना समांतर सांगीत बांधणी म्हणूनही ही कार्य करतात. स्वतंत्र असूनही सहभाव ठेवत बोलपटाचा आशय ती गडद करत नेतात. *इन्ही लोगों ने* तसे पाहता नेहमीसारखे मुजरा गीत आहे, पण कोणतीही सांगीत आतिषबाजी न करता ते कार्यक्षम नृत्यसंगीत म्हणून सामोरे येते. *थाडे रहियो* या गीतात आवाहक राजस्थानी मांड कानी येतो. पुन्हा एकदा अतीव मनधरणी, हताशपणा वा निराशा यांची छाया दाटून येते, कारण सांगीत दिखाऊपणा वा भपकेबाजीशिवाय मनःस्पर्शी सुरावटींवरच गीतात भर दिला आहे. *मौसम है आशिकाना* हे प्रेमपूर्तीचे प्रामाणिक संगीत रूप आहे. *चलो दिलदार* हे आनंदी द्वंद्वगीत पहाडी रागाशी जवळीक साधते, पण चरणाच्या

मध्यावर आघात ठेवणारे आणि अतिमर्यादित स्वरवळणे गिरवीत मन भारून टाकणारे *चलते चलते* हे गीत एक शांतशी भावनिक अस्वस्थता निर्माण करते! अनपेक्षित यती (लयाघात), पुनरावृत्त स्वराकृती इत्यादींचा एकत्रित परिणाम असा की अटळ अशुभाच्या कल्पनेने मनाचा थरकाप होऊ लागतो. चक्षूंसमोर प्रतिमा तरळू लागते, की काळे ढग जमा होत आहेत ते जीवसृष्टी पोसणारे नव्हेत, तर ती कायमची मालवून टाकणारे!

(७) नबाबी मुस्लिम समाज हा भारतीय संस्कृतीचा एक थर अभिजात, नागर पण दुबळा, सद्‌हेतूंनी प्रेरित पण ऱ्हासाकडे झेपावणारा, आणि संपन्नतेने जगण्याचा व आत्मघात करण्याचा एकाच वेळी वेडा ध्यास घेणारा! याला गुलाम मोहम्मद यांनी तुल्य व बोलका सांगीत प्रतिसाद दिला. ही त्यांची कामगिरी विचारणीय नव्हे काय!

बुलो सी. रानी

(जन्म : ६-५-१९२०, मृत्यू : २४-५-१९९३)

बुलो सी. रानी यांचा जन्म सिंध, हैद्राबाद येथे झाला. त्यांचे मूळ नाव होते बुलो चंदीरामानी रामचंदानी. वडील चंदीराम हेही संगीतरचनाकार होते. 'इन्सान या शैतान' (१९३३) या बोलपटासाठी त्यांनी संगीत दिले होते. बुलो संगीतमय वातावरणात वाढले. पदवीपरीक्षा उत्तीर्ण झाल्यानंतर त्यांनी बोलपटासाठी संगीत देण्याच्या इराद्याने लाहोरला प्रयाण केले. तिथे काही काळ त्यांनी गुलाम हैदरबरोबर काम केले. डी. एन. मधोक यांच्याबरोबर १९४२ मध्ये त्यांनी मुंबई गाठली. खेमचंद प्रकाश यांचे सहाय्यक म्हणून रणजीत फिल्म्समध्ये पाय रोवला. ('तानसेन' या प्रख्यात चित्रपटातील खुर्शीद या गायिकेचे *ओ दुखिया जियरा* हे गीत आपण तयार केले असे बुलो नंतर सांगत असत.) 'मेहमान' या बोलपटात गायक म्हणून खेमचंद प्रकाश यांनी बुलो सी. रानी यांना संधी दिली (१९४२). त्यांनी गायलेले *रूठना प्यार में* हे गीत लोकांना आवडले. ग्यान दत्त यांनीही याच वर्षी त्यांना गायक म्हणून आपल्या बोलपटात योजले. गायक म्हणून त्यांचे नाव होऊ लागले आणि १९४३ मध्ये त्यांना सहा बोलपटांत गाणी मिळाली. या नव्या गीतांमधले *ओ जोगन ओ बैरागी* (ग्यानदत्त, 'शंकर पार्वती', १९४३) गाजले.

'पगली दुनिया' (१९४४) या बोलपटासाठी त्यांनी संगीत दिले. त्यांच्या एकूण १३ गाण्यांपैकी अमीरबाई या गायिकेने ८ सादर केली होती. स्मृतिभ्रंशा-सारख्या आगळ्या विषयावरील 'मूर्ती' या बोलपटासाठी त्यांनी संगीत दिले व

यातील *बदरिया बरसन गई* हे मुकेशने गायलेले गीत लोकांनी उचलून धरले. मुकेशचे हे पहिले गीत असा उल्लेख बुलो सी. रानी पुढे अभिमानाने करत असत. त्यांनी संगीत दिलेल्या 'राजपुतानी' या बोलपटातील द्वंद्वगीतातही (*जा परवाने जा*) मुकेश चमकला. १९४६ मधील त्यांच्या 'जोगन' या बोलपटात तलत महमूदला पहिली संधी मिळाली (*सुंदरता के सभी शिकारी,* १९४६). अशरीरी प्रेमाच्या विषयावर बेतलेला हा चित्रपट गाजला नाही तरी गीते लोकांना आवडली.

बावीस वर्षांत जवळजवळ ६८ बोलपटांना त्यांनी संगीत दिले. त्यांच्या 'जोगन' (१९४६)च्या संगीताने लोकांच्या मनात घर केले. बारकाईने तपासता असे ध्यानात येते, की त्यांच्या बऱ्याच चाली पारंपरिक म्हणता येतील अशा सुरावटींचे रूपभेद होते. पण याचा अर्थ असाही होतो, की बोलपटीय सांगीत आशयाच्या बोधनाची प्रक्रिया काय या विषयीचे त्यांचे निरीक्षण चाणाक्ष होते. 'अपराधी' या चित्रपटानेही (खासकरून *बदल गया वो जमाना* हे गीत) चांगले यश मिळविले. 'हसीना' (१९५५) मध्ये त्यांनी आशाबरोबर गायलेले (*आ चाँद मेरे दिल की हालत*) गीत गाजले. 'अबाना' (१९५८) या पहिल्या सिंधी बोलपटासाठी संगीत दिल्याचे श्रेयही त्यांचे आहे. सुमारे १९६६ पर्यंत जरी ते संगीत रचत राहिले तरी आधी कमावलेल्या लौकिकात त्यामुळे भर पडू शकली नाही हे खरे. या कालखंडात त्यांची प्रसिद्धी गायक व रचनाकार अशी राहिली, पण आपण व्यावसायिकदृष्ट्या बाजूला पडल्याचे दुःख ते पेलू शकले नाहीत व १९९३ मध्ये त्यांनी आत्महत्या केली! त्यांच्या रचनाकर्तृत्वाचे विश्लेषण करताना काही खुब्या जाणवतात.

पद्याच्या साधारणपणावर पांघरूण

(१) पद्याच्या साधारणपणावर पांघरूण घालून दिलेल्या रचनेस गीततत्त्वापर्यंत पोचविताना त्यांना त्रास होतो, पण ते प्रयत्न जारी ठेवतात (*भीगी भीगी पलके*). अशा वेळी तालात गायलेल्या कडव्यांच्या मध्ये बिनतालात म्हटलेली कडवी बुलो पेरतात (*सुख ले के दुख दे गया*), किंवा ते महत्त्वाच्या आणि चांगली फेक दिलेल्या शब्दांना वेधक लय बहाल करतात (*थोडे दिनों की जिंदगानी*) ही उदाहरणे ऐकावीत. गुणहीन पद्यावर मात करणे हे सोपे नसते.

(२) वाद्यांचा वापर गीत सुरू करण्याआधी वाद्यसंगीताची लकेर सोडण्याची त्यांची लकब लक्षात येते. किंबहुना त्या काळच्या अनेक रचनाकारांनी असे केलेले आढळते. पण बुलो काही वेळा सुखद आश्चर्याची प्रतीती देतात. उदाहरणार्थ, *क्यौं आँख मिलायी थी* या गझलची सुरुवात ते फक्त एका वाद्याने करतात. किंवा *जननी जन्मभूमी माता* या गीताच्या आरंभी ते

वाद्यवृंद वापरत नाहीत, इतकेच नव्हे, तर जाणवेल असा लयबंधही समोर येत नाही. *जोगन बना के पिया* हे गीतही अगदी अचानक सुरू होते.

कोणत्याही वाद्याच्या प्रास्ताविकाशिवाय अभारतीय आणि विशेषतः ज्यांचे वर्णन पाश्चिमात्य असे करता येईल अशा वाद्यांची योजना हीही त्यांची आवडती युक्ती आहे. गीताची लय ते अनेकदा पिआनोच्या वादनातून निश्चित करतात (*ओ लाख करो चतुराई*). क्लॅरिनेट व पिक्कोलो या प्रकारच्या उच्चस्वनी बासरीस ठळक वाक्यांश देणेही त्यांना पसंत होते (*पंछी का ऊँचे उडना सबने देखा*). काही वेळा तर एकूण सुरावटच पाश्चात्त्य भासते (*प्यारे बादल जा*). *कोई प्यार करें* या गीतात तर वाद्यवृंद वाद्यघोषासारखा (बँड) वाटतो. या अभारतीय संगीतप्रकाराचे आकर्षण अनेक भारतीयांना होते हे विदित आहे.

सुरावटींतील बलाघात अनपेक्षित ठिकाणी आल्यामुळेही हा रचनाकार आपले लक्ष वेधून घेतो. उदाहरणार्थ, *प्यारे बदल जा* या गीताची सम मंद्र निषादावर आहे. श्रोत्यांचे लक्ष वेधण्यासाठी अधिकाधिक उंच स्वरावर पोचणे या सर्वसाधारण प्रवृत्तीच्या हे अगदी उलटच म्हणायला हवे. *मन चला है देस पराया* या गीतात तर स्त्री आवाज गाता असूनही सुरावट मंद्र पंचम स्वरापर्यंत खाली पोचते.

भविष्यातले सूर की समान वारसा?

अनेकदा जुनी गाणी ऐकताना एक संभ्रम निर्माण होतो. संगीतकार भविष्यातील सूर सुचवितो आहे, की पुढे रूढ झालेले व या संगीतकाराने वापरलेले सूर एका समान वारशातले असल्याकारणाने त्यांत साम्य वाटते? या संदर्भात पुढील उदाहरणे वेधक वाटतील.

बुलो सी. रानी यांच्या रचना	**नंतरची लोकप्रिय गीते व त्यांच्या चाली**
परदेसी पिया रे	*तिरछी नजरिया के बान*
भादो की रात रे पडे बरसात रे	*आँखियाँ मिलाके*
देखी तेरी दुनिया	*क्या करूँ सजनी आये न बालम*
मेरी क्या है खता	*आ जावो तडपते हैं अरमान*
तुमसे मुहब्बत कौन करें	*एक परदेसी मेरा दिल ले गया*

भारतीय शैलीची कुशल योजना

त्यांनी भारतीय शैलीचा मार्मिक वापर करून गीते रचल्याचीही उदाहरणे बरीच आहेत. कलासंगीताच्या शास्त्रोक्त विधानानुसार राग व ताल वगैरे योजलेली गीते यांत मोडतील.

जरा मेरी गली में आरे बालम या गीतात काहीशा दीर्घ चरणांतील प्रत्येक अक्षरास एक मात्रा अशी योजना आहे. सुगम म्हटल्या जाणाऱ्या संगीतप्रकारांत अशी योजना करणे एक बरेच वापरले जाणारे रागाची तंत्र आहे.

लाख करी चतुराई या गीतातील सारंग रागाची छाप स्पष्ट आहे. या गीतात एक विभाग तर हिंदुस्थानी कलासंगीतातील चीजेप्रमाणे बांधला आहे.

याच ढंगाने *जय अंबा* हे गीत केदार रागामध्ये बांधले आहे. द्रुत एकताल, झपताल आणि केहेरवा इत्यादी तालही वापरले आहेत. तिहाईंच्या वापरांतूनही रचनाकाराचा क्लासिकल रचना करण्याचा उद्देश अधोरेखित होतो. *खोये हुये को धुंड ले प्रभू* या गीतात दरबारी राग वापरण्यातही असेच धोरण आहे.

पिया हरजाई रे हे गीत वेधक ठरते याला कारण असे, की गीत सुरू होण्याआधी खमाज रागातील एक गत सादर होते. *अपनी दुनिया मिटाये तुम* या गीतात भीमपलास या लोकप्रिय रागाची दाट सावली वावरते.

बावीस वर्षांत ६८ बोलपटांना संगीतबद्ध करणाऱ्या बुलो सी. रानी यांच्या कामगिरीने खास सांगीत छाप उमटविली नाही असेच म्हणावे लागते! त्यांचे संगीत प्रतिभेचा खेळ नसले तरी भजनासारखे पारंपरिक प्रकार वा नव्याने रूजू पाहणारे देशभक्तिपर गीतांचे नमुने त्यांनी पुरेशा कौशल्याने वापरून रूढ व मान्य संगीतास नीट राबविले असे म्हणता येईल. गायक म्हणून ते अधिक गुणवान होते का असा प्रश्न उभा राहतो. कारण त्यांनी पदार्पण केले तेव्हाच्या नट-गायकांना गाणारे आवाज क्वचितच लाभले होते!

वसंत देसाई

(जन्म : १९१२, मृत्यू : १९७५) (पदार्पण : १९४३)

महाराष्ट्रातील कोकणपट्टीत सावंतवाडी संस्थानातील, सोनवड या गावी एका धनिक कुटुंबात ९ जून रोजी यांचा जन्म झाला. हा तपशील महत्त्वाचा कारण हा परिसर धर्म व लोकसंगीताने गाजणारा आहे. देसायांवर याचा प्रभाव नक्की पडला होता. बारा वर्षांच्या कोवळ्या वयात (१९२४) त्यांनी सरनाईक नाटक मंडळी गाठली, पण आपल्याला स्त्रीपार्ट करावा लागणार असे दिसू

लागताच त्यांनी मंडळीतून पळ काढला! आपण सर्कसमध्ये जावे असाही एक मर्दानी मनसुबा त्यांनी केला होता म्हणतात! काय करावे याचा शोध करता करता त्यांनी हैद्राबादच्या इनायत खान यांच्याकडून व डागर बंधू यांच्याकडून (१९४२च्या आसपास) शास्त्रोक्त संगीताची थोडीफार तालीम घेतली.

'खूनी खंजीर' (१९३०, प्रभात) या मूक चित्रपटात अभिनेता म्हणून त्याचा पदक्षेप झाला. 'अयोध्येचा राजा' (१९३२) या चित्रपटात त्यांनी *जय जय राजाधिराज* हे गीत गाइले. शिवाय संगीतदिग्दर्शक, अभिनेता, लेखक इत्यादी अनेक बाबतींत प्रभातच्या आरंभकाळी ख्याती पावलेल्या गोविंदराव टेंब्यांचे साहाय्यक म्हणूनही काम केले. पहिल्याने स्वतंत्र संगीतदिग्दर्शन करण्याची संधी त्यांना प्रभातपासून वेगळे होऊन 'राजकमल' या संस्थेचा सवतासुभा थाटणाऱ्या व्ही. शांतारामनिर्मित 'शकुंतला' (१९४३) या चित्रपटात मिळाली. दोघांनाही प्रभातचा वारसा मिळाला होता हे ध्यानात ठेवण्यासारखे आहे. समान विचार व ध्येये यांचा परिणाम दोघांच्याही कार्यात दिसला हे निर्विवाद होय. राजकमलबरोबर त्यांनी सलग व बरीच वर्षे काम केले. त्यांचे हे सांगीत कार्य भरीव राहिले. देसाई यांनी सुमारे ५० हिंदी व २० मराठी बोलपटांना संगीत दिले. चित्रपटसंगीताव्यतिरिक्त समूहगायन व नाट्यसंगीत यांतही देसाई यांनी लक्षणीय भर घातली. यांत त्यांचा राष्ट्रवादी मानसही राहिला. २२ डिसेंबर १९७५ रोजी एका दुर्दैवी अपघातात त्यांचा अंत झाला.

वास्तववादी चित्रपटनिर्मितीत ज्याचा उद्भव होतो त्या संगीतावरच भर असल्याकारणाने विविध व वास्तव ध्वनि-उगम वापरण्यावर असलेला देसाई यांचा कटाक्ष त्यांच्या संगीताचा एक विशेष ठरे. उदाहरणार्थ, 'दो आँखें बारा हाथ' (१९५७) मध्ये रावणहत्था या लोकवाद्याचे खेळणे म्हणून वापरले जाणारे रूप योजून त्यांनी *सैंया झूठों का बडा सरताज निकला* हे लोकप्रिय गीत सिद्ध केले. याच बोलपटात *ऐ मालिक तेरे बंदे हम* या आवाहन गीतासाठी योजलेला लयबंध वाऱ्याने उघडझोप करणाऱ्या खिडकीने पुरविला जातो. 'डॉ. कोटणीस की अमर कहानी' या चित्रपटात राष्ट्रभक्तीने प्रेरित डॉक्टर मंडळी चीन देशात काम करताना हळवी बनतात, तेव्हा त्यांना देशातून भेट जाते ती ग्रामोफोनची. गाणे वाजवतात *'परदेशी रे काहे छोडा मोरा देस'* ('श्यामची आई' या गाजलेल्या मराठी बोलपटात अगदी नैसर्गिकरीत्या बालगीत सादर करण्यासाठी त्यांनी एका साध्या पत्र्याच्या डब्याचे साहाय्य घेतले आहे. मातृत्वाची महत्ता याच विषयाला वाहिलेल्या प्रस्तुत बोलपटाची श्रेयनामावली दाखविली जाते तेव्हा गाईच्या हंबरण्याचा परिणामसुद्धा त्यांच्या तत्त्वास धरून होता.)

'डॉ. कोटणीस की अमर कहानी' (१९४६) या चित्रपटाचे संगीत देसाई यांच्या याच दृष्टिकोणात किंचित फरक करून तयार होते असे म्हणता येईल. नेहमीच्या अर्थाने या चित्रपटात गीतांना वाव नाही. या चित्रपटातली कोणतीही चाल गुणगुणावी असे वाटण्यासारखी नाही. तरीही पाच स्वरांच्या भूप रागातील स्वरसमूह चित्रपटात वापरणे बोधक आहे. पारंपरिक चिनी संगीत अनेकदा पंचस्वरी स्वरग्रामांवर आधारित असते आणि म्हणून देसायांनी असे धोरण ठेवले असणार. चित्रपटाचा नायक डॉ. कोटणीस जेव्हा चीनमध्येच धारातीर्थी पडतो तेव्हाचे समूहगायनही अशाच स्वरसमूहाचा आधार घेते. जोगिया, भैरवी वा तत्सम रागांचा साचेबंद वापर देसायांनी टाळला हे बोधक आहे. भूप रागाच्या स्वरसमूहापासून किंचित दूर सरकून त्यांनी या चित्रपटात एक चाल बांधली आहे. *पीछे डोले, नीचे डोले* हे गीत म्हणजे नायिकेने गाइलेली अंगाई आहे – एका बाजूस आपले लहान मूल व दुसऱ्या बाजूस आजाराने ग्रस्त नवरा पहुडलेला असता गाइलेली. पार्श्वसंगीतातही भूप वा तत्सम सुरावटी तरळत ठेवल्या आहेत. या चित्रपटातली बरीच गीते 'हा हा' वगैरे निरर्थक नादांच्या तुटक व द्रुत गायनासह अवतरतात. म्हणजे याही बाबतीत अभारतीय संस्कृतीचे संगीत साकार करण्याचा यत्न दिसतो.

वसंत देसाईंच्या रचनांत थोडाफार नाट्यसंगीताचा गंध राहिला हे कदाचित अपेक्षित म्हणावे लागेल. आणि हीच प्रक्रिया त्यांचे सहकारी दिग्दर्शक शांताराम यांच्याही बाबतीत अपरिहार्य मानता येईल. याशिवाय असेही जाणवते, की पारंपरिक सांगीत चलने व चाली यांच्या अंगभूत सांगीत आकर्षणशक्तीवर विश्वास असल्याकारणाने त्या जशाच्या तशा व परिणामकारकतेने वापरण्यात त्यांनी मागेपुढे पाहिले नाही. याचाही संबंध मराठी नाट्यसंगीताशी असलेल्या त्यांच्या जवळच्या नात्याशी असावा. हिंदुस्थानी कलासंगीताचा आपण यथातथ्य वापर करतो असा मराठी नाट्यसंगीतपरंपरेचा दावा बऱ्याच अंशी सार्थ असतो हे इथे ध्यानात घेणे आवश्यक आहे. या परंपरेचा व देसाई यांचाही कलासंगीतास पातळ करून वापरण्यावर भरवसा नव्हता. उदाहरणार्थ, *दिल का खिलौना हाये टूट गया* (भैरवी, 'गूँज उठी शहनाई', १९५९) वा *बोल रे पपीहरा* (वाणी जयराम, १९७१) ही गीते ऐकावीत. मात्र 'गुड्डी'मधील एक गाणे पारंपरिक रागचौकटीस किंचित सैल करून वापरण्याचे चांगले उदाहरण म्हणता येईल. *हमको मन की शक्ति दे* या प्रार्थनागीताला केदार या शांत-गंभीर रागाचा आधार आहे. पण रागविस्ताराची अपेक्षा निर्माण होऊ नये अशी खबरदारी चालीच्या चलनातूनच घेतली आहे. याउलट *बोलरे पपीहरा* ही शास्त्रोक्त चीज त्रितालाऐवजी

केहेरवासारख्या तालात बांधून जरा हलकी फुलकी केली आहे. परिणामतः शास्त्रोक्त बंदिशीच्या सूचनेने निर्माण होणारा संघर्ष टाळला आहे. परंपरेत राहून प्रयोग करावेत इकडे देसायांचा कल होता. 'झनक झनक पायल बाजे' या बोलपटातील *नैनसो नैन* हे गीत मालगुंजी रागात आहे आणि हा राग प्रेम-प्रणय वगैरेंसाठी चित्रपटसंगीतकारांनी आवडीने वारंवार वापरलेल्या बागेश्रीपासून नाजूक अंतर राखून असतो म्हणजे ठेवावा लागतो, हे देसाई यांनी जमविले आहे. याच बोलपटात भारताच्या अनेक प्रांतांत प्रचलित बारमासा (बारहमासा) या पारंपरिक लोकगीतप्रकाराच्या धर्तीवर त्यांनी ऋतुवर्णनपर पद्ये योजली आहेत. या रचनांना गीतांचे रूप न देता केवळ चाली ठेवण्यात देसाई यांनी परंपरेत राहून थोडा बदल करण्याच्या रचनापद्धतीचा अवलंब केला आहे असे म्हणता येईल. यामुळे त्यांच्यावर काही बंधने आली हे खरे, पण त्याचबरोबर तयार चाली व त्यासाठी सज्ज ऐकणारेही निश्चित झाले याचे भान ठेवावे लागेल. ठेके, वाद्ये, सुरावटी इत्यादी अनेक बाबतींत यामुळे निर्णय आपोआप घेतले जात असतात. म्हणून या बोलपटांतील संगीत म्हणजे सांगीत चिन्हांची योजना म्हणून समोर येते. बोलपटीय परिस्थितीतून श्रोता-प्रेक्षकाला ते संगीत बोट धरून फिरविते व त्याच्या मनावर इष्ट तो परिणाम साधण्याचे कार्यक्षम साधन म्हणून ते उपयुक्त कामगिरी करते. *जो तुम छोडो पिया* हे भजन व *ऐ मेरे दिल बता* (विलापगीत) या रचनासुद्धा ठरीव दृश्यांसाठी कार्यक्षमतेने सांचेबंद संगीत देसाई कसे वापरीत याची उदाहरणे ठरतात.

एका गोष्टीकडे मुद्दाम लक्ष दिले पाहिजे, ती अशी की वसंत देसायांसारख्या रचनाकारांनी आपल्या ग्रहणक्षम कालखंडाची सुरुवात १९४७ पूर्व युगात केली, पण ते नंतरच्या म्हणजे पार्श्वगायनोत्तर युगातही काम करत राहिले. याचा एक परिणाम असा की गुणवत्तेच्या संदर्भात पाहता दोन निराळ्या भासणाऱ्या शैलींत त्यांच्या रचना वावरतात. त्यांची पहिली शैली वास्तववाद वा नैसर्गिकतावाद इत्यादी तत्कालीन वादाने वा विचाराने प्रभावित झालेली दिसते व आणि नंतरचे तत्त्व म्हणजे गीत समांतर विश्व उभारत असते हे होय! उदाहरणार्थ, देसाई व्ही. शांताराम यांच्याबरोबर काम करताना संगीतरचना नाट्यप्रभावित वास्तववादाच्या तत्त्वास धरून असे. पण इतर दिग्दर्शकांबरोबर काम करताना त्यांचे धोरण निराळे राही. बोलपटाच्या बांधणीपासून ते संगीताच्या जातप्रतीपर्यंत सर्व बाबतींत हा फरक जाणवे.

उदाहरणार्थ, 'अर्धांगिनी' (१९५९) या बोलपटातील *तेरा खत लेके सनम* हे हलकेफुलके, हसरे व सुखद गीत (लता) ते देतात. याच बोलपटातील त्यांची

दोन नृत्यगीतेही (*दिल हम तो,* व *तूने जो इधर देखा*) अशीच सुगम आहेत. निरर्थक ध्वनी मुबलक, दादरा या अर्धतालाचा वापर आकर्षक (काही वेळा वॉल्टझ्च्या दोलांची आठवण करून देणारा) आणि वाद्ययोजना स्वरावलींच्या धर्तीवर असल्याकारणाने संगीत निराळे भासते. गीता दत्त व सुबीर सेन यांचे द्वंद्वगीत (*कल सजना मिलना यहाँ*) स्वयंपाकघरातील भांड्यांच्या साहाय्याने सिद्ध लयबंधांतून सामोरे येते आणि बोलण्याच्या शैलीतली शब्दांची फेकही एक सुगम द्वंद्वगीत साकार करण्यात हातभार लावते. राजकमलसाठी त्यांनी केलेल्या संगीतरचनांत न आढळणारे विशेष त्यांच्या संगीतात दिसतात, याचाच अर्थ असा की त्यांच्या सर्जनशीलतेस व्यापक रूप होते.

पेटीतला मजकूर :

वसंत देसाई यांच्या रचनांतील सांगीत बारकावा

'झनक झनक पायल बाजे' या व्ही शांतारामांच्या महत्त्वाकांक्षी बोलपटासाठी देसाई संगीतरचना करत होते. 'झनक झनक पायल बाजे' या शीर्षक गीतासाठी उस्ताद अमीर खान यांच्या आवाजास योग्य व सांगीत प्रवृत्तीस साजेशी अशी दरबारी रागातील चाल त्यांनी बांधली. ध्वनिमुद्रण झाले व सर्वजण शांताराम सोडता खूष झाले! आपल्या खोलीत देसायांना बोलवून शांतारामांनी आपली नापसंती व्यक्त केली. देसायांना धक्काच बसला. इतके चांगले ध्वनिमुद्रण झालेले आणि... पण त्यांनी थोडा विचार केला आणि दरबारी रागाऐवजी अडाणा राग समोर आणायचे ठरवले. स्वर चौकट तीच ठेवून फक्त भर स्वराष्टकाच्या उत्तरांगावर दिला की अडाण्याचा आविष्कार सिद्ध होतो, पण लगेच चालीचा आत्माच बदलतो! श्रेयनामावलीसाठी ही योजना शांतारामांना एकदम आवडली. भारतीय संगीताच्या गुणवत्तापूर्ण बारकाव्यांचे देसाई यांना नव्याने अप्रूप वाटले!

हुस्नलाल – भगतराम

हुस्नलाल (मृत्यू : २१-११-७३), भगतराम (मृत्यू : २८-१२-१९५८) (पदार्पण : १९४४)

हुस्नलाल-भगतराम हे मूळचे जालंदरनिवासी व पं अमरनाथ या नावाजलेल्या गायक-रचनाकाराचे धाकटे भाऊ होत. पं. अमरनाथ, तसेच १९३० पासूनच्या कालखंडातील प्रख्यात कलाकार पं. दिलीपचंद्र वेदी

यांच्याकडून या रचनाकारांनी संगीतशिक्षण घेतले. हुस्नलाल गायक व वॉयलीन वादक होते, तर भगतरामांचे प्रावीण्य हार्मोनियम वादनात होते.

१९४० पर्यंतच्या आपल्या महाराष्ट्रीय सांगीत वळणातून बाहेर पडण्याच्या प्रभात कंपनीच्या प्रयत्नांचे ही जोडी प्रतीक होती असे मानता येईल! प्रभातच्या 'चाँद' (१९४४) या बोलपटासाठी या जोडीने संगीत दिले. मंजू नावाच्या गायिकेने (तर काहींच्या मते रोशन आराने!) गायलेले *दो दिलों की यह दुनिया* हे गीत अनेक बाबतींत प्रभात परंपरेपासून निराळी वाट चोखाळणारे म्हणता येईल. दादरा व केहरवा या दोन तालांत ते आकर्षकपणे फिरते. हे तालांतर चतुरपणे व सुरळीत घडते. गीताचा आशय कथनात्मक असूनही चालीच्या ओघास बाधा येत नाही आणि तार सप्तकाच्या गंधार स्वरापर्यंत भावपूर्णतेने पोचणारा आवाज सहज व वाहता राहतो. 'मिर्झा साहेबान' (१९४७) हे या जोडीचे नंतरचे पाऊलही यशस्वी ठरले.

या जोडीला द्रुत गती, जलद लय आवडते असे सहज लक्षात येते. शिवाय ही लय मुख्यतः ढोलकद्वारा वा मटक्यासारख्या अ-स्वरी पटहातून किंवा घुंगरूसारख्या घन वाद्यातून सिद्ध करण्यावर त्यांचा भर असतो. (१९४२ मध्ये तर त्यांनी *सुनो सुनो यह दुनियावालों बापूजी की अमर कहानी* यासारख्या शोकगीतासही द्रुत लयीतली चाल दिली होती.) उदाहरणार्थ, *बिगडी बनानेवाले* (सुरैया, 'बडी बहेन', १९४९) हे गीत सर्वत्र भजनांमध्ये ज्याची योजना होते त्या मंजिरी या घन वाद्याच्या आधाराने सुरू होते. गीताचा रोख प्रस्थापित केल्यानंतर हे रचनाकार आपल्या नेहमीच्या प्रघातानुसार गीत उभे करतात. इथे मुद्दा असा आहे, की या रचनेस भजनाचा आशय व गीताचा घाट लाभतो! त्यांचे तत्त्व असे होते की लयीचे स्पंद लगेच, स्पष्टपणे आणि ठोसपणे करावयाचे, पण लयकारी म्हणजे लयीच्या कल्पनांचा विस्तार करायचा नाही वा त्याकडे लक्ष वेधायचे नाही. *एक दिलके टुकडे हजार हुए* किंवा *तेरे नैनों ने चोरी किया* (रफी, 'प्यार की जीत', १९४८), *माही हो दुपट्टा मेरा* ('मीना बझार', १९५०) *छोटासा फसाना* ('बिरहा की रात', १९५०) ही सारी उदाहरणे त्यांच्या द्रुत गतीवरच्या लोभाची व केहरव्यासारख्या अर्धतालावरच्या मेहेरबानीची होत. शिवाय *छोटासा फसाना* या गीतात तर द्रुत गतीच्या जोडीला भरीस भर आणखी एक योजना केली आहे, म्हणजे गीताचे शब्द दुगुणीत ठेवले आहेत! त्यांचे एक फसवे पाऊल म्हणजे ते आरंभ संथपणे करतात, पण मग अवतरणारा वाद्यवृंद व गायनही दुगुणीत असते. म्हणजे त्यांची द्रुतलयीची पसंतीच अखेर समोर येते (*शामे बहार आयी,* रफी व सुरैया, शमा परवाना,

१९५४). परिणामी त्यांच्या रचनांत संथ संगीत आले की आश्चर्यच नव्हे तर काही वेळा बरेही वाटते, उदाहरणार्थ, *लुट गई दुनिया उम्मीदों की* ('जलतरंग', १९४९). याच गीतात त्यांनी सलग सूर देणारे गिटार वापरावे व सुरावटीतही लताच्या खास भावनापूर्ण लगावास वाव मिळावा हा काही निव्वळ योगायोग नसावा, पण तरीही चाल पकड घेत नाही व भावस्थितीला सखोलता लाभत नाही हेही खरे. *दम तोडते हैं अरमान* हे गीत (रफी, 'शगुन', १९५०) हे दुःखपूर्ण आहे व रफी त्यास यापल्या खास पद्धतीने जादा गडद बनवितो (हाये व हसरतें या शब्दांचे उच्चार या संदर्भात मुद्दाम ऐकावेत). पण तरीही भैरवीच्या छायेतल्या या चालीत धर नाही. बोलपटीय रूढीनुसार शोकपूर्ण म्हणता येणारे गीत या द्वयीने बहुधा मुकेशसाठी रचले असावे, तरीही मुकेशचा नक्की आवाज, दरबारी रागाची छाया आणि सर्वत्र उपस्थित खेमटा ठेका असूनही गीत फसते. *किस्मत बिगडा, अफसाना* या गीतात दरबारी राग योजला असूनही कोमल 'ध' हा करुण स्वर ते गाळतात का हे उमजत नाही! त्यामुळे एक निष्कर्ष काढावासा वाटतो – चमकदारपणा हाच त्यांचा एकमेव स्थायीभाव होता काय?

पण असे मानले तरी काहीं प्रश्न उपस्थित होतात. बहुतेक वेळा त्यांच्या गीतांचे मुखडे सप्तकाच्या पूर्वांगात असतात, मग गायक कलाकार कोणीही असो. गीताचा आशय आनंदी-उत्साही असला तरी मुखडा असाच ठेवलेला असे. उदाहरणार्थ, *छाया समाँ सुहाना,* (रफी व सुरैया, 'नाच', १९४९), *वा ऐ चाँद जरा सुन ले* (लता व हुस्नलाल, 'प्यार की मंझिल', १९५०) ही गीते ऐकावीत. नंतरनंतरच्या युगातील रचनाकारांच्या ठरीव यशःसूत्राच्या हे विरोधी होते. लक्ष वेधायचे तर गायन तारस्वरी हवे या नियमात ते बसत नाही. कारण काय असावे? गात्या कलाकारांची सोय की ध्वनिमुद्रणाच्या मर्यादा! ते कसेही असो – माझ्या मते यामुळे ऐकणारा अधिक अवधान देऊन ऐकतो.

या रचनाकारांचा कल चमकदारपणाकडे आहे हे त्यांच्या वाद्ययोजनेतूनही जाणवते. एक ठळक उदाहरण आहे *चुपचुप खडे हो* ('बडी बेहेन', १९४९) हे गीत. या गीतात आनंदी उत्साहाने हार्मोनियमवर गीताचा पूर्ण चरण वाजतो. आणखी एक बाब ध्यानात घेतली पाहिजे. बोलपटांच्या आरंभीच्या कालखंडात या रचनाकारांची वाद्ये बहुधा गीतास सुरुवात होण्यापूर्वी व कडव्यांच्या दरम्यान इत्यादी ठिकाणीच मुख्यतः अवतरत असत. तसेच वॉयलीन, हार्मोनियम, क्लॅरिनेट, गिटार आणि विविध प्रकारचे भारतीय पटह यांपुरते वाद्यरंग मर्यादित राहत. पण १९४९च्या सुमारास एका वेळी अनेक सुरावटी आणि पिआनो, ट्रंपेट

व गिटार इत्यादींचे स्वनरंग यांचे प्रमाण वाढू लागले. उदाहरणार्थ, *हम जैसा कौन होगा* (लता, 'गौना', १९५०) या गीतात शोकपूर्ण आशयाच्या गीताची सुरुवात तालविहीन, गिटारसह, मग लताचे तालाशिवायचे गाणे, मध्ये मध्ये पिआनो, ट्रंपेट यांचे स्वरवाक्यांश व बेस क्लॅरिनेट पार्श्वभागी अशी योजना आहे. *सुन मेरे सजना* या द्वंद्वगीतात (लता व रफी, १९५२) तर अधिक भरीव वाद्यवृंदाशिवाय पिक्कोलोवरील तारस्वरी सुरावट लताच्या आवाजाशी साम्य रेखत राहते. *लेहेरों से पूछ लो* (लता व किशोर, 'काफिला', १९५२) या गीतात तर त्यांनी पट्टीबदलाचे पाश्चात्त्य तंत्र वापरले की काय असे वाटते. बदलत्या कालाबरोबर पावले उचलण्याचा या जोडीचा मानस असावा असे जाणवते.

या रचनाकारांचा आणखी एक बारकावा सूचक म्हणता येईल. यांना लता व मग तलत हे जेव्हा गायक म्हणून लाभले तेव्हा त्यांनी गिटार, संथ लय आणि अधिक मोकळेपणे गाता येतील अशा गीतचरणांची योजना केलेली आढळते. याशिवाय ज्या द्वंद्वगीतात लता गायिका असते त्या गीतात पुरुष आवाजाचा प्रवेश बराच नंतर होतो! ठळक उदाहरणे द्यायची तर पुढील गीतांचा निर्देश करता येईल – *माही ओ दुपट्टा मेरा* ('मीना बझार', १९५०), *छोटासा फसाना* ('जलतरंग', १९४९), *हमें दुनिया को दिल के* ('आधी रात', १९५०). असा प्रकार इतर द्वंद्वगीतांबाबत घडत नाही. उदाहरणार्थ, *मनवा में प्यार डोले* (जोहरा व मुकेश, 'सरताज', १९४९), *छाया समा सुहाना* (रफी व सुरैया, 'नाच', १९४९), *ओ सनम* (रफी व सुरैया, 'सनम'). या गीतात गायनाच्या बोज्याची विभागणी जवळ जवळ समान आहे. लताच्या आवाजाने गीताचा आरंभ व त्याचे चलन स्थापणे म्हणजे गीताचे यश नक्की करणे अशी या रचनाकारांनी खूणगाठ बांधली होती काय?

प्रचलित शास्त्रोक्त राग व ताल व संगीतप्रकारांबाबतीत या द्वयाची काय भूमिका राहिली होती? त्यांचा या बाबतीत काही खास कल दिसत नाही असे म्हणता येईल. केहरवा, दादरा यांसारख्या अर्धतालांची त्यांना खास आवड होती हे उघड आहे. ती इतकी की *सुन मेरे सजना* या गीतात (लता व रफी, 'आँसू', १९५२) त्यांनी केलेली दीपचंदीची योजना हे एक सुखद आश्चर्य वाटते. त्याचप्रमाणे आठ मात्रांच्या कालावधीचे त्यांनी निराळ्या आकृतिबंधांत केलेला वापर (*ऐ मेरी जिंदगी*, तलत, 'आदिले जहांगीर', १९५४) सुद्धा वेधक वाटतो. भीमपलास (*दो दिनों की दुनिया ये*, 'चाँद', १९४४), भूप (*हमें दुनिया के दिलमें*, 'आधी रात', १९५०), भैरवी (*हम जैसा कौन होगा*, 'गौना', १९५०)

इत्यादी गीतांत हे राग छायारूपाने वापरतात असे म्हणता येईल. पण राग समोर आणणे वा त्यांतील कल्पनांचे कल्पक विस्तार करणे हे त्यांचे इप्सित नाही.

त्यांच्या संगीतरचनातंत्रापैकी आणखी एका विशेषाचा निर्देश केला पाहिजे. अवरोही, पुनरावृत्तीपूर्ण सुरावटींच्या आणि लागोपाठ येणाऱ्या चरणांच्या साहाय्याने ते आपले एखादे सांगीत विधान करतात. यामुळे चाल पूर्ण झाली असे भान निर्माण होते व ती लक्षात राहणे सुलभ होते. अशा चालीत तसे पाहता फार निराळे म्हणण्यासारखे स्वर कमी वापरलेले असतात. *चुपचुप खडे हो* ('बडी बहेन', १९४९), *जाके लगे नैना* (सुरैय्या, आशा आणि समूह, 'शमा परवाना', १९५४) ही ठळक उदाहरणे ऐका. यांपैकी पहिल्या गीतातल्या पहिल्या चार चरणांची संगीतरचना फक्त चार स्वरांनी केली आहे. दुसऱ्या गीतातही तंत्र तेच याची खात्री पटते. निष्कर्ष असा की संगीतात सारखे नवीन न करण्याचीही महत्ता असते. *वो पास रहे या* (सुरैय्या, 'बडी बहेन', १९४९) या गीतातही त्याच्या रचनातत्त्वांतील काटकसरीचा प्रत्यय येतो. या गीतात चालीचे आरंभिक विधान वृत्ताच्या चार छोट्या चरणांनी पूर्ण होते व इथेच कडवेही संपते. आता हे कडवे धृपदासारखे पुनःपुन्हा येत असल्याकारणाने सुरावटीच्या अंगाने पाहता रचनाकारांना फार काम करावे लागत नाही आणि ऐकणाऱ्यांना चाल आपलीशी करणे सोपे जाते.

संयुक्तपणे संगीतरचना करणाऱ्यांची पहिली प्रमुख जोडी म्हणून यांना श्रेय मिळाले हे तर खरेच, पण याशिवाय त्यांनी खय्याम, चितळकर व मीनाकुमारी यांना गायला लावले हेही नोंदले पाहिजे. कदाचित हुस्नलाल व भगतराम यांना थोर रचनाकार म्हणता येणार नाही. त्यांनी चमकदार स्वरवाक्ये योजण्यावर अवाजवी भर दिला असेही म्हणता येईल. मात्र त्या काळी रूढ असलेल्या नाटकी चालींपासून दूर जाण्याचा त्यांनी कसोशीने यत्न केला. त्याचप्रमाणे उपलब्ध असलेल्या वाद्यरंगांचा वापर करून वृंदवादनाच्या चलनांचा सहेतुक विस्तार करण्याचाही त्यांनी खटाटोप केला. पण मुख्यतः ते कमी पडले ते या सर्व प्रपंचाचा निष्कर्ष म्हणून आपल्या रचनांचे गुणगुणण्यासारख्या सुबद्ध चालींत कसे रूपांतर होईल याविषयी जागरूक राहण्यात. याकडे त्यांनी जवळजवळ दुर्लक्ष केले. परिणामतः *दो दिलों को* (रोशन आरा, 'चांद'), *तेरे नैनों ने चोरी किया* (सुरैय्या, 'प्यार की जीत'), *चुप चुप खडे हो* ('बडी बेहेन'), *ए मेरी जिंदगी* (तलत, 'आदिले जहांगीर') यांसारखी गाणी त्यांच्या रचनांत फार थोडी आहेत. पण त्यांनी एक ऐतिहासिक महत्त्वाची भूमिका पार पाडली हे निःसंशय. रचनाकारांची जोडी ही कल्पना त्यांनी पक्की रुजविली. याशिवाय

चित्रपटसंगीताच्या आधुनिक युगाच्या आरंभीच्या टप्प्यावर काम करून त्यांनी नाटकी संगीत, राग, संगीताने जड झालेल्या रचना योजणारा कालखंड व नंतरचा कालखंड यांदरम्यान जणू काही एक सेतू बांधला. नंतरच्या युगाची नजर लागली ती चाली बांधण्याच्या नव्या सूत्रांवर, नव्या वाद्यरंगावर, आणि संगीतदृष्ट्या तयार आवाजांच्या क्षमतांचे आव्हान स्वीकारणाऱ्या संगीत-योजनेवर. चित्रपटसंगीत लवकरच एक स्वायत्त शक्ती होणार होते आणि यासाठी आवश्यक ती वाट तयार होऊ लागली होती.

ओ. पी. नय्यर

(जन्म : १६-१-१९२६, मृत्यू : २८-१-२००७)
(पदार्पण : १९५२)

ओंकारप्रसाद नय्यर यांचा जन्म लाहोरचा – १६ जानेवारी, १९२६. ज्योतिषांनी उज्ज्वल भवितव्य, करीअर व प्रसिद्धी होणार अशी त्यांच्याबद्दल भविष्यवाणी केली, पण वडील जरा चिंतेत होते – ओंकार काय करणार म्हणून! कारण ओंकारने संमत नोकरी वगैरेंत काही आस्था दाखविली नाही. वयाच्या १७व्या वर्षी लाहोरला असतानाच त्यांनी दोन गीतांना चाली दिल्या. यांपैकी एक होते *प्रीतम आन मिलो*. त्यामुळे रचनाकार म्हणून त्यांच्याकडे लोकांचे लक्ष वेधले. फाळणीनंतर त्यांनी अमृतसरला प्रयाण केले. पंचोली यांच्या 'आसमान' या चित्रपटात त्यांना रचनाकार होण्याची संधी मिळाली. गीता रॉय व सी. एच. आत्मा यांनी त्यांच्या चालींना चांगले सादरही केले, पण चित्रपट कोसळला. इतकेच नव्हे तर पंचोली यांच्यासाठी केलेल्या पुढल्या दोन चित्रपटांचीही तीच अवस्था झाली! हार मानून नय्यर अमृतसरला परतून संगीत शिक्षक बनण्याच्या विचारात होते, पण गुरुदत्तने त्यांना आपल्या 'आरपार' या चित्रपटासाठी संगीत रचण्याची विनंती केली. हा चित्रपट गाजला आणि सर्व मामला पालटला. मग १९९३ पर्यंत गाजलेली गाणी आणि काहीही न करण्याचा कालखंड आलटून पालटून येत राहिले. मध्ये 'जिद्द' या चित्रपटासाठी त्यांनी संगीत दिले आणि हा त्यांनी संगीत दिलेला अखेरचा चित्रपट ठरला. पण तसे पाहता १९७३ला त्यांची कारकीर्द संपली होती म्हटले पाहिजे.

त्यांनी आपल्या एकंदरीत कर्तृत्ववान वाटचालींत सुमारे ७० चित्रपटांना संगीत दिले – तीन मुख्य अडचणींवर मात करून. एक तर असे की त्यांची गाणी गायला लता उपलब्ध नसे. दुसरे असे की त्यांना खरे पाहता संगीताचे शिक्षण मिळाले नव्हते. तिसरे म्हणजे त्यांची पत्रिका अनेक कलाकारांबरोबर

जमली नाही शिवाय अनेकदा त्यांना सांगीत वनवासात काल कंठावा लागला. त्यांच्या कलाकारीची काहा वैशिष्ट्ये पुढीलप्रमाणे नोंदता येतील.

(१) नय्यर यांनी कोणत्या रुळलेल्या वाटा स्वीकारल्या व कोणत्या बाबतींत त्यांनी मार्गांतर केले ते समजण्यासाठी *देखो जादू भरे* (गीता दत्त, 'आसमान', १९५२) या गीताचा संदर्भ घ्यायला हरकत नाही. गीताचा आरंभ ठाशीव आणि गतिमान लयीत ठळकपणे होतो. प्रस्तुत गीतात त्रिताल हा ताल तबल्यावर चमकदारपणे वाजतो व त्यास दुजोरा सतारीच्या तुल्य स्वरवाक्यांतून दिला जातो. गीताची आकर्षक लय पहिल्याने ठसा उमटविते. दुसरे असे की जरी गीताची पहिली ओळ गौडसारंग रागाची दाट छाया पसरवीत असली तरी नय्यर पापणीही न लवविता लवकरच बिहाग, तिलंग इत्यादी रागांच्या प्रदेशांत विहार करू लागतात. म्हणजे असे की कोणत्याही रागाची वा तालाची चौकट नय्यर यांच्या रचनाशक्तीला पाया पुरवितात असे जाणवत नाही. याउलट याच मार्गात थोडा बदल करून *छोटासा बालमा* हे त्यांचे एक यशस्वी गीत उभे राहते. यात त्रिताल या तालाचा बांधीवपणा स्वीकारला आहे, पण रागाबाबत काही खास आग्रह नाही. या गीतास बागेश्री रागाची थोडी डूब दिली आहे असे म्हणावे हवे तर!

(२) त्यांच्या टांगा चालविण्याच्या गीतांची अनेकदा विशेष प्रशंसा केली जाते. नायक-नायिका यांनी जलद गतीने कूच करणे व जोडीस द्वंद्वगीत गाणे हा खरोखरच हिंदी चित्रपटगीतातील एक लक्षवेधी प्रकार ठरला आहे. (किंवा नायिका व तिच्या सख्या समूहाने जातात व गातात असाही प्रकार आढळतो.) महत्त्वाचा मुद्दा असा की या प्रकारात लय व गती, चाल, हालचाल व शब्द इत्यादी बाबतींत अनेक गोष्टींमध्ये खास योजना करावी लागत असते. रचनाकार या सर्व अंगांकडे लक्ष देऊ शकतो की नाही यावर या गीतप्रकाराची रचना हे आकर्षक उदाहरण ठरते की नाही ते अवलंबून असते. काहींचे म्हणणे असे की या गीतप्रकाराची लोकप्रियता हमखास असते, कारण प्रत्येक भावी प्रियकर-प्रेयसीला या तऱ्हेची स्वप्ने पडत असतात!

काहीही असो, नय्यरांचे *पिया पिया पिया* (आशा व किशोर, 'बाप रे बाप', १९५५) आणि *मांग के साथ तुम्हारा* (आशा व रफी, 'नया दौर', १९५७) या रचना प्रस्तुत गीतप्रकाराची ठळक उदाहरणे होत यात शंका नाही. दोन्ही गीतांची लय व त्यांचे ताल असे आहेत, की कोणालाही संगीताचे शिक्षण न घेताही त्यांचा मागोवा घेता यावा. गीताचे चरण ज्या चालीच्या अनुषंगाने जातात त्या चालीत गुंतागुंत नाही, इतकेच नव्हे, तर शब्द बदलले तरी सुरावट

तशीच असते. आणखी एक बारकावा म्हणजे दर मात्रेगणिक एक उच्चारावयव असतो. या विशेषाचा खास परिणाम असा, की यामुळे बहुतेक वेळा शारीर हालचालीस आमंत्रण मिळते – मग या हालचालीची परिणती नृत्यात होवो वा न होवो. *हौले हौले चलो* (आशा, 'सावन की घटा', १९६६) या टांगा-गीतात तर नायकाचा सांगीत सहभाग शेवटी शिट्टी वाजविण्यापुरता मर्यादित आहे. मात्र गीताच्या प्रवाहात थेट प्रवेश, मृदू वाद्यवृंदयोजना, नायिकेच्या काकुळतीस सोबत होणारी तार शहनाई इत्यादी या गीताची अंगे प्रभावी आहेत.

(३) ही टांगा गीते जरी द्वंद्वगीते म्हणून प्रसिद्ध असली तरी इतरही काही द्वंद्वगीते असतात. त्यांचे काम असते इतर सर्व बाबींना जीवनातून जणू हद्दपार करणाऱ्या प्रेमिकांच्या प्रेमभावनेस वाचा फोडणे. नय्यर यांनी अशा रचनाही केल्या आहेत. ही गीते जरी वेगवेगळी असली तरी या सर्वांत एक समान भावस्थितीवाचक असा समान स्वरसमूह असावा अशी शंका येते. दोन खास द्वंद्वगीते पाहा. *उधर तुम हसीन हो* (रफी आणि गीता, 'मिस्टर अँड मिसेस ५५') आणि *आँखो ही आँखो में इशारा हो गया* ही दोन गीते ऐका. पहिल्या गीतात कॅस्टानेटचा आकर्षक वापर आहे, तर दुसऱ्या गीतात दादरा या खेचक अर्धतालाचा योग्य उपयोग केलेला आहे.

(४) याच प्रकारे सांगीतदृष्ट्या आकर्षक लय-ताल शोध आणखी एक प्रकारचे ऐंद्रिय उत्तेजनापूर्ण गीत रचण्यासाठी आवश्यक असतो. यास नाईट-क्लब गीत असे म्हणतात. नय्यर यांनी या प्रकारची गीते चांगली केली आहेत. (भारतीय चित्रपटसंगीतात रूढ असलेल्या मुजरा गीताचा हा एक हुषारीने आयात केलेला पाश्चात्त्य पर्याय असेही म्हणता येईल.) या प्रकारात महत्त्वाचे ठरते ते प्रत्यक्ष घटनास्थळ म्हणजे नाईट क्लब नव्हे, अर्थात गीताचे प्रयोजन हेच प्रस्तुत असते. या गीतातले सारभूत सांगीत घटक कोणते? मोहिनी घालणारे, भुलविणारे संगीत; अशारीर प्रेम किंवा रूढिमान्य, शिष्टसंमत प्रेमाविरुद्ध बंड पुकारणारे भाव; परकीय वाटणाऱ्या व चमकदार वाद्यध्वनींचा कौशल्यपूर्ण वापर आणि सर्वसाधारणतः मान्य भाषिक आणि उच्चारविषयक संकेतांना, तसेच सांगीत वाक्यांशांना बिघडविणे अशी यादी करावी लागेल. शिवाय अंतिमतः तयार होणारे गीत नृत्यगीत असले पाहिजे. *बाबूजी धीरे चलना, हूँ अभी मैं जवान* (गीता दत्त, 'आर पार', १९५४), *आईये मेहेरबान* (आशा, 'हावरा ब्रिज', १९५८) ही याची ठळक उदाहरणे होत. स्पष्ट बोलायचे तर या प्रकारच्या गीतांना सूक्ष्म सुरेलपणापासून एकसारखे दूर सरकायचे असते. संबंधित गायक वा वादक यांना सुरावट दाखविता दाखविता नियंत्रित पद्धतीने बेसूर होता यावे यासाठी

अशा गीतांच्या चालीत काही जागा हेतुपूर्वक निर्माण केलेल्या असतात. मानवांनी मोहास बळी पडून, शरीराच्या मागण्यांस मान तुकवून जणू काही संमत नैतिक कक्षेच्या बाहेर जाण्याच्या आशयास चालीतही जणू काही समांतर बांधणी उभारलेली असते! परिणामतः सांगीत परिमाणात आवाजाची आघातपूर्ण निर्मिती, उच्चारांत जाणीवपूर्वक व निवडक बिघाड, न-स्वरी पटहांचा मुबलक वापर, गजाने वाजणाऱ्या तंतुवाद्यांचे वा फुंकून वाजविण्याच्या सुषिर वाद्यांचे अतिशय उच्चस्वरी वा कर्कश स्वरवाक्यांच्या सादरीकरणासाठी उपयोजन इत्यादी घटकांचा आढळ निरपवाद होतो. उदाहरणार्थ, *वो हसीन दर्द दे दी*, आशा, 'हम साया', १९५८. भारतीय संदर्भात खास नोंदण्याची बाब म्हणजे यात राग-कल्पनेस 'बाय बाय' केलेले असते! त्याचप्रमाणे अर्धतालांवर आणि द्रुतलयीवर मनसोक्त भर असतो. या तालांची आवर्तने छोटी असतात, ती कळायला सुलभ जातात आणि त्यांचे आघातबिंदू ठळक असतात. या सर्व सामग्रीसह सादर होणाऱ्या गीतांत एक प्रकारचे अचानक सुरू होणे व थांबणेही असते. प्रस्तुत गीतांच्या परिणामकारकतेचा उलगडा करायचा तर या व यासारख्या अनेक बाबींचे सोदाहरण विश्लेषण करावे लागेल.

(५) नय्यर यांच्या संगीतातील आणखी एक महत्त्वाचे (आणि अनेकदा टीकाविषय होणारे) वळण १९५७ पासून — 'तुमसा नही देखा' या चित्रपटापासून — जोरावर आले असे म्हणण्यास हरकत नाही. एक विलक्षण बाब अशी, की या प्रकारच्या नृत्यसंगीताशी वा गीताशी नय्यर यांचे नाव निगडित झाले असले तरी त्यांच्या विशिष्ट रूपाचे कारण असे, की संबंधित अभिनेता शम्मी कपूर याने नृत्याचे शिक्षण घेतले नव्हते. पण त्याच्याजवळ एक कसब होते ते असे, की कुठेही, ऊर्जापूर्ण हिसके देत देत, शरीर निःसंकोच वाकविणे, हलविणे इत्यादी क्रिया त्याला जमत असत! यामुळे तयार झालेली नृत्यशैली आगळी ठरली. त्याबरोबर जाणारे संगीतही अर्थातच निराळे लागणे अपरिहार्य होते. हे नवे आघातपूर्ण, खाचखळगेवाले आणि भरभक्कम आकृतीचे संगीत रफीने समर्थपणे सादर केले. हे सारे संगीत नव्हे, यात काही सौंदर्य नाही वगैरे तक्रारी केल्या गेल्या, पण हा सारा प्रकार निःसंशय लोकप्रिय झाला!

(६) या सर्व पार्श्वभूमीवर नय्यर यांना अनेकदा लयगीतांचे बादशहा का म्हटले गेले याचा उलगडा होईल. पण तरीही एक गोष्ट नोंदली पाहिजे ती अशी, की मधुर सुरावटी वा चलने याही बाबतींत नय्यर खात्रीने सर्जनशील होते. कोणताही रचनाकार रचनाप्रक्रियेत एकांगी असू शकत नाही. *जा जा जा रे बेवफा* ('आर पार', १९५४) यासारख्या यशस्वी गीतांत लयवाद्यांचे ठळक वा

बटबटीत ठोके नाहीत. पण तंतुवाद्यांच्या स्पंदातून या गीतास जणू भूमिगत लयबंध पुरविला जातो आणि एखाद्या सुखद लाटेवर गीत तरंगत जाते. याच प्रकारचे दुसरे एक आकर्षक गीत आहे *चैन से हमको कभी* (आशा, 'प्राण ना जाये वचन न जाये', १९७३). या गीताची गणना कदाचित नय्यर यांच्या महत्तम विलंबित गीतांत करावी लागेल. वेदनेने भरलेल्या, काहीतरी गमावल्याच्या हळवेपणाने पावले जड झालेल्या या गीताच्या साध्या व आकर्षक चालीला लयबंध कसा नाजुकपणे पुरविला जातो ते लक्षातही येत नाही. या गीतावर रवींद्रसंगीताची छाया पसरली आहे असे वाटल्याशिवाय राहत नाही. *जाइये आप कहाँ* (आशा, 'मेरे सनम', १९६५) या गीतातही, द्रुत लयीची चाल बांधूनही एक कारुण्याचे आवरण कसे पसरले जाते ते उल्लेखनीय आहे. प्रेयसीला लवकरच सोडून जाणाऱ्या प्रियकराला उद्देशून हे गीत आहे. चक्राकार जाणारे सतारीचे चलन, आकाराने उतरत येणारा आवाज आणि पूर्ण वाद्यवृंद एकांतरतेने येऊन ही किमया साधतात.

(७) नय्यर यांना आपल्या आकर्षक लयबंधाशी तुल्य अशी चाल न मिळाली की एका महत्त्वाच्या रचनासूत्राचा प्रत्यय येतो – लयबंधाने लक्ष वेधले जाते, पण मन गुंतते ते सुरावटीने. *दिल दे दिया* ('मुसाफिरखाना', १९५५), *बन धडकन* ('मिस कोकाकोला', १९५५) ही गीते अयशस्वी ठरतात, कारण त्यांच्या सुरावटींना, केंद्रबिंदू मिळत नाही. याउलट *थंडी हवा काली घटा* ('मिस्टर अँड मिसेस ५५') या गीताची साधी, पुनरावृत्तियुक्त चालही मन वेधते.

(८) भारतीय संगीतरचनाकारांना त्यांच्या शास्त्रोक्त संगीताकडच्या झुकावानुसार जोखणे योग्य व गरजेचे आहे असे मला वाटत नाही. पण दुर्दैवाने भारतीय रागसंगीताचे ज्ञान वा तत्संबंधीची सर्वसाधारण माहिती असणे याला एक योग्यता-निकष म्हणून बरीच प्रतिष्ठा लाभली आहे, मग संबंधित रचनाकार कोणत्याही संगीतकोटीत काम करत असोत. नय्यर यांना भारतीय रागसंगीत वा संबंधित बाबींचे फार तीव्र आकर्षण आहे असे दिसत नाही. त्यांचा (आणि शास्त्रोक्त संगीताचे पद्धतशीर शिक्षण न मिळालेल्या इतर अनेक रचनाकारांचा) रागांचा वापर मुख्यतः दोन प्रकारचा असतो. एक तर ते राग वापरतात, कारण विशिष्ट गीतप्रकार हाच मुळी एकाद्या रागात वा त्याच्या सावलीत मुरलेला असतो. दुसरी काही उदाहरणे अशी, की त्यांनी एखादी रागचौकट जाणूनबुजून धुंडाळलेली असते, उदाहरणार्थ, *जब बादल लहराया* (गीता दत्त, 'छूमंतर', १९५६) हे गीत सारंग रागाच्या छायेत वावरते, कारण अनेक प्रांतांतील भारतीय लोकसंगीतात वर्षागीते याच प्रकारची असतात.

याउलट नय्यर यांनी रागसंगीताची जाणीवपूर्वक केलेली योजना तपासल्यास काय आढळते? एक असे की त्यांच्या शास्त्रोक्त रचना बहुतेक वेळा हिंदी चित्रपटसंगीतात सर्वसाधारणतः, सरसकट व सहज वापरल्या गेलेल्या रागांत असतात. उदाहरणार्थ, *जोगिया मेरे घर आये* (उस्ताद अमीरखाँ, ललत 'रागिणी'), *रातभर का है मेहमान अंधेरा* (जोगिया, 'सोने की चिडियाँ'), *आप यूँही अगर मिलते रहे* (केदार), आणि *पुकारता चला हूँ मैं* (किरवाणी, 'एक मुसाफिर एक हसीना'), *इशारों इशारों में* (पहाडी, 'कश्मीर की कली'), *बेकसी हद से* (कल्पना, 'देस') या रचना व त्यांचे राग चलनी नाणी म्हणता येतील. इतकेच नव्हे तर या गीतांत नय्यर यांनी आकर्षक सांगीत विलासासाठी प्रचलित रागांत का होईना पण नवे मुखडे समोर आणले असेही दिसत नाही. नवे मुखडे बांधणे हे अनेकदा सर्जनशीलतेचे उदाहरण ठरू शकते. नय्यर यांचे शास्त्रीय यत्न या बाबतीत कमी पडतात असेच म्हणावे लागते.

(८) काही वेळा केवळ हास्यास्पदता ओलांडून संगीतातून विनोद निर्माण करणे त्यांना जमले आहे. *ऐ दिल है मुश्किल जीना यहाँ* (रफी, 'सी. आय. डी.', १९५६) या गीतातील माऊथ ऑर्गनचा आणि हाँ हाँ हूँ हूँ इत्यादी उद्गारांचा चमकदार वापर आपल्या मनावर ठसतो, कारण सरलगती, कर्णमधुर व सहज लक्षात राहणारी नय्यर यांनी दिलेली चाल होय. या सांगीत विनोदाचा संकलित परिणाम असा, की आपण आपल्याशीच मंदस्मित करतो. जॉनी वॉकरचे 'नया दौर'मधील गीतही (*मैं बंबई का बाबू*) याच प्रकारचे आहे.

नय्यर यांच्या संगीतामुळे काही वेधक प्रश्न उभे राहतात. मध्ये मध्ये बराच काळ ते बाजूला पडले नसते तर त्यांनी अधिक चांगले संगीत दिले असते काय, की खंडितपणे स्फूर्ती येणाऱ्या व्यक्तींतच त्यांची गणना करावी? आणखी एक निरीक्षण : स्त्री आवाजांसाठी त्यांनी केलेली गीते त्यांच्या पुरुष आवाजांसाठी रचलेल्या गीतांपेक्षा चांगली आहेत असे म्हणता येईल काय! हा विचार समीक्षकांनी व रसिकांनीही पुढे नेण्यास हरकत नसावी.

हंसराज बेहेल

(जन्म : १९१६- मृत्यू : १९८४)
(प्रवेश : १९४६)

बेहेल यांचा अंबाला येथे १९ नोव्हेंबरला जन्म झाला. यांचा संगीताकडचा ओढा लहानपणापासूनचा. पं. चुनीलाल यांच्याकडे काही काळ संगीत शिक्षण झाल्यावर त्यांनी संगीतरचना, संगीताचे अध्यापन व ध्वनिमुद्रण करायला प्रारंभ

केला. अर्थ असा की आपल्या कारकीर्दीच्या सुरुवातीपासूनच संगीतप्रसार करणाऱ्या एका नव्या माध्यमाशी – ध्वनिमुद्रिकांशी – त्यांचा निकटचा संबंध राहिला. १९४४ मध्ये ते मुंबईला आले – दुसऱ्या एका माध्यमाशी म्हणजे चित्रपटाशी संबंध जोडण्यासाठी. 'पुजारी' १९४६ या आपल्या पहिल्या चित्रपटात त्यांनी मधुबालाला गायला लावले. नंतर 'दुनिया एक सराई' या चित्रपटात त्यांनी मीनाकुमारीला गायला लावले होते. 'रात की रानी', 'चकोरी' (१९४९), 'खिलाडी', 'शान' (१९५०), 'राजपूत' (१९५१) इत्यादी चित्रपटांसाठी त्यांनी संगीतरचना केली. पंजाबी चित्रपटांसाठीही ते या कालखंडात संगीतरचना करत होते. कदाचित याच कारणामुळे हिंदी चित्रपटसृष्टीत त्यांचा बोलबाला कमी राहिला असेल. १९५०च्या दशकात ते कार्यशील होते. १९८४ मध्ये त्यांचे निधन झाले.

बेहेल यांना प्रमुख संगीतरचनाकार काही म्हणता येणार नाही, पण हिंदी चित्रपटसंगीताच्या आरंभीच्या वाटचालीत चित्रपटगीत या प्रकाराच्या उत्क्रांतीत त्यांचा हातभार होता असे नमूद करता येईल. त्यांच्या संगीताचे काही विशेष पुढीलप्रमाणे नोंदता येतील –

(१) *जिन रातों में नींद उड जाती है* (रफी, 'रात की रानी', १९४९) यासारख्या गीतांतून जाणवते ते असे, की एकंदर परिणामकारकतेसाठी आपल्या रचनाकौशल्यास लगाम घालणे या रचनाकारास जमत होते. ही रचना म्हणजे काव्याचे निखळ पठण व त्याचे सांगीत सादरीकरण यांच्या दरम्यान वावरणारी, गीत होऊ शकणारी अशी रचना होय. प्रस्तुत रचनेमागचा मुख्य उद्देश मुशायऱ्यासारख्या काव्यरचना समोर ठेवण्याच्या सादरीकरणाचा कित्ता गिरविता गिरविता त्यावर संगीताचा हलकासा शिडकावा करण्याचा आहे. या कारणाने आपल्यापुढे आरंभी तालाशिवाय पठण येते व मग चालीचा अवतार होतो. पण चाल अशी की गायनक्रिया जाणवली तरी गीताची संहिता ठळकपणे प्रत्ययास येत राहते. वाद्यमेळाचे माफक रूपही या उद्दिष्टास पूरक ठरते. परिणामतः ही रचना म्हणजे जाणीवपूर्वक व नियंत्रित कौशल्याने तयार केलेले एक लघुतम गीत म्हणून उभी राहते.

(२) एकंदरीने हा रचनाकार जरी गंभीर संगीताकडे झुकला असला तरी कॉमिक गीत वा संबंधित सांगीत परिणाम साधण्याचे त्याला वावडे नाही हे निश्चित. *तेरी मेरी मेरी तेरी* (सुरैय्या, 'मोतीमहल', १९५२) या गीतात – आधी इशारा देणारे रूढ संगीत न येता – गायिका एकदम गायनात शिरते. साध्या शब्दांनी उभे केलेल्या गीताची झपाट्याने फेक होते आणि मग एकाएकी मोरचंग

या वाद्याचा टँवटँव ध्वनी प्रभावीपणे वावरू लागतो. गीताची गती, गद्य (निदान उघडउघड काव्यमय नसलेले) शब्द यांच्या जोडीला काहीसा थिल्लर वाद्याचा ध्वनी आल्यामुळे वातावरण अगदी हलके फुलके होऊन जाते. त्याचप्रमाणे *हसीन हो खुदा तो नहीं हो* (मुकेश, 'मुडमुड के ना देख', १९६०) या गीतात हार्मोनिकावर छोट्या, द्रुतगती, आणि अचानकपणे येणाऱ्या सांगीत वाक्यांशाबरोबर अशी वाद्यसाथ येते, की संगीत जणू घरंगळत अवतरते. शिवाय प्रस्तुत गायकाच्या आवाजातली अंगभूत भावुकता व गीतातील भावस्थिती यांचा मेळ नसल्याने आणखी एक हास्यकारक विसंगतीही जाणवल्याशिवाय राहत नाही हेही खरे!

(३) *मुहब्बत जिंदा रहती है* (रफी, 'चंगेजखान', १९५७) या रचनेत बेहेल यांनी हिंदी चित्रपटगीतांतील एका काहीशा हास्यास्पद प्रकाराच्या जमावटीस हातभार लावला आहे असे म्हणण्यास हरकत नाही. या गीतप्रकाराचे वर्णन मोहब्बत का मार्शल-म्युझिक, प्रेमभावनेचे संचलनगीत, असे करावे लागेल! या प्रकारच्या रचनेत आपण ठेक्याशिवायचे घोषगायन, चढत चढत जाणाऱ्या तारतेचे स्वर, आणि वाढत जाणारे, गाजणारे गायन सहन करत असतो. वाद्ये वा त्यांचे ध्वनी अवकाश भरून आपला मालकीहक्क गाजवत असतात आणि प्रेमभावनेस विरोधी शक्तींचा प्राणपणाने निषेध व्यक्त करणाऱ्या शब्दांची त्रिवार योजना गीताचा उत्कर्षबिंदू सिद्ध करण्यासाठी धडपडत असते — मग संबंधित विरोधक कुठेही, कसेही व कितीही असोत. एक वेधक तपशील इथे नोंदण्यासारखा आहे — हिंदुस्थानी कलासंगीताच्या व संगीतशास्त्रीय परंपरेनुसार महत्त्वाच्या शब्दांची त्रिवार पुनरावृत्ती तारस्वरावर केली जाते व या प्रघातास 'पुकार' असे म्हटले जात असते. इथे उल्लेखित रचनेतील *चली आ* या शब्दाची अशा रीतीने होणारी पुनरावृत्ती चर्चित गीतप्रकाराची प्रकृती व उद्दिष्ट काय याचे यशस्वी दर्शन घडविते म्हटले पाहिजे. तीन वर्षांनंतर मुगल ए आझम या चित्रपटात *झिंदाबाद झिंदाबाद, ऐ मुहब्बत झिंदाबाद* (रफी, संगीत नौशाद यांचे) याच प्रकाराचा वापर हा काही योगायोग म्हणता येणार नाही. संगीत म्हणून जरी या तऱ्हेचे आविष्कार मनोज्ञ वाटले नाहीत, तरी अशा रचनांत कारागिरी दिसते हे विश्लेषणानंतर जाणवते हे नक्की.

(४) लताच्या आवाजामुळे उपलब्ध झालेल्या तारस्वर मर्यादांच्या लोभात पडलेल्या रचनाकाराचे आणखी एक उदाहरण म्हणून बेहेल यांचेही नाव घेता येईल. (लताच्या आवाजात तारस्वरांवर पोचणे ही एकच क्षमता आहे असे अर्थातच नाही!) *जब रात नहीं कटती* ('चेंगीझखान', १९५७) हे या प्रकारच्या

मोहाचे उदाहरण मानता येईल. या गीतात जणू काही सुषिर वाद्यांचे कर्कश तारस्वरी वापर व लता यांत स्पर्धा चालते. परिणाम जरी शंकास्पद असला तरी याप्रकारे रचना करण्याकडचा रचनाकाराचा कल समजून घेतला पाहिजे. असो! बेहेल यांनी इतर काही रचनांत विशिष्ट आवाजांच्या खास स्वनरंगांचा चांगला वापर करून घेतला आहे. एक रचनाकार म्हणून हे महत्त्वाचे आहे. उदाहरणार्थ, गीता दत्त हिच्या आवाजातील तरुणाई, खट्याळपणा व मागे तरळत राहण्याचा गुण, किंवा तलतच्या आवाजातील कंपनयुक्तता यांचा वापर गुणवान म्हटला पाहिजे (*कह रही है बाल परी,* १९५४). यातील पिआनो व वॉयलीन यांची योजनाही फलदायक ठरते. वाद्यांचा संयमित व परिणामकारक आविष्कार ऐकायचा तर *दिले नादान* (आशा व तलत, 'मस्त कलंदर', १९५६) ही रचना ऐकावी. कमी वाद्ये असूनही त्यांना नेमक्या जागा व सुरचित वाक्यांश दिल्यामुळे बेहेल इथे यशस्वी झाले आहेत.

(५) अनेक सांस्कृतिक वा ऐतिहासिक कारणांमुळे भारतीय संगीतरचनाकारांचे भारतीय कलासंगीतपरंपरांशी नाते काय ते तपासावे लागते, याचा पूर्वी उल्लेख केलाच आहे. बहुतेक वेळा रचनाकारास भारतीय राग-ताल-संगीतप्रकार इत्यादींचे ज्ञान किती वा त्याने जाणता वा अजाणता यांचा जो वापर केला त्याची गुणवत्ता काय, याची चर्चा कमीजास्त तपशिलात कर्तव्य असते. ज्यांची सर्वसाधारण भावस्थिती आधीच काही प्रमाणात सर्वमान्य आहे आणि तयार अशा स्वरचौकटींचा यशस्वी सूत्रांसारखा वापर करून घेण्यासाठी बेहेलांनी हिंदुस्थानी राग वापरले हे उघड आहे. या सूत्रात अर्थात थोडाफार बदल करता येतो, पण बदल करण्यासाठी काहीतरी पक्के सामान आयते हाती लागते हा केवढा फायदा हे सांगायला नको. हा फायदा बहुतेक जण उठवत असतात अशी इतिहासाची साक्ष आहे. पण बेहेल यांनी केलेल्या काही वेधक वापरांची उदाहरणे देता येतात. उदाहरणार्थ, *जिंदगी भर गम जुदाई का* (रफी. 'मिस बॉम्बे', १९५७) या गीतात त्यानी मालकंस रागाचे स्वर राग म्हणून चौकट अंगावर न आणता केला आहे. सात मात्रांच्या रूपक तालात सुरावट बांधल्यामुळेही रचना गीत म्हणून उभी करण्यात निश्चित मदत झाली आहे. सुरावटीकडे राग म्हणून लक्ष न वेधल्यामुळे त्यांना कलादृष्ट्या एक धोका टाळणे जमले आहे – गीत म्हणून रचना घेणे संभवले आहे.

(६) हिंदी चित्रपटसंगीताच्या संदर्भात अर्थपूर्ण ठरू शकणारा एक छोटा तपशील पाहणे गरजेचे आहे. त्यांच्या रचनात पुढे लोकप्रिय ठरलेल्या काही गीतांची स्वच्छ पूर्वसूचना मिळते. उदाहरणार्थ, *ओ परदेसी बालमा* (सुरैय्या,

'शान' १९५०) आणि *देखो बिना सावन बरस रही बदली* (रफी, 'सावन', १९५९) या रचना लक्षपूर्वक ऐकल्यास अनुक्रमे उस्ताद बडे गुलाम अली यांच्याबरोबर ज्याच्या यशस्वितेची सांगड घातली जाते त्या *तिरछी नजरियाँ के बान* या पहाडीमधील ठुमरीची आणि *सखी री* या गौडमल्हारमधील चित्रपटगीताची आठवण झाल्याखेरीज राहत नाही. माझा अभिप्राय असा नाही, की नंतरच्या संबंधित कलाकारीत बेहेल यांची नक्कल झाली. अर्थ असा की दीर्घ भूतकालीन संगीतपरंपरा असलेल्या भारतासारख्या देशात काही चाली वगैरे जणू काही हवेत तरंगतच असतात. अशा अनेकांकडून वापर होत असलेल्या चाली-चलनांची विपुल संख्या लक्षात घेता लोकसंगीतशास्त्रातील एका महत्त्वाच्या सिद्धांताची आठवण होते. त्यानुसार लोकसंगीताची निर्मिती केली जात नसून त्याची नेहमी पुनर्निर्मिती होत असते.

(७) शेवटी आपण त्यांच्या एका अप्रतिम रचनेकडे पोचतो. *हाये जिया रोये* (लता, 'मिलन', १९५८) ही ती रचना होय. या रचनेची बांधणी कशी झाली आहे ते पाहणे वेधक आहे. यात त्रिताल हा ताल असून आरंभी आवाहन केलेला दरबारी कानडा हा राग आहे. पण लवकरच रचनाकार उघड उघड भासणाऱ्या शास्त्रीय बंधनातून रचनेस मुक्त करून तिला गीताच्या प्रांगणात आणून ठेवतो. एक तर स्थायी-अंतरा या बांधणी-सूत्राचा बेहेल त्याग करतात. याऐवजी पाठोपाठ येणारी कडवी हे रचनातत्त्व कार्यकारी होते. मग दरबारीचे ढोबळ कारुण्य बाजूला सारून काफी या रागिणीची संदिग्ध व सुखद नरमाई समोर आणली जाते. एकापाठोपाठ येणाऱ्या चरणांत ही भावस्थिती अनेक गुंतागुतीच्या सांगीत वाक्यांशांतून विणली जाते. बरोबर त्याच प्रकृतीचे लयबंधही अवतरतात. एकमेव शंका येते ती ही, की लताला इतक्या उंच स्वरांत गायला लावणे अपरिहार्य होते का?

चित्रगुप्त

(जन्म : १६-११-१९१७, मृत्यू : १४-१-१९९१)
(पदार्पण : १९४६)

चित्रगुप्त श्रीवास्तव यांचा जन्म छपरा (बिहार) येथे १६ नोव्हेंबर १९१७ रोजी झाला. लखनौ येथील भातखंडे कॉलेज ऑफ म्युझिक या संस्थेत त्यांचे शास्त्रोक्त संगीताचे यथावत शिक्षण झाले. शिवाय जोडीला अर्थशास्त्रातील पदव्युत्तर शिक्षणही त्यांनी पूर्ण केले होते. भातखंडे कॉलेजमध्येच ज्यांचे संगीतशिक्षण झाले होते अशा एस. एन. त्रिपाठी यांचे साहाय्यक म्हणून

१९४५ मध्ये त्यांनी चित्रपटसंगीतक्षेत्रात प्रवेश केला असला तरी संगीतकार म्हणून त्यांनी स्वतःची छाप लगेचच उमटविली – 'लेडी रॉबिनहुड' या चित्रपटास संगीत देऊन (१९४६). या चित्रपटात प्रमुख भूमिका भूषविली होती एकेकाळच्या गाजलेल्या नायिकेने – फीअरलेस नादिया हिने. ही घटना तशी बोलकी अशासाठी, की सुमारे पन्नासएक चित्रपटांना संगीत दिलेल्या चित्रगुप्तांचे बरेच चित्रपट हाणामारीचे (स्टंट) वा पौराणिक होते. यामुळे त्यांच्या सांगीत कल्पनाशक्तीवर बंधने आली असणार. याशिवाय नंतर आजारपणामुळे त्यांच्या हातून संगीतरचना कमी झाली. याचा संकलित परिणाम असा झाला की त्यांचा चित्रपटसंगीत क्षेत्रातील कामगिरीचा ठसा फारसा ठळक राहिला नाही. आहे त्या कामावरून मात्र असे वाटते, की त्यांच्या हातून अधिक गुणवत्तेचे संगीत संभवनीय होते. ज्या दिवशी मुंबईचे प्रसिद्ध ऑपेरा हाऊस प्रेक्षागृह बंद करण्यात आले त्या दिवशी १४ जानेवारी १९९१ रोजी त्यांचे निधन झाले.

चित्रगुप्त स्वतः गायक होते. *भगवान तुझे मैं खत लिखता* हे 'आशा' या चित्रपटात आगा या अभिनेत्यासाठी त्यांनी गायलेले गीत एके काळी लोकप्रिय झाले होते. द्वंद्वगीते रचण्यासाठी त्यांची विशेष ख्याती होती. शिवाय त्यांची काही द्वंद्वगीते निरनिराळ्या जोड्यांनी गाईली होती. उपदेशात्मक गीते हा प्रकारही त्यांनी परिणामकरीत्या रचला होता. काही उदाहरणे देऊन हा मुद्दा स्पष्ट करता येईल.

दो दिल धडक रहे हैं (तलत, आशा, 'इन्साफ', १९५८) या गीतात वॉल्ट्झ नृत्यात असतो तसा साधा दादरा ताल योजला आहे. हां हां यासारख्या निरर्थक पण घुमणाऱ्या शब्दांच्या साहाय्याने एक साधी सहज गुणगुणता येण्यासारख्या स्वरमर्यादेत तरंगणारी चाल दिली आहे. शिवाय स्त्री आवाज जणू एक प्रश्न विचारतो व पुरुष आवाज त्याला उत्तर देतो असे वाटते. म्हणजे अपेक्षा निर्माण करायची व ती पूर्ण करायची हा पायाभूत आकृतिबंध नीटसपणे पुरा केला आहे. *एक रात में दो दो चाँद खिले* (मुकेश व लता, 'बरखा', १९५९) या रचनेत प्रस्तुत सूत्रास थोडी मुरड घातलेली दिसते. या गीतात पुरुष आवाज संवादास आरंभ करतो. लय काहीशी द्रुत आहे व मुकेशचा नासिक्य आवाज तर लताचा चमकदार स्वर यांनी एक वेधक विरोधी संबंध सिद्ध होतो. याच जोडीला त्यांनी संवादी आशय सिद्ध करण्यासाठी एकच सुरावट देऊन ती दोन भागांत सादर केली आहे आणि शिवाय भोवतालच्या निसर्गास ते गाते आवाज कसे प्रतिसाद देत आहेत ते समोर ठेवले आहे. मुकेशसाठी स्वरमर्यादा काळजीपूर्वक निश्चित केली असल्यामुळे त्याचे गायन सखेद-सखंत वाटत नाही.

दुसऱ्या एका रचनेत (*तेरी दुनिया से दूर*, लता व रफी, 'झबक', १९६१) होऊ घातलेला विरह व परस्परांवरचा गाढा विश्वास यांची खोली जाणवावी म्हणून केलेली रचना विषादपूर्ण वाटते आणि द्वंद्वगीताचे आणखी एक परिमाण ध्यानात येते – रचनासूत्रे समान राहिली तरी. एकांतराने येणारी कडवी दुप्पट लयीत ठेवली तर ऐकणारा दक्ष होतो.

चित्रगुप्त आणखीही एक प्रकारचे 'पॅकेज' समोर ठेवतात. त्याची सर्वसाधारण बांधणी अशी – चमकदार तारस्वरी, ऊर्जायुक्त वाद्यवृंदाने आरंभ, लताच्या तरुण आवाजाचा लगाव, सर्वसमाविष्ट गात्या आवाजांची नीटसपणे विभाजित व कसोशीने संस्कारित केलेली चालीची वळणे. उदाहरणे - *चांद जाने* (रफी व लता, 'मैं चुप रहूँगी', १९६२), *तुमने हँसी हँसी में* (लता व महेंद्र कपूर, 'घर बनाके देखो', १९६३), *चांदसा होगा वो प्यारा* (लता व श्रीनिवास, 'मैं भी लडकी हूँ', १९६४), *आरमान था हमें जिनका* (रफी व लता, 'औलाद', १९६८). ही प्रेमभावी द्वंद्वगीते काहीशी नेहमीची पण कार्यक्षम आहेत. याउलट अशा ठरीव रचना – कारागिरीला बाजूला सारून लक्ष वेधणारी द्वंद्वगीतेही ते रचू शकतात. उदाहरणार्थ, *छेडो मेरी झुल्फे* (लता व किशोर, 'गंगा की लहरें', १९६४) या गीतात 'छेडो' या आरंभीच्या शब्दास लांबविल्याने लयबंध थोडासा गुंतागुंतीचा होतो आणि हे वाकडे वळण किशोरच्या उसळत्या गायनास जणू प्रतिसाद देते.

खरे पाहता या प्रकारे लयीशी खेळणे ही प्रस्तुत रचनाकाराची एक आवडती सर्जक युक्ती आहे. काही गुणवत्तापूर्ण सोलो गीतांतही तिचा वापर दिसतो. *मेरे गोरे अंग* (लता, 'परदेसी', १९७०) या गीतात पद्याचा शेवटचा शब्द लांबविला आहे. यामुळे चालीचा वा सुरावटीचा चरण आणि पद्याच्या वृत्ताचा चरण यादरम्यान एक दिलखेचक सांगीत नाते प्रस्थापित होते. *आ के मिल जाय* (किशोरकुमार, 'इंतजार', १९५३) मध्ये 'जाय' या शब्दावर कारागिरी केल्यामुळे ओळीचे वजन बदलून सांगीत आकर्षण निर्माण होते. *दिल की धडकन* (लता, 'पतंग', १९६०) मध्ये संगीतशास्त्रात अतीत म्हणून ओळखल्या जाणाऱ्या एका विशेषावर रचनाकार विसंबतो. तालाच्या आवर्तनाच्या पहिल्या मात्रेनंतर लगोलग गीत सुरू होते व लक्ष वेधून घेते.

आजही लक्षात राहिलेले *चल उड जा रे पंछी* (रफी. 'भाभी', १९५७) हे गीत चित्रगुप्तांच्या दुसऱ्या हातखंडा रचनाप्रकाराचे उदाहरण म्हणता येईल. उपदेशात्मक गीताची चाल अशा तऱ्हेने पुढे सरकत राहिली पाहिजे की गीत कोणत्याही विशिष्ट व्यक्तीला उद्देशून नाही, पण तरीही सर्वांसाठी अवतरत आहे

असे प्रतीत होईल. सांगीतदृष्ट्या हे साधण्यासाठी काहीसा अंतर्वर्ती भाव आणि विधान-स्पष्टीकरण यांनी भरलेली चाल हवी. गीताचे धृपद सर्वसामान्य विधान करते तर नंतर येणारी कडवी परिणाम — उपदेशादी न पाळल्याचे परिणाम काय — त्यावर लक्ष केंद्रित करतात. भर अर्थात ताकीद देण्यावर नसून मन वळविण्यावर असतो. म्हणून नाट्यात्म, घोषपूर्ण, भरीव व उच्चस्वरी वाद्यसंगीताने आणि *उड जा रे* या शब्दांच्या रफीच्या अधिकारपूर्ण फेकीने गीत सुरू होते. त्याचा आवाज तार गंधारला स्पर्श करतो. शहनाईच्या कंपनपूर्ण आवाहक वाक्यांशानंतर लयीचा प्रवेश होतो. आता या टप्प्यावर, आपले मन वळविण्यासाठी चाल खालच्या स्वरावर आलेली असते. अशी गीते दुःखभरी वा नैराश्यवादी वाटता कामा नयेत हाही एक दंडक असतो. ही सर्व लक्षणे चित्रगुप्तांच्या रचनेत ठळकपणे ऐकू येतात. 'पतंग' या चित्रपटातील *ये दुनिया पतंग* ही रचनासुद्धा अशीच आहे.

त्यांच्या 'नागगीत' (१९६८) मधून हेमंतकुमार यांना त्यांच्या गाजलेल्या नागिण धुनीची स्फूर्ती मिळाली असण्याचा संभवही नोंदण्यात आला आहे.

एस. डी. बर्मन वा सचिन देव बर्मन

(जन्म : १०-१०-१९०६, मृत्यू : ३१-१०-१९७४)
(पदार्पण : १९४६)

सचिनदांचा जन्म कोमिल्ला येथे त्रिपुराच्या राजघराण्यात झाला. बंगाली संस्कृतीच्या काही अभ्यासकांचे म्हणणे असे आहे, की कोमिल्लाने जितकी भर बंगाली कला व संस्कृती जगतात घातली तेवढी कोणत्याही दुसऱ्या स्थळाने घातली नसावी! काही कायदेशीर अडचणींमुळे वा कौटुंबिक भांडणतंट्यामुळे सचिनच्या वडिलांना — नवद्वीपचंद्र देव बर्मन यांना — वयाच्या केवळ १५व्या वर्षी पदच्युत करण्यात आले, इतकेच नव्हे, तर त्यांचा वारसाहक्कही रद्द केला गेला. अधिकार गेला आणि त्यांना त्रिपुराच्या हद्दीत काही भागांत प्रवेशबंदीपण लागू करण्यात आली होती. परिणामतः ते अगरताला येथे राहू लागले — नाइलाजाने आणि रागाने धुमसत. ते स्वतः धृपदसंगीतात प्रवीण होते व सतार वादनही चांगले जाणत. सचिनचे आरंभिक शिक्षण बहुधा त्यांच्याकडेच झाले असावे. ध्यानात घेण्याची बाब अशी, की त्याकाळी अगरताला हे संगीतविद्येचे केंद्र होते. यदु भट्ट व कासिम अली खान यांच्यासारखे प्रथम दर्जाचे संगीतकार या केंद्राशी संबंधित होते. इतक्या आधीच्या कालखंडातही आणि या केंद्रातही सचिनदांचे संगीतप्राविण्य मान्यता पावले होते. सचिनदा पदव्युत्तर शिक्षणासाठी

कोलकात्यास गेले. तेथे कॉलेजशिक्षणाव्यतिरिक्त त्यांना कृष्णचंद्र डे, उस्ताद बादल खान, गिरिजाशंकर चक्रवर्ती आणि उस्ताद अल्लाउद्दिन खान यांचे मार्गदर्शन मिळाले. १९३२ दरम्यानच्या काळात सचिनदांनी आपल्या बंगाली गायनाच्या पहिल्या दोन ध्वनिमुद्रिकाही काढल्या होत्या. दोहोंवर बंगाली लोकसंगीताची दाट छाया होती हे पण नोंदण्यासारखे आहे (*डाकिये ककिल* व *ए पथे आज एशो*). आरंभी आरंभी सचिनदांच्या गायनावर कृष्णचंद्र डे यांचा प्रभाव दिसत असे, पण मग त्यांनी स्वतःची शैली तयार केली हेही खरे. पण महत्त्वाचा तपशील असा, की शास्त्रोक्त संगीताचे इतके संस्कार असूनही सचिनदांवरील लोकसंगीताचा प्रभाव हाच डोके वर काढीत असे. (ते स्वतःच म्हणत की १९३० पासून पाच-एक वर्षांत त्यांनी बंगाली लोकसंगीत व भारतीय शास्त्रोक्त संगीत यांना एकत्र आणून आपली स्वतःची शैली निर्माण केली). एक बोलका प्रसंग असा आहे, की १९३४-३५ मधील अलाहाबाद येथील प्रसिद्ध संगीत परिषदेत त्यांनी बंगाली गीते गायली व श्रोत्यांनी त्यांना डोक्यावर घेतले. बंगाली संगीताने ते इतके प्रभावित झाले होते, की पंकज मलिक यांच्या संगीतदिग्दर्शनाखाली न्यू थिएटर्ससाठी 'यहुदी की लडकी' (१९३३) या चित्रपटामध्ये त्यांनी गायलेली तीन गाणी नाकारली गेली — बंगाली शैलीतली म्हणून. हीच गीते मग पहाडी सन्यालच्या आवाजात ध्वनिमुद्रित केली गेली. या एकंदर परिस्थितीत चंदुलाल शहांसारख्या चित्रपट अध्वर्यूने १९४२ मध्ये दिलेले मुंबईस येण्याचे आमंत्रण त्यांनी नाकारले याचे नवल वाटू नये. मात्र रायबहादुर चुनीलाल यांनी १९४४ मध्ये त्यांना मुंबईस बोलावल्यावर त्यांनी आपला मुक्काम या चित्रपटनगरीत हलविला.

सचिनदांच्या खास बंगालीपणाच्या आणि सांगीत प्रकृतीच्या संदर्भात एकदोन गोष्टी नोंदल्या पाहिजेत.

पहिले असे की रवींद्र संगीताबद्दलच्या त्यांच्या दृष्टिकोणासंबंधी परस्परविरोधी मते व्यक्त केली गेली आहेत. एक मत असे की रवींद्र संगीताविषयी त्यांना फारशी आस्था नव्हती आणि त्याचे एक कारण असे की सचिनदेव यांच्या पित्यास बाजूला सारून त्रिपुराच्या गादीवर बसलेल्या वीरचंद्र यांच्याशी रवींद्रनाथांचे फार जवळचे संबंध होते. पण इतरांनी असेही दाखवून दिले आहे, की रवींद्रांच्या चाली सचिनदांनी वापरल्या आहेत, इतकेच नाही तर काहींचे गायनही त्यांनी स्वतः केले आहे.

काही अभ्यासकांनी नोंदल्याप्रमाणे नजरूल इस्लाम व सचिनदा या दोघांनी बंगाली आधुनिक गीताचा विकास – अगदी थेट माध्यमांच्या भाऊगर्दींत उतरून – केला. यामुळे त्यांच्या कार्याची जातप्रतच वेगळी ठरली.

आता सचिनदांच्या बंगाली संगीतावरील अंगभूत प्रेमाचा मुद्दा आला. थोडा खोलवर विचार केला तर असे लक्षात येते, की बंगालमध्ये भारतीय संगीताच्या सहाही कोटी बंगालीपणाचा ठळक ठसा मिरवू शकतात. आदिम, लोक, धर्म, कला, जन व संगम या सर्व संगीतकोटींवर बंगालमध्ये स्थानिक शिक्का दिसतो. शिवाय भक्तिसंगीतात बंगालमध्ये वैष्णव व सूफी अशा दोन परंपरा जोरदार आहेत. राजेश्वर मित्र या प्रमुख संगीतशास्त्र्यांनी असे नोंदले आहे, की सचिनदांवर सूफी परंपरेचा प्रभाव भरपूर होता. दोतारा घेऊन सांगीत तंद्रीत गाणाऱ्या साहेब अली या सूफी गायकाचे त्यांनी ध्वनिमुद्रणही केले होते. याच बंगालीपणाच्या संदर्भात काहींना असेही वाटते, की आपल्या सांस्कृतिक, कलात्म व अधिक समाधानकारक बंगाली मातीपासून दूर खेचणारी दुनिया म्हणून सचिनदा मुंबईबद्दल आणि तिथल्या कामाबद्दल अखेरपर्यंत नाराजच राहिले.

सचिनदांविषयीची आणखी काही वेधक व्यक्तिगत माहिती ऐकिवात आहे – त्यांच्या सांगीत कार्याशी वा व्यक्तिमत्त्वाशी तिचा थेट संबंध नसला तरी. अगदी आपल्या बंगाली वातावरणात – कोलकात्यात – असतानाही सचिनदा फार मिळून मिसळून वागणारे नव्हते. ते स्वतः चांगले खेळाडू होते आणि फुटबॉल व टेनिस यांचे त्यांना वेड होते. ते ईस्ट बेंगॉल क्लबचे अभिमानी असून अगरताला येथे महत्त्वाच्या सामन्यांत त्यांच्यावर पंचाची कामगिरी सोपविण्यात येत असे. त्रिपुराच्या राजघराण्याशी असलेले संबंध व नाते याचा ते कधीही बडेजाव मिरवत नसत. त्यांचा पोशाख अगदी साधा असून त्यांच्या जवळच्या मित्रांच्या मते पैशाअडक्याच्या व्यवहारांत सचिनदा अतिशय दक्ष – म्हणजे चिक्कू होते! आणखी एक प्रवाद असा आहे, की त्रिपुरा राजघराण्याबरोबर त्यांचा संबंध पूर्णपणे तुटला, कारण आपले कुलशील विसरून एखाद्या सामान्य माणसासारखे सचिनदांनी आपल्या कलेचे व्यापारीकरण केले हे या घराण्याने नेहमीच आक्षेपार्ह मानले. तो काळ असा होता, की आपण धंदेवाईक संगीतकार नाही असे आवर्जून सांगण्याकरिता सभ्य समाजातील बंगाली कलाकार आपल्या ध्वनिमुद्रिकेवर अमॅच्युअर (हौशी) असल्याचा स्पष्ट निर्देश करणे आवश्यक मानत असत!

पेटीतला मजकूर : *पैसा व संबंधित व्यवहार सचिनदा फार काळजीपूर्वक करत याविषयी अगदी आरंभापासून मुंबईच्या विश्वात अनेक कथा प्रचलित आहेत. जर त्यांच्या घरी कोणी कधी गेले तर ते विचारत – काय, काही चहा-बिहा घेणार काय? आणि उत्तर*

येण्याआधीच म्हणत — पण मला वाटते नंतरच बघू त्याचे. जर कोपऱ्यावरच्या इराण्याच्या हॉटेलमधून चहा मागवायचाच झाला तर त्यांच्या ऑर्डर्स इतक्या तपशीलवार असत की त्यावरून ते किती अस्वस्थ झाले आहेत ते लगेच ध्यानात येई. आणखी एक कथा त्यांच्या तथाकथित मासळी-भोजनाविषयी रूढ आहे. कधी तरी ते ध्वनिमुद्रणाच्या वेळी घोषणा करत — चला, आज आपण लंचला मासे खाऊ. सर्वांची अपेक्षापूर्ण नजर त्यांच्याकडे वळली असता ते शांतपणे आपला डबा उघडत व मासळी भोजन करत — एकटे व एका बाजूला वेगळे बसून. आणखी एक कथा : एकदा कोणीतरी त्यांना म्हटले, आपण एक बर्मन रजनी साजरी करूया. ते शांतपणे उत्तरले, या दुनियेत आपण सहज, स्वस्तपणे हाताला लागता कामा नये, तरच इथे आपली किंमत राहते. त्यांनी मुंबईला चांगलेच ओळखले होते असे म्हटले पाहिजे.

मुंबईच्या चित्रपटसंगीतसृष्टीत आपला ठसा कसा उमटावा याचा सचिनदा विचार करत असत. एकदा आपल्या घरचा नोकर 'रतन' चित्रपटातील नौशाद यांचे 'जब तुम ही चले परदेस' हे गीत गुणगुणतो असे त्यांच्या लक्षात आले. पहिल्याने त्यांना याचा राग आला. पण मग या घटनेचा अर्थ शांतपणे लावल्यावर त्यांच्या ध्यानात आले, की चालीचा साधेपणा हाही एक गुण आहे. तेथपासून पुढे आपल्या नव्या चाली ते प्रथम आपल्या नोकरांना गुणगुणून दाखवू लागले! हेमिंग्वे आपले संवाद आपल्या मोलकरणींना वाचून दाखवत व विचारीत 'हाऊ डज धिस साऊंड?' तसेच हे झाले.

त्यांचे सुशिक्षितपण, संगीताचा त्यांचा अभ्यास, लोकसंगीताविषयीची त्यांची असीम प्रीती, आणि चित्रपटसंगीतास लाभलेली प्रतिष्ठा या सर्व घटकांमुळे त्यांनी नाट्य वा कलासंगीत इत्यादींचा पाठपुरावा करण्यापेक्षा चित्रपटाकडे मोहरा वळविला हे सुसंगत व अपरिहार्य होते. लवकरच बंगाली चित्रपटांसाठी संगीत देण्यास त्यांनी सुरुवात केली. ('राजश्री' १९३७, 'राजकुमार' १९४०, 'जीवनसंगिनी', 'छद्मवेशी' व 'मातीर घर' १९४३). मुंबईतही गायक म्हणून त्यांचे नाव होतच होते ('ताजमहाल', मोहन फिल्म्स, १९४१). माधवलाल मास्टर यांनी चाल दिलेले *प्रेम की प्यारी निशानी* हे गीत गाजले होते. नंतरचे 'आठ दिन' (फिल्मिस्तान, १९४६) मधील *उम्मीद भरा*

पंछी हेही गीत लोकांना आवडले होते. मग मात्र तब्बल १२ वर्षांनंतर, दुसऱ्यासाठी संगीतरचना करत राहिलेल्या सचिनदांना आपल्या गात्या आवाजाची आठवण एकदम 'सुजाता' (१९५९) मध्ये झाली व त्यांनी गायिलेले *'सुनो मेरे बंधु रे'* हे गीत गाजले. नंतरच्या वर्षांत ते 'बंदिनी', 'गाईड', 'आराधना', 'तलाश', 'प्रेमपुजारी', 'अमर प्रेम', 'जिंदगी जिंदगी' इत्यादी अनेक चित्रपटांसाठी गुणवत्तापूर्ण गीते गायले.

फिल्मिस्तानच्या 'शिकारी' (१९४६) साठी संगीत देऊन त्यांनी आपल्या गुणसंपन्न कारकिर्दीचा प्रारंभ केला. 'आठ दिन' (१९४६), 'दो भाई' (१९४७) आणि 'शबनम' (१९४९) असा त्यांचा सांगितिक प्रवास चालू झाला. १९५० मध्ये त्यांची व देव आनंदची गाठ पडली आणि एक फलदायक भागीदारी आकाराला आली. 'अफसर' (१९५०), 'बाझी' (१९५०), 'टॅक्सी ड्रायव्हर' (१९५४), 'घर नंबर ९११' (१९५५), 'फंटुश' (१९५६), 'नौ दो ग्यारह' (१९५७), 'काला पानी' (१९५८) आणि 'काला बाझार' (१९६०) हे सर्वच चित्रपट संगीतासाठी गाजले. त्यांच्या कारकिर्दीच्या शेवटी त्यांची सांगीतिक जमा अभिमान वाटण्यासारखी होती — अनेक चित्रपटगीतांना त्यांनी चाली दिल्या, त्यांतली पुष्कळ आपण स्वतः गाऊन गाजवली, एकूण ९० हिंदी चित्रपट, ५ बंगाली चित्रपट, ५७ गायक व २७ गीतकार अशी त्यांची नेत्रदीपक कामगिरी होती.

मी अनेक वेळा म्हटल्याप्रमाणे भारतीय संगीतपरंपरा सहा प्रवाहांत वाहते व ज्याला भारतीय संगीतात मननीय भर घालायची असेल त्याने या सहांपैकी जास्तीत जास्त प्रवाहांत भिजलेले असणे आवश्यक आहे. हे संगीतकोटिषटक व चित्रपटमाध्यमाच्या खास मागण्या लक्षात घेता सचिनदांच्या चित्रपटसंगीताचे कमीत कमी १५ प्रकार समोर येतात. या प्रकारांचे भान ठेवल्यास त्यांच्या कामगिरीचा आलेख काढता येतो व तिचे मूल्यमापन करणेही काहीसे सुलभ जाते. त्यांच्या चित्रपटगीतांचे प्रकार असे - (१) रागाधारित गीते, (२) स्वतः गायलेली गीते, (३) कॉमिक गीते, (४) साधी पण चांगली गीते, (५) गुंतागुंतीची पण यशस्वी गीते, (६) पाश्चात्त्य संगीतशैलीच्या रचना, (७) कॅबेरे गीते, (८) आवाजाचे लगाव वा ध्वनिपरिणाम दर्शविणारी गीते, (९) लोक वा आदिम संगीतावर आधारित गीते, (१०) नायक-नायिका वा इतरांची द्वंद्वगीते, (११) स्वतःच्या वा इतरांच्या चालींचे प्रतिध्वनी वाटणारी गीते, (१२) पारंपरिक बंदिशींवर आधारित गीते, (१३) भक्तिपर गीते, (१४) निखळ मधुर गीते, (१५) संकीर्ण गीते.

(१) रागाधारित में – (१) *दुनियामें मेरी आज अँधेरा है,* रफी, 'दो भाई', १९४७. या गीतात दरबारी कानडा या रागाच्या माफक छटा जाणवतात. (२) *मेरा पिया तो बसे,* गीता, 'दो भाई' १९४७. राग काफीतल्या या गीताची लय बरीच द्रुत आहे. (३) *लेहेरों के रेले,* बिहाग, 'बाबला', १९५३. प्रसिद्ध मंगेशकर कुटुंबातील हृदयनाथ या भावी संगीतरचनाकाराचा पोरवयातला आवाज व साध्या चालीचे गाणे. (४) *सजन बिना नींद न आये,* लता, 'मुनीमजी', राग केदार. सहज रचना व श्रवणीय गायन. (५) *जलते हैं जिसके लिये,* तलत, 'सुजाता' १९५९. काफीचा आधार व मनःस्पर्शी गीत *पूछो ना कैसे,* मन्ना, 'मेरी सूरत तेरी आँखें', १९६३. अहीरभैरवचे गुंगवणारे रूप. *तेरे बिना सूने,* 'मेरी सूरत तेरी आँखें', १९६३. राग काफी. (६) *तुम हमें प्यार करो,* लता, १९६४. पिलुमध्ये आकर्षक मांडणी.

(२) स्वतः गायलेली गीते – (१) *उम्मीद भरा पंछी,* 'आठ दिन', १९४६. आवाजाचा खास लगाव व गायनातील ताजेपण. (२) *सुनो मेरे बंधू रे,* 'सुजाता', १९५९. खास लोकसंगीत गायनाची ढब व नियंत्रित लय. (३) *ओ माझी रे,* 'बंदिनी', १९६३. भावपूर्णता व लोकगायनाचे वळण यांचे मनोज्ञ मिश्रण. (४) *वहाँ कौन है तेरा,* 'गाईड'. १९६५, आपल्या शैलीचे खासपण राखून केलेले गायन.

(३) कॉमिक गीते – (१) *कसूर आपका,* किशोर, 'बहार', १९५१. (२) *छप्पर फाड के,* किशोर व समूह, 'फंटूश', १९५६. जॉनी वॉकरचे गद्य, अनेकभाषी रचना इत्यादी मसाला. (३) *ऐ मेरी टोपी पलट के आ,* किशोर. (४) *तेरी धूम पर कहीं,* रफी, 'काला बाझार' १९६०. (५) *सुन सच ओ डीअर,* आशा व मन्ना, 'बेवकूफ' १९६०. द्वैभाषिक, गद्य व यॉडलिंगचे गायन.

(४) साधी पण चांगली गीते – (१) *नैन दिवाने,* सुरैय्या, 'अफसर'१९५०. (२) *जीवन के सफर में राही,* किशोर, 'मुनीमजी', १९५५. यात किशोर कुमारचे यॉडलिंग नाही. *जिन्हें नाझ है हिंद पर वो कहाँ है,* रफी, 'प्यासा', १९५७. मिश्र पिलुमध्ये, मराठी ओवी-गायनाची भावनिक तीव्रता घेऊन गीत अवतरते. (३) *जाने वो कैसे,* हेमंतकुमार, 'प्यासा', १९५७. यात स्त्रीगीताची हळवी भावपूर्णता जाणवते. (४) *वक्त ने किया गीता,* 'कागज के फूल', १९५९. गीताच्या नेहमीच्या गायनाच्या संदर्भात पाहता आगळा स्वनरंग गायनात भरलेला. *काली घटा छाये,* आशा, 'सुजाता', १९५९. पिलु व स्त्रीगीत बाज पुन्हा अवतीर्ण.

(५) गुंतागुंतीची पण यशस्वी गीते – (१) *दिल जले तो जले,* लता,

'टॅक्सी ड्रायवर', १९५४. साधा वाटणारा दादरा वापरलेला, पण गीताचे चलन गुंतागुंतीचे. (२) जाने क्या तूने कही, गीता, 'प्यासा', १९५७. वक्रगतीचे लयबंध. (३) *है अपना दिल,* हेमंत, 'सोलहवा साल', १९५८. गीत दोन भागांत. एक दुःखी व म्हणून संथ लयीत व मग लयीशिवायचे धृपदाच्या चरणाचे गायन, कडवे दुगुणीत गायले जाते. (४) *देखी जमाने की यारी,* रफी, 'कागज के फूल', १९५९, ठेका नाही. ऐकणारा हळूहळू भावनेच्या वर्तुळात फिरू लागतो. आवाहक गायन व समूहाचा उच्च स्वर आणि हुषारीने गुंफलेले घोषपूर्ण गायन ठाशीव परिणाम साधते.

(६) पाश्चात्त्य संगीतशैलीच्या रचना – (१) *चुप है धरती,* हेमंत कुमार, 'हाऊस नं. ४४', १९५५. याच चित्रपटात *फैली हुई है,* लता. वॉल्ट्झ लयबंधाचा वापर. *हम दम* या शब्दांची कौशल्यपूर्ण योजना.

(७) कॅबेरे गीते – (१) *तदबीर से बिगडी हुई,* गीता, 'बाझी', १९५१. चाल तशी अटकळ बांधता येईल अशी, पण वाद्यवृंद हात राखून वापरूनही एक गिटार जास्त बोलकी करून परिणाम साध्य हे जरा आश्चर्याचे. (२) *जीने दो और जियो,* आशा, 'टॅक्सी ड्रायवर', १९५४. अकॉर्डियन, आवाजाच्या लगावाचे परिणाम इत्यादी सर्व. (३) *मेरी तरफ देखिये,* आशा व समूह, 'ज्युएल थीफ', १९६७. (४) *हो तो ऐसी बात,* लता व रफी, ज्युएल थीफ, १९६७.

(८) आवाजाचे लगाव वा ध्वनिपरिणाम दर्शविणारी गीते – (१) *ये दुनिया रूपकी,* शमशाद, 'शबनम', १९४९. या बहुभाषिक गाण्यात गोपीयंत्र या लोकवाद्याचा वापर एक वेगळा स्वनरंग आणतो. (२) *तेरीया तेरीया,* लता व साथी, 'चालीस बाबा एक चोर', १९५४. (हास्यप्रधानगी). (३) *घायल हिरनिया,* लता, 'मुनीमजी', सरगम, झपताल व हसणे यांचे अजब मिश्रण. (४) *जिंदगी है,* 'मुनीमजी'. (५) *कोई आया,* आशा, 'लाजवंती', १९५८. उत्साही स्वर फेकीचे बुडबुडे व हसता आवाज. (६) *सांझ ढली,* 'काला बाझार', १९६०, मन्ना व आशा. *थंडी हवा* या गीतात थोडा बदल करून. (७) *अपनी तो हर,* रफी, 'काला बाझार', १९६०, आगगाडीची शिट्टी, सॅक्सोफोन व क्लॅरिनेट. *उप्परवाला* या शब्दाचा रफीचा आवाहक उच्चार ध्यानी येण्यासारखा. (८) *ये जबसे हुई,* लता, 'उस पार', १९७४ गायिका खदखदून हसते.

(९) लोक, आदिम संगीतावर आधारित गीते – (१) *नैन दिवाने,* सुरैय्या, 'अफसर', १९५०. अनलंकृत स्त्रीगीताची आवाहक डूब.

(१०) नायक–नायिका व इतरांची द्वंद्वगीते – (१) *चांदनी रात प्यार की,* हेमंत व लता, 'जाल', १९५२. अनारकलीची आठवण होते. (२) *बोल ना बोल ऐ जानेवाले,* आशा व तलत, 'अरमान', १९५३. (३) *रिमझिमते तराने,* गीता व रफी, 'काला बाझार', १९५०. 'एक परदेसी' या गीताची आठवण. (४) *सोचके ये गगन,* लता व मन्ना डे . (५) *गुनगुना रही है,* आशा व रफी, 'आराधना', १९६९.

(११) स्वतःच्या वा इतरांच्या चालींचे प्रतिध्वनी वाटणारी गीते – (१) *बस चुपके ही चुपके से,* गीता, 'एक नजर', १९५१. 'मेरी लाडली' वा 'दा दिर दारा' या गीतांची आठवण. (२) *भरम तेरी वफाओं का,* तलत, 'अरमान', १९५३. *हम बेखुदी में तुम* या प्रसिद्ध गीताची सावली बरीच. (३) *हमरे मुंडे बोले कागा,* राजकुमारी, 'बाबला' १९५३. 'काली घटा छाये'ची आठवण. (४) *गा मेरे,* आशा व साथी, 'लाजवंती', १९५८. 'प्यार हुआ इकरार हुआ'ची छाया. (५) *येही दिल,* रफी, 'सोलवा साल', १९५८. 'तंदाना तंदाना मुश्किल है प्यार छिपाना'ची छाया. (६) *ना मैं धन,* गीता व सुधा, 'काला बाझार', १९६०. 'अल्ला तेरो नाम'ची सावली.

(१२) पारंपरिक बंदिशींवर आधारित गीते – (१) *जब नामे मोहब्बत,* आशा, 'काला पानी', १९५८. मुजरा व नाईट क्लब शैलींचे मिश्रण. (२) *हटो काहे को झूठी,* मन्नाडे, 'मंझिल', १९६०. विडंबन न होता पारंपरिक दादरा हुशारीने हलका फुलका करून चाल सिद्ध. (३) *किसने चिलमन से मारा,* मन्नाडे डे, 'बात एक रात की', १९६२. कव्वालीपासून दूर सरकून. (४) *नाचे मन मोरा,* रफी, 'मेरी सूरत तेरी आँखें', १९६३. *साडे नाल गला* या भैरवी टप्प्यावर आधारित पण रचनेस शास्त्रोक्त न करता. (५) *मोसे छल किये,* लता, 'गाईड', १९६५. नृत्यगीताचे बंदिश की ठुमरी या संगीतप्रकाराबरोबर मिश्रण, मुखडा गुंतागुंतीचा.

(१३) भक्तिपर गीते – (१) *आज सनम,* 'प्यासा', गीता, १९५७. बाऊल संगीत बाजाचा मार्मिक वापर. (२) *ना मैं धन चाहूँ,* गीता व सुधा, 'काला बाझार', १९६०.

(१४) निखळ मधुर गीते – (१) *जाये तो जाये कहाँ,* तलत, 'टॅक्सी ड्रायव्हर', १९५४. मधुर आणि अर्थवाही. हेच मधुर गीत नंतर लताच्या आवाजात. (२) *खोया खोया चाँद,* रफी, 'काला बाझार', १९६०. (३) *छोडो छोडो बैंया,* सुमन, 'मियाँ बिबी', सुमन, १९६०.(४) *तेरे मेरे सपने,* रफी, 'गाईड', १९६५.

(१५) संकीर्ण गीते – (१) *जब घर में लगी,* पारो, 'शिकारी', १९४६. (२) *कुछ रंग बदल रही है,* शमशाद, 'शिकारी', १९४६. (३) *दुनिया में हम दो दिन,* अमीरबाई व अशोककुमार, 'शिकारी', १९४६. पुरुष आवाजास सामावून घेण्यासाठी रचलेली काहीशी प्राथमिक चाल. (४) *उम्मीद भरा पंछी,* 'आठ दिन', १९४७, स्वतः गायलेले पण थेट लोकगीत शैली व लगाव टाळलेले.

निष्कर्ष :

नौशाद यांनी हिंदी चित्रपटगीताचा साचा तयार करण्यात पुढाकार घेतला तर सचिनदांनी त्याचा आवाका व आशय वाढविण्यात हातभार लावला. विशेष म्हणजे तसे पाहता दोन परस्परविरोधी वाटणाऱ्या प्रवृत्तींचा पाठपुरावा करत त्यांनी ही किमया साधली.

पहिले वैशिष्ट्य असे की आपल्या स्वतःच्या गायनातून ते वाद्यांनी अलंकृत केलेल्या, रचनेत नक्षीकाम भरलेल्या, आणि काहीशा सर्वसमावेशक गीतापासून दूर सरकले. आपल्या गायनातून व आवाजाच्या आवाहक पण आगळ्या लगावातून त्यांनी एक ठोस सादरीकरणाचा, एक मुक्त शैलीचा म्हणण्यासारखा प्रघात समोर ठेवत ठेवत मांड मांडला. भोवतालच्या स्वरछायेपासून फेक दूर राखून पण मोकळ्या प्रक्षेपणाचा हा प्रघात होता असे वर्णन करता येईल. यामुळे कधी कधी स्वरकेंद्रापासूनही गायन ढळे. म्हणजे बंगालच्या मूल भक्तिसंगीतापासून तसेच लोकगीतापासूनही गायन बाजूला करायचे, पण तरीही त्यास इतरत्र फोफावणाऱ्या हिंदी चित्रपटगीतांप्रमाणे शहरी गीतही होऊ द्यायचे नाही अशी ही कसरत होती. त्यांच्याशिवाय फक्त किशोरकुमार व काही प्रमाणात मन्ना डे यांनाच ही गायकी जमली.

दुसरी एक सर्वसाधारण म्हणण्यासारखी कामगिरी त्यांनी केली ती अशी, की सांगीत परिमाणावर लक्ष केंद्रित करण्यासाठी आवश्यक तो सुसंस्कृत संयम दाखविला. म्हणजे असे की चित्रपटगीतांतील संगीत या अंगावर भर देता यावा म्हणून हालचालीकडे वा ठरीव (व कधी कधी बटबटीत) अभिनयाकडे गीताला खेचू पाहणाऱ्या शक्तींना त्यांनी पायबंद घालण्याचा प्रयत्न जारी ठेवला. मदन मोहन व इतर काहीजणांच्या बरोबर रचनाकाराच्या संगीत-स्पंदाचा प्रवाह अखंड – निदान कमी अडखळलेला – असावा याकडे त्यांनी लक्ष ठेवले.

प्रतिभावंत संगीतकारांप्रमाणे सचिनदांच्या संगीताचेही काटेकोर वर्गीकरण करणे अनेकदा दुरापास्त ठरते. त्यांनी सांगीत प्रयोग केले तसेच चित्रसंगीतातही

केले! अभारतीय संगीताचे स्वागत करणारे, पण तरीही भारतीय राहणारे संगीत रचण्यात त्यांनी यश मिळविले. गुणगुणण्यासारखे, लक्षात राहणारे संगीत वाद्यवृंदाने रचावे, भारून टाकणारे नव्हे, हे त्यांचे ध्येय होते. त्यांची ऐकणाऱ्यांबरोबर नाती जुळली हे नक्की.

रोशन

(जन्म : १४-७-१९१७, मृत्यू : १६-११-१९६७)
(पदार्पण : १९४९)

रोशन यांचे पूर्ण नाव रोशनलाल नाग्रथ होते. त्यांचा जन्म १४ जुलै, १९१७ रोजी आज पाकिस्तानात असलेल्या गुज्रनवाला या गावात झाला. कुटुंब व्यापारात गढलेले, तर रोशनला उर्दू साहित्याचे वेड. याचा त्यांच्या संगीतरचनेवर निश्चित परिणाम झाला. लखनौ येथे पं. रातंजनकर या प्रख्यात संगीतज्ञाकडे आरंभिक संगीत शिक्षण व नंतर उस्ताद अल्लाउद्दिन खाँ (महियर) व पं. मनहर बर्वे (मुंबई) यांचे त्यांना मार्गदर्शन लाभले. नंतर उल्लेखलेले दोन गुरू अनेक वाद्यांचे कुशल वादन करण्यासाठी प्रसिद्ध होते ही बाब नोंदण्यासारखी आहे. दिल्ली येथे 'ऑल इंडिया रेडिओ'त काही काळ काम केल्यानंतर रोशन यांनी १९४९ मध्ये चित्रपटसृष्टीत पदार्पण केले.

केदार शर्मा यांच्या 'नेकी और बदी' (१९४९) साठी केलेले संगीत हे त्यांचे चित्रपटसंगीत क्षेत्रातील पहिले पाऊल. हा चित्रपट कोसळला पण केदार शर्मा यांचा रोशनवरचा विश्वास अबाधित राहिला. हा विश्वास अनाठायी नव्हता हे 'बावरे नैन' (१९५०) या चित्रपटामुळे सिद्ध झाले. हा चित्रपट भरपूर गाजला. मुकेश (*तेरी दुनिया में दिल लगता नहीं*) व राजकुमारी यांनी गाइलेले *सुनो बैरी बलम* या त्यांच्या रचना लोकप्रिय झाल्या.

असे म्हणतात की रोशन यांना दिलरुबा हे वाद्य फार आवडे. हे वाद्य नाजुक, मधुर व आगळ्या वेगळ्या स्वनरंगांसाठी लक्षात राहणारे आहे. सर्वसाधारणतः लयबंधांचे उठावदार प्रक्षेपण करणाऱ्या वाद्यांपेक्षा रोशन यांना सुरावट धुंडाळणाऱ्या वाद्यांचे आकर्षण जास्त वाटे असे म्हणता येईल. आकर्षकरीत्या सुरावटी सिद्ध करणाऱ्या सारंगी, ॲकॉर्डिअन, स्पॅनिश गिटार, बासरी या वाद्यांवर त्यांचा भर असे. वाद्यांचा कार्यक्षम व प्रेमभरा वापर असा फरक करणे जर मान्य केले तर असे म्हणता येईल, की रोशन यांनी सारंगी जास्त मनःपूर्वक योजली. मुळातच हृदयस्पर्शी ध्वनीचे हे वाद्य रोशन यांनी कसे खास वापरले ते समजण्यासाठी पुढील गीते ऐका - *सलामे हसरत* (सुधा

मलहोत्रा, 'बाबर', १९६०), *मैंने शायद तुम्हें पहले कभी देखा है* (रफी, 'बरसात की रात', १९६०), *पाव छू लेने दो* (रफी व लता, 'ताजमहल', १९६३), *रहते थे कभी* (लता, 'ममता', १९६६), *शराबी शराबी* (नूरजहान, 'सुमन', १९६७). या वाद्याचा खास गुणवत्तापूर्ण वावर आहे *रात की मेहेफिल* (लता, 'नूरजहान', १९६७) या गीतात. प्रत्येक भाषिक वाक्यानंतर सारंगी आपल्या छोट्या, खेचक व दर्दभरल्या सुरावटींच्या पाऊलखुणा सोडीत गीताचा दरवळ वाढविते. चालीचे स्वरूप, सारंगीस दिलेला वाव आणि तिचा स्वनरंग यांमुळे सारंगीसंगीताचे नक्षीकामात रूपांतर होण्याचा धोका भरपूर होता, पण रोशन यांनी तो यशस्वीपणे टाळला आहे. यासाठी त्यांच्या कल्पकतेस पावती दिली पाहिजे. वाद्याची निवड, हात राखून पण विचक्षण वापर आणि तरीही आवाहक योजना यांचे आणखी एक ठळक उदाहरण द्यायचे तर *यूँही दिल ने चाहा था* (सुमन कल्याणपूर, 'दिल ही तो है', १९६३) हे आहे. सितार वा जोडीला किंचित संदमित बासरी यांचे वाक्यांश केवळ मधुर न वाटता पूर्णतः न फुललेल्या प्रेमभावनेचे सूचन करण्यात ते इथे यशस्वी होतात.

रोशन यांच्या वाद्यांच्या वापराविषयी दोन सर्वसाधारण विधाने करता येतील. एक तर असे की रचनाकाराचा एकंदर कल बाजूला सारून टिकाऊ आणि मधुर भावरंग पैदा व्हावा याकरिता खालचे वा मध्यसप्तकातील स्वर व संबंधित स्वर–मर्यादा यांतच चालीचा वावर ठेवण्यात त्यांनी कसूर केली नाही. 'बावरे नैन' (१९५०) मधील मुकेश यांचे *तेरी दुनिया में* हे गीत व कहाँ हो तुम (लता व मुकेश, 'मल्हार', १९६३) ह्या रचना प्रस्तुत संदर्भात मुद्दाम ऐकण्यासारखी गीते आहेत. पहिली रचना दुःखाचे नाटकी प्रक्षेपण न करता रुंजी घालणाऱ्या व्यथेचे मनःस्पर्शी उद्गार ऐकविते. दुसऱ्या रचनेत एकमेकांसाठी तळमळणाऱ्या दोन जीवांचे अश्रू जाणवतात – विरहवेदनेची दवंडी पिटली जात नाही! सारा परिणाम ढाल्या स्वरात तरंगत राहणाऱ्या सुरावटी व आवाज यांतूनच सिद्ध केला आहे. मुकेश व गीता रॉय यांचे 'बावरे नैन'मधील द्वंद्वगीत तसेच आहे. *बडे अरमांओ से* (लता व मुकेश 'मल्हार') या गीताची लय द्रुत असूनही ढाली स्वरमर्यादा पायाभूत असल्याकारणाने एक उदास वातावरण अभंग राहते. *मैं दिल हूँ एक* (तलत, 'अनहोनी', १९५२) या रचनेत गायकाचा सुप्रसिद्ध कंपसुद्धा अधिक नैसर्गिक वाटण्याचे कारण सुरावटीचा ढाला पाया हेच होय. मात्र साठीच्या दशकात रोशन यांनी आपले धोरण बदलले. पूर्वी ज्या मुकेशसमान ढाल्या आवाजाला जोड तशाच वाद्यांची होती त्यांची जागा आता उच्चस्वरी वाद्यवृंद घेतो असे आढळते. माझ्या मते असा मोहरा बदलण्याची

त्यांना काही खास गरज नव्हती. *स्वप्न झडे फूल से* (रफी, 'नई उमर की नई फसल', १९६६) मध्ये पट्टीबदल, भरगच्च वाद्यवृंद, वगैरेंच्या वापराने स्वनावकाशात विनाकरण गर्दी होते.

सुरावटी व सुरावटींचे खास स्रोत म्हणजे विशिष्ट वाद्ये यांच्याकडे रोशन यांचा जाणवण्याइतका ओढा असला तरी लयबंधाचा सर्जक उपयोग त्यांनी अजिबात दुर्लक्षिला असे अर्थातच नाही. किंबहुना एका गीतात एकाधिक ताल वा लयबंध वापरणे त्यांच्या आवडत्या प्रयोगशीलतेत जमा करता येईल. *बार बार तोहे क्या समझाये* (रफी व लता, 'आरती') किंवा *झिलमिल तारे करे इशारा* (मुकेश व सुरैय्या, 'माषुका') या रचनांची उदाहरणे ठळकपणे घेता येतील. पण लय-तालसंबद्ध प्रयोगशीलतेत याहून महत्त्वाची वा यापेक्षा वेधक उदाहरणे घ्यायची तर भारतीय संगीतशास्त्रातील एका तांत्रिक बाबीकडे लक्ष द्यायला हवे. संगीतशास्त्रानुसार ताल व ठेका या दोन वेगळ्या पण संबंधित संकल्पना असून त्यांची सादरीकरणे खास स्वरूपाची असतात. हे दोन्ही कालिक आकृतिबंध असतात, पण ताल हा मानसिक वा कल्पित कालिक नकाशा असून त्याचे मूर्त रूप वाद्यावर इत्यादी निर्माण केल्या जाणाऱ्या ध्वनींच्या द्वारे ठेक्यातून सिद्ध होत असते. म्हणून एकाच तालाचे अनेक ठेके संभवतात, ते कानाला निरनिराळे प्रतीत होतात आणि त्यांचे सांगीत परिणामही खास व आपआपल्या गुणवत्तेचे असतात. उदाहरणार्थ, *दिल जो ना कह सका* (लता, 'भीगी रात', १९६५). आपल्या भावुक आवाजाने (मारुबिहाग रागाची वेदनापूर्ण छाया) व गीतसंहिता लता सादर करत असता भारतीय वाद्यांवर काहीसा अंतर्मुख ठेका चालू असतो, पण याच वेळी पाश्चात्त्य वाद्यांवर उत्तेजक व बहिर्मुख लयबंधही चालू असतो. यात दोहोंच्या लयबंधांचा एकूण, कालिक हिशेब, तोल संभाळलेला असतो. या सूक्ष्म लयसंकरामुळे गीताच्या आशयास एक अस्वस्थ करणारा सांगीत पाठिंबा मिळतो. याच चालीवर याच चित्रपटात रफीचे सादरीकरण मात्र जास्त शक्तीपूर्ण वाटते व एक प्रकारचा सांगीत विसंवाद निर्माण होतो. मात्र कथानकातील परिस्थितीमुळे गीतांच्या या असमतोलास कारण आहे असे म्हणणे शक्य आहे.

सलामे हसरत (सुधा, 'बाबर', १९६०) व *मैंने शायद* (रफी, 'बरसात की रात', १९६०) या दोहोंत रूढ तालासाठी निराळे ठेके योजले आहेत. *बहारों ने मेरा चमन लूटकर* (मुकेश, 'दीवार', १९६६) या गीतातही दहा मात्रांचा झपताल कार्यरत आहे, पण तालाचा चेहरा-मोहरा नेहमीचा ओळखीचा वाटत नाही.

रफीचे *मैंने शायद,* 'बरसात की रात', १९६० हे गीत लयबंधासंबंधीच्या आणखी एका बारकाव्याचे उदाहरण म्हणता येईल. भारतीय गीतरचनेत पहिल्या तालमात्रेवर जिला 'सम' म्हणतात तिच्यावर जोर दिलेला असतो, तिच्याकडे लक्ष वेधण्याचा यत्न अपेक्षित व सरसकट असतो. भारतीय पद्यशास्त्रातील नियम, संगीतविषयक प्रघात आणि तालसंकल्पनेतील वर्तुळात्मकता या सर्वांमुळे समेवर येणे ही घटना संगीतरचनेत, सादरीकरणात महत्त्वाची ठरते. या पार्श्वभूमीवर प्रस्तुत गीताची सम निराघात आहे हे जाणवते. *शायद* या शब्दातील 'य' अक्षरावर सम येऊन गेली हे ऐकणाऱ्याच्या लक्षातही येत नाही. चालीचा प्रवाह वा सुरावटीचे चलन अबाधित राहते हा याचा फायदा म्हणता येईल.

एकंदरीने रोशन यांची रचनाप्रकृती दुःख, अंतर्मुखता व खंत करण्याकडे झुकली आहे असे म्हणता येईल काय? मला तर असे वाटते आणि तरीही याविरुद्ध जाणारी रचनाही त्यांनी केली आहे हेही खरे. यात त्यांच्या रचनाकौशल्याचा प्रत्यय येतो. उदाहरणार्थ, *कहीं तो मिलेगी* (लता, 'आरती', १९६२), *सखी मोरा मन* (लता, 'चित्रलेखा', १९६४) *वा चले आये रे* (लता, 'दादीमां', १९६६) ही सारी गीते चैतन्यपूर्ण, चमकदार चालींची आहेत. द्रुत गती, ला ला ला यांसारख्या निरर्थक अक्षरांची पेरणी, चाल फार खाली वा फार उंच स्वरावर नेऊन न ठेवणे, शब्दांच्या शेवटी खटके-मुरक्या इत्यादी नाजूक स्वरालंकार योजणे वगैरे सांगीत युक्त्या-प्रयुक्त्या कुशलतेने वापरल्या आहेत.

द्वंद्वगीतांचे एकंदर आकर्षण लक्षात घेता याही प्रकारात रोशन आपली कामगिरी नोंदविणे अपेक्षितच होते. *कहाँ हो तुम* (मुकेश व लता, 'मल्हार', १९५१) हे एक कार्यक्षम पण नेहमीसारखे द्वंद्वगीत म्हणता येईल. सांगीतदृष्ट्या पाहता दोन्ही कलाकारांच्या वाट्याला त्यांच्या आपआपल्या आवाजानुसार आणि पुरेसे गायन आले आहे ही एक जमेची बाजू होय. लताच्या आवाजातील उंचावर पोचण्याच्या क्षमतेने मर्यादेपलीकडे मोहून न जाणे हीही रोशन यांच्या सांगीत संवेदनशीलतेतील एक नमूद करण्यासारखी बाब म्हटली पाहिजे. *चाँद तकता है इधर* (सुमन व रफी, 'दूज का चाँद', १९६४) हेही गीत त्याच प्रकारचे पण यशस्वी. *हम इंतजार करेंगे* (आशा व रफी, 'बहू बेगम', १९६७) हा अधिक वेधक यत्न म्हटला पाहिजे. हे द्वंद्वगीत संवादरूपात रचलेले नाही. विशिष्ट क्रमाने पुरुष व स्त्री यांच्या आवाजांची सांगीत विधाने येतात. एक एक संपूर्ण कडवे एकाच आवाजात येते, दुसऱ्या आवाजाच्या कंठक्षेपाशिवाय. सांगीतदृष्ट्या लय व सुरावट यांची संगती राखूनही दोघेही गायक जणू श्रोत्यांना

थेट उद्देशून गातात असे वाटते. द्वंद्वगीते नाट्यात्म होतात ती संवादात्मक तत्त्वाच्या पाठपुराव्यामुळे हे सर्वसाधारण सत्य लक्षात घेता प्रस्तुत प्रयत्नाचे आगळेपण पटेल. याउलट *जो वादा किया* (रफी व लता, 'ताजमहल', १९६३) हे संवादतत्त्वाचे बोलके उदाहरण आहे. चरणाच्या शेवटचे शब्द या गीतात तुटकपणे एका स्वरात गाण्यासाठी बांधले आहेत. जणू काही प्रियकर व प्रेयसी यांच्या एकमेकांतल्या नेत्रकटाक्षांचे व हस्तमुद्रांचे चित्र आपल्यापुढे उभे राहावे यासाठी.

आम म्हटल्या जाणाऱ्या हिंदुस्थानी रागांत रचना करणे रोशन यांना आवडत असे हे उघड आहे. उदाहरणार्थ, *मन रे तू काहे को* (यमनकल्याण, 'चित्रलेखा') मधील शांत स्वरवैभव अनुभवण्यासारखे आहे. शिवाय *निगाहें मिलाने को जी चाहता है* (आशा, 'दिल ही तो है', १९६३), *बता दो कौन गली* (मधु, 'तिलंग') *मदभरी आँखियाँ* (जौनपुरी, 'संस्कार'), *गरजत बरसत* (मल्हार, 'बरसात की रात') हीही उल्लेखनीय गीते आहेत. प्रत्यक्षतः एखादा राग योजला नसला तरीही त्यांच्या अनेक रचना रागांच्या छायेत अवतरतात हेसुद्धा अनेकदा जाणवते. या बाबतीत यमन हा राग सर्वांच्या वर म्हटला पाहिजे. उदाहरणार्थ, म्हटले तर प्रकृत्या निराळी असलेली अनेक गीते यमन रागाच्या परिघात वावरतात. *सलामे हसरत* (सुधा मलहोत्रा, 'बाबर', १९६०) *गमे हस्तीसे बस बेगाना ना होता* (रफी, 'वल्ला क्या बात है', १९६२), *यूँ अगर मुझको ना चाहो तो* (मुकेश, 'ताजमहल', १९६३) ही गीते या संदर्भात ऐकावीत अशी आहेत. ठरावीक प्रकारचा चित्रपटीय आशय असला की रचनाकारही काही वेळा ठरावीक रचनासूत्रांचा आश्रय घेतात असे दिसते. उपदेशात्मक गीतांबाबत रोशन तसे करतात. दोन उदाहरणांची जरा नीट तपासणी केली पहिजे. *बहुत दिया देनेवाले ने* (मुकेश, 'सूरत और सीरत', १९६२), *ओ रे ताल मिले नदीके जलमें* (मुकेश, 'आधी रात', १९६८) या गीतात अनिश्चितस्वरी लोक-पटह (हलगीसारखा) गतिमान, पुनरावृत्त, अर्धताल म्हणता येईल असा लयबंध अंगावर वादन न येता पुरवितो. बासरीवर उच्चस्वरी स्वरवाक्ये गुंजतात – मात्र मागे मागे जात, वा प्रतिध्वनी घेत घेत ती विरतात असे वाटते. या सगळ्याचा संकलित परिणाम असा की, गीताचा आशय जणू काही वातावरणात कायम, चिरकाल तरळत राहतो.

एका वेगळ्या संदर्भात रचनांची दुसरी एक जोडी विचारात घेण्यासारखी वाटते. *लगा चुनरी में दाग* ('दिल ही तो है', १९६३) आणि *फूल गेंदवा ना मारो* ('दूज का चाँद', १९६४) ही दोन्ही मन्ना डे यांनी गायलेली गीते भैरवी

या रागिणीमध्ये बांधली आहेत. पहिल्यात उपदेश, प्रेमभावना यांचे मिश्रण आणि सुरावटी व लयबंध यांची गतिपूर्ण चलने आहेत. प्रस्तुत नृत्यगीतात हिंदुस्थानी परंपरेशी संबंधित सरगम व तराना प्रकारचे गायन, तानांची सरबत्ती, आलापांचे सादरीकरण इत्यादींची उपस्थिती आहे. आता या सर्वांसाठी गायनात भावपूर्णता हवी, पण फिल्मी प्रकारचे अतिनाट्य नको. तसेच पातळ केलेले शास्त्रोक्त गायन चालले आहे असा प्रत्ययही टाळायला हवा. गुंतागुतीची व काहीशी महत्त्वाकांक्षी रचना मन्ना डे समर्थपणे समोर ठेवतात. (उलट उदाहरण हवे तर नौशाद यांचे 'कोहिनूर'मधील, रफी यांनी गायलेले *मधुबन में राधिका नाचे रे* हे आहे.) मन्ना डे यांनी गायलेले व त्याच भैरवी या रागिणीत रोशन यांनी बांधलेले गीत हिंदुस्थानी गायनातील सर्व तंत्रांचे व प्रघातांचे विडंबनात्मक सादरीकरण आहे. अशी सांगीत टिंगल यशस्वीपणे समोर ठेवायची तर संबंधित विशेषांचे अधिकारपूर्ण ज्ञान हवे. येथे ते आपल्याकडे पुरेशा प्रमाणात असल्याची साक्ष रचनाकार व गायक दोघेही देतात.

रोशन यांनी कव्वाली या प्रकारास व त्याच्या रुचिपूर्ण गायनास चित्रपटसंगीतात आपली अशी खास जागाच नव्हे तर प्रतिष्ठा प्राप्त करून दिली अशी सर्वसाधारण मान्यता आहे. त्यांची या प्रकारची पहिली रचना *अगर ऐ दिल तू* ('घर घर में दिवाली') ही होती. 'बरसात की रात' या चित्रपटात त्यांनी खरे म्हणजे इतर प्रकारही वापरले होते, पण जनमानसात या चित्रपटाने व रोशन यांनीही लोकांच्या मनांत घर केले ते यामधील संयमित, सुरेल व सुरचित कव्वाली रचनांनी. *निगाहें मिलाने को* (आशा, 'दिल ही तो है', १९६३) यात नीटपणे यमन येतो, पण आशाच्या कौशल्यपूर्ण आवाजाच्या लगावास (उदा. खालच्या 'रे' स्वरावरून एकदम अचूकपणे वरचा 'रे' घेणे), शब्दाच्या अंती येणारी द्रुतगती फिरत 'दुनिया' या शब्दानंतर ऐकावे यांना जागा आहे. शिवाय बटबटीत हार्मोनियम, ढोलक, तबला, टाळ्या वगैरे मंडळीही कव्वाली या प्रकाराच्या खासियतींचे दक्ष व कुशल उपाययोजना व काळपोषणही यात आहे.

माझा एक प्रयत्न असा राहतो, की रचनाकाराच्या गीतरचनेवर जरा अधिक लक्ष द्यायचे ते अशासाठी की एकंदर रचनाप्रकारात व्यक्तीच्या आपल्या, म्हणजे व्यक्तिगत आवाजाला, सुखदुःखाला खरी वाचा फोडणारा, त्यांना भावनिक आकार देणारा रचनाप्रकार गीत हाच असू शकतो. काहीसे विरोधाभासात्मक विधान असे करावेसे वाटते, की सर्व गीते रचना असतात, पण याचा सर्व रचना गीते असतात हा व्यत्यासा खरा नसतो. असो! *सारी*

सारी रात तेरी याद सताये (लता, 'अजि बस शुक्रिया', १९५८) मध्ये रोशन या कसोटीस उतरतात. रफीचे *जिंदगी भर नही भुलेंगे* ('बरसात की रात', १९५०) हेही तसेच गीतधर्मी प्रतिभेचे मर्मग्राही उदाहरण होय. यमन रागाच्या स्वरक्षेत्रात रुंजी घालत राहण्याच्या आपल्या ब्रीदास रोशन जागतातच, पण शिवाय सारंगी, सतार इत्यादींच्या स्वनरंगांचा परिणामकारक वावरही चांगला जाणवतो. पण याशिवाय महत्त्वाची बाब अशी की रफी एखादे कडवे गात असता मागे पार्श्वसंगीत मुळीच रुंजी घालत नाही. कवितेच्या चरणांचा असा केवळ अवतार गायकास आव्हानदायक वाटला असणारच. पण यामुळे काव्याचा अर्थच नव्हे तर आशयही ऐकणाऱ्याच्या मनात सावकाश दाट होत जातो – रात्र नकळत अंधारत जावी त्याप्रमाणे – हा केवढा फायदा हे सांगणे आवश्यक आहे.

रोशन यांचा अखेरचा चित्रपट होता 'अनोखी' (१९६७). 'मल्हार', 'बेदर्दी', 'हम लोग', 'नौबहार', 'बारात', 'चांदनी चौक', 'चौराचौरी', 'मेहबूबा', 'जशन', वगैरे इतर काही चित्रपटही कमीअधिक गाजले. त्यांचे नाव चित्रपटक्षेत्रात एकूण तळपते राहिले. अवघ्या पन्नाशीत असता १६ नोव्हेंबर, १९६७ रोजी त्यांचे निधन झाले.

शंकर – जयकिशन

शंकर (जन्म : १५-१०-१९२२, मृत्यू : २६-४-१९८७)
जयकिशन (जन्म : ४-११-१९३२, मृत्यू : १२-९-१९७१)
(पदार्पण : १९४९)

शंकर रामसिंग रघुवंशी यांचे घराणे मूळचे पंजाबचे, पण त्यांचा जन्म मध्यप्रदेशमध्ये आणि संगोपन आंध्रप्रदेशमध्ये झाले. ते बऱ्यापैकी कुस्तीगीर, कुशल तबला वादक असून कथ्थक नृत्यातही त्यांना गती होती. जयकिशन पांचाल यांचा जन्म बलसाड (गुजराथ) येथील असून की बोर्ड हे वाद्य ते इतके चमकदारपणे वाजवीत की अगदी नवखा माणूसही आकर्षित होई.

'पृथ्वी थिएटर्स'मध्ये नोकरीस असता शंकर यांनी जयकिशन यांना वादक व रचनाकार म्हणून तिथे आणले. या जोडीत शंकर चाल बांधीत तर जयकिशन यांचा पार्श्वसंगीत रचण्यात विशेषाधिकार होता. हुस्नलाल–भगतराम यांच्यानंतर हिंदी चित्रपटसृष्टीत या दोघांनी रचनाकारद्वय म्हणून नाव कमावले. ॲकॉर्डिअन या वाद्यास भरपूर वाव देण्याशिवाय जयकिशन यांनी डेविड या वादकाचे मेंडोलिन व लाला सत्तार याचे ढोलक या वाद्यांचे खास रंग अतिशय

आकर्षकपणे समोर आणले. काही लोकप्रिय झालेल्या गीतांच्या चाली जयकिशन यांनी रचल्या होत्या असेही नमूद करण्यात आले आहे. उदाहरणार्थ, *हम तुम एक कमरे में बंद हो,* व *सुन सायबा* या गीतांचा मुद्दाम निर्देश केला जातो. रूढ अर्थाने दोन्ही संगीतकार पद्धतशीरपणे संगीत शिकलेले नव्हते हेही नमूद केले पाहिजे.

संगीताचे विविध प्रकार हाताळण्यात त्यांचे अष्टपैलुत्त्व दिसून येते. गझल, लोकगीत, पाश्चात्त्य अंगाची गीते (*ऐ मेरे दिल,* वा *जहाँ मैं जाती हूँ* या 'चोरी चोरी'तील रचनांची मूळ स्फूर्तिस्थाने रुमानियन संगीतात आहेत असे नोंदले गेले आहे) हे त्यांचे यशस्वी प्रकार होत. एक वेधक तपशील असा, की ज्या वेळी १९६०च्या दशकात ही जोडी सिने-कलाकारांच्या संपात सामील झाली होती त्या कालात त्यांनी राग जॅझ स्टाईल यासारख्या अनोख्या व गुणवत्तापूर्ण आल्बमची निर्मिती केली. फ्यूझन संगीताच्या या पथप्रारंभक प्रयत्नात उस्ताद रईस खाँसारखा क्लासिकल सतारवादक आणि मनोहरी सिंग (सॅक्सोफोन), जॉन परेरा (ट्रंपेट), लुसिलिया (पिआनो), गुधिनो (ड्रम्स), ट्रॅवॉस (बेस), दिलीप नाईक व डॅनिएल कस्ट्रो (इलेक्ट्रिक गिटार), सुमंतराज (बासरी), रमाकांत म्हापसेकर (तबला), सबॅस्टियन (अरेंजर) यांचा परिणामकारक सहभाग होता. त्यांचे साहाय्यक दत्ताराम होते. १९४९ ते १९९१च्या दरम्यान त्यांनी सुमारे १२२ चित्रपटांना संगीत दिले. (काहींच्या मते ही संख्या १५० होती.) १९४९-१९६७ हा कालखंड त्यांचे सुवर्णयुग म्हणता येईल. १९७१ साली तर त्यांनी संगीत दिलेले ३७ चित्रपट निरनिराळ्या ठिकाणी एकाच वेळी प्रदर्शित झाले होते.

त्यांची रचनादृष्टी इतकी चित्रपट-अंगाची होती, की चित्रित दृश्यास आवश्यक वाटल्यास आपल्या ध्वनिमुद्रित रचनांतही योग्य तसे बदल करण्यास ते मागेपुढे पाहत नसत. यामुळे चित्रित संगीत व त्याचा ध्वनिमुद्रित अवतार यांत अर्थातच फरक पडे. 'बरसात' या हिट चित्रपटाने १९४९ साली त्यांनी आपल्या कारकिर्दीची सुरुवात केली. एक खास प्रकारचे लालित्य असलेला केहेरवा तालाचा ठेका त्यांनी रूढ केला (*घर आया मेरा परदेसी,* यास्मीन, १९५१). यास दत्ताराम केहेरवा असे म्हणत. *मेरा जूता है जपानी, प्यार हुआ, मस्ती भरा है समां* ही गीते या संदर्भात मुद्दाम ऐकावी. एक वेधक आकडेवारी अशी, की त्यांच्या ४६९ रचना लताने, २२० आशाने, ३६७ रफीने तर १३८ मुकेशने गायल्या आहेत.

त्यांच्या कार्याविषयी काही निरीक्षणे नोंदविण्यासारखी आहेत.

१. सांगीतशब्दसृष्टीतील, शैलीतील विविधता इत्यादी

शंकर-जयकिशन यांची काही गीते मला आवडली नाहीत तरी मला त्यांचे कौतुक वाटते. दुसऱ्या शब्दांत सांगायचे, तर ती गीते मला सांगीतदृष्ट्या हिंदी चित्रपटसंगीत या जनसंगीतकोटीत नवीन शब्द वा प्रतिमा वा शैलीत काहीतरी भर घालतात असे वाटते. परिणामतः ती गीते सौंदर्यशास्त्रीय कसोटीवर उतरली नाहीत तरी त्यांचा विचार आवश्यक वाटतो. असे अनेक संगीतकारांविषयी मला वाटते आणि शंकर-जयकिशन यांचेही नाव या यादीत आहे. त्यांच्या कामातली विविधता पाहा. हिंदी चित्रपटसंगीतातील सुमारे ३१ प्रकारांतील बहुतेकांत त्यांच्या रचना आहेत. तसे पाहता सर्वच महत्त्वाचे संगीतकार अशा रीतीने बहुप्रसव असतात, पण सांगीतशब्दावली, शैली या बाबतींतली त्यांनी टाकलेली भर त्यांचा विचार कर्तव्य ठरविते.

आपल्या पूर्वीच्या कालखंडातील हुस्नलाल-भगतराम या रचनाकार जोडीप्रमाणे शंकर-जयकिशन यांनाही द्रुत लयीचे आकर्षण होते. खास म्हणजे ही गती गीताच्या आरंभापासूनच अवतीर्ण होई. *किसी नर्गिसी नज़र को* ('मैं नशे में हूँ', १९५९), *रुक जा ओ जानेवाली* ('कन्हैया', १९५९), *ओ मेहबूबा* ('संगम', १९६४) ही गीते या संदर्भात ऐकण्यासारखी आहेत. या व तत्सम इतर गीतांचा आशय लक्षात घेता द्रुत लय योग्य नाही. तरीही ती खटकत नाही, कारण आपल्या खास वर्तुळात्मकतेने वावरणारे भारतीय ताल बहुतेक वेळी या जोडीने वापरलेले नाहीत. याऐवजी ते नियंत्रित व सुट्या लयस्पंदांतून कालगती दाखविणाऱ्या पाश्चात्त्य पद्धतीचे सांगीत लयबंध समोर ठेवतात. अगदी सर्वदूर पसरलेला मात्रांचा लयबंध जरी त्यांनी वापरला तरी तो भारतीय केहेरवा वा खेमटा यापेक्षा निराळ्या तत्त्वांवर आधारलेला असतो. याशिवाय भरघोस वाद्यवृंद, एकमेकांस छेद देणाऱ्या स्वरधुनी आणि समूहघोषगायनाचा मुबलक वापर हेही विशेष असतातच. त्यात भर अशी की लय द्रुत ठेवूनही चरणाचे गायन मात्र तिच्यापेक्षा निम्म्या गतीने वगैरे ठेवण्याची त्यांची आवडती लकब आहे. यामुळे एखाद्या रचनेचा आपल्याला बोध होतो तेव्हा तिचे शब्द अनायासे आपल्या समोर येऊन ठाकतात (*ऐ दिल प्यार की मंझिल,* 'आस का पंछी', १९६१). त्यांची आणखी एक आवडती युक्ती म्हणजे अ-भारतीय वाद्ये आघाडीवर ठेवून नाट्यमय पद्धतीने द्रुत लय साकार करायची आणि मग ढोलकसारख्या भारतीय लयवाद्याचा प्रयोग करायचा. निष्कर्ष असा की त्यांची द्रुत लय घातकरीत्या अंगावर येत नाही. एक भरीवपणा, सांगीत व संगीतबाह्य

घटकांनी हातमिळवणी करून निर्माण केलेले दाट वातावरण यांचा परिणामकारक प्रत्यय हेच त्यांच्या प्रयत्नांचे फलित असते. श्रोत्यांचे कान तत्काल व पूर्णपणे भारून टाकणे हे त्यांचे परम उद्दिष्ट असते.

२. वाद्यवृंदावरील नियंत्रण

शंकर–जयकिशन यांनी चित्रपटांना संगीत देण्याचे काम सुरू केले तेव्हा मोठे वाद्यवृंद वापरणे ही प्रचलित बाब झाली होती. नुसता वाद्यवृंद कसातरी वापरून पुढे चलण्याचा कालही गेला होता. त्यामुळे प्रश्न होता तो मोठ्या वाद्यवृंदाने साधण्यासारखे जे असते ते सुबुद्धपणे साधण्याचा. अर्थात दिग्दर्शकाचीही या बाबतीत जबाबदारी असते हे या संदर्भात लक्षात घेतले पाहिजे. शंकर–जयकिशन यांच्या संगीतरचनेतील एक महत्त्वाचा घटक म्हणजे केवळ आवाज म्हणून (म्हणजे शब्दांशिवाय) गायकांचा केलेला सामूहिक वापर. हा प्रयोग अर्थातच काही अगदी नवखा नाही. पण शंकर–जयकिशन यांनी नादघोषाचा उपयोग प्रावीण्याने केला आहे. सहेतुकता, प्रमाण व गुणवत्ता या तिन्ही बाबतींत त्यांची योजना अर्थपूर्ण वाटते. उदाहरणार्थ, *तू प्यार का सागर है* ('सीमा') हे प्रार्थनागीत भजन व चर्चसंगीत यांच्या संमिश्र बाजाचे उदाहरण होय. घोषवृंदाचा या रचनेमधील वापर विषय–आशयास अनुरूप, चित्रपटीय दृष्टीने समर्पक व सांगीत परिणाम साधणारा आहे. 'आवारा' (१९५१) मध्येही समूह घोषाची मुबलक योजना आहे. उदाहरणार्थ, *नैया तेरी मंझधार, होशियार; जुलुम सहे नारी, तेरे बिना आग ये चांदनी, घर आया मेरा परदेसी* ही सारी गीते ऐकावीत. यांपैकी *तेरे बिना* हे गीत हिंदी चित्रपटांतील प्रख्यात स्वप्नदृश्यांतही मोडते. झपाट्याने खाली घसरत येणारी पंजाबी हीर गायनातील तान पहिल्या गीतात एक जादा रंग निर्माण करते. दुसऱ्या गीतात स्त्रियांच्या सामाजिक परिस्थितीवर संगीत एक टिप्पणी करते. *जीना यहाँ मरना यहाँ* ('मेरा नाम जोकर') या गीतात संबंधित दुःखी व्यक्ती आपल्या वेदनांची गाथा गाऊन विदीर्ण हृदयाचे तुकडे गोळा करू लागल्यानंतर समूहघोष कार्यकारी होतो. एकंदरीत असे म्हणता येईल, की समूहघोषाचा उपयोग संबंधित गीतातील आशयाचे सार्वत्रिक स्वरूप ठसविण्यासाठी केलेला असतो. दुसरे प्रयोजन असे, की या युक्तीमुळे एक खास स्वनरंग उत्पन्न होतो व तो सांगीत परिणाम वाढवितो. रचनाकारांनी समूहघोषाला दिलेली पसंती अशा रीतीने सकारण आहे हे सिद्ध होते. अर्थात या युक्तीच्या गैरलागू योजनेची उदाहरणेही मिळतात! उदाहरणार्थ, याच चित्रपटातील *अंग लग जा बलमा* हे चांगले गीत होऊ शकले

असते, पण ते भारी वाद्यवृंदाच्या वर्षावाने गुदमरते. याला दिग्दर्शकाची मागणी जबाबदार असू शकेल काय?

या चर्चेत सयुक्तिक ठरणारा एक तपशील असा, की अनेकदा हे रचनाकार गाते आवाज आणि वाद्यवृंद यांच्या दरम्यान स्वरधुनीवर वा लयबंधांवर आधारित सवाल-जबाबांची योजना करतात. उदाहरणार्थ, *रुक जा ओ जानेवाली* ('कन्हैया', १९५९) या गीतात गाणाऱ्याचे 'रुक जा' हे शब्द झाले की लगेच वाद्ये एक सुटा व तितक्याच कालावधीचा सांगीत वाक्यांश घेतात. यामुळे अर्थातच रचनेच्या शब्दांना भरीव, नाट्यात्म व लक्ष वेधणारा पाठिंबा मिळतो. *कुछ शेर सुनाता हूँ* ('एक दिल सौ अफसाने', १९६३) मधील सारंगीचा, राजेशाही थाटातील स्वतंत्र वा एकटा वावरही त्यांचे वाद्यांवरचे सुजाण नियंत्रणच दर्शवितो. सारंगीच्या सुट्या वापरामुळे या गीतात निश्चित भावनेकडे नसले तरी नेमक्या भावस्थितीकडे पोचण्याची एक खूणच श्रोत्यांना उपलब्ध होते असे म्हटले पाहिजे. *तुम जो हमारे मीत ना होते* ('आशिक', १९६२) या गीतात तारस्वरी वॉयलीन्सच्या ठरीव आरंभानंतर वायब्राफोनचा हळुवार प्रवेश होतो, साधासुधा केहेरवा अवतरतो व मग रचना शांतपणे आपल्या गीतधर्माकडे वळते.

३. शास्त्रोक्त शैलीतील त्यांचा स्पर्श

रागसंगीताबाबत शंकर-जयकिशन यांच्या रचना दोन टोके गाठतात. काही रचना नेहमीच्या फॉर्म्युल्याप्रमाणे आहेत. अशा रचनांत रचनाकार शास्त्रोक्त संगीताच्या खुणा म्हणता येतील अशा गोष्टी मुबलक यांत्रिकतेने पेरून हात झटकून मोकळे होतात. त्रिताल, तिय्ये (तिहाई), आलाप, ताना, नेहमीच्या रागचौकटी, स्थायी-अंतरा पद्धतीने गीतविभाग करणे इत्यादींचा यात समावेश होतो. उदाहरणार्थ, *झनक झनक तोरी* (मन्ना डे, 'मेरे हुजूर', दरबारी कानडा), *रे मन सुर में गा, मन्ना डे,* ('लाल पत्थर', यमन), दरबारी कानडा, शिवरंजनी (व या रागाच्या छाया), भैरवी व तीपासून संभवणारी अनेक चलने इत्यादींचा या रचनाकारांच्या आवडत्या रागचौकटींत समावेश होतो असे म्हणता येईल. खरे म्हणजे सर्व राग त्यांच्यासाठी चाली बांधण्यास मदतगार स्वरबंधच होत. या कारणाने अनेकदा गीताचा आशय विरोधी असला तरी चालीमागे राग तरंगताना आढळतो. उदाहरणार्थ, दरबारी कानडा हा राग नृत्यगीतांत, तसेच हम तुमसे मोहब्बत करते सनम (मुकेश, 'आवारा', १९५१) यासारख्या रचनेतही येतो.

त्यांचे भैरवी या रागिणीवरचे प्रेम पण बरेच होते. आपल्या पहिल्याच चित्रपटात – 'बरसात'मध्ये – *जिया बेकरार है, पतली कमर है, हो मुझको किसीसे प्यार,* व *बरसात में हमसे* ही गाणी भैरवी कुलातली आहेत ही बाब बोलकी म्हटली पाहिजे. 'चित्रलेखा' या चित्रपटासाठी भैरवीत गाणी रचणाऱ्या उस्ताद झंडे खांनंतर अशा प्रयत्नात या रचनाकार-जोडीचाच क्रम लागत असावा. जोगिया ('दिल एक मंदिर है'), भूप (*पंछी बनू,* 'चोरी चोरी'), दरबारी कानडा (*तू प्यार का सागर है,* 'सीमा'), झिंझोटी (*जाऊ कहाँ बता ए दिल,* 'छोटी बेहेन') ही विविध रागांच्या वापराची इतर उदाहरणे आहेत. परंतु मान्य राग-चौकटींपासून दूर सरकून जेव्हा ते काहीतरी आवाहक व नवे निर्माण करतात तो रागांचा उपयोग अधिक कलात्मक म्हटला पाहिजे. अशी उदाहरणे बरीच मिळणे हे त्यांच्या सांगीत संवेदनशीलतेचे व सर्जनशीलतेचे गमक म्हटले पाहिजे. रसिक बलमा ('चोरी चोरी', शुद्ध कल्याण), *जाने कहाँ गये* (मुकेश, 'मेरा नाम जोकर' शिवरंजनी) ही गीते या संदर्भात भारून टाकणारी आहेत. यमन राग वापरून पूर्णतः अशास्त्रीय रचना करण्याचे वेधक उदाहरण आहे *पान खाये सैंया* (आशा, 'तीसरी कसम', १९६६). खेडुती लोकगीत ढंगाच्या या गीतात आशाची गायनातली हुन्नर दिसते. तार षड्जापासून ते गंधारपर्यंत पोचणाऱ्या, सहास्वरी चक्रीताना हसणे-खिदळणे इत्यादी सर्वांचा यात समावेश आहे. आणि विशेष म्हणजे सुरावट म्हणून काहीही उपरे वाटत नाही.

४. दृश्यासाठी रचना करणे

निदान काही वेळा सहेतुक चित्रीकरण करणाऱ्या हिंदी चित्रपटांच्या शैलीस पूरक रचना करण्यात ते अग्रेसर आहेत असे म्हणता येईल. एक तर दृश्यास पाठिंबा देणारे ध्वनी, सुरावटी व लयबंध वापरून दृश्याचे आवाहन वाढविण्यात ते तत्पर असतात. पण अधिक सूक्ष्म प्रकारची कामगिरी म्हणजे प्रसंग वा परिस्थितीच्या मागणीनुसार चांगले गीत होऊ शकणारी एखादी रचना साध्या, कार्यक्षम सुरावटीच्या पातळीवर रोखण्यासही ते तयार असतात. 'आवारा' या चित्रपटामधील स्वप्नदृश्य गीतात (*तेरे बिना आग ये चाँदनी*) चांगले गीत बनण्यासाठी आवश्यक ते सर्व घटक आहेत. पण दृश्यातील नाट्यात्मतेच्या मागणीपुढे – चित्रपटीय गरज लक्षात घेऊन – गीतस्फुरणाने मान तुकविली आहे हे जाणवते. याच गीताच्या नाट्यपूर्ण पार्श्वसंगीतात गीताचा मुखडा सूचित होत नाही, कारण असे केल्यामुळे दृश्याचे महत्त्व वाढते. *सुनो छोटी सी गुडिया की*

लंबी कहानी ('सीमा') या शीर्षकगीतात वाद्यवृंद हात राखून वापरला आहे आणि सरोदसारखे (तारा छेडून ध्वनित होणारे) वाद्य वापरल्यामुळे गीतातील कथनात्म आशय समजणे सुलभ झाले आहे. 'आवारा' या चित्रपटातील शीर्षके दाखविली जात असतात तेव्हा *आवारा हूँ* या गीताची केवळ वाद्यांवरची धून योजली आहे. या युक्तीमुळे शीर्षके व आधारकल्पना काय ते सांगणारे गीत ही एकमेकांशी बांधली जातात. 'मेरा नाम जोकर' या चित्रपटात *जाने कहाँ गये* या गीताबरोबरचा लयबंध बाहुलीच्या हालचालीस योग्य असा ठेवल्याने अभिनय व प्रतीकात्मता या दोहोंचा प्रत्यय अधिक परिणामकारकतेने येतो. रचनाकारांच्या या खास नजरेच्या अनुरोधाने पाहिले की 'संगम'मधील दोन गीतांच्या जोड्या अधिक आस्थेने पाहण्याजोग्या ठरतात. एका गीतजोडीत दोन प्रेमिकांच्या एकाच नायिकेबद्दलच्या आपआपल्या प्रीतीच्या घोषणा आहेत. जो प्रेमिक जरा अधिक तीव्र प्रेमभावना व कमी भीड असलेला असतो तो *ओ मेहबूबा* हे गीत गातो. या गीतात वाद्यवृंद जास्त भरीव, पाश्चात्त्य वळण दिलेला द्रुतगती केहेरवा आणि शांत आत्मविश्वासाने गाणारा मुकेश अशी योजना आहे. *ये मेरा प्रेमपत्र पढकर* या दुसऱ्या गीताच्या मांडणीत आक्रमक नसलेल्या प्रेमिकास साजेशी संथगती, जरा नरम चाल आणि रफीच्या आवाजात तितकेच मृदु गायन यांचा समावेश आहे. दुसऱ्या गीतजोडीत मुकेशचे *दोस्त दोस्त ना रहा* आणि लताचे *ओ मेरे सनम* या रचनांचा अंतर्भाव होतो. प्रस्तुत दोन्ही गीते ज्या प्रीतीविषयी गातात ती प्रीती जरी अजून असफल झाली नसली तरी अडखळू लागली आहे. प्रियकर व प्रेयसी दोघेही जणू काय आपआपली भूमिका पटवून देऊ पाहत आहेत. दोन्ही गीतांच्या चाली थोडाफार फरक करत शिवरंजनी या रागिणीभोवती फिरतात. या दोन्ही गीतजोड्या म्हणजे रचनाकार चित्रपटीय नजरेशी संवाद राखून एक सांगीत संवादही साधत असल्याचे उदाहरण ठरतात आणि यामुळे बोधनसंबद्ध बारकाव्यांचा प्रत्यय येतो.

५. शम्मी-रफी शैली

शम्मी-रफी शैलीच्या १९६० च्या दशकात शंकर-जयकिशन ही जोडी एक खास रचनेचा व गायनाचा बाज दृढ करण्यास कारणीभूत ठरली. हा बाज हिंदी चित्रपटगीतांची विशेष शैली म्हणण्याइतका प्रभावी ठरला. तसे पाहता १९५७ मध्ये ओ. पी. नय्यर यांनी 'तुमसा नहीं देखा' या चित्रपटातील आपल्या संगीताद्वारे ताकदीने वा जोषपूर्ण गाण्याच्या प्रथेचा आरंभ केला होता. पण त्यांनी लक्ष केंद्रित केले ते सुरावट व लयबंध यांवर, म्हणजे संगीत फक्त

ऐकण्याची वा श्रव्य बाब असते या सर्वसाधारण गृहीतास धक्का न लावता रचना केल्या. पण शंकर-जयकिशन यांनी ढंग बदलला आणि रफी-शम्मी कपूर यांच्या संयोगी गायनशैलीने वेगळे रूप धारण केले.

या शैलीत जवळ जवळ जाणूनबुजून नागरी तरुण वर्ग हा श्रोता वर्ग लक्ष्य ठरवून संगीत रचायचे होते. या शैलीचे प्रमुख घटक असे – (१) ठळक, द्रुत लय, लयबंधाची वर्तुळे छोटी व कोणत्याही भारतीय तालाची सूचना टाळून सिद्ध होतात. (२) भरघोस वाद्यवृंद, तारस्वरी तंतुवाद्ये, चमकदार की बोर्ड वाद्ये आणि ऐकणाऱ्या कानात धमाक्याने लयाघात ठोसणारे न-स्वरी पटह कार्यकारी बनतात. (३) अचानक व हिसकेबाज, शैलीदार नसणाऱ्या आणि मुख्यतः प्रतीकात्मता टाळणाऱ्या शारीर हालचालींना पोषक चलनांनी युक्त. हावभावांत मात्र काहीशा उघड उघड अशिष्ट वाटणाऱ्यांचा समावेश निषिद्ध नाही! (४) संगीताचे आवाहकत्त्व सुट्या व्यक्तीपेक्षा समूहाकडे वळविलेले. (५) जवळजवळ घोष, आरडाओरडा ते किंचाळणे वाटावे अशी रीतीने पुनरावृत्ती आणि परस्परविरोधी सुरावटींना एकत्र आणून चाल बांधण्याचा मार्ग चोखाळलेला.

चर्चित शैलीचे सारांशाने नोंदलेले हे विशेष ती शैली खालच्या दर्जाची वा सुलभ-सोपी होती असे सुचवत नाहीत. संबंधित सामाजिक-सांस्कृतिक परिस्थिती व चित्रपटीय भोवताल यांचे संदर्भ विचारात घेता ती अपरिहार्य, उपयुक्त वा न्याय्य आणि संस्कृतिसंगीतशास्त्रीय परिप्रेक्षातून पाहता बऱ्याच अर्थांनी आविष्कारक्षम होती. तिला नीट आकार देण्यासाठी अनेक अक्षांवर व अनेक प्रकारच्या तारेवरच्या कसरती करणे गरजेचे होते. काही विशिष्ट उदाहरणांच्या आधारे हे सारे समजणे सोपे जाईल.

ओ गुलबदन (रफी, १९६२) हे प्रस्तुत शैलीचे काहीसे नरम उदाहरण म्हणता येईल. आरोळ्या व संगीतबाह्य म्हणण्यासारखे गायन ठाशीवपणे समोर येते. मुळात लय द्रुत आहे, त्यात पुन्हा एकांतर कडवे दुगणीत आल्यामुळे सर्वच मामला उत्तेजक आहे असे वाटते. तसे पाहता केहेरवा हा भारतीय अर्धताल योजला आहे, पण त्याच्या भारतीयत्त्वाचा मागमूस लागू नये अशी काळजी घेतली आहे. ऊर्जा, उत्साहाची चढती कमान, जोष वगैरे मंडळींचे सांगीत भाषेत अवतार कसे घडवायचे या उद्दिष्टातून सर्व काही केले आहे आणि याकरिता रफीचे गायन सांगीत व न-सांगीत यांच्या दरम्यान करसत करत उभे ठेवले आहे. *बदन पे सितारे* ('प्रिन्स') हे गीतही अशाच साच्यातून बाहेर काढले आहे. हे गीत नृत्यगृहातले आहे, पण नृत्याचे निमित्त करून

त्यात रफी कौशल्याने सर्व सांगीत मार्गांचा अतिशयोक्त उपयोग करून गाणे सजवितो.

प्रस्तुत शैलीला आपल्या पूर्ण वैभवाने तळपता यावे यासाठी रचनाकारांनी आपली शक्ती व कारागिरी पणाला लावली आहे ती 'जंगली' (१९६१) या चित्रपटात. *याहू! चाहे कोई मुझे जंगली कहे* आणि *अय्याया सुकु सुकु* या रचना चर्चित शैलीची प्रातिनिधिक उदाहरणे होत. सांगीत म्हणून मान्य झालेल्या ध्वनींच्या चौकटींत एकामागोमाग ध्वनीचे स्फोट घडविणे हे संगीतकारांचे ब्रीदवाक्य आहे. असे म्हणतात की 'याहू' हा या शैलीतील मंत्रशब्द, आवश्यक त्या संगीतबाह्य जोरदारपणे उच्चारणे रफीला जमेना व त्यामुळे केवळ त्या शब्दाच्या आरोळी-आविष्कारासाठी प्रयागराज नावाच्या व्यक्तीस आणावे लागले. दुसऱ्या गाण्यात तर रचनाकार शंकर यांना स्वतः आवाजी साहाय्य करावे लागले. संयोगी सादरीकरणाची सर्व अंगे या रचनात राबविली जातात व परिणाम दृश्य असतो. अशा रचनांनी तरंग नव्हे तर ध्वनीच्या लाटा निर्माण होतात. श्रोत्याला एका प्रकारे हतबल करणे हे या शैलीचे ध्येय असते. काही काळानंतर गीत विसरून जाणे कदाचित जमेलही, पण ऐकत असताना त्यापासून अलिप्त राहणे संभवत नाही. कारण असे की असंस्कारित ऊर्जा प्रत्येकात असते व तिला बाहेर काढणे आवश्यक असते. 'जब प्यार किसीसे होता है' (१९६१), 'एप्रिल फुल' (१९६४), 'राजकुमार' (१९६४), 'ॲन इविनिंग इन पॅरिस' (१९६७) इत्यादी चित्रपट प्रस्तुत शैलीचा वापराची इतर उदाहरण होत.

६. नॉर्मल गीते

सर्वमान्य गीतप्रकारांत मोडणारी व आकर्षक गीते शंकर-जयकिशन या जोडीने रचलीच नाहीत असे नाही. किंबहुना असे म्हणता येईल, की भारतीय संगीतपरंपरेचे एकंदर रूप सिद्ध करणाऱ्या विविध संगीतकोटींतून सोयीनुसार, गरजेनुसार व यशस्वी आतबाहेर करण्यात या जोडीने दुर्मिळ कौशल्यच दाखविले.

उदाहरणार्थ, *उनका खयाल आये तो* (रफी, 'लाल पत्थर', १९७१) ही रचना मान्य गझल प्रकारात चांगली बसते. बागेश्री वा गारा या रागांची पायाभूत स्वरचौकट, रफीचे गुंजनयुक्त गायन आणि सारंगीचे योग्य ठिकाणी येणे संकलितरीत्या एकलेपणाचे एक चांगले गीत समोर ठेवतात. *मुखसे जरा नकाब* (रफी, 'मेरे हुजूर', १९६८) हे याच प्रकारचे आणखी एक उदाहरण होय. यात एक गुणगुणण्याजोगी सुरावट देतादेता काही ध्वनिसंबद्ध कारागिरीची प्रतीतीपण देऊ केली आहे. आगगाडीची शिट्टी व गाडीच्या चाकांचा खडखडाट यांचा

चालीबरोबर चांगला मेळ साधला आहे. भाषाबाह्य ध्वनिपरिणामांतून जणू काही यमक साधले आहे. *आवाज दे के* हे द्वंद्वगीत (लता व रफी, 'प्रोफसर', १९६२) एक चांगली रचनाही आहे. याची सुरुवात जरी जादा नाट्यात्म व भरीव वाद्यवृंदाने झाली असली तरी लवकरच घंटिकांची क्षीण किणकिण व आब राखून वाजणारा तबल्याचा ठेका (तोही पंचमात मिळविलेल्या तबल्यावरचा झपताल) आणि आवाहक पहाडी रागाचा आधार एक भावपूर्ण गीत देऊन जातो.

मै क्या करूं राम मुझे बुड्ढा मिल गया (संगम, १९६४) हे लताचे हास्यगीत एक विरळा आविष्कार म्हणून लक्षात राहते. उच्चार, स्वरांची फेक वा गतिमानता इत्यादी बाबतींत काहीही अती न करता लताने प्रेमातली फसवी फसवणूक चांगली व्यक्त केली आहे. अस्सल बालगीताच्या चाल-चलनापेक्षा किंचित उच्च दर्जा ठेवून रचनाकारांनी आपले इप्सित लीलया साध्य केले आहे.

या रचनाकारांनी विविध संगीतप्रकारांचे यशस्वी मिश्रणही केले आहे. *अरे भाई जरा देख के चलो* ('मेरा नाम जोकर'), *आवारा हूँ* ('आवारा') या गीतांत कॉमिक व उपदेशात्मक गीतप्रकारांचे मिश्रण जाणवते.

या साऱ्यातून निष्कर्ष असा निघतो, की शंकर-जयकिशन यांनी जोडीने काम करण्याच्या पद्धतीची कार्यक्षमता पुन्हा सिद्ध केली आणि या प्रक्रियेत उपलब्ध व उपयुक्त सर्जनशील भांडवलात लक्षणीय भर घातली. पाश्चात्त्य परंपरेपासून त्यांनी केलेल्या उचलीमधून हिंदी चित्रपटसंगीताचा आणखी एक विशेष उभरून वर आला. असे आढळते की हिंदी चित्रपटसंगीतात नव्याने लक्ष आकर्षून घ्यायचे तर निराळ्या नृत्यसंगीताच्या योजनेतून तसे करणे सुलभ जाते. हे असे का ते सहज समजण्यासारखे आहे. चित्रपटमाध्यम व आणि तिचे विविध घटक यांच्याशी थेटपणे व आंतरिक नाते जुळविणे फक्त नृत्यसंगीतास जमू शकते.

मदन मोहन

(जन्म : २५-६-१९२४, मृत्यू : १४-७-१९७५)
(पदार्पण : १९५०)

बगदादसारख्या मिथकबहुल शहरात जन्मलेले मदन मोहन हे 'फिल्मिस्तान' या सुप्रसिद्ध संस्थेचे संस्थापक व चित्रपटनिर्माते राय बहादुर चुनीलाल यांचे चौथे पुत्र. १९३३ मध्ये हे कुटुंब मुंबईस आले. मदन मोहन यांचे शालेय शिक्षण १९४१ पर्यंत सेंट मेरी हायस्कूलमध्ये झाले. मग वडिलांच्या आग्रहावरून सैन्यात भरती होऊन त्यांनी तोफखाना पथकात दोन वर्षे कामही केले. बढती

होऊन त्यांना लेफ्टनंटचे पद मिळाले, पण युनियन जॅकला सलाम ठोकण्यात जरा आळस दर्शविल्यामुळे त्यांची सैन्यातून हकालपट्टी करण्यात आली! १९४३च्या सुमारास त्यांनी 'ऑल इंडिया रेडिओ'च्या लखनौ केंद्रात नोकरी पत्करली. हिंदी म्युझिक प्रोग्रॅम संभाळण्याची जबाबदारी त्यांच्यावर सोपविण्यात आली होती. तिथे मिळालेल्या सांगीतिक अनुभवाचे त्यांना अप्रूप वाटे आणि यांत गझलसम्राज्ञी बेगम अख्तर यांचा परिचय समाविष्ट होता. संगीताची आवड असली तरी त्यांना अभिनेता बनायचे होते – पण स्वतःच्या बळावर – वडलांच्या नावलौकिकाच्या वशिल्याशिवाय. त्यांनी 'पडदा' (१९४६) या चित्रपटात काम केले, पण हा चित्रपट पडद्यावर आलाच नाही. देवेंद्र गोएलनिर्मित 'आँखें' (१९५०) या चित्रपटास संगीत देऊन त्यांनी आपल्या कारकीर्दीचा शुभारंभ केला. १९५२ मध्ये त्यांचा विवाह झाला.

मदन मोहननी संगीतरचनाकार म्हणून काम सुरू केले तेव्हा नौशाद, सी. रामचंद्र, शंकर-जयकिशन, रोशन इत्यादी नामवंत भरात होते हे ध्यानात घेतले पाहिजे. तरीही लवकरच त्यांनी लोकांचे लक्ष वेधले आणि संगीतरचनेसाठी त्यांना आमंत्रणे येत गेली. एका कालखंडात तर सहा महिन्यांच्या अवधीत ते सात चित्रपटांसाठी संगीतरचना करत होते. काही काही वेळा ते आपल्या आगळ्या अडचणींविषयी गंमतीने बोलत. उदाहरणार्थ, एकाच वेळी, दोन निराळ्या चित्रपटांसाठी ('धून' व 'चाचा चौधरी') त्यांना दोन वेगळी गीते रचायची होती – आणि ती दोन्ही वेड्या पात्रांसाठी हवी होती. त्यांनी चित्रपटांसाठी बांधलेल्या चालींची संख्या जवळ जवळ ६२० भरते. (त्यांना आवडणाऱ्या ५५५ या सिगरेटच्या ब्रँडशी ही संख्या मिळती-जुळती आहे असे राजू भारतन यांनी आवर्जून नोंदले आहे.) सुमारे २५ वर्षे व जवळ जवळ ९० चित्रपट म्हणजे वर्षाला सरासरी तीन चित्रपट हे काही फार प्रचंड काम म्हणता येणार नाही. पण कदाचित यामुळे एक विशिष्ट दर्जा सांभाळणे त्यांना जमू शकले.

मदन मोहनच्या बाबतीत एक विरोधाभास असा, की पोशाख इत्यादी बाबतींत मदन मोहन जरी पाश्चात्त्य वळणाचे वाटले तरी संगीतात ते अगदी भारतीय वळणावर राहिले. विशेषतः उत्तर भारतीय संगीत परंपरांत ते मनःपूर्वक रमले. त्यांचे स्वतःचे मत असे होते, की 'आशियाना' (१९५२) या चित्रपटासाठी दिलेले संगीत त्यांचे सर्वश्रेष्ठ संगीत होते. 'जहाँआरा' या चित्रपटासाठी त्यांनी खूप मेहनतीने संगीतयोजना केली होती, पण तो चित्रपट मुंबईत फक्त दोनच दिवस चालला. १९७० च्या दशकातले 'मौसम' व 'लैला मजनू' (१९५१) हे चित्रपट गाजले – पण दाखविले गेले त्यांच्या मृत्यूनंतर.

'शबीस्थान' (सी. रामचंद्र यांच्यासह, १९५१) आणि 'नया आदमी'मधील त्यांची गाणी विखुरलेली होती.

मदन मोहन यांनी रफीक गझनवी यांच्याकडे संगीत शिक्षण घेतले, पण खरे म्हणजे ते नेहमी उत्सुक व अवधानयुक्त श्रवणार्थी होते – विशेषतः बेगम अख्तर व बरकतअली खाँ यांचे ते असीम चाहते होते. एका समग्र अर्थाने त्यांचे घराणे लखनौ हे होते म्हटले तरी चालेल. नौशाद व रोशन यांचा भरवसा भारतीय (हिंदुस्थानी) रागांच्या शास्त्रोक्त पुण्याईवर होता. सी. रामचंद्र व शंकर-जयकिशन यांचा ओढा पाश्चात्त्य जनसंगीताचे चमकदार रंग शोधण्याकडे राहिला होता असे म्हटले, तर मदन मोहन यांना आकर्षण हिंदुस्थानी उपशास्त्रीय म्हटल्या जाणाऱ्या रागरागिण्यांचे आणि विशेषतः त्यांच्याबरोबर संलग्न असलेल्या काव्यात्मतेतून भावनेला आवाहन करू पाहणाऱ्या प्रकारांचे होते असे विधान करता येईल. अर्थात त्यांना इतर राग अप्रिय होते असे मुळीच सुचवायचे नाही. उदाहरणार्थ, *मैंने रंग ली आज* (पिलु), *बैंया ना धरो* (चारुकेशी), *जारे बदरा* आणि *जिया ले गयो* (यमन) या रचनांचे आकर्षक रूप निर्विवाद आहे. पण त्यांचा यासारख्या रागांकडे पाहण्याचा दृष्टिकोण मूलतः आवाहक सुरावटीच्या शोधात असणाऱ्या रचनाकाराचा होता. रागांचे विस्तार वा त्यांची मांडणी करण्यात त्यांना रस नव्हता.

मदन मोहन यांचे गुणवर्णन करताना अनेकदा 'गझलचा बादशहा' असे शब्द वापरण्यात आले आहेत. त्याचप्रमाणे लताचा आवाज व त्यांचे संगीत यांत आंतरिक नाते आहे असेही म्हटले गेले आहे. अगदी तर्कशुद्धतेने नसले तरी चित्रपटीय संगीत कसे असावे याबद्दल खुद्द मदन मोहन यांनी आपले मतही व्यक्त केले आहे. उदाहरणार्थ, ते म्हणत की जर चित्रपटीय कथावस्तू आणि प्रसंग वगैरे ताकदवान असल्या आणि त्यांत गीत नीटसपणे बसले तर चित्रपटीय संगीत तगते वा जगते. जयदेव, आर. डी. बर्मन वगैरेंचे म्हणणे असे होते, की मदन मोहन अंतःस्फूर्तीने रचना करणारे होते. राजू भारतन वा राजेन्द्रन यांसारख्या समीक्षकांचे मत असे, की त्यांची प्रतिभा सुरावटीला महत्त्व देणारी होती. काही काळ का होईना, सी. रामचंद्र व अनिल बिस्वास यांचा त्यांच्यावर पगडा नसला तरी प्रभाव होता असेही म्हटले गेले आहे. काही ठोस स्वरसाम्यांच्या आधारे त्यांच्यावर चालचोरीचाही आरोप करण्यात आला आहे. मदन मोहन यांची सुस्वादपूर्ण स्वयंपाककला, त्यांच्या वागण्यातला मर्दानीपणा व सभ्यपणा, त्यांचे साखळी-धूम्रपान व मद्यपानप्रीती यांचेही वर्णन लोक तितक्याच तीव्रतेने व अथकपणे करत आले आहेत.

या साऱ्या पार्श्वभूमीवर मदन मोहन यांची सांगीत प्रतिभा कशी प्रतीत होते ते पाहायचे आहे.

(१) मदन मोहन यांची प्रतिभा गीतधर्मी होती. थोडक्यात सांगायचे तर अर्थाव्यतिरिक्त पण त्याच्या आधारे आशयाचे तरंग निर्माण करण्याची ज्यामध्ये अंगभूत ताकद असते अशा काव्याला प्रतिसाद म्हणून रचनाकार जेव्हा एखादी भावपूर्ण सुरावट उभी करतो तेव्हा गीत संभवते. मात्र आपल्या बांधणीमुळे सांगीत विस्तार अपरिहार्य वाटणार व ठरणार नाही याची गीतरचनाकारास खबरदारी घ्यावी लागते. मदन मोहन ठुमरीकडे न वळता गझलकडे का झुकले हे यावरून स्पष्ट आहे.

(२) गीतधर्मी संगीतकार लयबंधांपेक्षा सुरावटींकडे आणि प्रवाही चलनांकडे झुकतात. हालचाल इत्यादींस आवाहन करणे त्यांच्या पिंडात नसते. लयबंधाच्या वा तालांच्या, ठळक वा ढोबळ आणि मुख्यतः कालिक अक्षावरील वापरातून जी गतिमानता प्रत्ययास येते तिच्यापेक्षा स्वनरंगातले सूक्ष्म भेद दाखवून अनुभवास येणारी गतिमानता ते पसंत करतात. संगीतशास्त्रीय ग्रंथांत उल्लेखित 'स्वरकाकु' या संकल्पनेची इथे आठवण होते. छटांद्वारे भाव व्यक्त करण्यावर भर असल्याने त्यांनी लताच्या आवाजावर भर दिला असे म्हणणे तर्कशुद्ध नव्हे काय?

(३) प्रस्तुत चर्चेच्या संदर्भात गीत व गझल यांत फरक केला पाहिजे. अर्थात गझल म्हणजे एक गीतप्रकार आहे उघडच आहे. संबद्ध संस्कृतिक्षेत्र, पद्यशास्त्रीय प्रघात, आवडती प्रतिमासृष्टी, सर्वसाधारणतः संमत आशय व विषय इत्यादींमुळे गीत म्हणून गझलची खास प्रकृती काय ते निश्चित होते. एक हमखास जाणवणारा धूसर हळवेपणा प्रकट करण्यावर गझलचे लक्ष अपरिहार्यपणे केंद्रित असते. सैलपणे वा काहीशा विरोधसंबंधदर्शक अशा दोन दोन चरणांची गुंफण करत करत कविता उभी करण्याच्या तंत्रामुळे आशयाची अनेक केंद्रे निर्माण करणे या प्रकारात जमते. भारतीय इस्लामी संस्कृतीच्या जमीनदारी युगातील अस्तंगत होत राहिलेल्या मूल्यांविषयी तीव्र आकर्षण काही वेळा गझलमध्ये व्यक्त होते. कोणत्या तरी नाजुक वेदनेचे, खेद-खंतयुक्त गायन गझलचा अपरिहार्य घटक होय.

गीत प्रकारात मोडणारी त्यांची एक उत्तम रचना म्हणून *नैना बरसे* ('वो कौन थी', १९६४) या गीताचा निर्देश करता येईल. या रचनेचे पुढील विशेष उल्लेखता येतील – (१) गझलची बांधणी न वापरणे, (२) मुखडा समोर ठेवत असल्याचा अनुभव न देता एकदम सुरावटीत बुडी मारणारे चलन,

(३) एकामागोमाग येणाऱ्या कडव्यांचे पट्टी बदलून गायन आणि नकळत पुन्हा मूळ पट्टीकडे येऊन तणाव-विसर्जन करून गीतसमाप्ती साधणे.

कोणत्याही प्रादेशिक संगीतसंस्कृतीतले दुवे उचलून वा लोकगीतांच्या बांधण्या निवडून जर रचना केली, तर एक किंचित निराळा गीतप्रकार सिद्ध होतो असे म्हणता येईल. *मोरी अटरिया पे कागा बोले* (मीना कपूर, 'आँखें', १९५०) आणि *झुमका गिरा रे* (आशा, 'मेरा साँया', १९६६) ही उदाहरणे ऐकण्यासारखी आहेत. पहिल्या गीतात *याद पिया की आए* या पंजाब अंग ठुमरीची, संगीतरचनाकारांनी असंख्य वेळा वापरलेली चाल आहे. ठुमरी म्हणून उस्ताद बडे गुलाम अली यांनी ही अजरामर केली हे सर्वज्ञात आहे. दुसऱ्या रचनेचे लोकगीत वळण सहज लक्षात येते. पण हे पुष्कळ संस्कारित केलेले लोकगीत होय, हेही लक्षात ठेवणे आवश्यक आहे. कमायंचा, रावणहत्था, बुदबुदके व बर्ड विसलसारखी तारस्वरी बासरी यांनी लोकगीताचे वातावरण निर्माण होते हे खरे, पण नियंत्रित बदल केलेले गीताचे धृपद आणि सुखद वाटतील अशा स्वरांची काळजीपूर्वक केलेली निवड या सर्वांतून जाणवतो तो त्यांचा गीत उभे करण्याचा हेतू.

(४) मदन मोहन यांच्या रचनांचे काही मुख्य सांगीत विशेष गजलच्या घटकांशी वा बांधणीशी थेट संवादी असावेत यात नवल नाही. उदाहरणार्थ, (अ) त्यांच्या रचनांचे मुखडे गुणगुणत राहावे असे असतात. (ब) मुखड्यांनंतर येणारी कडवी अशी असतात की ज्यांचा उद्भव साखळीतील दुव्यांप्रमाणे कार्यरत असलेल्या वाद्यवृंदांच्या आगमनाशिवाय सहज, नैसर्गिकपणे शक्य असतो. महत्त्वाची बाब अशी की आधी ध्वनित केलेल्या आशयाबरोबर भावनिक नाते ठेवले जाते. (क) द्रुतगती, गुंतागुंतीच्या पण उत्स्फूर्त वाटणाऱ्या सांगीत वाक्यांशांसाठी चालीत मुबलक जागा सोडलेल्या असतात. गझल ऐकत असता एक सूचकता भावप्रतिमांचे तरंग उमटविते.

(५) चालीस आधारभूत म्हणून व्याकरणसिद्ध वा विरळा स्वरचौकटींची योजना करण्याचा सोस नसल्याकारणाने यमन, भैरवी यांसारखे आम राग वा धुनराग म्हणून ओळखले जाणारे इतर राग यांच्या योजनेवर मदन मोहन संतुष्ट असतात. सैलसर, गतिविविध व इतरांचे स्वागत करणारी बांधणी हे या प्रकारच्या स्वर-चौकटींचे विशेष होत. त्यांच्या पसंतीचा रागवर्ग ऋतुसंबद्ध रागांचा होय. या सर्वांच्या संदर्भात महत्त्वाचे लक्षण असे, की आदिम, लोक, धर्म, जन व कला इत्यादी भारतीय संगीताच्या कोटींत हे राग मुक्तपणे वावरत असल्याकारणाने भारतीयांच्या व्यापक सांगीत साक्षरतेस हे आपले वाटतात.

मदन मोहन यांच्या ज्या सुमारे तीसएक रागाधारित रचना आपले ध्यान आकर्षून घेतात ते त्या रागाचे यथातथ्य स्वरूप रंगवितात म्हणून नव्हे, तर परिचित स्वरसमूहांतून काहीशा नव्या सुरावटी निर्माण करण्यात त्या यशस्वी झालेल्या असतात म्हणून. काही खास उदाहरणे अशी - (१) *हमसे आया न गया* (बागेश्री, तलत, 'देख कबीरा रोया'), (२) *बैरन नींद न आये* (बागेश्री कानडा, लता, 'चाचा झिंदाबाद'), (३) *रस्मे उल्फत को निभाये* (मधुवंती, लता, 'दिल की राहें'), (४) *उनको यह शिकायत है* (मालगुंजी, लता, 'अदालत'), (५) *तू जहाँ जहाँ चलेगा* (नंद, लता, 'मेरा साया'), (६) *कौन आया मेरे* (रागेश्री, मन्ना डे, 'देख कबीरा रोया').

(६) मदन मोहन यांच्या संगीतास वेदनेचे आकर्षण आहे. त्यांच्या संगीतरचना चैतन्यमय चलनांतून उशी घेत उडणाऱ्या चेंडूसारख्या वाटत नाहीत. द्रुतगती लयबंध वा उत्साही राग इत्यादींकडे त्यांचे लक्ष नसते. त्याच्या रचनांत नाईट क्लब गीते फारशी का नाहीत याचे हे एक कारण आहे. या विशिष्ट गीतप्रकारास जी सामग्री लागते व मदन मोहन यांना जे मनापासून आवडते यांतच मूलभूत फरक आहे. जेव्हा त्यांनी कॅबेरे गीते रचली तेव्हा सांगीत ओढीपेक्षा त्यांची कर्तव्यभावना जास्त जागृत झाली आहे असे वाटत राहते. *आँख मिलाने के लिये* (गीता दत्त, 'चंदन', १९५८), *तुमसे नझर मिली* (गीता दत्त, 'जागिर', १९५९), *थोडी देर के लिये* (आशा, 'अकेली मत जैयो', १९६३) या रचना ऐकल्या की या विवेचनाचा प्रत्यय येईल.

(७) लयबंध वा सुरावट या दोन्ही बाबतीत त्यांच्या रचना मुद्दाम केलेल्या बांधण्या आहेत असे वाटत नाही. त्यात पुन्हा असेही वाटते, की सुरावटींबाबत नव्याचा शोध घेण्यात ते जितके तत्पर आहेत तितके लयबंधांच्या शक्यता धुंडाळण्यात ते उत्साही नाहीत.

(८) मदन मोहन यांना नव्या स्वनरंगांचे फारसे आकर्षण आहे, नवीन वाद्ये वगैरे वापरून तो आयात करावा, असे वाटत नाही. काहीतरी गमावल्याविषयीची धूसर हळहळ या भावस्थितीच्याच वेगवेगळ्या छटा शोधीत राहणे आपल्या सांगीत कार्याचे त्यांनी ध्येय मानल्यामुळेही तसे झाले असणे संभवते. या कारणाने वाद्यवृंदास त्यांच्या नादविश्वात फारसे महत्त्वाचे स्थान नाही. कंठसंगीताचे थेटपण व लताच्या आवाजासारखे भावविश्वाशी सहजसंवादी वाहन मदन मोहन यांच्या दिमाखदार वाटचालीस पुरेसे होते.

एकंदरीने असे म्हणता येईल, की सर्वसाधारणतः चित्रपटसंगीतातील गीतांत वा रचनांत मुरक्या मारत पुढे येऊ पाहणाऱ्या संगमी व संयोगी गीताचा प्रभाव

मदन मोहन यांच्या तीव्र व अविरत गीतशोधास मानवणारा नाही. ऐकणाऱ्यांना दिपवणे वा ध्वनिकल्लोळात बुडवून टाकणे त्यांना अभिप्रेत नाही. सैलसर बांधणीने भावनिक तरंगांच्या लीलेस अनुकूल रचना उभारणे हे त्यांच्या संगीताचे खरे रूप होय. मूलभूत रंग, ठळक आकृतिबंध आणि प्रचंड बांधण्या यांना त्यांच्या सृष्टीत जागा नाही. शिवाय आपल्याला जे सांगायचे आहे त्यासाठी सांगीत व साहित्तिक स्पंद एकमेकांत गुंतलेल्या वेलींसारखे यायला हवेत याचा त्यांना ध्यास होता, कारण त्यांचे संगीत चित्रपटांत आले तरी ते चित्रपटांशी जखडलेले नसे.

खय्याम (मोहम्मद झहुर खय्याम हाश्मी)
(जन्म : १९२७)
(पदार्पण : १९५०)

खय्याम यांचा जालंधर येथे १९२७ मध्ये जन्म झाला. सुरुवातीस त्यांची इच्छा अभिनेता बनण्याची होती. पण त्यांच्या बंधूंनी त्यांचे मन वळविण्याचा प्रयत्न असा जारी ठेवला, की १९३७-३८च्या सुमारास खय्याम यांनी घर सोडले! मग चित्रपटात प्रवेश करण्याची धडपड सुरू झाली. त्यांनी पं. अमरनाथ यांच्याकडे संगीताचे धडे घेतले, पण शेवटी १९४३ मध्ये ते सैन्यात भरती झाले. तिथे तीनएक वर्षे त्यांनी नोकरी केली. मजेची बाब अशी की सैन्यात असताना प्रसिद्ध कवी फैझ अहमद फैझ यांच्या नेतृत्त्वाखाली त्यांनी सांस्कृतिक पथकांत काम केले. लोकांना सैन्यात भरती होण्याचे परिणामकारक आवाहन नाट्य, संगीत इत्यादी माध्यमांतून करणे हे या पथकाचे नेमून दिलेले कार्य होते.

युद्धानंतर खय्याम आपल्या पहिल्या आवडीकडे – संगीताकडे – वळले. पं. अमरनाथ यांच्याकडे संगीतशिक्षणाचा ओनामा केला असल्यामुळे चित्रपटसृष्टीत आधीच कार्यरत असलेल्या पं. अमरनाथ यांच्या बंधूंची – हुस्नलाल व भगतराम यांची – साथ करणे स्वाभाविक होते. 'शर्माजी' असे टोपणनाव घेऊन त्यांनी काही चित्रपटांना संगीत दिले. 'बिबी' (१९५०) या चित्रपटात 'शर्माजी'साठी रफीने *अकेले में वो घबराते तो होंगे* या गीताचे गायन केले होते. हे खय्याम यांचे पहिले हिट गीत ठरले. अझीझ खान व बुलो सी. रानी यांच्या बरोबरही खय्याम यांनी काम केले. पण 'फुटपाथ' (रणजीत मूवीटोन) साठी रचलेले संगीत हे त्यांचे खरे चित्रपट सृष्टीतील पदार्पण ठरले. *शामे गम की कसम* (गायक तलत व अभिनेता दिलीपकुमार) हे त्यांचे गीत परिणामकारक ठरले. त्यांनी नंतर स्वतः उल्लेख केल्याप्रमाणे या गीतासाठी

लयबंध ढोलक वा तबला यांनी पुरविला नसून ते कार्य डबल बेस व स्पॅनिश गिटार यांच्याकडून करवून घेतले होते. 'लालारुख', 'बारूद' वा 'शगुन' यांसारख्या लो बजेट चित्रपटांसाठी संगीतरचना करण्याचे त्यांना वावडे नव्हते. 'फिर सुबह होगी' यांसारख्या चित्रपटाचे त्यांचे संगीत निःसंशयपणे अतिशय भावसंपन्न होते. या चित्रपटाच्या नाजुक संगीताला प्रतिसाद देणे राज कपूरसारख्या संवेदनशील अभिनेता-दिग्दर्शकासही मुश्किल वाटले. *वो सुबह कभी तो आयेगी* (मुकेश) हे शीर्षकगीत वा *फिर ना कीजे* हे चुळबुळे प्रेमगीत (आशा) वा *चीनो अरब हमारा* यासारखे सूक्ष्म उपहासगीत सर्व रचना ऐकणाऱ्यांच्या मनात घर करून राहिल्या आहेत. आखरी खत या चित्रपटात त्यांनी पूर्ण भार पहाडीवर टाकून या चित्रपटाचे सर्व संगीत कौशल्याने पहाडीमय करून टाकले. त्यांनी फक्त पन्नासएक चित्रपटांसाठी रचना केल्या. कारणे काहीही असोत पण मध्ये मध्ये बराच काळ ते चित्रपटसृष्टीच्या बाहेर राहिले. मात्र त्या कालखंडात त्यांनी रफी, मुकेश व बेगम अख्तर यांसारख्या कलाकारांसाठी सुरेख गीतरचना केल्या. 'कभी कभी' या चित्रपटास संगीत देऊन त्यांनी चित्रपटसृष्टीत यशस्वी पुनरागमन करण्याचा चमत्कारही करून दाखविला. 'त्रिशुल', 'थोडीसी बेवफाई', 'आहिस्ता आहिस्ता' या चित्रपटांचे त्यांचे संगीत गुणवत्तापूर्ण आहे. 'रझिया सुलताना', 'अंजुमन' या चित्रपटांसाठीही खय्याम यांनी संगीत दिले. पण अपरिमित गाजले ते 'उमरावजान'चे वैशिष्ट्यपूर्ण संगीत.

खय्याम यांच्या संगीताची काही नोंदण्यासारखी निरीक्षणे अशी -

(१) मोठा वाद्यवृंद वापरणे वा वाद्यांचा उपयोग हात राखून करणे याविषयी त्यांच्या मनात छुपा का होईना पण संघर्ष चालतो. *शामे गम की कसम* (तलत, 'फुटपाथ', १९५३), *कहीं एक मासूम लडकी* (रफी, 'शंकर हुसेन', १९७५) वा *आज बिछडे हैं* (भूपिंदर, 'थोडी सी बेवफाई', १९८०) ही गीते ऐका. यांत वाद्य गदारोळ नाही, संगीत व शब्द दोन्ही आपल्या मनात झिरपत जातात आणि बरोबर एक शांत भावही. कदाचित याच सांगीत काटकसरीमुळे असेल, पण तलतचा नाजुक स्वरकंप वा भूपिंदर सिंगचा मृदू गानोच्चार मनात ठसतो. याउलट *परबतों के पेडों पर* (सुमन व रफी, 'शगुन', १९६४), *ठैरिये होश में आ लूँ* (सुमन व रफी, 'मोहब्बत इसको कहते हैं', १९६५), *आजा रे मेरे दिलबर* (लता व नितिन मुकेश, 'नूरी', १९७९) यांत वाद्यांची भरमार आहे. वाद्यरंग अगदी अनियंत्रित नाही, पण तरीही वाद्यबाह्य संगीताशय झाकला जातो. माझ्या मते ही शैली खय्याम यांच्या प्रकृतीची

वाचक नाही. याच संदर्भात त्यांचा एक बारकावा विचारणीय वाटतो. काही अपवाद वगळता त्यांनी छेडण्याची तंतुवाद्ये व पिआनो यांच्या माध्यमातून दीर्घ सुरावटींचे आकृतिबंध विणण्यावर भर दिला आहे. उदाहरणार्थ, *जीत लेंगे बाझी हम तुम* (रफी, 'शोला और शबनम', 'शगुन', १९६४) या रचनेत महत्त्वाचा गीतारंभ फक्त पिआनोवर सोपविला आहे वा पहाडी रागात सतार इत्यादी वाद्ये दीर्घ व आवाहक स्वरबंध निर्माण करतात (*बहारों मेरा जीवन भी सँवारों,* लता, 'आखरी खत', १९६६).

काहीशी आश्चर्याची बाब अशी, की समान स्वरबंध वापरण्याबद्दल खय्याम यांना ओशाळे वाटत नाही. *कभी कभी मेरे दिल में* ('कभी कभी', १९७५), व *सिमटी हुई ये घडियाँ* ('चंबल की कसम', १९७९), वा *परबतों के पेडों पर हुई* ('शगुन', १९६४), व *बहारों मेरा जीवन भी सँवारो* ('आखरी खत', १९६६), *फिर चढी रात* ('बझार', १९८१), व *आयी झंजीर* ('रझिया सुलताना', १९८२) ही गीते स्वरसाम्यासाठी तपासावीत. त्यांना सुरावटींच्या नावीन्याचे अप्रूप नाही असे अर्थात सुचवायचे नाही. कारण सुरांची समानता ज्या गीतांत जाणवते त्यांतही ते सूक्ष्म बदल करत असतातच. पण कदाचित आशय-सुरावट यांच्या दरम्यान एक अतूट नाते असते असा आपला स्वतःचा विश्वास व्यक्त करण्याचा त्यांचा हा मार्ग आहे.

गझल हे खय्याम यांचे मर्मस्थान होय असे म्हणण्याचा मोह होतो. आपल्या मनाचे नाते या प्रकाराशी जुळले आहे असे त्यांना नक्की वाटते. एक प्रकारची तीव्र अकर्मण्यता वा अक्रियाशीलता, काहीतरी मूल्यवान हरपले आहे याचे दाट दुःख, आणि संयमित शृंगार या व अशा भावतरंगांना त्यांचा अंगभूत प्रतिसाद असतो. त्यांच्या चित्रपटबाह्य संगीताखेरीज 'उमरावजान' हा चित्रपट प्रस्तुत विधानांचे एक चांगले उदाहरण आहे. या चित्रपटात मुजरा नृत्ये असूनही त्यांसाठी खय्याम यांनी दिलेले संगीत कसे आहे ते पाहा. छेडण्याच्या व गजाने ध्वनित होणाऱ्या वाद्यांचा यांत आवाहक वापर आहे. यामुळे मुजरा नृत्यांत एक आदबशीर शृंगारच अवतरावा हा त्यांचा हेतू तडीस जातो. *दिल हो क्या* या गीतात बिहाग रागातील भावस्पर्शी सुरावटीची छाया आढळते. *मेरी अनोखी मस्ती में* या गीतात तर भूप रागाचा मनोरम तिरोभाव केला आहे. असाच यत्न *जिंदगी जब भी* या गीतात गौडसारंग रागापासून दूर सरकत साधला आहे. सांगीतदृष्ट्या प्रदर्शन न करता, आमच्या कर्तृत्वाकडे पाहा असे गर्जून न सांगता ही गीते आपला भाव-परिणाम सिद्ध करतात. मानसिक वा भावनिक आशयाबरोबर हातात हात घालून चालू शकेल असा सांगीत अवकाश निर्माण करा ही गझलची मागणी असते.

नैसर्गिक सौंदर्य आणि संवादी मनोभाव रचनाकाराने आपल्या दादरा या तालातल्या डौलदार रचनेत आणला आहे. संयत गायन व मोजका वाद्यमेळ वापरून रचनासंबद्ध निश्चिततेने ही कामगिरी पेलणे सर्वांना जमते असे नाही. खय्याम यांना ते जमले आहे याचा सहज प्रत्यय येतो हे त्यांचे यश.

हेमंतकुमार मुखोपाध्याय

(जन्म : १७-६-१९२०, मृत्यू : २६-९-१९८९)
(पदार्पण : १९५१)

अनेक संगीत-संबद्ध क्षेत्रांत लीलया विहार करणारा आणखी एक बंगाली संगीतकार म्हणून अभिमानाने उदाहरण देण्यासारख्या महाभागांत हेमंतकुमार यांचा समावेश होतो. ते आधुनिक बंगाली गीते, बंगाली चित्रपटसंगीत, हिंदी चित्रपटसंगीत स्वतः गात व त्यांची रचनाही करत. याशिवाय आपल्या सादरीकरणातून रवींद्रसंगीताचा प्रसार व गायन करून याही क्षेत्रात त्यांनी महत्त्वाचे आहे कार्य केले आहे. पन्नास वर्षांहून अधिक काळ विविध प्रकारच्या मागण्या करणाऱ्या सर्व सांगीत व्यवहारांत हेमंतकुमार कार्यरत होते व तेही कुशलतेने, परिणामकारकतेने व मनःपूर्वक. याखेरीज विचारणीय बाब अशी, की गायक म्हणून त्यांनी जेव्हा वाटचाल आरंभली तेव्हा बांगला गान व रवींद्रसंगीत प्रभावीपण सादर करणारे दुसरे अनेक कलाकार होते आणि तरीही हेमंतकुमार या नव्या आवाजाने आपला स्वतःचा निश्चित ठसा उमटवला. नंतरच्या वर्षांत उस्ताद अमीरखाँ आश्चर्याने उद्गारले, की शिक्षण न घेता इतके मधुर, इतके स्वरेल व मनःस्पर्शी गायन करणे कसे शक्य आहे – तेव्हा ते हेमंतकुमारांचा योग्य व मनापासून गौरव करत होते असेच अनेकांना वाटले!

हेमंतकुमारांचा जन्म वाराणशी येथे झाला. संगीतव्यवसाय हे सभ्य लोकांचे शालेय काम नाही असा ग्रह असलेल्या काळात त्यांनी आपले शालेय शिक्षण कोलकात्यात घेतले व यादवपूर विद्यापीठातून इंजिनिअरिंगची पदवीही प्राप्त केली. लघुकथालेखन, ऑल इंडिया रेडीओवर कार्यक्रम व आधुनिक बांगला गान या प्रकारांत समाविष्ट होणाऱ्या आपल्या पहिल्या गीताचे ध्वनिमुद्रण या सर्व घटना त्यांच्या आयुष्यात १९३५-३७च्या दरम्यान घडल्या. एका दृष्टीने या घटना त्यांचे तेव्हाचे अग्रक्रम स्पष्ट करीत होत्या. ते नेहमी म्हणत की आपल्याला शास्त्रोक्त संगीताची तालीम मिळाली नसून पंचू गोपाल बोस व फणी बॅनर्जी (हे उस्ताद फैय्याझखाँ यांचे शागीर्द होते) यांचे मार्गदर्शन लाभले. फणी बॅनर्जी यांनी तर हेमंतकुमार यांना शिकविताना पूर्वशर्त घातली होती – आधुनिक

गान न गाण्याची! हेमंतकुमार यांना शास्त्रोक्त संगीत शिकविणारे म्हणून निरापद मुखर्जी यांचेही नाव घेतले जाते.

रवींद्रसंगीताच्या आवडीपोटी हेमंतकुमार यांनी त्या संगीताची एक ध्वनिमुद्रिका (१९४९) मध्ये दिली आणि न्यू थिएटर्सच्या चित्रपटातील समूहगायनातही भाग घेतला. त्यांच्या पहिल्या गाण्याच्या ध्वनिमुद्रणाचे जे रु. २०चे मानधन त्यांना मिळाले त्यातून त्यांनी आपली स्वतःची पहिली हार्मोनियम खरेदी केली. हरिप्रसन्न दास या रचनाकाराचा सहाय्यक म्हणूनही त्यांनी काही काळ काम केले.

हेमंतकुमारांचे पहिले बंगाली पार्श्वगायन होते 'निमाई संन्यासी' या चित्रपटामध्ये (१९४०). त्यांनी गायला प्रारंभ केला तेव्हा सर्वत्र पंकज मलिक यांची हवा होती. हेमंत त्यांची नक्कल करत व छोटा पंकज म्हणून त्यांना लोक ओळखू लागले होते. रेडिओ कार्यक्रमांसाठी केलेल्या संगीतरचना हा त्यांच्या रचनाकार्याचा आरंभ होता. बंगाली चित्रपटांसाठी संगीतरचनेची सुरुवात त्यांनी १९४०च्या दशकात केली. त्यांनी संगीत दिलेला 'पूरब रंग' (१९४७) हा पहिला बंगाली चित्रपट तर 'शिवशक्ती' (१९४७) हा पहिला हिंदी चित्रपट. पण व्ही. शांताराम यांचा हा हिंदी चित्रपट प्रदर्शित झालाच नाही. एस. मुखर्जी निर्मिती प्रमुख असता फिल्मिस्तानचे संगीतरचनाकार म्हणून हेमंतकुमार यांनी जबाबदारी स्वीकारली. 'आनंदमठ' (१९५२), 'शर्त', 'सम्राट' (१९५४) हे चित्रपट म्हणून गाजले नाहीत, पण त्यांतील संगीत लोकांच्या थोडेफार पसंतीला आले. 'आनंदमठ'च्या संगीताने लोकांना जरासे हलविले, विशेषतः रचनाकारांच्या 'वंदे मातरम्'चे संचलन गीत करण्याच्या प्रयोगाने. ऑफिस रूटीनला कंटाळून आणि अपयशाने नाउमेद होऊन हेमंतकुमार यांनी मुखर्जींना विनंती केली की मला मोकळे करा. मुखर्जी यांनी दिलासा दिला – तुमची लायकी ओळखून मी तुम्हांला मुंबईला आणले आहे. निदान एक तरी हिट चित्रपट संगीतबद्ध केल्याशिवाय मी तुम्हांला मोकळे करणार नाही. 'नागिन' (१९५४) हा चित्रपट पडद्यावर आला व सारा नूर पालटला. बारा गीतांचा हा चित्रपट इतका यशस्वी झाला की पुढे हेमंतकुमार नेहमी तक्रार करत असत – आता प्रत्येक वेळी मी संगीत दिले की लोक आपली डोकी पसंतीने वगैरे हलवितात, पण मग म्हणतात, मात्र हे संगीत नागिनमधल्या संगीतासारखे नाही! हेमंतकुमारांना पाश्चात्त्य संगीत वा त्यातील आगळे वेगळे स्वनरंग यांचे फार आकर्षण होते असे दिसत नाही. (तरीही एका बंगाली गाण्याच्या धृपदासाठी त्यांनी *ब्रिज ऑन द रिवर क्वाय* – या चित्रपटामधील चाल वापरली होती.) त्याचप्रमाणे अतिद्रुत व हिसकेबाज हालचालींस पूरक असे

नृत्यसंगीतही त्यांना फारसे आवडत नव्हते. मात्र 'हा हु' वा हुंकार इत्यादी उद्गारांचा हेमंतकुमारांचा गायनातील मुबलक वापर उपलब्ध कंठसंगीतपटाची व्याप्ती वाढविण्याच्या त्यांच्या मनीषेचाच एक परिणाम होय असे म्हणता येईल. या विशेषाची गणना अभारतीय स्फूर्तीचेच एक अंगही मानता येईल. हेमंतकुमार यांनी हिंदी, मराठी, भोजपुरी आणि बंगाली चित्रपटांसाठी संगीत दिले. एकदा त्यांनी मार्मिकपणे विधान केले होते, की हिंदी व बंगाली चित्रपटसंगीत खरे पाहता दोन निराळ्या संस्कृतींचे प्रतिनिधित्त्व करतात. ते जवळ जवळ ६२ चित्रपटांत गायले, ७ हिंदी चित्रपटांची त्यांनी निर्मिती केली आणि त्यांच्या ध्वनिमुद्रित गीतांची संख्या सहजपणे १५००च्या वर जाईल!

हेमंत कुमारांच्या संगीताविषयी काही मूल्यमापनात्मक विधाने करणे आता शक्य आहे.

(१) आधी सूचित केल्याप्रमाणे 'नागिन' (१९५४) या चित्रपटासाठी त्यांनी केलेले संगीत त्यांना स्वतःला अडचण वाटावी इतके लोकप्रिय झाले. 'नागिन'मधील बाराही गीते हिट ठरली. क्ले वॉयलीनच्या वेगळ्या स्वनरंगातील छोटी व प्रत्येक गीतात पुनरावृत्त केलेली धुन स्मरणात रेंगाळणारी खूण झाल्याने असे झाले असावे काय! ऐकणाऱ्यांनी जणू काही ही सांगीत खूणच आपल्या अंतर्मनात सारखी बाळगली. एस. डी. बर्मन यांनीही 'सोलहवाँ साल' या चित्रपटामध्ये, हेमंतकुमार यांनी गाइलेल्या *है अपना दिल* या गीतासाठी माऊथ ऑर्गनची धुन अशीच वापरली आणि ते गीतही लोकांच्या पसंतीला अफाट उतरले हा काही योगायोग नसावा!

(२) एक प्रकारचा हळवेपणा व अ-दृश्याची ओढ हे भाव हेमंतकुमारांना स्वतःला जवळचे वाटत असावेत. त्यांनी रचलेल्या वा गाइलेल्या अनेक परिणामकारक गीतांत हे भाव भरपूर आढळतात. *कहीं दीप जले* ('बीस साल बाद'), *छुप गया कोई रे* ('चंपाकली'), *भंवरा बडा नादान* ('साहेब बीबी और गुलाम'), *जाग दर्द इश्क जाग* ('अनारकली') ही गीते खास उल्लेखनीय आहेत. खेमचंद प्रकाश यांचे *आयेगा आनेवाला* ('महल') व सलील चौधरी यांचे *आ जा रे परदेसी* ('मधुमती') आणि हेमंतकुमार यांची गीते या खास आवाहकतेच्या संदर्भात अधिक विचार करण्यासारखी आहेत.

(३) हेमंतकुमार यांनी 'नागिन'मधल्या नाग खेळविणाऱ्याच्या पुंगीच्या ध्वनिपरिणामासाठी कल्पकता दाखवून क्ले वॉयलीन वापरले (कल्याणजी यांनी ते वादन केले होते) आणि त्यास अकल्पनीय लोकप्रियता मिळाली. पण त्यांच्या सांगीत कल्पकतेची इतर उदाहरणेही आहेत. उदाहरणार्थ, *जय जगदीश*

हरे ('आनंदमठ', १९५२) हे गीता दत्तबरोबरचे द्वंद्वगीत ऐका. यात भारतीय धर्मसंगीतांतले अनेक प्रकार एकत्र आणले आहेत. पठण, भजन गान, द्वंद्वगीत व अलिप्तपणे पण तीव्रतेने गायलेले बाऊल पद्धतीचे सादरीकरण या सर्वांचा समावेश या गीताच्या रचनेत दिसतो. *चाँद घटने लगा* (गीता दत्त, 'शर्त' १९५४) या रचनेत आपल्या नेहमीच्या पसंतीच्या शैलीविशेषांपलीकडे जाऊन त्यांनी एक नाईट क्लब गीत रचले आहे. त्यात आवाजाचे अर्थहीन लगाव, गुणगुणणे, 'ला ला' इत्यादी ध्वनींचा वापर मुबलक असून सर्वांत गीता दत्त आघाडीवर आहे. चित्रपटीय उद्दिष्टास साहाय्यक सांगीत कल्पकतेचे एक चांगले उदाहरण म्हणून *ना जावो सैंया* (गीता दत्त, 'साहेब, बिबी और गुलाम' १९६२) या रचनेची साक्ष काढता येईल. लयहीन अंतर्लक्षी कुजबुज, मग्न पठण, मुख्य हेतू म्हणून हळूहळू गायनापर्यंत पोचणारी संगीतस्पंदने अशा प्रतीतीस कारण होत होत हे गीत उभे राहते. आपल्याला जणू ते संगीतमय धुक्यात गुरफटून टाकते.

हेमंतकुमार जेव्हा इतर भाषांतील गीते बांधत तेव्हा त्यांची काम करण्याची पद्धत वेधक असे. उदाहरणार्थ, गीत मराठी भाषेत असले तर ते गीताची संहिता प्रथम बंगालीत लिहून घेत व मग प्रत्येक मराठी शब्दाच्या जागी तितक्याच नेमक्या लांबीचा बंगाली शब्द शोधून त्यास चाल लावीत! त्यांचे आग्रहाचे म्हणणे असे, की आपल्याला रवींद्रसंगीतापासून स्फूर्ती मिळाली अणि दुर्दैवाने तिकडे आधुनिक रचनाकार दुर्लक्ष करतात. दुसरे म्हणजे चित्रपटसंगीतातील आधुनिक रचनाकारांचा चित्रपटनिर्मितीच्या सर्जनशील अंगाशी काहीही परिचय नसतो याचीही त्यांना खंत वाटे. त्यांचे विविध अंगाचे काम पाहता त्यांना असे म्हणण्याचा नक्कीच अधिकार होता.

एन. दत्ता (दत्ताराम बापूराव नाईक)

(जन्म : १९३०, मृत्यू : ३०-१२-१९८७)
(पदार्पण : १९५५)

गोव्यातील पेडण्याजवळ आरोंदा या खेड्यात जन्मलेल्या दत्ता नाईक यांचे कान संगीताने लहानपणापासून भरलेले असावेत याचे नवल नाही. पोर्तुगीज धर्मसंगीत व लोकसंगीत यांचे मजेशीर मिश्रण असलेल्या 'गोअन' संगीताचाही त्यांच्या भोवतालच्या वातावरणात प्रभाव होता हे या संदर्भात मुद्दाम ध्यानात घेण्यासारखे. १९४२च्या सुमारास ते मुंबईला आले (खरे म्हणजे घरून चक्क पळून जाऊन) व 'देवधर्स स्कूल ऑफ इंडिअन म्युझिक' येथे संगीताचे धडे घेण्यास त्यांनी प्रारंभ केला. निरनिराळ्या स्टुडिओना भेटी देण्याचा त्यांचा

कार्यक्रम सुरू होताच. काही काळ गुलाम हैदर यांचे साहाय्यक म्हणूनही त्यांनी काम केले. मेळ्यांत सहभागी असणे हा तत्कालीन संगीतकारांच्या राष्ट्रवादी भूमिकेचा एक आविष्कार होता. एन. दत्तांनीही ते केले. मेळ्यात गायन व त्यासाठी संगीतरचना असे त्यांच्या सहभागाचे स्वरूप राहिले. या मेळ्यांत सचिन देव बर्मन यांनी दत्तांना ऐकले व आपल्याबरोबर काम करण्याचे आमंत्रण दिले. दत्ता यांनी ते स्वीकारले व त्यांना याचा खूप आनंद झाला.

राज खोसला यांच्या 'मिलाप' (१९५५) या चित्रपटाला संगीत देऊन दत्तांनी कारकिर्दीचा आरंभ केला, तर 'चेहरे पे चेहरा' (१९८०) हा त्यांचा शेवटचा चित्रपट ठरला. त्यांनी पहिल्यांदा स्वतंत्र संगीत दिले ते 'अब दिल्ली दूर नहीं' या चित्रपटासाठी. आजारामुळे मध्ये बराच काळ ते अकर्ते राहिले. सुमारे १२ मराठी व एका पंजाबी चित्रपटालाही त्यांनी संगीत दिले होते. सिप्पी व बी. आर. चोप्रा यांच्यासारख्या प्रसिद्ध बॅनर्ससाठी त्यांनी केलेले काम गुणवत्तापूर्ण होते.

त्यांच्या सांगीतिक गुणवत्तेचे काही विशेष नोंदण्यासारखे आहेत :

(१) सुरावटीवर भर देणारी घराणी चित्रपटसंगीतात आहेत असे म्हटले तर एन. दत्ता त्या घराण्यात मोडतात असे म्हटले पाहिजे. म्हणजे असे की सहज गुणगुणता येतात वा गुणगुणावीशी वाटतात त्या रचनांना गाणी म्हणावे या सूत्रावर त्यांची अविचल श्रद्धा होती. *मैंने क्या चाँद सितारों से* ('चंद्रकांता'), *तू ना हिंदू बनेगा ना मुसलमान बनेगा,* किंवा *तेरे प्यार का आसरा* ('धूल का फूल'), *ऐ दिल बता बता* (मुकेश, 'दो भाई') यांसारख्या रचनांत याचा स्वच्छ प्रत्यय येतो.

(२) 'रॉक अँड रोल' म्हणून त्यांच्या जमान्यात ओळखल्या जाणाऱ्या शैलीत बसणाऱ्या चालींची त्यांची बांधणीही परिणामकारक होती. पाश्चात्त्य लयबंध व वाद्ये इत्यादी ढोबळ विशेष यांत असतच, पण तरीही गुणगुणता येणे हा गुण त्यांत उठून दिसतो. सर्वांत गाजलेले उदाहरण म्हणजे *लाल लाल गाल* (रफी, 'मि. एक्स', १९५७) हे होय. या प्रकारच्या गीतांचा उपभेद म्हणजे (१) लयबंध द्रुत पण अंग झोकून देण्याइतका नव्हे अशी गीते, (२) साधी चाल व सहजपणे खास कौशल्याशिवाय गाता येणारी गीते, (३) चैतन्यपूर्ण गायनाची ढब ठेवणारी गीते. *जाते हो तो जाओ पर जाओगे कहाँ* (गीता दत्त, 'मिलाप', १९५५) हे याचे बोलके उदाहरण होय.

(३) समूहगायनासाठी राष्ट्रीय भावनांनी भरलेली गीते रचण्यात त्यांना रुची होती असे जाणवते. मानवी जीवनातील समूहप्रियतेचे स्थान ठाशीवपणे

सांगण्याचा मार्ग म्हणजे समूहगायन अशी त्यांची खात्री असावी. याचे उदाहरण म्हणून *हम पंछी एक डाल के* (आशा, 'हम पंछी एक डाल के') हे गीत ऐकावे. निःसंदेह राष्ट्रीय भावनागीते म्हणून *बच्चे तुम तकदीर हो* (आशा व रफी, 'दिदी'), *सारे जहाँ से अच्छा* (आशा, 'भाई बहेन') या रचना ऐकाव्यात.

(४) उपलब्ध रागसंगीतावर भर देण्यात त्यांना फारशी आस्था नसावी, पण रागसंगीताचा काही ठिकाणी केलेला वापर चांगला आहे.

(५) फार प्रयोगशीलतेने संगीत द्यावे इकडे त्यांचा कल नव्हता. तसेच आपल्या सांगीत भूमिकेबाहेर जाऊन इतर काही टीकाटिप्पणी करणारे संगीत रचावे असेही त्यांना तीव्रतेने वाटत नसावे. पण साध्या सुरावटींची चाल कशी बनवावी ते कौशल्य त्यांचेकडे भरपूर होते. म्हणून त्यांची बहुतेक गाणी लोकांच्या मनात वा स्मरणात तरंगत राहत.

(६) ते अतिशय सहजपणे चाल बांधत – म्हणजे प्रवास करताना, चालताना वगैरे. पण त्यांची प्रकृती वारंवार बिघडे, तसेच त्यांना महत्त्वाकांक्षा नव्हती. चित्रपटनिर्मात्याबरोबर स्वतंत्र करार करणारा हा एकमेव साहाय्यक संगीतरचनाकार असावा. सर्व संबंधितांना त्यांच्या स्वतंत्र अधिकाराची खात्री पटल्याशिवाय हे कसे शक्य झाले असते?

कल्याणजी–आनंदजी
(पदार्पण : १९५५)

कल्याणजी वीरजी शाह व आनंदजी वीरजी शाह हे संगीतरचनाकार बंधू एरवी व्यापारातच गढणाऱ्या कच्छी जमातीतले म्हणूनही कदाचित एक विरळा नमुना ठरतील! त्यांनी आपला सांगीत प्रवास सुरू केला तो करमणुकीसाठी चित्रपटगीते सादर करणाऱ्या वाद्यवृंदाचे चालक कलाकार म्हणून व 'लाईव बँड्स'चे दिग्दर्शक म्हणून. त्यांपैकी आनंदजी हे सहभागी होऊ लागले १९५९ नंतर. या प्रकारे संगीतातली गुंतवणूक त्यांना एका दृष्टीने वाद्यरंगांचे स्वरूप व त्यामुळे श्रोतेप्रेक्षक कसे गुंग होऊ शकतात याचा चांगला अंदाज येण्याकरिता फायद्याची ठरली. क्ले वॉयलीन या सिंथेसायझरच्या आधीच्या बहुरंगी वाद्यावर प्रभुत्त्व मिळवणाऱ्यांत ते अग्रगामी होते आणि चित्रपटसंगीताचे आकर्षक व भपकेदार लाईव खेळ सादर करण्यातही ते वाकबगार होते – हा एक अर्थपूर्ण योगायोग म्हणता येईल! त्यांच्या खास कर्तृत्वाची आणखी एक खास बाब सांगितली जाते ती अशी, की त्यांनी अनेक न-गात्या अभिनेत्यांना आपल्या चित्रपटांत निदान एक तरी गाणे गायला लावले आहे. या यादीत आहेत नंदा,

हेमा मालिनी, नूतन, मेहमूद, अमिताभ बच्चन व माला सिन्हा इत्यादी अभिनेते व अभिनेत्री आहेत.

या जोडीने प्रथम लक्ष आकर्षित केले ते 'नागिन' या चित्रपटातील पुंगीची धुन वाजवून (१९५४). त्याचे संगीत हेमंतकुमार यांचे होते. या चित्रपटातील संगीतामुळे हेमंतकुमार धूमकेतूप्रमाणे एकदम चमकू लागले हे सर्वश्रुत आहे. कल्याणजी-आनंदजी या जोडीने स्वतंत्रपणे संगीतरचना केली ती 'चंद्रगुप्त' (१९५५) या चित्रपटामध्ये. एकंदरीत त्यांनी सुमारे २६० चित्रपटांना संगीत दिले. या जोडीपैकी कल्याणजी हे २४ ऑगस्ट, २००० रोजी निधन पावले.

वाद्यशक्तीचे सुयोग्य उपयोग

त्यांच्या रचनांचे एक खास लक्षण असे, की त्यांत वाद्यरंग आकर्षक असतात, इतकेच नव्हे तर ते आनंदी भावस्थिती उत्पन्न करण्याइतपत चमकदारही असतात. *ना ना करते प्यार* (रफी व सुमन, 'जब जब फूल खिले', १९६५) हे उत्साही द्वंद्वगीत यासाठी ऐकण्याजोगे आहे. फार द्रुत लय न ठेवता एक प्रकारचा निरागसपणा त्यांतून समोर आणला आहे. संभाषणात्मक ढब व मध्ये मध्ये गद्य उद्गार यांमुळे रफीच्या खास नाट्यात्मतेसही माफक वाव मिळाला आहे. यासाठी *मैं तुझसे मिलने* हे प्रेमभरले द्वंद्वगीत (लता व रफी, 'हीरा' १९७३) ऐका. सबंध स्थळाचे, गीताचे व भावनेचे, खेड्याचे संदर्भ रावणहत्था या वाद्याचे स्वनरंग सहज सूचित करतात.

सुरावटींवरचा भर

सर्वसाधारणतः वाद्यरंगांत भिडलेले आणि द्रुत लय पसंत करणारे कल्याणजी-आनंदजी हे रचनाकार मुख्यतः वाद्यवृंदाच्या व गतिमान लयबंधांच्या साहाय्याने गीताची उभारणी करण्यावर भर देतात असे आढळते. पण ते रचनेचा जाणीवपूर्वक असा रोख ठेवतात की रचना निदान काही प्रमाणात तरी सुरावटीकडे झुकलेली असावी. याचा एक स्वागतार्ह परिणाम असा, की त्यांच्या अनेक रचनांचे मुखडे लक्षात राहतात व ते ऐकणाऱ्यास चालीकडे सरळ नेणारे असतात – मग गीत साधे व रूटीन असले तरी त्याची खूण मागे राहतेच. त्यांची काही द्वंद्वगीते सुरावटीच्या स-दिशतेची चांगली उदाहरणे आहेत. उदाहरणार्थ, *ओ नींद ना मुझको आये* (लता व हेमंतकुमार, 'पोस्ट बॉक्स नं. ९९९', १९५८) या रचनेचा आरंभ होतो हेमंतकुमार यांनी गायलेल्या ओळीने व ही ओळ कोमल ध स्वरावर जराशी स्थिरावते. नंतरची ओळ या स्वराच्या

लगेच खालच्या स्वरावर, म्हणजे प या स्वरावर. या प्रकारच्या ओळींची पुनरावृत्ती करून चालीचा शेवटचा विभाग कोमल ग वर येऊन थांबतो. मुद्दा असा की या प्रकारच्या चलनांमुळे एखादा न-शिक्षित श्रोतासुद्धा गीताच्या चालीत प्रवेश करतो. याच प्रकारचा रचनाबंध, याच गायकांसाठी दुसऱ्या एका यशस्वी द्वंद्वगीतासाठी वापरला असल्यामुळे मुद्दा स्पष्ट होतो. ते गीत आहे *तुम्हें याद होगा* ('सट्टा बाझार', १९५९). *मुझे उस रात की तनहाई में* (मुकेश व लता, 'दिल भी तेरा हम भी तेरे', १९६०) या गीतातही मुकेश आरंभ करून याच प्रकारचा आकृतिबंध वापरून ऐकणाऱ्यास चालीत घेऊन जातो. *सात सहेलियाँ खडी* ('विधाता', १९८२), *फूल तुम्हें भेजा है* ('सरस्वतिचंद्र', १९६८) हीही उदाहरणे मननीय आहेत. यांपैकी दुसरे गीत लता व मुकेश यांचे द्वंद्वगीत असून ते भूप या रागासारख्या शांत व साध्या स्वरचौकटीत सुरू होते आणि आपले लक्ष वेधण्यासाठी कोणत्याही आक्रमक शैलीचा वापर न करता संगीतातून आपल्यापुढे एक प्रेमकथा उलगडते.

कल्याणजी-आनंदजी यांचा आधीपासूनचा चमकदार वा कान खेचणारे स्वनरंग कामी आणणारे रचनाकार हा लौकिक बाजूला ठेवून ही जोडी सुरावटीवर लक्ष केंद्रित करते याची आणखी एका पद्धतीने प्रतीती येते. 'जॉनी मेरा नाम' या चित्रपटात *ओ मेरे राजा* या गीताची प्रासंगिक स्थिती तशी अजब व अवघड आहे. पोलीस नायकनायिकेचा मागोवा घेत असता ते हे द्वंद्वगीत गातात (मन्ना डे व लता, १९७०). इथे परिणामकारकतेसाठी कोणताही जबरदस्त वाद्यवृंद वा आक्रमक स्वनरंग न वापरता गीत उभे केले आहे. एक संभाव्य वाटणारी सुरावट वापरून चित्रपटीय सत्यास बाधा आणलेली नाही – गीत जरी एका विलक्षण परिस्थितीत सादर होत असले तरीही. याच चित्रपटात एक कॅबेरे गीत (*हुस्न के लाखों रंग*) आहे. यात नर्तिका जरा अधिक मोकळेपणे 'वस्त्रहरण' मोहिमेत भाग घेत असली तरी चाल मात्र तुलनेने साधी येते व वाद्यवृंदही हलकाफुलका प्रतीत होतो. किंवा *ओ बाबुल प्यारे* या गीतात वनवासी पोषाख वगैरे असले तरी चाल मात्र अगदी शिष्टसंगीतातही बसणारी आहे. इतकेच नव्हे तर अंगतः चमकदार स्वरांचे अकॉर्डिअन वाद्यसुद्धा रचनाकारांनी 'उपकार' (१९६८) या चित्रपटात मवाळपणे वापरले आहे. *दीवानों से मत पूछो* हे मुकेशच्या संयमित दुःखी आवाजातले गीत असून लढाईसाठी आघाडीवर जाण्याच्या दिवशी नायक हे गीत गात आहे व तोच दिवस त्याच्या वाङ्निश्चयाचाही आहे!

गीतप्रकारांचे मिश्रण

भारतीय संगीतपरंपरेमधील विविध कोटींतील गीतप्रकारांचे वा ते गाण्याच्या शैलींचे हुषारीने मिश्रण करण्याची या जोडीस बरीच हौस आहे. असा प्रयत्न बारकाव्याने वा सूक्ष्मपणे साधला तर – उदाहरणार्थ, एखादी खेडुती वातावरणासाठी केलेली रचना – सुरावट म्हणून साधी पण आकर्षक असते, पण ती लोकगीत बनत नाही. 'छलिया' (लता व समूह, १९६०) या चित्रपटामध्ये *बाजे पायल छुन छुन* हे गीत अहीरभैरव या रागाच्या चौकटीपासून उठते, लोकगीतशैलीवर सूक्ष्म संस्कार करते आणि एक चांगले गीत म्हणून सिद्ध होते. याउलट *मैं तो छोड चली* (लता, 'सरस्वतिचंद्र', १९६८) या रचनेची चौकट पारंपरिक गरबा नृत्यगीताची आहे. यात वाद्यवृंद पारंपरिक लयबंध चांगले पुरवतील अशी खबरदारी घेतली आहे (न-स्वरी ढोल व आणि तारस्वरी शहनाई यांना उठाव मिळेल असे पथ्य पाळले आहे), परिणामतः एक लोकगीत समोर येते, पण त्यात त्रास न देता लोकशैलीबाहेरच्या विशेषांचाही आढळ होतो.

'उपकार' (१९६८) या चित्रपटामध्ये आपल्याला शैलींचे मिश्रण साधल्याचे आणखी एक उदाहरण आढळते. *मेरे देश की धरती* हे गीत उघडपणे जनसंगीतकोटीतील राष्ट्रगीत वा देशभक्तिगीतांच्या पठडीत बसते. त्यामुळे ब्रीदवाक्य, घोषणा उपदेशपर संदेश इत्यादी अपेक्षित घटक साजेशा उत्साही संगीतासह ऐकू येतात. प्रस्तुत आशयास चित्रपटीय दृष्ट्या संवादी घोषगायन इत्यादींचाही वापर जाणवतोच, पण या गीताचे गायन चालू असता त्याबरोबर नाईट क्लब गीतसुद्धा दाखविले-ऐकविले जात असते. त्याग करणारी खेडी आणि प्रमाणाबाहेर चैनचंगळ करणारी शहरे यांच्या राष्ट्राच्या संदर्भातल्या भूमिकांवर सांगीत टीकाटिप्पणी करण्याकरिता हे मिश्रण केले आहे – पण एकाच गीताच्या चौकटीस अबाधित ठेवून. याच चित्रपटातील *गुलाबी गुलाबी* या रचनेची बांधणीही अशाच स्वरूपाची आहे. एक स्वैर नाईट क्लब गीत आणि भरमसाठ मद्यपान यांची फायदेबाजांचे बळी ठरणाऱ्या गरिबांच्या आक्रंदनाबरोबर विरोधसंबंधी सांगड घातली आहे. संगीत वापरले आहे ते आशयामधील या विरोधाकडे लक्ष वेधण्यासाठी. याच चित्रपटात *हर खुषी है* या नायिकेच्या गीतात तुरुंगबंद झालेल्या नायकाच्या परिस्थितीवर टिप्पणी आहे. 'जॉनी मेरा नाम' (१९७०) या चित्रपटात *गोविंद बोलो हरि गोपाल बोलो* या भजनात वास्तविक पाहता भजनी लयबंध व भारताच्या विविध भागांत रूढ

भजनांच्या शैली यांचा कोलाज साधला आहे. एक खास गोष्ट म्हणजे हे भजन म्हणजे हिरे व अमली पदार्थांचे स्मगलिंग करणाऱ्या, जडजवाहीर (आणि अर्थात नायकाचे हृदय) चोरणाऱ्या नायिकेचे कबुलीजबाब गीतही आहे! म्हणजे यात किती पातळ्यांवर विविध संगीत कोटींची मिश्रणे झाली आहेत त्याची नोंद घ्यावी.

लयबंध आकर्षक करण्याकरिता वापरलेल्या युक्त्या

गीतामध्ये द्रुतगती लय असली की काही प्रमाणात तरी श्रोत्यांच्या अवधानशक्तीवर कमी ताण पडतो. पण या रीतीने लय वापरताना लयखंडांची एकके कौशल्याने वापरून लयीचे खेळ करण्यास फारसा वाव राहत नाही, कारण काहीही जास्त गुंतागुंतीचे करायला अवधीच मिळत नाही. या कारणाने लयीचे काही खेळ साधावेत म्हणून या रचनाकार जोडीने गीताच्या छंदाप्रमाणे होणाऱ्या शब्दांच्या वितरणाशी खेळ केला आहे. एक ठळक उदाहरण आहे *नफरत करने वालों से* (मन्ना डे, 'जॉनी मेरा नाम', १९७०) या रचनेचे. या रचनेत जवळ जवळ प्रत्येक एकांतर कडवे एखाद्या मुशायऱ्यात व्हावे त्याप्रमाणे पठण करून सादर केले आहे आणि मग त्याचे पूर्णतः वा भागशः गायनही केले आहे. यामुळे द्रुत लयीच्या यांत्रिकपणास काहीसा छेद जातो व सांगीत माहिती जरा अधिक परिणामकारकतेने पोचते. आणखी एक युक्ती म्हणजे एक शब्द घेऊन त्याचे गीताच्या अवकाशात वितरण करायचे. उदाहरणार्थ, *शरबती तेरी आँखों में* ('ब्लॅकमेल', १९७३) या रचनेत 'तिरछी' या शब्दाला ति-र-छी असे विभागले आहे. गीतात एकांतरतेने एखादा चरण वा कडवे दुप्पट लयीत सादर होते. उदाहरणार्थ, *अरे काहे को काहे को* ('चोरी मेरा काम', १९७५). दुसऱ्या गीतात संगीतकारांनी प्रत्येक द्वंद्वगीतगायकास एक-दोन शब्द देऊन चरणाचे वितरण केले आहे. यामुळे काहीसे संवादात्म सांगीत रूप होऊन लयबंधात ऐकणाऱ्याची आस्था वाढते.

ध्वनिपरिणामांना रचनेचे घटक बनविणे

काही वास्तववादी व आगळे-वेगळे ध्वनिपरिणाम रचनेचे घटक म्हणून गुंफूनही हे रचनाकार ध्यान आकर्षित करतात. 'उपकार' या चित्रपटात बारा वर्षांनंतर एक खुनी – ज्याच्या त्याने खून केलेला असतो त्याच्या – मुलांपुढे पुन्हा अवतीर्ण होतो. संपूर्ण परिस्थितीतील विदारक विसंवाद त्यांनी कापूसपिंजाऱ्याच्या धनुकलीच्या ध्वनीतून समोर ठेवला आहे!

१९५९ ते १९९१ अशा प्रदीर्घ कारकीर्दीमध्ये या रचनाकारांनी एका व्यापक चित्रपटीय सांगीत दृष्टीचा प्रत्यय दिला. सर्व प्रकारच्या चित्रपटांना विविध प्रकारचे संगीत त्यांनी पूर्ण क्षमतेने दिले. एक गोष्ट मात्र जाणवते, की आपल्या श्रोत्यांचे लक्ष वेधण्यासाठी त्यांनी काहीही उलटपालट केले नाही. आपण श्रोते-प्रेक्षकांना नव्या सांगीत जाणिवा वगैरे देत आहोत असा या रचनाकारांनी आवही आणला नाही. साध्या, सामान्य श्रोत्यांसाठी रचना करण्यात जणू काही त्यांनी समाधान मानले. भारतीय व्यापक संगीतपरंपरेत वाढलेला साधा श्रोताही संतुलित श्रोता असतो. चित्रपटाचे संगीत पारंपरिक की नवीन याची फारशी चर्चा न करता त्याची सांगीतिक गरज भागू शकते!

रवी

(पदार्पण : १९५५)

संगीतकार रवी यांचा जन्म १९३६चा आहे. मुंबईस वयाच्या २४व्या वर्षी व्यावसायिक गायक होण्यासाठी ते आले व काही काळ धर्मशाळेतही राहून गुजराण केली. समूहगायनात भाग घ्यायला सुरुवात केली – उदाहरणार्थ, बर्मन यांच्या 'नौजवान', वा हेमंतकुमार यांच्या 'आनंदमठ' या चित्रपटांमध्ये त्यांनी समूह-गायनात भाग घेतला होता. हेमंतकुमार यांचे साहाय्यक म्हणूनही काही काळ त्यांनी काम केले. देवेंद्र गोएल यांच्या 'वचन' या चित्रपटाला त्यांनी प्रथम स्वतंत्रपणे संगीत दिले (१९५५). *चंदामामा दूर से* व *बाबू एक पैसा दे दे* ही त्यांची गीते गाजली. १९५९-१९७३ हा कालखंड त्यांच्या चलतीचा म्हणता येईल. 'घरसंसार', 'मेहेंदी', 'चौदहवीं का चाँद', 'गुमराह', 'वक्त', 'निकाह', 'घराना' आणि 'प्यार का सागर' ही त्यांनी संगीत दिलेल्या चित्रपटांची नावे बोलकी आहेत. जे काही थोडे संगीतरचनाकार स्वतः कवीही आहेत त्यांत रवी यांची गणना होते. *कॅट माने बिल्ली* 'दिल्ली का ठग' हे त्याचे लोकप्रिय उदाहरण होय.

तसे पाहता रवी यांचे कान बहुधा पारंपरिक वा रूढ संगीताचे वळण पसंत करतात असे म्हणता येईल – पण त्यातून ते गुणगुणण्यासारख्या चाली निर्माण करतात हे प्रशंसनीय. *यह मौसम रंगीन* (मुकेश व सुमन, 'मॉडर्न गर्ल', १९६१) हे द्वंद्वगीत खमाज रागाचा आधार घेऊन, फारसा भार वाद्यवृंदावर न टाकता पुढे सरकते आणि विश्वासार्ह प्रेमाचा दिलासा देणारी भावस्थिती यशस्वीपणे उत्पन्न करते. *ऐ मेरी जोहरा जबीन* या 'वक्त'मधील मिश्रपिलू रागिणीतील रचनेत ढोलक व टाळ्या लक्ष खेचतात – परिणामकारक सांगीतघटक म्हणून. पंजाबी

लोकगीतांचा बाज वातावरणात तरंगतो व बरे वाटते. परंपरेविषयीच्या याच विश्वासाने असेल कदाचित, पण एकाच चित्रपटात एकाहून अधिक गाणी त्याच रागाच्या आधारे रचायला रवी यांनी संकोच केलेला नाही. पण ज्या युक्तीने *ऐ मेरी जोहरा जबीन* ही रचना गीत म्हणून उभी राहते तीच युक्ती पुढे फसते! *कौन आया की निगोहों में* आणि *दिन बहार के* ही दोन्ही गीते ते पहाडी रागाच्या चौकटीत मांडू पाहतात. म्हटले तर ही कार्यक्षमता झाली – पण फारसे काही खटकले नाही तरी सांगीत महत्त्वाचे काहीच घडत नाही. *मैंने देखा* व *आगे भी जाने ही* दोन गीतेही भूप रागाचा नकाशा मनात ठेवून रचली आहेत. पहिले एक टेलिफोनिक द्वंद्वगीत असून कोणत्याही ठाशीव लयबंधाशिवाय ते आपला नाजूक परिणाम साधते. दुसरे गीत एक पार्टी गीत आहे, आणि त्याचे वातावरण आहे बॉलरूमचे. पहिला चरण येतायेता गायक तार स्वरापर्यंत पोचतो, पण तरीही हा प्रयत्न एकूण मृदुपणाचा भंग करत नाही. अशा रचना कारागिरी व संवेदनाशीलता या बाबतीत काहीसे उंबरठ्यावरून पण रागपरंपरेशी नाते सांगतात. दोन इतर गाणी – *हम जब* आणि *चेहरेपे खुषी छा जाती है* ही अनुक्रमे झिंझोटी व भैरवी या आकर्षक पण आबदार चलनांच्या रागांत बांधली आहेत याचे आश्चर्य वाटत नाही.

जयदेव

(जन्म : ३-८-१९१८, मृत्यू : ६-१-१९८३)
(पदार्पण : १९५५)

जयदेवांचा जन्म नैरोबी येथे झाला. कारण त्यांचे वडील तेथे रेल्वेमध्ये स्टेशनमास्टर म्हणून काम करत होते. जयदेव आपल्या आईचा नेहमी उल्लेख करीत, की आपल्यावरचा आद्य संगीत प्रभाव तिच्या भावपूर्ण व सुरेल रामायण पठणामुळे झालेला होता. शालेय शिक्षणासाठी जयदेव यांची पाठवणी लुधियाना येथे झाली. त्यांना संगीताचे अंग चांगले आहे हे फार लवकर सर्वांच्या लक्षात आले, कारण वयाच्या अवघ्या ५व्या वर्षी माउथ ऑर्गन वाजविण्याबद्दल त्यांची कीर्ती पसरली होती. यामुळे जयदेवांच्या स्थानिक पालकांनी त्यांना पं. विष्णु दिगंबर पलुस्कर यांच्या परंपरेत चालणाऱ्या संगीतशाळेत भरती केले. पंजाबमध्ये असताना जयदेव यांनी सरदार सोहनसिंग यांच्याकडे संगीताची तालीम घेतली. शिवाय सुप्रसिद्ध हरवल्लभ मेळ्यात भाग घेण्यासाठी येणाऱ्या अनेक नामवंत संगीतकारांना ऐकण्याची संधीही त्यांनी कधी सोडली नाही. आपण १९३२ मध्ये पहिला चित्रपट कसा पाहिला व त्यामुळे आपण किती

एक्साईट झालो याविषयी ते नंतर नेहमी भरभरून बोलत. अर्थात त्यावेळी चित्रपटक्षेत्रात शिरण्याचे बीजही त्यांच्या मनात पेरले गेलेच. आश्चर्य म्हणजे त्यांच्या मातापित्यांनी त्यांना रोखले नाही, कारण जयदेव यांच्या पत्रिकेत तसा अपरिहार्य योग आहे असे भाकित पूर्वीच वर्तविले गेले होते. जयदेव १९३३ मध्ये मुंबईला आले, वाडिया मूवीटोनमध्ये भरती झाले, इतकेच नव्हे, तर गायक-अभिनेता बनून त्यांनी 'वामन अवतार', 'वीरभगत', 'हंटरवाली', 'जोशे वतन', 'काला गुलाब' आणि 'मिस फ्रँटियर मेल' इत्यादी चित्रपटांत भूमिकाही केल्या. चित्रीकरणासाठी वापरल्या जाणाऱ्या प्रखर प्रकाशदीपांमुळे डोळ्यांवर परिणाम होऊ लागल्याने ते काही काळ लुधियानास परतले खरे – पण १९३७ मध्ये परत मुंबईला येण्यासाठीच. या मुक्कामात हिंदुस्थानी कलासंगीतातील किराणा गायकीचे अनुयायी असलेल्या जावकर बंधूंकडे त्यांनी संगीतशिक्षण घेतले. मग पं. उदयशंकर यांचेकडे ते १९४३ मध्ये आलमोड्यास गेले, पण त्यांच्याच सांगण्यावरून त्यांनी त्या काळी लखनौस (व नंतर १९४८-१९४९ मध्ये जोधपूर) येथे राहणाऱ्या उस्ताद अली अकबर यांचकडे सरोद शिकण्यासाठी धाव घेतली. तब्बेतीच्या तक्रारीस तोंड देत देत ते उस्तादांबरोबर अखेर पुन्हा मुंबईस आले – कारण उस्ताद तेव्हा काही चित्रपटांना ('आंधियाँ', 'हमसफर') संगीत देत होते. नंतर सचिन देव बर्मनना साहाय्यक म्हणूनही ('टॅक्सी ड्रायवर' इत्यादीं) त्यांनी काम केले. स्वतंत्र संगीतरचना करण्याचा अखेर त्यांचा योग आला – 'जोरू का भाई', 'किनारा किनारा', 'अंजली' इत्यादीं चित्रपटांसाठी त्यांनी संगीत दिले. 'हम दोनों' (देव आनंद यांच्यासाठी) व 'मुझे जीने दो' (सुनील दत्त यांच्यासाठी) हे चित्रपट गाजले. पण मध्ये मतभेदांमुळे नवकेतन ही देव आनंद यांची संस्था जयदेवांना सोडावी लागली आणि ही गोष्ट अखेरपर्यंत त्यांना डाचत राहिली. अब्बास यांच्यासाठी 'दो बूँद पानी' या चित्रपटाला व सुनील दत्त यांच्यासाठी 'रेश्मा और शेरा' (१९६७) या चित्रपटाला त्यांनी गुणवत्तापूर्ण संगीत दिले. 'गमन', 'अनकही', 'दूरियाँ', 'आलिंगन', 'आलाप', 'कभी कभी', 'तुम्हारे लिये', 'घरौंदा' आणि 'वोही बात' हे त्यांनी संगीत दिलेले इतर चित्रपट होत. आकाशवाणीने त्यांना प्रोड्युसर एमेरिट्स म्हणून नेमले. मध्य प्रदेश शासनाचा 'मंगेशकर पुरस्कार' त्यांना १९८७ मध्ये मिळाला आणि इतरही बरेच मानसन्मान लाभले.

हृषिकेष मुखर्जी यांच्या 'आलाप' या चित्रपटासाठी जयदेव यांनी शंकरा, पटदीप, गौडसारंग इत्यादी रागांची एक वेधक रागमाला बांधली. श्रेष्ठ कवींच्या रचना स्वरबद्ध करण्यातही त्यांनी आपल्या संवेदनाशीलत्त्वाचा व कौशल्याचा

प्रत्यय दिला – उदाहरणार्थ, हरिवंशराय बच्चन (मधुशाला), दिनकर (उर्वशी), मैथिलीशरण गुप्त, निराला, जयशंकर प्रसाद, महादेवी वर्मा, धर्मवीर भारती, नरेन्द्र शर्मा इत्यादींच्या कृती यांत अंतर्भूत होत्या. ही बाब महत्त्वाची आहे, कारण हे सारे कवी चित्रपटीय गीते रचणारे नव्हते आणि परिणामतः त्यांच्या कृती अगदी वेगळी आव्हाने देणाऱ्या होत्या. याच कारणामुळे असेल पण जयदेवांच्या अनेक रचना चित्रपटीय चौकटीशिवाय उभ्या राहू शकतात – स्मरणीय गीते म्हणून हे सिद्ध झाले. *कभी खुदपे कभी हालात पे रोना आया* (रफी), किंवा *हम बेखुदी में तुमको पुकारे चले गये* (रफी), किंवा *आपकी याद आती रही* (छाया गांगुली, 'गमन') ही गीते म्हणून मनात ठसतात. चित्रपटसंगीताच्या गायनासाठी अनेक नवीन आवाज गाते करणे व त्यांच्या वाट्याला सांगीतदृष्ट्या चांगली गीते देणेसुद्धा कदाचित त्यांना याच कारणाने सुलभ गेले असेल. छाया गांगुली, पेनाझ मसानी, हरिहरन, रुना लैला, सुरेश वाडकर हे ताजे आवाज हिंदी चित्रपटसृष्टीत सहजपणे एरवी गाते होऊ शकले असते काय? हा प्रश्न विचारण्याजोगा आहे.

> ***पेटीतला मजकूर*** *: एकदा प्रख्यात हिंदी गीतकार साहिर लुधियानवी यांनी केलेल्या विधानामुळे चित्रपटसृष्टीत एकच खळबळ माजली होती. ते म्हणाले होते – गीतकाराचे कार्य गीताच्या यशास इतरांइतकेच कारणीभूत असते आणि म्हणून त्यांनाही इतरांसारखेच मानधन मिळाले पाहिजे. एवढ्यावर न थांबता त्यांनी असेही प्रक्षोभक विधान केले, की आता संगीत दिग्दर्शक जर त्यांच्या घरी आपली हार्मोनियम घेऊन आले तरच ते त्यांच्यासाठी गीत रचतील. तसे पाहता साहिर व जयदेव अनेक वर्षे बरोबर काम करीत होते. पण घोषणाबाजीच्या या टप्प्यावर मात्र जयदेवांना वाटले की आता कळस झाला व ते म्हणाले – साहिर यांच्या कलेला हजार सलाम, पण त्यांच्या अहंपणाला नाही. आता काहीही झाले तरी मी त्यांच्या घरी हार्मोनियम घेऊन जाणार नाही. त्यानंतर त्या दोघांनी कधीही एकत्र काम केले नाही – अर्थात तोटा झाला चित्रपटसृष्टीचा.*

जयदेवांच्या संगीताविषयी पुढील काही विधाने विचारणीय ठरावीत :

(१) जयदेव यांच्या रचनाप्रतिभेचे एक रहस्य असे, की साधे, मधुर, तसे पाहता परिचयाचे, बारकाव्यांनी भरलेले आणि विस्तारशक्यता असलेले

संगीतवाक्यांश त्यांना सहज सुचत असत. *अल्ला तेरो नाम* आणि *अभी ना जाओ छोड के* ('हम दोनों'), *जब गमे इश्क* ('किनारे किनारे'), *सीने में जलन* ('गमन') ही या विशेषाची ठाशीव उदाहरणे आहेत. कोणालाही या गीतांचे मुखडे सहज लक्षात येतील व गुणगुणावेसे वाटतील. हे कोणत्याही यशस्वी गीताचे भांडवल असते. अनेक रचनाकार म्हणतात, की मुखडा सुचण्यातच प्रतिभा लागते. नंतर सगळे बांधकामच असते.

(२) अनेक वेळा इष्ट ते चमकदार, वा भारून टाकणारे सुरावटींचे परिणाम-सुद्धा जयदेवांनी वेचक वाद्यांच्या सहाय्याने साधले आहेत (किंचाळणाऱ्या वॉयलीनशिवाय असे कोणीतरी म्हणाले होते), उदाहरणार्थ, *दिल जवान आरझू जवान* (तलत व आशा, 'समुंदरी डाकू') या गीतात प्रेमपूर्ण द्वंद्वगीताचा उत्साही चमकदारपणा साधण्यासाठी छेडण्याची तंतुवाद्ये व ॲकॉर्डिअन यांची योजना केली आहे. याशिवाय आशाचे भावनापूर्ण उद्गार व त्याच्या जोडीने येणारा वाद्याचा स्वनरंग यांतही इष्ट त्या ठिकाणी मेळ चांगला साधला आहे. *अभी ना जावो छोडके* (रफी व आशा, 'हम दोनों') या दुसऱ्या यशस्वी द्वंद्वगीतातही हेच साधले आहे. *जब गमे इश्क* (मुकेश, 'किनारे किनारे') या रचनेत गीताच्या भावस्थितीस तसेच गायकाच्या विशिष्ट नक्की (काहीसा नाकातून येणारा) आवाजास संवादी ढाली बासरी योजकतेने वापरली आहे. एकसुरी लयाघातातून स्वरावलीचा परिणाम साधण्याची किमयाही या गीतात लक्ष वेधून घेते. गीताचा लयबंध यामुळे पुढे सरकत असला तरी तो गीतास बळजबरीने पुढे ढकलतो असे वाटत नाही.

(३) गीतास रागाधार असावा पण गीत रागात हवे असे नाही, या पंथाचे असल्याने जयदेव बहुतेक वेळा विशिष्ट भावस्थितीशी संलग्न रागांकडे वळताना दिसतात. उदाहरणार्थ, *जब गमे इश्क* (मुकेश, भैरवी), *देख तेरी खुदाई* (तलत, बागेश्री), *जहर देता है* (आशा, बिलासखानी तोडी व भूपाल तोडी, 'वोही बात'), *किसकिस को दीपक प्यार करे* (लता, नटभैरव, 'अंजलि'), 'तुम्हारे लिये'- मधील लताचे शिवरंजनीमधील गायन, *अल्ला तेरो नाम* (लता, गौडसारंग व त्याचे थोडे तिरोभाव म्हणजे त्यापासून दूर जाणाऱ्या सुरावटी), व लताचे पहाडी व भूपपासून याचप्रमाणे दूर सरकणारे 'प्रेम परबत'मधले गायन ही ऐकण्यासारखी उदाहरणे आहेत. 'आलाप'मधली रागमाला पूर्वी उल्लेखली आहेच.

(४) जयदेवांना दादरा हा ताल आवडत असावा. सहा मात्रांचा हा ताल जरी भारतीय संगीतात सर्वसाधारणतः काहीशा सुगम मानल्या जाणाऱ्या

संगीतप्रकारांशी निगडित असला तरी जयदेव त्याची योजना बऱ्याच वेगवेगळ्या भावस्थितींतील रचनांसाठी करतात. उदाहरणार्थ, *अभी ना जावो छोड के* ('हम दोनों'), *फिर तेरी याद* (भूपिंदर, 'आयी तेरी याद'), *ये वोही गीत है* (किशोर कुमार, 'मान जाईये'), *सीने मे जलन* (सुरेश वाडकर, 'गमन') ही सर्व गीते त्यांच्या आपआपल्या भावस्थितीला धक्का न लावता दादरा तालात बांधली आहेत. याप्रकारे दादरा वापरून बहुधा त्यांना आपली सांगीत वाक्ये व कल्पना यांची बांधणी घट्ट विणीची करावी लागली असणार व हे काम त्यांनी समर्थपणे पार पाडले आहे. याच कारणाने प्रस्तुत गीतांतील प्रत्येक सांगीत कल्पना थोडा वेळ वावरते पण पूर्ण होते. काही वेळा तर या गीतांतील भावना जास्त तीव्रपणे प्रतीत होते, कारण कोणताही चरण विनाकारण लांबवावा लागत नाही. दुसऱ्या शब्दांत सांगायचे तर असे म्हणता येईल, की त्यांच्या चाली कधीही शब्दांवर कुरघोडी करतात असे वाटत नाही. इथे शब्द वावरतो तो भाषिक तसेच सांगीत ध्वनींचा समूह म्हणून. अर्थानुसार जरूर पडल्यास तालाच्या आवर्तनास ओलांडूनही चरण वावरताना दिसतो तो यामुळे (*ये वो ही गीत है*, किशोर कुमार, 'मान जाईये').

(५) चांगल्या अर्थाने जयदेव चांगले कारागीरही होते. *अल्ला तेरो नाम* (लता व इतर, 'हम दोनों') हे समूहगान त्यांच्या कारागिरीचे परिणामकारक उदाहरण आहे. गीताला आधार वा पाया गौडसारंग या रागाचा आहे. गीताचे धृपद फक्त पाच स्वरांच्या गुंतागुंतीच्या बांधणीतून सिद्ध होते. चालीची समान बांधणी पुढच्या कडव्यासाठीही असली तरी आता ते कडवे मध्यम स्वरास सा मानून गीत पुढे नेते. याचा चित्तवेधक परिणाम असा होतो की गीताच्या भावनेचा उत्कर्ष व तिचे चांगले स्फटिकीभवन होते, पण आपण सुरावटीची पुनरावृत्ती ऐकतो आहोत असे न वाटता एका भारून टाकणाऱ्या स्वरबंधाची पुनः प्रतीती येते. प्रार्थना हा भाव असलेल्या रचनेत सुरावटीच्या कोलांट्या उड्या वा लयबंधाची कुस्ती-कसरत कशी शोभून दिसली असती हाही विचार करून पाहावा! 'रेशमा और शेरा' या चित्रपटातही राजस्थानी लोकसंगीताच्या लक्षणांवर भर देत असता याच धोरणाचा वापर केला आहे. या चित्रपटातील संगीताचा वापर त्याच्या सूचकतेवर भर देऊन केला आहे. अनेक लोकसंगीतप्रकारांची महत्त्वाची लक्षणे ध्यानी घेऊन पण कोणत्याही विशिष्ट प्रकाराला वा प्रसिद्ध गीताला बांधून न घेता या चित्रपटाचे संगीत उभे राहते. याचे उदाहरण म्हणून *तू चंदा मैं चांदनी* हे लताचे गीत उल्लेखनीय आहे. लोकसंगीताच्या एकूण शैलीचे विश्व निवडकपणे धुंडाळून सफाईदार वा शिष्ट

शैलीतले गीत कसे तयार होते याचा हा अभ्यासनीय नमुना म्हणायला हवा. संतूर, सारंगी, शहनाई, बांसुरी आणि लयीची दुगुण, प्रतिध्वनी-परिणाम व तालाशिवायचे गायन या सर्वांना या रचनेत नेमकी जागा आहे. या सर्व घटकांचा परस्परांना छेद जात नाही. 'जोरू का भाई' या चित्रपटामधील लताने गायलेल्या *सुबह का इंतजार कौन करे* या गीतातही प्रस्तुत गुणांचा आढळ होतो. या रचनेत कौन करे या शब्दांआधी रचनाकाराने अवकाश निर्माण करून प्रश्न उभा करण्याची गीताची मनीषा यशस्वीपणे आपल्यापुढे उभी केली आहे.

(६) नव्या गायकांच्या आवाजाचा विपुल वापर जयदेवांनी केला याचा उल्लेख आधी केला आहे. या गायकांच्या आवाजाच्या ताजेपणाचा आनंद आपल्यापर्यंत पोचावा म्हणून जयदेव यांनी बांधलेल्या चाली मनोज्ञ व अर्थपूर्ण आहेत. परवीन सुलताना आणि इतर (*पीतल की मोरी गगरी*, 'दो बूँद पानी' या चित्रपटात), सुरेश वाडकर (*सीने में जलन*) व छाया गांगुली (*आप की याद*, चित्रपट 'गमन'), भूपिंदर सिंग (*फिर तेरी याद*, चित्रपट 'आयी तेरी याद') या रचना ऐकाव्यात. परवीन सुलताना हिचा तयार शास्त्रोक्त संगीताचा आवाज, भूपिंदरचा जड नसताही वजनदार स्वन, वाडकरचे तरुण, गोड पण भारदस्त गायन आणि छाया गांगुलीच्या आवाजाचे काहीसे अंतर्मुख ढालेपण व अपरिहार्यतेने भावपूर्ण व मनःस्पर्शी गायन यांना योग्य स्वरभूमी पुरवण्यात जयदेव यांचे कौशल्य दिसून येते.

(७) परिचित आवाजातून जयदेव अनपेक्षित गायनगुण प्रतीतीस आणून देतात हेही नोंदले पाहिजे. *दिल जवान आरज़ू जवान* (आशा व तलत, 'समुंदर का डाकू') या रचनेत आशाच्या गायनातील चमकदारपणात ट्रिल म्हणून ओळखल्या जाणाऱ्या आवाजाच्या लगावाचा एक खास ज्ञात परिणामही अंतर्भूत केला आहे. *अभी ना जावो छोडकर* या गीतात रफी आपल्या खास नाट्यात्मतेने गातो, तर आशा चक्क हसत हसत गायन करते. याशिवाय लोकसंगीतसदृश बोलणे-गाणे यांचे मिश्रण करण्यातही आशा अग्रेसर आहे (उदाहरणार्थ, *नदी किनारे ना जावो सैंया*, 'मुझे जीने दो'). हे सर्व लक्षात घेता प्रेमपर्बत' या चित्रपटामधील लताच्या गायनात उत्साहपूर्ण हुंकार व 'ल, ल, ला' या ध्वनींचा वापर आश्चर्यकारक वाटू नये.

निष्कर्ष असा की जयदेव यांच्या प्रकृतीस चित्रपटीय माध्यमातील संयोगीपण फक्त मधून मधून मानवत असे. नृत्य, नाट्य इत्यादींबरोबर अनेकपात्री संवाद करण्यापेक्षा त्यांच्या सर्जनशीलतेस संगीत व काव्य यांच्या दरम्यानची प्रभावी देवाणघेवाण हीच अधिक प्रिय वाटे. आपल्या सांगीत भांडवलात फार

लोकांनी भागीदारी मागावी हे त्यांना आवडत नव्हते. शिवाय आपल्या सांगीत विधानात निदान थोडीतरी बौद्धिकता असणे इष्ट अशी त्यांची निष्ठा होती. चित्रपटसृष्टीत असे करण्यासाठी संधी भाराभर मिळत नसतात. या परिस्थितीचे प्रतिबिंब त्यांच्या काहीशा संख्याबहुल नसलेल्या चित्रपटसंगीतात पडले आहे, काहींच्या मते हेही त्यांच्या एकूण मूल्यमापनात जरासे न्यूनत्व आणते!

राहुल देव बर्मन

(जन्म : २२-६-१९३९, मृत्यू : ४-१-१९९४)
(पदार्पण : १९६०)

सचिन देव बर्मनसारख्या नामवंत रचनाकाराचा पुत्र असलेल्या राहुलचे लाडके नाव 'पंचम' असे होते. लहानपणापासून त्यांच्यावर घरातच संगीताचे संस्कार झाले हा फायदा खराच. पण जर स्वतःची स्वतंत्र प्रतिभा नसली तर संपन्न वारसा हा एक बोजाही बनू शकतो तसे राहुलचे झाले नाही. १९६१ नंतरच्या दशकात हिंदी चित्रपटसंगीतात त्याने आपला असा खास चाहतावर्ग तयार केला हे खरे आहे.

अपेक्षेप्रमाणे राहुलने आरंभ केला तो आपल्या वडिलांचा साहाय्यक म्हणून आणि वडिलांच्या हयातीच्या अखेरच्या वर्षापर्यंत हे चालू राहिले. सचिन देवांच्या 'मिली' व इतर अखेरच्या चित्रपटांसाठी त्याने संगीत दिले असणे संभवते. त्यामध्ये दोघांच्या सांगीत समानता काही प्रमाणात तरी जाणवण्यासारख्या आहेत. उदाहरणार्थ, राहुल देव आपल्या पित्याच्या संगीतशैलीत ठळकपणे आढळणारे लयबंध कधी कधी वापरत असे. उदाहरणार्थ, *जाने क्या तूने कही* ('प्यासा', सचिन देव) व *दिये जलते हैं फूल खिलते हैं* ('नमक हराम', राहुल देव) या रचनांचे लयबंध सारखे आहेत. राहुल देवचे स्वतंत्र पदार्पण मेहमूद याने निर्माण केलेल्या 'छोटे नवाब' (१९६१) या चित्रपटातून झाले. त्याने संगीत दिलेला पहिला हिट चित्रपट होता 'तीसरी मंझिल' (१९६६).

त्याच्या स्वतःच्या संगीताविषयी काही विश्लेषणात्मक विधाने पुढीलप्रमाणे करता येतील.

ध्वनिद्रव्याचा विस्तारित पट

आपल्या संगीतरचनेसाठी कच्चा माल म्हणून सर्व ध्वनिविश्व उपलब्ध आहे अशी राहुलची धारणा असावी. या कारणाने अनेकदा त्याच्या रचनांतले

महत्त्वाचे घटक म्हणून ध्वनिपरिणामही वावरतात – उदाहरणार्थ, *आवो ना गले लग जावो* (आशा, 'मेरे जीवन साथी', १९७२) ही रचना ऐकावी. यात धातूचा त्रिकोण हे वाद्य कौशल्याने वापरलेले आहे. तसेच *हरे राम* इत्यादी गीतांत त्याने मादल हा पटह चांगला योजला आहे. *मेहबूबा* या 'शोले' या चित्रपटामधील प्रसिद्ध गीतात क्लेव्ज म्हणून ओळखल्या जाणाऱ्या कांड्यांच्या वाद्याचा वापरही परिणामकारक आहे. ब्लासको (ट्रांम्बोन), रणजीत गजमेर ऊर्फ कांचा (मादल), रमेश अय्यर (गिटार), सॅक्सोफोन (मनोहारी सिंग) व डुग्गी, कॅस्टानेट इत्यादी छोटी मोठी अनेक वाद्ये वाजविणारे होमी मुल्ला या सर्वांचा सहभाग राहुलच्या संगीतविश्वाच्या उभारणीत नेहमी असे याचे नवल वाटू नये.

याचा संकलित परिणाम असा की न-स्वरी म्हणता येणारी वाद्ये वा ध्वनिउगम त्याला पसंत पडतात. पटह, झांजेसारखी घन वाद्ये, झायलोफोन, कॅस्टानेट व खुळखुळे यांना, वा तत्सम ध्वनिउगमांना त्याच्या सांगीत रचनाविश्वात ठोस स्थान असते. शिवाय ज्यांना न-स्वरी, असांगीतिक म्हणता येईल अशा आवाजांच्या वापराचाही त्याने बराच अवलंब केला आहे.

सुस्कारे वा दीर्घ निःश्वास, श्वसनाचा ध्वनी, निरनिराळ्या जोरदारपणे येणारा हुंकार, घशातले वा घुसमटलेले आवाज वा अशांचे पुरुषी समूह, आवाज फाटत फाटत आरोळ्या, 'ला ला' वगैरे निरर्थक ध्वनींचा मुबलक वापर या सर्वांचे राहुलच्या सांगीत दुनियेत तर्कशुद्ध स्वागत असून अशांची पेरणी सढळपणे केलेली आढळते. काही ठसठशीत उदाहरणे – *आवो ना गले लग जावो* (आशा, 'मेरे जीवन साथी', १९७२), *ओ माझी रे* (आशा, 'बंधे हात', १९७२), *छोरी छोरी सोला सिंगार* (आशा, 'मनोरंजन', १९७४), *सपना मेरा टूट गया* (आशा व राहुल, 'खेल खेल में', १९७५).

राहुलच्या संगीतावर घेतला जाणारा एक महत्त्वाचा आक्षेप इथे नोंदला पाहिजे, कारण त्याचा संबंधही सारे (ध्वनि) 'विश्वचि माझे घर' या त्याच्या अघोषित घोषणेशी निगडित असू शकतो. आपल्या वडलांच्या चालींचे नकाशे बिनदिक्कत वापरण्यातही त्याने हेच तर्कशास्त्र लागू केले असणे शक्य आहे. त्याचे कौशल्यपूर्ण पण अगदी उघडेबागडे संगीतचौर्य. शिवाय बहुतेक वेळा उचल केलेली असते ती पाश्चात्त्य संगीतपरंपरेतून. (हे इतके उघडे-बागडे लक्षण आहे, की एका वेबसाईटवर त्याच्या चाली व त्या चालींचे पाश्चात्त्य उगम यांची यादी तपशीलवार दिली आहे!)

परिणाम साधणे पहिले उद्दिष्ट

तत्काल म्हणजे महत्त्वाचे वा अर्थपूर्ण सांगीत विधान करण्याआधीच परिणाम साधणे हे राहुलचे आद्य ध्येय होते. म्हणूनच त्याने बहुधा तारतेच्या ध्वनिपरिमाणावर लक्ष केंद्रित करून संगीत रचना मार्ग थोडा सुकर करून घेतला. हे ध्वनिपरिमाण सर्वांत सहज व सर्वांच्या कानात लवकर शिरते, त्याचा बोध होतोच होतो. त्याने घेतलेल्या काही सांगीत निर्णयांचा अर्थ त्याच्या आद्य उद्दिष्टांच्या संदर्भात समजून घेतला पाहिजे. अतिउच्चस्वरी गायन आणि आघातपूर्ण ठळक लयबंध यांच्याशी त्याचे संगीत निगडित आहे हे प्रथम मान्य केले पाहिजे. असे वापर विशिष्ट चित्रपटीय संदर्भात परिणामकारक असणे अर्थातच शक्य आहे. त्याच्या स्वतःच्या *मेहबूबा मेहबूबा* या रचनेच्या गायनात ('शोले') 'वौ वौ' इत्यादी मुखध्वनी आहेत. याहीपेक्षा ढळढळीत उदाहरण आहे ओ. पी. रल्हन यांच्या 'हलचल' या गीतविहीन चित्रपटाचे. यात विविध प्रकारच्या पार्श्वध्वनींची रेलचेल आहे. 'द ट्रेन', 'कारवाँ', 'अपना देश' व 'शालिमार' या चित्रपटांतील वातावरण अशाच ध्वनींनी भरलेले आहे.

कदाचित विवेचनाच्या याच टप्प्यावर परिणामावर लक्ष केंद्रित करणाऱ्या गीतांच्या समूहात बसणाऱ्या – थोड्याशा कोड्यात टाकणाऱ्या एका रचनेचा विचार केला पाहिजे. कारण गीताच्या घाटाबाबत राहुलने केलेल्या प्रयोगाशी त्याचा संबंध पोचतो. उदाहरणार्थ, *मार डाले जा* (आशा, 'पति-पत्नी', १९६६) ही रचना ऐका. ध्वनिपरिणाम, भारतीय केहेरवा तालाशी साम्य नसणारा मात्रांचा एक लयबंध, तसे पाहता इतस्ततः फेकले गेलेले शब्द, सहज प्रतीत न होणारी सुरावट, घसीट व मींड या स्वर लगावांचा मुबलक वापर, लयखंडाचे भान काळजीपूर्वक ठेवून केलेली मद्यप्याची शब्दफेक – या घटकांनी ही रचना युक्त आहे. असे आहे हे न-स्वरी गीत!

अनेक पातळ्यांवर होणारी संगीतरचना

त्याच्या संगीतशैलीचा आणखी एक बारकावा म्हणजे अनेक वेळा रचनेचे लयबंध लयवाद्यांतून समोर न येता गीताच्या गतीतूनच प्रत्ययाला येतात. उदाहरणार्थ, *चुनरी संभाल गोरी* ('बहारों के सपने'), *चुरा लिया है तुमने सनम* ('यादों की बारात'), *ये लडका है अल्लाह* ('हम किसी से कम नहीं') या गीतांत लय प्रतीतीला येते ती शब्दांच्या घनतेमुळे, चरणाला व छंदाला मिळणारी गती अबाधित राहिल्यामुळे. निराळे वळण घेणारे व देणारे *हरे कृष्ण हरे राम* हे गीत ऐकले तरी याच विशेषाचा प्रत्यय येतो.

स्वरसंहतितत्त्वावर आधारलेल्या भारतीय संगीतासारख्या पद्धतीत एका वेळेस एक स्वर व एकानंतर दुसरा असे पायाभूत वळण असते. या लक्षणास हिंदी चित्रपटसंगीतात हळूहळू, कमी-अधिक प्रमाणात, पण निश्चितपणे बाजूला सारण्यात आले. स्वरावली वा केवळ अनेक ध्वनींचे एकदम उपयोजन, थोडाफार स्वरसंवाद पद्धतीचा अवलंब यांना स्वातंत्र्योत्तर काळात बहर आला म्हटले तरी अतिशयोक्ती होणार नाही. यामुळे निर्माण झालेले संगीत अर्थातच अनेक पातळ्यांवर वावरणारे संगीत झाले. पण या अनेक थरांवर संगीत अवतरण्यातही प्रकार आहेत. राहुलने या दिशेने पावले टाकली. त्याच्या काही रचनांची संक्षेपाने नोंद घेतल्यास हा मुद्दा स्पष्ट होईल.

दैया ये मैं कहूँ (आशा, 'कारवाँ', १९७१) या गीतामध्ये मोजक्या वाद्यांच्या द्वारा किती मात्रांचा पण भारतीय न वाटणारा लयबंध समोर ठेवला जातो. गीताचा मुखडा प्रथम सा या स्वरावर, मग पंचम स्वरावर आणि मग 'ल, ला' इत्यादी निरर्थक ध्वन्यक्षरांसहित सादर होतो. मागोमाग 'हुर्, है, हा' इत्यादी आरोळ्या ऐकू येतात. जरी कडवे बदलले तरी तशीच सुरावट पण वेगळ्या पट्टीत हा प्रत्यय प्रमुख असतो. शिवाय पट्टीबदल होतो तेव्हा एकापाठोपाठ एक कोमल व शुद्ध स्वर घेत घेत स्वरांचा प्रवास होतो. एकंदर परिणाम असा की सुरावटीतला बदल जाणवतो – पण हा बोध होतो गोंधळाच्या धुक्यातूनच. भारतीय संगीतशास्त्र षड्ज-पंचम भावास फार महत्त्व देते हे खरे, पण त्यांचा हा वापर विरळा म्हटला पाहिजे. त्यांत भर पडते ती अशी, की लयवाद्ये व काही वेळा स्वरवाद्येही आघातांचा उपयोग करीत करीत मात्रांच्या आकृतिबंधांतले भेद सादर करीत असतात!

त्यांची *खातुबा* (आशा, 'अली बाबा चालीस चोर', १९८०) ही रचना श्वासाच्या ध्वनीसह सुरू होते, गायनशैली मध्यपूर्वेची वाटते, लयबंध पाश्चात्त्य वळणाचे वाटणारे, शब्दांचे उच्चारण तुटकपणे, पट्ट्यांत बदल व त्यांचे तणाव तसेच अविसर्जित ठेवलेले, गीताच्या शेवटी आता भन्नाट समूहगायन होणार असे सुचविणारी म्हणजे सगळे काही काहीतरी अफलातून होणार अशी हवा निर्माण करणारी रचना म्हणजे केवळ एक्झॉटिझम असा प्रत्यय देणारे संगीत! प्रत्येक गीतघटक एकाच वेळी आपआपल्या विविध संदेशांचा आपल्यावर एकदम मारा करू पाहतो.

आवाजांचे लगाव, तुटक गायन फेक, घसीट, मींड वा खालच्या स्वरावरून वरच्या स्वरावर जाताना स्वरामागे दबाव निर्माण करणे, छोटेखानी ध्वनि-एककांना विलक्षण चमकदारपणे योजणे यामुळे संबंधित सांगीत घटना

गुंतागुंतीची होते. कारण एकच – एकाच वेळी, अनेक सांगीत संदेश आपली मनोभूमी व्यापू पाहतात. उदाहरणार्थ, *जब तक रहे तन में* (आशा, 'समाधि', १९७२), *दैया ये मैं कहूँ* (कारवाँ), *आ गले लग जा,* ('मेरे जीवन साथी', १९७२), *ओ माझी रे* ('बँधे हाथ', १९७२) इत्यादी उल्लेखित गाणी वा इतर अनेक रचना या बाबतींत ऐकण्यासारख्या आहेत.

साधी, गुणगुणण्यासारखी गीते

पण राहुलला साधी, गुणगुणण्यासारखी, मधुर व नाजूक गाणीही रचता येत व तशी त्याने ती आपल्याला दिली आहेत. *घर आजा घिर आये बादरवा,* लता, 'छोटे नवाब', *शर्म आती है मगर,* लता, 'पडोसन' ही या प्रकारची उत्तम उदाहरणे आहेत. सारतः, कमालीची, नाजूक व मृदुमधुर म्हणता येणारी रचनाशैलीही त्याने कशी आत्मसात केली होती याचे प्रभावी श्रवण करता येते ते त्याने लतासाठी केलेल्या द्वंद्वगीतांत व गुलझार यांनी लिहिलेल्या गीतांच्या चालींत. पहिल्या प्रकारची उदाहरणे आहेत – *बिती ना बिताई रैना* ('परिचय'), *नाम गुम जायेगा* ('किनारा'), *गुम होकर गर तुम्हारा नाम* ('देवता'), *कांची रे, कांची रे* ('हरे राम हरे कृष्ण') इत्यादी गीते. गुलझार यांच्या मनःस्पर्शी 'मासूम' या चित्रपटाच्या रचनाही हळुवार आहेत. या चित्रपटातील *दो नैना और* ही आवाहक रचना स्वरधुनीचा भार न होता उभी केली आहे. किंबहुना असे वाटते की रचनाकाराने मुद्दाम या रचनेस पूर्ण गीत होण्यापासून रोखले आहे. याच चित्रपटातील *तुझसे नाराज नहीं जिंदगी* ही रचना एक कबुलीजबाबाचे गीत आहे आणि सांगीत दृष्ट्या त्याला अनलंकृत पद्धतीने समोर ठेवल्यामुळे शब्द व आशय आपल्या पूर्ण वजनाने उभारून पुढे येतात. शिवाय गीताच्या खंडित सादरीकरणामुळे चित्रपटीय संदर्भाने पाहता महत्त्वाच्या टप्प्यावर कथन सुरळीतपणे पुढे सरकते. याच चित्रपटात पुढच्या टप्प्यावर याच गीतातले काही अंश उद्बोधनाच्या हेतूने दुसऱ्या गीताबरोबर (*जिंदगी तोरे गम ने हमें*) बेमालूम जोडले आहेत. चित्रपटीय कथनासाठी संगीतरचनेला तंत्रदृष्ट्या वळविण्याच्या चांगल्या कारागिरीचे हे एक उदाहरण आहे.

कहना है कहना है ('पडोसन') ही रचनासुद्धा या संगीतकाराची फलद्रूप कारागिरी आहे. कबुलीजबाब गीत म्हणून सुरू होणारी ही रचना पहिल्या दोन चरणांचे भावरंग एकदम निरनिराळे ठेवण्यात यशस्वी होते. पहिल्या चरणात भावलेले प्रेम आहे आणि दुसऱ्या ओळीत संबंधित प्रतारणेची अपराधी भावनाही सूचित केली आहे.

सुमारे १९७०च्या आसपास साध्या पण मनःस्पर्शी रचनांकडचा राहुलचा कल वाढत होता असे म्हणण्यास जागा आहे. उदाहरणार्थ, 'ए लव् स्टोरी १९४२' या चित्रपटातील गीते ऐका. किंवा *ये साये हैं ये दुनिया है* (आशा, 'सितारा', १९८०) हे गीत ऐका. नी, सा, ग, रे, म, ग या स्वरसमूहाभोवती रुंजी घालणाऱ्या या गीतात गौडसारंग या रागाची छाया जाणवते. गीत भराभर पुढे सरकणारे असले तरी आशाच्या सहज गायनामुळे गती जाचत नाही.

शास्त्रोक्त संगीत

आतापर्यंत ज्याच्या रचनांची चर्चा केली तो रचनाकार शास्त्रोक्त राग-ताल पद्धतीला धरून रचना करील अशी कल्पना करणे अर्थातच अवघड आहे. केहेरवा वा खेमटा यांची रूढ रूपेसुद्धा राहुल वापरत नाही याचा निर्देश मागे केलाच आहे. संगीताचे कालिक परिमाण धुंडाळण्यासाठी राहुल तालाची विचारपद्धती वापरत नाही, म्हणून त्याचे लयबंध पाश्चिमात्य – निदान अभारतीय – वाटतात.

मात्र असे लक्षात येते, की विशिष्ट रागचौकटीपासून दूर सरकूनही रागाचे एकसंधपण आपल्या चालीस देण्याची प्रशंसनीय क्षमता त्याच्याकडे होती. उदाहरणार्थ, *रैना बीती जाये* ही सुंदर रचना ऐकावी. आणखी एकप्रकारे रागाचा वापर म्हणजे राग जणू काही सारा वेळ पार्श्वभूमीवर तरळत राहतो, पण त्याला राग म्हणून वावरण्याचे पूर्ण स्वातंत्र्य मात्र दिले जात नाही. *जब तक रहे तन में* (आशा, 'समाधि', १९७२) व *चुरा लिये है तुमने* ('यादों की बारात', १९७३) या रचनांत गीते उभारली जात असता भैरवी रागिणीचे येणेजाणेही जाणवत राहते. *ओ माझी रे* (आशा, 'बंधे हाथ', १९७२) या गीतात गावती या रागिणीचे मधुर चक्र असेच भ्रमण करते. *रोझ रोझ डाली डाली* (आशा, 'अंगूर', १९८३) ही रचना राग यमन व ताल त्रिताल वापरून शास्त्रोक्त रागसादरीकरणाच्या साच्याच्या सहाय्याने सादर केली जाते. भोवतालच्या निसर्गाचे निमित्त करून काहीसे अंतर्मुख होण्याकरिता गीत अवतरले आहे. जवळ जवळ उपदेशात्मक आणि संयमित भावनावेग आविष्कृत शास्त्रोक्त बाज – थोडासा पातळ करून – चांगला कामी लावला आहे असा अभिप्राय नोंदता येतो.

जनसंगीताच्या प्रकारांना दिलेली नवी रूपे

जनसंगीतकोटीतील काही प्रकारांची सांगीत रूपे राहुल आपल्या रचनांमधून नव्याने निश्चित करू पाहत होता काय? उदाहरणार्थ, *आओ ना गले लग जाओ*

हे प्रेमगीत आहे. पण नाजूक वा मृदू भावना म्हणून यात प्रेम व्यक्त होते असे म्हणणे अवघड आहे! त्याचे चमकदार, कुरकुरीतपण रचनेचे रूप अगदी निराळे करते! *ओ माझी रे* या गीतात सचिनदांच्या विशिष्ट गीतांच्या परिचित विशिष्ट शैलीकडे लक्ष वेधते, पण त्यापासून लक्षात येईल इतके दूर जाते. *सपना मेरा टूट गया* हे अश्रू कोंडणारे, हुंदके गीत असेल अशी अपेक्षा निर्माण होते. पण आपल्यासमोर काय येते तर संगीत व सांगीत आविष्कार याचे हुषार सूचन करणारे पण प्रत्यक्षतः संवाद, उद्गार व घोषोद्गार यांनी सजलेले सादरीकरण. खरे म्हणजे भाषण व संगीत यांच्या रूढ परस्परसंबंधांपासून मुद्दाम व पराकोटीने दूर जाण्याचा त्याचा मानस होता असे वाटू लागते. *दम मारो दम* हे आधुनिक धर्मभावनेसाठी रचलेले आधुनिक भजन आहे असे म्हणता येणार नाही काय? *चोरी चोरी सोला सिंगार* ही रचनासुद्धा याच प्रकारे शैली व सांगीतदृष्ट्या पारंपरिक स्त्रीगीतांच्या राज्यात मुक्त संचार करू पाहते. पण शेवटी असे ध्यानात येते, की वाद्यांच्या वापरातून आणि रूढ सुरावटींच्या सूचनेतून ही रचना आपले स्वतंत्र स्वरूपच व्यक्त करत असते.

'इज्जत' (१९२६) या चित्रपटासाठी गीतकार गुलझार यांनी लिहिलेल्या एका गीताचा पहिला चरण होता *मेरा कुछ सामान तेरे पास पडा है।* राहुलने हे वाचले व तोंड वाकडे करत तो पुटपुटला उद्या टाइम्स ऑफ इंडियाची हेडलाईन मला तुम्ही द्याल व म्हणाल चाल लाव. पण त्याने चाल दिली, इतकेच नव्हे तर आशाने गायलेले हे गाणे हिट ठरले! वास्तविक पाहता या गीतामुळे त्याच्या प्रयोगशीलतेचा एक पैलू चांगला अधोरेखित होतो. प्रेमसंबध कमकुवत होत जात आहेत व प्रेमस्मृती प्रबळ होत आहेत याचे अंतर्मुख कथन गीताचा आशय करीत असतो. आधुनिक प्रेमगीत असावे तसे ते रचले आहे – विरळा होत गेलेल्या सुगंधाचा ठेवा जपणारा व्यावहारिक तपशील चित्रमयी बारकाईने टिपत जाणारे. राहुलने यासाठी भैरवीच्या सावलीतून संथपणे सरकणारा साधा व पुनरावृत्त होणारा स्वरबंध योजला आहे. सुरावट सरळ जाते पण लयबंध तिरकस जातो – अगदी क्वचित मूळ वृत्ताचे सूचन करीत. रचना आपल्याला अस्वस्थ करते – जरी गुणगुणण्यासारखी वाटली नाही तरी!

आधुनिकता व तंत्रज्ञाने

आजच्या रचनाकारांची आधुनिक ध्वनिमुद्रण इत्यादी तंत्रज्ञानाशी असलेली घसट व तिचा वापर करून घेण्याची त्यांची क्षमता यावरही त्यांच्या कार्याचे स्वरूप व मूल्यमापन काही प्रमाणात अवलंबून असते. या बाबतीत राहुल देव बराच प्रगत

होता. ज्याचे वर्णन डबल वॉईस रेकॉर्डिंग असे केले जाते त्या तंत्राचा राहुलने केलेला वापर अतिशय वेधक व परिणामकारक आहे असे तज्ज्ञांचे मत आहे. इलेक्ट्रिक ऑर्गनच्या वापरातही तो अग्रेसर राहिला. नव्या-ध्वनिगुणाचे सांगीत अर्थपूर्णत्व आजच्या युगात किती महत्त्वाचे आहे ते पाहता या बाबी लक्षणीय ठरतात.

विनोद

किशोरकुमार व आशा यांच्या आविष्कारक्षम आवाजांच्या साहाय्याने त्याने एक वेधक व नेहमी अवघड ठरणारी कामगिरी केली आहे ती म्हणजे खऱ्या अर्थाने विनोदी (हास्यास्पद नसलेली) गीते बांधणे. गीतांतल्या शब्दांचा मागोवा न घेतासुद्धा केवळ सांगीत विशेषांतून स्मित, हास्य व विनोदात्मकता जाणवेल अशी चाल बांधणे हे येऱ्यागबाळ्याचे काम नव्हे. याकरिता त्याने वापरलेल्या घटकांचा निर्देश करणे शक्य आहे : (१) संगीत रचनेत त्याने अनेक वेळा गायन व भाषण यांच्या दरम्यान बसणारे आवाजाचे उत्पादन योजले आहे. (२) रचनेत वाद्यांचे सांगीत वाक्यांश अशा स्वरूपाचे ठेवले आहेत, की तंतुवाद्ये व ओळखता येणारे स्वर यांची योजना असूनही संबंधित वाक्यांश सुरावट होता होता थबकतात. (३) लयबंधांची गती अशी असते की, आवर्तनाचे बोधन होत नाही आणि संगीतप्रवाह सतत चालू राहतो. (४) योजलेले स्वनरंग असे आहेत, की त्यांची गणना सर्वसाधारणपणे व नेहमीच्या चित्रपटीय संदर्भात संगीतात होणार नाही. 'तीसरी मंझिल'मध्ये *आ जा मैं हूँ प्यार तेरा* ही रचना प्रातिनिधिक म्हणता येईल. आवाजाच्या लगावांत विविधता आहे, शिवाय आवाज व वाद्ये एकमेकांची नक्कल वा अनुकरण करतात. सुरावटी अचानक वळणे घेतात आणि त्यांतून शारीर हालचालींना उघड आवाहन होते. सुरावटीच्या हिसकेदार वळणांतून एकप्रकारचा हलकेफुलकेपणा जाणवतो. राहुलच्या रचनांत खरे पाहता संगीत व ध्वनिपरिणाम या दोहोंच्या सीमारेषा पुसट होतात असे म्हटले पाहिजे. (*लोगों कहने दो इसको* हे त्याच चित्रपटातील गीतही याच सर्व लक्षणांनी युक्त आहे.

सांगीत द्रव्याबरोबर असे खेळण्याच्या या क्षमतेमुळेच त्याला *लकडी की काठी* ('मासूम') यासारखे यशस्वी बालगीत रचणे जमू शकते असे म्हणता येईल. या गीतात छेडण्याची तंतुवाद्ये, माऊथ ऑर्गनवरच्या खेळकर स्वरलहरी, शिट्ट्या, प्रास व यमके यांनी युक्त संवादात्मक शैली आणि वेचकपणे वितरित 'ला ला' वगैरे ध्वनिसमूह एक चमकदार रचना समोर ठेवतात हे नक्की.

संगीतातून मौज-मजा-गंमत आणि विनोद आविष्कृत करणे राहुलला प्रिय

होते आणि ते त्याला चांगले साधतही होते. सहज लक्षात न येणारे उदाहरण म्हणजे 'पडोसन' या चित्रपटाच्या व्यंगचित्रात्म शैलीत सादर केलेल्या श्रेयनामावलीच्या बरोबर त्याने दिलेल्या संगीताची आठवण करावी. या संगीतात साजेसे ध्वनिपरिणाम इत्यादी आहेतच – शिवाय चित्रपटाच्या आशय – विषयाची नांदी करणारे हिंदुस्थानी व कर्नाटक संगीताचे मिश्रणही आहे. त्याने किशोरकुमारसाठी केलेल्या रचना (विशेषतः १९७० नंतर) याही विनोदतत्त्वाच्या सांगीत आविष्काराची हसरी उदाहरणे ठरतात. किशोर व आशा यांच्यासाठी केलेली द्वंद्वगीतेसुद्धा या खास संगीतरंगाने – उसळी घेणाऱ्या उत्साहाने – भरलेली आहेत. *जाने जा ढूँढता फिर रहा* ('जवानी दिवानी'), *हवा के साथ साथ* ('सीता और गीता'), *एक मैं और एक तू* ('खेल खेल में'), *हमको तो यारों तेरी यारी* ('हम किसी से कम नहीं') इत्यादी गीते फेसाळ सुरावटींसाठी अजून आठवतात.

राहुलच्या सांगीत विनोदात्मकतेचा एक तपशील मुद्दाम नोंदण्यासारखा आहे. 'पडोसन' या चित्रपटाची गणना राहुलच्या सांगीत कर्तृत्व-शिखरात करता येते. यातील *भाई बट्टू* हे गीत – आशय जरी संमोहनगीताचा असला तरी – अगदी बालगीतास साजेशा साध्या सुरावटीचे ठेवले आहे. गायनात 'ला ला' यासारख्या अर्थहीन ध्वनींच्या योजनेमुळे गीताचा नूरच बदलून जातो. संपूर्ण चित्रपटच मुळी अंगभूत निरागस हास्योत्पादक अर्थहीनतेने भारलेला असल्याकारणाने हा सांगीत विरोधाभास यशस्वीपणे हास्य फुलवितो! याच चित्रपटात 'बाऊल' शैलीत रचलेल्या प्रेमगीतातही (*मेरे भोले बालम, मेरे प्यारे बालम*) समान युक्तीचा अवलंब केला आहे. *एक चतुर नार* या रचनेतही एकाधिक शैलींचे चतुराईने केलेले मिश्रण लक्ष वेधते.

नृत्य संगीत

सी. रामचंद्र यांच्याप्रमाणे राहुलनेही स्फूर्तीस्रोत म्हणून आधुनिक पाश्चात्त्य नृत्यसंगीतशैलीचा आपल्या संगीतात वापर केला. उदाहरणार्थ, त्याच्या ट्विस्ट म्युझिकची ('भूतबंगला') व डिस्को म्युझिक ('यादों की बारात', 'हम किसी से कम नहीं') या चित्रपटांतील योजना लक्षात येते. दुसरीकडे 'नमक हराम' या चित्रपटात त्याने आपल्याला एक अनेक माध्यमी गीत (*वो झूठा है वोट ना उसको देना*) दिले आहे. भजन, आणि नृत्याचे लयबंध, व्यंगचित्रे आणि घोषणाफलक इत्यादी सर्वांना एकत्र गुंफल्यामुळे या निवडक गीतात अनेक प्रकारच्या शारीर हालचालींनाही योग्य जागा करून दिली जाते. रचनाकाराचा पिंड नृत्यपोषक चालींसाठी स्वागतशील आहे हे सांगायला लागत नाही.

एकंदरीने राहुल देव बर्मन याचे संगीत रचनाकाराच्या संभवनीय सर्जनशीलतेच्या दर्जाविषयी खात्री पटविणारे असे संगीत आहे. त्याची सांगीत संवेदनशीलता आधुनिक वाणाची होती व नव्या प्रकारे सांगीत व्यवस्था लावण्याची तिची मनीषा असे. संगीताने स्वतःबाहेर पडून दुसऱ्या कशासाठी तरी आविष्कारक्षम बनावे ही इच्छा त्याची मूलभूत शक्ती होती. त्याने संगीत आकारले ते चित्रपटीय सादरीकरणासाठी. परस्परविरोध, विरोधाभास आणि विसर्जित न केलेले सांगीत तणाव यांचे आकर्षण म्हणजे आधुनिक सांगीत संवेदनशीलता. सुरावटीबाबत प्रथम दर्जाची नवोन्मेषशाली कल्पकता असलेल्या एखाद्या रचनाकारास, भोवतालावर संगीत रचण्याच्या राहुलच्या कौशल्याचा चांगला फायदा मिळाला असता, पण खुद्द राहुलची स्वरवेधी कल्पकता दुय्यम पातळीची होती. आधारभूत विधान मिळाले तरच तो तिला फुलवू शकत होता. काही वेळा मला वाटते की प्रायोगिक आधुनिक रंगाविष्कारांसाठी (मग तो आविष्कार रंगकला, नाट्य वा चित्रपट यांपैकी काहीही असो) तो अधिक समर्थ होता की काय!

पेटीतला मजकूर : *राहुलदेव बर्मनला विनोदाचे अंग चांगले होते. एकदा त्याची मुलाखत दूरदर्शनवर होणार होती. मुलाखत घेणारी स्त्री एका गोष्टीसाठी प्रसिद्ध होती – चेहऱ्याभोवती घोंघावणाऱ्या माशीला हाकलण्यासाठी ती शैलीदारपणे हाताची हालचाल करी – मग माशी खरोखर असो वा नसो. पंचम जेव्हा मुलाखतीसाठी सेटवर बसला तेव्हा त्याने मुलाखत सुरू होण्याआधी 'एक मिनिट हं' असे निरागसपणे म्हणत तिला एक माशी हाकलण्याचा पंखा नजर केला.*

दुसरी एक कथा 'इज्जत' या चित्रपटासाठी गुलजार यांनी रचलेल्या मेरा कुछ सामान तेरे पास पडा है या गीताची. ही कथा आधी वर्णिली आहे.

लक्ष्मीकांत
(जन्म : १९४०, मृत्यू : २५-५-१९९८)
प्यारेलाल
(जन्म : १९४४)
(पदार्पण : १९६३)

'आँखे' (१९५०) या चित्रपटामध्ये लक्ष्मीकांत यांनी बालकलाकार म्हणून चित्रपटसृष्टीत पाऊल टाकले. (त्या चित्रपटाची नायिका होती नलिनी जयवंत.) मग काही गुजराती चित्रपटांतही त्यांनी भूमिका केल्या. ते मेंडोलिन वादनात

प्रवीण होते. एका वाद्यवृंदात काम करीत असता त्यांची प्यारेलाल (संगीतकार रामप्रसाद यांचे पुत्र) यांच्याशी गाठ पडली. दोघांनी कल्याणजी-आनंदजी या संगीतकारांचे साहाय्यक म्हणून काम करायला आरंभ केला (१९५४-६२). प्यारेलाल यांनी ॲन्थनी गोन्झाल्विस या गोव्याच्या संगीतकाराकडूनही संगीत शिक्षण घेतले होते आणि म्हणून *अमर, अकबर, ॲन्थनी* हे गीत त्यांनी त्यांच्या आठवणीसाठी रचले असे म्हणतात! 'पारसमणी' (१९६३-६४) या चित्रपटाचे संगीत हे दोघांचे पहिले स्वतंत्र पाऊल होते. त्यातील आशा व कमल बारोट यांनी गायलेले द्वंद्वगीत (*हंसता हुआ नूरानी चेहरा*) गाजले. 'दोस्ती' (१९६४) या चित्रपटापासून त्यांचे नाव इंडस्ट्रीमध्ये दुमदुमू लागले! 'बॉबी'साठी त्यांनी १९७० मध्ये केलेले संगीत क्रांतिकारी ठरले. *झूठ बोले कौआ काटे*, वा *हम तुम एक कमरे में बंद हो* ही गाणी देशभर अफाट गाजली. 'जल बिन मछली', 'उत्सव', 'मिलन' इत्यादी चित्रपटांनी या रचनाकार जोडीचे स्थान पक्के झाले. ('बाळा जो जो रे', हा त्यांनी संगीत दिलेला एकमेव मराठी चित्रपट होता.) मुंबई नगरातल्या एका महत्त्वाच्या चौकाला लक्ष्मीकांत यांचे नाव देण्यात आले आहे यावरूनही त्यांच्या कामाला मिळालेली सामाजिक पावती व त्यांची लोकप्रियता लक्षात येते. सुमारे ३५ वर्षांच्या आपल्या टिकाऊ कारकीर्दीत या जोडीने ४०० चित्रपटांना संगीत दिले असावे. शंकर-जयकिशन यांच्यानंतर सिनेमाप्रेक्षक खेचणारी हीच रचनाकार जोडी ठरते.

साधी, गुणगुणण्यासारखी गाणी

संगीत रचनाकार म्हटला की त्याचा सर्वांत पायाभूत गुण असतो तो गुणगुणण्यासारखी चाल बांधता येणे हा. आणि साध्या, गुणगुणण्यासारख्या गीतांच्या वर्गात आपल्या या संगीत रचनाकार जोडीच्या चालींची वस्ती दाट आहे! आशा व कमल बारोट यांनी गायलेले द्वंद्वगीत (*हंसता हुआ नूरानी चेहरा*, 'पारसमणी') त्यांचे पहिले गाजलेले गीत. दोन आवाजांनी गायलेले हे द्रुतगती, तजेलदार, सौंदर्यसूक्त भैरवी या रागिणीच्या न संपणाऱ्या माधुरीचे बारकावे हुडकते. पंचम स्वरावर पहिले दोन छोटे चरण केंद्रित होतात. पुढची ओळ एक सूर खाली उतरते आणि मग 'दिलरुबा' हा आवाहक शब्द दोनदा पुनरुच्चारित होतो – जणू ऐकणाऱ्यांच्या मनात रेंगाळावा म्हणून. त्यांच्या परिचित रागचौकटीचा स्वाभाविक वापर आणि सहज ध्यानात राहावा असा मुखडा या विशेषांचा आढळ *जीवन दोर तुम्ही संग बांधी* (लता, 'सती सावित्री', १९६४) यासारख्या गीतातही होतो. या गीताचा आरंभ यमन राग पायाभूत मानून होतो

व पहिली ओळ सा या आधारस्वरावर थांबून गीताच्या आशयास शांत ठामपणा प्रदान करते. *ज्योत से ज्योत जलाते चलो* (मुकेश, 'संत ज्ञानेश्वर') हे गीत भैरवीचा आधार घेऊन निघते आणि आपल्या भजनसमान साध्या बांधणीत व चलनात श्रोत्यांना नकळत गुंतवून टाकते.

श्रोत्यांच्या मनात-कानांत गीत रुजविण्यासाठी वापरायचे या जोडीचे आणखी एक आवडते आयुध म्हणजे गीताचा पहिला चरण सप्तक मर्यादेतील मधल्या स्वरावर म्हणजे पंचमावर व दुसरी ओळ खाली आणून आधारस्वरावर म्हणजे षड्जावर ठेवणे. अनेक सामाजिक-सांस्कृतिक कारणांनी (आणि यातल्या काहींना शारीरशास्त्रीय सार्वत्रिकता आहे असे म्हटले जाते) सुरावट सा स्वरावर संपली की एक प्रकारची पूर्णतेची आणि स्थैर्याची भावना दृढमूल होते. या जोडीने हा रचनाविशेष *ज्योत से ज्योत* यासारख्या गीतात योजला आहे आणि याहून अधिक महत्त्वाकांक्षी रचनांतही (*मेरे मेहेबूब कयामत होगी*, किशोर, 'मि. एक्स इन बॉम्बे').

डफलीवाले (लता व रफी, 'सरगम', १९७९) हे या जोडीने रचलेले एक मोहविणारे द्वंद्वगीत आहे. मधुर चाल, ऊर्जापूर्ण फेक, प्रवाही सुरावट आणि डफळी या न-स्वरी लोक लयवाद्याचा आकर्षक व पुनरावृत्त वापर हे या गीताचे विशेष होत. डफळीच्या ऊर्जापूर्ण उद्गारांची – लयाघातांची – मजा घेत घेत दोन्ही गायक गातात आणि म्हणून एका साध्या चालीची खेंच ऐकणाऱ्यांपर्यंत थेट पोंचते.

सांगीत जमवून घेणे आणि प्रयोगशीलता

या संगीतकारांबाबत एक गोष्ट लक्षात येते ती अशी, की त्यांनी संगीत दिलेल्या अनेक चित्रपटांची शीर्षकगीते आकर्षक असून ती चित्रपटाचे नाव इत्यादींची गुंफण गीतांत बेमालूम करतात. तसे पाहता ही युक्ती चित्रपटप्रसिद्धीच्या तंत्राशी निगडित झाली, पण तिला आपल्या रचनातंत्रात सामील करण्यात ही रचनाकार जोडी संगीतबाह्य परिस्थितीशी जमवून घेऊनही सांगीत पथ्ये पाळू शकत होती हे तथ्य निःसंशय समोर आणते.

त्यांच्या या सांगीत जमवून घेण्याच्या चित्रपटीय गुणाची अधिक सखोल चर्चा करण्यासाठी 'उत्सव' (१९८४) या रूढीबाहेर पडणाऱ्या चित्रपटाचे त्यांचे संगीत एक भरीव उदाहरण ठरते. खऱ्या अर्थाने सहेतुक ठरावे म्हणून स्वतः केंद्रस्थानी न राहण्याचे पथ्य पाळणारे म्हणून 'उत्सव'च्या संगीताचा निर्देश केला पाहिजे. चित्रपटीय सौंदर्यशास्त्रानुसार जी अधिकारपरंपरा अपरिहार्य असते

तिची हुकूमत मान्य करून रचनाकारांनी आपल्या कामगिरीवर स्वतःच मर्यादा घालण्याचा विरळा सूज्ञपणा दाखविला आहे. प्रस्तुत संगीताची थोडी तपासणी केल्यास काही बाबी ठळकपणे समोर येतात.

या चित्रपटात फक्त एक रचना (*शाम ढले गगन तले*) गीत होते. *मन क्यौं बहेका रे बहेका* हीही या दिशेने जाऊ न शकणारी रचना आहे, पण ती संभाव्यतेच्या टप्प्यावरच थांबते. सादरीकरणातले खंडितपण, चालीचे व सुरावटीचे धागेदोरे पक्केपणे आपल्या दर्शित शेवटाकडे न जाणे अशा प्रकारच्या कारणांनी होऊ शकणारे गीतपण तसे होत नाही. दुसरा एक बारकावा असा, की या चित्रपटाच्या संपूर्ण संगीतालेखात हिंदुस्थानी कला संगीतात मारवा व बिभास या नावांनी ओळखल्या जाणाऱ्या रागांच्या अवतीभोवती फिरत राहणारे स्वरपुंज योजण्याचा हेतू जाणवतो. या दोन्ही रागांच्या चौकटींचे वा बांधणीचे स्वरूप असे आहे, की तीमुळे सा या आधारस्वराचे महत्त्व या ना त्या प्रकारे कमी होते. परिणामतः सुरावटींच्या चलनांतून उत्पन्न होणाऱ्या तणावांचे विसर्जन होत नाही. चित्रपटाचा खोलवरचा आशय इथे लक्षात घ्यावा. जे प्रेम सर्वसाधारण शिष्टसंमत मानले जात नाही, ज्याची पूर्ती निदान नजीकच्या भविष्यात होणे दुरापास्त वाटते – त्याचे चित्रण उत्सवमध्ये आहे. तेव्हा, सांगीत ताण विसर्जित न होणे हा चित्रपटीय लाभ नव्हे काय!

त्यांच्या इतर चित्रपटांच्या तुलनेत 'उत्सव'मध्ये हे रचनाकार वाद्यवृंदाचा उपयोग जरा हात राखून करतात हेही लक्षणीय. खऱ्या अर्थाने वाद्यवृंद इथे मवाळ व साहाय्यकारी भूमिका बजावतो. जमाव दृश्ये, समारंभ वा उत्सव (उदाहरणार्थ, वसंतोत्सव) वगळता वाद्ये वा लयाविष्कार या चित्रपटात आक्रमक होऊन श्रोते-प्रेक्षकांवर हावी होण्याचा यत्न करताना आढळत नाहीत. शीर्षक वा श्रेयनामावली नाजूक तंतुवाद्यांच्या साथीने अवतरते आणि कर्नाटक शैलीतील भूप राग मागे शांतपणे वावरत असतो. *शाम ढले* या एकुलत्या एक गीतासमवेतसुद्धा मारवा व बिभास या रागांची उदास सावली अस्वस्थ अपेक्षा निर्माण करते, आणि विणेचा नाजूक झंकार यात भरच घालतो.

एक बोधक बाब लक्षात घ्यायला हवी ती अशी, की १९६०च्या दशकापासून हळूहळू अधिक ॲक्शन, आक्रमकता, हिंसा (यांत बलात्कार अंतर्भूत!) यांनी भरलेल्या चित्रपटांची सद्दी आली. चित्रपटमाध्यमाविषयी विचार करणाऱ्या काहींनी सुचविले आहे, की या कालखंडात संगीताची जागा हिंसेने घ्यायला सुरुवात केली! भारतात विरळा ठरणारा गीतविहीन चित्रपट (गुलझार यांचा 'अचानक') याच काळात निघावा हा योगायोग सूचक नव्हे काय! मुद्दा

असा की चर्चाविषय रचनाकारांनी आता सांगीत रचनादृष्ट्या बदलत्या भोवतालासाठी काम करावे अशी अपेक्षा होती. या परिस्थितीस रचनाकारांचे जे प्रतिसाद होते त्यात एक विशेष सर्वत्र आढळतो. या ना त्या मार्गाने प्रस्तुत दोन रचनाकार दैनंदिन जीवनाच्या वा वास्तवाच्या आकृतिबंधाच्या जवळ संगीत नेण्याचा प्रयत्न करत होते. 'जंजीर', 'बॉबी' आणि 'अचानक' या चित्रपटांचे संगीत यांच्या परस्परसंबंधाची नवी परिमाणे दाखवितात आणि नव्या मागण्यांना प्रतिसाद देऊ शकणाऱ्या चित्रपटसंगीतभाषेच्या शोधाचे आव्हान लक्ष्मीकांत-प्यारेलाल यांनी स्वीकारले असे नोंदवतात.

प्रचलित प्रवृत्ती आणि त्यांस साजेसे संगीत देण्याची त्यांची विनातक्रार तयारी यांची प्रतीती *मस्त बहारों का* (रफी, 'फर्ज', १९६७) वा *दुनिया पागल है* (रफी, 'शागीर्द', १९६७) यांसारख्या रचनांत येते. ही दोन्ही गीते 'जंगली' या चित्रपटाने लोकप्रिय केलेल्या 'याहू' शैलीतली आहेत. पहिल्या रचनेची सुरुवातच मुळी कोंबड्याच्या आरवण्यासारख्या आवाजाने होते आणि मग वाद्यवृंदवादनाचा धबधबा कोसळू लागतो. दुसऱ्या रचनेचा आरंभ प्रत्यक्ष जीवनातील संगीतबाह्य आरवण्याऐवजी अनावर झालेल्या हसण्याने होतो आणि जोडीला आगगाडीच्या शिट्टीची नक्कल करणारी वाद्ये असतात. वाद्यघोषातली वाद्ये ऐकणाऱ्यांच्या कानावर हल्ला करण्याचे कर्तव्य पार पाडतात!

१९७० पासून व पुढे चर्चित रचनाकार जोडी प्रयोगशीलतेबाबत परंपरेंत राहून वा तिच्या बाहेर पडूनही नव्या रचनेसाठी उत्सुक झाली. उदाहरणार्थ, छंदातला चरण व सुरावटीची ओळ यांच्या दरम्यान अधिक खेळ करण्याकडे त्यांचा कल आहे. *सुन जा आ थंडी हवा* (किशोर व लता, 'हाथी मेरे साथी', १९७१) या रचनेत सुरावटीची ओळ जवळजवळ छंदातल्या दोन ओळी व्यापते. यामुळे सांगीत विधान अर्थातच अधिक अखंड आहे. एक पूर्ण सप्तकाची उडी मारणारे दोघांचे हुंकारही आहेत. मात्र एकंदरीने प्रयोगशीलतेवर जरा ताण पडला आहे असेही वाटते. *तेरे मेरे बीच में* (लता व बालसुब्रमण्यम्, 'एक दूजे के लिये', १९८१) या रचनेत महत्त्वाकांक्षी, द्रुत आणि गुंतागुतीचे वाक्यांश शब्दांच्या शेवटी गायकांसाठी व तितकीच कसोटी पाहणारी सुरावट तारस्वरी बासरीवर योजली आहे. याप्रकारे उच्च रव करणे रचनाकारांच्या आवडत्या युक्त्यांत जमा होते काय असा प्रश्न पडू शकतो, कारण इतर रचनांतही त्यांनी अशी योजना केली आहे असे दिसते *यह वक्त ना खो जाये* (लता व सुब्रमण्यम्, 'रास्ते प्यार के', १९८१). शिवाय या रचनेत पुरुष व स्त्री यांच्या आवाजांच्या सुरावटींची सरमिसळही केली आहे. या युक्त्या अनन्यसाधारण आहेत वा खास

गुणवत्तेच्या वाटतात असे अर्थातच सुचवायचे नाही. चर्चाविषय झालेल्या रचनाकारांनी आपल्या सांगीतरचनातत्त्वांच्या नेहमी वापरायच्या भात्यात याही बाणांचा समावेश केला होता हे नजरेस आणायचे आहे इतकेच.

शैलींना एकत्र आणणे

रूढ संगीतप्रकारांचे वा शैलीचे मिश्रण करणेही या रचनाकारांना पसंत होते. उदाहरणार्थ, *कोई शहरी बाबू* (आशा, 'लोफर', १९७१) या गीतामध्ये खेड्यांतील बँडवादनातील स्वरवाक्ये, भांगरा नृत्यगीत आणि पारंपरिक स्त्रीगीत यांचे मिश्रण आहे. यामध्ये सांगीत जाळे इतके विस्ताराने पसरून टाकलेले जाणवल्याखेरीज राहत नाही. याच प्रकारच्या पण फसलेल्या प्रयत्नाचे दुसरे उदाहरण आहे *माझी चल ओ माझी* (रफी, 'आया सावन झूमके', १९६९) हे गीत. हिंदी चित्रपटसंगीतात नाविकाचे गाणे (आदर्श नमुना बंगालमधले भटियाली) हा लोकमान्य व रूढ गीतप्रकार आहे. मात्र प्रस्तुत रचना म्हणजे उपदेशपर गीताचे कार्य पार पाडण्यासाठी केलेले तद्दन शहरी, संस्कारित व फिकट सांगीत रूप आहे! *दुनिया मेला, मेले में लडकी* (लता, 'राजा जानी', १९७८) ही रचना मात्र संस्कारित स्त्रीगीत म्हणून यशस्वीपणे समोर येते. स्वनरंग, संगीतगती, कथनाचा आशय आणि रचनेचे प्रवाहित्त्व या सर्व बाबी तुल्यशक्तीने एकत्र येतात. एकंदरीत भट्टी जमते! याउलट *तूने मुझे बुलाया* (आशा) या रचनेत भक्तिसंगीत व पंजाबी भांगरा मिसळण्याचा यत्न फसतो. *एक रितु आये* (किशोर कुमार, 'गौतम गोविंदा', १९७९) हे गीत ऐकणे वेधक वाटते. यातील पारंपरिक बारहमासा गीत व आधुनिक उपदेशगीत यांना एकत्र गुंफण्याचे यत्न सफळ होतात. न डाचणारे वाद्यवृंद, संयमित व मधुर चाल आणि योजलेली बैरागी रागाची आवाहक पकड यांमुळे रचना गुंगवू शकते.

सांगीतदृष्ट्या शैली वा प्रकार मिसळण्याचे यशस्वी उदाहरण आहे *प्रेम का रोग बडा* (लता, 'दसनंबरी') हे गीत. नृत्यगृहातले नृत्यगीत, आपल्या अंगभूत लालित्यासह येणारी कोकणी पुरवणी, आणि गोअन ख्रिस्ती लोकगीत हे याच्या मिश्रणातले घटक आहेत. लताच्या गुणी गायनाने उच्चार व लगाव यांचे सर्व सांगीत उठाव साधतात व गीत जमते.

विनोदी गीतांच्या बाबत मात्र हे रचनाकार फसले आहेत असे वाटते. *मेहेबुबा मेहेबुबा* ('साधू और शैतान', १९६८). या गीतातले विनोदी भाव खरे म्हणजे शैलीबद्ध समूहगीत, भपकेदार पोषाख व तुल्य हालचाली आणि

शब्दांकडे तिरकस पाहणे यांतून व्यक्त करण्याजोगे आहेत, पण प्रत्यक्षात विनोद फक्त संहितेतच शोधावा लागतो!

शास्त्रोक्तापासून दूर सरकणे

चित्रपटसृष्टीतील इतर अनेक व्यावसायिक रचनाकारांप्रमाणे लक्ष्मीकांत-प्यारेलाल यांनीही भारतीय कलासंगीतातील राग, ताल व रूढ प्रकारांपासून दूर सरकण्याचा कल दाखविला आहे. तसे दूर सरकणे हे कुणालाही सहज जमेल हे उघड आहे. मुद्दा असा आहे की या दूर सरकण्यातून गुणवत्तापूर्ण म्हणण्यासारखे रचनाकारांनी काय काय साधले याचे मूल्यमापन करणे उचित आहे. सुदैवाने लक्ष्मीकांत-प्यारेलाल यांना ते जमले आहे. ('उत्सव' या चित्रपटातील संगीताची चर्चा पूर्वी केली आहे.) यह *पहले प्यार की खुशबू* (लता व महेंद्र कपूर, 'बदलते रिश्ते', १९७८) हे गीत या संदर्भात ऐकण्यासारखे आहे. मारवा या रागाच्या काहीशा अंगभूत संदिग्धतेच्या वर्तुळात रचना वावरते. कलासंगीताशी संबंधित दोन भागांच्या रचनेचा साचा इथे योजलेला नाही. वाद्यवृंद काटकसरीने वापरला आहे. बहुतेक गायन लताने केले आहे. आठ कालविभागांत – म्हणजे मात्रांत – संगीताची लय फिरते. पण निश्चित कोणताच भारतीय ताल ठिय्या मारून बसलेला नाही. पूर्ण प्रयत्नांती कोणतीही गुणगुणण्यासारखी चलने मागे रेंगाळत नाहीत. पण आपल्या पलीकडचे काहीतरी सुचवू पाहणारी एक सांगीत गुंतागुंत अस्वस्थ करून जाते. या तऱ्हेचे अपयश निदान विचाराला अधिक प्रवृत्त करणारे ठरत नाही काय!

भाषण-संगीत पट

लक्ष्मीकांत-प्यारेलाल यांच्या *अच्छा तो हम चलते हैं* (किशोर कुमार आणि लता, 'आन मिलो सजना', १९७०) या रचनेत तर लगेच असे लक्षात येते, की ही रचना पूर्णतः गीत नसल्याकारणाने आपण तिच्याकडे आकर्षिले गेलो आहोत. भाषण-लयी व भाषण-खंड यांची पेरणी करत करत हुषारीने गीतात्मतेचे सूचन करणारी ही रचना आहे. स्वाभाविकरीत्या वाद्यवृंदाचा गोंगाट टाळणारे हे प्रेम-द्वंद्वगीत कुशलतेने दैनंदिन भाषणाचे सुखद, सम्यक रूप समोर आणते. एक सांगीत संवाद आकाराला येतो आणि संयमित, प्रामाणिक व गुदगुल्या करणारी छेडछाडही व्यक्त होते!

गीतामध्ये भाषण-गीत संकर म्हणजे सांगीत गुणवत्ता नसणे नव्हे. याचा अर्थ असा की इच्छित सांगीत आवाहकता निराळ्या प्रकारची असते. भाषण-स्वर, भाषण-लय यांच्याशी असलेल्या नात्यामुळे या आविष्कारात गीताला

आपल्या काहीशा उच्च मचाणावरून खाली आणून ते सर्वांच्या कृतिशील तसेच अ-कृतिशील सहभाग्यांच्या जीवनाशी जवळीक साधणारे असे रचले जाते. *सावन का महिना पवन करे शोर* (मुकेश व लता, 'मिलन') यासारख्या रचनांचे वेधकपण त्यातील बोलल्या जाणाऱ्या भागात का, याचे रहस्यही असेच तपासावे. 'बॉबी' या चित्रपटातील गीते हा काही योगायोग नसावा!

निष्कर्ष असा की लक्ष्मीकांत-प्यारेलाल यांनी आपल्या कारकिर्दीच्या आरंभीच्या टप्प्यावर गीत दाबून वा दडवून न टाकणारा पण कान भरणारा वाद्यरंग वापरण्याचे धोरण पुढे चालविले. 'जंगली' या चित्रपटाने दर्शित टप्प्याला ते यशस्वीपणे सामोरे गेले आणि सपाट, अनलंकृत थेटपणे गाण्याच्या शैलीही त्यांनी पचविल्या. (असल्या शैलीचे कलात्मक रूप सचिनदांच्या व थोडेफार किशोरकुमारच्या गायनात आढळते.) परिणामतः ते भाषण-गायन अखंडपटाच्या टप्प्यावर येऊन थडकते. त्यांचा मनसुबा होता दैनंदिन जीवनाच्या आकृतिबंधाशी जवळीक साधण्याचा, आधुनिक शहरी तरुणाच्या मनाच्या कोषात शिरण्याचा. त्याकाळच्या चित्रपटांत विधिकृत्यांतली सामूहिकता आणि म्यूझिक-विडीओ युगातल्या शृंगारिक, अनेक केंद्रीयसंवेदना यांना आवाहन करणारे संगीत येऊ घातले होते. पुढच्या अवस्थेत त्याचा भर आला तो ए. आर. रहमान याच्या कामात. आर. डी. बर्मनप्रमाणेच रेहमाननेही ध्वनीच्या वापरातली अधिक प्रगत अवस्था म्हणजे संगीत असे मानले आणि अधिक सूक्ष्म कारागिरी आपल्या रचनाकौशल्याबरोबर जुंपली, पण ती कथा पुढची आहे.

सलील चौधरी

(जन्म : १९२५, मृत्यू : ५-९-१९९५)
(पदार्पण : १९५३)

सलीलदांचे वडील जंगल खात्यात नोकरीला होते व त्यामुळे त्यांच्या बदल्या वारंवार होत. परिणामतः आसाम व बंगालमधील आदिम व लोक-संगीत ऐकण्याची संधी सलीलदांना बरीच मिळाली. या दोन्ही प्रदेशांतील आदिवासी, लोक व धर्म या संगीतपरंपरा विशेषकरून समृद्ध व परिणामकारकरीत्या जिवंत आहेत. याशिवाय प्रादेशिक संगीताबद्दलची सलीलदांची जाणीव बळकट होण्याचे ठळक कारण कला व जीवन यांचे परस्परसंबंध कसे असावेत याविषयी डाव्या वा कम्युनिस्ट विचारसरणीनुसार निश्चित होणारी धारणा होय. या धारणेनुसार ज्या कलांचा लोकांशी थेट संबंध असतो, ज्या कलांना लोकांच्या कला म्हणता येते त्याच कला महत्त्वाच्या

असतात. अर्थातच आदिम, लोक व धर्म या भारतीय संगीताच्या कोटी आपोआपच खास महत्त्वाच्या ठरतात. सलीलदांच्या एकंदर सांगीत निवडीत ही भूमिका बरीच कार्यकारी झाली असे जाणवते.

त्यांनी १९४९ मध्ये चित्रपटसृष्टीत प्रवेश केला. अपेक्षेनुसार त्यांचा पहिला चित्रपट 'परिवर्तन' नावाचा बंगाली होता. एकूण त्यांच्या खात्यावर ७० हिंदी, ३२ बंगाली आणि काही गुजराथी, मराठी इत्यादी चित्रपट आहेत. अनेक कारणांनी नावलौकिक कमावणारा रचनाकार म्हणून त्यांचा निर्देश केला पाहिजे. हिंदी चित्रपटसंगीतातील त्यांच्या कार्याचे मूल्यमापन करण्यासाठी त्यांच्या बहुविध कामगिरीचा थोडा उल्लेख आवश्यक आहे. त्यांच्या कारकिर्दीचे निदान चार टप्पे या संदर्भात ध्यानात घेतले पाहिजेत.

यूथ क्वायर (युवासमूहगायन) क्षेत्रांतले त्यांचे काम हा पहिला विशेष आणि या कार्यांत त्यांच्या डाव्या, प्रगतिशील वा कम्युनिस्ट रंगामुळे स्पष्टपणे संदेश देऊ पाहणारे, उपदेश वा प्रचार करू पाहणारे संगीत अंतर्भूत होते. त्यांची कर्मभूमी असलेल्या दोन्ही शहरांत - मुंबई व कोलकाता येथे त्यांनी असे गायकसमूह स्थापले हे अर्थपूर्ण आहे. कोलकात्याच्या समूहाचा पहिला कार्यक्रम १९५९ मध्ये राज्यपाल पद्मजा नायडू यांच्या उपस्थितीत झाला होता.

दुसरे कार्यक्षेत्र त्यांनी दिलेले हिंदी चित्रपटसंगीत हा आपला विचारविषय होय. ते मुख्यतः मुंबईस फुला-फळास आले.

'बंगाली गीत' या प्रकारात त्यांनी केलेले वेधक काम हे तिसरे कार्यक्षेत्र होय. शेवटी येते ज्याचा उल्लेख 'बालसंगीत' असा करता येईल, त्या बाबतीतले त्यांचे काम. आपला स्वतःचा ध्वनिमुद्रण कक्ष स्थापणे हे त्यांचे काहीसे बालसंगीताशी निगडित कार्य होय.

प्रस्तुत टप्प्यांचा उल्लेख करण्याचे कारण सलीलदांच्या वैयक्तिक जीवनातील त्यांचे महत्त्व इतकेच नाही. त्यांच्या चित्रपटसंगीतावर ज्यांचा प्रभाव पडला अशा शक्तींचे स्वरूप या तपशिलामुळे स्पष्ट होते, म्हणून याचा निर्देश आवश्यक ठरला.

उदाहरणार्थ, डाव्या विचारसरणीशी असलेल्या बांधिलकीमुळे विविध भारतीय प्रदेशांतील लोकसंगीत, समूहगायनाची सहेतुक योजना आणि वाद्यवृंदाचा वापर त्यांच्या संगीतात सर्वत्र आढळतो. वाद्यवृंद, समूहगायन व लोकसंगीतादी कोटी भारतीय समाजाची मूलभूत एकता सांगीत माध्यमातून दाखवू शकतात हे उघड आहे. शिवाय भारतीय संगीतात ज्याची कमतरता अनेकांना जाणवते ती स्वनरंगांची विविधता आणणेसुद्धा या तीन विशेषांमुळे त्यांना सुलभ झाले. आपल्या रशियाच्या सफरीत सलीलदांना भेट मिळालेल्या

अकॉर्डिअनविषयीची त्यांची आस्था अमर्याद होती हे बोलके आहे. भारतीय संदर्भात कोणतेही चावीफलक वाद्य म्हटले की नवा स्वनरंग, एक प्रकारचे प्रमाणीकरण व सर्वांना उपलब्ध सांगीत उपयुक्तता या गोष्टी अपरिहार्यतेने जाणवतात. त्यांच्या समूहगायनातून दुसरा एक मुद्दा सिद्ध होतो. आपल्या डाव्या विचारसरणीमुळे या गायनातून सलीलदांनी भारतीय लोकसंगीताचा वापर केला. यामुळे भारतीय जीवनाची विविधता व त्यामागील पायाभूत समानता दोहोंचे परिणामकारक अस्तित्व समोर आले. संगीतातून अखिल भारतीय आवाहकता कशी साधायची या प्रश्नास इथे मूलभूत स्पर्श झाला. शिवाय व्यापक संज्ञापनाकरिता अनेक आविष्कारशक्तींच्या एकाच वेळी होणाऱ्या संयोगी योजनेबद्दलची भूमिकाही स्पष्ट झाली. बोलला जाणारा शब्द, गायला गेलेला शब्द, नृत्य, अनेकभाषिक संवाद इत्यादी सर्व बाबींचे असेच खेळ चित्रपटीय भाषेतही प्रभावी भूमिका बजावतात हे लक्षात घेता सारा मामला एकमेकांशी कसा गुंफला गेला आहे हे सहज कळेल. (याशिवाय एक तथ्य असे, की हिंदी चित्रपटसृष्टीत येणारे सर्व सहभागी कलाकार वेगवेगळी राज्ये, भाषा व कौशल्ये यांचे संचित घेऊन येत असतात. हिंदी चित्रपट व त्यांतले संगीत केवळ हिंदी मातृभाषा असणाऱ्यांच्या कार्याचे फलित नाही हे ध्यानात घेतले पाहिजे!). सलीलदांनी समूहगायनाचा आपल्या पार्श्वसंगीतात वाद्यांसारखा वापर केला आहे. स्वनरंगातली आस्था आणि वास्तववादी विचारसरणीकडे असलेला कल यामुळेच कदाचित – *अर्जी हमारी अर्जी* (किशोरकुमार, 'नौकरी', १९५४) या गीतासाठी टाईपरायटरद्वारे गीताला लयबंध पुरविण्याचे त्यांना सुचले असावे.

आपल्या विचारविषयाशी थेट संबंध नसला तरी बंगाली गीताचा आधुनिक अवतार सिद्ध करण्यातली त्यांची आस्था, तसेच रवींद्रसंगीत व त्याचे एकूण वातावरण याविषयीची त्यांची विरोधविकासवादी भूमिका यामुळे सलीलदांना आपल्या खास ठशाचे बंगाली गीत रचणे भाग पडले हे लक्षात घेतले पाहिजे. आपली अनेक मूलतः बंगाली गीते सलीलदांनी नंतर हिंदी चित्रपटसंगीतात आणली हे नोंदायला हवे. यामुळे एक प्रश्न निर्माण होतो. मूलतः निराळे प्रयोजन, उत्पत्तिकारण व साचा असलेल्या या गीतांनी हिंदी चित्रपटसंगीतात गुणवत्तात्म बदल कितीसा घडवला?

याच एकंदर सांगीत-सांस्कृतिक कारणांनी सलीलदा पाश्चात्त्य कलासंगीताचे उत्सुक अभ्यासक बनले. बेथोवेन इत्यादी क्लासिकल रचनाकार त्यांच्या खास पसंतीचे होते. याच प्रभावाने वाद्यवृंदरचनेत प्रयोग करण्याची त्यांना स्फूर्ती मिळाली. भारतीय वैदिक संगीत तसेच आदिवासी जमातींचे संगीत, इतकेच

नव्हे, तर भारतीय कलासंगीतास पायाभूत असलेल्या तंबोरा या वाद्यातही, स्वरसंवाद (हार्मनी) हे तत्त्व आहे असे त्यांचे मत होते (असे म्हणतात)! या मतात तथ्य आहे वा नाही ही बाब येथे अप्रस्तुत आहे. मुद्दा असा की आपल्याला आवडलेल्या अभारतीय, पाश्चात्त्य (आणि त्यांतही पुन्हा भांडवलवादी राष्ट्रांत प्रचारात असलेल्या) संगीतविशेषांचे भारतीयत्व सिद्ध करण्याची त्यांच्या अबोध मनाला गरज भासली! सरळसरळ पाश्चात्त्य चालींची उचल करण्याव्यतिरिक्त सलीलदांनी पट्टी बदलणे, विसंवादी स्वरांतरे योजणे, नियंत्रित स्वरसंवादयोजना करणे आणि अनेक लयबंधांचा एकाच वेळी दाट संचार ठेवणे इत्यादी युक्त्यांचा उपयोग केला आहे. किशोरकुमारांसारख्या अष्टपैलू, कुशल व पटकन चाल घेणाऱ्यासही म्हणावेसे वाटे, की सलीलदांच्या संगीताची अटकळ बांधता येत नाही. त्यात प्रत्येक वळणावर बरीच आश्चर्ये असतात! सलीलदा आपल्या रचनेत अनेक सांगीत शक्तींना (त्यांत अ-भारतीयही आल्या) कामाला जुंपत हेच त्याचे कारण असू शकेल.

सलीलदांनी आपले हिंदी चित्रपटसंगीतातले पदार्पण 'दो बिघा जमीन' (१९५३) या चित्रपटामध्ये करावे ही गोष्ट अर्थपूर्ण म्हटली पाहिजे. हा चित्रपट वास्तववादी, ध्येयवादी, डाव्या विचारसरणीकडे झुकलेला होता, पण बटबटीत व प्रचारकी नव्हता. शिवाय पटकथालेखक सलीलदा स्वतः होते. ही बाब बऱ्याच गोष्टी सुचविते म्हटल्यास हरकत नाही.

आधी लिहून ठेवलेल्या गीतांच्या संहिता घेऊन संगीत देण्याच्या प्रथेपासून या चित्रपटात सलीलदांनी फारकत घेतली हे मुद्दाम नोंदण्यात आले आहे. मॉस्को येथील प्रसिद्ध रेड स्केअरमध्ये त्यांनी जे संचलन संगीत ऐकले होते त्यापासून 'धरती कहे पुकारके' या चित्रपटाच्या सूत्रगीताची स्फूर्ती त्यांना मिळावी हा एक टिपण्यासारखा योगायोग होय. मात्र एकंदरीत सलीलदांनी या चित्रपटातील संगीताचे खऱ्या अर्थाने कौशल्यपूर्ण भारतीयीकरण केले होते. उदाहरणार्थ, प्रस्तुत गीत जेव्हा *भाई रे* अशा संबोधनार्थी, पुकार करणाऱ्या शब्दांनी सुरू होते (मन्ना डे) तेव्हा काही तरी भारतीय ऐकतो आहोत असेच वाटते. अनेक श्रोत्यांना सलीलदांची समूहगायन-गीते जास्त लांब वाटली ही गोष्ट बोधक आहे. सामाजिक समस्यांना ठळकपणे समोर आणण्याच्या हेतूने निःसंकोचपणे पेरलेल्या समूहसंगीताची सादरीकरणे गीत म्हणजे काय याच्या नेहमीच्या व्याख्यांशी जुळती-मिळती राहणे असंभवनीयच होते. त्यांचे सांगीत प्रयोजनच जर मुळी संगीतबाह्य संदेश पोचविण्याचे होते तर ते तरी काय करणार! याच चित्रपटात जवळ जवळ अशाच कारणाने, पण निषेध

नोंदविण्याची जादा जबाबदारी पेलत, भजनाचा बुरखा पांघरून एक सामूहिक निषेधगीत पेश होते - *अजब तेरी दुनिया* हे. वेधक गोष्ट अशी की या गीतात(ही) वास्तववाद संगीतावर कुरघोडी करत नाही आणि बासरी व इतर न दिसणारी वाद्ये यथायोग्य प्रकारे व सांगीत गरजेनुसार वाजती होतात व ऐकू येतात!

'परख' (१९६०) या चित्रपटात जरी एक पलायनवादी स्वर ऐकू येत असला तरी भक्तिसंगीत व लोकसंगीताचा लवचीक वापर त्यामध्येही आढळतो. *मिला किसीका झुमका* हे त्याचे ढळढळीत उदाहरण आहे. पक्ष्याच्या गायनासारखा एकाच बासरीचा वाक्यांश गीताच्या आरंभी येतो. एकूण वाद्यवृंद जेमतेम असतो. ढाल्या तारतेचा लोकपटह व साधी चाल यांच्याद्वारे दादरा तालाचा लयबंध मूर्त होतो. लोकगीतांच्या थेटपणे या गीताची चाल आपले सांगीत उद्दिष्ट व्यक्त करीत असली तरी लोकसंगीत बाजाचा, चलनाचा वापर करून त्याचे शिष्टमान्य गीत बनविण्याचा सलीलदांचा मानस जाणवतो.

संगीताचा संगीतबाह्य उपयोग करणे हाही सलीलदांच्या सांगीतसंविदचाच एक महत्त्वाचा घटक आहे याकडे वारंवार लक्ष देणे आवश्यक आहे, आणि म्हणून या चित्रपटातील काही गीत नसलेल्या सादरीकरणांची चर्चा केली पाहिजे.

उदाहरणार्थ, *क्या हवा चली,* व *रुत बदली* या रचनांसाठी 'बाऊल' परंपरेतील सांगीत व सादरीकरणाचे विशेष वापरले आहेत, पण समाजावर उपरोधपूर्ण टिप्पणी करण्यासाठी. ही रचना आशय परिणामकारकरीत्या व्यक्त करते, इतकेच नव्हे, तर तो श्रोत्यांपर्यंत पोचवितेही. मात्र वाद्यांचा योग्य लयबंध, आधार आणि चांगली चाल इत्यादी असूनही रचनेचे गीत होऊ दिलेले नाही. कारण तशी चित्रपटाची गरज आहे. सलीलदांची सांगीतसंविद रूटीन गीते तयार करण्यास विरोधी आहे – गीत नसलेल्या त्यांच्या रचनांत याची प्रतीती येते. चित्रपटसंगीतात अनेकदा मिळाली संधी की पाड गीत या प्रकारची रचनाकाराला सुटलेली हाव दिसते. तिचा आढळ सलीलदांमध्ये न होणे हेही एक चांगल्या संवेदनशीलतेचे गमक आहे.

आणखी एक उदाहरण आहे *बन्सी क्यों बजाये* ही रचना. हे एक वेगळे नृत्यगीत आहे. मुद्दाम, ओढून ताणून कलात्मकतेचे प्रदर्शन करण्यासाठी घडवून आणलेल्या प्रसंगात साहाय्य करण्याची कामगिरी या रचनेकडे सोपविली आहे. मिश्र खमाजमधल्या या चालीत सांगीत गुणवत्ता निर्माण करण्याचे सर्व संभाव्य घटक वा दुवे आहेत. रचनेत मध्येमध्ये विलक्षण तांत्रिक तय्यारी वगैरे लागेल असे सांगीत वाक्यांश नृत्यांतील दिखाऊ (शो ऑफ) भागास समांतर ठेवले

आहेत. (उदाहरणार्थ, लताने सहजपणे मारलेली एक सप्तकाची उडी ऐका!) चित्रपटात सलीलदांनी पुढे एका भजनास (*तेरी लीला सबसे न्यारी*) संकीर्तनाचा सामूहिक साचा वापरला आहे. या सांगीत आविष्काराचे नैमित्तिक कारण असणारा खेड्यातील पंडित गावातल्या ढोंगी मान्यवरांपैकी एक आहे. अन्यायी, अनैतिक आणि खालच्या दर्जाच्या खलत्वावर पांघरूण घालण्यासाठी संगीत वापरायचा हा त्याचा एक डाव आहे. पण आपल्या चाणाक्ष संगीतयोजनेतून सलीलदा हा डाव हाणून पाडतात व ढोंगी तत्त्वाचा बुरखा फाडून टाकतात. स्वतःच्या बाहेर पडून अधिक महत्त्वाचे वा सामाजिकदृष्ट्या अधिक सयुक्तिक उद्दिष्ट साध्य करण्यासाठी गीतत्वाचा दावा न करता वावरणे याला संगीत अग्रक्रम देते! म्हटले तर सूक्ष्म विरोधाभासाचे उदाहरण असे की *मेरे मन के दिये* या रचनेत तर चाल सांगीत गुणवत्तेने पूर्ण ठेवूनही तिला गीतपदवीपर्यंत पोचू न देण्याचे रचनाकार पसंत करतो! गुंतागुंतीचे पण भरीव आवाजी गायन आरंभीचे वातावरण निर्माण करते. एक आवाहक अंतर्मुख सुरावट चलन भारून टाकते. अपेक्षेप्रमाणे यासाठी गती निर्माण करण्याचे काम सलीलदा पटह इत्यादी वाद्यांच्या लयबंधापेक्षा सुरावटीवरच सोपवितात. सर्व प्रकारची सांगीत संपन्नता देणारे घटक असूनही ही रचना गीत होऊ शकत नाही, कारण मानसिक सावल्या मागे सोडण्याच्या भरात सांगीत तणावांचे विसर्जन करून संगीत मनात तरंगावे अशी काळजी घेतली जात नाही. जणू काही हा मुद्दा स्पष्ट करण्याकरिता आपल्याला सलीलदा संपूर्ण गीतत्वास पोचलेली *ओ सजना बरखा बहार आयी* ही एक रचना देतात. स्वरपट्ट्यांत मुक्त फिरणारी, सांगीत कल्पनांनी भरलेली, उत्साही, द्रुत पण घाईने पळत न सुटलेली अशी ही मधुर चाल – साकांक्ष पण अंतर्यामी सफलतेची खात्री असलेल्या प्रेमाचे गीत आपल्यापुढे उभे करते. कोमल निषाद या स्वरावर येऊन थबकणारा मुखडा हा या रचनेचा एक अतिशय मनोज्ञ विशेष. गीत एकदम भावप्रवाहात बुडी मारते. ऐकणाऱ्याच्या मनात गाढा विश्वास असा निर्माण होतो की प्रवाहाच्या लाटांबरोबर आपण चाललो आहोत. तिकडे आपल्या स्वागतासाठी वा स्वीकारासाठी कोणीतरी नक्की व उत्कंठेने प्रतीक्षा करत आहे!

एकंदरीत निष्कर्ष असा की संदेशगीतासाठी सांगीत कल्पकता आणि संयम दोहोंची समप्रमाणात गरज असते! *जिंदगी ख्वाब है* (मुकेश, 'जागते रहो', १९५६) हे उदाहरण ठोस आहे. रचनेला गुणगुणण्यासारखी व गोड चाल असूनही ते सरळसपाट स्वरांच्या लगावात गायले जाते. एक मनोमुक्त मद्यपी ते गीत गात जातो असा चित्रपटीय प्रसंग असूनही सांगीत अलंकरण वा

ध्वनिपरिणाम इत्यादी पूर्णतः टाळले आहेत हेही लक्षणीय. त्याच चित्रपटात *थंडी थंडी सावन की फुहार या* रचनेतही गीताचे सर्व मूलभूत घटक आहेत, पण त्याचे गीत बनत नाही. कारण सलीलदांनी सारंगीच्या मनःस्पर्शी लहरींचे, लय काहीशी खेचून तिलककामोदचे प्रौढ कारुण्य रंगविण्याचे स्वातंत्र्य नाकारले आहे. तसे पाहता चित्रपटीय प्रसंग आहे पात्रांच्या मनातील हेतूच्या भूमिगत संघर्षाचा – काही तरी उघड उघड शृंगारिक गा असा आग्रह धरणारा मद्यपी नवरा आणि तसे काही करण्याचा पिंड नसणारी संकोची पत्नी!

१९५८ मध्ये सलीलदांचे एक रचनात्मक शिखर म्हणण्यासारखा चित्रपट 'मधुमती' आला. याच्या संगीतास अनेक पुरस्कार इत्यादी तर मिळालेच, पण खास बात म्हणजे या चित्रपटात सलीलदांच्या सांगीत सर्जनक्षमतेचा विस्तीर्ण पट जवळ जवळ पूर्णतः उलगडला गेला. *आजा रे* (लता) हे पछाडलेले व पछाडून टाकणारे गीत, *दैय्या रे दैय्या* (लता आणि समूह) मध्ये पुनरावृत्त, नृत्यानुकूल आणि आदिम मनःपूर्वकतेने सादर केलेले व म्हणून संमोहवृत्ती गीत (यातली वृंदावनी सारंग रागाची छाया भारतातील अनेक लोकगीतपरंपरांची आठवण करून देते) लोकांच्या कानांत रेंगाळत राहिली. याशिवाय संगीतपट पूर्ण करणारी *टूटे हुए ख्वाबोंने* (रफी) हे नायकाचे ठरीव पण कार्यक्षम प्रेमगीत, आणि हलके फुलके तरंग उठविणारे *जंगल में मोर नाचा* (रफी) ही गीते आहेतच.

सलीलदांच्या संगीताचे काही तांत्रिक घटक त्यांचे संगीततंत्र उमजण्याच्या दृष्टीने वेधक व बोधक ठरतात.

उदाहरणार्थ, पाश्चात्त्य क्लासिकल संगीताचा त्यांचा परिचय बऱ्यापैकी असल्याकारणाने त्या परंपरेतील प्रदीर्घ विभाग आपल्या पार्श्वसंगीतात वापरणे त्यांना जमले. उदाहरणार्थ, *जिंदगी ख्वाब है* ('जागते रहो') या मुकेशने गायलेल्या गीतात त्यांनी वॉयलीन, अकॉर्डिअन, ट्रंपेट इत्यादी वाद्ये व सोबत गद्य भाषणाची फेक यांचा जो वापर केला आहे तो अधिकारपूर्ण असून रचनेतून केवळ सांगीत भावस्थिती रंगविण्याचा नव्हे, तर जीवनविषयक तत्त्वज्ञान सांगण्याचा सलीलदांनी घाट घातला आहे असे वाटते. बिथोवेन त्यांना आवडे, सिंफनी या प्रकाराचे त्यांना आकर्षण वाटे व वर्णनपर संगीत (प्रोग्रॅम म्युझिक) या संकल्पनेचा पाठपुरावा करायची त्यांची इच्छा होती असे वाटणेही साहजिक आहे.

सलीलदांचा दुसरा एक तंत्रविशेष असा, की आपल्याच संगीतरचनांतील काही वाक्यांश घेऊन ते दुसऱ्या गीताच्या बांधणीत वापरण्याची त्यांची लकब

होती. दुसरे गीत स्वतंत्रपणे उभे राहिले तरी तपासणी केल्यास पूर्वीच्या गीताशी त्याच्या असलेल्या नात्यांची वा दुव्यांची ओळख सहज पटते. जणू काही आधीच्या गीताची स्वतःची गोष्ट पूर्णपणे वा मुळीच सांगितली नाही अशी खंत त्यामागे असावी! असे त्याच चित्रपटात होई किंवा दोन निरनिराळ्या चित्रपटांत घडलेले दिसे. उदाहरणार्थ, *घडी घडी मोरा दिल धडके* ('मधुमती') या चित्रपटामध्ये सुरावटीचे दुवे *आजा रे* या त्याच चित्रपटातील गीतातून उचलले आहेत. अर्थातच यामुळे चित्रपटीय चरित्ररेखा रंगविण्यात एक जादा परिमाण मिळते. चित्रपटीय ठसा खोलवर उमटण्याची शक्यता वाढते. दुसरीकडे *साथी रे तुमबिन जिया उदास* ('पूनम की रात', १९६५) या रचनेने पुरविलेली सुरावट *बाग में कली खिली* (आशा, 'चांद और सूरज', १९६५) या रचनेत अवतरते. पण दोहोंच्या भावस्थितीतली कमालीची तफावतही जाणवते.

आपल्या चित्रपटीय कारकिर्दीच्या शेवटी शेवटी सलीलदानी कोलकात्यात स्वतःचा ध्वनिमुद्रण कक्ष बांधला. मनाप्रमाणे ध्वनी, वाद्ये, समूहगायन इत्यादी प्रयोग करण्याची हौस भागविणे त्यामुळे त्यांना सुलभ ठरले असावे. पार्श्वसंगीतात अशा साहित्याचा मुबलक वापर करणे हे त्यांच्या संगीताचे निःसंशयपणे महत्त्वाचे लक्षण होते. बी. आर. चोप्रा यांनी निर्मिलेल्या 'कानून' या गीतविहीन रहस्यपटास सलीलदांनी दिलेले पार्श्वसंगीत उठाव देते ही सर्वांची साक्ष आहे.

सलीलदांच्या मनात एक विश्वविषयक धारणा होती व तीवर डाव्या विचारसरणीचा पगडा होता. या विचारसरणीस स्वतःचा आवाज सापडायचा होता! म्हणजे अर्थ असा की सलीलदांना जे सांगीत निर्णय घ्यावे लागत होते त्यासाठी वापरण्याच्या चाळण्या भारतीय संस्कृतिक आव्हानांना स्वीकारण्यास समर्थ नव्हत्या. सुदैवाने सलीलदांची गीतसर्जनशक्ती वारंवार आपले सौंदर्यपूर्ण सांगीत वर्चस्व गाजविण्यासाठी आवश्यक त्या चैतन्याने भारलेली होती. काम जर अधिक केंद्रीभूत झाले असते तर संगमसंगीताच्या गतिमान कोटीत चपखल बसणारे संगीत ते आपल्याला देऊ शकले असते. अनेक संगीतसंस्कृतींचा मुक्त खेळ मग खरेपणे झाला असता. त्यांचे संगीत ऐकताना अनेक वेळा हिंदी चित्रपटसंगीतात होते त्यापेक्षा टिकाऊ आणि सार्थ संगीतसंगम साधण्याची त्यांना इच्छा होती आणि तशी त्यांची क्षमताही होती असे जाणवते. हे कोणालाही पेलणारे काम नव्हे!

(**एक शंका** : सलीलदांनी लता, मुकेश व किशोर यांच्यासाठी रफीपेक्षा जास्त रचना केल्या. यात गीतत्वाचे अंग गुंतले होते काय?)

पेटीतला मजकूर : *भारतात जेव्हा कम्युनिस्ट पक्ष पहिल्याने सत्तेवर आला व त्याच्या केरळातील सत्ताधारणाची बातमी जेव्हा आली तेव्हा सलीलदा घरातून उत्साहाने बाहेर रस्त्यावर धावले. आल्यागेल्या सर्वांना पेढे वाटायला. इतकी त्यांची डाव्या विचारसरणीबरोबरची बांधिलकी तीव्र होती!*

दत्ताराम (वाडकर)

(जन्म : १९३०, मृत्यू : २९-११-२००७)

१९३० मध्ये पेडणे (गोवा) इथे जन्मलेल्या दत्तारामांना सुरुवातीचे संगीताचे शिक्षण त्यांच्या तबलावादनात प्रवीण असलेल्या वडिलांकडून मिळाले. त्यांचे बालपण सावंतवाडीत गेले, त्यामुळे लोक त्यांना वाडकर म्हणू लागले – मूळ आडनाव शिरोडकर असले तरी. ते १९४२ मध्ये मुंबईला आले. पं. पंढरीनाथ नागेशकर यांच्याकडे तबल्याचे शिक्षण व रेल्वेत नोकरी असा त्यांचा दिनक्रम सुरू झाला. हळूहळू त्यांनी ढोलकवादनात बरेच कौशल्य संपादन केले. शिवाय त्यांना व्यायाम व पैलवानकीचा षौक होता. तिथे त्यांची गाठ पडली शंकर-जयकिशन या रचनाकार जोडीपैकी शंकर यांच्याशी. शंकर त्यांना पृथ्वी थिएटर्सच्या कपूर कुटुंबाकडे घेऊन गेले. मुख्य म्हणजे शंकर यांनी दत्तारामना 'बरसात' या चित्रपटासाठी साहाय्यक म्हणून घेतले आणि तो चित्रपट गाजला. सुमारे ५० चित्रपटांत दत्ताराम शंकर यांचे साहाय्यक होते – अगदी 'मेरा नाम जोकर' या राज कपूर यांच्या अखेरच्या चित्रपटापर्यंत. *मेरा नाम राजू* ('जिस देश में गंगा बहती है') या गाण्यातील त्यांचे डफ वादन खूप गाजले. 'अब दिल्ली दूर नहीं' या चित्रपटाचे संगीत देण्यासाठी त्यांना राज कपूर यांनी आमंत्रण दिले. *छुन छुन करती आयी चिडियाँ* ही त्यांची रचना लोकांना आवडली. दत्ताराम यांनी या गीताकरता तयार केलेला ठेका 'दत्ताराम ठेका' म्हणून प्रसिद्ध झाला – इतका तो वेगळा होता. पण त्यांचे नाव झाले 'परवरिश' या चित्रपटातील संगीताने. *आँसू भरी है, मस्ती भरा है समाँ* इत्यादी त्यांनी रचना केलेली गीते सांगीत गुणवत्तेने गाजली. 'कैदी नं. ९११' (या चित्रपटातील *प्यार भरी है ये घटाएँ* हे गीत गाजले होते), 'संतान', 'श्रीमान सत्यवादी', 'काला आदमी', 'जिंदगी और ख्वाब', 'नीली आँखें', 'इंतजार' हे त्यांनी संगीत दिलेले इतर काही चित्रपट होत.

दत्ताराम हे सुरावटीच्या अंगाने जाणारे रचनाकार होत. साधी, गुणगुणण्यासारखी, ऐकायला सुखद गीते करण्याकडे त्यांचा ओढा होता.

आशयाशी रूढ पद्धतीने संगीताचे नाते ते ठेवून असत. त्यांचा वाद्यवृंदही पुरेसा नियंत्रित असे. ते जुन्या जमान्यातील प्रामाणिक व मेहनत करून बनविलेल्या गाण्यांबद्दल, जेव्हा गाण्याचे तुकडे ध्वनिमुद्रित करून मग ते जोडण्याची सोय नव्हती त्या दिवसांविषयी हळवेपण बोलत. त्या दिवसांची कल्पना यावी म्हणून ते सांगत – *घर आया मेरा परदेसी* ('आवारा') या गाण्यासाठी वादकांचा ताफा १६ तास खपत होता!

ए. आर. रेहमान

(जन्म : ६-१-१९६६)

चित्रपटसृष्टीत संगीत बनविण्याऱ्या आधुनिक संगीतदिग्दर्शकांतील आघाडीवरचा संगीतकार म्हणून ए. आर. रेहमान याचे नाव न्याय्यपणे घेता येईल. हल्लीच्या रचनाकारांत जास्त संगणक रचनाप्रवीण म्हणूनही त्याचा उल्लेख केला जातो आणि ते सार्थ म्हटले पाहिजे. त्याचे वडील आर. के. शेखर मल्याळी चित्रपटांसाठी संगीतरचना करत आणि सलील चौधरी यांचे ते साहाय्यकही होते. ट्रिनिटी कॉलेज (लंडन) येथे शिक्षण घेऊन रेहमान १९८७ मध्ये भारतात परतला व काही काळ 'इलया राजा' या प्रख्यात रचनाकाराकडे साहाय्यक म्हणून राहिला.

रेहमानने लक्ष वेधले ते आपल्या जाहिरात-संगीताने (जिंगल्स) आणि याचे मुख्य कारण वाद्यांचे स्वनरंग वापरण्याची त्याची कुशलता. उदाहरणार्थ, बूस्ट व स्पिरिट यांचे त्याचे जाहिरात संगीत पाहा व ऐका. झाकिर हुसेनसारख्या आघाडीच्या फ्युजन संगीतकाराने त्याला हेरले व रेहेमानचे आगे बढो सुरू झाले! मणिरत्नमच्या 'रोझा' या चित्रपटाचे संगीत हे रेहमानचे पहिले हिट संगीत होय.

एक वेधक तपशील असा, की तो आपले संगीत नेहमी पहिल्याने गिटारवर वाजवून पाहतो. स्वनरंगाचे अभारतीयत्व, (अनेकस्वरी) सुरावटींचे वातावरण निर्माण करण्याची शक्यता, ध्वनिगुंजनाने भोवताल भरून टाकू शकणारा समावेशक व अखंडित ध्वनी – हे सारे गुण या वाद्यात आहेत! रेहमानला एकंदरीने विरोधतत्त्व प्रिय आहे असे म्हणता येईल. विशेषतः हे त्याने रचलेल्या पार्श्वसंगीतात लक्षात येते. उदाहरणार्थ, 'रोझा' व 'बॉम्बे' या दोन्ही चित्रपटांत श्रेयनामावलीच्या वेळच्या संगीतात या प्रकारच्या तत्त्वाचा पाठपुरावा केलेला आढळतो. 'रोझा'मध्ये पक्ष्यांचे आरव वा आणि 'बॉम्बे'मध्ये बासरीच्या भटकत्या वाक्यांशांसह आक्रोश, कर्णकठोर ध्वनी आणि आघातपूर्ण लयबंध

वापरले आहेत. अनेक वेळा चित्रपटांत आधी येऊन केलेल्या मृदू सुरावटीची पुनरावृत्ती होते. पण प्रसंग असा असतो, की त्यात तणाव, दुःख, वेदना यांचा पूर आलेला असतो. 'रोझा'मध्ये *दिल है छोटासा* व *यह हसीन वादियाँ* आणि 'बॉम्बे'मध्ये *तू ही रे* ही गीतांची उदाहरणे विरोधतत्त्वाच्या आवाहक आणि सफल वापराची आहेत. अशा प्रकारे योजलेल्या सुरावटी मनात जास्त काळ रेंगाळत असतील काय! 'दिलसे' या चित्रपटात ढगांचा गडगडाट व विजेचा कडकडाट यांच्या जोडीला गुणगुणणे म्हणण्यासारखे आवाजाचे लगाव, आणि मधुर पण अविसर्जित राहणारी सुरावट अशी संगीतयोजना त्याने केलेली आहे.

चित्रपटसंगीताच्या रूढ व मान्य शैलीपासून अनेक बाबतींत दूर सरकणारी अर्थपूर्ण रचनापद्धती रेहमानने वापरली आहे. उदाहरणार्थ, त्याच्या अगदी पहिल्या चित्रपटातही सर्वत्र उपस्थित, १९४० पासून हिंदी चित्रपट संगीतात अधिराज्य गाजविणाऱ्या खेमटा या अर्धतालाची (खरे म्हणजे हा मूळ अर्धतालाचा केवळ एक ठेका आहे) अनुपस्थिती जाणवते! अधिक महत्त्वाची बाब अशी, की भारतीय तालाच्या वर्तुळात्मकतेऐवजी तो अखंड कालविभाजनाने लयावतार घडविण्याच्या मार्गाचा अवलंब करतो. या पद्धतीच्या विभाजनास अनंतत्व असू शकते. त्याचे लयबंध आधुनिक वाटतात याचे कारण असे आहे. त्याच्याही लयकारीत सहा वा आठ मात्रांनी कालावधी विभाजन करण्याच्या आकलनास सुलभ सार्वत्रिक आकृतिबंधांचाच पाठपुरावा असतो. *यह हसीन वादियाँ* या गीतात तर परिचित क्लासिकल त्रिताल (मात्रा) आहे असेच वाटते, पण मात्रांचे विभाजन सारखे ठोसपणे दर्शवून त्याने त्रिताल टाळला आहे असे जाणवते. उलटपक्षी सुरावटींबाबत रागचौकटीशी खेळण्याचे त्याला वावडे नाही असे म्हणता येईल. त्याच्या *दिल है छोटासा* या गीतात हे आढळेल. *तू ही रे* ('बॉम्बे') या गीताच्या चलनात तर गावती या रागाच्या मधुर स्वरचौकटीचा भरपूर गंध आहे. पण या गीतासाठी कोणताही ठाशीव ठेका वापरलेला नाही! शिवाय भारतीय लोक वा धर्म या संगीतकोटींतील आविष्कारांत वापरली जाणारी रीती त्यानेही अवलंबिली आहे ती म्हणजे लयबंधांना केवळ पटहांच्या द्वारे ठेका वा ताल न पुरविण्याची. बाबरी मशीद उद्ध्वस्त करण्याच्या वा मुंबईतील दंगलीसारख्या घटनांचे दारुण स्वरूप ठसविण्याकरिता त्याने ठाशीव तिस्रजाती लयखंड आणि सुरावटीचा क्रम असलेले पण सांगीत आशयहीन तारस्वरी आवाजांचे लगाव योजले आहेत.

रेहमानने आणखी एक रचनारीती योजली आहे ती अशी, की तसे पाहता स्वतंत्र म्हणजे एकल गायनाच्या मार्गाने जाणाऱ्या संगीतात त्याने अनपेक्षित

जागी व प्रकारे समूहगायन वा आवाजी सादरीकरणही आणले आहे. काही वेळा हे सामूहिक आविष्कार पार्श्वसंगीताची जागा घेतात, तर काही वेळा आपाततः स्वनरंग पुरविणाऱ्या रचनातत्त्वांत त्यांचा अंतर्भाव करता येतो. ही सामूहिकता अर्थातच सुरावट वा गीत यांच्यापुरती मर्यादित नाही. संकेतबद्ध वा शैलीबद्ध नृत्य होण्याआधीच्या अवस्थेतील शारीर हालचालींनाही त्याची रचनाशैली कवेत घेत असल्याकारणाने सामूहिकता एक पुनरावृत्त, गतिसंबद्ध आकृतिबंध बनते व एक प्रकारचा संमोहनप्रयोग केला जातो. मध्ये मध्ये हे नृत्य आहे असे जरी आपल्याला वाटले तरी मुख्यतः यामुळे लयबंध अधिक ठाशीव आणि सर्वांना आकळतील असे होतात इतकेच. *छैंया छैंया* ('दिल से') या गाजलेल्या गीतात आगगाडीच्या टपावरून सादर केल्या जाणाऱ्या नृत्यगीतात जोरदार टाळ्यांचा लयबंध आहे आणि तऱ्हेतऱ्हेच्या जोमदार, हिसकेदार व सामूहिक शारीर हालचाली आहेत. यासाठी सारंग या रागाची स्वरचौकट आहे. हा राग भारतीय लोक व धर्मसंगीतात असीम वापरला जातो हे लक्षणीय आहे. याच चित्रपटात तू ही तू ही तो मनरंगी हे तसे पाहता द्वंद्वगीत आहे. याचाही भर आहे जोरदार टाळ्या, अरबी पद्धतीचे आवाजी लगाव आणि त्याच परंपरेशी नाते सांगणारी स्वरचौकट. सामूहिकता व ठोस, साधा आणि शारीर हालचालीशी नाते सांगणारा लयबंध यांची अकल्पनीय सांगीत वाक्यांशांशी सांगड बांधण्याचा प्रयोग इथेही केला आहे. परिणाम गीताचा नाही तर संदिग्धतेने सांगीत पण अस्वस्थ करणारा आघात असा आहे!

रेहमानच्या संगीताने प्रभावी वातावरण आणि विधिकृत्यात्मक भारित अवस्था उत्पन्न होते याची कारणे अशी आहेत. 'रोझा' या चित्रपटामध्ये *रुक्मिणी रुक्मिणी* हे गीत-नृत्यात्म सामूहिक सादरीकरण आहे असे वाटते, पण त्याचा इशारा असतो प्रजनन गीताकडे ज्यात तरुण व वृद्ध, पुरुष, स्त्रिया व मुले सर्वांना न्याय्य व शुद्धिकारक वा पवित्र करणारी भूमिका असते – मग तर्क व शिष्टतेच्या संकेतांचे काहीही होवो! *कहना है क्या* (एक प्रकारे लग्नगीत म्हणण्यासारखी रचना) वा *हल्ला गुल्ला* (गर्भधारणा ते जन्म व त्याच्याही पलीकडे पोचणारी रचना) या दोहोंतही असाच विधिकृत्यात्मक भारित परिणाम साधण्याचे उद्दिष्ट प्रभावी आहे. *जले जले* ('दिल से') ही रचना तर लग्नगीत व जलक्रीडा यांना एकत्र जुंपून सादर होते. शिवाय हत्ती, तरुण, वृद्ध, मच्छीमार आणि शेवटी दहशतवाद्यांचे भावनावेगी शपथग्रहण यांचेही दर्शन घडविते. भारण्यासाठी कल्पनाभ्रम आणि स्वैर मानसिक भ्रमण यांचा आधार घेतला गेला आहे हे उघड आहे!

रेहमानच्या संगीतात ध्वनी आणि संगीतकाराची चल गती यांनाही समोर ठेवले जाते. आपल्या श्रवणसंबद्ध कल्पनाशक्तीचा एक अविभाज्य घटक म्हणून अवकाशाची भावनाही संगीतात असावी असे तो जणू सुचवू बघतो.

अनेकदा रेहमानचे संगीत आकर्षक पण भंग पावलेले आणि गीतत्वापर्यंत न पोचू शकणारे सुरावटींचे आकृतिबंध यशस्वीपणे निर्माण करते. जाहिरात-संगीताच्या तत्त्वज्ञानाची पकड अजून त्याच्यावर आहे असे म्हणणे तितकेसे योग्य ठरणार नाही – पण तसे काही प्रमाणात झाले असल्याचे संभवते. श्रोत्यांमध्ये एक भावनाविद्ध अवस्थाच उत्पन्न करण्याचा मानस असेल तर जाहिरातसंगीततत्त्व उपयुक्त ठरते हे खरे आहे. उदाहरणार्थ, 'बॉम्बे' या चित्रपटात शेवटी मिश्र गारा या रागासारख्या आर्जवी, संयत स्वरचौकटीत ढाल्या पट्टीत आवाजांचे लगाव वातावरणात तरंगत राहतात आणि ज्यावेळी दंगे थांबतात, संघर्षांचा अंत होतो तेव्हा एक जाणीव उदय पावते, की तात्पुरत्या राजकीय फायद्यासाठी धर्माच्या नावाखाली निरागस जीवांची हत्या करण्याचे काहीही प्रयोजन नसते!

एका दृष्टीने रेहमानच्या कामाची पूर्वावृत्ती राहुल देव बर्मनच्या संगीतात होती असे म्हटले पाहिजे. भारतीय कलासंगीतापासून दोघेही दूर जातात, पण पुन्हा पुन्हा त्या परंपरेकडे वळूनही पाहतात. पारंपरिक अर्थाने गायनाचे व गीताचे मूर्धस्थान नाकारून दोघेही संयोगी आविष्कारावर भर देतात. असे वाटते की स्वरसंहती वा सुरावट म्हणजे काय आणि ती गीतापेक्षा श्रेष्ठ का व कशी या विषयीची आपली स्वतःची भूमिका व कल्पना स्थिर करायला रेहमानला अजून अवधी लागणार आहे. यासाठी केवळ पाश्चात्त्य नव्हे, तर जागतिक संगीताकडे स्फूर्तीसाठी वळणे त्याला आवश्यक ठरू शकेल!

❑ ❑ ❑

९

गाते आवाज – प्रमुख आणि इतर

ज्या गायक-गायिकांच्या आवाजांनी हिंदी चित्रपटसंगीतात वेगवेगळ्या प्रकारे आणि विविध प्रमाणांत भर घातली त्यांच्या कामगिरीचे संक्षेपाने मूल्यमापन करण्याचे या प्रकरणाचे उद्दिष्ट आहे.

केवळ हिंदी चित्रपटसंगीताचाच विचार केला तरी जे गायक कलाकार चित्रपटगीते गायले त्यांची संख्या सुमारे ५०० च्या आसपास असेल! आता यांपैकी काही गायक कसेतरी वा जेमतेम गायले, कारण त्यांना गाणे भाग होते (आणि त्यांना ऐकण्यावाचून श्रोते-प्रेक्षकांनाही गत्यंतरच नव्हते) हे खरे! पण तरीही गात्या आवाजांची विविधता व आणि त्यांनी सादर केलेले संगीत दोहोंची गुणवत्ता व प्रमाण विस्मयकारक आहे. संगीत सहज समजणारे, परवडणारे आणि आनंददायक व्हावे या दिशेने त्यांनी केलेल्या प्रयत्नांचा तपशीलवार आढावा आणि विचार होणे आवश्यक आहे. अभ्यासकांच्या मते गेल्या शतकात चित्रपट व त्यांचे संगीत यांनी भारतीय संस्कृतीच्या संदर्भात महत्त्वाची कामगिरी बजावली आहे आणि त्यांत गात्या आवाजांची भूमिका निश्चितपणे अर्थपूर्ण ठरते.

शास्त्रोक्त संगीतकारांनी – यांत गायक व वादक दोघेही आहेत – चित्रपटसंगीताबाबत कधी प्रेम तर कधी द्वेष असा रोख दाखविला आहे. काही वेळा त्यांनी चित्रपटसंगीतावर आग पाखडली आहे, तर काही प्रसंगी त्यांनी निर्माण करण्याच्या प्रक्रियेत उत्साहाने भाग घेतला आहे. उदाहरणार्थ, १९५०च्या आसपास पुढील महाभागांनी चित्रपटसंगीतांत भर घातली – उस्ताद अमीर खाँ (‘बैजू बावरा’, ‘शबाब’, ‘झनक झनक पायल बाजे’), पं. दि. वि. पलुस्कर (‘बैजू बावरा’), पं. भीमसेन जोशी (‘बसंत बहार’), पं. कृष्णराव चोणकर (‘राणी रूपमती’), उस्ताद बडे गुलाम अली खाँ (‘मोगले आझम’), उस्ताद नियाझ अहमद खाँ (‘कोहिनूर’). वादकांत मुख्य नावे अशी – पं. पन्नालाल घोष, पं. हरिप्रसाद चौरासिया, पं. शिवकुमार शर्मा, उस्ताद अब्दुल हलीम जाफर खाँ, पं. साम्ता प्रसाद, पं. राम नारायण इत्यादी. पण हा चर्चेचा मुख्य विषय नव्हे.

१९३१–१९४७

या कालखंडात भारतात कोलकाता, लाहोर, मुंबई आणि पुणे ही मुख्य चित्रपटनिर्मितीची केंद्रे होती. ही सर्व ठिकाणे नाट्यसंगीत आणि हिंदुस्थानी कलासंगीतपरंपरेचीही केंद्रे होती. याचा एक आनुषंगिक परिणाम असा की चित्रपटसंगीतनिर्मितीत कोणत्या वाद्यांचा आपोआप प्रवेश झाला तेही या परंपरांच्या वारशाने निश्चित झाले. उदाहरणार्थ, चित्रपटसंगीतातही प्रथमतः हार्मोनियम, तबला आणि वॉयलीन हीच वाद्ये संगीतयोजनेत वापरली जात होती. स्वातंत्र्यपूर्व काळाच्या अखेरीस दृढपद झालेल्या पार्श्वगायनाने आमूलाग्र क्रांती घडवली. याचा आरंभ कोणी केला याविषयी अनेक दावेदार पुढे आले आहेत व अनेक भूमिकाही घेतल्या गेल्या आहेत. उदाहरणार्थ, 'धूप–छाँव' १९३४–३५ या चित्रपटासाठी अनिल विश्वास यांचे गीत सुप्रिया घोष (पूर्वीची सरकार) हिने पहिले पार्श्वगायन केले असे जोरदारपणे मांडण्यात आले आहे.

ते काहीही असो, लता (मंगेशकर) यांचा प्रस्तुत क्षेत्रात प्रवेश झाला आणि दोन गोष्टी प्रमुख्याने घडल्या – पार्श्वगायनयुग आले आणि प्रातिनिधिक गायिका–नायिका म्हणता येईल त्या नूरजहाँ हिने पाकिस्तानला प्रयाण केले. या दोन्ही घटनांचे वर्णन प्रतीकात्मक योगायोग असे करता येईल!

या टप्प्यावर चित्रपटसंगीताने आपली स्वतंत्र ओळख आणि तीही एका वेगळ्या प्रकारे पटवायला आरंभ केला. भारतीय जनसंगीताच्या कोटीतील एक मुख्य प्रकार म्हणून हिंदी चित्रपटसंगीत स्थानापन्न झाले. या कोटीने आपली अनेकरंगी सामाजिक–सांस्कृतिक कामगिरी व परिणाम यांची इतिहासात नोंद केली आहे. यांपैकी काही परिणाम अपेक्षित तर काही अगदी अकल्पित म्हणण्यासारखे होत.

पेटीतला मजकूर *: ओंकार देवासकर हा हिंदी चित्रपटसंगीतातील मुख्य गाता आवाज असे म्हणणे शक्यच नाही, पण ऐतिहासिकदृष्ट्या त्याचे काम वेधक व कुतुहलजनक म्हणून नोंदले पाहिजे. त्याचे असे झाले, की इंपीरिअल स्टुडिओज, मुंबई येथे अर्देसर इराणी आपल्या क्रांतिकारी 'आलमआरा' (१९३१) या चित्रपटाद्वारा भारतीय चित्रपटास ध्वनी आणि भाषा देण्याच्या धडपडीत गढले होते. त्यासाठी आणलेली यंत्रसामग्री आणि ती हाताळणारा जर्मन तंत्रज्ञ या दोहोंमुळे एकच खळबळ उडाली होती. कारण साधे होते – त्या तंत्रज्ञास आपल्या*

सामग्रीची चाचणी घ्यायची होती आणि यासाठी त्याला कोणीतरी बोलणारा व गाणारा बळीचा बकरा हवा होता. या प्रयोगाकरिता कोणीही मोठी गाणारी व्यक्ती तयार नव्हती. शेवटी कॉमिक दृश्यांत काम करण्यासाठी घेतलेल्या एका सामान्य अभिनेत्यास या चाचणीसाठी बोलावण्यात आले व 'कसाही आवाज लाव व काहीही गा' असे त्याला सांगण्यात आले. तो प्रथम चाचरत पुटपुटला 'मी मी कशाला, हे सगळे मोठे लोक सोडून?' पण त्याचा नाइलाज होता. शेवटी तो पुढे आला, आपले डोळे त्याने घट्ट मिटून घेतले व आपली आवडती ठुमरी गायला त्याने प्रारंभ केला. मुखडा होता म्हणे प्यारे रसिया बिहारी. सर्वांना त्याचा आवाज आणि सांगीत मनःपूर्वकता यामुळे सुखद आश्चर्य वाटले! सुमारे ५०० फूट फिल्म एवढे चित्रीकरण झाले. याचे जर रक्षण झाले असते तर पहिल्या टॉकी कंपनीने चित्रित केलेले ते पहिले हिंदी चित्रपटगीत ठरले असते आणि ओंकार हा पहिला गायकनट झाला असता. पण तसे व्हायचे नव्हते! या ऐतिहासिक घटनेविषयी आणखी काहीही माहिती वा तपशील उपलब्ध नाही.

वझीर मोहम्मद खान

(जन्म : १९०२, मृत्यू : १४-१०-१९७४ - मुंबई)

हिंदी बोलपट-चित्रपटसंगीतात पहिला गाता आवाज वझीर मोहम्मद खान याचा आणि म्हणून तो चर्चेचा पहिला मानकरी होय. त्याने 'आलमआरा' या चित्रपटामध्ये *दे दे खुदा के नाम पर प्यारे* हे गीत गाईले. त्यावेळचा पहिला आदिनमुना आता मिळत नाही, पण तेच गाणे नंतरच्या दोन 'आलमआरा' (१९४६ व १९७३) मध्ये तो पुन्हा गायला म्हणून काही संदर्भ शक्य होतो. वझीर मोहम्मद अभिनेता असून मूक चित्रपटात तो काम करीत असे. अर्देसिर इराणी यांनी त्याला आपल्या इंपीरिअल कंपनीत भरती केले होते. फकिराची भूमिका करून त्याने आपल्या आवाजात गीत नोंदवले. भटक्या गायक-भिक्षेकऱ्यांचे गाणे हा पुढे हिंदी चित्रपटसंगीतातील एक प्रमुख गीतप्रकार म्हणून रूढ झाला.

खुर्शीद

(जन्म : १९१८, मृत्यू : २००१)

लाहोरमध्ये १९१८ मध्ये जन्मलेल्या खुर्शीदने अभिनेत्री म्हणून चित्रपटांत आपली कारकीर्द सुरू केली. तिचा अगदीं आरंभीचा एक चित्रपट म्हणून 'मिर्झा

साहेबा' (१९३४) चा उल्लेख केला जातो. तिच्या कामाची वाखाणणी झाली व तिने मुंबईला अपरिहार्यपणे प्रयाण केले. तिचा भारतात प्रसिद्ध झालेला शेवटचा चित्रपट 'आप बीती' (१९४८) हा होता. ती भारतात १९४७ पर्यंत राहिली. पण या कालावधीत तिने हिंदी चित्रपटसंगीतात आपला ठसा उमटवला होता. असे म्हणतात की १९५६ मध्ये तिने विवाह केला व चित्रपटसृष्टीस रामराम ठोकला. १८ एप्रिल २००१, रोजी तिचे निधन झाले.

खुर्शीदने 'लैला मजनू' या चित्रपटात (१९३१) चित्रपटसृष्टीमध्ये पदार्पण केले. तिचे इतरही काही चित्रपट आले, पण हिंदी चित्रपटसृष्टीतील तिचे गायन-अभिनयाचे आविष्कार सुमारे १३ चित्रपटांपुरते मर्यादित होते. तिला पद्धतशीर संगीत शिक्षण मिळाले नव्हते, पण ती आवश्यक तेवढे गाऊ शके – आणि ते दिवस असे होते की गाणे आणि अभिनय थोडेथोडे आले तरी पुरेसे असे! १९३०च्या कालखंडात तिने कोलकाता, लाहोर व मुंबई इथे चित्रपटांत कामे केली. मुंबईच्या रणजीत मूवीटोनमध्ये तिने प्रवेश केला (१९४०) आणि ती जनमान्य चित्रतारका झाली. काननबाला, सुरैय्या आणि नूरजहान यांच्या बरोबरीने गायिका-नायिका म्हणून तिने नाव कमविले. उपखंडाची फाळणी व लताचे आगमन या घटनांनी तिच्या कारकिर्दीला पूर्णविराम मिळाला असे म्हटले पाहिजे. ग्यान दत्त, खेमचंद प्रकाश, बुलो सी. रानी, सुधीर फडके हे तिचे प्रमुख संगीतदिग्दर्शक होते.

अजूनही ध्यान खेचणारे तिचे दोन चित्रपट होत 'भक्त सूरदास' (१९४२, ग्यान दत्त) आणि 'तानसेन' (१९४३, खेमचंद प्रकाश). दोहोंत साथी सहकलाकार के. एल. सैगल हे होते. आणखी एक चित्रपट होता – 'आगे बढो'. यात ती तेव्हा चित्रपटसृष्टीत नव्याने आलेल्या रफीबरोबर गायली होती!

खुर्शीदच्या गायनाचे काही विशेष सहज लक्षात येतात. तिचा आवाज जाडा वा रुंद नाही वा पातळही नाही. तिचा गाता आवाज अगदी नैसर्गिक वाटतो, त्यात गायकाचा आव नाही. म्हटले तर संकलित परिणाम असा, की त्यात एक प्रकारचा ताजेपणा जाणवतो. गाणे सुखद आणि आवाहक वाटते. ठसठशीत उदाहरण आहे *मोरे बालापन के साथी* ('तानसेन', १९४३). *मैं हारी हारी* ('आगे बढो', १९४७, सुधीर फडके) ही रचना वगळता कोठेही ती तारस्वरावर पोचली असे आढळत नाही. एक गोष्ट निश्चित प्रत्ययास येते ती अशी, की खुर्शीदच्या गायनातील परिणामकारकता सांगीत कौशल्यामुळे नसून आवाजाचा लगाव आणि उच्चारण या गुणांशी निगडित आहे. हा, हाय वा हो, अशी एकटी-दुकटी वा त्रोटक ध्वन्याक्षरे रचनेत येतात तेव्हा ही बाब स्पष्ट

होते. बहुधा तिच्या गायनात तणावपूर्णता आढळत नाही. पण जेव्हा एखाद्या स्वरावर थांबावे लागते तेव्हा तिच्या आवाजात येणारा कंप हा भावनिक उगमाचा नसतो (*बरसो रे*, 'तानसेन', खेमचंद प्रकाश) तर स्वरावर थांबावे लागल्यामुळे आलेला असतो.

विलंबित लयीपेक्षा द्रुत लयीत खुर्शीद अधिक यशस्वी असते. *पियाजी आन मिलो* ('मुसाफिर'), *भिगोयी मोरी सारी रे* ('शादी'), *घटा घन घोर घोर* ('तानसेन'), वा नंतरच्या *ये दुनिया प्यारी* ('आगे बढो') या रचनांत हे निरीक्षण ताडून बघता येईल. या कारणांमुळे साधारणतः एका अक्षरास एक स्वर अशा मोडणीच्या चाली तिला देणे रचनाकारांनी पसंत केले असावे. अशा चालींत स्वरांवर थांबावे लागत नाही आणि दीर्घ आलाप इत्यादींचा वापरही कमी असतो. याचाच परिणाम असाही होतो, की वापरात येणारे तालही अर्धताल म्हणून ज्यांचे वर्णन केले जाते ते केहेरवा, दादरा इत्यादी असतात. अपवाद म्हणायचा तर बुलो सी. रानी यांनी द्रुत दीपचंदी (*मुहब्बत में सारे*, 'शहेनशहा बाबर', १९४४) वापरलेला आहे. अर्थात याचा अर्थ असा नाही, की ती विलंबित लयीत गाऊच शकत नव्हती! उदाहरणार्थ, *नैनों से नैन मिला के* ('शादी'), *नैना रे देखे* ('भक्त सूरदास') *वा बरसो रे* ('तानसेन') या रचनांतील तालविहीन दीर्घ विभाग घ्या. या सर्वांत तिने विलंबित लयीचे आव्हान पेलले आहे, इतकेच नव्हे तर शेवटी निर्देश केलेल्या गीतात तिने शास्त्रोक्त संगीताच्या गांभीर्याने गायन करता करता चित्रपटीय प्रसंगात दर्शित आकांक्षा-अपेक्षा यांचेही सूचन केले आहे.

खुर्शीदच्या आवडीच्या गतिशील गायनात आणखी एक लगावाशी संबंधित पैलू आहे. तिचा आवाज हलका आहे. याचा अर्थ असा की शब्दाच्या वा चरणाच्या अंती योजलेल्या अनेक स्वरांना एकत्र गुंफणाऱ्या सांगीत वाक्यांशांना ती सफाईदार द्रुतपणे घेऊ शकते. या क्षमतेमुळे तिच्या गायनात एक प्रकारचे लालित्य येते. *पियाजी आन मिलो* ('मुसाफिर') आणि *भिगोयी मोरी सारी* ('शादी') या दोन्ही रचनांत असे सुरावटीच्या चंचल यशाचे रुपेरी क्षण भरपूर आहेत.

खुर्शीदने नेहमीप्रमाणे शिष्टमान्य क्लासिकल गाण्याचे प्रयत्न केलेले दिसतात. *पंछी बावरा* ('भक्त सूरदास', ग्यान दत्त) यात केदार या रागाची दाट छाया आहे. याच चित्रपटातील *मधुर मधुर गा रे* या गीतात मिश्र भैरवीचा भाव आहे. *घटा घन घोर घोर* ('तानसेन', खेमचंद प्रकाश) या गीतामध्ये बदलांसह सारंग हा राग वावरतो. *बरसो रे* मध्ये क्लासिकलची नजर राग-चौकटीच्या

बांधणीतून नव्हे तर एकूण आविर्भाव आणि चलन यांमधून प्रतीत होते. खुर्शीदने ही आव्हाने मोडतोडीशिवाय पेलली आहेत. पण तिच्याबाबत इतकेच म्हणता येईल. खरे रागसंगीत म्हणजे तत्कालस्फूर्ती आणि चलनाच्या स्वातंत्र्याबरोबर पत्करलेला धोका असतो. खुर्शीद जे व ज्याप्रकारे गायन करते त्यातून पूर्णतः पूर्वरचित संगीत सादरीकरण येते. पूर्वनिर्मित सांगीत कल्पनांचे प्रामाणिकपणे केलेले पठण असे त्याचे वर्णन करावे लागेल. स्वर धरून ठेवण्याच्या तिच्या क्षमतेवर ताण पडू नये, पण तिच्या भावपूर्ण उच्चाराचा परिणाम मात्र साधावा, यासाठी खेमचंद प्रकाश यांनी *दिल को धडकन बना लिया* ('मुमताझ', १९४३) मध्ये एक क्लृप्ती लढवली आहे. या गीतात एक सुरावटीचा चरण दोन भागांत विभागला आहे. पहिला गायला जातो तर दुसरा फक्त वाद्यांद्वारा सादर होतो! यामुळे खुर्शीदला गाणे सुलभ जाते व शिवाय तिचे गायन श्रोत्यांच्या मनात बिंबायला वेळ मिळतो!

तिच्या सादरीकरणातील कलात्मकतेच्या या लक्षणाचा संकलित परिणाम असा, की ज्या संगीतप्रकारांचे स्वरूप पक्केपणे बांधीव असते व जे विस्तारक्षम नसतात त्यांचे खुर्शीदचे गायन अधिक समाधानकारक वाटते. *पहले जो मोहब्बत* ही गझलची ठरीव चाल ('परदेसी', खेमचंद प्रकाश), *भिगोयी मोरी सारी* एक स्त्रीगीत ('शादी', खेमचंद प्रकाश), *पंछी बावरा* स्थायी व अंतरा असे दोन विभाग असलेली वगैरे, छोटा ख्यालाचे वळण घेतलेली रचना ('भक्त सूरदास', ग्यान दत्त) ही उदाहरणे सयुक्तिक आहेत. काहीसे दूर सरकलेले गीत *कहानी बन गयी* ('नर्स', १९४३, ग्यान दत्त) हे आहे. याची बांधणी छोटा ख्याल या क्लासिकल प्रकारासारखी आहे, पण तिच्याबरोबर ताल नाही हे लक्षात घेण्यासारखे आहे.

अमीरबाई कर्नाटकी

(जन्म : १९०६, मृत्यू : १९६५)

१९४० च्या आसपासच्या कालखंडात अमीरबाईचे नाव गायिका–अभिनेत्री म्हणून घेतले जात असले तरी आज ती आठवते फक्त तिच्या गायनासाठी. गुलबर्ग्याच्या राजमन्नार यांनी परिश्रमपूर्वक माहिती गोळा करून नोंदल्याप्रमाणे १९४०–५० या दशकात अमीरबाईने जवळजवळ २५५ गीते गायली आहेत. ती नजरेआड गेली, याचे कारण नंतर आलेले पार्श्वगायनाचे युग आणि तिच्या स्वतःच्या वैवाहिक, सांसारिक अडचणीत होते. मात्र अभिनेत्री म्हणून ती १९६० पर्यंत काम करत होती.

अगदी सहजगत्या पाहिले तरी असे लक्षात येते, की त्या वेळच्या सर्व प्रमुख रचनाकारांकरिता अमीरबाईने आपला आवाज दिला होता व अनेक हिट गाणीही त्यांच्या पदरात टाकली होती. उदाहरणार्थ, *धीरे धीरे आ रे बादल* व *घर घर में दिवाली* ('किस्मत', १९४३, अनिल बिस्वास), *मिल के बिछड गयी अखियाँ* ('रतन', १९४४, नौशाद), *पर दिन है नया* ('शिकारी', एस. डी. बर्मन), *हमें क्या पता था* व *मार कटारी मर जाना* ('शहनाई', १९४७), *गोरे गोरे ओ बाँके चोरे* ('समाधि', १९५०, सी. रामचंद्र), आणि *आँसू थी मेरी जिंदगी* ('बिखरे मोती', १९५१, गुलाम महम्मद). शिवाय ती खेमचंद प्रकाश यांच्यासाठीही गायली. अरुणकुमार, सुरैय्या, सैगल, सुरेंद्र, रफी आणि लता यांसारख्या समकालीनांबरोबर गातानाही ती कुठे कमी पडली नाही.

आधीच्या अनेक गात्या आवाजांप्रमाणे अमीरबाईचा समावेशही अशिक्षित, नैसर्गिक गुणवत्तापूर्ण गायक कलाकारांत होतो. परिणामतः तिच्या कामगिरीचा आलेख तपासूण योग्य मूल्यमापन करण्यासाठी वेगळे निकष वापरावे लागणे तर्कशुद्ध आहे.

एक महत्त्वाचे तथ्य असे, की खुर्शीद इत्यादी समकालीन स्त्रीगायिकांपेक्षा अमीरबाईच्या आवाजात अधिक ताकद आहे आणि ही निःसंशयपणे जमेची बाजू आहे. परिणाम असा की बऱ्याच वेळा तिच्या गानरेषा अधिक भरीव वाटतात. त्यात आणि भर अशी, की भरीव, ताकदवान, रुंद इत्यादी आवाजाची लक्षणे असूनही अमीरबाई शब्दांखेरीज वा त्यांच्यासह द्रुत लयीने सांगीत वाक्यांश सफाईने सादर करू शकते. हे वाक्यांश आरंभी, मध्ये वा अंती कुठेही आले तरी या गायिकेस अडचण होत नाही. भावपूर्ण उच्चारणांतही ती कमी पडत नाही. हां, हाये, वा हो यांसारख्या सांगीत उद्गारचिन्हांतही ती मागे नाही. इतकेच नव्हे तर रजिस्टर ब्रेक म्हणून ज्या खास आवाज-लगावाचा निर्देश केला जातो त्याचा भावनिक आशयव्यक्तीसाठी वापर करणाऱ्यांत तिचा निश्चित अंतर्भाव करता येतो. (*आया आया यह जिंदगी*, 'ऐलान', १९४७, नौशाद) किंवा *आंसू थी जिंदगी* ('बिखरे मोती', १९५१, गुलाम महम्मद) ही गाणी ऐकावीत.

'बोल बनाव की ठुमरी' या नावाने ज्ञात असलेल्या हिंदुस्थानी सुगम संगीतातील खास नियंत्रित भावनापूर्णतेचा मनोरम आविष्कारही या गायिकेने समर्थपणे केला आहे. (*चंदा देस पिया का*, 'भर्तृहरी', १९४४, खेमचंद प्रकाश). मारुबिहाग या रागाचे क्षेत्र नाजुकपणे धुंडाळणाऱ्या या रचनेच्या सादरीकरणात अमीरबाईने शब्दांचे व गायनाचे उच्चारण अतिशयच खुबीने केले

आहे. शब्द ज्या मात्रेवर अपेक्षित असेल तिच्या काहीशा आजूबाजूला ते तिने ठेवले आहेत. किंचित अवधीच्या या सांगीत आळसामुळे थोडा वेगळा व दाट भावनारंग पैदा करण्यासाठी कलाकाराला वाव मिळतो असा हा बारकावा नोंदण्यासारखा वाटतो.

अशी ही गायिका सी. रामचंद्र यांनी एकाएकी आयात केलेली नवी संगीत-भाषा कमालीच्या सफाईने व मनःपूर्वकतेने बोलू लागते ('शहनाई', १९४७) याचे कौतुक वाटावे. या शैलीचे खास लक्षण असे, की गायन अतिशय कॅज्युअल – सहज वा येताजाता केल्यासारखे – असते. संगीत गाणाऱ्यावर वा ऐकणाऱ्यावर पगडा बसवू पाहत नाही, तर त्याचे मन वळविण्याचा रोख ठेवून येते. भावनिक तीव्रतेची जागा या शैलीतील गीतात खेळकर स्वीकाराने घेतलेली आढळते. *मार कटारी मर जाना* ('शहनाई', १९४७), *गोरे गोरे, ओ बाँके चोरे* ('समाधि', १९५०) या व यांसारख्या गीतांचे संगीत खरे म्हणजे अमीरबाई व त्यांचे अनेक समकालीन जे गात होते त्या संगीतापेक्षा अगदी निराळे होते. गांभीर्य बाजूला ठेवून सुखद, उसळ्या मारणारे, आनंददायक आणि तरीही संगीतात मोडणारे असे ते संगीत, पण अमीरबाईंनी ते सहजपणे आपलेसे केले.

याशिवाय अमीरबाई नाटकीपणे पण गाऊ शकत असे. उदाहरणार्थ, *घर घर में दिवाली* या गीतात ('किस्मत', अनिल बिस्वास) सण साजरा करणे, दुःखप्रदर्शन, निषेध, हुकुमीपणा आणि काहीसे अलिप्त कथन करणे असे भाव एकापाठोपाठ प्रगट केले आहेत. या सर्वांना अमीरबाई क्षमतेने आवाज देते. गीतात अनेक वाद्य ध्वनिपरिणामही योजले असल्याकारणाने गायिका म्हणून तिला अनेक आव्हाने पेलायला लागली होती आणि अमीरबाईंनी हे शिवधनुष्य सहजपणे पेलले आहे.

काननदेवी

(जन्म : १९१६, मृत्यू : १९९२)

काननदेवीचा जन्म १९१६ चा. तिचे पहिले नाव काननबाला होते. कोलकात्यास १७ जुलै १९९२ रोजी मृत्यू झाला तेव्हा काननदेवी असे नाव रुळले होते.

काननबाला लहान असतानाच तिचे वडील निवर्तले आणि अवघ्या १० वर्षांच्या काननवर कुटुंबाच्या पालनपोषणाची जबाबदारी येऊन पडली. 'जय देब' (१९२६) या मूकचित्रपटात बालकलाकार म्हणून तिने काम केले. बंगाली व हिंदी चित्रपटांत तिची कामे चालू राहिली. मेगॅफोन कंपनीसाठीही ती गायली.

हळूहळू तिचे मुंबईला आगमन झाले व ती काननची काननबाला झाली! १९३७ मध्ये न्यू थिएटर्समध्ये तिने प्रवेश केला व हिंदी चित्रपटसृष्टीतील तिच्या अधिक प्रसिद्ध कारकिर्दीस आरंभ झाला. १९४१ मधे न्यू थिएटर्स सोडून तिने कोलकात्यास मुक्काम हलविला. बंगाली चित्रपटांत अभिनय व गायन केले आणि शरश्चंद्रांच्या जवळजवळ १२ कथांवर आधारित चित्रपट निर्माण केले. या सुमारास ती काननबाला म्हणून गौरविली जाऊ लागली होती.

गायिका म्हणून तिच्या कर्तृत्वापैकी काही गाण्यांची गणना खास म्हणून करावी लागते, कारण तेव्हा तिच्या बरोबरचा गायक सैगल होता! पण एरवीसुद्धा भारतीय चित्रपटांच्या आरंभीच्या टप्प्यावर तिने स्वतःचे असे स्थान निर्माण केले होते हे मान्य केले पाहिजे.

काननदेवीचा आवाज व शब्दांची फेक स्वच्छ आहे. बंगाल बानीचा तिच्या हिंदी गीतांच्या गायनावर काही ठसा दिसत नाही. तिचा आवाज कोता नाही व तारस्वरांवर पोचली तरी तो कर्कश वाटत नाही (*डोले हृदय की नैय्या*, 'विद्यापती', १९३८). जेव्हा केव्हा गात्या आवाजाला पटकन बोलत्या आवाजाचे गुण द्यावे लागतात तेव्हा तिला हे नाटकी गुणांतर सहज व चांगले करता येते. (*हमारी लाज*, 'लगन', वा *जरा नैनों से नैना*, 'हॉस्पिटल', १९४३). खेळकर, प्रेमभऱ्या द्वंद्वगीतांत अर्थहीन ध्वनी जिवंतपणे आणि योग्य त्या स्वनरंगासह उच्चारणे ही गायकाची जबाबदारी असते. हे उच्चारही तिने चांगले केले आहेत. (*अंबुवा की डाली*, 'विद्यापती', १९३८ मध्ये 'दारा दारा' हे शब्द ऐका). हिंदुस्तानी संगीतातील तराना या संगीतप्रकारात 'दारा दारा' इत्यादी शब्द येतात. नंतर नंतर यांची जागा ला ला ला इत्यादी ध्वनींनी घेतली. कदाचित यांचा लोकशैलीत वापर असेल.

रचनेचा आरंभ तालविहीन असेल तर काननदेवीचा उच्चार जाणीवपूर्वक भावपूर्ण व आवाहक असतो (*कुछ याद रहे तो*, 'जवाब', वा *मेरी मजबूरियाँ*, 'हॉस्पिटल'). इतर रचना ऐकताना सादर करण्याचा दबाव नसलेले, नैसर्गिक असे स्त्रीगीताचे गायन आपण ऐकतो आहोत अशी प्रतीती येते. जरूर तेव्हा तिचे आवाजाचे लगाव व एकूण गायन उसळ्या मारणाऱ्या उत्साही स्वरांचे असले तरीपण ते सुखद परिणामही साधू शकते. याचे उत्तम उदाहरण *दुनिया यह दुनिया तूफान मेल* ('जवाब', १९४२) हे आहे. कानन–काननबाला–काननदेवी या तिच्या नामांतरणाच्या कालखंडांतील दिग्दर्शकी व चित्रपटीय बाज, रूढ वास्तववाद आणि तिची नैसर्गिक गायनप्रक्रिया यांमुळे एक कमीपणा मात्र राहिला – तो असा की तिच्या सादरीकरणात स्वतंत्र गीत उभे करणे तिला

शक्य झाले नाही. म्हणजे असे की तिची सादरीकरणे आपल्या चित्रपटीय संदर्भाबाहेर, त्यांच्या चौकटीशिवाय आपल्या स्वतःच्या सांगीत बळावर उभी राहू शकत नाहीत. भरताने विचक्षणपणे ज्या नाट्यांतर्गत संगीतरचनांचे वर्णन बहिर्गीत असे केले आहे त्यांत अंतर्भूत होण्याचे भाग्य तिच्या सादरीकरणांना लाभत नाही. हे नशीब हिंदी चित्रपटसंगीताच्या नंतरच्या अवस्थेतील अनेक गीतांना लाभू शकले!

जोहराबाई अंबालेवाली

(मृत्यू : २१ जानेवारी, १९९०)

१९३७-३८च्या सुमारास, आपल्या किशोरवयात जोहराबाईंनी दिल्ली, लाहोर व पेशावरच्या नभोवाणीवरून गीते गायला आरंभ केला. ग्रामोफोन सिंगरमध्ये अनिल बिस्वास यांची रचना – *पिया घर नाही अकेली मोहे डर लागे* हे गीत गायले. मग इतर चित्रपटही आले. आणि १९४०च्या सुमारास तिच्या पदरी बाराएक चित्रपटांचे संचित होते. 'रतन' (१९४४, नौशाद) हा चित्रपट तिचा बिग ब्रेक ठरला. *अँखियाँ मिला के, रुमझुम बरसे बादरवा* ही गाणी गाजली. १९४१-५० या आरंभीच्या चित्रपटपर्वात तिने १२२९ गीते गायली असावीत असा कयास करण्यात आला आहे. बहुधा तिने गायलेली एकूण गाणी १५००च्या घरात जातील असाही अंदाज समोर ठेवण्यात आला आहे. तिच्या कोणत्याही समकालीनाने इतकी गाणी गायली नसावीत. तिने १९५३ नंतर चित्रपटसंन्यास घेतला.

त्या प्रारंभीच्या अवस्थेतील अनेक गायिकांप्रमाणे जोहराबाईचा आवाजही काहीसा असंस्कारित, दाणेदार व खास तऱ्हेने संगीतानुकूल आहे. त्यात गुळगुळीत सफाई नाही. आहे ते खरखरीत आकर्षण. पातळ वा जाड असे कोणतेही एकांगी वर्णन करणे अवघड जावे असे त्याचे एकूण वैशिष्ट्य प्रतीतीला येते.

अनेक चित्रपटीय व इतर कारणांमुळे रचनाकारांनी जोहराबाईला द्रुत लयीच्या चाली दिल्या आहेत. परिणामतः शब्दांचे स्वच्छ व तत्पर उच्चार ही तिची अग्रक्रमाची जबाबदारी ठरली. तिने हे कार्य नीट पार पाडले आहे. उदाहरणार्थ, *चले गये* ('पहले आप', १९४४, नौशाद), *साकी दिल बुझ गया है* ('गीत', १९४४, नौशाद) ही गीते सहज जाणविण्याइतकी द्रुत आहेत. *मेरी आयी हैं तीन भाभीयाँ* ('हम एक हैं', १९४६, हुस्नलाल-भगतराम) हेही याच वर्गात मोडते. हिंदुस्थानी वाद्यसंगीतातील सतार इत्यादी वाद्यांच्या सादरीकरणात

'झाला' असा एक प्रकार असतो. ही गीते ऐकताना त्याची आठवण झाल्याशिवाय राहत नाही. संगीत उत्कर्षबिंदूकडे चालले आहे व कलाकार तांत्रिकदृष्ट्या खूप तय्यारीने गात आहे असा अनुभव येतो. बुलो सी. रानी, गोविंदराम वगैरे इतर रचनाकारांनी जोहराबाईसाठी संगीत दिले तेव्हाही हीच रचनाशैली त्यांनी अवलंबिली. नुकसान असे झाले, की यामुळे तिचे गायन घरगुती वातावरणात पठण केल्या जाणाऱ्या स्त्रीगीतांच्या वा लोकगीतांच्या पातळीवरच जणू काही थबकले. गीताच्या गायनात कलाकाराला सांगीत आशयाशिवाय आणखी काही सांगायची संधी मिळते ती अशा पठणात कशी मिळावी? पठणात गायक केवळ एक वाहन वा साधन असतो! काही रचनांच्या आपल्या सादरीकरणात आविष्कारक्षम मोहकता आणण्यासाठी या गायिकेने एक नेहमीची क्लृप्ती कधीकधी लढविली आहे. एखादा शब्द वा उच्चारावयव सुटा करून त्याचे उच्चारण व फेक अशी करायची की तिथे पाऊल थोडेसे संगीताबाहेर पडून अभिनयक्षेत्रात प्रवेश होतो. अर्थात् अभिनय म्हणजे ॲक्टिंग नव्हे याची जाण ठेवावी! *अँखियाँ मिलाके* ('रतन', १९४४, नौशाद), *वा नैनों में नैन मत डालो* ('जीवन', १९४४, नौशाद) ही गीते ऐकावी म्हणजे गायनात अभिनय म्हणजे काय ते उमजेल. अगदी नेहमीचे भुलवा गीत (मोह घालून फसवणूक करण्याशी संबंधित) घेतले तरी गीत परिणामकारक करण्यासाठी त्यात संभाषणाचा रंग मिसळण्याची युक्ती वापरलेली आढळते (*मेरा हुस्न लूटने आया*, 'चंद्रलेखा', १९४८, राजेश्वर राव).

गझलसारखा बंदिस्त गीतप्रकार सादर करतानाही जोहराबाईला आपला खास स्वर-लगाव ऐकविण्याची संधी मिळते. या प्रकारात तालविहीन तसेच स-ताल विभाग असतात. तालविहीन विभागात भावस्थिती उत्पन्न करण्याची कलाकाराला संधी मिळते आणि स-ताल विभागात काव्यगत आशय सरळ समोर ठेवणारी पारदर्शक सांगीत विधाने करण्याची सोय असते. या प्रकारच्या सर्व रचनांत जोहराबाई एक आवाहक गायन समोर ठेवण्यात यशस्वी होतात – मग रचनाकार कोणीही असो. उदाहरणार्थ, पुढील रचना ऐकताना या निरीक्षणाचा प्रत्यय येईल, *समझ लो नजर के इशारे* ('कश्मीर', हंसराज बेहेल), *टूटा हुआ दिल* ('दूसरी शादी', गोविंदराम), *क्या बताएँ कितनी हसरत* ('नाटक', १९४७, नौशाद), *फिर आह दिल से निकली* ('मेला', १९४८, नौशाद). या सर्व रचनांत तसे पाहता चाली पारंपरिक म्हणण्यासारख्या आहेत. त्यात नवेपण आहे पण ते सुरावटींचे नाही. तरीही गायनात एक अचूक ताजेपणा आहे. तालविहीन विभागांत भावनिक भार आणि स-ताल विभागांत भारित उच्चारण आहे.

शब्दांना आपले काम करण्याची सोय करून देणे – असे ते यशःसूत्र आहे. संक्षेपाने, जोहराबाई कलाकार आहे, पण तिच्या कलात्मकतेस नीटपणे जोपासले वा समोर ठेवले गेले नाही. मग कारणे – कलासंबद्ध वा इतर काहीही असोत!

सुरैय्या

(जन्म : १५-६-१९२९, मृत्यू : ३१-१-२००४)

हिंदी चित्रपटांच्या आरंभीच्या पर्वातील, पण नंतरच्या कालखंडातील सुरैय्या ही अभिनेत्री-गायिका आहे. आपला चित्रपटीय प्रवास तिने 'ताजमहल' (१९४१) या चित्रपटापासून सुरू केला असला तरी तिच्याकडे लक्ष वेधले ते 'हमारी बात' (१९४३) या चित्रपटातील गाण्यांमुळे. तिने अरुणकुमारबरोबर गायलेले द्वंद्वगीत (*बिस्तर बिछा दिया है तेरे घरके सामने मेरा*) गाजले. दुसऱ्या पात्रांसाठी गायन तिने 'स्टेशनमास्टर' (१९४२) या चित्रपटापासून सुरू केले, पण याही बाबतीत तिचे खरे गाजलेले गीत म्हणजे तिने मेहताबसाठी गायलेली रचना (*पंछी जा पीछे रहा है बचपन मेरा*) होय. एकदा अभिनेत्री म्हणून पाय रोवल्यानतर तिने इतरांसाठी गायन केले नाही. मग ती फक्त स्वतःसाठी म्हणजे स्वतः केलेल्या भूमिकांसाठीच गायली. 'परवाना', 'अनमोल घडी', 'अफसर', 'दर्द', 'नाटक', 'प्यार की जीत', 'बडी बेहेन' हे तिचे चित्रपट नोंदण्यासारखे आहेत. सैगलबरोबर द्वंद्वगीत गाण्याचे भाग्यही तिला लाभले ('तदबीर', १९४५). 'सोहराब रुस्तम' (१९६३) या चित्रपटानंतर ती चित्रपटसृष्टीतून निवृत्त झाली.

सुरैय्याचा आवाज ना जाड ना पातळ असे म्हणण्यासारखा होता. त्याची ताकद संबंधित शब्दांच्या उच्चारणांत, चरणान्तीसुद्धा कमकुवत न झालेल्या प्रक्षेपणात आणि विशिष्ट स्वरसमूहांत गायिका किती सफाईने कसरत करू शकते यांत जाणवते. तिच्या आवाजाचा पल्ला फारसा नाही, पण भाषणाच्या आवाजाशी अखंडतेचे नाते विनासायास राखण्याकरिता आवश्यक इतपत त्याच्या मर्यादा आहेत. भारतीय संदर्भात ही बाब दुर्लक्ष करण्यासारखी नाही.

दोन स्वरांच्या दरम्यान द्रुतपणे फिरणे सुरैय्याला जमते. उदाहरणार्थ, *मस्त आँखों में* ('शमा', १९५१, गुलाम महम्मद) या रचनेत ती तार सा स्वरापासून कोमल गंधार स्वरापर्यंत झपाट्याने येते. तिचा आवाज ढाल्या स्वरांवरही नैसर्गिक राहतो. अभिनयाने तिला आणखी एक परिमाण मिळत होते असाही अंदाज बांधता येतो. विशिष्ट गायन एका पात्राचे गायन आहे याचीही कल्पना ती मनात अधिक प्रत्यक्षपणे करू शकत होती – कारण तिच्या कालखंडाचा

विचार करता तिचा अभिनयही काही अगदीच कामचलाऊ पातळीवरचा नव्हता. याचा संकलित परिणाम असा की ताण न घेता गाणाऱ्या एका खऱ्या गायिकेचा आवाज आपण ऐकतो आहोत असा ऐकणाऱ्याचा अंतिम अनुभव असे. *तू मेरा चाँद* ('दिल्लगी', १९४९, नौशाद) हे गीत ऐका. चाल वा सुरावट जरी अ-भारतीय स्वरूपाची असली तरी तिला चाचपडावे लागत नव्हते. *तारारी रारारी* ('दास्तान', १९५०, नौशाद) या रफीबरोबर तिने गायलेल्या आनंदी द्वंद्वगीतात याची सहज प्रतीती येते. या गीतात सर्वत्र हसरा प्रकाश भरला आहे!

सुरैय्याला द्रुत उच्चारण जमते व द्रुतगती रचना तिला अवघड जात नाहीत. *मन लेता है अंगडाई* ('अनमोल घडी', १९४६, नौशाद) द्रुत लयीत आहे आणि नंतरची कडवी तर मूळ लयीच्या दुप्पटीत ठेवली आहेत. पण ती कोणत्याही हिसक्याशिवाय गायनातील फेक अतूट राखू शकते. *तेरे नैनों ने चोरी किया* ('प्यार की जीत', १९४८, हुस्नलाल-भगतराम) हे गीतही असेच उडत्या जिभेने गाणे तिला जमले आहे. *एक तू हो एक मैं* ('कानून', १९४३, नौशाद) या रचनेत भरपूर पिआनो व ट्रंपेट आहे, शब्दांती खूप अलंकरण आहे आणि हा, हा वा हो, हो अशी उद्गार-वाचकेही आहेत. इथेही ती यशस्वी झाली आहे. फारसे ऐकले न जाणारे एक गीत आहे – *काली घटाओं* ('शक्ती', १९४८, राम प्रसाद) या गीतातला प्रत्येक शब्द अंलकरणयुक्त गायचा आहे आणि हे सुरैय्या कौतुकास्पद सफाईने पार पाडते.

गायिका-नायिका असोत वा पार्श्वगायिका असोत त्यांच्याकडून अपेक्षित असतो तो कंठाभिनय. सुरैय्याने असा कंठाभिनय *दूर पपीहा बोले* ('गजरे', १९४८, अनिल बिस्वास) मध्ये चांगला केला आहे. दूर या शब्दाच्या दीर्घ उच्चारणाकडे नीट ध्यान दिल्यामुळे हे साधले आहे. *ओ दूर जानेवाले* ('प्यार की जीत', १९४८, हुस्नलाल-भगतराम) या गीतात 'जाना' वा 'आना' यांसारख्या शब्दांच्या अन्त्य उच्चारावयवावर किंचित अधिक वजन देऊन त्यांच्या उच्चारणास तसे पाहता कमी कालावधी मिळत असल्याची तिने भरपाई करून आशय गहिरा केला आहे. *गुन गुन बोले रे* ('अफसर', १९५०, एस. डी. बर्मन) या रचनेच्या सादरीकरणात तिची कंठाभिनयक्षमता अधिकच उठावदारपणे समोर येते. तिच्या आवाजाच्या फेकीची नक्कल करणाऱ्या वाद्यांना तिने या गीतात प्रतिसाद दिला आहे.

आपल्या अभिनयक्षमतेमुळे असेल, पण सुरैय्या एक गीतप्रकार फार परिणामकारकतेने सादर करते. त्या गीतप्रकाराचे वर्णन असे करावे लागेल – ते म्हणजे दबलेल्या हुंदक्यांचे गाणे! सुरावटीत कोणताही खटकणारा खंड न

पाडता वा गीताच्या लयीच्या अंगाने होणाऱ्या वाटचालीत न थांबता ती दु:खप्रदर्शनाचा एक जादा क्षणही पैदा करते! आवाजाच्या ध्वनिवैशिष्ट्यात कौशल्यपूर्ण बदल करून हा परिणाम साध्य केला गेला आहे. उदाहरणार्थ, *देख ली ओ दुनियावाले* ('बालम', १९४९, हुस्नलाल-भगतराम) आणि काही प्रमाणात *याद ना रहा है* ('अमर कहानी', १९४९, हुस्नलाल-भगतराम) ही गीते मुद्दाम ऐकावीत. *धडके दिल की* ('शमा', १९५१, गुलाम महम्मद) ही रचनाही समान – हुंदका गीताची – प्रतीती देते.

अशा तऱ्हेने सुरैय्या अभिनेत्री-गायिकांच्या पहिल्या पिढीमध्ये वरच्या स्थानावर विराजमान झालेली दिसते. आणि तरीही गीतांचे खरे गायन न करता ती गीतांचे कार्यक्षम पठण करते असेच वाटते! याची जबाबदारी काही अंशी तिच्यासाठी रचना करणाऱ्यांची आहे. ते नेहमी अशी रचनागती ठेवत आले, की गायन करायला काही वावच राहत नसे. अखेर सुरावटीलाही परिणाम-कारकरीत्या सादर होण्यासाठी काही खरा अवधी लाभायला हवा. उलटपक्षी ते तसे करू शकत नव्हते, कारण लय ठाय असल्यास गुणवत्तेने स्वर धरून ठेवण्याची क्षमता सुरैय्याकडे नव्हती असे समजायलाही जागा आहे! पुराव्यादाखल *नुक्तचीन है* ('मिर्झा गालिब', १९५४, गुलाम महम्मद) हे गीत घेतले तर असे लक्षात येते, की रचनेत जर आलाप तत्त्व शिरले तर तिला ते नीटसे पेलता येत नव्हते. गायिका-नायिका ही कोटी उच्च पातळीवर नेणे ही सुरैय्याची कर्तबगारी होती. हिंदी चित्रपटसंगीताच्या विकासात ती एक महत्त्वाची अवस्था होती, पण यापेक्षा अधिक काही करण्याची क्षमता तिच्याकडे नव्हती!

राजकुमारी

(जन्म : १९२०, मृत्यू : २०००)

गेल्या जमान्यातील या गायिका-नायिकेचे मूळ नाव होते राजकुमारी दुबे. तिचे कुटुंब बनारसचे व तिने संगीत इत्यादी अभ्यासावे याला कुटुंबात मान्यता नव्हती. वयाच्या ११व्या वर्षी तिने बाल कलाकार म्हणून 'राधे श्याम' वा 'जुल्मी कंस' (१९३२) या कमला मूवीटोनच्या बोलपटात काम केले. यामुळे तिचा हिंदप्रताप थिएट्रिकल कंपनीमध्ये प्रवेश झाला. पण तो काळ गाऊ शकणाऱ्या अभिनेत्रींच्या सद्दीचा असल्याकारणाने बी ग्रेड स्टंट चित्रपट तयार करण्यात तरबेज प्रकाश पिक्चर्स (मुंबई) यांनी तिला पाचारण केले आणि ती 'नई दुनिया' (१९३४) या चित्रपटात पहिल्याने गायली. त्यामध्ये *नई दुनिया बसाएँगे, प्रेम प्रेम विश्व प्रेम, आवो पिया बस जावो मेरे नयन में* इत्यादी गीते

होती. हाच चित्रपट ‘संसारलीला’ या नावाने गुजराती भाषेतही बनविण्यात आला. या मंडळीच्या ‘बंबई की सेठानी’ (१९३५) या चित्रपटातील *मैं अलबेली छेल छबीली* हे गीत बरेच लोकप्रिय झाले. ‘स्नेहलता’ या चित्रपटातील तिच्या गाण्यांच्या एच.एम.वी. कंपनीने ध्वनिमुद्रिका प्रकाशित केल्या (१९३६). ‘विलेज गर्ल’ (सागर मूवीटोन, १९३६, संगीत शंकरराव खातू या प्रख्यात भजन गायकाचे) या चित्रपटामधली गीतेही बरीच लोकप्रिय झाली. उदाहरणार्थ, *तुलसी माता प्यारी तुम* वा *कन्हैया बंसीवाले तुम* ही गाणी ऐकावीत. १९३७ पर्यंत तिने चित्रपटांत अभिनय केला. आपण फक्त गायन करायचे असा १९४०च्या सुमारास तिने निश्चय केला आणि १९५० पर्यंत ती गाती राहिली. सुमारे १५० गाणी तिच्या खात्यात जमा असतील. ‘गोरख आया’ (रणजीत स्टुडीओ, १९३८) यात तिने प्रथम पार्श्वगायन केले. सुमारे १०० चित्रपटांत तिने पार्श्वगायन केले असावे.

या कलावतीने स्वतःच कबूल केल्याप्रमाणे तिला लहानपणापासून चित्रपटीय संगीतच आवडत असे – नाट्यसंगीत नव्हे. तिने ज्या परंपरेत गायनाची तालीम घेतली तीमध्ये सुरुवात टप्पा या कठीण व आवाजाच्या फिरतीवर विसंबणाऱ्या प्रकारापासून होत असे. राग, तान, पलटा इत्यादी बाबी नंतर शिकविल्या जात. ती उंच पट्टीत गाई आणि नाटकांत मायक्रोफोनशिवाय हे गायन होई. (तिने मला एकदा सांगितले होते – मी काळी पाचमध्ये गात असे.) साथीला तबला, पेडल हार्मोनियम व घुंगरू इत्यादी वाद्ये असत. ज्या युगात रचनाकार गाणारे आवाज कोण त्यानुसार रचनाकार रचना करीत (उलट नव्हे) – अशा युगाचे ती प्रतिनिधित्त्व करते असे म्हणता येईल. तिचे असेही ठाम मत होते, की गाणारा आवाज व बोलणारा आवाज यांतही काही नाते राखण्याचा तेव्हा यत्न असे. दिग्दर्शक याचेही भान राखीत असे राजकुमारीचे म्हणणे होते. शमशाद, खुर्शीद व जोहराबाई ज्या काळात बहरात होत्या तेव्हा राजकुमारीने आपला गुण जाणवून दिला. ती सैगल, मुकेश, मन्ना डे, नूरजहाँ व लता या सर्वांबरोबर गायली ही बाब नोंदण्यासारखी म्हटली पाहिजे. हलका, लवचीक आणि थोडीफार सांगीत तालमीचे संस्कार असलेला असे तिच्या आवाजाचे वर्णन करायला हरकत नाही. जरी तिने चित्रपटसंगीताच्या आधुनिक युगातही पाऊल टेकलेले असले, तरी मर्यादित वाद्यवृंद, तालमी व्हायला हव्यात असा आग्रह आणि लोक व धर्म संगीतांतील बंदिस्त प्रकारांवरचा भार यांवरून तिचे इमान आधीच्या कालखंडाशी गुंतलेले होते म्हटल्यास हरकत नाही.

राजकुमारी २० मार्च २००० रोजी निवर्तली.

नूरजहाँ

(जन्म : १९२८, मृत्यू : २३ डिसेंबर २०००)

लाहोरजवळच्या कसूर गावात १९२८ मध्ये व्यावसायिक संगीतकारांच्या कुटुंबात नूरजहाँचा जन्म झाला. तिचे मूळ नाव होते अल्लारख्खी. उस्ताद गुलाम मोहम्मद खान यांच्याकडे तिने गाण्याची तालीम घ्यायला आरंभ केला तेव्हा तिचे वय अवघे सहा वर्षांचे होते. तिचा गाण्याचा गुण इतका ठळकपणे ध्यानात येत होता, की मादन थिएटर्समध्ये काम करणाऱ्या जहाँआरा कज्जन या त्या वेळच्या तारकेने तिची शिफारस केली व 'गैबी गोला' या चित्रपटात बाल कलाकार अल्लारख्खीने पहिली भूमिका केली (१९३५). लवकरच तिचे चित्रपटीय बारसे होऊन नूरजहाँचा अवतार झाला. 'शैला' वा 'पिंड दी कुडी', 'फक्रे इस्लाम', 'तारन हार' वा 'कौमी दिलेर' वगैरे चित्रपटांत तिने कामे केली. तिचे खरे आगमन झाले गुलाम हैदर यांनी तिचा चित्रपटसृष्टीत गायिका म्हणून प्रवेश करून दिला – व ती 'बेबी नूरजहाँ' म्हणून 'गुलबकावली' (पंजाबी भाषेत) १९३८ मध्ये गाती झाली तेव्हा. 'खानदान' (पंचोली फिल्म्स, १९४२) या चित्रपटामध्ये तिने नायिकेच्या भूमिकेत चांगली छाप पाडली. (या चित्रपटाचे दिग्दर्शक शौकत हुसेन यांच्याबरोबर पुढे तिचा विवाह झाला.) *तू कौनसी बदली में मेरे, मेरे लिया जहाँ में, मेरी अम्मी का राज* इत्यादी तिची अनेक गाणी गाजली. तिचे या चित्रपटातले यश इतके सर्वमान्य झाले, की एका जाहिरातीत वाक्य होते – Punjab grows to national greatness! 'दुहाई' व 'नौकर' (१९४३) या चित्रपटांत भूमिका करण्यासाठी तिला लगोलग मुंबईला निमंत्रण आले. 'नादान' हा तिचा पुढचा चित्रपटही (१९४३, के. दत्ता) यशस्वी झाला. मुंबईमधील तिच्या पाच वर्षांच्या कारकिर्दीत तिने २२ चित्रपटांत अभिनय व गायन केले. कुटुंबाचा विरोध असूनही तिने १९४३ मध्ये शौकत हुसेनशी विवाह केला. 'दोस्त' (सज्जाद हुसेन) या चित्रपटामधील तिची गाणी हिट झाली. *बदनाम मोहब्बत कौन करे, कोई प्रेमका संदेसा* ही गीते सगळीकडे ऐकू येत राहिली. 'बडी माँ', 'भाईजान', 'गाँव की गोरी', 'दिल', 'हमजोली', 'झीनत', 'अनमोल घडी', 'मिर्झा साहेबा' आणि 'जुगनू' (१९४७) असे तिचे एका–मागोमाग एक चित्रपट आले. 'जुगनू' हा तिचा भारतातील शेवटचा चित्रपट होता.

नूरजहाँच्या अल्पकालीन भारतीय कारकिर्दीत तिने गायिका–नायिका म्हणजे काय याचा जणू आदिनमुना सिद्ध केला. तसे पाहता चित्रपटात कसे गावे

याचाच आदर्श तिने समोर ठेवला असे म्हटले पाहिजे. येतायेताच अमीरबाई, जोहराबाई वा खुर्शीद इत्यादी गायिकांना बाजूला सरकविणे तिला अवघड गेले नाही याचा अर्थ उघड आहे. एक (प्रतीकात्म आशयाची) कथा अशी की पार्श्वगायनाच्या युगात सम्राज्ञी म्हणून वावरलेल्या आणि पर्यायाने गायिका-नायिकांना पदभ्रष्ट करणाऱ्या लताने आपल्या श्रवणकसोटीत गीत गायले ते नूरजहाँचे (*बुलबुलो मत रो यहाँ*)! फाळणीनंतर नूरजहाँने उत्तर प्रदेशात जन्मलेल्या आपल्या पतीसह पाकिस्तानला प्रयाण केले.

नूरजहाँच्या आधीच्या युगातील कलाकारांचे मूल्यमापन संबंधित विशिष्ट उदाहरणांच्या आधारेच करावे लागते. त्यात नूरजहाँने आदिनमुना सिद्ध केलेला असल्यामुळे हा मार्ग अधिकच सयुक्तिक ठरतो. उदाहरणार्थ, *बदनाम मुहब्बत कौन करे* ('दोस्त', १९४४, सज्जाद हुसेन) ही रचना घ्या. रचना जेमतेम २.४० मिनिटांची आहे. इतक्या छोट्या कालावधीत गायिका रागेश्री वा बागेश्री या रागाची छाया निर्माण करते – रागाचा विस्तार केला नसला तरी. शिवाय शब्दान्ती योजलेले द्रुतगती आणि तसे अनपेक्षितरीत्या येणारे सांगीत वाक्यांशही सफाईने घेते. एकूण गतिमान सादरीकरणात शब्दांचे, स्पष्टच नव्हे तर भावपूर्ण उच्चारणही तिला जमते. चालीचा स्वरपल्ला मर्यादित असूनही ती सांगीत उत्कर्षबिंदू निर्माण करू शकते. परिणामतः एक सुसंगत भावस्थिती तयार होते व ऐकणाऱ्यांपर्यंत पोचते. *आ इंतजार तेरा* ('बडी माँ, १९४५, के. दत्ता) हे गीत आपल्या डौलाने चालणाऱ्या दादरा तालात आहे. दर अक्षरामागे इथे एक स्वर आहे आणि भरीस भर नक्की (नाकातून) फेक आहे (ही नूरजहाँची खासियत म्हटली पाहिजे). म्हणजे एकंदरीत तिच्या आवाजात सांगीत पारदर्शकता आहे.

शिवाय एखाद्या लोकगीतगायनात असते त्याप्रमाणे नूरजहाँ केव्हा भाषणशैलीत शिरून सादरीकरण करू लागते ते आपल्या ध्यानातही येत नाही. अशा लगावाने एक प्रकारची जवळीक निर्माण होत असते. उदाहरणार्थ, आधी संदर्भ दिलेल्या *बदनाम मोहब्बत* ('दोस्त') या गीतातील तिचे 'बदनाम' या शब्दाचे उच्चारण ऐका. हां हां म्हणता ती एका न-स्वरी क्षेत्रात जाऊन त्या शब्दाची अशी फेक करते की काहीही खटकत नाही. या शब्दास किंचित सुटे केल्यामुळे त्याचे जणू काही सांगीत अधोरेखन होते. तिचा आवाज तसा ढाल्या आवाजात मोडणारा नसला तरी खालच्या स्वरांवर गेले असता ती सखोल लगावांतून आवाजास तात्पुरते आविष्कारक्षम ढालेपण देऊ शकते. उदाहरणार्थ, गीताचा चरण मंद्र सप्तकातील शुद्ध धैवतावर येऊन स्थिरावतो आणि त्यामुळे आपली अपेक्षा जिवंत राहते! या संदर्भात एक वेधक बाब लक्षात घेतली पाहिजे

ती अशी, की सर्वसाधारणतः गायनाचा उत्कर्षबिंदू म्हणजे तारस्वरावर जाणे असा समजच नव्हे तर प्रघातही असता या गायिकेची अनेक परिणामकारक गीते अवरोही वा अधोमुखी सुरावटीत रमलेली असतात. *बदनाम मोहब्बत कौन करे* ('दोस्त', १९४४, सज्जाद हुसेन), *तेरी याद आयी* ('लाल हवेली', १९४४, मीर साहेब), *तुम हमको भुला बैठे हो* ('बडी माँ', १९४५, के. दत्ता), *आँधियाँ गमकी यूं चली* ('झीनत', १९४५, हाफिज खाँ) ही गीतेही अवरोही सुरावटींनी सिद्ध होतात. स्वरांच्या लगावांतून व आवाजाच्या वैशिष्ट्यांतून नूरजहाँ इष्ट ते भावविश्व उभे करते.

लय व लयबंध हे गायनाचे दुसरे आविष्कारी अंग. गानगती व भारतीय संगीताचे दुसरा खास आविष्कार ताल त्याचा यांत समावेश होतो. हिंदी चित्रपटसंगीतात याला कमी आव्हाने दिली आहेत असे आढळते. कारण सर्वांना – अगदी संगीत न जाणणाऱ्यासही – पेलणारे संगीत समोर ठेवणे हे या संगीताने आपले प्रथम कर्तव्य मानले आहे. म्हणून या संगीतात केहेरवा, दादरा हे अर्धताल व दीपचंदी आणि तीनताल हे ताल मुख्यतः योजले गेले आहेत असे दिसते. परिणामतः रचनाकार आपली लयीच्या संदर्भातली कारागिरी, आणि लयीशी संबंधित भावभावनांचे बारकावे व्यक्त करण्यासाठी वेगवेगळे ठेके वापरून आपले कौशल्य श्रोत्यांच्या दृष्टीस आणतात. त्याचप्रमाणे ठेक्याने विणलेल्या लयबंधांच्या रेषा व गीताच्या छंदातून प्रतीत होणाऱ्या लयरेषा यांच्या खेळांतूनही ते अभिव्यक्ती साधतात. अशा वेळी गायक कलाकारास दोन कार्ये एकाच वेळी पार पाडायची असतात. एक तर जणू काहीच वेगळे झाले नाही वा होत नाही असे दाखवून गायन चालू ठेवायचे आणि तरीही उत्पन्न होत असलेले लयबंध किती गुंतागुंतीचे आहेत हेही ऐकणाऱ्याच्या लक्षात आणून द्यायचे असते. ही कामगिरी पार पाडण्याची आपली क्षमता नूरजहाँने *उड जा रे पंछी* ('खानदान', १९४२, गुलाम हैदर) या गीतामध्ये उठावदारपणे सिद्ध केली आहे. लयबंध व सुरावटी यांतून प्रस्तुत गीत पक्ष्याच्या भरारीचे चित्रण करीत आहे. गीताच्या चलनातली गुंतागुंत प्रतीत व्हावी म्हणून चलनात मध्येमध्ये विराम पेरलेले आहेत. नूरजहाँने आपले काम सफाईने निभावले तर तिचा सहगायक सुरेंद्र मात्र चाचपडला, त्याने वेळ कशीतरी निभावून नेली असे लक्षात येते. गायनगतीचे अंगही नूरजहाँने चांगले संभाळले आहे. असे दिसते की नौशाद तिच्यासाठी द्रुत लयीचा वापर करणे पसंत करीत, तर के. दत्ता, गुलाम हैदर, सज्जाद हुसेन, मीर साहेब, हाफिज खाँ, श्याम सुंदर इत्यादी रचनाकार असा आग्रह धरीत नसत. ते काहीही असो योग्य व इष्ट त्या लयीत

गाण्यात नूरजहाँला कधी अडचणीचे गेले वा तसे करण्यात तिला ताण पडला असे कुठेच दिसत नाही.

नूरजहाँच्या उच्चारणात 'ह' या महाप्राण व्यंजनाचा समावेश असणारे सर्व शब्द खास परिणामकारकतेने उच्चारले जातात जसे – है, हाये, हो, हां इत्यादी. महाप्राण व्यंजन म्हणजे ज्याच्या उत्पादनास जास्त श्वास लागतो ते. म्हणजे त्यात अंगभूत ताकद अधिक असते. या व्यंजनाने युक्त शब्द, ध्वनी व स्वर यांच्या भावपूर्ण उच्चाराचे शरसंधान करू शकतात. नूरजहाँने हा परिणाम अचूकपणे साधला आहे. उदाहरणार्थ, *तू कौनसी बदली में मेरे चाँद* ('खानदान', १९४२, गुलाम हैदर), *बैठी हूँ करके याद* ('विलेज गर्ल', १९४५, श्याम सुंदर), *जवान है मोहब्बत* ('अनमोल घडी', १९४५, नौशाद) या रचना ऐकाव्यात.

म्हटले तर याच्याशी संबंधित एक कौशल्य म्हणजे संगीतबाह्य पण वास्तव वा नाट्यपूर्ण परिणाम आवाजातून साधणे. यात रडणे, खोकणे, खाकरणे, मुसमुसणे, हुंदके देणे इत्यादींचा समावेश होतो. *हमें तो शामे गम में* ('जुगनू', १९४७, निझामी) या गीतात नूरजहाँचा नियंत्रित खोकला चित्रपटीय सांगीत भावपूर्णतेचा कार्यकारी घटक बनतो.

एका बाबीची मुद्दाम नोंद केली पाहिजे. नूरजहाँच्या आवाजातील आवाहक परिणाम आपल्या ध्यानात येऊ शकतात, कारण तिच्या काळात संगीत देणाऱ्यांनी वाद्ये व वाद्यवृंद यांचा वापर व त्यांची भूमिका यावर सुजाण मर्यादा घातली होती. त्यांचे काम दोन कडव्यांच्या दरम्यानच्या जागेपुरते ठेवले होते. जेव्हा नूरजहाँ गात असते तेव्हा वाद्ये जवळजवळ शांत वा दबलेली असतात. जसजसा काळ लोटला तसतसे सुरावटीचे म्हणजे एकामागोमाग, सुटेपणे येणाऱ्या स्वरांचे केंद्रस्थानीय महत्त्व कमीकमी होत गेले. प्रमुख गाता आवाज व वाद्ये दोहोंचे समान महत्त्व असल्याप्रमाणे वाद्यांचा वावर होऊ लागला. नूरजहाँ वा तिच्यासारखे इतर कलाकार कदाचित या परिस्थितीत चमकले नसते!

पंकज मलिक

पंकज मलिक यांचा गाता आवाज निश्चितपणे बंगाल घराणे घोषित करतो. उदाहरणार्थ, जेव्हा जेव्हा शक्य तेव्हा अन्त्य स्वरवर्णाला किंचित बिघडविणे व त्यास लांबविणे हा विशेष त्यांच्या आवाजात सर्वत्र आढळतो. (*कौन देश है जाना बाबू*, 'मुक्ती' गीतात आपल्याला 'जानाय्' वगैरे उच्चार ऐकू येतात.) त्यांचा आवाज चोरटा नाही पण फार ताकदवानही नाही. त्यांच्या जवळ जवळ सर्व गाण्यांत भारतीय संगीतात गमक म्हणून प्रसिद्ध असलेला आवाजाचा लगाव

ऐकू येतो. त्यांचा आवाज जलद गती पेलू शकतो, पण दीर्घ तान वा तत्सम प्रकार त्यांच्या पसंतीचे वाटत नाहीत. बंगाली टप्पा या प्रकारात हमखास योजले जाणारे सांगीत वाक्यांश त्यांच्या आवाजात होते व त्यांना ते प्रिय होते असेही वाटते. उदाहरणार्थ, *आज अपनी मेहनतों का*, 'डॉक्टर'). अखंडित गायन आणि कडवे हेही अर्थाचे अखंड एकक आहे असा प्रत्यय देणारी चाल आवडणाऱ्या कलाकारांत त्यांचा समावेश होईल. संगीतरचनाकार म्हणून काम करताना आणि स्वतः गात असलेल्या रचनांत त्यांनी वाद्ये व वाद्यवृंद यांना मर्यादित वाव दिला हे या संदर्भात नोंदण्यासारखे आहे. उपदेशात्मक वा प्रबोधनपर किंवा तत्त्वज्ञानपर गीतांत ते परिणामकारक आहेत. अशा गीतांच्या गायनात एक प्रकारचा अलिप्तपणा आवश्यक असतो! त्यांच्या चांगल्या गीतांत हा भाव भरलेला आहे. ('डॉक्टर' व 'मुक्ती' या चित्रपटांमधील त्यांची गाणी ऐकावीत). म्हणजे नेहमीच्या रूढ अर्थाने ते भावपूर्ण गाणारे नव्हेत, पण त्यांचे गाणे रुक्ष नव्हते. त्यांच्या गीतांत संयमित भावना असते हे वर्णन योग्य ठरेल.

कुंदनलाल सैगल

(जन्म : १९०४, मृत्यू : १८ जानेवारी १९४६)

***पेटीतला मजकूर** : सैगल यांच्या लहानपणची गोष्ट. एकदा त्यांचा भाऊ आजारी पडला आणि डॉक्टरांनी संगीतशिक्षण हा यावर इलाज होऊ शकतो असे सांगितले. पण खरे पाहता कुंदनलाल यांनाच या संगीतोपचाराचा फायदा जास्त झाला. सुमारे चार- एक वर्षांचे कलासंगीताचे प्राथमिक शिक्षण त्यांना मिळाले असावे.*

** रवींद्रनाथ ठाकूर हे रवींद्रसंगीत गाण्याची परवानगी बंगाली भाषिक नसलेल्या गायकांना सहसा देत नसत. पण सैगलच्या बाबतीत त्यांनी अपवाद केला, कारण त्यांचे भावनापूर्ण गाणे गीताला व संगीताला न्याय देऊ शकते असा त्यांचा अभिप्राय होता.*

** सैगलना दारूचे जबर व्यसन होते. ते ध्वनिमुद्रणापूर्वी भरपूर मद्यपान करीत असत. एकदा काहीतरी चतुराई करून नौशाद यांनी मद्यपान न करू देता सैगल यांच्या गाण्याचे ध्वनिमुद्रण केले आणि मद्यपान केलेल्या अवस्थेत त्याच गीताचे पुन्हा ध्वनिमुद्रण केले. गीत होते – जब दिल ही टूट गया. मग सैगल यांना दोन्ही रूपे ऐकविली आणि विचारले की मद्य न घेतलेल्या अवस्थेतील गायन त्यांना पसंत नाही काय? सैगलनी होकारार्थी उत्तर दिले व मग खेदभरल्या*

आवाजात ते म्हणाले, 'माझ्या जीवनात तुझी गाठ लवकर पडायला हवी होती. आता फार उशीर झाला आहे!'

असे म्हणतात की 'आपल्याला तालीम द्या' अशी सैगलनी उस्ताद फैय्याझ खाँना विनंती केली, तर ते म्हणाले की तुला शिकविण्यासारखे माझ्याकडे काही नाही!

कुंदनलाल सैगल यांच्यासंबंधी तीन छोट्या पण बोलक्या प्रसंगांचा उल्लेख केला जातो.

सुमारे १९३० चा काळ. इम्तिआझ अहमद हा मुरादाबादचा बुजुर्ग सारंगीवादक होता. किराणा घराण्याचे अध्वर्यू उस्ताद अब्दुल करीम खाँ यांच्या नेहमीचा साथीदाराची तब्बेत नादुरुस्त झाली होती. म्हणून त्यांची इम्तिआझ अहमद साथसंगत करत असे. सूक्ष्मपणे सुरेल गायनाच्या साथसंगतीत काही गडबड होऊ नये म्हणून तो दक्ष असे. त्याच्या असे लक्षात आले, की साधेसुधे कपडे केलेला, सर्वसाधारण श्रोत्यांमध्ये बसलेला, ऐकताना अगदी तन्मय झालेला एक तरुण एका मैफलीत होता. पुढे प्रसिद्ध झालेली व झिंझोटी या रागातील मानदंड समजली जाणारी ठुमरी *पियाबिन नाही आवत चैन* रंगली होती. दुसऱ्या दिवशीं तोच युवक इम्तिआझ अहमद यांना मुरादाबाद स्टेशनवर दिसला – एकटाच बसून तीच ठुमरी केवळ बिनचूकपणेच नव्हे तर विलक्षण तन्मयतेने व भावनापूर्णतेने गाताना. त्यांनी त्याच्या गायनशिक्षणाविषयी चौकशी केली. या युवकाने गाण्याची रीतसर तालीम घेतलेली नाही हे ऐकून त्यांचा त्यावर विश्वासच बसेना. त्यांत पुन्हा तो युवक (कुंदनलाल सैगल त्याचे नाव) म्हणाला – मी गातो कारण मला त्याशिवाय राहवत नाही म्हणून! आता वाटते की अशिक्षित प्रभुत्व आणि अनावर भावावेग हीच सैगलच्या गायनाची खूण असावी.

दुसरी घटना बऱ्याच वर्षांनी घडली. प्रयाग संगीत समितीने आयोजित केलेली सुप्रसिद्ध आणि दर्जेदार 'ऑल इंडिया म्युझिक कॉन्फरन्स' चालू होती. एका युवकाच्या गायनाने सर्व कॉन्फरन्स मंत्रमुग्ध झाली – तो युवक होता कुंदनलाल सैगल!

आणि इथेच ही गोष्ट संपत नाही. सैगलने आपल्या गायनाने देशभर असे वातावरण निर्माण केले, की तीन वर्षांनंतर याच परिषदेत सैगल सहज आला असता त्याच्या नावाचा सर्व श्रोत्यांनी असा घोष सुरू केला, की सर्व ठरलेले कार्यक्रम वगैरे बाजूला सारून सैगलचे गायन ठेवणे आयोजकांना अपरिहार्य झाले. उस्ताद फैय्याझ खाँ, पं. ओंकारनाथ ठाकूर, पं. नारायणराव व्यास,

पं. विनायकराव पटवर्धन आणि युवक कलाकार द. वि. पलुस्कर यांसारखे संगीतातले दिग्गज कलाकार निस्तेज झाले. 'सैगल आला, गायला व त्याने जिंकले!'

अमरचंद व केशर हे पिता-माता असलेल्या कुंदनलालचा जन्म जम्मू येथे झाला. पित्याला संगीत-नृत्य इत्यादींचा तिटकारा, तर आई अतिशय सुरेल गळ्याने भजने व पंजाबी लोकगीते गाई. ती कुंदनलालला सलमान युसुफ या सूफी संताकडेही घेऊन जाई. कुंदनलालचे बालपण जालंदरला गेले. एका जागेहून दुसरीकडे असे करत करत कुंदनलाल त्याकाळच्या महत्त्वाच्या चित्रपटीय केंद्रापर्यंत म्हणजे कोलकोत्यास पोचला. काही काळ त्याने रेमिंग्टन टाईपरायटरच्या फिरत्या विक्रेत्याचे काम केले, पण त्याची बोटे शिवशिवत होती हार्मोनियमच्या सुरांच्या लकेरी छेडण्यासाठी. मात्र त्याचे गायन लोकांना इतके आकर्षित करत होते, की हिंदुस्थान रेकॉर्ड कंपनीसाख्या मातबर कंपनीने त्याला आजीव करारात बद्ध केले!

१९३१ मध्ये तीन उर्दू चित्रपटांत भूमिका करून एका अभूतपूर्व चित्रपटीय कारकिर्दीची त्याने जणू काय क्रमवार पूर्वतयारी केली – कारण या चित्रपटात एकही गीत नव्हते! मग न्यू थिएटर्समध्ये तो भरती झाला व सुमारे दहा वर्षे तिथे टिकला. रायचंद बोराल, पंकज मलिक आणि के. सी. डे यांच्यासारखे रचनाकार त्याला लाभले. गायक-अभिनेता म्हणून त्याचे पदार्पण १९३३ मध्ये 'पूरण भक्त' या बोलपटात झाले. १९४१ मध्ये सैगल मुंबईस आले. रणजीत व कारदार या स्टुडिओंसाठी काम करताना त्यांनी बोलपटांत भूमिका केल्या. (यांत 'भक्त सूरदास', 'तानसेन' इत्यादी चित्रपट समाविष्ट होते.) खुर्शीद व सुरैय्या या त्यांच्या गायिका-नायिका होत्या. त्यांची कीर्ती व प्रसिद्धी वाढती राहिली आणि त्याबरोबर न बरा होण्याच्या स्थितीस पोचलेला स्क्लेरोसिसही हा रोगही वाढता राहिला. सुमारे सोळा वर्षांच्या छोट्या कारकिर्दींत त्यांनी २१ हिंदी, ९ उर्दू, ७ बंगाली व एका तमिळ बोलपटात भूमिका केल्या. सुमारे १३० बोलपटगीते आणि १७० गीते ही त्यांच्या खात्यातील जमा होय.

ही गाण्यांची संख्या फार मोठी नाही, पण त्यांच्या गुणवत्तेने बाजी मारली. शिवाय ते आघाडीचे, बिनीचे वीर होत. त्यांचे नाव व कार्य केवळ चित्रपटसंगीतापुरते मर्यादित नाही हेही नोंदले पाहिजे. 'परवाना' हा त्यांचा बोलपट १९४८ मध्ये मरणोत्तर पडद्यावर आला. वयाच्या केवळ ४२व्या वर्षी त्यांचे निधन झाले!

यमन या रागामध्ये बोराल यांनी रचलेले *राधे रानी दे डारो ना बांसुरी मेरी* हे त्यांचे गीत खूप गाजले. 'चंडीदास', 'देवदास', 'प्रेसिडेंट', 'धरतीमाता' हे

चित्रपट झळकले आणि सैगल सगळीकडे ऐकू येऊ लागले! रागाधारित असे ज्यांचे खात्रीने वर्णन करता येईल अशी त्यांची गीते सर्वांच्या कानांत व मनात गुंजन करू लागली. उदाहरणार्थ, *दुखके अब दिन बीतत नाही* (देस), *बालम आये बसो मेरे मन में* (सिंधुरा), *पिया बिन नाही आवत चैन* (झिंझोटी) ही गीते आजही आपली गुणवत्ता राखून आहेत. त्याचप्रमाणे *इक बंगला बने न्यारा* वा *एक राजे का बेटा* ही काहीशी नाट्यपूर्ण गीतेही पकड घेऊन गाणाऱ्याचे आवाहन एकपदरी नाही असे सिद्ध करू लागली. *बाबूल मोरा* ही 'स्ट्रीट सिंगर' मधली भैरवी तर प्रेमिकांचे 'कल्ट साँग' बनली. 'झिंदगी' (१९४०) या चित्रपटात आपण परिणामकारक उत्साहपूर्णतेनेही गाऊ शकतो (*मैं क्या जानूँ क्या यह जादू है*) असे सिद्ध करत सैगलनी अनेकांना आश्चर्याचा धक्का दिला. हे गीत द्रुतगती व सफाईदार तानांनी भरलेले होते.

सैगलांवर पंजाबच्या लोकसंगीताचा आणि कदाचित सूफी संगीतधारेचाही प्रभाव असावा.

सूक्ष्मध्वनिग्राहकाशी नीट जुळवून घेणारा व गाणारा हा पहिला गायक असे मत अनेकदा व्यक्त करण्यात आले आहे. बंगालच्या 'बाऊल' परंपरेशी जवळून परिचय झाल्यामुळे असेल कदाचित – पण त्यांच्या गाण्यांत पंजाबी स्पर्श जाणवत नाही. त्यावेळच्या ध्वनिमुद्रण तंत्रज्ञानाच्या स्वरूपामुळे बहुधा त्यांचे गायन अगदी मापून तोलून केल्यासारखे वाटते.

मूल्यमापनाचा प्रयत्न

सैगल, मास्टर दीनानाथ वा पं. द. वि. पलुस्कर इत्यादींच्या गायनकलेचे मूल्यमापन करताना नेहमीच एक चाचपडल्याची भावना उत्पन्न होते, कारण या तेजस्वी ताऱ्यांची कारकीर्द व एकूण आयुष्यमानच अतिशय अल्प होते! आज उपलब्ध असलेल्या त्यांच्या संगीतातही अधिक विकासाचा संभव स्पष्ट जाणवतो! अर्थात आहे त्याच्या अनुरोधाने तपासणी करणे इतकेच आपल्या हाती राहते!

(१) बोलक्या चित्रपटांच्या युगातील पहिला प्रमुख गायक-नायक असे सैगल यांचे स्थान असल्याकारणाने ते नंतरच्या गायक-नायकांसाठी एक आदिनमुना ठरले. आपली स्वतःची, वेगळी व गुणवंत शैली आहे असे सिद्ध करीपर्यंत मुकेश, वा किशोरकुमार इत्यादी गायकांना 'सैगलसारखे गा' अशी शिफारस करण्यात येत होती. अपेक्षेपेक्षा सैगल यांच्या आवाजाची प्रतीती अनेक गीतांतून ताकदवान अशी येते. *जो नौकरी दिला दे* ('करोडपती',

१९३६, बोराल) किंवा *दिलरुबा कहाँ तक* (त्याच चित्रपटांत, पहाडी संन्याल) या गीतात आवाजात व गायनात एक उसळी घेणारा उत्साह व आणि द्रुत गायनगती आढळते. गायनाचा पल्ला आणि आवाजाचा लगाव दोहोंतही खुला बाज आहे. ही बाब महत्त्वाची आहे, कारण गायक-नायकाने चरित्ररेखा आणि संगीतरचनेच्या आकृतिबंधानुसार गायन करायचे असते – आपल्या मूडनुसार वा आवडीनिवडीनुसार नव्हे.

(२) एक वेधक विशेष असा, की सुप्रतिष्ठित झालेल्या संगीतप्रकारांपैकी ठुमरी, भजन व गझल यांत सैगल स्वतः रमले असे वाटते. या प्रकारांच्या सादरीकरणात ते लक्षात येण्याजोग्या कार्यक्षमतेने गातात. या सर्व प्रकारांची भिस्त असते शब्दांच्या उच्चारणावर – सुरावटीची बढत करण्यावर त्यांचा भर नसतो. नुक्ताचीन ('यहुदी की लडकी', १९३३, पंकज मलिक), व *दिलसे तेरी निगाह* ('कारवाँ इ हयात', १९३५, भट्टाचार्य), आणि *दिल से* ('सूरदास', १९४२, ग्यान दत्त) ही ठुमरी या रचनांचे त्यांचे गायन आपल्या आवाहकतेने ऐकणाऱ्यास गुंग करते.

(३) सैगलांच्या गायनात सर्वांत सार्वत्रिक म्हणण्यासारखा गुण आहे – एक प्रकारची आविष्कारक्षम अंतर्मुखता. *दुखके अब दिन* ('देवदास', १९३४, तिमिर बरन), *किसने यह सब* ('धरतीमाता', १९३८, पंकज मलिक), *बाबुल मोरा* ('स्ट्रीट सिंगर', १९३८, बोराल) ही त्याची ख्यातनाम उदाहरणे आहेत. यामधील अंतर्मुखता कशामुळे प्रतीत होते असे विचारता येईल. उत्तरादाखल मी पुढील बाबींचा निर्देश करीन – संथ गती, कमी तारतांचा वापर करणारी सुरावट, काहीसे आळसावलेले गायन व लगाव. या साऱ्यांमुळे स्वरांची सावली मागे रेंगाळते. या विशेषांचा आढळ सैगल यांच्या गायनात विपुल होतो.

(४) सैगल यांनी शास्त्रोक्त संगीताची यथायोग्य तालीम घेतलेली नव्हती हे सर्वज्ञात आहे. अशी तालीम घेतलेल्यांची मुख्य खुबी असते ती त्यांच्या तत्कालस्फूर्ततेत. तत्कालस्फूर्तता म्हणजे सुरावट वा लयबंध यांत ऐनवेळी बदल करून पूर्वी रचून ठेवलेल्या संगीतापासून दूर जाण्याची कलाकाराची क्षमता. हा गुण असल्यास सादरकर्त्याला कलाकार म्हणावे, नसेल तर कारागीर म्हणावे. सैगल काही गाण्यांत आपल्या या क्षमतेचे अस्तित्व दाखवून देतात. उदाहरणार्थ, *जगत में प्रेम ही* ('क्रोरपती', १९३६, बोराल), *औसर बीता जाय* ('पूरण भगत', १९३३, बोराल) या रचना ऐकाव्यात.

(५) गायक-नायकांना अशा रचना गाव्या लागतात की ज्यांत न-सांगीत वा संगीतबाह्य म्हणण्यासारखे कंठध्वनी परिणाम समाविष्ट असतात. उदाहरणार्थ,

नियंत्रित खोकला, बोलण्यातले काही आवाज, वाद्यवृंदास प्रतिसाद म्हणून वा कराव्या लागणाऱ्या हालचालीसाठी ठेवलेल्या अवधीचे वापर करणारे मानवी ध्वनी. अर्थ असा की संबंधित रचनांत संगीताला सहजासहजी पचविता न येणारे आविष्कार अपरिहार्य म्हणून अंतर्भूत असतात. यांच्या सादरीकरणासाठी कौशल्य लागते. नियंत्रित, दक्ष व सहजपणे थोडेसे व आखणी करून संगीताबाहेर जायचे आणि गीताची नाळ न तोडता पुन्हा संगीतात परतायचे अशी ही कसरत असते. *पीये जा* ('पुजारिन', १९३६, तिमिर बरन), *तरपत बीते दिन* ('चंडीदास', १९३४, बोराल), *एक राजा का बेटा* ('प्रेसिडेंट', १९३७, बोराल), *मै क्या जानूँ* ('जिंदगी', १९४०, पंकज मलिक) आणि *यह कैसा अन्याय* ('लगन', १९४१, बोराल) या गीतांत सैगलांच्या या प्रस्तुत कौशल्याचा प्रत्यय लगेच येतो.

(६) सैगल यांची काही गीते अगदी साधी पण मधुर आहेत. कोणतीही खास ऽसांगीत महत्त्वाकांक्षा न ठेवता ही गीते सांगीत परिणाम साधतात असे आढळते. या संदर्भात *एक बंगला बने न्यारा* ('प्रेसिडेंट', १९३७, बोराल), *सो जा राजकुमारी* ('झिंदगी', १९४०, पंकज मलिक) ही याची ठळक उदाहरणे होत.

(७) भजन हा संगीतप्रकारही सैगल फार आवाहकतेने गात. *भजूं मैं व राधे रानी* ('पूरण भगत', १९३३, बोराल) ही भजने सुरेल, साधी, अनलंकृत पण परिणामकारक आहेत.

(८) अखेर काहीशा वादाचा विषय होणाऱ्या रचनांचा वर्ग विचारार्थ समोर येतो. *जीवन बीन मधुर* ('स्ट्रीट सिंगर', १९३८, बोराल), *जीवन आशा है* ('झिंदगी', १९४०, पंकज मलिक), *सप्त सुर* ('तानसेन', १९४३, खेमचंद प्रकाश) ही या प्रकाराची प्रमुख उदाहरणे ठरतात. या गीतांच्या गायनात सैगल यांची नेहमीची उस्फूर्तता नाही. ती कर्तव्यबुद्धीने गायलेली वाटतात व त्यांमध्ये एक प्रकारचे ओढून ताणून आणलेले गांभीर्यही आहे!

१९४७-१९८०

गीता रॉय वा दत्त

(जन्म : २३-११-१९३०, मृत्यू : २०-७-१९७२)

बांगला देशामध्ये अंतर्भूत फरीदपुरमध्ये एका संगीतप्रेमी व संपन्न कुटुंबात २३ नोव्हेंबर रोजी गीता दत्तचा जन्म झाला. आपल्या लहानपणी गीताने पं. हीरेंद्रनाथ चौधरी यांच्याकडून संगीताची थोडीफार तालीम घेतली. गीताच्या

वडिलांना काही कारणाने बंगाल सोडून १९४२ मध्ये मुंबईस यावे लागले. सुदैवाने तिच्या अंगचा गायनाचा गुण रचनाकार असलेल्या पं. हनुमानप्रसाद यांनी हेरला. यामुळे वयाच्या सोळाव्या वर्षी 'भक्त प्रल्हाद' (१९४६) या चित्रपटामध्ये तिने चित्रपटगीताचा पहिलावहिला चरण गायला. तिच्या आवाजातील सांगीत गुण व ताजेपणा इतका सहज जाणविणारा होता की तिकडे अनेकांचे लक्ष वेधले गेले. परिणामतः गायिका म्हणून तिला भरपूर व भराभर आमंत्रणे येऊ लागली. 'दो भाई' (१९४७, एस. डी. बर्मन) या चित्रपटामधली गीते खूप गाजली. सी. रामचंद्र, गुलाम हैदर, ग्यान दत्त, हंसराज बहेल, ओ. पी. नय्यर वगैरे नामवंतांच्या रचना तिने गायल्या आहेत. १९५३ मध्ये तिचा गुरुदत्तशी विवाह झाला. दुर्दैवाने आपल्या पडत्या काळात गुरुदत्तने गीताला दुसऱ्या कोणाच्याही चित्रपटात गायची बंदी केली. हे दोघेही कलाकार जबरदस्त मानसिक ताणतणावपूर्ण आयुष्य जगले! काही गोष्टींना ते स्वतःच जबाबदार होते, तर काही संकटांचा त्यांना सामना करावा लागला – दुर्दैवाने! गीताने चोरून बाहेर गायला सुरुवात केली, मद्यपानही सुरू केले. गुरुदत्तने आत्महत्या केली (१९६४). गीता दत्तने पुन्हा आपले गायन सुरू करण्याचा यत्न केला, पण वारंवार आजारपणाला तोंड देता देता ती अखेर २० जुलै १९७२ ला पंचत्वांत विलीन झाली!

तिच्या आयुष्याची शोकान्तिका होऊनही तिने दिलखेचक संगीत मागे ठेवले आहे.

आवाज

गीताचा आवाज क्लासिकल संगीताची तालीम घेऊन वा मेहनत करून रुंद वा जड झालेला वाटत नाही. तिच्या आवाजात एक प्रकारचा किंचितसा कंप आहे आणि आहे त्यापेक्षा तो जर थोडाही अधिक असता तर तो निश्चितपणे एक दोष ठरला असता! ज्या रीतीने हा कंप तिच्या विविध गीतांत आला आहे त्यामुळे तो समाधानकारक प्रकारे भावपूर्ण वाटतो. नाहीपेक्षा तो केवळ अस्वस्थता निर्माण करणारी अस्थिरता म्हणून प्रतीत झाला असता. तिच्या आरंभीच्या गीतांत थोडा बंगालीपणाचा स्पर्श आहे हे खरे! उदाहरणार्थ, *मेरा सुंदर सपना बीत गया वा याद करोगे* ('दो भाई', १९४७, एस. डी. बर्मन) या गीतांमध्ये काहीसा गोल उच्चार व शेवटचा स्वरवर्ण लांबविण्याची तिची प्रवृत्ती दिसते. पण नंतर नंतर ही गायनाची लकब सुदैवाने ऐकू येईनाशी झाली.

तिचा खास गायन-कंप तिला एका चित्रपटगीतप्रकाराच्या परिणामकारक सादरीकरणात उपयुक्त ठरला हेही नोंदले पाहिजे. तिची नाईट क्लब गीते खास आवाहक आहेत व त्यात या लगावाची भूमिका महत्त्वाची आहे.

भावनापट व लगावांची विविधता

गीता दत्तच्या गायनात विस्तीर्ण भावनापटाची प्रतीती येते. एका असाधारण भावावस्थेसहित येणाऱ्या आवाजाच्या लगावाकडे प्रथम वळू. विधिकृत्याशिवाय अवतरणाऱ्या बहुतेक भारतीय भक्ती वा धर्म संगीतात या लगावाचा वा आवाजाच्या जातीचा आढळ होतो म्हटले तरी चालेल. या वर्गात मोडणाऱ्या रचनांना काहीशा ढोबळपणे भजन म्हटले तरी चालेल. ही गीते साध्या चालींची, सरळ साध्या लयबंधांची आणि संहितेबाबत बरीच ठरावीक असतात. आणि तरीही सांगीत दृष्ट्या या गीतांत काही गुंतागुंतीच्या जागा असतात (उदाहरणार्थ, जिथे तोड येते त्या चलनातील जागा पाहा). या रचनांमधील बांधणीत पुनरावृत्ती असते. त्यांचा आशय कोणत्याही निश्चित व्यक्तीला इत्यादी उद्देशून नसतो आणि म्हणून ही गीते सर्वांच्या बाबतीत संयुक्तिक आहेत असेही म्हणता येते. बहुतेक ही गीते मानवी शक्तीच्या पलीकडील काही शक्तींना वा चैतन्यास उद्देशून रचली आहेत असे वाटते. अशी गीते गाण्यासाठी नेहमीच्या अर्थाने भावपूर्ण नसलेला पण गायनक्रियेत रममाण झालेला आवाज आवश्यक ठरतो. आपल्या सादरीकरणातून गीता बहुतेक प्रसंगी या पाऱ्यासारख्या हाती न लागणाऱ्या भावनिक अवस्थेस आवाहन करू शकते. एक ठळक उदाहरण *आज सजन मोहे* ('प्यासा', १९५८, एस. डी. बर्मन) या गीताचे आहे. अशीच फसवी अलिप्तता *आन मिलो श्याम* ('देवदास', १९५५, एस. डी. बर्मन) या मन्ना डे बरोबर. गायलेल्या द्वंद्वगीतातही ऐकू येते. नेहमीची आणि ढोबळपणे वावरणारी भजनी भावपूर्णताही तिच्या रचनांत उपलब्ध आहेच. उदाहरणार्थ, *घुंघटके पट खोल* ('जोगन', १९५०, बुलो सी. रानी) आणि *तोरा मनवा क्यौं घबराये* ('साधना', १९५८, एन. दत्ता) या रचना ऐकाव्यात.

चित्रपटदृष्ट्या उपयुक्त असे इतरही काही लगाव गीताच्या गायनात आढळतात. उदाहरणार्थ, पुढील भावछटा व संबंधित गीते यांचे सादरीकरण ऐका. हात टेकल्याचा हताश भाव – *ठेहेरो जरासी देर* ('सवेरा', १९५८), काकुळतीचा व स्वीकार करणारा भाव *वख्त ने किया* ('कागज के फूल', १९५९, एस. डी. बर्मन), नाजूक व मृदू भाव – *हवा धीरे आना* ('सुजाता', १९५९, एस. डी. बर्मन), उत्साही व उसळी घेणारा भाव – *दो चमकती आँखों*

में ('डिटेक्टिव', १९५८, मुकुल राय), हलकाफुलका आणि प्रेमपूर्वक खट्याळभाव – *कैसा जादू बालम तूने* आणि *अजि सुना तो* ('१२ ओ क्लॉक', १९५७, ओ. पी. नय्यर), आश्चर्य व लळा लावण्याच्या बालकाच्या स्वरांत – *फुलवा बन महके* ('हम भी इन्सान हैं', १९५९, हेमंतकुमार), फक्त शब्दोच्चारांत कॉमिक व गायन नेहमीचे *यह बॉम्बे मेरी जान* ('सी. आय. डी.', १९५६, ओ. पी. नय्यर), *जाने क्या तूने कही* ('प्यासा', १९५७, एस. डी. बर्मन) हे गीत आशंका व प्रेमभरल्या भावनेचे आहे व अतिशय सौम्य तक्रारीच्या सुरात गायले आहे, त्यामुळे ते चटका लावून जाते. 'साहिब बीबी और गुलाम' (१९६२, हेमंतकुमार) मधील तीन गीतांचा संक्षेपाने पण मुद्दाम निर्देश केला पाहिजे. *पिया ऐसो जिया में*, हे साधे गीत खेड्यातील वातावरणाचा गंध घेऊन येणाऱ्या स्त्रीगीतांच्या वर्गात मोडेल. अशिक्षित आवाजाचे साधेपण गायनात राखण्याची किमया गीताने इथे परिणामकारकतेने करून दाखवली आहे. *चले आओ* हे गीत पठण व गायन या दोहोंचा अंतर्भाव करून उभे राहते. विनवणी वा काकुळती करण्याच्या भावनेची गीत बनण्याची ऊर्मी मध्ये मध्ये खंडित झाल्याप्रमाणे या गीताचे चलन भासते. तिसरे गीत आहे – *न जावो सैंया.* यात कारुण्य व शोक भाव भरले आहेत, पण ते अतिशय दबलेल्या सुरात प्रगट होतात. ही सर्व गीते सादर करताना गीताच्या आवाजात शहरी वा शिष्ट संस्कृतीचे गुण किंचितही डोकावत नाहीत हे विशेष!

नाईट क्लब गीते

चमकदार, ऊर्जायुक्त, किंचित प्रमाणात स्वरेलपणास बाहेर ढकलणारे असे आवाज व त्यांचे लगाव ही नाइट क्लब गीते या प्रकाराची खास लक्षणे होत. शिवाय यात एक खास क्षमता अशी लागते, की आवाजाने मींड घ्यावी पण मान्य स्वरांतरांच्या मधल्या बिंदूंना आळसाने स्पर्श करत करत खाली यावे. आघातपूर्ण लयबद्ध गायन हेही यांत आवश्यक असते. यांत भरीस भर घालायची असते ती शब्दांचे मुद्दाम बिघडविलेले उच्चार आणि साध्या साध्या शब्दांची अपभ्रंशित फेक – एक प्रकारचे उच्छृंखलपण समोर यावे म्हणून केलेली. शेवटी गायनात अशी आवाहकता हवी की ऐकणाऱ्यांना नृत्य नाही तरी शारीर हालचाल तरी करावीशी वाटली पाहिजे. गीताने वारंवार या क्षमतांचे पुरावे आपल्या गायनातून सादर केले आहेत.

याबाबत काही उदाहरणे उल्लेखण्यासारखी आहेत. *सुनो गजर क्या गये* ('बाझी', १९५१, एस. डी. बर्मन) हे आरंभीच्या काळातले गीत आहे. या

गीतात भूल घालण्याचे वा वशीकरणाचे परिणाम फार स्पष्ट नाहीत, पण पुढे ते विकसित होणार याच्या खुणा जरूर आहेत. या प्रकाराची लक्षणे पुढील गीतांत स्पष्टपणे दिसतात – *ओ बाबू ओ नैना* ('दिल्ली का ठग', १९५६, रवी), *मेरा नाम चिन चिन चिन* ('हावरा ब्रिज', १९५८, ओ. पी. नय्यर), *हमने देखा प्यार में* ('गेस्ट हाऊस', १९५९, चित्रगुप्त), *जाता कहाँ है दिवाने* ('सी. आय. डी.', १९५६, ओ. पी. नय्यर). शेवटच्या रचनेत मिस्किलपणा व मुश्किलपणाही आहे. एकांतर कडवे तार सप्तकाच्या गंधार स्वरावर सुरू होते, त्याची द्रुतगती व त्यातही वशीकरणासाठी योजलेल्या सुरावटींचा मादकपणा संभाळायचा अशी कसरत आहे. काही गीतांत ही गायिका बालकाचा आवाज व त्यात मादकपणा आणते! या विरोधसंबंधामुळे श्रोत्यांचे लक्ष आकर्षून घेणे हे उद्दिष्ट सहज साध्य होते (*तुमसे नजर मिली*, 'जागीर', १९५९, मदन मोहन). *आँखो में तुम* ('हाफ तिकेट', १९६२, सलील चौधरी) या गीतातही या प्रकारची शैली चांगली सादर केली आहे आणि जोडीला बिघडविलेले उच्चार, यॉडलिंग – हा लगाव, आणि इतर ध्वनिपरिणाम घेऊन किशोरकुमार अवतरला आहे – परिणामतः मिश्रण विशेष श्रवणीय झाले आहे!

प्रस्तुत गीत प्रकाराचे आकर्षक स्वरूप लक्षात घेता या प्रकारची शैली नाईट-क्लब सिच्युएशनपुरती मर्यादित राहू नये हे अपेक्षित आहे. विशेषतः ही शैली ज्यांना प्रिय आहे अशा रचनाकारांनी ते स्वातंत्र्य घेतले आहे. पण गीताचे त्या प्रकाराचे कौशल्यपूर्ण सादरीकरण ऐकून एरवी या शैलीचे पक्षपाती नसलेल्या रचनाकारांनीही असे स्वातंत्र्य घेतले असे आढळते. उदाहरणार्थ, *मेरा दिल मेरी जान* ('आबे हयात', १९५५, सरदार मलिक) वा *यह ऋतु यह रात* ('सैलाब', १९५५, मुकुल रॉय) ही गीते ऐकावीत. शैली व गायिकेचे कौशल्य दोहोंचा फायदा उठविण्याचे हे यत्नही चित्रपटसंगीताच्या स्वरूपाविषयी काही सुचवून जातात.

जुळवून घेण्याची क्षमता दाखविणारी द्वंद्वगीते

सर्वसाधारणतः द्वंद्वगीते म्हणजे एक पुरुष-आवाज व एक स्त्री-आवाज यांनी एकांतर पद्धतीने वा एकत्र, तसेच समूहाच्या साथीशिवाय वा सह – सादर झालेली गीते होत. आरंभीच्या कालखंडात जेव्हा लताच्या आवाजासारखे विस्तीर्ण पल्ल्याचे स्त्री-आवाज उपलब्ध नव्हते तेव्हा पुरुष-आवाज अडचणीत येत, कारण त्यांना आपल्या स्वतःच्या पट्टीत गाता येत नसे. नंतरच्या

कालखंडात आणि पार्श्वगायनाला लताने आरंभ केल्यानंतर पुरुष आवाजांना आविष्कारक्षम गायन करणे शक्य झाले.

सर्व वेधक द्वंद्वगीतांत स्त्री व पुरुष कलाकार एकमेकांना गुणवत्तात्मक प्रतिसाद देत देत गातात – निदान तसे व्हायला हवे. गीताच्या गायनात या गुणाचा आढळ चांगला होतो. आपल्या सहकलाकारांना निदान तीन प्रकारचे प्रतिसाद आपल्या गायनांतून गीताने दिलेले आढळतात. उदाहरणार्थ, पुढील गीते ऐकण्यासारखी आहेत –

(१) *मुझको जो तुम मिले* ('डिटेक्टिव', १९५८, मुकुल रॉय) – हेमंतकुमार व गीता यांनी सादर केलेल्या या गीतात लालित्यपूर्ण दादरा तालात दोघांनी स्वरेल आणि किंचित कंपपूर्ण आवाज लावले आहेत आणि त्यातून तुल्य भावपूर्णता व्यक्त होते. दोघांच्या सहभागी गायनाचे आणखी एक समान उदाहरण आहे – *न यह चाँद होगा* ('शर्त', १९५४, हेमंतकुमार). या गीताच्या साध्या चालीच्या सफाईदार गायनाने प्रेमिकांची एकमेकांविषयीची टिकाऊ प्रीती व्यक्त होते. तलतबरोबरच्या गीताच्या द्वंद्वगीतातसुद्धा (*कह रही है धडकनें*, 'लाल परी', १९५४, हंसराज बहल) दोन गुंजन करणाऱ्या आवाजांनी एकमेकाला दिलेले प्रतिसाद ऐकू येतात. हेमंत व गीता यांच्या द्वंद्वगीतांपैकी अनेक रचनांत शांतपणा, सुरेलपणा आणि परस्परविश्वास यांचा प्रत्यय येतो.

(२) *तूने मेरा दिल ले लिया* ('शरारत', १९५९, शंकर-जयकिशन) – किशोर व गीता ही रचना मोकळेपणे, काहीशा थिल्लर आवाजात आणि मौज-मजा-गंमत प्रकट करण्यासाठी, शब्दान्ती आंदोलित लगावाने सादर करतात. *दे भी चुके हम* ('जाल', १९५२, एस. डी. बर्मन) याही गीतात मौजमजा व्यक्त होते. या रचनेत शिट्टीचा स्वन, गद्यात उद्गार ('अच्छा' यासारखा शब्द घेऊन) सर्व प्रकारची हुंकारयुक्त फेक, विचित्र वाद्यध्वनी, अनपेक्षित ठिकाणी व वेळेस द्रुतगती शुद्ध-कोमल स्वरांतरांचे अवरोही अवतार इत्यादी परिणाम रचनेच्या एकंदरीने कॉमिक वातावरणात भरीव भर घालतात.

(३) *दिल से दिल टकराया* ('लव मॅरेज', १९५९, शंकर-जयकिशन), कलाकार गीता व रफी. उच्चारण व प्रक्षेपण यांत नाट्यपूर्ण पद्धतीचा अवलंब करून गरिमायुक्त, दणदणीत आणि कारागिरीपूर्ण आविष्कारात दंग असलेल्या पटह, ट्रंपेट वगैरे मंडळींना प्रतिसाद देतात! याच तऱ्हेचा प्रकार *जाने कहाँ मेरा* आणि *उधर तुम हसीन हो* ('मिस्टर अँड मिसेस् ५५', १९५५, ओ. पी. नय्यर) या रचनांत आहे.

पण असे लक्षात येते, की आणखी एका प्रकारचे द्वंद्वगीतही गीताकडून गायले गेले आहे. या प्रकारच्या द्वंद्वगीतात दोन पुरुष-आवाज वा दोन स्त्री-आवाज एकाच भावनेचा वा तिच्या छटांचा आविष्कार करण्यासाठी योजलेले असतात. दुसऱ्या शब्दांत सांगायचे तर संवाद वा साद-प्रतिसाद नोंदविणे हे या गीतांचे उद्दिष्ट नसून एकच भावना, दृष्टिकोण इत्यादींची सहअनुभूती गीतांतून प्रकट करण्यासाठी प्रस्तुत गीते अवतरतात. एकाच नदीच्या दोन कालव्यांतील पाण्यासारखे संगीत इथे प्रवाहित केलेले असते. द्वंद्वगीताच्या या उपप्रकाराचे उत्तम उदाहरण आशा व गीता यांनी सादर केले आहे. *धरती से दूर* ('संगदिल', १९५१, सज्जाद) या गीतात दोघींच्या स्वर लगावातील साम्य जाणवते. *जानूँ जानूँ रे* ('इन्सान जाग उठा', १९५९, एस. डी. बर्मन) या गीतामध्ये आपापल्या प्रेमप्रकरणांविषयी दोन सख्यांनी एकमेकींची खिल्ली उडवली आणि आपापले हृद्गत व्यक्त करून एकमेकींना दिलासाही देऊ केला असे लक्षात येते. *बचपन के दिन* ('सुजाता', १९५९, एस. डी. बर्मन) काहीसे हळवेपणे मागे वळून पाहत गत अनुभूतींचे अंशतः पुनरुज्जीवन करणाऱ्या मैत्रिणींच्या मनात संगीताद्वारे प्रवेश होतो. सुधा मलहोत्राबरोबर गायलेल्या *ना मैं धन चाहूँ* ('काला बझार', १९६०, एस. डी. बर्मन) या गीतामध्ये मात्र अशी प्रतीती येत नाही याची नोंद घेतली पाहिजे.

माझ्या मते आशा व गीता यांच्या सांगीत प्रकृतींतील साम्य चित्रपटसंगीताच्या विचारात महत्त्वाचे ठरते. दुर्दैवाने गीताचे निधन झाले, पण आशाने आपला संयुक्त वारसा कायम राखला, इतकेच नव्हे तर त्यात आपल्या संगीतातून भर घातली. गीताप्रमाणे आशाही संगीताला अंतर्मुखतेपासून बहिर्मुखतेकडे नेण्यास वा उलट प्रवास करण्यास तुच्छ मानत नाही!

इतर प्रकारची परिणामकारक गीते

अर्थातच अपेक्षेप्रमाणे गीताने सादर केलेली इतर प्रकारची गीतेही आनंद देऊन जातातच. उदाहरणार्थ, प्रेमगीत म्हणून ढोबळपणे ओळखली जाणारी तिची गीते घ्या. *बाबूजी धीरे चलना* व *यह लो मैं हारी पिया* ('आर पार', १९५४, ओ. पी. नय्यर) ही गीते चमकदार आणि हलकीफुलकी आहेत. यांत रंगदार उच्चारण आहे आणि तेही वेगवेगळ्या ढंगाने केलेले आहे. पहिल्या रचनेतल्या खेळकर प्रेमगीताचा स्वन चमकदार ॲकॉर्डिअनमुळे चढाईखोरपणे समोर येतो. आपल्या सुजाण अपभ्रंशांतून व प्रक्षेपणांतून गीता त्यास प्रतिसाद देते. दुसरे गीत थोडेसे मुद्दाम मवाळ पण मधुर रचलेले आहे व गीताच्या गायनात त्याला मनमिळाऊपण लाभते. *थंडी हवा काली घटा* ('मिस्टर ॲन्ड

मिसेस ५५', १९५५, ओ. पी. नय्यर) हे अपेक्षानिर्माण करणारे गीत – पण अपेक्षा पुरी होणार ही खात्री देणारे. जास्त काही भावनात्मक वगैरे न करता गीता शांत आत्मविश्वासाने ते गीत उभे करते. *ऐ दिल मुझे बता दे* ('भाई भाई', १९५६, मदन मोहन), हे वाऱ्याच्या खेळकर झुळुकेसारखे आतल्या प्रेमाला पाहणारे, पण गंभीर अंतर्मुखतेने नव्हे. अंगावर न येणाऱ्या द्रुत गतीने हे गीत पुढे चलते आणि हाही भाव गीताने पकडला आहे. आनंदी वृत्तीने आपल्यातच मग्न झालेली अवस्था सुचविण्याकरिता अपरिहार्य ठरलेला ला ला ला वगैरे ध्वनींचा वापरही तिने नीटपणे साकार केला आहे.

आणि क्लासिकल...

आता राहिली गीताची शास्त्रीय संगीतावर आधारित गीते. अनेक कारणांनी गीताची खास गीते कोणती याचा वर्ग फार लौकर पक्का करण्यात आला आणि म्हणून तिच्या गीतसंभारांत शास्त्रोक्त रचना फारशा नाहीत, पण तिकडे झुकलेल्या रचना आहेत. उदाहरणार्थ, *देखो जादुभरे तोरे नैन* ('आसमान', १९५३, ओ. पी. नय्यर) आणि *बाट चलत* ('लडकी', १९५२, सुदर्शन व धनीराम) या रचना ऐकाव्या. पहिले गीत द्रुत तीनतालात असून गौडसारंग, तिलंग इत्यादी रागांच्या क्षेत्रांत त्याचा विहार आहे. या रचनेत अनेक शास्त्रोक्त संगीतनियमांना नीटपणे बाजूला करण्यात आले आहे व ते कार्य गीताने समर्थपणे पार पाडले आहे. दुसरी रचना थेटपणे भैरवीमधील पारंपरिक 'बंदिश की ठुमरी' आहे. यात सरगम गाताना गीता नवशिक्याप्रमाणे चाचपडते हे लक्षणीय आहे. ती त्यातली नव्हती हेच खरे!

शमशाद बेगम
(जन्म : १९१९)

शमशाद बेगमचा जन्म लाहोर वा पेशावर येथे झाला असावा. ग्रामोफोन गाण्यांच्या ध्वनिमुद्रिका ऐकून तिने आपले संगीत शिक्षण केले. वयाच्या १३व्या वर्षी तिने गुलाम हैदर यांचे पंजाबी गीत (*हाथ जोडा पखिंया दा*) एका ग्रामोफोन कंपनीसाठी गायले. ती इतकी लोकप्रिय झाली की त्याच जेनाफोन कंपनीने तिच्या दोनएकशे ध्वनिमुद्रिका काढल्या. १९३८-३९च्या सुमारास तिने उम्राजिया बेगमबरोबर गायलेली द्वंद्वगीतेही खूप लोकप्रिय झाली. मात्र ही सारी गीते चित्रपटबाह्य होती. मग शमशाद बेगम दिल्लीला गेली व क्राऊन इंपीरिअल थिएट्रिकल कंपनी ऑफ परफॉर्मिंग आर्ट्स या मंडळीत भरती झाली. दिल्लीच्या

रेडिओ स्टेशनवरूनही ती गात असे. एकंदरीने चित्रपटसृष्टीत शिरण्याआधी तिच्या खास आवाजाशी परिचित व तिची कारागिरी पसंत करणारे 'पब्लिक' तयार झालेले होते असे म्हणण्यास हरकत नाही.

पंचोलीनिर्मित 'खजांची' (१९४१) या चित्रपटासाठी तिने पार्श्वगायन केले (*सावन के नजारे हैं*). हा चित्रपट इतका लोकप्रिय झाला होता, की यातील गीत खुद्द लता मंगेशकरने एका स्पर्धेत गायले असे म्हणतात! अनेकांनी मनधरणी केल्यावर शमशाद १९४२ मध्ये मुंबईस आली – नर्गिसने ज्या चित्रपटात पदार्पण केले त्या 'तकदीर' चित्रपटात गाण्यासाठी. 'शहनाई', 'पतंगा', 'खिडकी' आणि 'नमूना' या चित्रपटांत ती सी. रामचंद्र यांच्यासाठी गायली. तिचा आवाज इतका ताकदवान होता, की ध्वनिमुद्रणाच्या वेळी सूक्ष्मध्वनिग्राहक तिच्यापासून सुरक्षित अंतरावर ठेवावा लागे! त्या काळात गायक कलाकारांना प्रत्येक गीत दोनदा गावे लागे – एकदा चित्रपटासाठी व दुसऱ्यांदा रेकॉर्डिंग कंपनीसाठी! १९५०-६०च्या दशकात शमशादने चित्रपटसंगीतात गुणवत्तात्मक भर घातली. ती बहुतेक सर्व मुख्य रचनाकारांसाठी गायली, पण तिच्या रुंदसर आवाजाच्या शक्यता व शक्ती नौशाद यांनी चांगल्या धुंडाळल्या. तिने नौशाद यांच्या 'शहाजहान' (१९४६) या चित्रपटासाठी प्रथम एक गाणे (*जवानी के दामन को*) गायले आणि नौशाद यांनी 'चांदनी रात है' (१९४७) या चित्रपटातील गीतांपैकी सहा गीते तिला गायला लावली! यांपैकी तीन (*चिनके दिल क्यौं, कैसे बोजे दिल का, खबर क्या थी*). रफीबरोबरची द्वंद्वगीते होती. 'बाबुल' (१९५०) या चित्रपटामध्येही नौशाद यांनी तिला बारा पैकी सात गाणी दिली होती. तिच्या योग्यतेनुसार तिला प्रमुख कलाकार म्हणून बोलविण्यात ओ. पी. नय्यरही पुढाकार घेत असत. *कभी आर कभी पार* ('आर पार'), *रेशमी सल्वार कुर्ता जाली का* ('नया दौर') ही गीते याची साक्ष आहेत. तिच्या लोकप्रिय गीतांत पुढील गीतांचा समावेश होतो – *मिलते ही आँखें* ('बाबुल', तलतसह), *बचपन के दिन भुला ना देना* (लताबरोबर, 'दीदार'), *दूर कोई गये* (लताबरोबर, 'बैजू बावरा'), *कजरा मोहब्बतवाला* (आशा व समूहासहित, 'किस्मत'), *ले के पहेला पहेला प्यार* ('सी. आय. डी.'). १९६८ नंतर तिने चित्रपटसृष्टीतून अंग काढून घेतले.

रुंदी व चपळता या दोहोंचा विरळा संगम म्हणजे शमशाद बेगमचा आवाज. आणखीही एक खास गुण आहे ज्याला संगीतशास्त्रीय परिभाषेत 'तासीर' म्हटले जाते. तासीर म्हणजे विशिष्ट स्वरमर्यादेत स्वरांना तेज असणे. फार ढाला (खालचा) वा फार तारस्वनी नसलेल्या शमशादच्या आवाजात हा गुण भरपूर

आहे. चमकदार ध्वनीची अ‍ॅकॉर्डियन वा पिकोलोसारखी वाद्ये वाजत असतात त्यावेळीसुद्धा शमशाद गायली तर तिचा आवाज जराही कमी पडत नाही हा तिच्या गुणवत्तेचा वेधक पडताळा होय. *सैंया दिल में आना रे* ('बहार', १९५१, एस. डी. बर्मन) या गीतात प्रस्तुत गुणाची प्रतीती घ्यावी.

कंठध्वनीमध्ये ध्वनिपरिणाम उत्पन्न करण्याची तिच्यात चांगली क्षमता होती आणि या बाबतीत तिच्याशी स्पर्धा करणे फक्त आशा भोसलेलाच जमू शकले. *इचक बिचक भुर्र्र्* ('बावरे नैन', १९५०, रोशन) या गीतात तिने 'भुर्र्र्' या शब्दावर उच्च स्वरावर ट्रिल हा लगावाचा परिणाम निर्माण केला आहे. एका जागी लागोपाठ दोन ट्रिल्स, एक सप्तकाच्या स्वरांतराने, आणि एकापाठोपाठ द्रुतगतीने घेतले आहेत! *पी आये आकर चले गये* ('बझार', १९४९, श्यामसुंदर) या रचनेत तिने घोषयुक्त लगाव, संभाषणात्मक फेक, शुद्ध व कोमल स्वर लागोपाठ, आणि संभाषणात्मक लगावाची एक नक्कल इतकी विविधता समोर ठेवली आहे! म्हणूनच किशोर कुमारबरोबर एक कॉमिक गीत गात असतानासुद्धा (*चना जोर गरम*, 'नया अंदाझ', १९५६, ओ. पी. नय्यर) ती कुठेही, किंचितही कमी पडत नाही! विशेष म्हणजे हे सगळे परिणाम उत्पन्न करत असतानादेखील ती सांगीत आकर्षकतेला गमावून बसत नाही! अशीच तंत्रकुशलता आणि स्व-भावातील वा तब्बेतीची विविधता *मेरे पिया गये रंगून* ('पतंगा', १९४९, सी. रामचंद्र) या तिच्या कॉमिक गीतात दिसते. गीत बटबटीत न होता गायन गीतापलीकडे पोचू शकते.

गीतांचा एक उपभेद न कल्पिता मुद्दाम असे नमूद करता येते, की ज्या रचना भारतीय लोकसंगीतातील वा धर्मसंगीतातील स्त्रीगीतांपासून स्फूर्ती घेऊन तयार झालेल्या असतात त्या – या गायिकेच्या गळ्यात फार चांगल्या लागतात. काही बारीकसारीक घरकामे करताना वा विधिकृत्यांतील कार्ये पार पाडताना या प्रकारची गीते गायली जात असतात. परिणामतः त्यांत एक सर्वसाधारण भावनिक भारलेपण, पुरेसे सांगीत गुण व सहज ओळख पटणाऱ्या व्यापक भावांचे आवाहक सामर्थ्य असते. ऐकणारा त्यांच्याशी लवकर नाते जोडू शकतो. उदाहरणार्थ, बिदाई गीत (*छोड बाबुल का घर*, 'बाबुल', १९५०, नौशाद), गाली गीत (*कोठेसे बडा बन्ना*, 'पाकीझा रंगबरंग', १९७७, गुलाम महम्मद), होली गीत (*होली आई रे कन्हाई*, 'मदर इंडिया', १९५७, नौशाद) ही गीते या संदर्भात ऐकावीत. ही गीते स्त्रीगीते असून स्त्री पात्रांसाठी आहेत. म्हणजे हे संगीत विशिष्ट लिंगाच्या व्यक्तींशी संबद्ध असून त्यांत निश्चित सांस्कृतिक कार्ये अंगभूत आहेत. अशी गीते गाण्यासाठी एक वेगळे कौशल्य

लागते. गायन असे हवे की त्यात एक ठरावीक पण परिणामकारक फेक असूनही सर्वांचा समावेश त्यात होऊ शकतो असे सूचित झाले पाहिजे.

माझ्या मते शमशाद बेगमच्या कलाकारीचे मूल्यमापन करण्यासाठी गीतांचा एक उपवर्ग मानला पाहिजे. प्रेमपूर्व अवस्थेतील अवखळ, फेसाळ प्रेमगीत हा तिचा हातखंडा गीतप्रकार आहे. तिच्या आवाजातील स्वन, लगाव व रुंदी, तारता मर्यादा, उच्चारण, संगीत न सोडता संभाषणाचा बाज आणणे इत्यादी अनेक विशेषांमुळे तिची सादरीकरणे असर करतात. चेहऱ्यावर स्मित पसरून तो उजळण्यापासून ते हसू फुटून चेहरा मनमिळाऊ मैत्रीचे आमंत्रण देणारा वाटू लागेपर्यंतचे सर्व प्रतिसाद तिच्या गायनामुळे संभवतात – यावरून गाण्याची गुणवत्ता समजून यावी.

अशा गीतांची उदाहरणे बरीच आहेत. ठळक म्हणून पुढील रचना ऐकाव्यात – *कभी आर कभी पार* ('आर पार', १९५४, ओ. पी. नय्यर), *पूछो मेरा क्या नाम रे* आणि *कहीं पे निगाहें कहीं पे* ('सी. आय. डी.', १९५६, ओ. पी. नय्यर), *रेशमी सल्वार कुर्ता जाली का* ('नया दौर', १९५७, ओ. पी. नय्यर). अशी गीते अनेकदा सामूहिकतेचाही तर्कशुद्ध समावेश करत असतात – त्यांची मूलभूत सार्वत्रिकता ठसावी म्हणून. ही गीते अवतरतात तेव्हा प्रेम अगदी नेमक्या दोघांपुरते मर्यादित झालेले नसते – त्याला एक सार्वत्रिक सयुक्तिकता असते. दुसरे असे की या गीतांची सांगड अनेकदा समूहनृत्यांबरोबर घातलेली असते – जणू काही अंगभूत मानवी समाजप्रियतेचा ती संकेत करतात. शिवाय अशी गीते फार तारस्वरांत गायलेली नसतात – त्यांत पुनरुक्ती असते आणि त्यांच्या गायनात सामील होणे सोंपे असते – निदान तसे भासते. काफी, खमाज, धानी, पहाडी इत्यादी धुन रागांत त्यांची रचना बसते आणि विशेष विरोधाभास म्हणजे भैरवीसारख्या करुण सुरावटींनाही या गीतांत स्थान मिळते.

शमशाद बेगमला अधिक एकल गीते, संथ लयीच्या रचना आणि सूक्ष्म भावभावनांना स्पर्श करणारी गाणी सादर करण्याची संधी मिळू नये हे तिचे व रसिकांचेही दुर्दैव म्हटले पाहिजे. तिच्या बहुरंगी आवाजात अशा रचना ऐकण्याचा अनुभव आगळा ठरला असता हे नक्की!

सुमन कल्याणपूर

(जन्म : २१-१-१९३७)

एका कोकणी भाषिक सारस्वत कुटुंबात जन्मलेली सुमन हेमाडी संगीतप्रिय वातावरणात लहानाची मोठी झाली. जे. जे. स्कूल ऑफ आर्ट्समध्ये नाव

घालूनही रंगांची अ‍ॅलर्जी होऊ लागल्यामुळे तिला १९५२ मध्ये तो मार्ग सोडावा लागला. नंतर तिने आकाशवाणीवर व मराठी चित्रपटांतही गायला सुरुवात केली. 'मंगू' या महंमद शफी यांनी संगीत दिलेल्या हिंदी चित्रपटासाठी गायला तिला बोलावले गेले, ती गायलीही, पण नंतर हा चित्रपट ओ. पी. नय्यर यांच्याकडे सोपविण्यात आला. त्यांनी सुमनने गायलेल्या गीतांपैकी फक्त एक गाणे पसंत केले! परिणामतः तिचे लक्षवेधक गीत म्हणून उल्लेख करावा लागतो तो तलतबरोबर गायलेल्या द्वंद्वगीताचा (*एक दिल है*, 'दरवाजा' हा शहीद लतीफ यांचा चित्रपट). नंतरच्या २५ वर्षांत ओ. पी. नय्यर सोडता सर्व मुख्य रचनाकारांसाठी गाऊन तिने आपली गुणवत्ता सिद्ध केली. चित्रपटक्षेत्रात असलेल्या परिस्थितीचा उबग येऊन, तिने १९८१ पासून चित्रपटांसाठी गाणे सोडले. जवळजवळ साडेसातशे चित्रपटगीते त्यांच्या नावे आज जमा आहेत. त्यांनी गायलेली अनेक इतर गीते सांगीत गुणांनी परिपूर्ण आहेत असे निःशंकपणे म्हणता येईल.

सुमन कल्याणपूर यांचा आवाज सुरेल, हलका, पल्लेदार आणि पारदर्शक आहे. भडक नसलेले स्वनरंग आणि त्यांच्या सूक्ष्म छटा या आवाजात विपुलतेने मिळतात. परिणामतः त्यांना गायनातून विस्तीर्ण भावपटही धुंडाळता येतो. या आवाजावर शास्त्रोक्त संगीताचे गाढ संस्कार आहेत वा गायिकेस शास्त्रोक्त संगीत येते याला त्यांनी गायलेल्या गीतांत पुरावा मिळत नाही. पण संबंधित शैली त्यांना कंठगत करणे शक्य होते याची खात्री पटवू शकणारी गीते आहेत. उदाहरणार्थ, *मेरे संग गा* ('जानवर', १९६५, शंकर-जयकिशन) या नृत्यगीतातील शास्त्रोक्त ढंग त्यांना चांगला पेलला आहे. सर्वसाधारणतः असे म्हणता येईल, की नाईट क्लब गीते त्यांच्या गीतसंचात नीटशी बसत नाहीत. त्यांनी जरी *पानी में जले मोरा गोरा अंग* ('मुनीमजी', १९७२, उषा खन्ना) यासारखे गीत मादक व मोहक केले असले तरी त्यात नाईट क्लब गीताची उच्छृंखलता नाही. या गीतात निम-शृंगारिक नसले तरी सूचक अशा शब्दांचेही त्यांनी केलेले सपाट व फार नेमके उच्चारण याचेच निदर्शक आहे!

त्यांनी गायिलेली काही प्रेमगीते स्मरणीय आहेत. *ना तुम हमें जानो* ('बात एक रात की', १९६२, एस. डी. बर्मन). या गीतात अपेक्षा निर्मिती चांगली होते. *यूँ ही दिलने चाहा* ('दिल ही तो है', १९६३, रोशन) या गीतात एरवी विलंबित लयीबरोबर ज्या भावनेची सांगड घातली जाते तीच भावना द्रुत लयीच्या चालींतही उत्पन्न करण्यात त्या यशस्वी झाल्या आहेत. *पहला पहला प्यार* ('बात बात में', १९६६, शंकर-जयकिशन) या रचनेत एका खेळकर,

तरुणाईने भरलेल्या नायिकेने दिलेली प्रेमाची कबुली आपल्याला चमकदार, उत्साहपूर्ण, आणि शब्दान्ती असलेले स्वरपुंज सफाईने घेणाऱ्या आवाजातून ऐकू येते. प्रेमगीताचा उपभेद विरहगीत होय. *मेरे मेहबूब जा ना* ('नूर महाल', १९६५, जानी बाबू) हे गीत त्यांनी भावस्पर्शी केले आहे आणि वाद्यवृंद किरकोळ असूनही कोठेही अतिपणा न करता.

द्वंद्वगीतांतही त्यांनी उच्च दर्जाची आविष्कारक्षमता दाखविली आहे. *यह मौसम रंगीन* ('मॉडर्न गर्ल', १९६१, रवी, सहगायक मुकेश) या गीतात त्यांनी शांत पण विश्वासभरल्या प्रेमभावाची निर्मिती केली आहे. याउलट *ना ना करते प्यार* ('जब जब फूल खिले', १९६५ कल्याणजी-आनंदजी, सहगायक रफी) या गीतामधील खळखळाट, निरागसपणा आणि उत्साह जाणवतो. या रचनेत संभाषणात्म वा संवादात्म शैलीचाही समयोचित व कौशल्यपूर्ण वापर आहे. उदाहरणार्थ, 'ना ना' या शब्दांचे उच्चारण ऐकण्यासारखे आहे. आणखी एक वेधक उदाहरण आहे *ठेहरिये होश में आवो जरा* ('मोहब्बत इसको कहते हैं', १९६६, खय्याम, सहगायक रफी) या गीताचे. इथे नायिका-प्रेमिका आविष्कारात जराशी लाजाळू तर प्रियकर जरा स्व-तंत्र असा आकर्षक हा विरोध चांगला व्यक्त झाला आहे. याच गीतात अवखळ प्रेमिकांना हमखास बहाल केलेले अर्थहीन 'ला ला' इत्यादी ध्वनींचे उच्चारण गायिकेने चांगले साधले आहे. *मेरा प्यार भी तू है* ('साथी', १९६८, नौशाद) या गीतात गायिकेने हुंकारयुक्त लगावही परिणामकारकतेने वापरले आहेत.

चित्रपटसंन्यास खूप लवकर घेऊनही सुमारे ५० हिंदी चित्रपट, चित्रपटबाह्य पण गुणवत्तापूर्ण भरपूर गीते अशी सुमन कल्याणपूर यांची जमा आहे. लताबाईंनी आवाज व लगाव या बाबतींत जे कौशल्य ज्या प्रकारे आपल्या प्रदीर्घ कारकिर्दीत दाखविले त्याच्या जवळात जवळ पोचल्या त्या सुमन कल्याणपूर याच. त्यांना अधिक सिनेमा संधी मिळाल्या, त्यांच्या वाट्याला जर टिकाऊ चित्रपट अधिक येते तर लताबाईंच्या कर्तृत्वास पर्यायी केंद्र उभारण्याची क्षमता त्यांच्या कलाकारीत निश्चित आढळते. काही गीतप्रकारांबाबतचे लताबाईंच्या एकाधिकारास आव्हान देण्यासाठी आवश्यक ती सर्व सामग्री त्यांच्यात असूनही ते होऊ शकले नाही हे दुर्दैव म्हटले पाहिजे!

मुबारक बेगम

मुबारक बेगम यांचे कुटुंब मूळचे राजस्थानचे, पण त्यांचे वास्तव्य अहमदाबाद येथे होते. त्यांचा जन्म बहुधा १९०१च्या आसपासचा असावा.

मुबारक बेगमने लहानपणी चित्रपट पाहण्याची एकही संधी कधी गमावली नाही, मात्र प्रक्षेपण चालू असता डुलक्या खाण्याचा हक्क आपण नेहमी बजावत असू असे त्यांनीच सांगितले आहे. मुंबईस कुटुंब आल्यावर त्यांनी उस्ताद अबदुल करीम खांचे पुतणे रिआझुद्दीन खान यांच्याकडून संगीताची तालीम घ्यायला सुरुवात केली. लवकरच आकाशवाणीवरून गायलाही त्यांनी आरंभ केला आणि लोकांचे लक्ष त्यांच्याकडे वेधू लागले. यांत रफीक गझनवी यांचा समावेश होता. त्यांच्यासाठी व श्यामसुंदर यांच्यासाठीही मुबारक बेगम यांची गाणी ध्वनिमुद्रित करण्याचा घाट घातला होता. पण तो फसला, कारण त्यांनी ध्वनिमुद्रणाच्या वेळी घाबरून हातपाय गाळले. त्या इतक्या बावरल्या, की त्यांना घरी परतावे लागले! परिणामतः त्यांचे पहिले गीत – *मोहे आने लगी अंगडाई* ('आईये', शौकत देहेलवी) वरळीच्या ईस्टर्न स्टुडिओजमध्ये ध्वनिमुद्रित झाले. याच चित्रपटात लताबरोबर त्यांनी एक द्वंद्वगीतही (*आओ चलो सखी वहाँ चले*) गाईले. त्यांनी मग विविध चित्रपटांसाठी गायला सुरुवात केली. 'दायरा' (जमाल सेन) या चित्रपटाची गीते चांगली होती, पण दुर्दैवाने चित्रपट कोसळला. मग नौशाद यांनी तिला 'शबाब' या चित्रपटासाठी गायला बोलावले. पण प्रत्यक्षात तिला असे आढळले, की तिला फक्त गीताचा एक चरण समूहगीतात गायला देण्यात आला आहे! हा विलक्षण सन्मान तिने नाकारायचे ठरवले तेव्हा तिला एक गीत देण्यात आले. एस. डी. बर्मन यांनी तिला 'देवदास'मध्ये गायला बोलावले, पण फक्त दोन चरण गाण्यासाठी! पुन्हा तिने अंग काढून घ्यायचे ठरविले, तेव्हा साहीर लुधियानवी यांच्या सूचनेवरून तिला एक पूर्ण गीत *वो ना आयेंगे पलटकर* देण्यात आले आणि ते गाजले. 'मधुमती'मध्ये तिने गायलेले *हाले दिल सुनायेंगे* हेही गीत गाजले. पण तिचे सर्वांत लोकप्रिय गीत कोणते म्हटले तर बहुधा *हमारी याद आयेगी* ('हमारी याद आयेगी', स्नेहल भाटकर) असे उत्तर येईल.

तिच्या आवाजाचे वर्णन कसे करता येईल? तो आवाज संगीत शिक्षणाचे संस्कार न झालेला आणि सुमन कल्याणपूर यांच्या आवाजापेक्षा जरा खडबडीत असूनही मधुर आहे. तो स्वरेल व छोट्या वाक्यांशांचे द्रुत सादरीकरण करू शकणारा, पण आशा भोसलेपेक्षा पातळ आहे. अगदी १९८० मध्ये त्यांनी गायलेले दादरा तालातले साधे पण हृदयस्पर्शी गीत – *सांवरिया तेरी याद में* ('रामू तो दिवाना है', चंद्रू) ऐकले तरी तिच्या सांगीत गुणवत्तेची खात्री पटते. खमाज रागाची छाया घेऊन गीतात कारुण्याची झाक दर्शविण्याची किमया त्यांनी करून दाखविली आहे. *हमें दम दैके* ('यह दिल किसको दूँ', इक्बाल

कुरेशी) या बहारदार नृत्यगीतात स्वरेल सारंगी, आनंदी स्वनरंग आणि चैतन्यमय पण ठरावीक लयबंध असून शैलीदार ताना याद्वारे त्यांनी यशस्वी सादरीकरणाचा नमुना समोर ठेवला आहे.

द्वंद्वगीतांतही त्या मागे नाहीत. *मुझको अपने गले लगा दो* ('हमराही', शंकर-जयकिशन, सहगायक रफी) या गीतात रफीच्या नाट्यात्म मार्गाने न जाताही त्यांनी संकोची प्रीतीचे गीत चांगले सादर केले आहे. *इतने करीब आके भी* ('शगुन', १९५४, खय्याम, सहगायक तलत) ही रचना द्वंद्वगीतात रूपांतर केलेली गझल आहे. मध्यम स्वराची दोन्ही लोभस रूपे घेणाऱ्या केदार रागाचा आधार शोधत या गीतात भरीला भर म्हणून केहेरवा तालाचे संस्कारित रूप आणि वृत्ताच्या बंधाशी क्रीडाही आहे! ही सारी गुंतागुत गायिकेने चांगली सांभाळली आहे. सफाईदार गायनामुळे साधी, सरळ वाटणारी चाल बरीच गुंतागुतीची आहे हे बारकाईने ऐकल्यासच जाणवते. *नींद उड जाये तेरी* ('जुआरी', कल्याणजी-आनंदजी) या गीतास मुळातच अवघड असणाऱ्या तोडी रागाचे चलन आधारभूत आहे, पण मुबारक बेगमना ते अडचणीचे जात नाही. *मेरे आँसुओं पे ना मुस्कुराना* ('मोरे मन मितवा', दत्ताराम) या गीतामध्ये रूपक ताल व भैरवीचा रंग आहे आणि गायिकेने परिणामकारक गायनातून चालीचे आवाहकत्व सिद्ध केले आहे. *हमारी याद आयेगी* (स्नेहल भाटकर) या गीताच्या दर्दभऱ्या गायनाने ते प्रचंड लोकप्रिय झाले, हे ध्यानात आल्यावर गीताच्या मुखड्यानुसार चित्रपटाचेही तेच नाव ठेवण्याचा निर्णय नंतर घेण्यात आला असे म्हणतात.

या गीताविषयी मुबारक बेगम स्वतः एक मनोज्ञ आठवण अजूनही सांगतात. केदार शर्मा यांनी हे गीत डोळे मिटून एकचित्त होऊन ऐकले. मग काही न बोलता त्यांनी मुबारक बेगमला एक पैशाचे नाणे दिले. मुबारक बेगम म्हणते 'मी अजूनही ते नाणे जपून ठेवले आहे. मला मिळालेली अशी जाणकारीची दाद हा माझा ठेवा आहे.'

सुमन कल्याणपूर यांना पर्यायी गायनकेंद्र निर्माण करणे मुबारक बेगम यांना का जमले नाही, असा खरे म्हणजे प्रश्न पडतो. त्यांनी गाणी गाइलेल्या चित्रपटांत फार दम नव्हता म्हणून, प्रख्यात रचनाकार लाभले नाहीत यामुळे, लोकप्रिय नायिकांबरोबर त्यांच्या आवाजाची सांगड बसली नाही या कारणाने, की नशिबाचे पाठबळ नसल्याकारणाने? कारण काहीही असो ही गायिका काही सुंदर सांगीत नमुने मागे ठेवून चित्रपटसृष्टीतून अंतर्धान पावली हे खरे. आजमितीला हलाखीच्या स्थितीत ती जीवन कंठते आहे!

आशा भोसले
(जन्म : ८-९-१९३३)

आशा भोसले यांचा जन्म सातारा (महाराष्ट्र) येथे झाला. रवींद्र दवे यांच्या 'चुनरिया' (१९४८, हंसराज बहल) या चित्रपटामध्ये तिचे पहिले गायन झाले. काहीच्या मते तिचे पदार्पण १९४६ मधले, पण पहिले एकल गायन जगदीश सेठी यांच्या 'रातकी रानी' (१९४९) असे मत सर्वमान्य आहे. आजपर्यंत १४ भाषांत तिने १०,३४४ गीते गायली आहेत असे नमूद करण्यात आले आहे. यांपैकी हिंदी चित्रपटगीतांची संख्या ७५९४ इतकी भरेल असे माहीतगार नोंदतात. आपल्या आरंभीच्या गायनात स्वाभाविकपणे तिच्यावर लताचा प्रभाव होता. तिच्या सांगीत गुणवत्तेचे विविध पैलू समोर आणण्यात सुरुवातीस तरी एस. डी. बर्मन, सी. रामचंद्र आणि ओ. पी. नय्यर यांचा हातभार भरपूर होता. १९५० च्या सुमारास तिने आपले खास स्थान असे निर्माण केले होते, की ओ. पी. नय्यर यांनी आपल्या 'चम चमा चम' या चित्रपटात १२ गाणी तिला दिली.

आवाज, आवाजावरचे नियंत्रण आणि खास ध्वनिवैशिष्ट्ये

कोणालाही हेवा वाटावा असा आवाज आशाला लाभला आहे! तो चैतन्यपूर्ण, कंपविहीन असूनही भावपूर्ण, न घसरता द्रुत लयीत फिरणारा, खालच्या व वरच्या तारतांवर सहज आविष्कारपूर्णतेने विहार करणारा आणि भरीव असूनही जनानी सौंदर्याने व लालित्याने युक्त असा आहे.

आवाजाचा पल्ला विस्तृत, तारता मर्यादा सहजपणे, वेगाने आणि अगदी गीताच्या आरंभीसुद्धा घेणे यांत आशाची बरोबरी करणे कोणालाही अवघड जाईल. या तिच्या गुणांतील नाट्यात्म परिणामाचा रचनाकारांनी चांगला व वारंवार फायदा घेतला आहे व हे स्वाभाविक म्हटले पाहिजे. उदाहरणार्थ, *निगाहें मिलाने को जी चाहता है* ('दिल ही तो है', १९५३, रोशन) वा *तेरे खयालो में हम* ('गीत गीया पत्थरों ने', १९६४, रामलाल) यांसारखी गीते आश्चर्य वाटावे इतक्या उंच स्वरावर सुरू होतात. पहिल्या गीताच्या आरंभीच्या वाक्यांशांची बांधणी प्रथम मध्य सप्तकातील रे या स्वरावर, मग तार सप्तकातील रे या स्वरावर, आणि हे सर्व कव्वालीच्या द्रुत लयीत व सुरेलपणे घडते!

केवळ स्वरांच्या फेकीचा पल्ला हा एकच गुण आशाच्या आवाजात उठून दिसतो असे अर्थातच नाही. रचनाकारांना हवासा वाटेल त्या प्रकारचा स्वन (टोन) घेऊन त्यास सांगीत गुण प्रचुर प्रमाणात बहाल करण्याकरिता आवश्यक

कौशल्य व लागणारी कल्पनाशक्ती तिच्यात भरपूर आहे. ध्वनिवैशिष्ट्य हाच एक असा गुण आहे, की त्यामुळे सजीव प्राण्याच्या, कोणत्याही वर्गीकरणाबाहेर राहणाऱ्या भावभावनांनासुद्धा जागविता येत असते! या गुणाविना सर्व भाषण-गायन एक आशयहीन ध्वनिगत घटना याच पातळीपुरते मर्यादित राहिले असते. आशाने आपल्या गायनातून समोर ठेवलेल्या सूक्ष्म ध्वनिवैशिष्ट्यांचे उदाहरण *चुरा लिया है तुमने* ('यादों की मंझिल', १९७३) हे रफीबरोबर गायलेले द्वंद्वगीत आहे. आपले सादरीकरण तिने गुणगुणणे व गाणे यांच्या सीमारेषेवर ठेवल्यामुळे एका आगळ्या नाजुकपणाचा संपूर्ण गीतात संचार होतो. कदाचित यामुळेच असेल, पण गीताच्या शेवटी रफीलाही जवळजवळ कुजबुजत्या गायनाचा अवलंब करायला लागतो आणि तो तसे विलक्षण क्षमतेने करतोही. ध्वनिवैशिष्ट्याच्या सूक्ष्म लगावाचे दुसरे परिणामकारक उदाहरण - *ओ माझी रे* ('बंधे हाथ', १९७२, आर. डी. बर्मन) या रचनेचे आहे. एस. डी. बर्मन यांच्या सुप्रसिद्ध थेट, अलिप्त, सुरेल व प्रक्षेपित लगावासारखा परिणाम इथे आशाने साधला आहे आणि तरीही जनानी मार्दव व मधुरता यांना टाळलेले नाही. *तेरी मेरी यारी* ('चरित्रहीन', १९७४, आर. डी. बर्मन) या गीतात आशाने एक श्वासयुक्त आणि वाद्याला प्रतिसाद देणारा स्वरलगाव ऐकविला आहे.

नदी किनारे ना जावो ('मुझे जीने दो', १९६३, जयदेव) हे गीत ऐकताना कोणत्याही वाद्याच्या साथीशिवाय सुरेलपणे, द्रुतगतीने आणि सहजपणे स्वरमर्यादित कोठेही पोचण्याच्या गायिकेच्या कौशल्याचा आणि क्षमतेचा प्रत्यय येतो. *वो हसीन दर्द दे दो* ('हम साया', १९५८, ओ. पी. नय्यर) या रचनेत सोहाग रात 'दे दो' या चरणावर गद्यापासून सांगीत फेकीकडे आशा अतिशय सफाईने पोचते.

विविध गीतप्रकार सादर करताना आवाजावरील नियंत्रण व ध्वनिवैशिष्ट्ये यांचा आशा जो प्रयोग करते त्यामुळे श्रोत्यांच्या एकंदर सांगीत अनुभवाच्या गंगाजळीत भरच पडते असे म्हणता येईल. याकरिता गीतप्रकारांच्या काही उदाहरणांची चर्चा उपयुक्त ठरेल.

पाश्चिमात्य वळणाची व नाईट क्लब गीते

मुड मुड के ना देख ('श्री ४२०', १९५७, शंकर-जयकिशन) या रचनेत आशाने गीताचे धृपद रुसव्या-फुगव्याच्या लगावात, 'हां हां इंतजारों का' हा चरणांश तुटकपणे, पुरुष आवाजाच्या प्रवेशानंतरची (मन्ना डे) फेक जवळजवळ

सांगीत ओरडण्यात जमा होणाऱ्या उत्साहाने, आणि शिवाय दुगुणीचे परिणामकारक गायन याद्वारे नाईट क्लबचे वातावरण चांगले उभे केले आहे. *इना मिना डिका* ('आशा', १९५८, सी. रामचंद्र) यासाठी आवश्यक स्वरांचा लगाव रॉक अँन्ड रोल शैलीचा, ऊर्जायुक्त, काहीसा अलिप्त, उच्छृंखल, हालचालीचे आमंत्रण देणारा असा हवा, आणि तो तिने पुरविला आहे. *आईये मेहेरबान* ('हावरा ब्रिज', १९५८, ओ. पी. नय्यर) या गीताने प्रस्तुत प्रकाराचे गायन अगदी ढळढळीत रीत्या ऐकविले आहे. 'हूं' या शब्दाच्या फेकीत तिने मादकता ठासून भरली आहे. 'आईये' यासारख्या खास फुसलावण्याच्या, भुलवण्याच्या शब्दाच्या उच्चारणात स्वरांचा दबावपूर्ण लगाव योजल्याने नाईट क्लब गीताच्या अ-व्यक्तिगत आणि शारीर आकर्षणाला प्रकट केले आहे. नाईट क्लब गीताकडे फारसे आपुलकीने न पाहणाऱ्या मदन मोहनसारख्या रचनाकारानेही आशाच्या या खास गुणाचा वापर तिच्या कारकिर्दीच्या आरंभी करून घेतला आहे हे लक्षणीय म्हटले पाहिजे (*थोडी देर के लिये आ जा,* 'अकेली मत जैयो', १९५३). एस. डी. बर्मनरचित *रात अकेली है* ('ज्युएल थीफ', १९६७) मध्ये लगावांची स्तिमित करणारी विविधता आढळते. जेमतेम गुंजनपासून ते घशातला हुंकारयुक्त उच्चार, अचानक ओरडणे या सर्वांना तिथे सांगीत रूप लाभले आहे. शब्दांना त्यांच्या स्वरचौकटींतून वा लयबंधांतून उचकटून काढणे आणि त्यांचा साघात उच्चार करणे हीही एक लगावाची सरणी अनेकदा आशाने वापरली आहे. ट्रंपेटसारख्या वाद्यास त्याच्याच स्वनगुणात प्रतिसाद देण्यातही तिने कुचराई केलेली नाही. (*आवो हुजुर तुमको*, 'किस्मत', १९५८, ओ. पी. नय्यर). यास जोड आहे आविष्कारक्षम सस्वर गद्य वा उचक्या यांची! गुदगुल्या झाल्यासारखे हसणे, स्वरांशी लगट करणे सर्व काही आहे, पण विनासायास व परिणामकारकतेने. गीता दत्तने नाईट क्लब गीते पहिल्याने रुजवली, पण ती अधिक जोमदार व स्वैरेल गाऊन आशाने त्यांना एक जादा परिमाण देऊ केले.

दोन वेधक उदाहरणांचा थोडक्यात उल्लेख केला पाहिजे – सांगीत तसेच न–सांगीत कारणांसाठी.

मेरा नाम है शबनम ('कटी पतंग', १९७०, आर. डी. बर्मन) आणि *कर ले प्यार कर ले* ('तलाश', १९६९, एस. डी. बर्मन) या दोन रचनांत आशा बोलते, संभाषण करते, नाट्यात्म संवादात्म वाक्ये फेकते, गाढे, ऐकू येतील असे आणि लयबद्ध निःश्वास टाकते, निरर्थक शब्दांचा आनंदाने स्वरपाठ करते, खुदकन वगैरे हसते, कण्हते इत्यादी. या गाण्यांत ती गाते कमीत कमी, पण

त्यामध्ये सांगीत हवा कायम वाहती ठेवलेली असते! हे सारे सांगीतदृष्ट्या जोखमीचे पण प्रयोग म्हणून वेधक आहे. दोन्ही उदाहरणे ऐकल्यावर प्रश्न पडतो, की बाप-लेकात कोणी कोणाला स्फूर्ती दिली असेल हे खटाटोप करायला!

मुजरा आणि नृत्यगीते

मुजरा गीतांतही गायनातले लगाव सूक्ष्मतेने बदलणे आशाला जमते. *नजर लागी राजा* ('काला पानी', १९५८, एस. डी. बर्मन) या गीतात तिने केलेले नजर, मटक, कुहुक या शब्दांचे गायन उच्चारण खास आहे. *अकेली हूं पिया* ('संबंध', १९५९, ओ. पी. नय्यर) ही त्रितालाच्या वेगळ्या ठेक्यात आणि बंदिशीच्या ठुमरीच्या ढंगाची रचना ऐका. सफाई, तयारी आणि सुरेलपणा यांमुळे तीमधील द्रुतगती अवरोही तान स्तिमित करते.

नाजूक स्पर्शाची गीते

काली घटा छाये ('सुजाता', १९५८, एस. डी. बर्मन) या रचनेच्या गायनात जवळजवळ कोणतीही साथसंगत न घेता आशा नेमकेपणे एक नाजूक, थरथरता लगाव वापरते – जणू काही नायिकेच्या आत्म्याचा उद्गार ठरणारे हळवे गीत हळूहळू अवतरत असते! *छोटासा बालमा* ('रागिणी', १९५८, ओ. पी. नय्यर) यात तर तिच्या लगावामुळे छोटा ख्याल ते बंदिश की ठुमरी यांच्या दरम्यान तरंगणारी एक नाजूक रचना नकाशावर आणणे तिला जमते. *चैन से हमको कभी* ('प्राण जाये पर वचन न जाये', १९७३, ओ. पी. नय्यर) या रचनेत भावनेने भारावलेल्या संथ लयींना संभाळत असतानाही ती सुरावटीच्या ताण ढिला होऊ न देता गाते व त्यामुळे संपूर्ण गीतभर भावना भरीवपणे जाणवते. *कोई आया धडकन* ('लाजवंती', १९५८, एस. डी. बर्मन) या रचनेत बालकाची निरागसता व नवयुवतीची खट्याळ प्रीती एकत्र आणणे जमल्यामुळे एक सुंदर गीत ऐकायला मिळते. *जहाँ में ऐसा कौन* ('हम दोनों', १९६१, जयदेव) मध्ये तिने स्वरांचा असा लगाव वापरला आहे की नुकतीच ज्या भावनेस वाचा फुटली आहे अशा एका भावोद्गाराचे खंडित न झालेले गायन आपण ऐकतो आहोत असे वाटते! जणू काही एखाद्या साधे, नरम, प्रेमभारित स्वगताचे आपण साक्षी आहोत असे वाटू लागते! *जाईये आप कहाँ* ('सनम', १९६५, ओ. पी. नय्यर) ही रचना द्रुतगती असूनही आशाने आपल्या गायनात मात्र कारुण्याची छटा राखली आहे. या गीतात द्रुतगती, अवरोही फिरत येणारी तान आणि 'हो हो' वा 'हा हा', किंवा 'ला ला' यांसारखे अर्थहीन ध्वनी

असूनही थिल्लरता न येऊ न देण्याची किमया आशाने करून दाखविली आहे! आपल्या लगावाने सबंध गीताचा भाव गडद करण्याचे आणखी एक उदाहरण आहे *झुमका गिरा रे* ('मेरा साया', १९६६, मदन मोहन). एक आनंदाने भरलेली खोटी वा बळे बळे केलेली तक्रार ऐकणाऱ्याला जाणवावी म्हणून रचनेच्या धृपदापुरता एक निराळा लगाव योजला आहे. 'हाय हाय' हे भावार्द्र उच्चार दर वेळेस निराळ्या स्वरसंदर्भाने येतात व सूक्ष्म आविष्कार साधतात. प्रस्तुत संस्कारित लोकगीताच्या सादरीकरणात तिने पटापट केलेले शैलीचे बदल कौशल्यपूर्ण आहेत. *पान खाये सैंय्या हमार* ('तीसरी कसम', १९६६, शंकर-जयकिशन) ही रचना यमन रागाची मधुर सावली घेऊन वावरते व एकाच वेळी खेडुती, लोक, शिष्ट गायनशैलींचे मनोज्ञ दर्शन घडविते. गीतातील स्वरांच्या लगावात एक किणकिणते हास्यही आशाने बेमालूम पसरले आहे. पण आविष्कारास धक्का न पोचविता व अटकळ बांधता न येणारे लगावांचे मिश्रण ऐकायचे तर *मार डाले दर्द* ('पतिपत्नी', १९६६, आर. डी. बर्मन) ही रचना निवडावी लागेल. इतस्ततः भासणारे शब्दोच्चार, न-स्वरीपणाकडे झुकलेले स्वरपुंज, अकल्पनीय वाटणाऱ्या स्वरांमधल्या अखंड कमानी इत्यादींनी सजलेली ही रचना चालीच्या शोधात असलेल्या गीतबंधाशी लपंडाव खेळते असे म्हणता येईल!

शैलीवरील प्रभुत्त्व

अनेक दशकांच्या आपल्या वाटचालीत हिंदी चित्रपटगीत हळूहळू पण निश्चितपणे विविध गीतशैलींचे मिश्रण करून पाहण्याकडे झुकत गेले. परिणामतः अंगाईगीत, प्रेमगीत, शास्त्रोक्त रचना, नृत्यगीत इत्यादी वर्गांत नीटसपणे बसणारी गीते विरळा असे दिसू लागले. विविध गीतप्रकार व त्यांची आपआपली गायनशैली रचनाकार एकत्र आणू लागल्यामुळे असे होऊ लागले हे उघड आहे. म्हणून आवश्यक तर दर कडव्यासही शैली बदलणाऱ्या वा सुरावटीच्या एकाच एककांत तसे करणाऱ्या रचनांना न्याय देण्याची क्षमता असणारे कलाकार खास गुणवत्तेचे ठरले. आपल्या अतुलनीय आवाज-लगावाच्या कौशल्यामुळे या बाबतींत आशा मानाचे स्थान पटकावून बसली आहे आणि तिला या बाबतीत आव्हान देणेही अवघड आहे!

अबके बरस भेजो ('बंदिनी', १९६३, एस. डी. बर्मन) हे गीत तसे पाहता माहेराविषयीची ओढ व्यक्त करणारे साधे सरळ स्त्रीगीत आहे. पण त्याची लोकगीतशैली इतक्या सूक्ष्मपणे संस्कारित करण्यात आली आहे, की या

प्रकाराशी एरवी अपरिहार्यपणे संबंधित खडबडीतपणा त्यांत मुळीच नाही हेसुद्धा नंतर लक्षात येते. आशाचे गायन मधुर, तीव्रतेने भावपूर्ण आणि लोक व शिष्ट गायनशैली यांचा समतोल राखून त्यांना एकसंध करणारे आहे.

गझल गायन हा दुसरा नाजूक मनोवेध करणारा प्रकार. 'उमरावजान' (१९८१) या चित्रपटामधील आशाचे गायन ऐकल्यावर तिच्या या बाबतीतल्या यशाबद्दल वेगळा निर्वाळा द्यायला नको. तिने हे कौशल्य या गाण्यात पूर्वी प्रत्ययास आणून दिले होते. *सब्बा से यह कह दो* ('बँक मॅनेजर', १९५९, मदन मोहन) तिचे हे कौशल्य अधिक ठळकपणे व अधिकांच्या लक्षात येण्यासाठी आवश्यक होता तो वाव मिळाला 'उमरावजान'मध्ये. आपली ताकद लपवू शकणारा आवाज, भावुक न होता भाव सूचन करण्याची क्षमता, आणि शब्दांच्या अर्थापलीकडे त्यांच्या आशयापर्यंत नेऊ शकणारा लगाव – या व यासारख्या इतर गुणांचे भांडवल गझल गायनासाठी लागते व ते आशाकडे भरपूर आहे!

गीताचा आणि एक आगळा नमुना ऐकायचा तर तो *ओ मेरे सोना* ('तीसरी मंझिल', १९६६, आर. डी. बर्मन) या गीतामध्ये. हे प्रेमगीत गाऊन आशाने ऊर्जापूर्ण, हालचालीला आवाहक, चमकदार स्वरावलींनी युक्त आणि प्रेमभावनेस विनाकारण हळुवार व हळवे न बनविणाऱ्या प्रीतिगीताच्या एका आगळ्या उपभेदाची ताकद वाढविली असे म्हणता येईल.

आधुनिक धार्मिक संगीताच्या सादरीकरणाचे हास्यास्पद वा चिंताजनक रूप व्यक्त करणाऱ्या गीताचे प्रभावी उदाहरणही आशाने समोर ठेवले आहे. अर्थात निर्देश आहे – *दम मारो दम* ('हरे कृष्ण हरे राम', १९७१, आर. डी. बर्मन) या रचनेचा. स्वनरंगाची विरोधतत्त्वाधारित मांडणी, विवादी संबंधांवर भर देणाऱ्या सुरावटी आणि सुन्न करून टाकणारा व न बदलणारा लयस्पंद – यांवर प्रस्तुत रचना भिस्त ठेवून आहे. भजनाचे समूहगायन एकदम तार स्वरात, तर महत्त्वाचे अर्थपूर्ण चार चरणी कडव्याचे आशाचे गायन कमी तार स्वरात, व तेही अशा प्रकारे की सादरीकरणाला मंत्राचे रूप यावे, आणि आवाहन पठण करण्याचे असावे!

आणखी एक आशा-प्रणीत वा प्रयुक्त शैलीचे वर्णन आधुनिक नाट्यात्म असे करावे लागेल. संवेदना, विचार, भाव-भावना, इत्यादी सर्वांचे स्वरूप असे असावे की त्यांत वास्तवाचे विरोधाभासात्मक (आत्मविरोधी नव्हे) चित्रण असावे ही आधुनिक नाट्याविष्काराची व विचाराची प्रमुख मागणी आहे. यामुळे आविष्कारांत प्रतिबिंब पडते ते अनाकलनीय वेगाने बदलत जाणाऱ्या

मानसिक अवस्थांचे. *सपना मेरा टूट गया* ('खेल खेल में', १९७५, आर. डी. बर्मन) हे आशाने राहुल देवबरोबर गायलेले गीत लक्षपूर्वक ऐकावे. साध्या चारस्वरी सुरावटीने आरंभ करून आशा एकदम एक पाय संगीतात ठेवलेल्या अतिनाटकी संवादांच्या फेकीत गर्क होते. यामध्ये अचानक तार स्वरांवर जाणे वा खालच्या स्वरमर्यादांत सूर मारणे इत्यादी बाबी घडतात. अतिमानुष वास्तवाशी खेळणाऱ्या नाट्यप्रसंगाशी या साऱ्याची नाळ जुळते.

आणि शास्त्रोक्त

नेहमी (जरूर नसता) निकष म्हणून चित्रपटसंगीताभोवती तरंगणाऱ्या गोष्टीकडे वळायचे तर – आशाला शास्त्रोक्त संगीत कितपत जमते? *तोरा मन दरपण कहलावे* (दरबारी कानडा, 'काजल') हे उदाहरण इमानदार शास्त्रोक्त रचनेचे म्हणता येईल. पण रूढ व नियमबद्ध रूपापासून सरकून अर्थपूर्ण बदल करून रागात नवा प्राण फुंकण्यात तिला यश मिळाले की नाही ही खरी तपासण्याची बाब आहे. *काहे तरसाये जियरा* ('चित्रलेखा', १९६९, रोशन) हे गीत ऐका. गावती या रागात बंदिश की ठुमरीच्या साच्यात ही रचना केली आहे. इथे ती सहज व परिणामकारक आत्मविश्वासाने गाऊन रचनाकाराचे मनोगत आकृतिबंध ठाशीवपणे पुढे ठेवते. तिने गायलेली *सुनी सुनी* ('काला पत्थर', १९७१, शंकर-जयकिशन) ही रचना सुरेलपणे, गुंतागुंतीच्या व द्रुतगती ताना विलक्षण सफाईने घेण्याच्या तिच्या क्षमतेचे प्रत्ययकारक उदाहरण ठरण्यासारखी आहे. ही रचना इतर कुणी गायली असती तर ती तानांत घुसमटलेली रचना वाटली असती हे निःसंशय.

जयदेव, खय्याम, रवी, आर. डी. बर्मन धरून सर्व रचनाकारांसाठी ती गायली आहे. तिच्या ६०व्या वर्षी 'जानम समझा करो' या तिच्या पॉप आल्बमसाठी 'चॅनल वी' पुरस्कार तिला दिला गेला. 'राहुल ॲन्ड आय' या आल्बमने तिने रीमिक्स चळवळीत यशस्वी प्रवेश केला असे म्हणता येईल. *दम मारो दम* हे तिचे गीत हिंदी पॉप संगीताचा आरंभ समजावा असे मत अनेकांनी व्यक्त केले आहे.

हिंदी चित्रपटगीतांतील तिच्या कार्याचे मूल्यमापन कसे करता येईल? तिने काही गीतप्रकारांच्या सीमा विस्तारल्या. कंठसंगीतातील ध्वनिपरिणामांच्या शब्दावलींत भर घालून तिने चित्रपटीय व सांगीत शक्यतांची नवी एकत्रीकरणे करण्यात पाऊल पुढे टाकले. जागतिकीकरण झालेल्या संगीतात सुखाने वावरणाऱ्या एका मोकळ्या गात्या आवाजाचा तिने आदिनमुना पेश केला आहे

म्हटले तरीही चालेल. पार्श्वगायनात जितके सर्जनशील बनता येईल तितके तिने करून दाखविले आहे!

वाणी जयराम

वाणी जयराम यांचा वेलोर (तमिळनाडु) येथे जन्म झाला. त्यांची आई पद्मावती कर्नाटक संगीतात प्रवीण होती. वाणीचे स्वतःचे शिक्षण टी. आर. सुब्रमण्यम यांच्याकडे झाले. जयराम यांच्याशी त्यांचा विवाह झाला. जयराम हे स्वतः सतारही वाजवीत. दोघांच्या सांगीत छंदांमुळे १९६९ मध्ये त्यांनी मुंबईस स्थलांतर केले. वाणीने प्रथम बँकेत नोकरी पत्करली, पण लवकरच अब्दुल रहमान यांची तालीम घेण्यासाठी तिने नोकरी सोडली. ख्यातनाम संगीतदिग्दर्शक वसंत देसाई तेव्हा 'गुड्डी' या चित्रपटाचे संगीत रचीत होते. वाणीच्या गायनगुणाने प्रभावित होऊन गुड्डीमधली सर्वच्या सर्व तीन गाणी गाण्यासाठी त्यांनी तिला आमंत्रित केले. *बोल रे पपीहरा* (राग मल्हार), *हमको मनकी शक्ति दे* हे भजन (राग केदार) लोकप्रिय झाली. काही साधारण दर्जाची गाणी जरी तिला गायला लागली असली तरी इतर काही नामवंतांनीही तिला गायला बोलावले व तिने काही रचना उज्ज्वल केल्या. उदाहरणार्थ, नौशाद ('पाकीझा' व 'ऐना'), रघुनाथ सेठ ('फिर भी'), जयदेव (*मान जाये*, 'परिणय'), मदन मोहन ('एक मुट्ठी आसमान'), आर. डी. बर्मन ('छलिया'), लक्ष्मीकांत-प्यारेलाल ('जुर्म और सजा') वगैरे. पण आपल्याला मुंबईच्या चित्रपटजगतात सावत्रपणाची वागणूक मिळते आहे असे तिच्या लक्षात आले आणि तिने स्थलांतर करून मद्रासला जाण्याचा निर्णय घेतला. तिथे तिच्या यशाची घोडदौड एक बहुभाषिक, गुणी कलाकार म्हणून सुरू झाली. पण नंतरही तिला काही खास चित्रपटांसाठी मुंबईला आमंत्रण करण्यात आले हे नोंदण्यासारखे आहे. १९७७ मध्ये ओ. पी. नय्यर यांनी तिला 'खून का बदला खून' या चित्रपटातील सर्व गाणी दिली, तर पं. रविशंकर यांनी 'मीरा' या आपल्या चित्रपटाची सर्व तिच्याकडून गाऊन घेतली.

मुकेश

(जन्म : २२-७-१९२३ - दिल्ली, मृत्यू : २७-८-१९७६ - डेट्रॉईट)

मुकेशचे मूळ आणि पूर्ण नाव मुकेशचंद जोरावरचंद माथुर. मुकेशच्या बालपणापासून त्याची संगीतातील आस्था आणि अभ्यासातील अनास्था त्याच्या वडिलांच्या लक्षात येऊन ते अस्वस्थ झाले होते. चार पुत्र व सहा कन्यांच्या

आपल्या संसाराचा गाडा खेचण्यासाठी मुकेश किती उपयोगी पडणार या विचाराने ते बेचैन झाले! शेवटी मुकेशला घेऊन ते एका ख्यातनाम ज्योतिष्याकडे गेले. त्याने संगितले – याचे जगभर नाव होईल, धनप्राप्तीही त्याला चांगली होईल, पण अभ्यास वगैरे करण्याच्या रेषा त्याच्या तळहातावर नाहीत! यामुळे तर जोरावरचंद अधिकच बावरले. त्यांनी कसेतरी मुकेशला सरकारी ऑफिसात असिस्टंट सर्वेअर म्हणून चिकटविले आणि मग सुटकेचा निःश्वास टाकला! पण हे समाधान त्यांना फार थोडा काळ लाभले, कारण मुकेशला ही नोकरी बरोबर सात महिने सहन झाली! त्याने मुंबईला पळ काढला (१९४०) आणि चित्रपटक्षेत्रात नामवंत असलेल्या आपल्या एका नातेवाइकाकडे – मोतीलालकडे धाव घेऊन आपली नायक-गायक बनण्याची मनीषा मुकेशने त्यांच्या कानावर घातली.

त्या काळात ज्युनीयर सैगल म्हणून मुकेशची लोक तारीफ करत असत. त्याच्या ३६ वर्षांच्या गुणवंत कारकिर्दीचा आरंभ हा असा झाला. आपल्या समकालीनांत मुकेश वयाने सर्वांत जास्त होते हे लक्षात घेतले पाहिजे. 'निर्दोष' या चित्रपटात (१९४१, नॅशनल स्टुडिओज, संगीत अशोक घोष) त्यांना नायक-गायक बनण्याची पहिली संधी मिळाली. नलिनी जयवंतबरोबर त्यांनी दोन द्वंद्वगीते गायली. त्यांचे पहिले एकल गीत होते *दिल ही बुझा हुआ हो तो फसल से बहार क्या.* हा चित्रपट फार चालला नाही, पण मुकेश यांचे गायक म्हणून नाव झाले. रणजित स्टुडिओने त्यांच्याशी दोन वर्षांचा करार केला. त्यांचे नाव खरे गाजले ते 'पहली नझर' (मझहर आर्ट्स, अनिल बिस्वास) या चित्रपटामध्ये *दिल जलता है तो जलने दो* हे गीत सर्वामुखी झाले तेव्हा. सैगलचा प्रभाव त्यांच्यावर बराच काळ राहिला असे जाणवते. 'सुखदुख' (१९४२) या चित्रपटामध्ये त्यांनी खलनायकाची भूमिका केली! पार्श्वगायक म्हणून त्यांनी सुरुवात केली 'मूर्ती' (१९४५) या चित्रपटापासून. *बदरिया बरस गई उस पार* (बुलो सी. रानी) हे त्या भूमिकेतील पहिले गीत. १९४६ मध्ये त्यांनी बच्चीबेन या गुजराती महिलेशी विवाह केला.

१९४८ मध्ये त्यांनी राज कपूरसाठी गायन केले ('आग'). त्यांचा आवाज व राज कपूरचा चेहरा-मोहरा ही जोडी खास जमते असे लोकांचे मत झाले. 'आवारा' (१९५१) या चित्रपटापासून शंकर-जयकिशन यांच्या निर्देशनाखाली त्यांनी अनेक हिट गीते गायली. या चित्रपटातील *आवारा हूँ* या गीताने मुकेश आंतरराष्ट्रीय कीर्तीचे धनी झाले. रशियासारख्या देशातसुद्धा हे गीत आवडीने गायले जात होते. मुकेश गीतकोशाचे (१९८५) संपादक हरीश रघुवंशी यांनी आपल्या चोखंदळपणे संपादित केलेल्या ग्रंथात एक बारकावा नमूद केला आहे.

अफाट लोकप्रियता आणि दीर्घ कारकीर्द असूनही मुकेश यांनी केवळ ९९२ गीते गायली आहेत, पण त्यांतली बहुतेक लोकांच्या आजही लक्षात आहेत! असे नोंदण्यात आले आहे, की मुकेश यांनी कल्याणजी-आनंदजी, शंकर-जयकिशन व लक्ष्मीकांत-प्यारेलाल यांच्या निर्देशनाखाली अनुक्रमे ८७, ४५ व ४५ चित्रपटांत गायन केले आहे.

पेटीतला मजकूर *: दिल जलता है तो जलने दो या आपल्या ख्यातनाम गीताचे ध्वनिमुद्रण मुकेश अनिल बिस्वास यांच्या निर्देशनाखाली करणार होते. मुकेश ध्वनिमुद्रणासाठी अजून आले नाहीत म्हणून अनिलदांनी माणसे पाठविली तर त्यांना आढळले की मुकेश काही न झाल्यासारखे मित्रांच्या गराड्यात चकाट्या पिटत बसले आहेत. त्यांना स्टुडिओत आणण्यात आले, अनिलदांनी त्यांची भरपूर खरडपट्टी काढली. मुकेशनी अनिलदांना ध्वनिमुद्रण न करण्याची धमकी दिली. अनिलदांनी त्यांना सरळ एक चपराक ठेवून दिली. 'आपला सुंदर मुखडा चांगला धुऊन रेकॉर्डिंगला उभा राहा आणि सर्व दुःख, वेदना वगैरे गायनात ओत' असे बजावले! मुकेश त्या गाण्यात इतके चांगले गायले, की ते गाणे हीच त्यांची ओळख बनली.*

त्यांची आणखी एक कथा. मुकेशना आदर्श मानले जाई ते केवळ गायक म्हणून नव्हे, तर व्यक्ती म्हणूनही लोक त्यांना मान देत. एकदा अहमदाबादला कार्यक्रमानंतर त्यांना चाहत्यांनी वेढलेले असता, सर्वांची नजर चुकवून एक तरुण आत शिरला व मुकेश यांचा हार्मोनियम घेऊन पसार झाला. कॅमेरा, पोलीस यांच्या सहाय्याने पुष्कळ शोध केल्यानंतर त्या तरुणाचा माग लावत त्याच्या घरापर्यंत पोचता आले. त्या तरुणाने एव्हाना हार्मोनियमची प्रतिष्ठापना करून तिची पूजा वगैरे केली होती! तुला आवडणारे संगीत गात राहण्यासाठी मला त्या हार्मोनियमची तुझ्यापेक्षा जास्त गरज आहे असे पटवून वाद्य परत मिळविताना मुकेशना नाकी नव आले!

चंद्रशेखर हा प्रख्यात भारतीय फिरकी गोलंदाज – मुकेशच्या संगीताचा प्रेमी होता. त्याचा प्रवासी सामानाचे क्रिकेट किट मुकेशच्या गाण्यांच्या ध्वनिमुद्रिकांविना पूर्ण होत नसे. १९७१ च्या आपल्या यशस्वी इंग्लंड दौऱ्यानंतर परतताना चंद्रशेखरला कळले, की मुकेशला हृदयविकाराचा झटका आला आहे. आपले सर्व स्वागतसमारंभ वगैरे

करणाऱ्यांचा निर्देश करून तो म्हणाला, 'हे सर्व आमच्या पाठीमागे धावत आहेत आणि मी मुकेशजींच्या मागे.'

एकदा मुकेश रणजीत स्टुडिओमध्ये पिआनोवर हात टाकून, नेहमीसारखे मनःपूर्वक आणि भावपूर्णतेने गात होते. त्यावेळी एक उंच, गोरासा व देखणा तरुण आत आला व शांतपणे, भान विसरून गाणे ऐकत राहिला. गाणे झाल्यावर तो मुकेशकडे आला आणि त्यांच्या खांद्यावर हात टाकत म्हणाला – "मित्रा, तुमचा आवाज किती चांगला आहे! असे वाटत होते, की तुम्ही सर्व जगाचे दुःख, वेदना आणि शोक यासंबंधी गात आहात. तुम्हांला भेटून खूप आनंद झाला – माझे नाव राज कपूर!"

एकदा मुकेश शिरडीला गेले होते. त्यांनी एक रिक्षा भाड्याने घेतली. रिक्षा चालकाने त्यांना प्रसिद्ध गायक मुकेश म्हणून ओळखले आणि त्याला खूप आनंद झाला. त्याने मुकेशकडून भाडे घेणे नाकारले, इतकेच नव्हे तर मुकेशना जिथे जिथे जायचे होते तिथे तिथे तो त्यांना घेऊन गेला. नंतर मुकेश यांना कळले की रिक्षावाला घरचा गरीब आहे, रिक्षा त्याची स्वतःची नाही, एवढेच नाही, तर आपल्या मुलांना शाळेत घालण्याचीही त्याची ऐपत नाही. कारण रिक्षाचे भाडे चुकते केल्यावर त्याच्या खिशात काही राहत नाही. मुकेशनी ते मनात ठेवले. ते पुन्हा पैसे घेऊन शिरडीला गेले, त्या रिक्षावाल्याला हुडकून काढून त्याला एक रिक्षा विकत घेऊन दिल्यावरच ते परतले!

२६ ऑगस्ट, १९७६ एका जाहीर कार्यक्रमात घोषणा करण्यात आली, की आता मुकेश आपले आवडते गाणे गातील जाने कहाँ गये वो दिन ('मेरा नाम जोकर') आणि श्रोत्यांनी पसंतीच्या टाळ्यांचा कडकडाट केला. मुकेशनी गायला आरंभ केला. काही ओळी झाल्यावर, गाणे चालू असता त्यांनी आपल्या मुलाला नीतिशला खूण करून बोलावले व गीत चालू ठेवायला सांगून ते पडद्याच्या मागे गेले. त्यांना हृदयविकाराचा झटका आला होता. लवकरच ते कायमचे पडद्याआड होणार होते – आपले ध्वनिमुद्रित गायन मागे ठेवून!

मुकेश एक आगळा-वेगळा आवाज

मुकेश यांच्या आवाजाचा पल्ला फारसा विस्तृत नव्हता आणि त्याची परिणामकारकता मध्य सप्तकापुरती मर्यादित होती. पण त्यांच्या काहीशा नक्की (नाकातील) आवाजात एक प्रकारचा आश्वासक वा सांत्वन करण्याचा धर्म

होता आणि काही विशिष्ट भाव व्यक्त करण्यासाठी हा आवाज फार अजोड होता. तांत्रिक तपशील नोंदायचा तर असे म्हणता येईल, की काही स्वरमर्यादांत सुरेल गाणे त्यांना फार सहजसुलभ जात असे. त्यांचे कमी तारतेवरचे स्वर कधीही रेकून लावलेले वा सपाट वाटत नसत. त्यांच्या आवाजात एक प्रकारचे हलकेपणही होते. अशा प्रकारचा हलका आवाज संगीताची तालीम न घेतलेल्या व्यक्तींत अनेकदा आढळतो. परिणामतः मुकेश यांचा आवाज छोटे स्वरसमूह द्रुत गतीने व सफाईने घेऊ शके. संबंधित स्वर-वाक्यांश संहितेत वा चालीत कुठेही आले तरी त्यांना अडचणीचे जात नसे. आपल्या पट्टीपेक्षा वरच्या स्वरावर गायला लागले, की मुकेश यांचा सुरेलपणा जरा डळमळीत होई आणि मुख्य म्हणजे आवाजातील तेज नाहीसे होई. आपला नैसर्गिक घुमारा वगैरे गेला, की गायक मोकळ्या मैदानातला लगाव वापरतो आहे, आपल्या असंस्कारित आवाजाने पण सांगीत आविष्कारक्षमतेत फारसे उणे न पडू देता तो गात आहे असा अनुभव येई.

या सर्व गुणधर्मांमुळे गीताची संहिता, वाद्यवृंद इत्यादी कसेही असले तरी मुकेश यांचा आवाज आपल्या बळावर एक सांगीत वातावरण निर्माण करत असे. ते वातावरण दुःखी, हळवे, रुंजी घालणारे, भावजड, वेदनांनी भरलेले असे. त्या आवाजातून समर्पण, स्वीकार, कृतज्ञता आणि इतर तत्सम मृदू भावभावनांचे सूचन होई. याउलट त्यांनी मैदानी आवाज लावला की सामान्य माणूस आपली सुखदुःखे, आशाआकांक्षा प्रगट करायला योग्य तो आवाज वापरू पाहतो असे भासे.

हम आज कहीं दिल खो बैठे ('अंदाज', १९४९, नौशाद) या गीतात आधी चर्चा केलेल्या पहिल्या प्रकारच्या आवाजाचा लगाव आढळतो. दुसऱ्या प्रकारचा लगाव *रुक जा ओ जानेवाली* ('कन्हैया', १९५९, शंकर-जयकिशन), वा 'आवारा'मधील गीतात कार्यकारी होतो. सर्वसाधारणपणे असे म्हणता येईल, की या प्रकारचा आवाज एखाद्या काहीशा बहिर्मुखी व्यक्तीचा असून गीत व त्याचा आशय प्रत्यक्ष वा अप्रत्यक्षपणे कोणाला तरी उद्देशून आविष्कृत केलेला असतो. बोधगीते या वर्गात मोडतील. *ज्योत से ज्योत जलाते चलो* ('संत ज्ञानेश्वर', १९६४, लक्ष्मीकांत-प्यारेलाल) हे त्याचे एक ठळक उदाहरण आहे. या रचनेची सामूहिक भजनाची जात समजण्यासारखी आहे.

शब्दोच्चार व गानोच्चार

कोणत्याही लयीत व कोणत्याही प्रकारच्या संगीतात मुकेश यांच्या शब्दोच्चारांत तसेच गायनोच्चारांत एक सहजपणा आणि संभाषणातील

आपलेपणा वा जवळीक आढळते. लोकसंगीत पद्धतीने शब्दांना न-स्वरी क्षेत्रात सोडल्याने प्रत्ययास येणारी मित्रभावनाही ते अतूट राखू शकतात. परिणामतः 'हो' यासारखे एकाक्षर असो वा 'कैसे' वा 'जाना' यांसारखे छोटे छोटे शब्द असोत त्यांचे उच्चारण ही परिणाम करणारी एकके ठरतात. यासाठी *तौबा यह मतवाली* ('पत्थर के सनम', १९६७, लक्ष्मीकांत-प्यारेलाल) ही रचना मुद्दाम ऐकावी.

प्रेमगीतांत मुकेश

इतर अनेक पार्श्वगायकांप्रमाणे मुकेश यांनीही बरीच प्रेमगीते गायली आहेत. प्रेमगीतांच्या अनेक छटा असू शकतात. अपेक्षा, पूर्तता, प्रेमभंग, मूळ भावनेचा विपर्यास इत्यादी अनेक शक्यता असतात. आणि तरीही मूलभूत गृहीत भाव-प्रेमाचा असतो. प्रेमाने माणसे एकत्र, जवळ येतात, तेव्हा जवळीक साधणे हेच अंतिम सत्य म्हणून प्रक्षेपित करायचे असते. मुकेशच्या बहुसंख्य प्रेमगीतांतून तरी निदान हाच संदेश मिळतो. उदाहरणार्थ, रुसलेल्या सुंदरीस उद्देशून (*रुक जा ओ जानेवाली*, 'कन्हैया', १९५९, शंकर-जयकिशन), आवेगी वर्णन (*चांद सी मेहबूबा हो*, 'हिमालय की गोद में', १९६५, कल्याणजी-आनंदजी), अवखळ प्रेमाराधना (*ओ मेहबूबा*, 'संगम', १९६४, शंकर-जयकिशन), काहीसे उघडउघड प्रियाराधन (*तौबा यह मतवाली चाल*, 'पत्थर के सनम', १९६५, लक्ष्मीकांत-प्यारेलाल), आब राखून दिलेल्या कबुलीजबाबासह शारीर-मानसिक प्रेमव्यक्ती (*चंदन सा बदन*, 'सरस्वतिचंद्र', १९६८, कल्याणजी-आनंदजी). ही गीते ऐकावीत. ही यादी भरपूर लांब होऊ शकते. मुकेश ही सर्व व इतरही गीते आवाहकतेने गातात. फक्त प्रेमगीतांतला एक अपरिहार्य घटक त्यांच्या सादरीकरणात आढळत नाही तो आहे उठवळपणापासून ते उत्साही आविष्कारापर्यंत वावरणारी ऊर्जा. उदाहरणार्थ, किसी नर्गिसी नझर को ('मैं नशे में हूँ', १९५९, शंकर-जयकिशन) ही रचना चमकदार संगीताने युक्त, जवळ जवळ संचलनासारख्या द्रुत गतीने अवतरणारी आहे – पण मुकेश यांचे गायन फक्त आवश्यकतेपुरतेच तजेलदार वगैरे वाटते. अशाच प्रकारचे जेमतेम गायन इतरही समान गीतांत आढळते, म्हणून त्यांच्या कलाकारीचीच ती एक मर्यादा मानली पाहिजे. या संदर्भात पुढील गीते ऐकावीत – *तेरी निगाहों पें* ('शबनम', १९५४, उषा खन्ना), *चाँद को क्या मालूम* ('लाल बंगला', १९६६, उषा खन्ना). जवळिकीची प्रतीती देणे एवढे कार्य मुकेश यांची प्रेमगीते करतात व मग बाकीचे आपल्या कल्पनाशक्तीवर सोडलेले असते.

यमन रागाचा आधार घेऊन उभारलेल्या दोन रचनांतून समान स्वरसमूह असूनही – मुकेश दोन वेगळे भाव कसे देऊ शकतात, ते ऐकले की त्यांचे भावप्रवण गाणे म्हणजे काय याची कल्पना येईल. उदाहरणार्थ, *चंदन सा बदन* ('सरस्वतिचंद्र', १९६८, कल्याणजी–आनंदजी) आणि *आँसू भरी है* ('परवरिश', १९५८, दत्ता) ही गीते. पहिले गीत शांत व संथ आहे पण आशापूर्ण आहे, उलटपक्षी दुसरे गीत दाट दुःखाने काळवंडलेले आहे.

आपली मनोवृत्ती आणि आवाजाचे गुण यांमुळे वेस्टर्न म्हणून ओळखली जाणारी गाणी गाणे मुकेशना आनंददायक वाटत नसावे. अर्थात असल्या रचनाही ते नेमकेपणे सुरेल, दक्षतेने, लयदार वगैरे गातात. उदाहरणार्थ, *तारों में सजके* ('जल बिन मछली, नृत्य बिन बिजली', १९७०, लक्ष्मीकांत–प्यारेलाल) हे गीत. यात ऊर्जायुक्त द्रुतगती, आक्रमक आरंभ, पाश्चात्त्य लयबंध व तिकडचे पटह, ध्वनिपरिणाम म्हणण्याजोगे अखंड वा तुटक आरोह–अवरोह, आवाजांचा घोष इत्यादी सर्व काही आहे – पण मुकेश फक्त सांगितल्याप्रमाणे गातात इतकेच!

मुकेश यांचे संगीत हे अंतर्मुखी संगीत आहे म्हटले तर ते वावगे ठरणार नाही. अगदी सार्वजनिक जागांतही त्यांचे गायन एक खासगी एकांत शोधत असते! त्यांच्यात रफीचे अष्टपैलुत्व नसेल कदाचित, पण त्याची भरपाई आपल्या गायनात तीव्रता, खोली व मानवी वेदनांचे विविधत्व प्रतिबिंबित करून ते साधतात. मानवी अस्तित्वाचे सार दुःखपूर्णतेत असते असे फक्त ॲरिस्टॉटलचे मत होते असे नाही! मुकेश यांच्या कलाकारीतही दुःखी सुख, हळवा आशावाद आणि पडत्या भावनेने स्वीकारलेली पूर्णता यांचा उत्सव आहे!

किशोरकुमार

(जन्म : ४ ऑगस्ट १९२९, मृत्यू १३ ऑक्टोबर १९८७)

किशोरकुमार यांचा जन्म खांडवा, मध्यप्रदेश येथे झाला. त्यांची पहिल्यापासून कीर्ती पसरली ती अभ्यासात वगैरे दुर्लक्ष करणारा व गायनात अगदी सैगलप्रमाणे प्रवीण अशी. आता यात भरीस भर म्हणून त्यांचे वडील त्याला अशोककुमारच्या (म्हणजे किशोरच्या थोरल्या भावाच्या) चित्रपटांतील गाणी गाण्यासाठी प्रत्येकी ४ आणे व सैगलसारखे गाण्यासाठी रु. १ बक्षीस देऊ करत! या पैशाचा सदुपयोग किशोर मिठाई खाण्यासाठी व चित्रपट

पाहण्यासाठी करीत असे. चित्रपट पाहणे व नकला करणे ही किशोरची व्यसने होती. असो!

आपला खास स्वतःचा आवाज कोणता ते कळेपर्यंत किशोर (तत्कालीन इतर अनेकांप्रमाणे) सैगलच्या सावलीत गात होता. इतरांच्या नकला करून त्यांच्यासारखे गाणे इत्यादी प्रकार करण्याबरोबरच किशोर निरनिराळ्या प्रकारांनी आवाज कसा उत्पन्न केला जातो त्याचा सरावही करत असे. याचा त्यास नंतर खूप फायदा झाला असे दिसते. कारण इतक्या संगीतपूर्णतेने यॉडलिंग करणारा किशोरकुमार हा एकमेव भारतीय गायक असावा! १९४० मध्ये किशोरकुमार मुंबईस येऊन थडकले आणि आपल्या प्रसिद्ध भावाकडे अशोककुमारकडे त्यांनी मुक्काम ठोकला. त्यांचा चित्रपटसृष्टीचा अनुभव आता अधिक खोल होत चालला.

किशोरकुमार गाणी गात असत पण ते अभिनेतेही होते. जवळजवळ ८१ चित्रपटांत काम करणारे किशोरकुमार या प्रकारे पार्श्वगायनाने गायक-नायकांची जमात बाजूला केल्यानंतरही गायक-नायक म्हणून गाजले – सैगल या आपल्या हीरोप्रमाणे. पण सैगल अभिनयात संगीत आणू पाहत, तर किशोर संगीतात नाटक विणू बघे. असा या दोघांमध्ये फरक करता येईल.

'जिद्दी' या चित्रपटात (१९४८-४९) खेमचंद प्रकाश यांनी किशोरला गायला संधी दिली – पण स्पष्ट आदेश होता की सैगलप्रमाणे गायचे. याकरिता *यह कौन आया रे करके सिंगार* व *मरने की दुवाएँ क्यौं माँगू, जीने की तमन्ना कौन करे* – हे एकल गीत ही उदाहरणे ऐकावीत. पण पुढल्याच वर्षी *जगमग जगमग करता निकला चांद* ('रिमझिम', खेमचंद प्रकाश) यात तसे बंधन नव्हते व किशोरकुमार हा गायक तिथे गाजला.

नंतर गायक-नायक म्हणून किशोरकुमार जास्त गाजले. हसणारा-हसविणारा गायक-नायक म्हणून 'चम चमा चम' (ओ. पी. नय्यर) या चित्रपटात त्याचे नाव झाले. पब्लिकने त्याच्या आवाजाची सांगड तीन हीरोंबरोबर घातली होती. प्रथम देव आनंद, मग एस. डी. बर्मननी त्यांना राजेश खन्नासाठी गावविले (१९७०). शेवटी अमिताभ बच्चनबरोबरही त्यांची जोड घातली गेली होती.

गायक किशोरकुमारची ओळख प्रेमगीते, द्वंद्वगीते आणि कॉमिक गीते म्हणून ओळखल्या जाणाऱ्या रचनांत पटते. निरनिराळे कंठगायनाचे परिणाम साधत असतानाही संगीताचा अनुभव देत राहण्याची त्यांची क्षमता अनन्यसाधारण म्हटली पाहिजे. गायनाचा आरंभ करण्याआधीचे त्यांचे हुंकार-गायनही सुरेल होते. 'आह' वा 'हुर्' इत्यादी ध्वनी गाण्यात पेरून संभाषणात्म

वातावरण निर्माण करणे त्यांना सहज जमत असे. हा परिणाम नाट्यात्म असला तरी त्याची सांगीत गुणवत्ता सांभाळण्याचे कौशल्यही त्यांच्याकडे भरपूर होते. शिवाय त्यांच्या सांगीत यॉडलिंगला तुलना नव्हती. स्वच्छ आवाजात गाताना वा खूप नाकातून गातानाही ते संगीतानुभव अतूट राखू शकत. १९६८ मध्ये 'पडोसन' व 'प्यार का मौसम' या चित्रपटांत रफीने गायलेली गीते किशोरकुमारांनीही गायली आहेत. ती ऐकताना त्यांच्या कंठकौशल्याचा पडताळा मिळतो.

किशोरकुमारांनी ज्यांच्या रचना गाईल्या त्यांत नौशाद, शंकर-जयकिशन, मदन मोहन, उषा खन्ना, हेमंतकुमार, चित्रगुप्त, वेदपाल, ओ. पी. नय्यर, एस. डी. बर्मन, जयदेव, राजेश-रोशन इत्यादींचा समावेश होतो. आर. डी. बर्मन, लक्ष्मीकांत-प्यारेलाल व कल्याणजी-आनंदजी यांची बरीच गीते त्यांनी सादर केली आहेत. रफीसारख्यांची स्पर्धा असूनही ते सुमारे १७ वर्षे उच्चस्थानी राहिले, जुने व नवे (अगदी बप्पी लाहिरीपर्यंतचे) सर्व रचनाकार त्यांना गाण्यासाठी बोलावित राहिले ही बाब त्यांची सर्वसमावेशक कलाकारी दर्शविते. 'आराधना' या चित्रपटातील गायनानंतर तर काही काळ ते लोकप्रियतेत इतरांपेक्षा फारच पुढे होते. इतर पार्श्वगायकांना डाचणारी जनरेशन गॅप त्यांच्याबाबतीत निष्प्रभ होती म्हटले तरी चालेल.

शास्त्रोक्त संगीताची तालीम नसताही ते सर्व प्रकारची गाणी अधिकाराने गात असत. *मेरे नैना सावन भादो* ('मेहबूबा', राहुल देव बर्मन) यासारखी रचना त्यांनी अशी ठोसपणे सादर केली आहे, की त्यांनी शिवरंजनीची खूप मेहनत केली आहे असे वाटावे. त्यांचा आवाज पातळ नव्हता, पण अगदी रुंद वा जाडही नव्हता. जास्तीत जास्त दीड सप्तकाचा पल्ला धुंडाळणे त्याला जमे, पण त्यात मात्र कुठेही चाचपडणे नव्हते. त्यांचे अष्टपैलुत्व तर असे, की रुंजी घालणारे *हुस्न भी है उदास* ('फरेब', अनिल बिस्वास) या गीतापासून ते अगदी आनंदाने धिंगाणा घालण्याचे गाणेही ते रंगून गात. त्यांचे हे कलाकारीचे विविधत्व ध्यानी येण्यासाठी पुढील तपशील उपकारक आहे.

गाणी	वैशिष्ट्य	चित्रपट
इना मिना डिका	रॉक अ‍ॅन्ड रोल	'आशा'
दुखी मन मेरे	गंभीर व अंतर्मुख	'फंटूश'
कोई हम दम न रहा	मधुर व दुःखभरे	'झुमरू'
मेरे नैना सावन भादो	आवाहक व पारंपरिक	'मेहेबूबा'

राज कपूर, देव आनंद आणि दिलीपकुमार यांनी हिंदी चित्रपटसृष्टीस तीन अभिनयशैली दिल्या असे म्हटले जाते व त्यात बरेच तथ्य आहे. किशोरकुमार यांनी चौथी शैली देऊ केली असे म्हणणे न्याय्य ठरेल. शिवाय आणखी एक तथ्यही नोंदले पाहिजे. राज कपूरप्रमाणे किशोरकुमारही चित्रपटाच्या सर्व अंगांबाबत जागरूक असत. तेही एक 'ऑल राउंडर' होते – फक्त राज कपूरपेक्षा काहीशा भडक रंगाचा वापर करणारे! १९६०च्या दशकात अनिल बिस्वास यांच्या मते किशोरकुमार सर्वोत्तम गायक होते. हे मत त्यांनी मनापासून व्यक्त केले असले पाहिजे, कारण त्या काळात इतर सर्व रचनाकार रफीला घेत असले तरी बिस्वास यांनी त्याला १३ चित्रपटांत फक्त १४ गाणी दिली होती!

किशोरकुमार यांनी स्वतः प्रथम 'झुमरू' (१९६१) मध्ये *कोई हम दम न रहा* या अविस्मरणीय गीताची रचना केली. याच चित्रपटात त्यांनी *मैं हूँ झुमरू* हे गीत लिहिले आहे. या रचनेत आपल्याकडच्या सर्व कंठगत कौशल्यांना त्यांनी जागा करून दिली आहे. त्यांनी जवळजवळ १३ चित्रपटांना संगीत दिले व त्यांतील बहुतेक गाणी गाजली. आपल्या गीतांच्या गायनासाठी लताला त्यांनी क्वचितच निमंत्रित केले हे लक्षणीय!

थोडेसे मूल्यमापन

थोडक्यात किशोरकुमार यांच्या गुणवत्तेचे मूल्यमापन असे करता येईल –

कंठगत कारागिरी

(१) त्यांच्या कंठ-कारागिरीचा विस्तृत पट्टा ही त्यांची मोठी जमेची बाजू आहे. समकालीनांत या बाबतीत त्यांचा हात धरणारा कोणी आढळत नाही. एका गायकाकडून इतके परिणाम मिळणे ही गोष्ट काही सामान्य नाही. ते जो कंठध्वनिपरिणामपट उपलब्ध करून देऊ शकत त्यांत निदान पुढील गोष्टींचा समावेश होतो - यॉडेलिंग व शिट्टी, विविध स्वरवर्णांवर हुंकारयुक्त गायन, ला ला ला वगैरेंचे गायन, निःश्वास, खाकरणे-खोकणे, हा ही हु हे ध्वनी, अर्धमुक्त, पूर्णमुक्त वा खुला आवाज.

(२) एकापाठोपाठ पुरुष व स्त्री आवाजांत गायन.

(३) अगदी सपाट आवाजात गाणे वा सहकंपनयुक्त आवाजात सादरीकरण.

(४) स्वरवर्ण वा व्यंजनवर्ण बंद करून अगदी एकरेषात्म गाणे.

(५) विविध प्रमाणांत नाकातून गाणे.

(६) आंदोलित वा द्रुतकंपयुक्त गायन.
(७) सांगीत चरणास गद्यत्व देऊन वा उलट गाणे.
(८) द्रुतगती गायनात उत्साहपूर्ण स्वन कायम पातळीचा राखणे.
(९) सुरेल, नाजूक व अंतर्मुखी गायन करणे.

कॉमिक गीते

या प्रकारची त्यांनी गायलेली गाणी काही खास लक्षणांनी युक्त असत.

(१) सुरावटीस न बिघडविता फेसाळणारा कॉमिक स्वर संभाळणे त्यांना चांगले जमे.

(२) लोकगीतशैलीप्रमाणे चरण वा शब्द इत्यादी खाली न-स्वरी क्षेत्रांत सोडूनही चालीतला सांगीत धर्म राखणे त्यांना सुलभ जाई.

(३) त्यांनी बोलीभाषेतला लगाव – शब्द वा चरणास लागू करून – अनेक गीते रंगविली आहेत.

(४) कॉमिक गीतांसाठी अनेकदा उच्चारावयव लयबंधातील मात्रेच्या केंद्रस्थानी ठेवावे लागतात. एखाद्या गीतात असे नेमकेपण गीतभर संभाळणे अवघड असते. द्रुतगती रचनेतही शब्दांचे उच्चारण पटापट करून वरील प्रकारची फेक किशोरकुमार साधत असत.

(५) दुसऱ्या गीताचे वा शैलीचे वगैरे सांगीत (विडंबन किंवा हास्यास्पद अनुकरण) (स्पूफिंग) करणे ही एक खास विडंबन प्रकारची सूचकता असते. मूळ गीताची तसेच अनुकरण ज्याच्याद्वारे केले जात असते त्या गीताची अशा दोन्ही प्रतिमा समोर ठेवणे सोपे नाही. हे किशोरकुमार परिणामकारकतेने करून दाखवत.

(६) काही रचना कॉमिक होतात, कारण मनुष्येतर प्राणी वा यंत्रे यांच्याशी संबंधित हिसकेबाज, यांत्रिक, अचानक, अर्थहीन हालचाली वा हावभाव या रचनांत प्रतिबिंबित होत असतात. अशी गीते सादर करताना आपल्या कॉमिक अभिनय करण्याच्या क्षमतेचा आधार घेऊन ती गीते विलक्षण जिवंत करणे ही किशोरकुमारांची खासियत होती.

(७) वाद्यध्वनी वा त्यांचा रंग गायनांतून ऐकविणे हाही कॉमिक शैलीचा एक आविष्कारमार्ग असतो व तो किशोरकुमार सहजपणे चोखाळू शकत.

सैगल व एस. डी. बर्मन यांचे सर्जक अनुकरण

सैगल यांचे अनुकरण करून आपले स्थान निर्माण करण्याच्या किशोरकुमार यांच्या क्षमतेचा निर्देश पूर्वी केला आहे. एस. डी. बर्मन यांचा एक खास

लोकगायकांसारखा – सुरेल पण सरळ वा सपाट, काहीसा अलिप्त व थेट, पूर्ण ताकदीने फेक केलेला लगाव होता. शिवाय स्वतःशीच गात असल्याचा वा दूरवर असलेल्या कोणाला तरी उद्देशून गाण्याचा एक उपभेदही होता. हे दोन्ही लगाव किशोरकुमार चांगले उचलत असत.

एक नकारात्मक क्षमता

आपल्या कंठात असलेल्या बहुविध कौशल्यांना विसरून जाऊन साधे सरळ गाण्याची एक अनपेक्षित क्षमता या गायकात होती. लताबरोबरच्या त्यांच्या द्वंद्वगीतांत याचा प्रत्यय विशेष येतो.

तांत्रिक सफाई

या गायकाकडे असलेल्या तांत्रिक सफाई व कारागिरीमुळे बंगाली लोकसंगीत वा भक्तिसंगीत, रॉक अ‍ॅन्ड रोल, कर्नाटक शैलीचे शास्त्रोक्त संगीत व नाईट क्लब गीते या सर्वांत ते विनासायास वावरत असत. लय या अंगाबाबतही ते कधी अडचणीत सापडलेले दिसत नाहीत. मात्रांच्या तालात बसविलेली चाल, आर. डी. बर्मन यांचे एकसमयी अवतरणारे एकाधिक लयबंध, द्रुत गती व आघातपूर्ण वा कव्वाली प्रकारचे बंध – सर्वांचे सादरीकरण किशोरकुमार बिनचूक व परिणामकारकतेने करत असत. कोमल-शुद्ध-तीव्र स्वरांचे लागोपाठ येणेही त्यांना मुष्किल जात नसे.

***पेटीतला मजकूर** : माधव मोहोळकर हे ख्यातनाम चित्रपटसमीक्षक किशोरकुमार नाईट म्हणून सादर केल्या जाणाऱ्या कार्यक्रमास गेले होते. तेथे त्यांनी किशोरकुमार यांना शिफारस केली की त्यांनी 'हुस्न भी है उदास' ('फरेब', अनिल बिस्वास) गावे. किशोरकुमार यांनी मोहोळकरांकडे मोकळेपणे कबूल केले की ते गीत गाण्यासाठी आधी बऱ्यापैकी तालीम करणे जरुरीचे आहे. आणि मग ते म्हणाले – पण मी ते माझ्या पुढच्या कार्यक्रमात गाईन. हे घ्या त्या कार्यक्रमाचे आमंत्रण. आणि त्यांनी आपले वचन पाळले!*

त्यांची नेहमीची प्रतिमा कशीही असली तरी त्यांनी स्वतः निर्माण केलेले चित्रपट गंभीर आहेत. ते चित्रपटजगतातील प्रसिद्ध मेजवान्यांमध्ये कधी दिसत नसत. गुण, गुणवंत व बुजुर्ग यांना मान देण्याचे त्यांचे मार्ग जुन्या पद्धतीचे असत. लताबरोबर गाताना ते नेहमी आग्रह धरीत की

लतापेक्षा मला एक रुपया कमी द्या, कारण मी त्यांना मोठं मानतो. एकदा कोणीतरी त्यांना सूचना केली, की तुम्ही सैगलच्या रचनांचा आल्बम स्वतःच्या आवाजातच काढा. त्यांनी तत्काळ ही सूचना नाकारली. ते म्हणाले मी ज्या स्मृती पवित्र मानतो त्यांना मला डाग लावायचा नाही. कुप्रसिद्ध आणीबाणीच्या काळात संजय गांधी स्मृतिप्रीत्यर्थ युवा काँग्रेसने आयोजित केलेला कार्यक्रम करण्याचे त्यांनी नाकारले. अनेकांनी त्यास होकार दिला होता. परिणाम असा झाला की आकाशवाणीच्या सर्व केंद्रांवरून किशोरकुमार यांची गाणी ऐकू येईनाशी झाली. जनता पार्टीचे सरकार येताच ती पुन्हा धडाक्याने अवतरली.

'गुजर गया दिन' या चित्रपटासाठी किशोरकुमार सलील चौधरींबरोबर आपल्या गीताची तालीम करत होते. गीत गुंतागुंतीचे व आवाहक होते. काही वेळाने किशोरकुमार कॉटवरून उठले व म्हणाले हे गीत शिकण्यासाठी मला खाली बसले पाहिजे. आणि त्यांनी जमिनीवर बसून पुढची तालीम केली. संगीत म्हटले की ते सहजपणे नम्र होत.

महंमद रफी

(जन्म : २४-१२-१९२४, मृत्यू : ३१-७-१९८०)

महंमद रफी यांचा जन्म अमृतसरजवळच्या कोटला सुल्तानसिंह या छोट्या खेडेगावात चौधरी कुटुंबात झाला. वडील अली महंमद संगीतप्रेमी नव्हते, पण मुलाचा हट्ट मोडवेना म्हणून किराणा घराण्याचे उस्ताद वहीद खाँ, फिरोझ निझामी व पं. जीवनलाल मट्टू (लाहोर) यांच्याकडे थोडीफार संगीताची तालीम रफीला मिळाली. सैगल हा त्याचा आदर्श होता व सैगलची गाठ पडल्यावर सैगलने त्याच्या गायनगुणाची तारीफ केली, इतकेच नव्हे, तर लाहोर नभोवाणीच्या अधिकाऱ्यांकडेही त्याची शिफारसही नोंदविली.

श्यामसुंदरने 'गुल बलोच' (१९४४) या पंजाबी चित्रपटात रफीला गाण्याची संधी दिली (गीत होते *सोनिये नी हीरीये नी*). 'गाँव की गोरी' या हिंदी चित्रपटातही श्यामसुंदरने रफीला गायला बोलावले (*अजि दिल हो काबू में तो*). त्याच वर्षी 'पहेले आप' मध्येही रफी गायला व 'बझार' या चित्रपटात तर याच रचनाकाराने रफीला गाणी दिली. हुस्नलाल-भगतराम यांनी 'मीना बझार' चित्रपटातल्या १२ पैकी १० गाणी रफीला दिली. हा तपशील देण्याचा उद्देश असा, की अगदी १९४० च्या दशकातही विविध शैलींच्या, निरनिराळ्या

रचनाकारांनी रफीला पसंती दिली होती. रफीच्या अष्टपैलू गायनाला पुढेही वारंवार दाद मिळत राहिली त्याचीच ही नांदी होती.

१९४४ मध्ये रफी मुंबईला पोचले. 'हमारा संसार' (१९४६, गोविंदराम) या चित्रपटातील *ऐ दिले नादान* हे गीत सर्वांना आवडले होते. ध्यानात ठेवण्याची बाब अशी, की तो जमाना नायक-गायकांचा होता. केवळ गायक म्हणून पाय रोवू पाहणाऱ्यास पुष्कळ धडपड करावी लागे व रफी यांची यातून सुटका नव्हती. चित्रपटसंगीत साकार-सादर करण्याचा पार्श्वगायन हा प्रमुख मार्ग म्हणून निश्चित होईपर्यंत असेच चालले. शिवाय गाणारा आवाज कोणत्यातरी नामवंत नायक-अभिनेच्याशी निगडित होणे हेही काही प्रमाणात आवश्यक होते. असे झाल्यास त्या गायकाला मागणी जास्त राही. रफी यांच्या बाबतीत असे झाले नाही आणि ते अनेक नायकांसाठी गायले हे लक्षणीय होय. कदाचित यामुळेच असेल पण रफी यांच्या गुणवत्तेची जाण असूनही नौशादनींही त्यांना बराच काळ गायकसमूहांतच वापरले! नौशाद यांनी रफीला महत्त्वाची गायनसंधी दिली ती 'बैजू बावरा' (१९५२) मध्ये. रफींनी या चित्रपटात इतिहास घडविला – विशेषतः आपल्या आवाजाच्या विस्तृत पल्ल्याने त्यांनी सर्वांना प्रभावित केले. १९४९ पासून लता, मुकेश, तलत यांसारख्या आपल्या समकालीनांच्या बरोबरीने ते गात होते. १९७० च्या सुमारास किशोरकुमार लाट आली व रफी जरा बाजूला पडले. तरीही अभ्यासकांची नोंद अशी की त्यांनी जवळजवळ २००० चित्रपटांत कमीत कमी २२९ रचनाकारांकरिता ४५२२ एकल गीते गायली असावीत! आणि एक विशेष असा की ते नायकांच्या तीन पिढ्यांसाठी गायले. उदाहरणार्थ, पृथ्वीराज कपूर, राज कपूर व ऋषी कपूर. शोभना समर्थ, नूतन व काजोल यांच्यासाठी गाणाऱ्या लतानेच फक्त हे कर्तृत्व सिद्ध केले आहे. रफी भरपूर तालीम केल्याशिवाय गात नसत. परिणामतः ऐनवेळी संहिता व चाल यांत बदल करणे त्यांना पसंत नसे. याबद्दल रचनाकार तक्रारीही करत. पण यामुळे आपल्या व्यावसायिक जबाबदारीची त्यांची जाणीव दिसते असेही म्हणता येईल!

वाखाणण्याजोगे अष्टपैलुत्व

चित्रपटगीताव्यतिरिक्त गीत, गझल वा शास्त्रोक्त पायावरच्या 'नात'च्या रचनाही ते चांगल्या गात, यावरूनही त्यांच्या गायनकौशल्याच्या विविधतेची कल्पना करता येते. हिंदी सोडून इतर भाषांतील त्यांनी गायलेली गीते व चित्रपटबाह्य गीते यामुळे त्यांच्या कलाकारीस एक वेगळे परिमाण प्राप्त होते. पुढील तक्त्यातील गीते उदाहरणादाखल ऐकावीत –

गाणी	वैशिष्ट्य	चित्रपट
मन तरपत	शास्त्रोक्त संगीताचे वळण	'बैजू बावरा', १९५२, नौशाद
ओ दुनिया के रखवाले	आवाहक	'बैजू बावरा', १९५२, नौशाद
लेके पहला पहला प्यार	फेसाळणारे प्रेमगीत	'सी. आय. डी.', १९५६, ओ. पी. नय्यर
हम बेखुदी में	आवाहक गांभीर्य, गुंजणारे	'काला पानी', १९५८, एस. डी. बर्मन
चौदहवीं का चाँद	नाजूक, हळुवार	'चौदहवीं का चाँद', १९६०, रवी
यह ताजों की तख्तों की	भावपूर्ण व करुणगंभीर	'प्यासा', १९५०, एस. डी. बर्मन
याहू, चाहे मुझे	युवा-ऊर्जेने मत्त	'जंगली', १९६१, शंकर-जयकिशन
कभी खुद पे कभी हालात पे	सुरेल, पछाडून टाकणारी भावपूर्णता	'हम दोनों', १९६१, जयदेव
सर जो तेरा टकराये	कॉमिक	'प्यासा', १९५७, एस. डी. बर्मन

रफी यांच्या गीतमंजूषेत अनेकविध रत्ने आहेत हे यावरून ध्यानात यावे.

आवाज व गायनशैली

आवाजाचा पल्ला, भरीवपणा, समान ताकदीची फेक, मर्दानी जोमदारपणा, सुरेलपणा आणि लहान स्वरांशांचे सफाईदार द्रुतगती गायन या रफीच्या आवाजातील गुणांचा कोणालाही सहज प्रत्यय येई. यातला शेवटचा विशेष अनेकदा तालीम न घेतलेल्या पण सांगीत गुणांनी नैसर्गिकरीत्या युक्त आवाजात हटकून आढळतो. खालच्या तारतांवर त्यांचा आवाज किंचित लटपटे व तेथे त्यातील तेज कमी होई. याउलट आवाजांचा सहकंपयुक्त लगाव हा त्यांचा गुण खास होता. उदाहरणार्थ, *हम बेखुदी में तुमको* हे गीत ऐकावे.

रफीच्या गायनशैलीचा विचार करता असे म्हणता येते, की त्यांचे नाव बहुतेक वेळा तार स्वरी, सुरेल पण काहीशा नाटकी गायनशैलीशी निगडित झाले

आहे. पण त्यांच्या गायनाच्या या प्रकारच्या ठरीव रूपास त्यांचे रचनाकारही तितकेच जबाबदार आहेत हे मान्य केले पाहिजे. त्यांच्या कारकिर्दीच्या आरंभीच्या काळात रफी यांनी ढाल्या स्वरात आणि काहीही नाट्यमयतेशिवाय गीते गायली आहेत (*शामे बहार आयी*, 'शमा परवाना', १९५४, हुस्नलाल-भगतराम, सहगायिका सुरैय्या) वा *तारारी रारारी रारारी, दिलको तेरी तस्वीर से* ('दास्तान', १९७०, नौशाद, सहगायिका सुरैय्या). बारकाईने पाहता असे जाणवते, की तसे पाहता रफी यांच्या गायनशैलीचा विचार सैगल युगानंतरच्या काळात पुरुष-गायनाचा एक आदिनमुना हिंदी चित्रगीतगायनात तयार करण्यात त्यांनी घेतलेल्या सहभागाशी निगडित आहे. एकापाठोपाठ व वेगवेगळे आदिनमुने या विशिष्ट कालखंडात यशस्वीपणे पुढे ठेवण्यात त्यांच्याइतके दुसरे कोणी झटले असे दिसत नाही.

या बाबतीत पहिली पायरी होती मर्दानी गायन म्हणजे काय ते सिद्ध करण्याची. यासाठी आवश्यक ते आवाजाशी संबंधित स्वामित्व आणि ताकद हे गुण – १९३० पर्यंत भारतीय रंगभूमीवरील गायनात प्रचलित गायनापेक्षा निराळे होते. नाट्यात्म म्हणजे काय याचा आपल्याला होणारा बोध नव्या माध्यमामुळे बराच बदलत होता. चित्रपटीय आशयासाठी संस्कारित झालेल्या आवाजाची यासाठी अपरिहार्य आवश्यकता भासत होती. रफी यांनी निर्माण केलेल्या आदिनमुन्यानुसार तयार झालेले व होणारे चित्रपटगीत सामान्य श्रोत्याच्या आकलनशक्तीस गम्य असे तयार होऊ शकले.

पुढे रफी यांनी 'जंगली' या चित्रपटातील गीतांतून दुसरा एक आदिनमुना समोर ठेवला व नंतर तो प्रसृतही केला. ध्वनी म्हणून ध्वनीस महत्त्वाचे मानून आविष्कार वा रचना करण्याच्या जागतिक वा सार्वत्रिक प्रवृत्तीच्या संदर्भात पाहता हे पाऊल अपरिहार्य होते. सारतः विचार करता आपण समजतो तेवढी जागतिकीकरणाची प्रक्रिया अलीकडची नाही! संगीत म्हणजे काय या प्रश्नास नव्याने उत्तर देण्यासाठी अधिकाधिक विस्तृत होत जाणारा संगीतवर्णपट वास्तवात उतरायचा तर आवाज, वाद्ये, रचनाकार व ध्वनिमुद्रण वा संस्करण तंत्रज्ञाने इत्यादी सर्वांचा सहभाग लागतो. सांगीत धाडस, अवलंबून राहता येईल अशी प्रयोगशीलता आणि पुरेसे प्रभावी सादरीकरण वा प्रक्षेपण याशिवाय हे काम अशक्य वाटते. आवाज व गायनशैली या बाबतींतल्या नव्या युगाच्या मागण्या रफींनी पुऱ्या केल्या. (शम्मी कपूरशी निगडित या शैलीतील गाणी साकार करण्यात रफी पुढे होते, पण त्यांना स्वतःलाही हल्ला गुल्ला गीते आवडत नसत असे ते म्हणत!)

या संदर्भात तंत्रज्ञानाशी असलेले नाते हीही बाब महत्त्वाची ठरते. समीपदृश्य व कल्पक प्रकाशयोजना यांच्या आगमनानंतर कलात्मतेच्या अंगाने अर्थपूर्ण ठरू शकणाऱ्या चित्रपटीय अभिनयाचे व अनुभूतीचे स्वरूप बदलले असे अनेकदा लक्षात आणून देण्यात आले आहे. त्याच प्रकारे नव्याने विकसित व उपलब्ध ध्वनिमुद्रण तंत्रज्ञान व तंत्रे याच्यामुळे गायनात वापरले गेलेले आवाजही नियंत्रित व लवचीक सहकंपनयुक्त असावेत ही बाब आवश्यक ठरली. सहकंपन म्हणजे गरिमा वा आवाजाचा लहानमोठेपणा नव्हे. रफी यांनी आपल्या आवाजात ज्या प्रकारचे सहकंपन वर्धित केले होते त्यामुळे ऐकणाऱ्याच्या मनात ध्वनिप्रतिमांची जागृती व्हावी अशा स्वरूपाच्या आवाजाच्या खुल्या लगावाचे नव्या ध्वनिमुद्रणतंत्रज्ञानाशी सामंजस्याचे नाते प्रस्थापित होत असे. रफी यांच्या या कर्तृत्वामुळे चित्रपटीय आशयाच्या सांगीत पूर्णतेत भर पडली.

टिकाऊपण

त्यांच्या गाजलेल्या गीतांपैकी अनेक रचना ख्यातनाम संगीतकारांच्या नाहीत हे मुद्दाम नोंदण्यासारखे आहे. उदाहरणार्थ, *मुहब्बत जिंदा रहती है* ('चेंगीझखान', हंसराज बेहेल), *दौलत के झूठे नशे में चूर* ('ऊँची हवेली', शिवराम), *मैंने चाँद सितारों की तमन्ना* ('चंद्रकांता', एन. दत्ता), *पास बैठिये तबियत* ('पुनर्मीलन', सी. अर्जुन) वगैरे. यांतून दोन गोष्टी जाणवतात: एक तर ते कोणाहीसाठी गायला तयार असत, आणि दुसरे असे की संबंधित चित्रपट विस्मृतीत गाडला गेला तरी त्यांची गाणी लोकांच्या स्मृतीत राहत. त्यांचे सांगीत टिकाऊपणच यातून सिद्ध होत नाही काय?

गुणगुणता येते ती सुरावट गीत होते यावर त्यांचा विश्वास असे आणि आवाजाची गोलाई त्यांचा श्रद्धाविषय होता. आपल्या आवडत्या गायनशैलीपासून ते खूप दूर गेले – पण मनापासून नव्हे! विरोधसंबंधावर आधारलेल्या, न-स्वरी संगीताकडे झुकणाऱ्या आणि संयोगी आविष्काराकडे झेपावणाऱ्या संगीतयोजनेशी जुळवून घेणे त्यांना सुलभ वाटत नव्हते हे नक्की. त्यांना आज प्रचलित म्युझिक विडिओसाठी गाणे आनंददायक वाटले असते का हा प्रश्न मला विचारार्ह वाटतो. जास्त समावेशक व कल्पक रचनाकारांनी कदाचित त्यांच्या कार्यक्षम गुणवत्तेचा वापर बदलत्या परिस्थितीत नीटपणे केलाही असता. चित्रपटीय आविष्कारांच्या गतिमानतेस लवचीक प्रतिसाद देण्याचे रफी यांचे कौशल्य अतुलनीय होते. पण अखेर कलाविचारांत अशा

जर-तर, वा त्यावर आधारित विवेचनास आपण समजतो त्यापेक्षा वाव कमी असतो हेही खरे!

तलत महमूद

(जन्म : १९२४, मृत्यू : मे, १९९८)

लखनौसारख्या शहरात एका संपन्न, सुसंकृत, साहित्यप्रिय कुटुंबात तलतचा जन्म झाला. मात्र या कुटुंबात धर्मसंगीताखेरीज सर्वप्रकारच्या संगीताकडे तुच्छतेने पाहिले जाई. तलतचे वडील नातचे गायन करीत. तलतच्या मावशीने – मेहला बेगमने – तलतच्या संगीतगुणाची जात ओळखली व तिने मॉरिस कॉलेज, लखनौ येथे तलतचे नाव घालून शास्त्रोक्त संगीतशिक्षणाची सुरुवात करून दिली. वयाच्या १६व्या वर्षी लखनौच्या नभोवाणी केंद्रावरून तलतने प्रथम कमल दासगुप्ता यांच्या गझलचे (*बन जाऊँगा क्या से क्या*) गायन केले. त्यामुळे त्याच्याकडे लोकांचे लक्ष वेधले गेले, इतकेच नव्हे, तर एच. एम. वी. ने १९४१ मध्ये त्याच्या गायनाची एक ध्वनिमुद्रिका व १९४२ मध्ये चार ध्वनिमुद्रिका प्रसृत केल्या. दुसऱ्या संचातील *तस्वीर तेरी दिल मेरा बहला न सकेगी* या गजलने सगळीकडे त्याचे नाव झाले. त्याकाळच्या प्रमुख चित्रपटनिर्मितीच्या केंद्रास – कोलकात्यास प्रयाण हे तलतचे पुढचे पाऊल होते. तिथे त्याने चार चित्रपटांत भूमिकाही केल्या – 'राजलक्ष्मी' (१९४५) या चित्रपटामध्ये तो गायक-नायक बनला. तलतने स्वतःच म्हटल्याप्रमाणे त्याने एकूण ज्या तेरा चित्रपटांत काम केले ते सर्व प्रख्यात निर्मात्यांच्या बॅनर्सखाली होते व वेधकही होते. मधुबाला, सुरैय्या वगैरे त्याच्या नायिका होत्या. 'सोने की चिडिया' हा त्याचा शेवटचा चित्रपट. लवकरच चित्रपटसृष्टी मुंबईस गेली, त्यामुळे १९४९ मध्ये तलत मुंबईस आला. त्यावेळी त्याच्या नावाचा बराच बोलबाला झाला होता. 'आरझू' (१९५०) या चित्रपटात अनिल बिस्वास यांनी त्याला पार्श्वगायक म्हणून संधी दिली. *ऐ दिल मुझे ऐसी जगह ले चल* हे त्याचे गीत बरेच गाजले. (वास्तविक पाहता त्याने संगीतकार विनोद यांच्यासाठी 'अनमोल रतन' या चित्रपटासाठी आधीच्याच वर्षी पार्श्वगायन केले होते, पण 'आरझू' हा चित्रपट आधी लोकांपुढे आला.) त्याचे कोमलमधुर, अंतःस्पर्शी, अंतर्मुख, काहीसे उदास व अनाक्रमक गायन ही एक मान्य शैली ठरली – इतकी की १९५० मध्ये प्रदर्शित झालेल्या चित्रपटांपैकी १६ चित्रपटांत तो गायला होता. त्याच्या प्रसिद्ध गीतांत पुढील गीतांचा निर्देश करता येईल – *शुक्रिया शुक्रिया तेरा प्यार* (मदनमोहन), *हमसे आया न गया* (हुस्नलाल-

भगतराम), *आये भी अकेले, जलते हैं जिसके लिये* (एस. डी. बर्मन), *बेचैन नजर* (सी. रामचंद्र) वगैरे. एक वारंवार सांगितली गेलेली कथा अशी की, नौशाद व इतर काही रचनाकारांनी तलतच्या आवाजातील कंप-परिणामावर टीका केली होती. पण अनिल बिस्वास यांनी खात्रीने सांगितले, की तलतच्या आवाजातील आंदोलने हा उपयुक्त गुण ठरेल. यामुळे तलतचा आत्मविश्वास दुणावला आणि आपल्या खास भावपूर्ण गायनशैलीला विकसित करणे त्याला शक्य झाले. सुमारे १०० हून अधिक चित्रपटांत त्याने गायन केले आहे. साधारणतः कल्पना असते त्यापेक्षा अधिक नायकांसाठी त्याने आपला आवाज दिला आहे, उदाहरणार्थ, राज कपूर (*तुमको फुरसत हो,* 'बेवफा'), दिलीपकुमार (*ऐ मेरे दिल कहीं,* 'दाग' वा *यह हवा यह है,* 'संगदिल'). १९५३ मध्ये कारदार यांनी त्याला 'वारिस' या चित्रपटामध्ये नायकाची भूमिका दिली. तलतने आणखीही काही चित्रपटांत कामे केली. १९५६ मध्ये पूर्व आफ्रिकेत त्याने दिलेले गायनाचे कार्यक्रम हा पार्श्वगायकाने असे जलसे करण्याची सुरुवात असू शकेल. त्यांना 'लता मंगेशकर पुरस्कार' त्यांना १९९५ मध्ये मिळाला.

त्यांनी केलेले चित्रपटबाह्य गझलगायन लोभनीय व उच्च गुणवत्तेचे आहे. कदाचित तलतनी आपले गझलगायन १९३९ मध्ये लखनौ नभोवाणी केंद्रावरून सुरू करावे हा काही केवळ योगायोग नसावा. संपन्न, शिष्ट, सुसंस्कृत व संयमित वातावरणाचा हा अपरिहार्य परिपाक म्हणता येईल. थोडक्यात पण अतिशय योग्य विधान असे, की बेगम अख्तर या गझल गायन सम्राज्ञीने प्रस्तुत प्रकाराबाबत जो एक आदर्श निर्माण केला त्याच्या आसपास फक्त तलत पोचतात – पण गझलला गीताचे रूप देऊन. १९८७ मध्ये 'गझल के साज उठाओ' या आपल्या गझल-आल्बमच्या प्रसिद्धीनंतर तलत यांनी संगीतजगतास रामराम ठोकला. १९८६ मध्ये 'वालिद ए आझम' (चित्रगुप्त, सहकलाकार हेमलता) यातील त्यांचे सादरीकरण चित्रपटसंगीतातील शेवटचे. १९५०-६० या दशकात तलतचा बहर होता. नंतरच्या संगीतशैलीशी ते जुळते घेऊ शकले नाहीत. या शैलीत सुरावट, संथ गती व नाजुक प्रक्षेपणास जागा नव्हती. कदाचित पाश्चात्त्य वळणाचे लयबंध इत्यादीही तलत यांना मानवले नसावेत. ८ मे १९९८ रोजी वयाच्या ७४ व्या वर्षी त्यांचे निधन झाले.

रफी, किशोर इत्यादींपेक्षा त्यांची लोकप्रियता कमी होती का? एका गीतसंग्राहकानुसार त्यांच्या गीतांची संख्या फक्त ४५० भरते. त्यांचे स्वतःचे म्हणणे असे, की जरी संख्येने त्यांची गीते कमी भरली तरी ती बहुतेक सर्व उच्च दर्जाची म्हणून लोकांच्या स्मरणात आहेत. हे प्रमाण इतर गायकांनी

गायलेल्या गीतांबाबत जेमतेम २५ टक्के पडेल! आणखीही एक महत्त्वाचा मुद्दा असा उपस्थित केला जातो तो असा, की बदललेल्या अभिनयशैलीशी त्यांचे जुळण्यासारखे नव्हते. आपण जी कोणती गीते गायची त्यांच्या संहितेबाबत ते फार चोखंदळ होते. लखनौचा वारसा म्हणल्यावर दोन गोष्टी स्वाभाविक वाटतात – उर्दूचे स्वच्छ, शुद्ध उच्चारण आणि कोणत्या रचनेस गाण्याच्या योग्यतेचे काव्य समजायचे याबाबतची उच्च अभिरुची!

मन्ना डे

मन्ना डे यांचा जन्म १ मे, १९२० चा होता. त्यांचे मूळ नाव प्रबोध चंद्र (डे) असे होते. मन्ना हे नामकरण नंतरचे. लहानपणापासून त्यांना संगीताचे जबरदस्त वेड होते. व्यवसायाने हिशेबतपासनीस असलेल्या पित्यास मन्नाने यथावत कायदेशिक्षण घेऊन वकिली करावी असे वाटे. विद्यासागर कॉलेज (कोलकाता) येथून पदवीपरीक्षा उत्तीर्ण झाल्यावर काही काळ तरी मन्ना संभ्रमात होता – पण अखेर संगीताचा जय झाला!

चित्रपटसंगीतात ख्यातनाम के. सी. डे हे मन्नाचे काका होत. मन्नाचे प्रारंभीचे संगीतशिक्षण त्यांच्याकडेच झाले. यामुळे हिंदुस्थानी संगीताच्या जवळ जवळ सर्व मुख्य प्रकारांशी मन्नाचा बराच परिचय झाला. याशिवाय मन्नाचा साहित्याचा अभ्यासही चांगला होता. न्यू थिएटर्समध्ये मुंबईस आल्यावर (१९४२), के. सी. डे त्याचबरोबर एस. के. दास या रचनाकाराचा साहाय्यक म्हणून मन्नाने १९४३ मध्ये उमेदवारी सुरू केली. पार्श्वगायक म्हणून त्याला लोकांनी प्रथम 'रामराज्य' (१९४३, शंकरराव व्यास) या चित्रपटामध्ये ऐकले. त्याच्या तीन गाण्यांपैकी दोन गाणी (*अजब निधी का लेख* व *त्यागमयी तू गयी*) गंभीर तत्त्वविचारांनी भरलेली व रागांवर आधारलेली होती. वयाच्या केवळ २५व्या वर्षी मन्ना वाल्मिकी ऋषीसाठी गायले व म्हणून नंतरच्या काळात मन्ना नेहमी म्हणे, की तरुणपणी म्हाताऱ्यासाठी गाऊनच माझ्या गीत गायनाचा आरंभ झाला!

त्याचे पहिले गाणे होते *उपर गगन विशाल* ('मशाल') हे. तिथपासून ते *हमारी मुट्ठी में है आकाश* ('प्रहार', १९९१) हा प्रवास दीर्घ आहे – ५० वर्षे गाण्याचा! १९५०-६० च्या दशकांत ते विविध रचनाकारांसाठी व जवळ जवळ सर्व मुख्य अभिनेत्यांसाठी गायले, पण त्यांचा आवाज हिंदी चित्रपटसृष्टीतील कोणत्याही चमकत्या ताऱ्याबरोबर निगडित झाला नाही. बंगाली चित्रपटसृष्टीत मात्र त्यांच्या आवाजाची सांगड उत्तमकुमारबरोबर घातली गेली.

अभिजात शास्त्रीय ते ट्विस्ट या सर्व शैलींचे गायन त्यांनी केले. अगदी सहज केलेल्या यादीतही त्यांच्या सादरीकरणाचा आवाका वा विस्तार ध्यानी येईल. उदाहरणार्थ, *तू है मेरी प्रेमदेवता* ('कल्पना', ओ. पी. नय्यर, राग ललत), *केतकी गुलाब जुही* ('बसंतबहार', शंकर-जयकिशन), *सुर ना सजे* (शंकर-जयकिशन, रागसागरप्रमाणे), ट्विस्ट शैलीत *आयो कहाँ से घनश्याम*, ('बुड्ढा मिल गया'), अगदी हलकी फुलकी (*एक चतुर नार*, 'पडोसन'), गांभीर्याने भावपूर्ण (*ऐ मेरे प्यारे वतन*, 'काबुलीवाला'), घोषगायन (*अब कहाँ जाये हम*, 'उजाला') ही गाणी ऐकावीत. काही वेळा क्लासिकल स्पेशालिस्ट म्हणून त्यांचा उल्लेख थोड्याफार टवाळीनेही करण्यात आला आहे, पण त्या त्या वर्षातले सर्वोत्तम गीत म्हणून निवडल्या गेलेल्या त्यांच्या सहा गीतांत त्या प्रकारची एकही रचना अंतर्भूत झालेली नाही हे लक्षात घेण्यासारखे आहे.

***पेटीतला मजकूर** : कल्याणजी-आनंदजी 'उपकार' या चित्रपटासाठी संगीतरचना करत होते. खलनायक रंगविण्यासाठी प्रसिद्ध अभिनेते प्राण जी चरित्ररेखा उभी करत होते तिच्यासाठी एक गीत होते. (ही विशिष्ट भूमिकाही खलनायकाची नव्हती.) तसे पाहता एखादी इतकी सभ्य भूमिका करायची ही त्यांची पहिली वेळ असावी! कल्याणजी-आनंदजी यांनी गाण्यासाठी किशोरकुमारला विचारले. गीत परिणामकारक व्हावे व प्राण यांची नवी ओळख पक्की व्हावी हा त्यांचा हेतू असावा. किशोरकुमारने ते गाणे ऐकले व तो लगेच उद्गारला हे गाणे फक्त मन्ना दा योग्य रीतीने गाऊ शकतील!*

** 'चोरी चोरी' या चित्रपटामध्ये तर असेही लक्षात आले, की मन्नादांचा आवाज राज कपूरसाठीसुद्धा मिळता-जुळता आहे.*

** नौशाद म्हणे एकदा म्हणाले, की मन्नाचा आवाज कोरडा आहे. मन्ना दांची रोमँटिक गीते ऐकल्यावर त्यांच्याशी सहमत होणे अवघड जाईल. पण याच संदर्भात एक प्रसंग नोंदला पाहिजे. मन्नादा एस. डी. बर्मन यांच्यासाठी मेहबूब स्टुडिओत ध्वनिमुद्रण करत होते (पूछो ना कैसे मन, 'तेरी सूरत मेरी आँखें'). त्यांनी एकाच फेरीत ध्वनिमुद्रण संपविले. स्टुडिओत एकदम शांतता पसरली, सर्वजण शांत बसले होते. मन्नादांना वाटले काहीतरी चुकले आहे व पुन्हा ध्वनिमुद्रण करायचे आहे. त्यांनी सचिनदांना विचारले, बोला काय काय करायचे आहे. सचिनदा आत आले व मन्नाचे हात हातात घेऊन म्हणाले, तू*

इतके चांगले गायला आहेस, की सर्वांच्या डोळ्यांत अश्रू आले. नौशादनी हे गाणे ऐकले तेव्हा त्यांनाही अश्रू रोखणे अशक्य झाले, त्यांनी आपले शब्द आनंदाने मागे घेतले!

'बसंतबहार' मध्ये मन्नादांना पं. भीमसेन जोशी यांच्याबरोबर गायचे होते. तेव्हा त्यांना काही कडव्या गानरसिकांची पत्रे आली, की म्हणे नेहमीच्या युक्त्या करून पंडितजींवर मात करण्याच्या फंदात पडू नका. मन्नादांची ख्याती व उथळ रसिकांची वृत्ती या दोहोंवर प्रकाश पाडणारी ही आख्यायिका म्हटली पाहिजे.

विविध भावस्थितींची व निरनिराळ्या शैलींतली गीते मन्ना डे यांनी गायली आहेत. थोडक्यात उदाहरणांसहित वर्गीकरण करून त्यांचे मूल्यमापन नोंदण्यासारखे आहे.

पछाडणारी गीते

पूछो ना कैसे मन, ('तेरी सूरत मेरी आँखें', १९६३, एस. डी. बर्मन) ही रचना अहीर भैरव या रागात व अद्धा या त्रितालाच्या उपभेदात आहे. यामुळे ही रचना एक चांगले गीत आहे असे वाटते – छोटा ख्याल नव्हे. या विशेषाचा मन्नादांनी चांगला फायदा घेतला आहे. शब्दांच्या भावछटांना धुंडाळणारा भावपूर्ण लगाव सर्वत्र ठेवला आहे – आपण राग-विस्ताराच्या शक्यता वगैरे शोधत आहोत असा आव त्यात कुठेही डोकावत नाही.

कौन आया मेरे मनके द्वारे ('देख कबीरा रोया', १९५७, मदन मोहन) हीसुद्धा रचना अशाच आवाहकतेची आहे. मुळात भावपूर्ण बागेश्री या रागापासून बाजूला सरकत रचना सारा वेळ संहितेतील शब्दांकडे लक्ष वेधत राहते आणि आशय घन होत जातो.

त्यांच्या नव्या शैलीत रचलेल्या उन्मादी, आनंदी गाण्यांच्या गायनात अगदी वेगळ्या मागण्या करणारे घटक कार्यकारी असतात. खूप वाद्यवृंदध्वनी, चमकदार ॲकॉर्डिअनचे उत्साही वादन, आघातपूर्ण लयबंध पुरविणारे पटह आणि प्रथमतः हालचाल व मग समूहाला सहभागाचे आमंत्रण करणारा संगीत जल्लोष – यांची रेलचेल नव्या शैलीत अपरिहार्यतेने असते. मन्नादांनी अशीही अनेक गीते दिली आहेत. *दिल का हाल* आणि *प्यार हुआ इकरार हुआ* ('श्री ४२०'), *ए भाई जरा देख के चलो* ('मेरा नाम जोकर'), *आओ ट्विस्ट करे* ('भूतबंगला'), *यह रात भीगी भीगी* ('चोरी चोरी') इत्यादी अनेक गीते या संदर्भात ऐकण्यासारखी आहेत.

गंभीर व गुणवंत प्रार्थना गीते

मन्ना दा *तू प्यार का सागर है* ('सीमा'), *ऐ मालिक तेरे बंदे हम* ('दो आँखें बारा हाथ'), *ऐ मेरे प्यारे वतन* ('काबुलीवाला'), *अब कहाँ जाये हम* ('उजाला') यांसारख्या रचना गीतांचा एक वेधक उपवर्ग तयार करतात. गाणाऱ्या पात्रांच्या मनोवृत्तीमुळे अशी गीते प्रार्थना गीते बनतात व गात्या आवाजास ही खास वृत्ती लगावांतून, उच्चारांतून प्रतीतीस आणून द्यावी लागते. रूढार्थाने प्रार्थनासंगीताचा घाट बदलला गेला असूनही तो परिणाम आणायचा असतो. आपल्या स्थिर, स्वरेल व खुल्या आवाजाने मन्नादा बरेच काही साधतात. मग आवाजाची फेक अशा नैसर्गिक गांभीर्याने केली जाते, की आशयाचे गांभीर्य आपली सावली मागे ठेवून जाते. उच्चारणांतून शब्दांकडे लक्ष गेल्याने संहिता समोर येते आणि ऐकणाऱ्यास खरा अभिप्राय काय याची जाणीव होते.

क्लासिकल तसेच त्याची टिंगल पण!

शास्त्रोक्त संगीताचे वातावरण निर्माण करण्यासाठी हिंदी चित्रपटसंगीतात केल्या जाणाऱ्या प्रयत्नांचे प्रातिनिधक रूप घेऊन समोर येणारी रचना म्हणून *सुर ना सजे* ('बसंतबहार', १९६६, शंकर-जयकिशन) हे गीत ऐकावे. प्रत्येक कडव्याबरोबर एकापाठोपाठ अनेक राग येतात. छोटा ख्याल वाटावा अशी गीताची बांधणी असूनही ताल मात्र लोकशैलीतला अर्धताल म्हणण्यासारखा लयबंध वापरलेला असतो. (याच रचनाकार जोडीने प्रस्तुत चित्रपटात पखवाज व त्यावर १० मात्रांचा झपताल लावला आहे). मन्नादा गांभीर्याने, सफाईने आणि योग्य लगावाने गातात. अनिल बिस्वास यांनी बंदिश की ठुमरीची बांधणी वापरलेली रचना तर मन्ना दा अधिकच यशस्वीपणे गातात. (*तोरे नैना रसीले,* 'हमदर्द', १९५३). उलटपक्षी शास्त्रोक्त म्हणजे काय याची चुकीची धारणा मनात धरून केलेली रचना म्हणून *सस सुर तीन ग्राम* ('संगीत सम्राट तानसेन', १९६२, एस. एन. त्रिपाठी) या रचनेचा उल्लेख करता येईल. बांधणीत धृपद व रागसागर हे मुख्य संगीतप्रकार वापरले आहेत. सात राग (यमनकल्याण, भैरव, मालकंस, हिंडोल, श्री, दीपक आणि मेघमल्हार) आणले आहेत. जरा द्रुत लयीत पण ताल चौताल योजला आहे. दुगण, तिहाई, गुरुवंदनाचा श्लोक व त्याचे पठण यांनाही कसेबसे बसविले आहे. अशी कृत्रिम गुंतागुंत व मन्नादांचे चाचपडते गायन यामुळे सर्व खटाटोप कसा फसवा बनला आहे ते ध्यानात येते!

त्यांच्या शास्त्रोक्त म्हणून इतर काही रचनांचा निर्देशही करता येईल – *तुमबिन जीवन* ('बावर्ची', १९७२, मदन मोहन), *छुन छुन बाजे रे* ('जाने अनजाने', १९७१, शंकर-जयकिशन) इत्यादी.

मन्नादांच्या शास्त्रोक्त शैलीचे, प्रकारांचे, रचनांचे वा मूलभूत संकल्पनांचे टिंगलबाज सादरीकरण करणाऱ्या रचनाही महत्त्वाच्या आहेत. *लपक झपक तोरी* ('बूट पॉलिश', १९५८, शंकर-जयकिशन) ही रचना ऐका. अडाणा हा राग, त्रिताल, छोटा ख्याल हा संगीतप्रकार इथे कामाला जुंपले आहेत. शिवाय दुगण, तिहाई, लय वाढवत जाणे, बोलताना यांनापण एका चेष्टाखोर सांगीत गुच्छाचे आविष्कारक्षम घटक म्हणून वापरले आहे.

ठुमरी शैलीतल्या त्यांच्या दोन रचना उल्लेखनीय आहेत. यापैकी पहिली रचना *हटो काहेको* ('मंझिल', १९६०, एस. डी. बर्मन) या प्रकाराबरोबर निगडित संयमित प्रेमभावनेचे यथायोग्य सादरीकरण आहे व यात संबद्ध सांगीत गुणांची प्रतीती चांगली येते. दुसरी रचना *फुल गेंदवा ना मारो* ('दूजे का चाँद', १९७४, रोशन) याच प्रकाराची चेष्टा वा विडंबन करणारी आहे. लक्षणीय बाब ही की या दोन्ही रचनांचे आपापले इष्ट उद्दिष्ट आपल्या गायनातून मन्नादा कार्यक्षमतेने व सांगीत अनुभव देत देत साध्य करू शकतात. सांगीत मजेदारपणा सफलतेने करण्याची मन्नादांची हातोटी *अरे किसने चिलमन से मारा* ('बात एक रात की', १९६२, एस. डी. बर्मन) याही गीतात जाणवते. तसे पाहता नृत्यगीत म्हणून सादर झालेल्या या रचनेत कॉमिक व संवादात्म फेक असून सांगीत शैलीतून नाट्यात्म शैलीत पटकन गात गात जाणे व कव्वाली शैलीची सूचना देणे आवश्यक आहे. मन्नादा हे सर्व कुशलतेने करतात. आपल्या चेहऱ्यावरच्या स्मिताचे केव्हा हसणे झाले ते आपल्या लक्षातही येत नाही!

कव्वाली गायन

मन्नादांच्या कव्वाली गायनाच्या नमुन्यांसाठी – *न कारवाँ की तलाश है* आणि *इश्क इश्क है* ('बरसात की रात') या रचनांचे गायन खास उल्लेखनीय आहे. कव्वाली गायक हिंदुस्थानी शास्त्रोक्त संगीताशी जवळीक दाखवितात, पण तरीही सादरीकरणाचा ढंग अगदी वेगळा असतो. आवाजाचा लगाव, शब्दांचे उच्चारण, वापरलेले लयबंध व गायनाचे त्यांच्याशी असलेले नाते या सर्वांत कव्वालीचे वेगळे आवाहकत्व प्रत्ययास येते.

अर्थ असा की केवळ शास्त्रोक्त गीतगायनाचे स्पेशॅलिस्ट असा शिक्का बसल्यामुळे मन्ना दा बाजूला पडले हे खरे वाटत नाही. एकूण विचार करता

त्यांची गाणी काय सुचवितात?

मन्नादांचा आवाज खुला व मर्दानी आहे. त्याचा पल्ला चांगला आहे व त्यात सर्वत्र खुलेपणा आणि ताकद राखणे त्यांना जमते. त्यांचा आवाज हलका आहे आणि सर्व प्रकारच्या ताना वगैरे ते लीलया घेऊ शकतात. शास्त्रोक्त संगीताच्या संदर्भात हा एक खास गुण ठरतो. भारतीय शास्त्रीय संगीतात स्वच्छ 'आ'काराने गायन करण्यावर भर असतो व हेही मन्नादा सहज करू शकतात. (अनेकदा व्यावसायिक शास्त्रोक्त गायकानासुद्धा हे जमत नाही याचे भान ठेवावे.) आकाराने शक्य होणारा विशेष गुण सहकंपन वा गुंजन हा परिणामतः त्यांच्या गायनात ओतप्रोत भरला आहे. या सर्व कारणांमुळे त्यांना शास्त्रोक्त गीतगायनाचा स्पेशॅलिस्ट असे म्हणण्यात येऊ लागले असावे.

याव्यतिरिक्त मन्नादांचा एक विशेष असा, की त्या त्या संगीतप्रकारानुसार जी एक भावस्थिती ढोबळ मानाने परंपरेत निश्चित झालेली असते ती सुचविणारा आवाजाचा लगाव ते देऊ शकतात. चित्रपटगीतास सांगीत कल्पनांची बढत करायची नसते, तर एक संबंधित मूड निर्माण करून मग बाकी कार्ये साधायची असतात. म्हणून सुरेलपणा, भरीवपणा व यथायोग्य उच्चार या बाबी अत्यावश्यक ठरतात. (विविध संगीतप्रकारांत एकाच शब्दाचे उच्चारण समान नसते.) शिवाय आवाजाच्या सर्व गुणांना चित्रपटांत चित्रपटीय व्यक्तिमत्त्व मिळावे लागते. मन्नादांमधला गायक अशा भूमिका करू शकतो आणि म्हणून चित्रपटांतले त्यांचे गायन मोलाचे ठरते. आपल्या अष्टपैलुत्वाचा चित्रपटीय अवतार मन्नादा घडवू शकतात हे महत्त्वाचे.

अशा भूमिका करताना मन्नादा नाटकी बनत नाहीत (जसे कधी कधी रफी करत असे). भावनिक संतुलन करून चित्रपटसंगीत अधिक परिणाम करते हे जमले म्हणजे अभिनय व गायन हे आपआपले स्वरूप राखू शकतात. हेच संतुलित भावनिक गाणे त्यांना शास्त्रोक्त ढंग राखण्यात साहाय्यक होते.

मन्नादा चित्रपटसंगीतक्षेत्रात परतले ही गोष्ट आनंदाची होती ती या पार्श्वभूमीवर.

हेमंतकुमार

(जन्म : १७-६-१९२०, मृत्यू : २६-९-१९८९)

हेमंतकुमारांचे 'जाल', 'अनारकली', 'प्यासा', 'ममता' आणि 'सट्टाबाझार' इत्यादी चित्रपटांतील गायन पार्श्वगायक म्हणून त्यांचे स्थान व क्षमता सिद्ध करतात. अपेक्षेनुसार त्यांनी विविध प्रकारच्या रचना गायल्या

आहेत. त्यांनी जरी १९३७ मध्ये आपले पहिले बंगाली गीत ध्वनिमुद्रित केले असले तरी त्यांच्याकडे १९४१ मध्ये लोकांचे लक्ष आकर्षिले गेले. त्यांच्या संदर्भात बंगाली गीतांच्या चाली व त्यांच्या हिंदी रचना यांचे नाते महत्त्वाचे आहे. हेमंतकुमारांच्या संगीतरचनांचा सखोल अभ्यास करायचा तर त्यांच्या बंगाली गायनाचाही मागोवा घेणे जरुरीचे ठरेल. उदाहरणार्थ, १९४४ मध्ये त्यांनी अमिया बागची यांचे एक गाणे ध्वनिमुद्रित केले होते. 'नागिन' या सुप्रसिद्ध चित्रपटातील *मेरा दिल तो पुकारे* या गीताच्या पहिल्या ओळीची चाल व या बंगाली गीताची चाल यांत लक्षणीय साम्य आहे. प्रस्तुत प्रयत्न जरी कमी महत्वाकांक्षी, त्यांच्या हिंदी चित्रपटगीतगायनाच्या तपासणीपुरताच मर्यादित असला तरी त्याच्या इष्ट अभ्यासाची व्यापकता ध्यानी असावी.

आवाज

हेमंतकुमारांचा आवाज रुंद असला तरी ढाला म्हणता येणार नाही. त्यात एक सूक्ष्म ध्वनीकंपही आहे. निदान काही सादरीकरणांत यामुळे त्यांना एका खास भावपूर्णतेचा स्पर्श निर्माण करणे चांगले जमते. आवाजातील कंपामुळे काही वेळा स्वर लगाव थरथरता वाटला तरी एकंदरीने गायन सुरेल म्हणूनच प्रतीत होते. स्वरकेंद्रापासूनचे हे ढळणे काही वेळा अर्थात फायद्याचे ठरते. छोट्या स्वरसमूहांची द्रुत फेक त्यांचा आवाज क्षमतेने करतो. त्यांच्या आवाजाच्या गतीचे वर्णन भारदस्तपणे संथ असे करता येईल. नंतर निर्देश केल्याप्रमाणे काही रचनांचे गायन त्यांनी द्रुतगती संभाळून केले याची वाखाणणी केली पाहिजे. इतर काही गीतांच्या गायनात ज्याला 'अप्पर रजिस्टर' म्हणतात तो लगाव वापरून त्यांनी गती साधली आहे आणि तिथे ते रजिस्टर नीट विकसित झाले आहे असे वाटत नाही. अशा वेळी आवाज जरा कोता व कमताकद वाटतो व सांगीत आशय खात्रीपूर्वक पोचत नाही. एकंदर असे म्हणता येईल, की या गायकास सूक्ष्म स्वरेलपणाची आवड आहे व पुष्कळ सादरीकरणांत या आवाजाला भरीव फेक जमते. इतर काही बंगाली गायकांच्या तुलनेत (त्यांपैकी काही त्यांच्यापेक्षा ज्येष्ठ व काही समकालीन) त्यांच्या हिंदी चित्रपटगीतांच्या गायनात बंगाली छापाचा उच्चार कमी जाणवतो, पण मन्ना डे यांच्याइतका तो खुला नाही असा संशय आल्याखेरीज राहत नाही. 'ओ' या स्वरवर्णाच्या उत्पादनाची छाया हेमंतकुमारांच्या गायनात सर्वत्र आहे हे बहुधा याचे कारण असावे. पण याचाच सकारात्मक परिणाम असा, की गायनात एक सहकंपन वा गुंजनही सर्वत्र आढळते – आणि सहकंपन हा एक प्रमुख

गायनगुण आहे. यामुळे एक वेधक विरोधाभासही लक्षात येण्यासारखा आहे. त्यांचे हिंदी शब्दांचे उच्चारण एकेरी तर गायन वा आवाज मात्र भरीव असा प्रत्यय येतो!

हेमंतकुमारांच्या गायनाचा आणखी एक विशेषही आवाजाच्या गुणधर्माशी संबंधित आहे. त्यांच्या गायनात हुंकारयुक्त गायन व हुंकार भरपूर असतात. 'ह' हे महाप्राण व्यंजन इतर व्यंजनांच्या उच्चारणांत थोड्याफार नक्की (नाकातील) लगावाचा सहभाग ठेवून गाणे हे हुंकाराचे स्वरूप होय. हेमंतकुमार यांच्या आवाजाचा एकंदर मेळ हुंकाराशी चांगला बसतो.

गायकांनी हेवा करावा अशी बरीच अंगे हेमंतकुमारांच्या आवाजात आहेत असे म्हणता येईल आणि तरीही शास्त्रोक्त संगीत त्यांना पेलत नाही असे म्हणावेसे वाटते. जेव्हा जेव्हा ते आलाप करतात तेव्हा तेव्हा ते गायन नव्हे तर पठण करतात असे वाटते! गात असता आधी न रचलेले, उत्स्फूर्त व सूक्ष्म बदल करून सांगीत वाक्यांश गायल्यामुळे ते पठणापासून दूर सरकू शकते. उदाहरणार्थ, *दर्शन दो घनःश्याम* ('नरसी भगत', १९५७, रवी), *सो गया जाने कहाँ* ('मोहर', १९५९, मदन मोहन) ही गाणी ऐकावीत. या दोन्ही गीतांत लावलेला 'आ'कार सायासाने, मर्यादित गुंजनाने वा सपाटपणे आणि बाहेरून आल्यासारखा वाटतो.

धार्मिक वा भक्तिपर

धार्मिक वा भक्तिपर या प्रकारच्या रचना हेमंतकुमारांच्या खासियतीत जमा होतील काय, असे मानण्याचा मोह होतो, कारण त्यांच्या आवाजातील मूलभूत गांभीर्य, भावपूर्णता आणि अंतर्मुखीपण होय. *जय जगदीश हरे* ('आनंदमठ', १९५२) हे त्यांचे पठणयुक्त सादरीकरण नैसर्गिक वाटते. गांभीर्य निर्माण करण्याचा खोटा प्रयत्न त्यात आहे असे वाटत नाही. *भगवत् भगवान की आरती* ('भगवतमहिमा', १९५५, संगीत स्वतःचे) या रचनेत आपल्याला भारतातील पारंपरिक आरती व अंशतः आधुनिक गीत ऐकता येते.

हिंदी चित्रपटसंगीतात बोधगीते हा धर्मसंगीताचा जवळजवळ उपप्रकार मानता येईल. या परिस्थितीत मद्यप्याचे गाणे जर तत्त्वचिंतनपर आशय घेऊन आले तर एक वेधक वळण निर्माण होते. उदाहरणार्थ, *लोग पीते हैं* ('फरार', १९५५, संगीत स्वतःचे) ऐकावे. लक्षणीय मुद्दा असा की हेमंतकुमारांच्या गायनशैलीमुळे हे विश्वसनीय वाटते. याहीपेक्षा सरस उदाहरण आहे *याद आ गयी वो* ('मंझिल', १९६०, एस. डी. बर्मन) हे आहे. मद्यधुंद गीताची नैसर्गिक संथ

लय, मध्ये गद्य फेक आणि खंडित गायन या बाबी पटतात. ही गीते थेटपणे बोधपर गीते आहेत. यासाठी गंभीर गायनस्वन आणि काहीसे सपाट गायन हे उपयुक्त गुण होत. दोन अगदी ठळक रचना *धरती की गोद में* ('फॅशन', १९५७, संगीत स्वतःचे) आणि *दिन रात बदलते हैं* ('नया संसार', १९५९, चित्रगुप्त) या आहेत. पहिले गीत घोषशैलीत गायले असून ते तार गंधार स्वरापर्यंत आवश्यक त्या ताकदीने पोचते. दुसरे गीतही कर्तव्यदक्षतेने इष्ट त्या शैलीत सादर केले आहे.

अष्टपैलुत्व

अपेक्षेप्रमाणे हेमंतकुमार यांना आपल्या पसंतीबाहेरची व आपल्या आवडत्या शैलीपलीकडची गीतेही सादर करणे भाग पडले. हे काम त्यांनी कार्यक्षम तत्परतेने केले आहे असे आढळते, उदाहरणार्थ, *जबसे मिले तोसे* ('अमानत', १९५५, सलील चौधरी). या गीताबरोबरच्या द्वंद्वगीतात त्यांनी गीताच्या सहेतुक हिसकेयुक्त गानशैलीस योग्य तो प्रतिसाद देऊन हलकेफुलकेपणाचा इष्ट परिणाम उत्पन्न करण्यात यश मिळविले आहे. *दिल की उमंग है* ('मुनिमजी', १९५५, एस. डी. बर्मन) या गीतात नाट्यात्मता राखण्यासाठी आपल्या गायनोच्चारांत पुरेसा वाकडेतिकडेपणा आणि शब्दोच्चारांत अपभ्रंश आणणे त्यांना जमले आहे. पण त्यामानाने कमी ऐकण्यात असलेल्या *तेरे लिये मेरे* ('एक झलक', १९५७, संगीत स्वतःचे, सहगायिका गीता) या रचनेत हेमंतकुमार नाईटक्लब शैलीत मोकळेपणे वावरून एका खट्याळ व मजेदार गीताचा अनुभव देतात. आपल्या गायनाच्या नेहमीच्या शब्दावलीच्या बाहेर पडून ते च् च् वगैरे न-सांगीत परिणामांचीही परिणामकारक फेक करतात.

हेमंतकुमारांचा आवाज भारी आहे व ते क्वचितच पातळ आवाजात वा हलक्या फेकीने गायले आहेत. पण काही यशस्वी सादरीकरणे त्यांच्या अष्टपैलुत्वाचा पुरावा ठरतात. *मै गरीबों का दिल* ('आबे हयात', १९५५, सरदार मलिक) आणि *चली गोरी पीके मिलन को चली* ('एक ही रास्ता', १९५६, संगीत स्वतःचे) या रचना ऐकाव्यात. पहिल्या गीतातील समूहगान, दर उच्चारित अवयवास एक स्वर अशी चटपटीत बांधणी आणि नाट्यात्म थांबणे या साऱ्यांची अंमलबजावणी हलक्या स्पर्शाने करण्यात आली आहे. संगीत मात्र पठणापेक्षा वरच्या पातळीचे नाही. दुसरी रचना भैरवीतले द्रुतगती नृत्यगीत असून सांगीत संपन्नतेने युक्त आहे. याच दिशेचा आणखी एक प्रयत्न म्हणजे

है अपना दिल ('सोलवाँ साल', १९५८, एस. डी. बर्मन). आपल्या नेहमीच्या भारी शैलीस जर चिकटून राहते तर हेमंतकुमारांना हे भटक्याचे गीत जमले नसते हे उघड आहे.

हेमंतकुमारांच्या खास, व्यक्तिगत शैलीचे वर्णन भावपूर्ण, शांत-संयत आणि संथगती असे करता येईल. *न यह चाँद होगा* ('शर्त', १९५४, संगीत स्वतःचे) ही रचना ऐकावी. प्रेमाच्या टिकाऊपणाचा दिलासा श्रोत्यांना संथ लयीतून व गायनातून मिळावा अशी ही रचना आहे. लय, साधेपण आणि फेक या बाबतींत हे गीत अंगाईगीताच्या जवळ सरकणारे प्रेमगीत भासते. त्यांनी लताबरोबर गायलेली लोरी ऐकली की त्यांचा आवाज व लगाव या दोन्ही प्रकारांत तसाच असूनही सांगीत यशाला ते कसे पारखे होत नाहीत ते लक्षात येईल (*चंदन का पलना* , 'शबाब', १९५४, नौशाद). एखादी रचना द्रुतगती असूनही आपल्या संथ शैलीमुळे ती ऐकणाऱ्यास कशी संथ भासते ते *छोड दे पतंग* ('नागिन', १९५४, लताबरोबर, संगीत स्वतःचे) या सादरीकरणात सहज जाणवते. 'नागिन'मध्ये (या चित्रपटातील सर्व १४ गीते लोकप्रिय झाली होती) आदिम जीवनाचे चित्रण, समूह गायन, न-स्वरी पटहांचे भरपूर वादन असूनही हेमंतकुमारांचे शांत, प्रदर्शनाकडे न झुकलेले आणि भावपूर्णतेने कंपयुक्त गायन आपले स्वतःचेच राहते. उदाहरणार्थ, *ओ जिंदगी के देनेवाले* व *तेरे द्वार खडा एक जोगी* ही गाणी ऐकावीत. हेमंतकुमारांचा संगीतनिर्मितीचा मार्ग शांततेचा आहे, क्षोभाचा नव्हे या तथ्याचे प्रतिबिंब जणू एस. डी. बर्मन यांच्या *तेरी दुनिया में जीने से* ('हाऊस नं. ४४', १९५६) या रचनेत पडले आहे.

द्वंद्वगीते

हेमंतकुमार यांनी बरीच द्वंद्वगीते गायली आहेत. लता व गीता यांच्या बरोबरची बरीचशी द्वंद्वगीते लक्षणीयही आहेत. दोहोंत हेमंतकुमार यांच्या कलाकारीची वेगवेगळी अंगे समोर येतात म्हणून ही जास्तच लक्ष वेधतात.

दादरा तालातील *जाग दर्द इष्क जाग* ('अनारकली', सी. रामचंद्र, १९५३) ही रचना साध्या चलनाची, सांगीत पारदर्शकता, संयत भावात्मकता आणि सादरीकरणातील सहजता यामुळे उठून दिसते. गायनातील तयारी दाखविण्यासाठी वा रचनेतील गुंतागुंतीने चकित करण्याकरिता संगीत वापरले असे इथे किंचितही वाटत नाही. अगदी चरणाच्या वा शब्दाच्या अंती येणारे

स्वरांचे द्रुतगती पुंजसुद्धा असे घेतले आहेत, की ते द्रुत भासत नाहीत. *नैन सो नैन* ('झनक झनक पायल बाजे', १९५५, वसंत देसाई) या रचनेतही असाच प्रत्यय येतो. द्रुत गाऊन तसे न भासण्याचा हा हेमंतमार्ग यशस्वी झाला असल्याची पावती अशी, की अगदी शंकर-जयकिशनसारख्या ऊर्जाप्रेमी रचनाकारांनीसुद्धा याच कलाकारासाठी शांत द्वंद्वगीत (*आ मिले गमको*, 'बादशाह', १९५४) रचले. हेमंतकुमार जेव्हा लताबरोबर गात असतात, तेव्हा होणारी सादरीकरणे अपरिहार्यपणे आणि मुख्यतः शांत भावस्थितीने युक्त सांगीत संपन्नतेचे नमुने असतात. अगदी *हलके हलके चलो सावरे* ('टांगावाली', १९५५, सलील चौधरी) यासारखे टांगावाले गाणेसुद्धा साधे व सुंदर होते. हेमंतकुमार जेव्हा गीताबरोबर गात असतात तेव्हा मात्र ते खेळकर, खट्याळ, उच्छृंखल, स्वच्छंदी आणि काही वेळा शारीर आकर्षण सूचित करणारे गायन करू शकतात!

आवाज, सांगीत व्यक्तिमत्त्व आणि ज्या चित्रपटासाठी ते गात त्यांचे स्वरूप लक्षात घेता हेमंतकुमार यांची सर्वोत्तम गाणी म्हणजे खंत करणारी, हळवी आणि जे समोर आले त्याचा तत्त्वज्ञानी शांततेने व धैर्याने स्वीकार करणारी आहेत असे ध्यानात येते. या आशयाच्या रचनांत त्यांची कलाकारी फुलते. एक वेधक तपशील असा, की काहीसा विरोधाभास व तरीही समान स्वरूप अशी दोन गाणी *वो खुशनसीब है* ('हिल स्टेशन', १९५७, स्वतःचे संगीत) आणि *जाने वो कैसे* ('प्यासा', १९५७, एस. डी. बर्मन) या संदर्भात ध्यानात येतात. दोन्ही रचना मर्यादित स्वरमर्यादांत फिरतात. गत आठवणी व खंत-खेद यांभोवती दोन्ही रचना रुंजी घालतात. सांगीत विधान पूर्ण करताना दोहोंतल्या सुरावटी अवरोही होतात. लयीशी वा स्वरधुनीशी संबंधित कल्पनांची बढत करण्याकडे त्यांचा कल नाही. विलंबित नसली तरी लय संथच म्हणावी लागेल. हेतू सरळ आहे – लोकांचे ध्यान अर्थाकडे जावे म्हणून संगीताचे लक्ष आशयावर केंद्रित केले आहे. वाद्यवृंद चिंतनशीलपणे वाजतो. मानवी जीवनास पायाभूत असा वेदनेचा स्पंद सहधर्मीयांच्या सहानुभूतीच्या भुकेने, त्यांच्यापर्यंत पोचण्याच्या प्रयत्नात असलेल्या अबोधातून दोन्ही गीते वर येतात, पण फक्त अस्फुट आविष्कार साधून थांबतात असे वाटते. आपल्या अदृष्टाबरोबर झगडा करण्यासाठी तयार असून वगैरे भागत नाही – कारण तसे पाहता कोणतेही खलत्व समोर मूर्त नाही असे गीतांचे अंतिम विधान आहे. हेमंतकुमार यांच्या चांगल्या गीतांचा रोख असा असतो!

लता मंगेशकर
(जन्म : २८-९-१९२९)

__पेटीतला मजकूर__ : गुलाम हैदर या प्रख्यात रचनाकारास लताच्या आवाजात खूप काही गाणे शक्य आहे असे खात्रीने वाटल्यामुळे ते लतास एका चित्रपटनिर्मात्याकडे तिची शिफारस करण्यासाठी घेऊन गेले. पण तो निर्माता म्हणाला – हिचा आवाज फार पातळ, नाजूक वगैरे आहे, त्याचा श्रोत्यांवर परिणाम होणार नाही. गुलाम हैदरना वाईट वाटले. थोडा वेळ थांबून ते म्हणाले, ''आज तुम्ही तिला नाकारत आहात, पण 'कृपया आमच्याकरिता आपण गा' अशी विनंती करून तिच्या दाराशी निर्मात्यांची रीघ लागण्याचा दिवस फार लांब नाही हे लक्षात ठेवा.''

ही भविष्यवाणी पोकळ ठरली नाही. १९५० पासून लता अफाट लोकप्रिय स्वरदेवता झाली. आयेगा आनेवाला हे गीत अगदी हॉटेलांत जरी वाजू लागले तरी लोक गर्दी करत व सर्व वाहतूक खोळंबून जाई!

** लताचे बहुभाषी गायनकौशल्य कठोर श्रमांचे फळ आहे. आरंभीच्या कालखंडात महाराष्ट्रातील एक गुणवती गायिका म्हणून अनिल बिस्वास यांनी लताचा दिलीपकुमारशी परिचय करून दिला. दिलीपकुमार पटकन म्हणाला, ''...पण मराठी बोलणाऱ्यांच्या उच्चारांत डाळभाताचा वास येतो.'' लताने याचा अर्थ समजून मौलाना व पंडित दोघांचे मार्गदर्शन घेतले व प्रेमचंदपासून पुढचे हिंदी साहित्याचे परिशीलन करण्यातही तिचे पाऊल पुढे राहिले. परिणामतः हिंदी, उर्दू, संस्कृत व इतर देशी भाषांच्या उच्चारणांत तिने लक्षणीय प्रावीण्य संपादन केले!*

** लताचा प्रभाव सर्वदूर पसरला आहे आणि तिच्या गायनाचे आवाहन भाषांच्या मर्यादा ओलांडते. २२ फेब्रुवारी, १९८१ मध्ये तिचा मराठवाड्याच्या अंतर्भागातील एका खेड्यात कार्यक्रम होता. या खेड्याची लोकसंख्या ७,००० च्या आसपास असावी. कार्यक्रमास उपस्थित लोक अनेक पटीने म्हणजे सुमारे ७०,००० होते. आंध्रप्रदेश, तामिलनाडू व महाराष्ट्रातून लोक तिचे गाणे ऐकण्यासाठी जमा झाले होते!*

** लताने गायलेले सर्वोत्तम गीत कोणते यासंबंधी एक सर्वेक्षण १९७६ मध्ये करण्यात आले. यह जिंदगी उसीकी है ('अनारकली')*

या गीतास बहुमत मिळाले. सहा वर्षांनंतरच्या दुसऱ्या एका सर्वेक्षणातही हेच गीत पुन्हा निवडले गेले. प्रख्यात कवयित्री व गीतकार शांता शेळके यांच्याबरोबर बोलताना आपल्या समकालीनांच्या आवाजांविषयी लताने वेचक व मार्मिक टिपणी केली – 'रफी यांचा आवाज कोणत्याही पट्टीत मधुर लागतो. ते अगदी नाजुकही गाऊ शकतात. हेमंतकुमारांचा जेव्हा जेव्हा आवाज मी ग्रामोफोनवर ऐकते तेव्हा तेव्हा मला वाटले, की कोणी साधू गातो आहे. मुकेश यांना ऐकले तेव्हा वाटले, की हा आवाज फक्त एखाद्या हिंदूचा असू शकतो. तलत यांचा आवाज मोरपिसासारखा मऊ आणि कोणत्याही दिशेला वळू शकणारा. त्यांची काही गाणी दुसरा कोणीही गाऊ शकला नसता. किशोरकुमार हा पूर्ण कलाकार आणि करमणूक करणाराही होता. एकदा त्यांनी मला इतके हसवले की मी जेमतेम गाऊ शकले!'

** एकदा वरच्या पातळीला माणूस पोचला, की त्याच्याविषयी खऱ्या-खोट्या आख्यायिका पसरतात. अशीच एक कथा आहे लताबाईंच्या जुन्या जर्मन मेक हार्मोनियमची. आपली कारकीर्द सुरू केली त्या काळापासून त्यांना साथ देणारे हे वाद्य. आपले हिशेब पाहणाऱ्या कोणी रवीभाई मेहतांना त्यांनी हा हार्मोनियम दिला. पुढे अनेक वर्षांनी मेहता गुजरातेत सुंदरनगर येथे परत गेले. रवीभाईंनी हे वाद्य मावजीभाई या वॉयलीनवादकास दिले व त्यांनी विरमगावच्या कोणाकडे तरी दुरुस्तीसाठी दिले. मावजीभाईंकडे दुरुस्तीसाठी लागलेले रु. २,८०० नसल्यामुळे त्यांनी मध्ये म्हणे कोणी दाता मिळतो का हे शोधायला प्रारंभ केला!*

लताचा जन्म इंदोरला, २८-९-१९२९ रोजी झाला. मास्टर दीनानाथ मंगेशकर हे संगीत रंगभूमी गाजविणारे अष्टपैलू प्रतिभावंत गायकनट तिचे पिता. ते २४-४-१९४२ रोजी मरण पावले आणि कोवळ्या वयात कुटुंबाचा भार लतावर पडला!

यावेळी तिचे सांगीत भांडवल काय होते? वयाच्या ९व्या वर्षी तिने सोलापूरला संगीताचा कार्यक्रम दिला होता. नंतर तिने आपल्या वडिलांबरोबर नाटकांत कामे करताना तान्या ('त्राटिका') व नारद ('सौभद्र'), युवराज ('पुण्यप्रभाव') व कृष्ण ('गुरुकुल') अशा भूमिकाही केल्या होत्या. गुरुकुल

नाटकातील तिचे गायन ऐकायला लोक गर्दी करत असत! थोडक्यात म्हणजे गायन व अभिनय यांची सांगड घालण्याचे कौशल्य कमावीत ती लहानाची मोठी होत होती. याशिवाय तिने 'पहिली मंगळागौर', 'माझा बाळ', 'चिमुकला संसार', 'गजाभाऊ', 'बडी माँ', 'जीवन यात्रा' व 'मंदिर' या चित्रपटांतही कामे केली. यांपैकी 'माझा बाळ' या चित्रपटातील *चला आता नवसाला* हे गीत पाचही मंगेशकरांनी गायले होते, तर 'बडी माँ' या चित्रपटात नूरजहाँ ही मुख्य भूमिकेत तर लता तिच्यावर लोभ करणारी मैत्रीण झाली होती. 'गजाभाऊ' या चित्रपटामधील लताच्या गायनातील आर्ततेची बरीच तारीफ झाली होती (रचनेचे शब्द होते *धाव सख्या गिरिधारी*). अर्थ असा की प्रक्षेपित प्रतिमा व गायनाचे एकत्रीकरण साधण्यापलीकडे लता भावभावनांचा पटही – चित्रपटगीत या खास आविष्कारात – कसा धुंडाळायचा हे शिकत होती. प्रस्तुत तथ्य अतिशय वेधक म्हटले पाहिजे.

'गजाभाऊ' या चित्रपटात पं. इंद्र यांनी एक गीत रचले होते – *माता एक सपूत की.* संगीत होते दत्ता डावजेकर यांचे. हेच लताने चित्रपटात गायलेले पहिले गीत असू शकेल. पण त्यावेळी एस. मुखर्जी या दिग्दर्शकाने टिपणी केली होती, की हा आवाज फार पातळ आहे. लताने त्या काळात एका स्पर्धेत 'खजांची' (गुलाम हैदर) या चित्रपटामधील गीत गाऊन पारितोषिक मिळवले होते. स्वतः मास्टर दीनानाथ तिला शिकवत असत व मुंबईस आल्यावर तिने उस्ताद अमान अली खाँ (भेंडीबझार घराणे) यांचा गंडा बांधला होता (११ जून, १९४५). पतियाळा घराण्याचे उस्ताद बडे गुलाम अली खाँ यांचे एक शागीर्द पं. तुलसीदास शर्मा यांचेही मार्गदर्शन ती काही काळ घेत होती. लता शास्त्रोक्त संगीत गात नसून वा संगीत शास्त्रोक्त पद्धतीने मांडण्याचा आग्रह धरत नसूनही तिच्या संगीतशिक्षणाचे तपशील महत्त्वाचे ठरतात. कारण त्यावरून तिच्या काही सांगीत पसंती–नापसंतीची दिशा त्यातून दिसते. मास्टर दीनानाथ यांनी हिंदुस्तानी कलासंगीतातील पतियाळा घराण्याचे वा पंजाब अंगाचे कर्णदीपक विशेष आपल्या गायनात अंतर्भूत केले होते. हिंदुस्थानी ख्यालगायनात नृत्याचा नाजूक नखरा व लालित्य आणल्याबद्दल भेंडीबझार घराणे प्रसिद्ध होते. चित्रपटगीतांत लताने आपल्या गायनातून नवीन काय आणले त्याची सूचना लताचे हे दोन गुरू देतात, असे म्हणता येईल.

जरी लताचे चित्रपटगायन पूर्वीच सुरू झाले असले होते, तरी तिला पार्श्वगायनाचे पहिले आवतण दत्ता डावजेकर यांनी 'आपकी सेवा में' (१९४७) या चित्रपटात देऊ केले. मास्टर विनायक यांच्या सूचनेवरून दत्ता डावजेकर

यांनी प्रथम तिची श्रवण-चाचणी घेतली तेव्हा तिने मास्टर दीनानाथ यांची नाट्यगीते गाऊन त्यांना चकित केले होते. तेव्हापासून तिच्या गुणवत्तेचे अनेक विक्रम नोंदले गेले आहेत! पूर्वी निर्देश केल्यानुसार ज्या नूरजहाँबरोबर तिने एक छोटीशी भूमिका केली तिचा चित्रपटसंगीताबाबतचा वारसा लताने समर्थपणे उचलला, इतकेच नव्हे तर त्यांत नवीन आदिनमुने व आदर्श निर्माण केले. काही अभ्यासकांच्या मते 'लाहोर', 'अंदाज' वा 'पद्मिनी' यांसारख्या आरंभीच्या चित्रपटांतील गीतांच्या लताच्या गायनात नूरजहाँचा ठसा जाणवतो.

'आनंदघन' हे नाव घेऊन 'राम राम पावणं' या चित्रपटापासून लताने संगीत रचना करायला सुरुवात केली. 'मोहित्यांची मंजुळा', 'मराठा तितुका मेळवावा', 'साधी माणसं' आणि 'तांबडी माती' हे तिन संगीत दिलेले इतर चित्रपट होत. लताने, सुमारे २५००० चित्रपटगीते गायली व १९७४ पर्यंत १८०० चित्रपटांसाठी रोज पाच सेशन्स ध्वनिमुद्रण केले म्हणून 'गिनेस बुक ऑफ रेकॉर्ड्स'मध्ये १९७४ साली नोंद आली. पण याबद्दल साधार आक्षेप घेतले गेले व १९९१ साली ही नोंद रद्द करण्यात आली. सुरेश चांदवणकर या चोखंदळ संशोधकाच्या मते लताने गायलेल्या गीतांचा तपशील असा – ५२२० हिंदी, ५०० मराठी, २२५ बंगाली व काही इतर भाषांत. म्हणजे तिच्या एकूण गीतांची बेरीज सुमारे ६५०० होते. (महाराष्ट्र टाइम्स, सप्टेंबर, २८, १९९९)

प्रसिद्ध व्यक्ती म्हणून लताच्या नावाचा महिमा इतका आहे, की गुजरातच्या एका चित्रपटसंगीतप्रेमिकाने ती गुजरातकन्या असल्याचा दावा केला. कारण लताबाईंची आई आमच्या ओशवाल जमातीतील आहे व ती जमात गुजरातेत अहमदाबाद येथे आहे!

मुकेश लतापेक्षा वयाने ज्येष्ठ असूनही लताच्या सांगीत कलाकारीस फार मानत असे. तो म्हणे, ''मी त्यांच्याबरोबर जेव्हा जेव्हा गातो तेव्हा काही तरी नवीन शिकतो. त्यांच्या जिभेवर सरस्वतीचे वास्तव्य आहे.''

पेटीतला मजकूर *: १९५६ पासून लताने सी. रामचंद्र यांच्यासाठी गाणे सोडले. (शांताराम यांच्या 'नवरंग'साठी म्हणूनच आशा गायली). १९६२ मध्ये हुतात्मे झालेल्या फौजी शिपायांच्या स्मरणार्थ होणाऱ्या कार्यक्रमासाठी सी. रामचंद्र आशाबरोबर ऐ मेरे वतनके लोगों (कवी प्रदीप यांची रचना) या गीताची तालीम करत होते. पं. नेहरू या कार्यक्रमास हजर राहणार होते. या कार्यक्रमाचे उच्च स्वरूप लक्षात घेऊन लताने सी. रामचंद्र यांना दूरभाष करून हे गीत*

गाण्याची आपली इच्छा व्यक्त केली. सी. रामचंद्र यांनी आशाला जरूर ती विनंती केली, लताने हे गीत सादर केले व एक इतिहास तयार झाला.

कृतज्ञतापूर्वक मूल्यांकन

दीर्घकाल, गुणवत्तापूर्ण व नव्या, जवळ जवळ पायरव न झालेल्या माध्यमांत लताने आपले कार्य पार पाडले, म्हणून तिच्या कार्याबद्दल कृतज्ञता नोंदवून एकूण पार्श्वपटावर लताच्या कार्याचे मूल्यमापन करायचे आहे.

मूल्यांकनाच्या दोन पातळ्या

लताने निवडलेल्या कार्याचे क्षेत्र अणि तिच्या कामगिरीचा पडलेला सर्वदूर प्रभाव यांमुळे मूल्यमापन दोन पातळ्यांवर करणे आवश्यक ठरते. पहिली परिप्रेक्षा आहे सामाजिक-सांस्कृतिक व दुसरी सांगीत-सौंदर्यशास्त्रीय. असे दुहेरी मूल्यांकन लाभण्याचा सन्मान फार थोड्या कलाकारांबाबत अपरिहार्य ठरतो!

लता एक सखी

लताने गाइलेल्या गीतांची विपुल संख्या व त्यांची विविधता यांमुळे तिची मानवी जीवनाच्या सर्व महत्त्वाच्या प्रसंगांशी व संबंधित भावस्थितींशी तुल्य होणारी गीते आढळतात. भारतीय धर्मसंगीत व लोकसंगीत या कोटींतील रचनांचे असेच असते. फरक इतकाच की या दोन कोटींतील रचना व्यक्तिगत संदर्भांपलीकडे जाऊन व्यक्तीकडे समाजाचा घटक म्हणून पाहण्याचा प्रयत्न करत असतात आणि परिणामतः सुखदुःख इत्यादी भावभावनांच्या सार्वत्रिकीकरणाकडे त्यांचा कल असतो. याउलट चित्रपटचौकटीच्या परिणामकारकतेसाठी चित्रपटगीताचे संदर्भ पुष्कळ संकुचित केलेले असतात.

भारतीय संगीताचा काहीशा व्यापक संदर्भाचा एक विशेष इथे लक्षात घेणे उपयुक्त आहे. भारतीय संगीताचे महत्त्वाचे लक्षण हे, की मानवी जीवनाशी संलग्न तीन चक्रांना ते प्रतिसाद देत देत आविष्कृत होते. दिवस-रात्र, ऋतुचक्र व जन्म-मृत्यू या तीन चक्रांतील वा आवर्तनांतील प्रत्येक अवस्थांतराच्या प्रसंगी संगीत एक खूण म्हणून अवतरते. जीवनातील कोणत्याही महत्त्वाच्या प्रसंगास उद्देशून योग्य असे लताचे गीत नाही असे होणे जवळजवळ अशक्यात

जमा आहे! परिणामतः लताची गीते व ऐकणारे यांच्या दरम्यान एक आगळा सखीभाव पैदा होतो.

गीतांचे लोकसमूहांना आवाहन आणि लताचे सर्वत्र असणे

इंडो-आर्यन भाषाकुलांतील जवळजवळ सर्व भाषांतील रचना लताने गाइल्या आहेत असे म्हटले तर वावगे होणार नाही. म्हणूनच आधी निर्देश केलेला सखीभाव – बहुतेक सर्व भारतीय भाषासमूहांबाबत सयुक्तिक ठरतो. १९८९ पर्यंत हिंदी चित्रपटसंगीतात लताने सादर केलेल्या गीतांतून १६५ हून अधिक संगीतरचनाकार, २३८ गीतकार, २१०० चित्रपट अशी आकडेवारी उपलब्ध होते ('गांधार', लता जी के फिल्मी गीतों का संग्रह, संपा. विश्वास नेरूरकर, नीलम प्रकाशन, मुंबई, १९८९. नंतरच्या एका मोजणीचा निर्देश आधी केला आहे.) आपल्या संगीताचे आवाहन इतक्या व्यापक पट्ट्यात असल्याचा दावा फारच कमी संगीतकार करू शकतील. याबाबत माहितीचा काही तपशील याबाबत लक्षवेधक आहे.

लता जेव्हा निम्मीसाठी गायली ('बरसात', १९४९) तेव्हा दोघीही आपल्या विशीत होत्या. तेव्हापासून चित्रपटांतील नायिका बदलत गेल्या, पण त्यांचा गाता आवाज मात्र लताचाच राहिला. 'बरसात' या चित्रपटातही नर्गिस, निम्मी व विमला या तिन्ही अभिनेत्रींना गाता आवाज लताचाच होता. 'बरसात' या चित्रपटापासून गीताच्या ध्वनिमुद्रिकेवर नायिकेचे नव्हे तर गायिकेचे नाव छापले जाऊ लागले!

'संत ज्ञानेश्वर' (१९६४) या चित्रपटात रुक्मिणीबाई, (ज्ञानेश्वरांची आई), मुक्ता (ज्ञानेश्वरांची बहीण), नर्मदा (ज्ञानेश्वरांची भक्त), एक नर्तकी आणि ज्ञानेश्वर – इतक्या पात्रांसाठी लताच गाइली आहे!

अमर-अकबर-अँथनी या चित्रपटातील तीन नायकांसाठी रफी, किशोर व मुकेश यांनी तीन गाते आवाज पुरविले आहेत, पण यांतील प्रत्येकाच्या नायिकेसाठी गाता आवाज लताचाच आहे.

कान व आवाज तीन पिढ्यांसाठी

आपल्या दीर्घ कारकिर्दीमुळे लताला तीन पिढ्यांचे श्रोते लाभले आहेत. याचा अर्थ असा की भारतीय संस्कृतीशी संबंधित नजीकचा भूतकाळ, चालू वर्तमानकाळ आणि संभावनांनी भरलेला भविष्यकाळ या तिहींशी तिचे सांगीत नाते प्रस्थापित झाले आहे. अशा परिस्थितीत लताने नायिकांच्या तीन पिढ्यांना

गाता आवाज पुरविला तर त्याचे आश्चर्य वाटायला नको. उदाहरणार्थ, शोभना समर्थ, नूतन आणि काजोल या तिघींनाही तिने गाता आवाज पुरविलेला आहे.

टिकाऊपणाची खात्री

हिंदी चित्रपटगीत जनसंगीत या कोटीचे उत्पादन आहे. जनसंगीताच्या अनेक विशेषांचा संभव, त्यांचा प्रसार आणि त्यांचे ग्रहण, संज्ञापन वा संपर्क माध्यमांमुळे होतात. परिणामतः लताचे संगीत फार विविध संदर्भांत ऐकले जाते. सहजपणे, अनेक माध्यमांद्वारा व संग्रहालयांत त्या संगीताचे रक्षण शक्य होते. ते वारंवार ऐकले जाणे जवळ जवळ अपरिहार्य ठरते. माध्यमांच्या उत्पादनांबाबतचे त्रिगुण म्हणजे सहज उपलब्धी, त्यांचे सहज आकलन व त्यांचा टिकाऊपणा – लताच्या संगीताबाबतही हे ओघानेच येतात.

संगीताच्या आदिनमुन्याची निर्मिती

लताच्या संगीताची उपलब्धी निरपवाद म्हटली पाहिजे आणि यामुळे सांगीत आदिनमुन्याच्या निर्मितीची एक पूर्वशर्त पुरी होते. एकंदर जनसंगीत ऐकताना असे जाणवते, की अजाणता वा जाणीवपूर्वक तिच्यासारखे गाण्याचा प्रयत्न करणाऱ्या स्त्री गायिकांची संख्या प्रचंड आहे. आदिनमुन्याचा या प्रकारचा प्रभाव फक्त हिंदी भाषिक प्रदेश, वा लताने ज्या ज्या भाषांत गायन केले त्या-पुरता अर्थातच मर्यादित राहिलेला नाही. भारतात व भारताबाहेरही अनेक ठिकाणी तिच्या गायनाचा प्रभावी प्रसार झालेला आहे.

स्त्री–प्राधान्यत्व

एका मर्यादेत लताच्या एकंदर कर्तृत्वास स्त्री–प्राधान्यत्वाचे अंग आहे असेही म्हणता येईल. भारतात अनेक क्षेत्रांत पुरुषप्राधान्यत्वाचा आढळ होतो. त्यास लताच्या कार्याने एक मोठा छेद जातो हे निश्चित.

लता एक राष्ट्रीय प्रतीक

आतापर्यंत चर्चा केलेल्या सर्व मुद्यांचे संकलित फलित असे, की लता म्हणजे आज एक राष्ट्रीय प्रतीक असे झाले आहे. एखाद्या व्यक्तीची, वस्तूची वा प्रक्रियेची प्रतीकात्मता कार्यकारी होण्यासाठी प्रतीके वापरणाऱ्यास या घडामोडीची जाणीव लागते असे नाही, एवढे मात्र नमूद करणे गरजेचे आहे.

पार्श्वगायन म्हणजे गीताचे स्वतंत्र होणे

एरवी चित्रपटकलेत दृश्य व श्रव्य संवेदना व संविद निगडित होऊन अवतरत असतात. या नात्याला तात्पुरते, सहेतुक व नियंत्रितपणे बाजूला करणे म्हणजे पार्श्वगायन होय. दृश्य-श्रव्याची अशी फारकत करणे ही एक अतिशय कृत्रिम म्हणजे मानवनिर्मित कृती वा परिस्थिती आहे. भारतापुरते पाहता अगदी आरंभ झाल्यापासून पार्श्वगायनाने भारतीय चित्रपटशौकीनांच्या ग्रहणक्षमतेवर व कल्पनाशक्तीवर पूर्ण पकड बसविली आहे हे मान्य केले पाहिजे. अनेकदा या आविष्कारमार्गाने रचनाकारांच्या सर्जनशीलतेला वळण दिले आहे. पार्श्वगायनामुळे झालेल्या सांस्कृतिक परिणामांचे अजूनपर्यंत पद्धतशीर विश्लेषण झालेले नाही असेच म्हटले पाहिजे.

वास्तववादी मर्यादांपासून वा बंधनापासून पार्श्वगायनाने गीताची मुक्तता केली आहे. परिणाम असा की आपल्या निर्मितीतील मूळ संदर्भांच्या निरपेक्ष राहणारी अशी स्वतंत्र, स्वतःची कारकीर्द चित्रपटगीताला लाभली आहे. भरताने ज्याचे वर्णन बहिर्गीत असे केले आहे त्याचे उदाहरण चित्रपटगीत ठरते. भारतीय चित्रपटांच्या इतिहासाकडे नजर टाकल्यास असे दिसते, की आपल्या आविष्काराच्या इतर अंगांबाबत वास्तववाद, रोमँटिसिझम, प्रयोगशीलता इत्यादींचा अनुनय करताना सांगीत सौंदर्याबाबत मात्र एक वेगळी तत्त्वप्रणाली नक्की करून तिचा पाठपुरावा चिकाटीने व मनःपूर्वक करण्यात आला आहे. चित्रपटाच्या इतर विभागांच्या कार्याची आखणी व त्यामागची कारणमीमांसा आणि संगीताची आखणी यांत विरोधसंबंध आहे म्हटले तरी चालण्यासारखे आहे. या क्रांतिकारी आणि परिणामकारक घडोमोडीस टिकाऊ स्वरूप देण्यात लताची कामगिरी बऱ्याच अंशी कारणीभूत आहे!

सांगीत सौंदर्यात्म परिप्रेक्षा

आवाज

लताचा तारता-पल्ला अतिशय विस्तृत आहे. तिला सर्व दिशांनी चपलगती चलन शक्य असते. तिला बऱ्याच प्रकारची ध्वनिवैशिष्ट्ये शक्य आहेत. वय वाढूनही आवाजाचे गुणधर्म पुष्कळसे तसेच राहणे हे तिचे मुख्य वैशिष्ट्य आहे.

तांत्रिक व औपपत्तिकदृष्ट्या प्रत्येक आवाजात काही ओळखता येण्याजोगे दोष असतात. लताचा आवाज पातळ आहे व त्यात वजनदारपणा नाही, विशेषतः शास्त्रोक्त पद्धतीच्या वा त्या शैलीतील ताना घेताना हे जाणवते.

लागोपाठच्या कालखंडांतील ध्वनिमुद्रणे बारकाईने ऐकली आणि ध्वनिमुद्रणतंत्रे व तंत्रज्ञान यांमधील सुधारणा लक्षात घेतल्या तर या संक्षिप्त निरीक्षणाचे यथार्थत्व पटेल व ते पडताळूनही पाहता येईल.

१९३१ ते जवळजवळ १९७० पर्यंत ध्वनिमुद्रण ७८ आर. पी. एम. म्हणून ओळखल्या जाणाऱ्या तबकड्यांवर होत असल्याकारणाने लताची बहुतेक गाणी तीन मिनिटे व थोड्या अधिक अवधीची आहेत. हा तपशील महत्त्वाचा आहे, कारण या तांत्रिक साच्यामुळे चित्रपटसंगीताच्या आदिनमुन्याचे स्वरूप निश्चित झाले. यामुळे काही संधी मिळाल्या व काही मर्यादाही पडू लागल्या. उदाहरणार्थ, गीताचा अवधी कमी असला की सादरीकरणात भावनिक व सांगीत तीव्रता ठेवणे सुलभ जाते आणि ही नक्कीच जमेची बाजू झाली. पण याचबरोबर कमी अवधीमुळे आव्हानेही उभी राहतात. कारण या छोट्या कालावधीत इष्ट ते सर्व परिणाम साधण्यासाठी जास्त व नियंत्रित कौशल्यही लागते. सुरावटींना नेमकी स्वरमूल्ये देणे, उच्चारणांत बिनचूकपणा व भावपूर्णतेत विविधता यांसारख्या बाबींची ध्वनिमुद्रणात कसोटी लागते.

भारतीय संगीतशास्त्रातील सयुक्तिक परिप्रेक्षा

लताने ऐकविलेल्या, सारतः भारतीय असलेल्या संगीताचे मूल्यमापन करण्यात भारतीय संगीतशास्त्राची मदत होऊ शकते. याचे भारतीय संगीताच्या दीर्घ प्रयोगपरंपरेशी परिचय असणाऱ्यांना आश्चर्य वाटणार नाही. थोडक्यात सांगायचे तर असे म्हणता येईल, की प्रस्तुत संदर्भांत संगीतनिर्मिती व गायक-कलाकाराच्या आवाजाच्या गुणदोषांविषयीच्या संगीतशास्त्रीय अंतर्दृष्टी व संकल्पना उघडउघड सयुक्तिक ठरतील.

प्रसाद

लताच्या आवाजातील ज्या एका गुणाचे अगणित सांगीत-सौंदर्यशास्त्रीय परिणाम झाले आहेत त्याचे वर्णन 'प्रसाद' असे करता येईल. मध्ययुगीन संगीतशास्त्रीय साहित्यातून चर्चित झालेल्या या संज्ञेने व संकल्पनेने माध्यम म्हणून आवाजाची सारभूत पारदर्शक कार्यक्षमता कशी आहे याकडे लक्ष वेधले जाते. ज्या आवाजात प्रसादगुण असतो त्यामुळे त्यातून वा त्याद्वारे सादर होणारे संगीत श्रोत्यांना थेट, लगेच (कालविलंब न होता) आणि मूळ संगीतातील सर्व वा प्रमुख गुणांचा अजिबात अपभ्रंश न होता – किंवा तो कमी प्रमाणात होऊन – पोचते.

एका गोष्टीचा इथे मुद्दाम उल्लेख करायला हवा. गाताना कलाकारांना करावे लागणारे प्रयत्न वा प्रयास, त्यांना पडणारे ताण, खुद्द त्यांच्याकडूनच आपल्या गायनहेतूंचे व सांगीत प्रयोजनाविषयी जाणूनबुजून वा अजाणता पुरविले जाणारे दुवे – या सर्वांनी मिळून संगीताचे ग्रहण करणारे काय ग्रहण करतात त्याचे स्वरूप ठरत असते याची सहसा जाणीव नसते. श्रोत्यांपर्यंत पोचणारे संगीत गायकाच्या आवाजाच्या चाळणीतून गाळून येत असते, म्हणून चाळणी काय गुणवत्तेची आहे ही बाब महत्त्वाची ठरते. लताच्या आवाजातील प्रसादगुणामुळे श्रोत्यांपर्यंत जास्तीत जास्त संगीत अपभ्रष्ट न होता – म्हणजे मुळात आहे तसे – पोचू शकते. संगीतरचनाकार लताच्या आवाजात आपले संगीत सादर व्हावे यासाठी उत्सुक असण्याचे कारण हे, की यामुळे त्यांचे संगीत लोकांपर्यंत पोचण्याची शक्यता वाढते. ग्रहणकर्त्यांपर्यंत पोचवत असता कोणतीही सांगीत माहिती गहाळ न होण्याची शक्यता म्हणजे लताचा आवाज असे समीकरण झालेले आहे.

अर्थात दुसरी एक शक्यता अशीही आहे, की आपला दीर्घानुभव आणि सांगीत क्षमता यांमुळे लता आपल्या आवाजातून रचनाकाराच्या संगीतात, वा त्याने रेखलेल्या बंधांत जाणता-अजाणता भर घालील व त्यामुळे रचनेची गुणवत्ताही वाढेल.

शारीर

लताच्या आवाजाच्या संदर्भात व तिच्या सांगीत गुणवत्तेच्या दर्जाबाबतच्या चर्चेत प्राचीन भारतीय संगीतशास्त्रातील आणखी एक सांगीत सौंदर्यशास्त्रीय संकल्पना महत्त्वाची आहे व तिचा निर्देश 'शारीर' या संज्ञेने केला जातो. प्रयुक्त होत असलेल्या रागाच्या योग्य त्या भावनिक गाभ्याशी थेट पोचण्याची आवाजाची क्षमता या गुणाने शक्य होत असते. गर्भित अर्थ असा की सांगीत कृतीच्या पायाभूत वा सारभूत भावना वा भावनिक आशयाशी पोचण्याच्या प्रक्रियेत ज्ञान, बुद्धिमत्ता, आकलन यांना भूमिका नसते किंवा ती न्यूनतम असते. संगीताचा गाभा व त्याचा आविष्कार यांच्या दरम्यानच्या प्रक्रिया, किंवा त्यांच्यामध्ये असणाऱ्या कार्यकारी संस्था यांना इथे बाजूला टाकले जाते, कारण आवाज स्वतःच गायकाच्या अडथळ्याशिवाय भावनेपर्यंत पोचतो! परिणामकारक संगीतनिर्मिती आणि कलाकार यांच्यामध्ये एरवी स्थित असणारा आणखी एक घटक बाजूला सारला जातो व ऐकणाऱ्याचा यात फायदा होतो. हे कसे संभवते? थोडक्यात उत्तर असे, की संबंधित साधकाने कलेचा अभ्यास इतका चांगला

व इतक्या दीर्घकाल केलेला असतो, की कला हा त्याच्या बाबतीत दुसरा निसर्ग अशी स्थिती असते. जणू काही आपोआप घडणाऱ्या शारीर-शरीरशास्त्रीय प्रतिसादाप्रमाणे संबंधित आविष्करणाच्या गाभ्याशी आवाज पोचतो.

लता गीतरचनेचे ग्रहण किती लवकर करते व इष्ट प्रकारे भावाविष्कार तिला किती सहज जमतो याचे वर्णन अनेक रचनाकारांनी केले आहे. तिच्या आवाजास जणू काही पुढील बाबींचा मागोवा लगेच घेता येतो – गीताची भावभावना कोणती, रचनेत ती कुठे गुंफली आहे, आणि संबंधित रचनेचा इष्ट तो भावनिक परिणाम कोणत्या कलाकारीने वा कारागिरीने साधता येईल. जे हृदयस्पर्शी परिणाम थोडेफार साधण्यासाठी इतरांना जिथे अनेक तास कष्ट करावे लागतात ते वा तत्सम परिणाम लता काही मिनिटांतच साधते याविषयी बहुसंख्य शास्त्रोक्त संगीत गाणाऱ्यांनी वा वाजविणाऱ्यांनी आश्चर्य व्यक्त केले आहे!

ज्या गुणाचा निर्देश शारीर म्हणून केला आहे तो गुण म्हणजे केवळ एका कार्यक्षम यंत्रणेची उपस्थिती नव्हे हे ध्यानात घेतले पाहिजे. शारीर हा एक अमूर्त गुणविशेष आहे, पण शरीररचनांशी संबंधित मूर्त, वस्तुनिष्ठ आणि देहसंबद्ध घटकांप्रमाणे तो स्वतःस हमखास, त्वरित आणि योग्य प्रकारे व्यक्त करतो, म्हणून त्यास शारीर असे म्हटले आहे. अंतिम विचारात हा गुण मानसिक व कलात्म संवेदनेचा गुण म्हणूनच प्रतीत होतो.

लालित्य

लताच्या सादरीकरणांतील यापुढचे अनन्यसाधारण लक्षण म्हणजे 'लालित्य'. अनेकदा सर्व कलात्म वा सौंदर्यात्म प्रयत्नांचे अनिवार्य लक्षण म्हणून लालित्याचा उल्लेख केला जातो. सौंदर्य, आकर्षण, माधुर्य, रुबाबदारपणा इत्यादी अनेक शब्दांचे स्पष्टीकरण देताना लालित्य हा शब्द वापरला जातो हे वेधक आहे.

कलात्म वा कलासंबद्ध सर्व वर्तनांत गुंतलेल्या शारीर व मानसिक अशा सर्व शक्तींच्या साद-प्रतिसादांचा वा आंतरक्रीडेचा संकलित परिणाम म्हणजे लालित्य असे दिसते. कोणतीही कला, वा शैली असो, कोणताही प्रकार वा प्रयोग असला – तरी या शक्तीच अनिवार्यपणे कार्यरत असतात. जेव्हा जेव्हा कोणतीही कृती एक कलाकृती बनते तेव्हा तेव्हा लालित्य या लक्षणाची उपस्थिती असलीच पाहिजे. बऱ्याच अंशी लालित्य अशरीरी असते, पण त्याचा आधार मात्र सारतः अनेककेंद्रियक्रिया होय हे उघड आहे. अनेककेंद्रियता म्हणजे सर्व इंद्रिये समान प्रमाणात व एकाच वेळी क्रियाशील भूमिका निभावतात असा अर्थ

नाही. निरनिराळ्या इंद्रियांच्या सहभागाचे स्वरूप आणि त्यांनी खर्ची घातलेली ऊर्जा यांचे प्रमाण, तीव्रता आणि कालावधी या बाबतींत नेहमीच भेद असतो.

लालित्याच्या चर्चेने आपण कलाविष्काराच्या शारीर, मूर्त व ऐंद्रिय अंगाच्या बाहेरच्या सीमा गाठतो. या पलीकडे कलाकृतीपासून उत्पन्न होणाऱ्या, पलीकडे नेणाऱ्या तत्त्वांचा प्रांत सुरू होतो. व्यापक कलानुभव व सांस्कृतिक अर्थपूर्णतेकडे त्यांची झेप असते.

ध्वनितत्त्व

अनुभूतीच्या पलीकडे जाणाऱ्या वा व्यावहारिक अनुभवातीत म्हणण्यासारख्या दोन तत्त्वांतील पहिले तत्त्व ध्वनितत्त्व हे होय. आत्मकेंद्रित वा जाणूनबुजून वा मुद्दाम देऊ केलेल्या प्रतिसादांतून कलानुभव ग्रहण करू पाहणाऱ्याची बंदिस्त वा मर्यादित मानसिक व्यवस्था वा दाठर चौकट मुक्त करण्यासाठी कलाकृती जिचा आरंभ करते त्या समग्र आंतरक्रियेला ध्वनिप्रक्रिया म्हणायचे आहे. ध्वनितत्त्वाचे कार्य या प्रतिसादांच्या जागी सूचकतेच्या शक्तीची स्थापना करते. परिणामतः कलाग्राहकाच्या संदर्भ वर्तुळाचा विलक्षण विस्तार होतो. बहुतेक वेळा कलानुभवाचे ग्रहण करण्याची इच्छा बाळगणाऱ्याच्या प्रवासाची सुरुवात अगदी शत्रुत्वाच्या भावनेने नसली तरी काहीशा उदासीन भावाने होत असते. ग्रहणाच्या दुसऱ्या टप्प्यावर त्याच्या दृष्टिकोणात सहानुभूतीला भर येतो. यानंतर ध्वनितत्त्वाचे कार्य होते आणि त्याच्या कार्याने ग्रहणकर्त्याचा सहानुभूतीच्या क्षेत्रात प्रवेश होतो.

अनुभवाच्या या टप्प्यावर अर्थाचे महत्त्व वाटेनासे होते व आशय मंचाच्या मध्यावर येतो. सर्वसाधारणतः परस्परविरोधी भासणाऱ्या बोधांचे रूपांतर विरोधाभासांत होते व हे सर्व अंती चैतन्यतत्त्वाच्या अखंड कार्यात परिणत होतात. आचार्य अभिनवगुप्ताने ज्याचे तेजस्वी वर्णन केले आहे ती आलातचक्राची अनुभूती हीच होय. या अवस्थेत सुटे घटक वा जीवनघटक म्हणून व्यक्तिगत अनुभव प्रतीत होत नाहीत, कारण यात अखंडानुभूती प्रभावी असते. या अवस्थेत सुख-दुःख, बरोबर-चूक वा पवित्र-अपवित्र यांसारखे द्विधृवात्म भेद अस्मितांना निराळे वा सुटे करण्याची आपली शक्ती गमावून बसतात.

अंतिम आनंद

ग्रहणकर्त्याला या सर्वांपलीकडे नेणारे वा अनुभवातीतात पोचविणारे दुसरे तत्त्व कलानुभवाची अंतिम अवस्था म्हणून उल्लेखली जाते व तिला 'आनंद' म्हणतात.

लता सर्जनशील आहे काय?

शेवटी एका प्रश्नाचे उत्तर द्यायला हवे – लताला सर्जनशील कलाकार म्हणता येईल काय? म्हणजे संगीतसृजनाची क्षमता तिच्यात आहे का असा प्रश्न नाही, तर पार्श्वगायनातील तिच्या सादरीकरणांत ती जे सादर करते त्याला सृजन म्हणायचे का – असा हा प्रश्न आहे. या एकंदर प्रक्रियेत संगीतरचनाकार, वाद्यवादक आणि पार्श्वगायक या सर्वांना या सन्मानावर दावा करता येईल.

आपल्या कार्याच्या विशिष्ट स्वरूपामुळे सर्व पार्श्वगायक व लता यांना सर्जनशीलतेचा दावा करताना एका अडचणीचा सामना करावा लागतो. (आणि कदाचित तो तसा पुढेही करावा लागेल.) लताला जी कामगिरी सोपविलेली असते ती अशी, की दुसऱ्या कोणीतरी पूर्णतया आखून दिलेला बंध तिने इमाने इतबारे सादर करायचा असतो. शब्द, चाल, वाद्यांचे व इतर साहाय्यक कार्य, संबंधित रचनेचे मुख्य भावनिक उद्दिष्ट साध्य करायचा नेमका मार्ग हे सर्वकाही तिला आधी दिलेले असते. या तपशीलवार रेखलेल्या नकाशात दाखविलेल्या मार्गाने वा गल्लीबोळांतून तिने चालायचे असते. या परिस्थितीत तिने सर्जनशीलतेचा दावा करावा, की परमोच्च दर्जाच्या कार्यक्षमतेबद्दल होणाऱ्या स्तुतीवर तिने संतुष्ट राहावे?

या महत्त्वाच्या प्रश्नास उत्तर देणे सोपे नाही, पण एक गोष्ट विचारात घेतली पाहिजे. अगदी अशीच प्रक्रिया अभिनयाबाबतही घडत असते. शब्द, हालचाल, हावभाव, हातवारे, पोषाख, भावनेचा अपेक्षित भार इत्यादी सर्व बाबी अभिनेत्यांस आधीच पुरविलेल्या असतात. या परिस्थितीत त्यांना सर्जनशील कलाकार म्हणायचे की नाही?

संगीतापुरती चर्चा मर्यादित ठेवून असे म्हणता येते, की प्रयोगकला प्रयोगातच जिवंत होते. संगीताची लिखित, रेखांकित रूपे म्हणजे संगीताशी संबंधित दस्तऐवज होत. अगदी कच्ची ध्वनिमुद्रणे वा रचनाकारांची किंवा वादकांची उदाहरणादाखल वा तालीम म्हणून केलेली ध्वनिमुद्रणेसुद्धा उठावदार नकाशे होत. म्हणजे द्विमिती नकाशापेक्षा हे एक पायरी पुढे असतात इतकेच. पण हेसुद्धा काही सबंधित देशांच्या प्रत्यक्ष भौगोलिक अस्तित्वाच्या तोडीचे म्हणता येत नाहीत. निराळे प्रयोग ज्यात असंभव आहेत अशा माध्यमांत इत्यादी मूलतः नोंदलेल्या वा स्फटिकीभूत केलेल्या प्रयोगकल्पनेचे प्रयोगकर्ते खऱ्या प्रयोगात रूपांतर करीत असतात.

कदाचित असे म्हणता येईल, की सर्जनशीलता दोन प्रकारची असते – पहिली प्रथम दर्जाची व दुसरी दुय्यम दर्जाची. संगीतरचनाकार हे पहिल्या

प्रकारचे उदाहरण व पार्श्वगायक हे दुसऱ्या प्रकारचे उदाहरण होत – पण ते सर्व सर्जनशील कलाकारांतच मोडतात. त्यांच्या सर्जनशीलतेस दुय्यम दर्जाचे म्हटले, कारण पहिल्या सर्जनशीलतेचा प्रथम अवतार झाल्याशिवाय दुसरी सर्जनशीलता अस्तित्वात येऊ शकत नाही.

संबंधित प्राचीन भारतीय चिंतनाकडे या संदर्भांत वळणे विचारप्रवर्तक ठरू शकेल.

परंपरेने संगीताविष्काराचे दोन भागांत विभाजन केले. यांपैकी संहितासबंधित भाग तो 'मातु' तर स्वर-ताल संबंधित तो 'धातु' असे. पुढे वाक् म्हणजे मातु व गेय म्हणजे धातु मिळून 'वाग्गेयकार' सिद्ध होतो असे विवेचन आहे. वाग्गेयकारांचे तीन उपभेद आहेत. दोन्ही अंगे (मातु व धातु) स्वतःच संभाळणारा तो उत्तम वा श्रेष्ठ संगीतनिर्माता होय. जो मातुपेक्षा धातु नीट मार्गी लावू शके तो मध्यम वाग्गेयकार होय. दोन्ही अंगे संभाळणारा पण वृत्ते वा संगीतप्रकार यांत प्रवीण नसणाराही मध्यम दर्जाचा वाग्गेयकार मानला जाई. संहिता संभाळणारा पण धातु या अंगाबाबत कच्चा असलेल्या संगीतनिर्मात्यास अधम म्हटले आहे! राहता राहिला संहिता स्वतः संभाळणारा, पण मातु व धातु या बाबतींत दुसऱ्यावर अवलंबून असणारा. याला 'कुट्टिकार' म्हटले आहे. सुदैवाने वा दुर्दैवाने मातु व धातु ही दोन्ही अंगे दुसऱ्याकडून घेणारा संगीतनिर्माता कोणत्या दर्जाचा याविषयी विवेचन केलेले नाही – म्हणजे पार्श्वगायनाची शक्यता आरंभीच्या शास्त्रकारांच्या ध्यानात आली नव्हती!

मागे तरंगत राहणारी, पुन्हा ऐकाविशी वाटणारी गीते!

(१) *आयेगा, आयेगा आनेवाला* ('महल', १९४९, खेमचंद प्रकाश)

या गीतात लताचा आवाज तरुण वाटतो, पण तो अप्रगल्भ नाही. घंटेचे वा घड्याळाचे वगैरे दोन घनगंभीर टोले मनाला जरा कातर करतात हे खरे, पण गायिका ज्या प्रकारे गायनारंभ करते त्यामुळे आपण फक्त अधिक दक्ष होतो व गायिकेच्या मागे जात जात आविष्काराच्या गाभ्याकडे वळतो. अपरिचिताच्या वा अनपेक्षिताच्या आगमनाची उत्कंठा लागते, पण त्याची भीती वाटत नाही. शब्द व संहिता भविष्य वर्तवीत असते, पण चालींत अशुभ वा अमंगलाची चाहूल नसते. गीताची लय संयमित धीमी आहे आणि त्यामुळेसुद्धा मदत होते. तालाशिवाय गायलेल्या पहिल्या चार ओळी गीताचा आशय स्पष्ट करतात, कारण आवाज व वाद्यवृंद सुसंवाद साधून अवतरतात. जणू काही मानवी व अ-मानवी शक्तींचे एकमत झालेले आहे. म्हणून आपल्या मनात संदेह निर्माण

होतो, की जे घडते आहे ते खरे वा तर्कपूत आहे की नाही? आपले नेहमीचे गायन त्याच पट्टीत असल्याप्रमाणे लता डी शार्प पट्टीच्या तार षड्जास सहज, सुरेल आणि भावनिक स्वर अतूट राखून भिडते. एका सिद्ध काव्यास संगीताची जोड मिळाल्याने गीताची शैली सिद्ध झाली आहे असा प्रत्यय येतो.

(२) *आजा रे परदेसी* ('मधुमती', १९५८, सलील चौधरी)

या गीतात लताचा आवाज अधिक भरीव आहे. सदर प्रेमगीत म्हणजे अनोळखी प्रियकरास आवाहन आहे, पण आवाहन असे की जणू काही प्रियकराची जन्मजन्मांतरीची ओळख असावी. अंतरीच्या अंतरात प्रेमाविषयी खात्री आहे आणि किंचित काळजी वावरते पण बाह्य वास्तवाच्या पातळीवर. गीताची गती द्रुत आहे पण आपल्याला बळजबरीने खेचून घेऊन जाते आहे असे वाटत नाही. वाद्यवृंदरचना कारागिरीपूर्ण आहे. शहरी वा नागरी संस्कृतीच्या बाहेरच्या विश्वातले ध्वनी ऐकतो असे वाटते, पण लताचा गाता आवाज मात्र निःसंशय संस्कारित लगावाचा आहे. हे गीत प्रियकराविषयी खात्री असलेल्या पण एकूण फलित काय याविषयी थोडी हुरहुर वाटणाऱ्या कोणत्याही सुंदरीचे असू शकते.

(३) *कहीं दीप जले* ('बीस साल बाद', १९६२, हेमंतकुमार)

या गीतात कंठघोष आणि पायाभूत स्वरसमूह हिंदोल रागाचा आहे. अमानवी तत्त्वाच्या आगमनासाठी व म्हणून काहीसे अस्वस्थ वातावरण निर्माण करण्यासाठी – दोन्ही वापर उपयुक्त. याउलट नेमक्या ठिकाणी योजलेला आणि लताने सुरेख लावलेला शुद्ध मध्यम स्वर दिलासा देणारा ठरतो. 'ओ' या स्वरवर्णावर लताने केलेले मुक्त आलाप सूचकतेने आणि सुरेलपणे विरत जातात.

(४) *नैना बरसे* ('वो कौन थी', १९६४, मदन मोहन)

या गीताची बांधणी फार वेधक आहे. त्याच्या आरंभावरून नंतर येणाऱ्या धृवपदाचे सांगीत रूप काय त्याचा अंदाज बांधता येत नाही. पण एकदा ते आले की मात्र दुसरे काहीच या जागी येऊच शकत नाही अशी खात्री पटते. एखाद्या चरणाच्या मध्यावर उभे असावे अशी रीतीने गीताच्या चालीचा आरंभ होतो. आणि लताचे गाणे असे आहे, की कटु-मधुर स्मृतींनी भरलेली अखंडित प्रेमभावना ध्यानात यावी. 'बरसे' या शब्दाचा तिचा विरत जाणारा उच्चार हळव्या भूतकाळाकडे नेऊ शकतो, तसेच ज्याच्याभोवती रुंजी घालायची त्या वर्तमानाकडेपण. 'यादें' या शब्दाभोवती अनपेक्षितपणे आलेल्या द्रुत स्वरसमूहाच्या फेकीतील कौशल्याबद्दल आपल्याला लताला वाहवा द्यावीशी वाटते. मधला पट्टीबदल व लयबंधबदल, त्याचप्रमाणे शुद्ध मध्यम व पंचम

स्वरांचा लगाव यामुळे तणाव कमी होतो. त्यांच्यामुळे वातावरण काहीसे कमी अंधारलेले भासते. लताचा खात्रीलायक स्वर लगाव – तिची व संगीतरचनाकाराचीही – पक्की सांगीत पकड जाणवून देतो.

(५) *गुमनाम है कोई, बदनाम है कोई* ('गुमनाम', १९६५, शंकर-जयकिशन)

ही एक परिणाम करण्याच्या उद्दिष्टाला अग्रक्रम देणारी रचना आहे व तितक्याच कार्यक्षमतेने सादरही केलेली आहे. वाद्यवृंदाच्या अंगावर येणाऱ्या कल्लोळाने संगीताची सुरुवात होते, लागोपाठ कोमल-तीव्र स्वर येतात, शिवाय काही ध्वनिपरिणाम आहेतच – सर्व काही वातावरण निर्मितीसाठी. तार-कोमल स्वरावर झेप घेऊन आणि आरोही व अवरोही संयोगी सुरावटींची लक्षवेधक फेक करून लताही यात भर घालते. गाणाऱ्याच्या कौशल्याची संपन्नता वा रचनाकर्त्याची करामत दाखविण्यासाठीच सर्व खटाटोप झाला असे अर्थातच सुचवायचे नाही. पण रचनाकार व कलाकार ज्या क्षेत्रात काम करत होते त्यात अशा रचना सादर करणे काही प्रमाणात अनिवार्य होते. आपला जणू काही यावर विश्वास आहे अशा प्रकारे दोघांनी काही रूढींपुढे मान तुकविणे हा त्यांच्या आपापल्या जीवन-सौद्याचाच भाग होता.

(६) *मेरे नैना सावन भादो* ('मेहेबूबा', १९७६, आर. डी. बर्मन)

आर. डी. बर्मनचे संगीतविश्व विरोधी रंगांनी भरलेले असते व त्यात पुनःपुन्हा बरीच आश्चर्ये समोर येऊन ठाकतात. ध्वनिदृष्ट्या आक्रमक व वेधक अशा आपल्या नेहमीच्या सरणीने आर. डी. ने रचना केली आहे असा भास निर्माण करणारी सुरुवात होते, पण मामला तसा नाही. वाद्यवृंद भरलेला आहे, पण लय संथ व शांत केरव्याचा झोल देणारे चलन आहे. आपल्यापुढे येते ते शिवरंजनी रागावर आधारलेले हृदयस्पर्शी विरहगीत – ऋतुसंबद्ध स्त्रीगीतांच्या भोवती वावर असलेले. गीतात काही अवघड, अतिद्रुत पण भावभरले स्वरपुंज आहेत. ते लता समर्थतेने समोर ठेवते. दोन गंधारांचा आवाहक वापरही लताच्या गायनात परिणामकारक होतो. अगदी तार स्वरांवरही आवाहकता कायम राखण्याची किमया ती करू शकते. साधे वाटणारे गीत अनेक उत्कर्षबिंदूंची प्रतीती आणून देते – आणि या बिंदूंवर गीत संपत नाही.

(७) *चले जाना नहीं* ('बडी बेहेन', १९४९, हुस्नलाल-भगतराम) *हवा में उडता जाये* ('बरसात', १९४९, शंकर-जयकिशन), *ठंडी हवाएँ* ('नौजवान', १९५१, एस. डी. बर्मन).

प्रस्तुत तीन निरनिराळ्या रचनाकारांची तीन गीते एकत्र विचारार्थ घेण्याचे कारण असे, की तिन्ही गाणी लताच्या सादरीकरणांतील काही टिकाऊ विशेष लक्षात आणून देतात. तिन्ही द्रुतलयीत गुंफली असून तारुण्याचा काहीसा लाडिक पण स्वच्छ, उशा घेणारा, चमकदार उच्चार त्यासाठी आवश्यक आहे. (तिसरे गाणे तुलनेत थोडेसे संथ आहे.) पहिल्या गीतात 'जाना' या शब्दातील 'ना' चा उच्चार, दुसऱ्या गाण्यातील 'खोले' या शब्दाचा व 'हाये' या उद्गारवाचकाचा उच्चार ही खास लडिवाळ व मोहक स्वनवैशिष्ट्यांची उदाहरणे होत. तसेच तिसऱ्या गीतातील 'ला ला', 'हा हा', 'हूं हूं' इत्यादी उद्गारांचे प्रयोजन समान आहे. सर्व गीतांत आवाज हलकेपणे, सुरेल फेकला असून गायनातील प्रवाहित्व आनंददायक आहे. संहितांत तसेच गायनांत कोणत्याही सखोल भावनात्मकतेची सूचना नाही. ही उडती गाणी आहेत व तशाच भावाने गायली आहेत. नूरजहाँ, शमशाद, गीता दत्त, वा आशा वगैरेंच्या तुलनेत असे म्हणता येईल की लताच्या आवाजात व लगावात प्रेम, स्नेह, आपलेपणा व्यक्त वा प्रतिबिंबित होतो, पण त्यांत ऐंद्रिय मादकता, भुलविण्याचा ढंग वा वासना नाही. चर्चित तीन गाण्यांत असे आढळते व माझ्या मते हीच प्रवृत्ती पुढे ठोसपणे समोर आली.

(८) *राजा की आयेगी बारात* ('आह', १९५३, शंकर-जयकिशन) व *यह जिंदगी उसीकी है* ('अनारकली', १९५३, सी. रामचंद्र.)

द्रुत लयीकडे झुकलेल्या चलनांतही आपल्या गायनातून एक दुःखी भाव व कारुण्य उत्पन्न करण्याचे कसब लताने आपल्या कारकिर्दीच्या सुरुवातीपासूनच कंठगत केले होते. इतकेच नव्हे तर सुरेल हुंदकाही आपल्या गायनात अंतर्भूत करणे तिला जमते (उल्लेखित पहिले गीत ऐकावे). 'आयेगी' व 'हाये' या शब्दांच्या उच्चारण-गायनाकडे ध्यान देण्यासारखे आहे.

'अनारकली'तले गाणे संथ लयीत आहे व त्यातील दुःखाची छटा निराळीच आहे. त्यात भाव आहे – जे होणार आहे ते अगतिकतेने स्वीकारण्याचा. आणि आपल्या सुरेल, आर्त गायनाने लता तो प्रभावीपणे व्यक्त करते – अगदी तार स्वरावर गातानाही काही वेळा योग्य जागी किंचित कंप घेऊन व एकंदर गायनात कुठेही उसळी मारणारा लगाव न येऊ देता.

(९) *राधा ना बोले ना बोले रे* ('आझाद', १९५५, सी. रामचंद्र), *जादुगर सैंया* ('मधुमती', १९५८, सलील चौधरी), *प्यार किया तो डरना क्या* (मोगले आझम', १९६०, नौशाद).

हिंदी चित्रपटगीतात प्रेमगीतांची कोटी फार गजबजलेली आहे ती तिच्या संख्याबहुलतेमुळे. परिणामतः कारुण्याप्रमाणे प्रेमाच्याही अनेक छटा त्यांमध्ये व्यक्त झालेल्या आढळतात. मृदुमधुर व संमत प्रेम *राधा ना बोले* या गीतात चांगले सादर झाले आहे. अंगभूत भावस्थितिपूर्ण असलेल्या बागेश्री रागाची चौकट, ना द्रुत ना संथ लय, गीतात गुंफलेला थोडा आलाप इत्यादी सर्वांमुळे एक संयमित, अपेक्षानिर्माते व प्रेमाच्या शारीर रंगावर भर न देणारे यशस्वी गीत निर्माण झाले आहे.

पौराणिक लागेबांधे नसणाऱ्या आणि लोकगीताच्या ढंगाकडे जास्त झुकलेल्या *जादुगर सैंया* या दुसऱ्या गीताचाही आशय असाच आहे. लोकगीतात भरपूर आढळ असलेल्या सारंग या रागाची छाया घेणारे आणि द्रुतलयीतील चलनामुळे गीत मधुर लागते, पण त्यात भावनिक गुंतवणूक सूचित होत नाही असे जाणवते.

याउलट *प्यार किया तो डरना क्या* या गीतात प्रेमभावनेस विरोधी शक्तींविरुद्ध मवाळ निषेध ऐकू येतो. म्हणून एका ठाम, विरोध करण्यास तयार पण तरीही जे समोर आले ते स्वीकारण्याचा लगाव वापरायला गीतात वाव आहे. लता तो वाव योग्य प्रमाणात देते.

(१०) *अल्ला तेरो नाम* ('हम दोनों', १९६१, जयदेव)

भक्तिगीताचा पारंपरिक साचा न वापरता मांडलेले हे एक अनन्यसाधारण भक्तिगीत आहे. संगीत व गायन दोहोंत एक समर्पणाचा भाव भरून उरला आहे, म्हणूनच हे गीत भक्तिगीत म्हणून प्रत्ययास येते. सुरेल गायन, वाद्यवृंदाचे मर्यादित स्वरूप व त्याचा समंजसपणे पोत राखून केलेला वापर या तांत्रिक बाबींबरोबर इष्ट तो तीव्र भक्तिभाव निर्माण करणारा सर्वांत परिणामकारक घटक असा, की एकूण सुरावट शुद्ध गंधार स्वराकडे झुकलेली राहते. भारतीय स्वराष्टकांत अचल मानलेल्या 'सा' व 'प' या स्वरांच्या दरम्यान उभा ठाकलेला गंधार स्वर केवळ ईश्वर व भक्त यांच्यात मध्यस्थी करणाराच नव्हे तर एक ध्यानोन्मुख शक्ती म्हणून प्रतीत होतो!

(११) *रसिक बलमा* ('चोरी चोरी', १९५६, शंकर-जयकिशन)

हे गीत क्लासिकल रचना न बनता क्लासिकल शैलीचे अनेक विशेष वेधकरीत्या सांगीत बांधणीसाठी वापरणाऱ्या रचनांचे प्रातिनिधिक म्हणता येईल असे आहे. थोडक्यात सांगायचे तर शास्त्रोक्त संगीत म्हणजे अमूर्त वाटणाऱ्या स्वरमूल्यांचे आणि काटेकोरपणे नेमक्या लयबंधांचे संहितेबरोबर इमानदार आकृतिबंध समोर ठेवणे होय. सर्वांत महत्त्वाचे लक्षण म्हणजे भावनिक संयमाचा

दृष्टिकोण बाळगून सादरीकरण सिद्ध करणे. भूप-शुद्धकल्याणच्या चौकटीपासून निघून या गीताची रचना उभी राहते. काहीही झाले तरी एखाद्या राजाच्या शांत भारदस्तपणे त्याचा स्वीकार करण्याचा भाव संभाळत सुरावट एका विरहगीताचा आशय आपल्यापुढे उलगडते – कोणताही सांगीत आक्रस्ताळेपणा न करता. संयत भावनाविष्कार साधून संगीत कसे असू शकते त्याचा हा नमुना निःसंशय श्रवणीय आहे.

निष्कर्ष

आनंदात व कृतज्ञतेने असेच पुढे जाता येईल. पण हेतू इतकाच होता, की व्यापक परिप्रेक्षा घ्यावी व हिंदी चित्रपटगीत सादर करणाऱ्या प्रातिनिधिक कलाकारांच्या काही सादरीकरणांचे सांगीत विश्लेषण करावे. लताने व इतरांनीही गाइलेली इतर अनेक गाणी मला आवडतात. पण हा विश्लेषणप्रयत्न उदाहरणादाखल आहे – त्यापेक्षा अधिक काही दावा करायचा नाही.

❑ ❑ ❑

१०

हिंदी चित्रपटसंगीत – ताळेबंद (सर्वसाधारण लक्षणे)

हिंदी चित्रपट आज कुठे कुठे पोचला आहे व त्याचे व्यावहारिक यश किती बोधक व वेधक आहे ते पाहण्यासारखे आहे. २००८ मधील चित्रपट उद्योगातील मान्य वृत्त असे आहे की बॉलीवुड चित्रपटांचा २० टक्के गल्ला इंग्लंड व युरोपमधून, ३२ टक्के अमेरिका व कॅनडामधून, तर १६ टक्के मध्यपूर्वीय देशांतून गोळा होतो. विशिष्ट चित्रपट व विशिष्ट अभिनेते इत्यादींप्रमाणे यांत अर्थातच फरक असतो. कोणत्याही चित्रपटाचे परदेशीय प्रदर्शनाचे हक्क काय किंमतीला विकले जातात वगैरे बाबी आज अतिमहत्त्वाच्या बातम्या ठरत असतात. हे झाले हिंदी चित्रपटांचे. नंतर असेही कळते, की चित्रपटाचे संगीत या साऱ्या देवाणघेवाणीत कमालीचा किंमती घटक असतो.

'टाईम्स ऑफ इंडिया' (१४ मे १९९५) च्या अंकांत आलेल्या एक बातमीकडे लक्ष वेधून सुरुवात करणे योग्य ठरेल. त्या बातमीमुळे दोन बाबी समोर येतात – एक हिंदी चित्रपटसंगीताचा अखिल भारतीय संदर्भ आणि दोन चित्रपटसंगीतास दिल्या जाणाऱ्या पुरस्कारांमुळे उत्तेजित होणाऱ्या तीव्र भावना. दोहोंमुळे भारतात चित्रपटसंगीतास किती महत्त्व आहे ते लक्षात येते.

मल्याळी चित्रपटसंगीताचे रचनाकार म्हणून जी. देवराजन हे केरळात प्रसिद्ध आहेत. त्यांना देऊ केलेला शासकीय पुरस्कार परत करण्याचा निषेधपर निर्णय त्यांनी जाहीर केला – कारण शासन सांगीत चाचेगिरी करणाऱ्यांनाही तसेच सन्मानित करते असे त्यांचे म्हणणे होते. त्याच वर्षी *एन्ते मनसिलेरु* (माझे मन लाजते आहे) या गीताबद्दल बर्नें व इग्लॅशिअस या रचनाकार–जोडीला सन्मानित करण्यात आले – हे गीत पंकज मलिक यांच्या *'पिया मिलन को जाना'* या सुप्रसिद्ध गीताची थेट नक्कल असूनही!

आणखी एका अवांतर अर्थपूर्ण घटनेचा निर्देशही इथे करता येईल.

इलया राजा हे प्रख्यात संगीतरचनाकार. त्यांनी जवळजवळ ८४० दक्षिण भारतीय चित्रपटांना संगीत दिले आहे. आदि शंकराचार्यांचे 'मीनाक्षीस्तोत्रम्' त्यांनी स्वरबद्ध केले आहे. 'राजलहरी' या नावाने कर्नाटक कीर्तने व वर्णन यांचे

त्यांनी केलेले संगीतसंकलन लोकांच्या स्तुतीचा विषय झाले आहे. 'हाऊ टू नेम इट', 'नथिंग बट विंड' व 'मिस वर्ल्ड पेजंट' (१९९६) यांसाठी त्यांनी केलेले संगीतही लोकमान्य झालेले आहे. लंडनच्या फिलहार्मोनिक ऑर्केस्ट्रासाठी 'सिंफनी नं. वन' ही रचना पाश्चात्त्य संगीतपद्धतीत एक दमदार भारतीय संगीतपदक्षेप ठरण्याची शक्यता आहे. त्यांनी 'तिरुवासकम्' या तमिळ भक्तिमार्गी रचनासंग्रहांतील ५१ कवितांपैकी ६ कविता निवडून भारत व हंगेरी या देशांतील २०० कलाकारांच्या सहाय्याने 'तिरुवासकम् इन सिंफनी' असा आविष्कारही सिद्ध केला आहे. मुद्दा असा की या संचिताचा हक्कदार असलेल्या इलया राजांनीही खंत व्यक्त केली, की – 'बॉलीवुड हॅज नो यूज फॉर मी!' (मुंबई मिरर, जुलै १३, २००६.)

'पद्मभूषण' हा उच्चतम राष्ट्रीय पुरस्कार मिळणारे नौशाद हे पहिले संगीतरचनाकार – पण १९९२ मध्ये भारताला स्वातंत्र्यलाभ होऊन तब्बल सुमारे ४० वर्षे लोटल्यावर त्यांना ते मिळाले!

या संदर्भात ध्यानात घेण्यासारखी बाब अशी, की शासन आपल्या रचना चोरते अशी तक्रार नौशाद यांनी वारंवार केली आहे. उदाहरणार्थ, दूरदर्शनवर व त्यापूर्वी रेडिओ सिलोनवर नौशाद यांनी 'दास्तान' या चित्रपटासाठी रचलेल्या भैरवी रागिणीतील चाल 'आपले कार्यक्रम संपले' अशी घोषणा करून वापरली जाई. त्याचप्रमाणे चित्रपटसंगीताच्या कॉपीराईटविषयीची कल्पना स्पष्ट नसल्याकारणाने अनेक चालींची ऋणनिर्देशाशिवाय उचल होते याबद्दलही नौशाद खेद व्यक्त करत.

हिंदी चित्रपटसंगीत संपन्न चित्रपटांच्या पार्श्वभूमीवर प्रवेश करते हे आतापर्यंतच्या विवेचनातून लक्षात आले असेलच. भारतीय संगीत, जनसंस्कृती व शेवटी जनसंगीत या तिहींनी निर्माण केलेल्या विविध संदर्भांत हिंदी चित्रपटसंगीत एकाच वेळी कार्यरत असते.

अनेक विद्वानांनी वेगवेगळ्या निकषांनुसार भारतीय चित्रपटांचे वर्गीकरण केले आहे. उदाहरणार्थ, पाच सर्वसाधारण वर्ग नोंदण्यात आले आहेत – पौराणिक, कौटुंबिक (मेलोड्रामा), ऐतिहासिक, संतचरित्रपर इत्यादी (वेशभूषांवर भर देणारे), हेरकथा वा ॲक्शनयुक्त, सामाजिक ('सरकार', १९७५, पृ. १९).

परंतु नंतर स्पष्ट केल्याप्रमाणे संगीताचे विश्लेषण वा मूल्यमापन करण्याकरिता हे वा इतर वर्गीकरणे फारशी उपयुक्त न ठरता ती जास्तीत जास्त साहित्यिक वा भाषिक रूढींवर आधारलेल्या विश्लेषणास सयुक्तिक निकष पुरवितात असेच म्हणावे लागते.

प्रास्ताविक

अनेक टीकाकारांनी भारतीय चित्रपटसंगीतावर – खास करून हिंदी फिल्मी गीतांवर – टीकास्त्र सोडले आहे. हिंदी चित्रपटांची संगीताशिवाय कल्पनाच करता येत नाही इकडे लक्ष वेधण्यात आले आहे. उदाहरणार्थ, 'नौजवान' (वाडिया मूवीटोन), 'मुन्ना' (के. ए. अब्बास), 'कानून' (बी. आर. चोप्रा), 'पुष्पक' (संगीतमय राव) आणि 'अचानक' (गुलझार) एवढेच चित्रपट गीतांशिवायचे म्हणून उल्लेखता येतील! गुलझार यांच्या 'कोशिश' या चित्रपटाची नायिका तर मुकी असूनही तिला गाणी आहेत! हिंदी चित्रपटांतील एकूण गीतांची संख्या काही दशलक्षांत जाईल. संगीताची हाव सुटल्याबद्दल बॉलीवूडवर राष्ट्रीय व आंतरराष्ट्रीय समीक्षकांनी टीकेची झोड उठवली आहे. अधूनमधून सरकारी व निमसरकारी संस्थासुद्धा हिंदी चित्रपट संगीताला भरपूर नावे ठेवतात.

हिंदी चित्रपटांवर सर्व दिशांतून होणाऱ्या या शरसंधानाची कारणे काय त्याची एक ढोबळ यादी करता येईल.

(१) चित्रपटात गीते संख्येने फार जास्त असतात. 'आलमआरा' या पहिल्या बोलपटामध्ये – ५० पेक्षा जास्त गीते होती असे अनेकांनी म्हटले आहे, इतकेच नव्हे, तर या बोलपटाची जाहिरात करतानाही गीते, नृत्ये व संवाद यांच्या चित्रपटांतील विपुलतेबद्धल मुद्दाम उल्लेख करण्यात येत असे. आजही भारतीय चित्रपटांत श्रव्यावर दिला जाणारा जादा भर पाहता या जाहिरातीस लक्षणीय म्हटले पाहिजे.

(२) चित्रपटांत कोणी गावे, केव्हा व का यासंबंधी काहीच तर्क बांधता येत नाही!

(३) पुष्कळ वेळा चित्रपटांतील गीतांची संहिता फार साधारण गुणवत्तेची असते. चाली टांगण्यासाठी शब्द वा शब्दांसारखे ध्वनी मुबलक वापरले जात असतात. भरीस भर म्हणजे असली गाणी अनेकदा विलक्षण लोकप्रियही होतात. गाणी ऐकणारे व ती लिहिणारे यांची साहित्तिक वा सौंदर्यसबद्ध अभिरुची काय दर्जाची आहे त्यावरची ही टिप्पणीच म्हटली पाहिजे.

पेटीतला मजकूर : *योगायोगाने वा साधारण आरंभ असलेले व राज कपूरसाठी रफीने गायलेले (नेहमीच्या प्रघातानुसार ते मुकेशने गावे अशी अपेक्षा असता) कसे लोकप्रिय झाले याविषयी एक कथा सांगितली*

जाते. जयकिशन या रचनाकाराने आपल्या प्रेयसीस – पल्लवीस – गुजरातीत एक पत्र लिहिले. या पत्राची पहिली ओळ हिंदीत भाषांतरित करण्यात आली व ती या गीताचे धृपद ठरली – यह मेरा प्रेमपत्र पढकर तुम नाराज ना होना. शंकर हा जयकिशनचा भागीदार रचनाकारही मागे राहिला नाही. तो नेहमी म्हणत असे – ''म्यूझिक इज मॅडनेस''. एरवी शैलेंद्र हा गीतकार असूनही शंकरने याच शब्दांचे भाषांतर करून यह मेरा दीवानापन है हे धृपद त्याने तयार करून तसे वापरले.

लक्ष्मीकांत – प्यारेलाल हे रचनाकार व आनंद बक्षी या सुप्रसिद्ध गीतकाराविषयीही एक कथा रूढ आहे. रचनाकार जोडीस भेटण्यासाठी गीतकार गेला असता त्यांच्या घराच्या दाराला कुलूप होते. परत फिरण्याआधी गीतकाराने 'मी येऊन गेलो' या अर्थाची चिठ्ठी घाईघाईने लिहून ठेवली. रचनाकारांना चिठ्ठी मिळाली व त्यांना असे वाटले, की आपले काम ज्यावर चालले आहे त्या चित्रपटातील गीताचे हे धृपद आहे व त्यानुसार त्यांनी रचना केली. इथे एक गोष्ट स्पष्ट केली पाहिजे. आपण मोठे कवी आहोत असा आनंद बक्षी कधीही दावा करत नसत. ते म्हणत फिल्म इंडस्ट्रीस जे हवे ते मी त्वरित, साधेपणे व कार्यक्षमतेने – चित्रपटगीत म्हणून फिट बसावे म्हणून – पुरवितो. या बाबतीत आधीच्या कालखंडांतील डी. एन. मधोक यांच्याशी बक्षींची बऱ्याच वेळा तुलना करण्यात येई. रावळपिंडी येथे १९३० मध्ये बक्षींचा जन्म झाला. त्यांनी काही काळ सैन्यदलात नोकरी केली. 'भला आदमी' १९५८ या चित्रपटासाठी त्यांनी पहिले गीत (धरती के लाल, न कर इतना मलाल, तू नहीं है कंगाल) लिहिले. सुमारे ४० वर्षांत त्यांनी ४००० गीते लिहिली असावीत. त्यांनी लक्ष्मीकांत –प्यारेलाल, बर्मन पिता – पुत्र व कल्याणजी – आनंदजी यांच्यासाठी मुख्यतः रचना केल्या. जवळजवळ उत्स्फूर्तपणे यमकयुक्त चरण पुरविण्यात त्यांचा हातखंडा होता. उदाहरणार्थ, मैं तुलसी तेरे आंगन की ही ओळ ऐकताच कोई नही मैं तेरे साजन की अशी ओळ त्यांनी पुरविली. संवादगीते (म्हणजे द्वंद्वगीते नव्हेत) लिहिणे त्यांच्या हातचा मळ होता. उदाहरणार्थ, सुना कहा, सुना कहा ('आपकी कसम'), तू प्यार तू प्रीत ('पराया धन'), बैठ जा, बैठ गयी ('अमीर गरीब'), हम तुम एक कमरे में बंद हो ('बॉबी'), कांची रे कांची रे ('हरे राम हरे कृष्ण') इत्यादी गीते ऐकावीत. बोलीभाषांत रचना

करण्यातही ते कुशल होते, उदाहरणार्थ, सावन का महिना पवन करे सोर (मीलन). पंजाबी लोकधुना वापरणेही त्यांना सहज जमे. बिंदिया चमकेगी हे गीत शब्द व चालीसह त्यांनी लक्ष्मीकांत-प्यारेलालना दिले असे म्हणतात. आपण काही क्षणांत गाणे रचू शकतो असे ते थंडपणे सांगत. एकदा त्यांना विचारले की गीतकार म्हणून समाधानाचा क्षण कोणता आठवतो? त्यांनी एका प्रसंगाचे वर्णन केले. ते म्हणाले – गाडीने प्रवास करत असता गाणे गाऊन भीक मागणाऱ्या एका आंधळ्याकडे मी बघत होतो. तो माझेच एक गीत गात होता – मुबारक हो तुझको समा यह सुहाना.

(४) चित्रपट व गीत यांच्यामधले नाते बहुधा इतके तकलादू असते, की गीते अनेकदा स्वतःचे स्वतंत्र अस्तित्व भोगतात. पुष्कळ वेळा ज्या चित्रपटाची गीते अविभाज्य घटक होत असे समजले जाते त्या चित्रपटाच्या अवताराच्या आधीच ती गीते जन्मास येतात. उदाहरणार्थ, 'आराधना', 'गाईड', 'जॉनी मेरा नाम', 'तेरे मेरे सपने' (जुना) या चित्रपटामधली गाणी चित्रपट प्रकाशित होऊन लोकांनी पाहण्याआधीच लोकप्रिय झालेली होती. अनेकदा चित्रपट विसरला तरी त्यामधील गीतांची कारकीर्द चालू राहते हेही खरे आहे.

(५) पार्श्वगायनयुगात बहुसंख्य पात्रांना गाणारे आवाज समान असतात. वास्तववाद, नैसर्गिकतावाद, चित्रपटीय सत्यनिष्ठा आणि इतर अनेक वजनदार तत्त्वांचा व सौंदर्यशास्त्रीय सिद्धांतांचा अगदी श्रद्धापूर्वक जप होत असूनही हे चालत आले आहे.

(६) गीतांप्रमाणेच नृत्येही हिंदी चित्रपटांत सरसकट आणली जातात.

(७) वाद्यवृंदाचा वापर व विशेषतः पार्श्वसंगीत निरुद्देश व अवास्तव असते.

(८) अ-भारतीय संगीत व खासकरून पाश्चात्त्य संगीत (वा त्या परंपरेतील वाटतील असे सांगीत प्रघात) यांचा मन मानेल तसा अपभ्रंश करून त्यांचा ओबडधोबड वापर केला जातो.

(९) आजच्या चित्रपटसंगीतात स्वरधुनींचा दुष्काळ जाणवतो.

(१०) बहुतेक चित्रपटसंगीत गोंधळून टाकण्याइतके समान भासते. लोकप्रिय गीतांच्या अनेक प्रतिमा बनविणे हा एक डोईजड झालेला छंद आहे.

(११) अमर्याद संगीतचौर्य जिथेतिथे आढळते.

(१२) सांगीत अपरिहार्यता, यथातथ्यता आणि अभिरुची यांना बाजूला सारून सर्व कोटींतले संगीत व सर्व प्रकारचे संगीत कामाला जुंपले जात असते.

(१३) या खास प्रकारच्या चित्रपटसंगीताचा संकलित परिणाम असा, की भारतीय चित्रपटकलेच्या विकासाच्या मार्गात त्यामुळे निःसंशयपणे अडथळे आले आहेत. या संदर्भात समीक्षकांनी एक वेधक मुद्दा उपस्थित केला आहे. त्यांचे म्हणणे असे, की स्टुडिओ पद्धत आल्यावर गीतांची संख्या कमी झाली, कारण सर्व गीते स्टुडिओतच तयार होत. संथ लय, कमी गतिमान कॅमेराकाम, जवळजवळ स्थिर पात्रे हाच जणू नियम झाला होता. परिणामतः चित्रपटांत गाणारी पात्रेसुद्धा भरीव, एकदाच उभारून टाकलेल्या सेटवर, त्याच एका जागी खिळून राहून गाणाऱ्या संगीत रंगभूमीच्या पात्रांसारखीच वाटत. फक्त नंतरच कॅमेरा व पात्रे स्वतंत्र झाली. सारतः चित्रपटीय म्हणता येणारी भाषा कशी अडकून राहिली होती व तिचे संगीताशी काय नाते होते या महत्त्वाच्या बाबींकडे या मुद्याने आपले लक्ष वेधले जाते.

प्रत्युत्तरादाखल जवाब

अर्थातच भारतीय चित्रपटीय संगीताचे पक्षपाती हा हल्ला मुकाटपणे सहन करतील अशी अपेक्षाच करता येत नाही. त्यांचे म्हणणे असे, की हिंदी चित्रपटसंगीत हा प्रकार आपल्यासाठी पारंपरिक सांगीतिक क्षेत्रामध्ये जागा निर्माण करू शकतो – कारण त्याच्यामुळे खरोखरच काही सामाजिक-सांस्कृतिक व सांगीत गरजा पुऱ्या होतात. सर्वसाधारणतः चित्रपटसंगीताबाबत – व खासकरून चित्रपटगीताबाबत – पुढील मुद्दे मांडण्यात आले आहेत.

(१) भारतात फक्त चित्रपटसंगीत आधुनिक म्हणता येण्यासारखे आहे. काळाबरोबर पावले उचलण्याचा प्रयत्न त्याच्याइतका दुसऱ्या कोणत्याही कोटीतील संगीत करते असे दिसत नाही.

(२) ते विरोधाभासात्म वाटण्यासारखी दोन कार्ये अंगिकारते – प्रचार व निषेध हे पहिले व पलायनवादी प्रक्षेपण हे दुसरे.

(३) वेळोवेळी पुढे येणारे नवीन करमणुकीचे मार्ग दक्षतेने, स्वेच्छेने व समावेशकतेने आपलेसे करू पाहणारा हा एकमेव सांगीत मार्ग आहे.

(४) कर्णमाधुर्याबरोबर दृश्य आकर्षकता जोडण्याच्या निकषांना उच्च प्राधान्य देण्याचा ते नेहमी प्रयत्न करते.

(५) भारतीय संगीतपरंपरेत अपवादभूत असलेल्या वर्णनात्मक संगीताविष्काराला योग्य त्या प्रकारे स्थान देणाऱ्या अ-भारतीय संगीतपरंपरांना वा संगीतोत्पादन प्रक्रिया यांना अनुसरण्याचे धैर्य चित्रपटसंगीत दाखविते. इथे 'प्रोग्रॅम म्युझिक' या संकल्पनेची आठवण व्हावी.

(६) देशातील प्रांतिक संगीतपरंपरांनाही आपल्या जाळ्यात खेचत, त्यांच्यापासून कमीअधिक उसनवारी करत करत आपली संगीत निर्मिती साधताना या संगीताने एक प्रकारे अखिल भारतीय सांगीत ओळख वा अस्मिता उत्पन्न करण्याचा बोधक व उत्तेजक घाट घातला आहे. भारतीय कोठेही असले तरी बॉलीवुडमुळे त्यांना आपल्या घरी असल्याचे समाधान मिळविता येते असे म्हणण्यात थोडे तथ्य आहे.

(७) मूलतः चित्रपटगीत जरी दृश्य व चलत्प्रतिमांनी क्रियाशील होत असले तरीही त्याची सांगीत बांधणी अखेर स्वतःचे गतिमान जीवन निश्चित करते असा अनुभव आहे.

(८) कदाचित जाणीवपूर्वक नसेल पण या गीताने संगीतजननाच्या जुन्या साच्यांचे पुनरुज्जीवन केले आहे वा त्यांचा नव्याने वापर केला आहे. उदाहरणार्थ, भरताच्या नाट्यशास्त्रात गीतांची (म्हणजे तत्कालीन धृवांची) योजना करण्याच्या परिस्थिती पायाभूत म्हणून नोंदल्या आहेत. त्या अशा : (१) पात्रप्रवेश, (२) पात्रांचे निर्गमन, (३) पात्रांचे प्रियाराधन वा त्यांच्याकडून प्रेमभावनेचा निर्देश, (४) विरहभावना, (५) दुःखभावनेचे प्रगटीकरण, (६) लोकांचे उत्सव, (७) नायकासाठी गायन, (८) नृत्य, गायन व वाद्यवादन यांना एकत्र आणायचे असेल तेव्हा, (९) परंपरेने अष्टनायिकांशी संबद्ध भावभावना आविष्कृत करायच्या असतील तेव्हा. अर्थात आज रूढ असलेल्या सर्व सांगीत प्रघातांचे सांस्कृतिक पूर्वावतार शोधण्याची गरज नाही व तसे ते सापडतीलच असेही नाही. पण प्रयोगसंबद्ध परंपरांची अखंडता आपण समजतो त्यापेक्षा अधिक सत्य असते हेही तितकेच खरे.

(९) चित्रपटसंगीत आपल्याशी संबंधित शाब्दिक आकृतिबंधाशी जितके तुल्यतेचे नाते ठेवते त्याला तुलना नाही.

हिंदी चित्रपटसंगीताविषयीच्या या व यासारख्या वाद-प्रतिवादांची नोंद घेणे आवश्यक आहे, कारण चित्रपटांतील संगीताचे उपयोग, दुरुपयोग व चुकीचे वापर यांचा पुरावा अनेकदा हिंदी चित्रपटसंगीताच्या आविष्काराने पुरविला आहे. मात्र याचा गांभीर्याने विचार करायचा तर त्याला सांस्कृतिक परिप्रेक्षेत तपासायला हवे. इतका विस्तृत प्रसार केवळ ऐतिहासिक अपघात असणे शक्य नाही. मुद्दा असा की व्यापक सांगीत निकष, योग्य त्या पद्धतीचा अवलंब, आणि संकल्पनांचे नेमकेपण – यांच्या सहाय्याने हिंदी चित्रपटसंगीताची तपासणी करणे गरजेचे आहे.

भारतीय चित्रपटसंस्कृतीत झालेले बदलही या संदर्भात विचारात घेणे आवश्यक आहे. तुलनेने पाहता थोड्या कालात भारतीय चित्रपटांत नाट्यमय

बदल झाले आहेत. इकडे भारतीय सांगीत-नाट्यात्म परंपरा अत्यंत प्राचीन आहे आणि तिच्यातील बदल कमी नाट्यात्म वाटतात. चित्रपट व संगीत या दोन कलांचे आपआपले गतिशास्त्र निरनिराळे आहे आणि यामुळेही परिस्थिती अधिक गुंतागुंतीची झाली आहे.

या बाबतीत काही संस्कृतिशास्त्रीय तत्त्वे बरीच अर्थपूर्ण ठरतील. थोडक्यात ती अशी आहेत –

(अ) संस्कृतीच्या सर्व अंगांत संगीत सर्वांत उशिरा व तेही बऱ्याच नाखुषीने बदलते.

(ब) यामुळे जन्मदात्री संस्कृती आमूलाग्र बदलल्याची एक खूण सांगीत बदल होय असे म्हणणे योग्य ठरेल.

(क) निराळ्या संस्कृतीच्या वाद्यसंगीतापेक्षा त्या संस्कृतीचे कंठसंगीत स्वीकारण्यास कोणतीही संस्कृती अधिक खळखळ करते.

(ड) वाद्यांची भटकंती व स्थलांतर लवकर होते. कंठसंगीत व संबद्ध तंत्रे यांच्यापेक्षा वाद्ये व वाद्यसंगीत यांना आपल्या नवीन वसतिस्थानांत कमी विरोध होतो.

(इ) सर्वसाधारणतः असे म्हणता येईल, की निराळ्या संस्कृतीचे लयबंध सहज स्वीकारले जात नाहीत. जेव्हा व जर असे झाले तर ते पायाभूत सांस्कृतिक बदलाचे चिन्ह मानावे.

भारतीय व हिंदी चित्रपटसंगीताचा विचार करताना पुढील तथ्यांचे भान ठेवले पाहिजे.

भारतातील सर्व मुख्य चित्रपटनिर्मिती केंद्रे म्हणजे पुणे, कोलकाता, मुंबई व मद्रास ही कलासंगीताची मुख्य पीठे राहिली आहेत. या केंद्रांत कार्य करणाऱ्या संस्था व व्यक्ती यांना जेव्हा आपल्या प्रयत्नांचे देशभर स्वागत व्हावे असे वाटले तेव्हा त्यांनी संगीत व मिथके यांचा आधार घ्यावा हे नैसर्गिक म्हटले पाहिजे. १९५०च्या आसपास मुंबईचे मेट्रोपोलिटन स्वरूप नक्की होऊ लागले व प्रभावी ठरू लागले, तेव्हापर्यंत ही परिस्थिती कायम राहिली.

कलासंगीतपरंपरांखेरीज भारतातील प्रत्येक प्रदेश लोकसंगीत प्रकारांतही संपन्न आहे. हे प्रकार संयोगी आविष्कारांतील विविध शक्तींची परिणामकारक समीकरणे साधण्याची उदाहरणे होत. भारतीय चित्रपट आपल्या विकासासाठी या प्रकारांकडे वळणे अगदी स्वाभाविक म्हटले पाहिजे. उदाहरणार्थ, ओजापाली (आसाम), जशन (काश्मीर), जत्रा (बंगाल), कथकली (केरळ), लीला (ओरिसा), स्वांग (पंजाब), भवाई (गुजरात) आणि तमाशा (महाराष्ट्र) इत्यादी.

आधीच्या प्रकरणात म्हटल्याप्रमाणे हिंदी चित्रपटगीताने एका साखळी प्रक्रियेची जवळजवळ अखेरची कडी म्हणून प्रवेश केला. ती प्रक्रिया अशी – चित्रित पुस्तक – उठावदार चित्रांचे पुस्तक – पट परंपरा – मॅजिक लँटर्न – मूक चित्रपट – गीतांसहित बोलपट. ही सारी मजल-दरमजल म्हणजे सुसंगत, अखंड व दाट विणीच्या कथनाला सुरुंग लावण्याकडे कल असलेल्या जाणीवपूर्ण प्रयत्नांचा वरचष्मा होय असे म्हटल्यास अतिशयोक्ती होणार नाही. हिंदी चित्रपट व हिंदी चित्रपटगीते एका व्यापक सांस्कृतिक प्रक्रियेचे फलित म्हणून ठळकपणे समोर येतात.

भारतीय चित्रपट अगदी उघडपणे कलात्मक जाणिवांनी प्रेरित माध्यम म्हणून सुरुवात करून जेव्हा जनसंपर्काच्या व्यवसायात परिणत झाला त्या सुमारास चार मुख्य कारक शक्तींचा चित्रपट कलाक्षेत्रात प्रवेश झाला. निर्माते, संगीतदिग्दर्शक, तारे व तारका म्हणून नावारूपास आलेले अभिनेते-अभिनेत्री व पार्श्वगायक-गायिका. या चौघांनी चित्रपटाचे स्वरूप निश्चित करण्याचा घाट घातला. श्रव्य-दृश्य संवेदनेशी निगडित क्षेत्रात जे बदलते व व्यापक प्रतिसाद येत होते ते या चौकडीने दाखविले. याचे सूचित परिणाम सांस्कृतिक असून कोणत्याही एका क्षेत्रापुरते ते मर्यादित नाहीत.

म्हणून हिंदी चित्रपटांत फार गाणी असतात असे नुसते म्हणणे म्हणजे फार ढोबळ विधान करणे होय. भारतीय संदर्भात कशालाही गीत म्हणण्यासाठी चार वळणे पुरी करावी लागत असतात. लयबद्ध गद्य, पठण, पद या साच्याची गठण व कलासंगीतातील रचनातत्त्वांचा लघुतम वापर करून सिद्ध होणारी कृती हे चार मार्ग लक्षात घेणे जरुरीचे असते. ज्याला गीत म्हणायचे त्यापासून हे चार मार्ग व्यवस्थितपणे निराळे करावे लागतात. गीताची साधी व्याख्या करून व संगीताला एकविध आविष्कार समजून सुटका करून घेण्याचा मोह होणे स्वभाविक आहे, पण हा सैलपणा उपयुक्त नाही व त्यामुळे संगीत म्हणजे काय ते नीट समजणारही नाही. भारतीय आणि खरे पाहता कोणत्याही टिकाऊ संस्कृतीत, विविध जीवनक्षेत्रांनी मिळून तयार होत असलेल्या जीवनबंधांचा संगीत हा केवळ एक घटक असतो. म्हणून संगीत म्हणजे काय ते समजणे म्हणजे विविध आणि अनेक संदर्भांत संगीत कसे वागते त्याचे भान येणे होय. अनेक घटना वा प्रसंग वा क्रिया, कला आणि ज्ञानक्षेत्रे संगीतास संदर्भ पुरवितात. यांपैकी चित्रपट हा एक व नवीन आविष्कार होय. परिणामतः संगीताचा चित्रपटातील अवतार समजून घ्यायचा तर निराळे प्रयत्न करणे जरुरीचे आहे. चित्रपट म्हणजे लेप केलेल्या फितीवर चित्रमयी पद्धतीने हालचाली

वगैरे रेखण्याची कला, असे म्हणणे बरोबर ठरेल काय? त्याचप्रमाणे संगीत म्हणजे गाणे, वाजविणे, नाचणे वा राग-ताल वगैरे वापरणे असे म्हणून चालेल काय?

भारतात चित्रपटाच्या पद्धतशीर व सखोल अभ्यासाची आज नितांत गरज आहे. कारण असे की आज सर्व कला या ना त्या प्रकारे चित्रपटाने प्रभावित झाल्या आहेत. चित्रपटकला ही प्रभाव गाजवणारी कला व त्याचा आविष्कार म्हणजे चित्रपट – हे आज संपूर्ण देशात सांस्कृतिक बाबींचे स्वरूप निश्चित करणारे विशेष ठरले आहेत. आजच्या भारतात अधिकतम संदेशांचे गठन, प्रसारण व ग्रहण चित्रपटीय माध्यमाने प्रभावित होत असतात. संगीताचा त्यास अपवाद नाही. चित्रपटाद्वारे प्रसृत होणारे संगीत गुणवत्ता, व्यापक वितरण व विविधता या बाबतींत छाप पाडणारे आहे.

हिंदी चित्रपटसंगीत व हिंदी चित्रपटगीत

हिंदी चित्रपटगीते म्हणता येतील त्या रचना व हिंदी चित्रपटसंगीत यांत योग्य तो भेद करणे गरजेचे आहे. उदाहरणार्थ, हिंदी चित्रपटसंगीतात बॅनर संगीत, श्रेयनामावलीचे संगीत, पार्श्वसंगीत, मध्यांतरात वेळ भरून काढायला वाजविले वा ऐकविले जाणारे संगीत (मग याचा आधार संबंधित चित्रपटात वापरलेले संगीत असो वा नसो) आणि चित्रपटगीत या सर्वांचा समावेश होतो. सांगीतदृष्ट्या यांपैकी प्रत्येकाची लक्षणे वेगवेगळी असतात व प्रत्येकाची चित्रपटीय जबाबदारीही निःसंशयपणे निरनिराळी असते.

शिवाय चित्रपटसंगीत मुद्दाम रचलेले असेल वा इतर स्रोतांपासून घेतलेलेही असू शकेल. पहिल्या प्रकारचे संगीत संबंधित चित्रपटाबरोबर बेमालूमपणे एकजीव होईल असे गृहीत धरले जाते. रचलेले संगीत सांगीतदृष्ट्या मातबर नसले तरी कथनाच्या कार्यात सक्षम असू शकते. याउलट दुसऱ्या स्रोतांतून आयात केलेले (वा उचललेले) संगीत स्वतःचे लागेबांधे व संदर्भ घेऊन येत असल्याकारणानेच अधिक प्रभावी ठरेल असेही संभवते. याच्याविरुद्ध, आयात संगीत आपल्याकडेच लक्ष खेचेल व म्हणून चित्रपटाच्या कार्यात त्याचा हातभार कमी राहण्याचाही संभव आहे. सर्वसाधारणतः कथिताच्या अनुभवास चित्रपटसंगीत एक कथनबाह्य आधार पुरविते. श्रोते-प्रेक्षकांचे अवधान दृश्य कथनापासून दूर नेऊन वा त्यांच्या दरम्यान अंतर निर्माण करून एका अ-वस्तुलक्षी पातळीवर ऐंद्रिय अनुभूती संपन्न होईल अशी खात्री देत हे कार्य पार पडत असते.

बॅनरसंगीत – चित्रपटाच्या निर्मात्याची ओळख पटविण्याचे काम या संगीताकडे सोपविलेले असते. या संगीताचे सरूपसमीकरण (आयडेंटिटी) नीट प्रस्थापित झालेले असते. निर्मात्याचे वा संबंधित स्टुडिओचे ध्येयधोरणात्मक स्थान प्रक्षेपित करण्यासाठीही त्याचा विशिष्ट बंध निश्चित केला असणे शक्य आहे. उदाहरणार्थ, भारतातील प्रभात, बॉम्बे स्टुडिओज, हिंदुस्थान, आर. के. स्टुडिओज यांनी वापरलेले बॅनर संगीत आपल्या सांगीत रूपाने जे सूचित होते त्यापेक्षा बरेच दुसरे काही सांगू पाहत असते.

श्रेयनामावलीचे संगीत – या प्रकारच्या संगीताने चित्रपटाची आधारभूत कल्पना व तिच्याकडे व आपल्या कार्याकडे बघण्याची चित्रपटकर्त्याची दृष्टी यांचे सूचन करावे अशी अपेक्षा असते. इतकेच नव्हे, तर श्रोते-प्रेक्षकांनी प्रतिसाद कसा द्यावा यावरही प्रस्तुत संगीताने प्रभाव पाडावा अशी इच्छा असते.

पार्श्वसंगीत – कथा व चित्रपटसंहिता यांत ज्याचा स्रोत नसतो असे हे संगीत होय. अनेकविध कार्यांसाठी त्याची योजना असते. ते ज्या प्रसंगाबरोबर योजलेले असते त्याची परिणामकारकता वाढविण्यासाठी, इष्ट ते वातावरण निर्माण करण्याकरिता, नजीकच्या चित्रपटीय भविष्यकाळात जे घडणार असेल त्याची पूर्वसूचना देण्याकरिता, चित्रपटीय प्रयत्नांतून जे सांगितले जात असेल त्यावर टीका-टिप्पणी करण्यासाठी आणि संबंधित पात्रांच्या आंतरिक भावभावनांकडे लक्ष वेधण्यासाठी त्याची योजना होत असते.

हिंदी चित्रपटगीत एक वर्गीकरण

हिंदी चित्रपटांचे अनेकदा विषयाच्या आधारे वर्गीकरण केले जाते – उदाहरणार्थ, पौराणिक, कौटुंबिक नाटक, ऐतिहासिक (वेषभूषापूर्ण), हेरकथा आणि सामाजिक इत्यादी. पण बहुतेक चित्रपटांतील संगीत शैलीसंबद्ध, बांधणीशी निगडित वा चित्रपटीय तर्कशास्त्रानुसार आपला मार्ग चोखाळते. परिणामतः हाती घेतलेल्या अभ्यासाच्या संदर्भात गीतप्रकारांविषयी बोलणे सयुक्तिक आहे – मग ते कोणत्याही संदर्भात वा जागी योजलेले असोत.

बहुधा गीतात हाताळलेले विषय व त्यांच्या चलनांत भर दिलेले सांगीत अंग यानुसार गीतप्रकारांची निश्चिती केली जाते. उदाहरणार्थ, पुढे दिलेल्या यादीतून संभाव्य वर्गीकरणाची कल्पना येईल. हे वर्गीकरण कोणत्याही पूर्वनिश्चित औपपत्तिक नकाशामुळे सिद्ध केले नसून ज्या हिंदी चित्रपटगीतांनी आपला ठाम ठसा उमटवला आहे त्यांच्याकडे कान वळवून त्याची मांडणी केली आहे.

(१) अपेक्षागीत
(२) बोधनपर, तात्त्विक, उपदेशपर
(३) प्रार्थना
(४) मीलन
(५) विरह
(६) निषेध वा बंडाचा पुकार
(७) द्वंद्व, सवाल-जबाब
(८) खट्याळ व प्रणयचेष्टा करणारे
(९) कथन,
(१०) कथा, गोष्ट
(११) स्वगत
(१२) अंतर्मुख
(१३) उत्सवपर
(१४) कॉमिक, विनोदी
(१५) रंगमंचीय सादरीकरण
(१६) नृत्य, मुजरा, कॅबेरे, समूहनृत्य
(१७) पाश्चात्त्य सांगीत वळणाचे
(१८) भारतीय शास्त्रोक्त सांगीत वळणाचे
(१९) ऋतुगीत
(२०) सावन गीत
(२१) मुलांनी गायलेले बालगीत
(२२) मुलांसाठी बालगीत
(२३) अंगाईगीत
(२४) विदाईगीत
(२५) प्रेमगीत
(२६) मद्यप्याचे गीत
(२७) कव्वाली
(२८) लोकगीत
(२९) निसर्गगीत
(३०) सामूहिक
(३१) गूढगीत
(३२) देशभक्तिपर, संचलन

(होळीगीतांविषयी खास टीप जोडली पाहिजे. या गीतांत उच्छृंखलपणाला सहज वाव मिळतो. हा उत्सव जवळजवळ अखिल भारतीय मान्यतेचा म्हणता

येईल – मग भाषा कोणतीही असो. शिवाय यांत नृत्याचा सहज शिरकाव होतो आणि म्हणून हा गीतप्रकार निर्मात्यांच्या खास पसंतीचा आहे.)

सांगीत विश्लेषणाकरिता गीताच्या बांधणी-घटकांची व्यवस्था कशी लावली आहे ते समजून घ्यावे लागते. उदाहरणार्थ, कलासंगीतातील बंदिश या प्रकारात स्थायी, अंतरा व मुखडा हे घटक गीताची बांधणी निश्चित करतात व हे विभाग ठरावीक क्रमाने येतात. पद्यशास्त्रीयदृष्ट्या ज्या प्रकारांची बांधणी जरा पक्की असते त्यांत धृपद, कडवे व धृपद असा क्रम पाळलेला दिसतो. चित्रपट गीतात यासारख्या रूढ विभागांऐवजी मुखडा व मग एकामागोमाग येणारे अंतरे असे दोन विभाग मानून रचना केली जाते. यामुळे गीतकाराला अधिक रचनास्वातंत्र्य मिळते हे उघड आहे. याशिवाय सर्व संगीतकोटींत रूढ असणारे गीताचे साचेही चित्रपटसंगीताने धुंडाळले आहेत. भजन, गझल, कव्वाली आणि सर्व प्रकारची प्रादेशिक लोकगीते यांच्याबरोबर फिल्मी गीतांनी मुक्त क्रीडा केली आहे.

श्रोत्यांच्या मनाला गाणी कशी भिडतात?

हा प्रश्न तसा आलंकारिक वगैरे वाटला तरी त्याचा थोडाफार का होईना विचार केला पाहिजे.

(१) पहिले असे की चित्रपटसंगीत व चित्रपटगीत यांचा विचार वेगवेगळा केला पाहिजे.

(२) एक नोंद घेण्यासारखी बाब अशी, की चित्रपटगीताच्या कारकिर्दी दोन असतात. चित्रपटप्रक्षेपणाच्या वेळी श्रोते-प्रेक्षकांना ते दिसते व ऐकू येते ही एक कारकीर्द. पण भारतीय संदर्भात गीताची दुसरी व तितकीच महत्त्वाची करीअर असते. ते केवळ संगीतस्वरूपात ऐकले जाते व तेही चित्रपट पाहताना कार्यकारी होणाऱ्या समूहाच्या प्रभावाशिवाय. अर्थात व्हिडीओ आल्यापासून हा सामूहिक दर्शनाचा अवसर कमी झाला आहे. दृश्यानुभवाच्या या नव्या परिमाणाच्या परिणामांचा नव्याने अभ्यास व्हायला हवा.

(३) चित्रपटगीत एक प्रकारची प्रतीकात्मक व्यवस्था लावण्याचा यत्न करीत असते व संगीत हे भारतात प्रभावी शक्ती आहे हे ठासून सांगण्याकडे त्याची प्रवृत्ती असते.

(४) कुशलतेने विणलेल्या कथावस्तूंत अनुस्यूत असलेली एकरेषात्म कार्यकारण साखळी तोडण्याचे काम गीत करीत असते. उदाहरणार्थ, समोर दाखविल्या जाणाऱ्या प्रसंगांच्या तपशिलाबद्दल एक सहेतुक संदिग्धता पार्श्वसंगीतामुळे निर्माण होईल. एरवी याच तपशिलावर श्रोते-प्रेक्षकांचे लक्ष

केंद्रित होण्याची शक्यता असते. यामुळे तर्कानुसारी साखळीमुळे उद्भवणारी भावात्मकता कमताकद होईल वा नाहीशी होईल. परिणामतः पडद्यावर दाखविल्या जाणाऱ्या – जीवनाच्या साखळीचा तुकडा-प्रकारच्या – वास्तवापासून श्रोता-प्रेक्षक दूर सरकेल. श्रोता-प्रेक्षकाने परिस्थितीचा खोलवरचा अर्थ शोधावा म्हणून चांगल्या चित्रपटगीताने त्याला उत्तेजन द्यावे अशी अपेक्षा असते. रूढ प्रघातानुसार श्रोता-प्रेक्षक चित्रपट एकाच पद्धतीने पाहत असतो – त्याला जरा आजूबाजूला वळून पाहायला चित्रपटगीत भाग पाडते.

(५) एकच एक नेमकी भावना उत्पन्न करण्यात गीताच्या साफ-सफाईदार सांगीत गुणवत्तेला यश मिळत नाही. सर्वसाधारणतः ढोबळ भावनानिर्मिती हा त्याचा परिणाम असतो. अशा भावनेमुळे माहिती पोचविणेसुद्धा दुरापास्त होते. बोधपर संगीताची निर्मिती करण्याकडे झुकणाऱ्यांनी हे ध्यानात घ्यायला हवे!

(६) चित्रपट प्रत्यक्ष वर्तन देतो, तर कादंबरी या वर्तनास कारणीभूत विचार देऊ करते. व्यक्तींना पात्रे म्हणून समोर पाहण्यातली जी प्रत्यक्षता नाटक व चित्रपट उपलब्ध करून देतात ती कादंबरीत मिळू शकत नाही. पण याचा अर्थ असाही होतो, की वाचकांना आपली कल्पनाशक्ती वापरण्यास कादंबरीत अधिक वाव मिळतो. दुसऱ्या शब्दांत सांगायचे तर चित्रपटांतील 'काय आहे' याला 'काय असू शकले असते' याची जोड द्यायला हवी. ही जबाबदारी गीतांनी स्वीकारायची असते व तसे ती पुष्कळदा करतात. खरे वा प्रत्यक्ष पाहिलेले व न पाहिलेले संभाव्य यांचे एककालिक सादरीकरण हे एक अतिशय योग्य असे सौंदर्यसंबद्ध कर्तृत्व होय. ऑपेरा व चित्रपट यांतील संगीताचे या संदर्भात मूल्यमापन व्हायला हवे.

(७) आपण काय वाचतो-पाहतो-ऐकतो याबाबत वाचक-प्रेक्षक-श्रोते जातिगत वा सामान्य म्हणता येईल अशा निष्कर्षास पोचत असतात. पुरविल्या जाणाऱ्या दुव्यांचा अर्थ लावणे त्यांना यामुळे (ग्रहणाच्या जातिगत स्वरूपामुळे) सुलभ जात असते. ते जर अशा निर्णयास पोचले नाहीत तर वास्तववाद इत्यादी रूढ तत्त्वप्रणालींच्या यांत्रिक वापराच्या कचाट्यात ते सापडण्याचा संभव वाढतो. बहुतेक वेळा मूळ सर्जकाचा कलाकृतीत व्यक्त झालेला हेतू त्यांना हा निर्णय घ्यायला साहाय्य करतो.

(८) गाणाऱ्या पात्रांबरोबर तादात्म्य पावायला मदतगार ठरल्यामुळे गाणी प्रेक्षकांच्या मनात घर करतात हे तसे पाहिल्यास खरे नाही. ...च्याबद्दल अनुभवणे (सहानुभूती) यापेक्षा ...च्याबरोबर अनुभवणे (महानुभूती) या स्थितीस पोचण्याचे गीत वा संगीत हे मार्ग होत. सुदैवाने सहानुभूती व महानुभूती

या दोन्ही अवस्था ग्रहणकर्ता व प्रयोगकर्ता यांच्या दरम्यानचे अंतर कायम ठेवतात, फक्त सहानुभूतीबाबत एक तोटा असा, की हे अंतर निर्माण करण्याशिवाय सहानुभूतीत ग्रहणकर्त्याचा सहानुभूती-विषयापेक्षा वरचढपणा सूचित होतो.

(९) कादंबरीप्रमाणे चित्रपटगीतही श्रोता-प्रेक्षकाच्या भावनिक शिक्षणात भर घालू शकते. हे दोन प्रकारे घडू शकते : (अ) आपण तेव्हापर्यंत न अनुभवलेली नवी भावना त्यामुळे उत्पन्न होऊ शकते. (ब) आपल्याला अपरिचित अशा भावनिक प्रतिसादांचीही त्यामुळे निर्मिती होऊ शकते. दुसऱ्यांबरोबर महानुभौतिक नाते जोडू शकल्यामुळे हे शक्य होते. येथे एक पूरक विधान संभवते - महानुभूतीत काय होते? 'अ'ला असे असे वाटते, कारण 'ब'ला तसे तसे वाटते. याचा अर्थ असा की निदान त्यावेळेपुरते 'अ' हा 'ब'च्या पायाभूत विश्वासांची चौकट गृहीत धरतो वा स्वीकारतो. म्हणजे विशिष्ट मर्यादेत 'अ' स्वतःला विस्तारतो, नेहमी असतो त्यापेक्षा तो व्यापक होतो. इथे दोन प्रक्रिया कार्यकारी होतात : (१) आपल्याला 'ब' च्या जागी ठेवण्यासाठी 'अ' आपली कल्पनाशक्ती वापरतो (२) आपली कल्पनाशक्ती जागृत करण्यासाठी 'ब'ने देऊ केलेले दुवे 'अ' तीव्रतेने अनुसरतो. प्रत्यक्ष प्रसंगाच्या कर्त्याचे व त्याच्या परिस्थितीचे ज्ञान नसले तरीही महानुभूती येणे शक्य होते ते दुव्यांच्या तीव्रतेने केलेल्या पाठपुराव्याने. (कादंबरीत कदाचित हे ज्ञान ग्रहणकर्त्यास असणे आवश्यक ठरेल). ज्ञानाधार नसता किंवा तो पुरेसा नसता महानुभूतीच्या या अवस्थेत पोचणे संगीतामुळे शक्य होते असे मला सुचवायचे आहे.

(१०) पार्श्वगायनाचे युग आल्यावर तारे-तारका आणि त्यांचे मुखवटे यांमधील ताण-तणावास अधिक धार कशी आली हे लक्षात येण्यासारखे आहे. विशिष्ट तारे-तारका व विशिष्ट आवाज यांच्यात तुल्यता प्रस्थापित झाली आणि त्यांचे एकत्र वा निराळे अवतार संबंधित गीतास अधिक आकर्षक बनवू लागले.

या एकूण विवेचनाच्या पार्श्वभूमीवर हिंदी चित्रपट गीताची वारेमाप स्तुती वा सरसकट निंदा शक्य आहे काय?

सर्व सांस्कृतिक आविष्कारांप्रमाणे याही आविष्काराचा व्यापक व सखोल अभ्यास करणे त्याच्या कामगिरीच्या मूल्यमापनासाठी आवश्यक आहे.

हा प्रयत्न म्हणजे त्या दिशेने टाकलेले एक पाऊल आहे!

❑ ❑ ❑

परिशिष्ट

सत्यजित राय आणि चित्रपटसंगीत

कोणताही चित्रपटीय विषय सत्यजित राय यांच्या संदर्भात अनेक अंगांनी पाहावा लागतो. याचे मुख्य कारण असे, की दिग्दर्शन आणि प्रत्यक्ष सर्जन अशा दोन बाजूंनी सत्यजित राय चित्रपटाच्या बहुतेक अंगांना आकळतात. त्यांच्या चित्रपटांतील संगीताचे तसेच आहे. त्यांचे पहिले सहा चित्रपट वगळता, इतर चित्रपटांचे संगीत त्यांनी स्वतःच रचले. येथे वास्तविक पाहता तीन विषयांचा विचार करायला हवा. राय आणि चित्रपटसंगीत, राय यांच्या चित्रपटांसाठी इतरांनी दिलेले संगीत आणि सत्यजीत राय यांचे संगीत. तिन्ही उपविषय एकाच साखळीतले; पण आपापल्या विचाराचा प्रांत स्पष्टपणे रेखणारे. उदाहरणार्थ, पहिल्या उपविषयात राय यांना संगीत आणि चित्रपट यांचा परस्परसंबंध काय वाटे व का? हिंदी चित्रपटसंगीताविषयी त्यांची मते काय असत व का? वगैरे प्रश्नांची चर्चा व्हावी. दुसऱ्या उपविषयात पं. रविशंकर, उस्ताद विलायत खान व उस्ताद अली अकबर खान यांनी राय यांच्या चित्रपटांसाठी दिलेल्या संगीताचे स्वरूप, वैशिष्ट्ये व कारणमीमांसा अपेक्षित असेल. आपल्या निश्चित गरजा, निर्णायक मते, स्वतःच्या सांगीतिक कौशल्याविषयीचा व क्षमतेविषयीचा विश्वास, त्याचप्रमाणे दुसऱ्यांच्या कामगिरीविषयी ठोस असमाधान यांमुळे सत्यजितनी जे संगीत स्वतः रचले त्याची व त्यामागील भूमिकेची तपासणी तिसऱ्या उपविषयाच्या आवाक्यात राहील. तिन्ही उपविषयांची तपशीलवार चर्चा होणे शक्य आहे. इतकेच नव्हे, तर राय यांच्या चित्रपटांच्या सर्वांगीण विश्लेषणात अशी चर्चा अनिवार्य आहे. इथे दुसऱ्या उपविषयाला तोंड फोडायचे आहे.

आरंभीच एक बाब ध्यानात येते, की सहा चित्रपटांना संगीत देण्यासाठी सत्यजितांनी ज्यांना पाचारण केले, ते तंतकार होते – दोन सतारिये आणि एक सरोदिया. तिघेही स्वनामधन्य असे आघाडीचे संगीतकार होते. तिघांचेही कोलकात्याशी निकटचे नाते होते. शिवाय भारतीय वाद्यसंगीताचे नवे अध्याय लिहिणारे म्हणून तिघांचीही सकारण ख्याती होती. तिघांमध्ये संगीतदिग्दर्शनाचा

म्हणण्यासारखा पूर्वानुभव पं. रविशंकर यांना ('धरती के लाल', 'नीचानगर' हे ध्येयवादी चित्रपट व 'डिस्कव्हरी ऑफ इंडिया' हे त्याच प्रकृतीचे नृत्यनाट्य) होता. माझ्या मते या साऱ्या तपशिलाला काही विशेष अर्थ आहे. तपशिलामागे विशेष अर्थ काय, असा प्रश्न विचारल्यास राय यांच्या संगीतसंविदेचे रूप कोणत्या शक्ती ठरवीत होत्या, ते कळण्यासारखे आहे.

संगीतकार म्हणून आपापला चाहतावर्ग असलेल्या कलाकारांकडे रायना वळायचे होते; पण बॉलीवुड, टॉलीवुडच्या पसंतीचे शिक्के बसलेले लोकप्रिय संगीत त्यांना नको होते. पण अधिक महत्त्वाची गोष्ट अशी, की कंठसंगीताच्या अंगाने, वळणाने संगीताकडे पाहणारे व त्याप्रमाणे रचना करणारेही त्यांना नको होते!

अर्थात कंठसंगीताच्या पकडीतून सुटणारी संगीत प्रतिभा हवी, म्हणून वाद्य कलावंत; अशी अ-करणात्म भूमिका नव्हती. नव्या स्वनरंगांची झळाळी प्राप्त झालेली वाद्ये आणि अशा वाद्यांच्या अंगांनी सिद्ध होणारी संगीतरूपे यांनाच त्यांची कलाजाणीव कौल देई.

सर्वांत महत्त्वाचे कारण असे, की सत्यजितांच्या समग्र कलादृष्टीत साहाय्यक व मुख्य (उदाहरणार्थ, संगीत व चित्रपट) माध्यमांच्या नात्याविषयीच्या विचारांत सुरुवातीला दोहोंमधील कल्पनासाम्यास वा संवादास जादा महत्त्व होते. घटकांच्या विरोधसंबंधांच्या परिणामकारकतेची, त्यांच्या अंतिम कलापूर्णतेची जाणीव जसजशी विकसित होत गेली, तसतसे इष्ट संगीत कोणते या प्रश्नास सत्यजितांनी निराळी उत्तरे नोंदली. संगीताची परिभाषा वापरून बोलायचे, तर कलाघटकांच्या परस्परसंबंधांच्या कलापूर्णतेत लयतत्त्वाचे कार्य घडते, तेव्हा सम, विषम व असम असे 'तीन' लय निर्माण होतात (तीन लयी नव्हे). यांपैकी आपल्याला कोणता लय हवा, ते ठरविणे कलाकाराचे स्वातंत्र्य असते. कोणत्याही एकाच सिद्धान्तास चिकटून राहिल्याने कलात्म यशाची हमी मिळत नाही हे कलाकारास किती तीव्रतेने जाणवेल, यावर संबंधित तंत्रमंत्रांचा लवचीक वापर त्याला जमतो. तसे केल्याशिवाय त्याला गत्यंतर नसते – मग यामुळे टीकाकारांची कितीही गैरसोय होवो!

वाद्यांची वळणे का?

भारतीय वास्तवाचे रायना अभिप्रेत असलेले चित्रण सूक्ष्म, आंतरिक सत्याला सामोरे जाणारे आणि म्हणूनच भावभावनांच्या फुलोऱ्यापेक्षा भावनिक संदिग्धता आणि अंतर राखण्यावर भर देणारे असे. या संदर्भात ध्यानात

घेण्यासारखी बाब अशी, की वाद्ये आणि वाद्यध्वनी मानवी आवाजापेक्षा कमी निश्चितार्थी असतात. शिवाय भावनिरपेक्ष उपयोगास वा वावरासही वाद्ये व वाद्यध्वनी उत्तेजन देतात. एक संकलित परिणाम असा, की वाद्यसंगीताची वळणे अधिक संस्कृतिनिरपेक्ष असूनही सौंदर्यपूर्ण वा कलादृष्ट्या जास्त समाधानकारक ठरू शकतात. अर्थातच जनक संस्कृतीच्या सीमा पार करून आपला ठसा उमटविणे वाद्यांच्या वळणांना सुलभ जाते. याउलट आवाज आणि पर्यायाने कंठसंगीत विशिष्ट जनक संस्कृतीशी आंतरिक आणि घट्ट नाते राखतात. मुद्दा असा की रायना भारतीय संस्कृतीचा अर्थ लावायचा होता (आपल्या माध्यमातून); पण असा अर्थ लावण्याची रूढ वा रुळलेली वाट त्यांना नको होती. आपला आशय चित्रपटासारख्या न-पारंपरिक माध्यमातून तसेच विस्तारलेल्या श्रोते-प्रेक्षकवर्गापर्यंत पोचवायचा असल्याकारणाने संज्ञापनाची सर्वसामान्य समीकरणे त्यांना मानवत नव्हती. भारतीय संगीतपद्धती (म्हणजे सादरीकरण व विचाराचे संमत मार्ग) कंठसंगीतातून आविष्कृत वर्तुळांची तरफदारी करते. त्यांना हे नकोसे वाटले आणि नव्या ध्वनींची आकर्षक वळणे रेखून आपली चित्रसांगीतिक ओळख पटविण्याचा त्यांनी ध्यास घेतला.

संबंधित इतिहास असा, की सतार, सरोद, बासरी, शहनाई इत्यादी वाद्यांना विसाव्या शतकात आपापल्या अवतारकार्याचा नव्याने साक्षात्कार झाला. वादनसंचात स्वतंत्र स्थान, विकसित होणारी वादनभाषा, वादनप्रकारांची नव्याने व्यवस्था, वाद्यांच्या बनावटीत तऱ्हतऱ्हेचे लक्षणीय बदल आणि वादनतंत्राने केलेली प्रगती वगैरेंमुळे भारतीय वाद्यांची आधुनिक वाटचाल याच शतकात सुरू झाली. प्रस्तुत चर्चेच्या संदर्भात सयुक्तिक, महत्त्वाचा व संकलित परिणाम असा, की बऱ्याच वाद्यांच्या स्वनरंगांना अपूर्व झळाळी प्राप्त झाली. सतार, सरोद यांसारख्या निखळ भारतीय वाद्यांनी स्वदेशात नवे कान आणि परदेशांत अपरिचित संस्कृती काबीज केल्या; कारण जाणता-अजाणता व्यापक आवाहन हे स्वनरंगांचे वैशिष्ट्य आहे. वाद्यांची तौलनिक संस्कृतिनिरपेक्षता आणि स्वनरंगांचे सहज परिणामकारक व सार्वत्रिक पोचणे केशवराव भोळ्यांपासून सत्यजितांपर्यंत सर्वांना भावले, हा काही योगायोग नाही. वाद्ये व वाद्यसंगीताची देशांतरे वा आयात-निर्यात सुलभ आणि स्वनरंगांची मोहकता आशयघनतेकडे नेणारी. म्हणून भारतीय, पण तंतकारांना आपल्या चित्रपटाचे संगीत देण्याकरिता बोलवावे, असे सत्यजित रायना गरजेचे भासले असा निष्कर्ष.

सत्यजित राय यांचे सांगीतिक संगोपन

स्वनरंगांचे आकर्षण आणि वाद्यसंगीताला झुकते माप या दोहोंची बीजे सत्यजितांच्या सांगीतिक संगोपनात आढळतात, असे म्हणायला हरकत नाही. (त्यांची संगीताभिरुची पश्चिमोन्मुख जाहिरात–व्यवसायानेही प्रभावित झाली असेल काय?) आपला पाश्चिमात्य वाद्यसंगीताचा ओढा त्यांनी तपशिलाने नोंदला आहे. त्यांना भावणाऱ्या पाश्चिमात्य संगीतातले वाद्यसंगीताचे तौलनिक प्राबल्यही कानात भरते! त्यात पुन्हा निरनिराळ्या वाद्यांचे आपापले स्वनरंग ठळकपणे समोर आणू शकणारे सिंफनी प्रकारचे संगीत त्यांना पुनःपुन्हा ऐकावेसे वाटे, हे लक्षणीय होते. स्वतः संगीतरचना करताना ते पिआनोचा आधार घेत, याकडेही लक्ष जातेच. आपल्या सांगीतिक जडणघडणीत भारतीय संगीताचा वाटा किती, हे त्यांनी कमी स्पष्टपणे नोंदले आहे! १९२१ (सत्यजितांचे जन्मवर्ष) ते १९५५ ('पथेर पांचाली' या चित्रपटाचे प्रकाशन वर्ष) या कालावधीत बंगालमध्ये (आणि भारतातही) भरीव, महत्त्वाच्या आणि सांस्कृतिक ठसा उमटविणाऱ्या सांगीतिक घडामोडी झाल्या नाहीत, असे कसे म्हणावे? सत्यजितांच्या चित्रपटीय परिवारात भारतीय संगीताला भरपूर वाव होता. निष्कर्ष असा की वातावरणातील कोणत्या स्पंदांना प्रतिसाद द्यावा हे कृतिशील ग्राहक स्वतः ठरवत असतो. सत्यजित राय यांनी वाद्यसंगीत, स्वनरंगीय महत्ता वगैरे बाबतींत आपले वजन अभारतीय पारड्यात टाकले होते. त्यांच्या पसंतीची कारणे आणि कृतीचे परिणाम तपासणे वेधक आहे.

या पार्श्वभूमीवर पाहता 'पथेर पांचाली' या चित्रपटाच्या पं. रविशंकररचित संगीतातील काही जागा उल्लेखनीय वाटतातः

(१) **जागा** : श्रेयनामावली वगैरे – शिवाय अपू त्रिपदीत गुंजणारे थीम संगीत. यात लोक व कला संगीताची मिश्रणे.
वाद्ये : पखवाज, बासरी, सतार – धून.

(२) **जागा** : तळे, त्यातील फुले इत्यादी. गौड सारंग, मांड, बिलावल असे सुघटित राग, रूपक तालाकृतीचा मुक्त वापर.
वाद्य : सतार.

(३) **जागा** : मेघगर्जना, दुर्गाचे व्रत.
वाद्ये : पखवाज, स्वरमंडल, सतार (देस रागिणी).

(४) **जागा** : दुर्गाचा मृत्यू
वाद्ये : सतार, पखवाज, सतारीवर मारव्याचा आलाप.

(५) **जागा** : हरिहरने दुर्गासाठी (दुर्गाच्या मृत्यूनंतर) आणलेली साडी सर्वजया हाती घेऊन रडते.

वाद्य : तार शहनाईवर पटदीप.

(६) **जागा** : हरिहर सहकुटुंब गाव सोडतो.

वाद्ये : सतार व बासरी.

याशिवाय इंदिरा ठाकुरन एकांतात *'संध्याछाया भिवविती हृदया'* यासारखे कातर गीत गुणगुणते, वा अपू तारेच्या खांबाची गुणगुण ऐकतो, वगैरेंचा वापरही सूचक आणि चित्रसंगीताच्या व्यापक संकल्पनेत समाविष्ट होणारे. आता मुद्दा असा की उल्लेखित तपशिलांनी सजणारे संगीत मुख्यत्वेकरून साम्यसंबंधांवर विसंबणारे आहे. जी भावस्थिती चित्रघटकांतून व्यक्त होत असते तिलाच गडद करणे, दृश्यांच्या गतिमानतेच्या पावलावर पाऊल टाकून संगीताची एकके बांधणे, कान आकर्षून घेणाऱ्या (बहुतांशी मधुर) स्वनरंगांच्या (वाद्यांच्या) वापरात सातत्य ठेवणे आणि एकंदरीने संगीत म्हणून मान्यता पावणारी रचना समोर ठेवणे, वगैरे साम्यसंबंधी संगीताचे विशेष म्हणता येतील. चित्रपटाशी संगीत कसे एकजीव झाले वगैरे साचेबंद वर्णने करावीशी वाटतात (तशी ती केलीही जातात), कारण साम्यसंबंधी संगीताचा सरसकट वावर आणि संयोग कलाकृतीत – म्हणजे अनेक कलांशी एक आविष्कार – सिद्ध केला असता काय घडत असते याविषयीचा वैचारिक गोंधळ होय. वैचारिक अंगाला कलानिर्मितीत स्थान नाही, असे सुदैवाने सत्यजितांचे कधीच मत नव्हते! या कारणाने चित्रपटांत संगीताने काय कार्य करावे आणि तसे का, या प्रश्नांविषयी त्यांची स्वतःची अशी एक भूमिका उत्क्रांत होत गेली. ही भूमिका बरोबर अथवा चूक कशीही असो, ती त्यांची स्वतःची होती हे निश्चित. 'पथेर पांचाली' या चित्रपटाच्या संगीतातून दिसणारी त्यांची भूमिका साम्यसंबंधी चित्रसंगीताला मान्यता देणारी असली, तरी त्यांच्या एकंदर दृष्टिकोणाशी ती विसंगत होती, अशी शंका येते. आपण स्वतः आपल्या चित्रपटांचे संगीत का करू लागलो? वगैरे प्रश्नांना त्यांनी दिलेली भाषिक उत्तरे आणि सर्जनशील, निर्मितिशील प्रत्यक्ष क्रिया यांचे नातेही साधे नसावे, असे वाटते. या दृष्टीने त्यांचे विश्व न्याहाळल्यास काही वेधक निष्कर्ष हाती लागतील आणि त्यांचा भारतीय चित्रपटांच्या सर्वांगीण व सखोल विचारात भरीव सहभाग असेल.

❑ ❑ ❑